சரஸ்வதி: ஒரு நதியின் மறைவு

ஃப்ரான்ஸில் 1956-ல் பிறந்த மிஷல் தனினோ இந்திய கலாசாரம், நாகரிகம் ஆகியவை தொடர்பான ஆய்வுகளை மேற்கொண்ட படித் தன் 21-ம் வயதில் இருந்து இந்தியாவில் வசித்து வருகிறார்.

ஃப்ரெஞ்சிலும் ஆங்கிலத்திலும் புத்தகங்கள் எழுதியிருக்கிறார். பல்வேறு கருத்தரங்குகளில் உரை நிகழ்த்தியிருக்கும் இவர் இந்திய அகழ்வாராய்ச்சி தொடர்பாகப் பெரும் பங்காற்றியிருக்கிறார்.

1980-90களில் நீலகிரியில் சோலமலைக் காடுகளின் பாதுகாப்புக்காகப் போராடினார். அதன் விளைவாக, தமிழகத்தின் முதல் வன நிர்வாகக் குழு உருவாக்கப்பட்டது.

014769

சரஸ்வதி

ஒரு நதியின் மறைவு

மிஷல் தனினோ

தமிழில் : வை. கிருஷ்ணமூர்த்தி

கிழக்கு

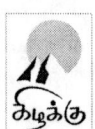

சரஸ்வதி: ஒரு நதியின் மறைவு
Sarasvatî: Oru Nadhiyin Maraivu
by Michel Danino ©
© First published in Tamil by
New Horizon Media Private Limited
Originally Published in English as
"The Lost River - On the trail of the SARASVATÎ"

First Edition: March 2012
416 Pages
Printed in India.

ISBN: 978-81-8493-635-3
Title No: Kizhakku 696

Kizhakku Pathippagam
177/103, First Floor,
Ambal's Building, Lloyds Road
Royapettah, Chennai 600 014.
Ph: +91-44-4200-9603

Email : support@nhm.in
Website : www.nhm.in

Kizhakku Pathippagam is an imprint of New Horizon Media Private Limited

This book is sold subject to the condition that it shall not, by way of trade or otherwise, be lent, resold, hired out, or otherwise circulated without the publisher's prior written consent in any form of binding or cover other than that in which it is published and without a similar condition including this the rights under copyright reserved above, no part of this publication may be reproduced, stored in or introduced into a retrieval system, or transmitted in any form or by any means (electronic, mechanical, photocopying, recording or otherwise), without the prior written permission of both the copyright owner and the above-mentioned publisher of this book.

சமர்ப்பணம்

இந்திய மண்ணைத்
தளராத உற்சாகத்துடன்
அகழ்வாராய்ச்சி செய்த
பெயர் பெற்ற அல்லது மறக்கப்பட்டுவிட்ட
பல்வேறு அகழ்வாராய்ச்சியாளர்களுக்கு

என் பெற்றோருக்கு
ஆழமான நன்றியுணர்வுடன்

உள்ளே

முகவுரை	/	09
முன்னுரை	/	12
❖ **பாகம் 1: காணாமல் போன சரஸ்வதி**	/	17
1. 'இந்தியப் பாலைவனத்தின் காணாமல் போன நதி'	/	19
2. மகா சரஸ்வதி	/	52
3. ஒரு புராதன நதிமீது புதிய வெளிச்சம்	/	78
❖ **பாகம் 2: இந்தியாவின் முதல் நாகரிகம்**	/	107
4. பின்னோக்கிய பெரும் பாய்ச்சல்	/	109
5. சிந்து நகரங்கள்	/	131
6. சிந்து முதல் சரஸ்வதி வரை	/	160
7. புதிய தளங்கள்	/	199
8. தாறுமாறாக ஓடும் நதிகள்	/	219
❖ **பாகம் 3: சரஸ்வதியிலிருந்து கங்கை வரை**	/	241
9. உணர முடிந்த பாரம்பரியம்	/	243
10. சூட்சுமப் பாரம்பரியம்	/	285
11. சரஸ்வதியின் வாக்குமூலம்	/	318
முடிவுரை: மாயமாக மறைந்த சரஸ்வதி	/	358
குறிப்புகள்	/	372

முகவுரை

காவிய நதியான சரஸ்வதி நதியைப் பற்றிய ஆராய்ச்சிகள் இன்று எந்த நிலையில் இருக்கின்றன என்பதை வெகுஜனத் தளத்துக்குக் கொண்டு செல்வதுதான் இந்தப் புத்தகத்தின் நோக்கம். தன் அறிவுலகக் கரைகளை உடைத்துக்கொண்டு சரஸ்வதி நதி பொதுவெளியில் அடிக்கடி வழிந்தோடவும் செய்திருக்கிறது. அது சார்ந்த என் கருத்துகளை முடிந்தவரையில் அனைவருக்கும் புரியும்படியாக, இந்தப் புத்தகத்தில் எழுதியிருக்கிறேன். ஆனால், பல்வேறு துறைகளில் நடத்தப்பட்ட ஆய்வுகளில் இருந்து, மிக அதிக நம்பகத்தன்மை கொண்ட முடிவுகளை அடிப்படையாகக்கொண்டே என் வாதங்களை முன்வைத்திருக்கிறேன்.

இந்தப் புத்தகத்தில் இடம்பெற்றிருக்கும் மேற்கோள்களை எங்கெங்கிருந்து எடுத்திருக்கிறேன் என்பதைப் புத்தகத்தின் இறுதியில் தொகுத்திருக்கிறேன். அந்த மேற்கோள்கள் அதை எழுதியவரின் முழுப் பார்வையை முன்வைக்காமல் இருக்கக்கூடும் என்பதை அழுத்தம் கொடுத்துச் சொல்லவிரும்புகிறேன் (அந்த மேற்கோள்கள் அராபிய எண்களாலும் அடிக்குறிப்புகள் நட்சத்திரக்குறியீட்டாலும் அடையாளப்படுத்தப்பட்டிருக்கின்றன). மேற்கோள்கள் தொடர்பான என் விளக்கவுரைகளை சதுரவடிவ அடைப்புக்குறிக்குள் தந்திருக்கிறேன். வளைவான அடைப்புக்குறிக்குள் இடம்பெற்றிருப்பவை மேற்கோள் காட்டப்பட்ட விஷயத்தை எழுதியவரின் வரிகள். ஃப்ரெஞ்சு மூலத்தில் இருந்து ஆங்கிலத்துக்கு சில விஷயங்கள் மொழிபெயர்க்கப்பட்டிருக் கின்றன. யார் மொழிபெயர்த்தார் என்ற குறிப்பு இடம்பெறாத இடங்களில் இருப்பவையெல்லாம் என்னால் மொழிபெயர்க்கப் பட்டவையே.

எளிய வாசகர் ஒருவருக்கு சமஸ்கிருதப் பெயர்களின் உச்சரிப்புக்கான அடையாளக் குறியீடுகள் மிகுந்த சிரமத்தைத் தரும் என்பதால் எளிய

குறியீடுகளை மட்டுமே பயன்படுத்தியிருக்கிறேன். அப்படிப் பார்க்கும் போது யமுனை என்று வரும் இடங்களில் அது இன்றைய நதியைக் குறிக்கும். யமுனா என்றுவரும் இடங்களில் அது ஹரப்பா அல்லது வேத காலகட்டத்து நதியைக் குறிக்கும் (மேற்கோள்களில் அதை எழுதியவர் என்னவிதமாக எழுதியிருக்கிறாரோ அதை அப்படியே பயன்படுத்தியிருக்கிறேன்). இந்திய இடங்களின் பெயர்கள் ஆங்கிலத்தில் பல்வேறு உச்சரிப்புகளில் எழுதப்பட்டு வந்திருக்கின்றன. பொதுவாகப் பயன்படுத்தப்படும் பெயரையே குறிப்பாக அதிகாரபூர்வமானவற்றையே பயன்படுத்தியிருக்கிறேன். மாறுபட்ட உச்சரிப்புகளை முடிந்த இடங்களில் குறிப்பிட்டிருக்கிறேன். கி.மு. என்பதற்குப் பதிலாக பொ.யு.மு. (பொது யுகத்துக்கு முன்னால்) என்றும், கி.பி. என்பதற்குப் பதிலாக பொ.யு. (பொது யுகம்) என்றும் இப்போதைய வழக்கப்படிக் குறிப்பிட்டிருக்கிறேன்.

இந்தப் புத்தகத்தில் இடம்பெற்றிருக்கும் வரைபடங்கள் மிகவும் முக்கியமானவை. நான் வரைந்திருப்பவற்றில், சர்வ தேச எல்லைக் கோட்டை, இந்திய அரசின் அதிகாரபூர்வ வரைபடங்களில் இருப்பதற்கு முடிந்தவரை நெருக்கமாக வரைய முயற்சி செய்திருக்கிறேன். எனினும் இந்த வரைபடத்தைத் தோராயமான ஒன்றாகவே கருத வேண்டும்; அதிகாரபூர்வமானதாக எடுத்துக்கொள்ளவேண்டாம்.

இந்தப் புத்தகத்தை ஆங்கிலத்தில் எழுதும்போது, இந்தியரல்லாத வாசகர்களையும் கவரும் அம்சம் இந்த சரஸ்வதி நதியின் கதையில் இருப்பதை உணர்ந்திருக்கிறேன். எனவே, அவர்களுக்கு நன்கு புரியும் வகையில் இந்திய பூகோள அமைப்பு, வரலாறு பற்றிக் கொஞ்சம் விரிவாகவே எழுதியிருக்கிறேன். அது இந்திய வாசகர்களுக்குக் கொஞ்சம் அசவுகரியத்தைத் தரலாம். மன்னித்துக்கொள்ளுங்கள்.

ஒவ்வொரு அத்தியாயத்தின் இறுதியிலும் இடம்பெற்றிருக்கும் மூன்று அரச இலை வடிவக் குறியீடானது ஹரப்பா மண் பாண்டங்களில் இடம்பெற்ற ஒன்று.

★

இந்தப் புத்தகத்தில் இடம்பெற்றிருக்கும் பல்வேறு புகைப்படங்களை மறு பிரசுரம் செய்யத் தாராளமாக அனுமதி தந்த இந்திய அகழ் வாராய்ச்சித்துறைக்கு நன்றி சொல்ல விரும்புகிறேன். பி.பி.லால், மறைந்த டாக்டர் எஸ்.பி.குப்தா, டாக்டர் வி.என்.மிஸ்ரா, டாக்டர் ஆர்.எஸ்.பிஷ்த், பேரா.கே.வி.ராமன், டாக்டர் ஆர்.நாகசுவாமி உட்பட சில மதிப்புக்குரிய அகழ்வாராய்ச்சி நிபுணர்களுக்கு நன்றிக்கடன் பட்டிருக்கிறேன். இவர்கள் சுமார் பத்தாண்டுகளாக, வரலாற்றுக்கு

முந்தைய இந்தியா தொடர்பான என்னுடைய நச்சரிக்கும் கேள்விகளுக்கு மிகவும் பொறுமையாகப் பதில் சொல்லி, தங்களுடைய விரிவான அனுபவத்தைப் பகிர்ந்துகொண்டிருக்கிறார்கள். பல்வேறு இந்தியர்கள், அமெரிக்கர்கள், ஃப்ரெஞ்சு நண்பர்கள் இந்தப் புத்தகத்துக்கான தகவல்களைச் சேகரிக்க உதவி செய்திருக்கிறார்கள். புதிய கண்டுபிடிப்புகளுக்கு வழிவகுத்துத் தந்திருக்கிறார்கள். அவற்றில் சிலரைப்பற்றி இந்தப் புத்தகத்தின் இறுதியில் குறிப்பிட்டிருக்கிறேன். எனினும், டாக்டர் எஸ்.பி.குப்தா, டாக்டர் கே.என்.தீட்சித், பேரா.ஆர்.என்.ஐயங்கார், டாக்டர் கல்யாணராமன், விஷால் அகர்வால், வி.கார்த்திக் ஆகியோர் பெயரை இங்கு கட்டாயம் குறிப்பிட விரும்புகிறேன்.

சரஸ்வதியின் வரலாற்றில் பெரும் ஆர்வத்தைக் காட்டிய 'பெங்குயின் இந்தியா' நிறுவனத்தின் பிரதான ஆசிரியர் ரவி சிங்குக்குப் பெரிதும் கடன்பட்டிருக்கிறேன். வழிகாட்டலுக்காக ஆர்.சிவப்பிரியாவுக்கும் கவனமான எடிட்டிங்குக்காக தேபஸ்ரீ ரக்ஷித்துக்கும் நன்றி தெரிவிக்க விரும்புகிறேன்.

என் பெற்றோர், துணைவர் நிக்கோல், பெயர் சொல்லத் தேவையில்லாத சில நெருங்கிய நண்பர்கள் (அவர்களுக்கு நான் பட்ட கடன் நன்கு தெரியும்) ஆகியோரின் ஆதரவு மட்டும் இல்லையென்றால் இந்தப் புத்தகத்தை எழுதியிருக்கவே முடியாது. இந்தப் புத்தகத்தின் கரு, திட்டமிடல் ஆகியவற்றுக்காகவும் தொடர்ந்து தந்த ஊக்கத்துக்காகவும் டாக்டர் நந்திதா கிருஷ்ணாவுக்குக் கூடுதல் நன்றிக்கடன் பட்டிருக்கிறேன்.

முன்னுரை

இந்தியா தொன்மக் கதைகளை (myth) நேசிக்கும் தேசம். இந்த தேசத்தின் அனைத்து இலக்கியப் பிரதிகளிலும் வாய்மொழிக் கதைகளிலும் இவையே நிறைந்து காணப்படுகின்றன. தொன்மக் கதைகள் என்பதன் மூலம் கதாநாயக சாகசங்களையும் தெய்விக அற்புதங்களையும் கலந்து நெய்யும் சிக்கலான, பல அடுக்கு கொண்ட பெருங்கதையாடலையே குறிப்பிடுகிறேன். வலுவான குறியீடுகள் மூலம் மக்களின் மனங்களில் குறிப்பிட்ட மதிப்பீடுகளை அவை பதியவைக்கின்றன. காலப்போக்கில் அவை மக்களுடைய பழக்க வழக்கங்களுடனும் பாரம்பரியத்துடனும் இரண்டறக் கலந்துவிடு கின்றன. இன்றைக்கும்கூட இந்தியாவின் வடகிழக்கில் வசிக்கும் சில பழங்குடியினர் ராமாயணத்திலிருந்தும் மகாபாரதத்திலிருந்தும் சில காட்சிகளை நிகழ்த்திக் காட்டுவதுண்டு. அரண்மனைக்குப் பதிலாக மூங்கில் குடிசைகள்தான் இருக்கும் என்றாலும் அலங்காரங்கள் அல்ல, அடிப்படை விஷயமே முக்கியம்.

இந்தத் தொன்மக் கதைகளுக்கு வரலாற்று அடிப்படை இருக்கலாம். அல்லாது இல்லாமலும்போகலாம். ஆனால், அவை வடிவமைத்து உருவாக்கிய மனங்களில் வாழும் அல்லது செயல்படும் வரையிலும் அது ‘உண்மையே’. எப்போதோ பிரளயம் நடந்தது, கடலைக் கடைந்தது, கங்கை பூமிக்கு இறங்கி வந்தது, வானரப்படை இலங்கைக்குப் பாலம் அமைத்தது, கிருஷ்ணன் கோவர்த்தன மலையைச் சுண்டுவிரலால் தூக்கிப் பிடித்தது ஆகிய அனைத்துமே அந்தவகையில் உண்மையே. நமது வரையறைக்குட்பட்ட அர்த்தத்தின் படி அவை ‘உண்மையில் நடந்தவையா’ என்பது பொருட்டே அல்ல. அப்படியான வாழ்க்கையை நாம் வாழும்வரையில் கில்காமேஷ், சிரஞ்சீவித் தன்மைக்காகத் தொடர்ந்து முயற்சி செய்துகொண்டே இருப்பார். சிசிபஸ் உருண்டு கீழே விழுந்துகொண்டேயிருக்கும் பாறையை மீண்டும் மீண்டும் மேலே ஏற்றிச் சென்றுகொண்டேயிருப்பார்.

பிரபஞ்ச சிருஷ்டி, இன-மூல அடையாளங்கள், மாபெரும் வெற்றிகள், எதிர்ப்புகள் ஆகியவை பற்றிய தொன்மங்கள் எல்லாமே மனித இனத்தின் சமூக, கலாசார, ஆன்மிகத் தேவைகளைப் பூர்த்தி செய்கின்றன. தொன்மமானது உண்மையான வரலாற்றுச் சம்பவத்திலிருந்து உருவாகியிருந்தாலும் இல்லாவிட்டாலும் அது வரலாற்றை உருவாக்கவே செய்கிறது

கிரேக்கமோ பாலினீசியனோ இந்தியத் தொன்மமோ எதுவாக இருந்தாலும் பழங்கால அல்லது பாரம்பரிய சமுதாயங்களில் அவை செலுத்திய தாக்கத்தை நம்முடைய நவீன மனங்களால் எளிதில் புரிந்து கொள்ளமுடியாது. ஏனெனில், இன்றைய சமூகங்கள் 'தொன்மங்கள் அற்றவை'. நல்லதோ கெட்டதோ நம் அக உலகங்களில் இருந்து அவற்றை அகற்றிவிட்டோம். 'மித்' என்ற சொல்லுக்கு கிரேக்க மொழியில் 'வார்த்தை' அல்லது 'பேச்சு' என்று பொருள். சமஸ்கிருதத்தில் 'வாக்' என்று சொல்லப்படுவதற்கு இணையானது. ஆனால், இன்று அதை கட்டுக்கதை, திட்டமிட்டு உருவாக்கப்பட்ட நீதிக்கதை அல்லது கூட்டு நனவிலி என்ற பொருளைத் தரும்படியாக ஆக்கிவிட்டோம்.

நமது இந்தப் புத்தகம் மிகவும் தொன்மையான இந்தியப் படைப்பான ரிக்வேதத்தில் குறிப்பிடப்பட்டிருக்கும் 'தொன்ம' நதியில் இருந்து ஆரம்பிக்கிறது. சரஸ்வதி ஒரு தெய்வமும் தாயும்கூட. அந்த வார்த்தை விரைவிலேயே புனித வசனத்தைக் குறிப்பதாகவும் ஆனது. அதாவது, நான் முன்பே சொன்னதுபோல் பல அடுக்கு கொண்டதாகிவிட்டது.

மகாபாரதம் உட்படப் பிந்தைய இலக்கியங்களில், சரஸ்வதி நதி மெள்ள 'மறைந்து கொண்டிக்கும்' ஒன்றாகவும் கடைசியில் 'கண்ணுக்குத் தெரியாததாகி'விடுவதாகவும், கங்கையும் யமுனையும் சங்கமிக்கும் இடத்தில் அவற்றுடன் இணைந்துவிடுவதாகவும் சொல்லப்பட்டிருக்கிறது. அதன் பிறகு, அது இன்று நாம் அறிந்திருக்கும் சரஸ்வதி தெய்வமாகிவிடுகிறது.

இந்தத் தொன்மமானது வெறும் கற்பனையான ஒன்றல்ல. ரிக்வேதத்தில் குறிப்பிடப்பட்டிருக்கும் 'பிரமாண்ட நதி'யானது பண்டைய இந்தியாவின்* வடமேற்குப் பகுதிகளில் பாய்ந்து, இப்போது வறண்டு போயிருக்கும் நதியோடு, அதாவது சிந்து நதிக்கு இணையாக, அதற்கு சற்றே தென் திசையில் ஓடிய நதியோடு பெரும்பாலான நிபுணர்களால் எப்படி அடையாளப்படுத்தப்படுகிறது என்பதைப் பார்ப்போம். 'மறைந்து போன' இந்த நதியைக் கண்டுபிடிக்க மேற்கொண்ட தேடல்

* பழங்காலத்தைப் பற்றிச் சொல்லும்போது, பெரும்பாலான ஆய்வாளர்களைப் போல, இந்தியா என்ற பதத்தை, பூகோளரீதியில், இந்தியத் துணைக்கண்டம் என்ற அர்த்தத்திலேயே பயன்படுத்தியிருக்கிறேன்.

முயற்சிகள், இதுவரை மக்களுக்கு முழுவதாகச் சொல்லப்படவே இல்லை. சரஸ்வதியை சமீபத்தில் செயற்கைக்கோள் புகைப்படங்களின் உதவியுடன்தான் 'மீண்டும் கண்டுபிடித்தோம்' என்ற எண்ணம் மக்களிடையே நிலவுகிறது. இது தவறு. மாறாக, பிரிட்டிஷ் நிலவியல் ஆய்வாளர்களும் அன்றைய பிரிட்டிஷ் அரசின் சிவில், ராணுவ அதிகாரிகளும் இந்தப் பகுதியில், அதாவது இன்றைய ஹரியானா, பஞ்சாப், ராஜஸ்தான் மாநிலங்களிலும், பாகிஸ்தானில் உள்ள கோலிஸ்தான் பாலைவனத்திலும் 19-ம் நூற்றாண்டின் தொடக்கத்திலேயே ஆய்வு செய்திருக்கின்றனர். அவர்கள் சரஸ்வதி ஆற்றின் படுகையை மட்டுமல்லாமல் அதன் இரு கரைகளிலும் ஏராளமான, சிதிலம் அடைந்துள்ள குடியிருப்புகளையும் கண்டுபிடித்துள்ளனர்.

இன்று வறண்டு, ஆள் நடமாட்டமில்லாமல் இருக்கும் இந்தப்பகுதி ஒரு காலத்தில் மிகச் செழிப்பாக இருந்திருக்கும் என்பதன் மவுன சாட்சிகள் அவை. உண்மையில், 1850-களிலேயே அந்த 'தொன்ம நதி'யின் வழித்தடம் இந்தியவியலாளர்களுக்குச் சந்தேகமறத் தெரிந்திருந்தது. இந்தக் குடியிருப்புகள் ஹரப்பா அல்லது சிந்து சமவெளி நாகரிகக் காலத்தைச் சேர்ந்தவை என்பது பல ஆண்டுகளுக்குப் பின்னர் கண்டுபிடிக்கப்பட்டது. இதைப்பற்றி இந்த நூலில் விரிவாகப் பார்க்கலாம். குறிப்பாக, அந்தக் கலாசாரத்தின் பல அம்சங்கள், அங்குள்ள நகரங்கள் அழிந்த பின்பும்கூடத் தொடர்கின்றன என்பதையும், சில நகரங்கள் ஆச்சரியப்படும்வகையில் இன்றும் உயிர்ப்புடன் இருப்பதையும் காண்போம்.

இந்த இடத்தில், டிராய் நகரத்தை ஹைன்ரிக் ஷ்லிமன் (Heinrich Schliemann) மறு கண்டுபிடிப்பு செய்ததுபோலவும் ஹோமரின் இலியட்டுடன் அதைப் பொருத்திப் பார்ப்பதைப்போலவும் சரஸ்வதி நதியைப் பற்றியும் ஓர் எளிய கதையையே எதிர்பார்த்திருப்போம். ஏனென்றால், சரஸ்வதி நதிக்கரையில் இருந்த ஏராளமான இடங்கள் பற்றி பண்டைய இலக்கியங்களில் குறிப்பிடவும்பட்டிருக்கின்றன. ஆனால், துரதிருஷ்டவசமாக ஆரியப் படையெடுப்பு அல்லது ஆரிய இடப்பெயர்வு என்ற கோட்பாட்டுக்குள் சரஸ்வதி நதி சிக்கிக்கொண்டுவிட்டது. இதன் விளைவாக ஒரு சில அறிஞர்கள் வேத கால சரஸ்வதி நதி வேறோர் இடத்தில் பாய்ந்தது என்றோ அப்படி ஒரு நதி இல்லவே இல்லை என்றோ வாதிடத் தொடங்கிவிட்டனர். இம்மாதிரியான வேறுபட்ட அபிப்பிராயங்களை இந்த நூலில் பார்ப்போம். அவை ஒவ்வொன்றிலிருந்தும் கற்றுக்கொள்வோம்.

அதேநேரம் நிலவியல், தட்ப வெப்பவியல், தொல்லியல் ஆகிய பல்வேறு துறைகளிலிருந்து நாம் அறிந்துகொள்ளும் செய்திகளை

எடைபோட்டு, அவற்றிடையே காணப்படும் வேறுபாடுகளைக் களைந்து, என் சொந்தக் கருத்துகளை முன்வைக்கிறேன்.

இந்தியாவைப் பொறுத்தவரை அகழ்வாராய்ச்சிகளிலிருந்து கிடைத்த விஷயங்களையும் புராதன இலக்கியங்களில் சொல்லப்பட்ட செய்திகளையும் ஒருங்கிணைப்பது முடியாத செயலாக இருக்கிறது. அகழ்வாராய்ச்சியாளர்கள் அப்படி ஒப்பிட்டுப் பார்ப்பதை மோசமான செயலாகக் கருதி அதில் ஈடுபடுவதில்லை. இலக்கிய அறிஞர்கள் இலக்கியங்களில் இருந்து உருவாக்கும் சித்திரத்துடன் அகழ்வாய்வுத் தரவுகளைப் பொருத்திப் பார்க்க முயற்சி செய்வதே இல்லை. சரஸ்வதி நதியைப் பொறுத்தவரையில், இந்த இரண்டு துறைகளுக்கு இடையில் ஆச்சரியப்படும்வகையிலான எதிரொலிகளை உங்களுக்குக் காட்டப் போகிறேன். இதுவரை செய்திருப்பவற்றைவிடக் கூடுதல் ஒத்திசைவுகளைப் பார்க்கப் போகிறோம்.

இந்தப் புத்தகத்தைப் படித்து முடித்தபின், வாசகர்கள் எடுக்கும் முடிவு எதுவாக வேண்டுமானாலும் இருக்கட்டும்; ஆனால், சிந்து நதியும் அதன் கிளைகளும் மட்டுமல்லாமல், பெரும்பாலான அகழ்வாராய்ச்சியாளர்கள் சொல்வதுபோல், பின்னாளில் மறைந்துபோன இன்னொரு நதியான சரஸ்வதி நதியும் பாய்ந்து வளர்த்த இந்தியக் கலாசாரத்தின் தொடக்கத்தையும் வளர்ச்சியையும் பற்றி அவர்கள் கூடுதலாகத் தெரிந்துகொண்டதாக உணர்வார்களேயானால் மிகுந்த மகிழ்ச்சி அடைவேன்.

'காணாமல் போன' அந்த நதியைத் தேடி, நமது பயணத்தைத் தொடங்குவோம்; வழியில் கிடைக்கும் ஒவ்வொரு தடயத்தையும் கவனமாகப் பரிசோதித்துக்கொண்டு முன்னேறுவோம். வாருங்கள்.

பாகம் 1

காணாமல்போன சரஸ்வதி

'அந்தப் புராதன நதிப்படுகையின் தடங்கள் சமீபத்தில் கண்டுபிடிக்கப்பட்டுள்ளன. இப்போதும் தெளிவாக அடையாளம் காணும் வகையில் இருக்கும் அது மேற்குத் திசையில் கடைசிவரை செல்கிறது. [இந்தக் கண்டுபிடிப்பானது] இந்நதியைப் பற்றி மக்களிடையே நிலவி வந்த நம்பிக்கை சரி என்பதை நிரூபித்திருக்கிறது.'

- லூரயி விவியன் தெ ஸான்-மார்த்தான் (1855)

'[காக்கருடனான] சங்கமத்துக்கு கீழான நதி நம்முடைய வரைபடங்களில் கக்கர் என்று பெயரிட்டிருந்தாலும் முற்காலத்தில் அது தான் சரஸ்வதி; அந்தப் பெயரில்தான் அது இன்றும் மக்களால் அறியப்படுகிறது.'

-ஸி.எஃப். ஒல்தாம் (1893)

{1}

'இந்தியப் பாலைவனத்தின் காணாமல் போன நதி'

சில வருடங்களுக்குமுன் பிபிசி, 'இந்தியாவின் அதிசய நதி' என்ற ஒரு நிகழ்ச்சியை ஒளிபரப்பியது. சரஸ்வதி நதியின் வறண்ட படுகை ராஜஸ்தான் பாலைவனத்தில் கண்டுபிடிக்கப்பட்டதாகவும், அது 'ஒரு கற்பனை நதியாக இருந்திருக்கமுடியாது என்பதற்கு ஆச்சரியமூட்டும் புதிய சாட்சியங்கள் இருக்கின்றன'[1] என்றும் பிபிசி அறிவித்தது.

1990-களிலிருந்து இந்தியச் செய்தித்தாள்களில் இப்படிப்பட்ட கட்டுரைகள் நிறைய இடம்பெற்றன. இதனை வாசித்த பொதுமக்கள் இந்தத் 'தொன்ம நதி' மீண்டும் கண்டுபிடிக்கப்பட்டது என்று நம்பத் தொடங்கினர். இது தொடர்பான முக்கியமான சில சாட்சியங்கள் கடந்த இருபது, முப்பது ஆண்டுகளில்தான் நமக்குக் கிடைத்துள்ளன. எனினும், உண்மையில் இந்த நதியைத் தேடிக் கண்டுபிடிக்கும் பணி கடந்த இருநூறு ஆண்டுகளுக்கும் மேலாகத் தொடர்ந்து வந்திருக்கிறது.

'பிரிட்டிஷ் ராஜ்'ஜை ஒருவர் பல காரணங்களுக்காகக் குறை கூறலாம். ஆனால் புதிதாகக் கையகப்படுத்தப்பட்ட 'சாம்ராஜ்ஜியத்தின் மணி மகுடத்தை'ப் பற்றிய ஆவணங்களைப் பதிவுசெய்வதில் முழுமையைக் கடைப்பிடிக்கவில்லை என்று மட்டும் சொல்லவே முடியாது. பதினெட்டாம் நூற்றாண்டின் பிற்பகுதியில் ஆரம்பித்து நில அளவையாளர்களும், புவியியலாளர்களும், இயற்கை விஞ்ஞானிகளும், கல்வியாளர்களும், அரசு நிர்வாகத்தினரும் ராணுவ அதிகாரிகளும் இந்த மாபெரும் இந்தியத் துணைக்கண்டத்தின் மூலை முடுக்குகளுக்கும் சென்றிருக்கிறார்கள். அறிக்கைகள், கட்டுரைகள், கெஸட்டியர்கள், புத்தகத் தொகுப்புகள் என அந்தக் காலகட்டம் பற்றிய பெரு மதிப்பு வாய்ந்த ஏராளமான ஆவணங்களை விட்டுச்சென்றிருக்கிறார்கள். அற்பமான புல், பூண்டுகளில் ஆரம்பித்து வானளாவ உயர்ந்து நின்ற மலை உச்சிவரை எதுவும் அவர்களுடைய கழுகுக்கண்களில் இருந்து தப்பவில்லை.

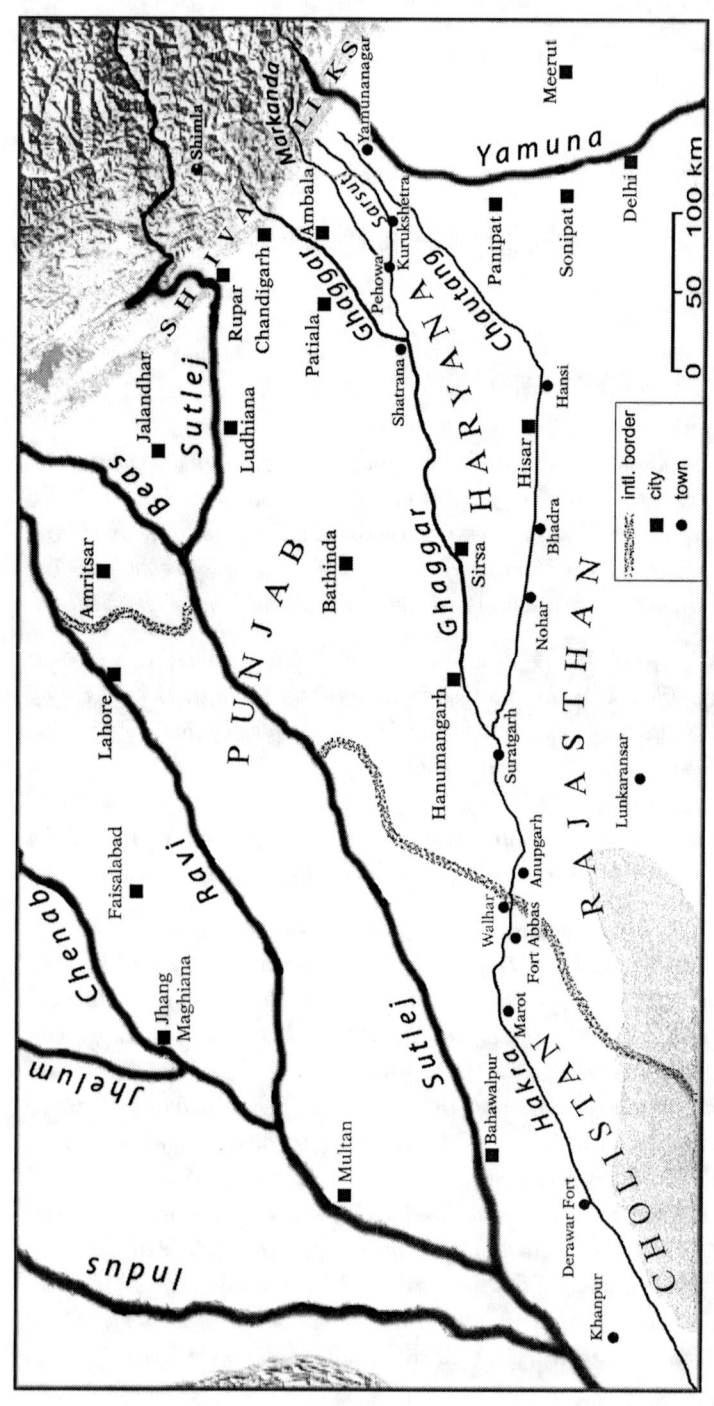

படம் 1.1: இன்றைய நகரங்கள், ஊர்கள், ஆறுகள் குறிக்கப்பட்டிருக்கும் வடமேற்கு இந்தியாவின் ஒரு பகுதி. சிந்து நதியும் அதன் கிளைகளும் போலல்லாமல் கக்கர்-ஹக்ரா நதி இன்று வற்றிவிட்டிருக்கிறது. மேல் நதியின் சில இடங்களில் மட்டுமே மழைக்காலங்களில் சிறிய அளவு நீரோட்டம் காணப்படுகிறது.

அப்படியாக, நமக்குத் தேவையான அந்தப் பகுதியைப் பற்றிய சில ஆரம்பகட்ட ஆய்வு விவரங்கள் நமக்குக் கிடைத்துள்ளன: கிழக்கே 900 முதல் 2,300 மீட்டர் வரை உயரமுள்ள, ஷிவாலிக் மலைத்தொடர் என்று அழைக்கப்படும் இமயமலையின் அடிவாரப்பகுதி; மேற்கே இன்றைய ஹரியானா, பஞ்சாப் மாநிலங்கள்; ராஜஸ்தானின் வடமேற்கு எல்லையிலுள்ள பாலைவனம்; இதன் தொடர்ச்சியாக இன்றைய பாகிஸ்தானிலுள்ள கோலிஸ்தான் பாலைவனம்; கடைசியில் சிந்து நதியும், அதன் கிளைகளும் பாய்ந்தோடும் பகுதிவரை அனைத்து இடங்கள் பற்றிய விவரங்களும் இன்று நமக்குக் கிடைத்துள்ளன (படம் 1.1).

இந்தப் புத்தகத்தில் காணப்படும் பெரும்பாலான காட்சிகள் மேற்கண்ட பின்னணியில்தான் விரியப்போகின்றன. இன்று வறண்டு காணப்படும் இந்த மாபெரும் நிலப்பரப்புதான் பற்பல வரலாற்று முக்கியத்துவம் மிகுந்த சம்பவங்கள் நடந்தேறிய பகுதி. வரலாற்று காலத்துக்கு முந்தைய சம்பவங்களும் இங்கு நடந்திருப்பது ஆய்வாளர்களுக்கு விரைவில் தெரியவந்தது.

ஆரம்ப கால ஆய்வுகள்

1818-ல் மராட்டிய சாம்ராஜ்ஜியம் வீழ்ந்தது. அதுவரை அதன் குடையின் கீழ் வாழ்ந்துவந்த ராஜபுத்திரக் குறுமன்னர்களுக்கு பிரிட்டிஷாரின் ஆதிக்கத்தை ஏற்றுக்கொள்ளவேண்டிவந்தது. அந்த வீழ்ச்சிக்கு வழி வகுத்தவர்களில் ஒருவர் லெஃப்டினட் கர்னல் ஜேம்ஸ் டாட் (James Tod). 1812-ல் கிழக்கிந்திய கம்பெனி அவரை 'ராஜ்பூதானாவில் (இன்றைய ராஜஸ்தானில்) அரசுப் பிரதிநிதி'யாக நியமித்தது. அரசுக் காரியங்களுக்காகச் செலவழித்த நேரம் போக நிறைய ஓய்வுநேரம் கிடைத்தது. ராஜ்பூதானாவில் பல இடங்களுக்குச் சென்று அவற்றின் வரலாறு, கலாசாரம், நிலவியல் ஆகியவை பற்றி மிக விரிவாகக் குறிப்புகள் எடுத்தார். தன்னால் போக முடியாத இடங்களுக்குத் தனது உதவியாளர்களை அனுப்பித் தகவல் சேகரித்தார். இந்த தேசத்தின் கலாசாரம் தொடர்பான அவருடைய ஆர்வம் மேலோட்டமான ஒன்றல்ல. அவர் ஒருவகையில் கீழையியல் நிபுணராகவும் அரிய நாணயங்கள் தொடர்பான முறைசாரா சேகரிப்பாளராகவும் ஆகிவிட்டார்.

ஜேம்ஸ் டாட் கிழக்கிந்திய கம்பெனிக்கு பதினோரு தொகுதிகள் அடங்கிய அறிக்கை ஒன்றை அனுப்பினார். அதிலிருந்து சிலவற்றைத் தொகுத்து 'ராஜஸ்தானின் வரலாறும் பழம்பொருட்களும்' (The Annals and Antiquitties of Rajasthan) என்ற புத்தகத்தை வெளியிட்டார். பண்டைய ராஜஸ்தானின் வரலாற்றுச் செய்திகளை அறிந்துகொள்ள

இந்தப் புத்தகம் ஒரு சிறந்த வழிகாட்டியாக இன்றும் விளங்குகிறது. இந்தப் புத்தகம் வெளியான மூன்று வருடங்கள் கழித்து 1835-ல் ஜேம்ஸ் டாட் தன் 53-வது வயதில் இறந்தார். அந்தப் புத்தகத்தில் தன்னுடைய உடல் நலக்குறைவுபற்றிச் சில குறிப்புகளை எழுதியிருக்கிறார். அதைப் பார்க்கும்போது ஆய்வுப் பணிகளின் சுமை அவரைப் பெரிதும் அழுத்திவிட்டிருக்கும் என்று நினைக்கத்தோன்றுகிறது.

'இந்தியப் பாலைவனத்தைப் பற்றிய சிறு குறிப்புகள்' (Sketches of the Indian Desert) என்ற பகுதியைத்தான் இந்தப் புத்தகத்தில் நாம் முக்கியமாகக் கவனிக்கவேண்டும். ஜேம்ஸ் டாட் 'மருஸ்தலி'* என்று வர்ணிக்கும் பகுதி, 'ஒரு மாபெரும் மணல் பிரதேசமாக இருக்கிறது. இங்குள்ள கிராமங்களிலும் நகரங்களிலும் மக்கள் தொகை மிகக் குறைவாகவே இருக்கிறது'. 'அங்கு ஓடிக்கொண்டிருந்த கக்கர் (Caggar) நதி வறண்டுபோனதுதான் வட பாலைவனத்தில் மக்கள் தொகை ஒப் பீட்டளவில் குறைந்ததற்குக் காரணம் என்று வழிவழியாக நம்பப் படுகிறது'[2] என்றும் குறிப்பிட்டிருக்கிறார்.

'ஹக்ரா (Hakra) நதி வறண்டதால்தான் அந்தப் பகுதிகள் அழிய நேரிட்டது என்ற பொருள்படியான நாடோடிப் பாடல்கள் ராஜ புத்திரர்களிடையே இன்றும் பாடப்படுகின்றன'.[3] இந்தப் பாரம்பரிய நம்பிக்கைகள் இப்படிப்பட்ட பாடல்கள் மூலமாகவே தலைமுறை களுக்குக் கைமாற்றித்தரப்பட்டுள்ளன. ஜேம்ஸ் டாட்டினால் அந்தப் பாடல் வரிகளைத் துல்லியமாக நினைவுகூரமுடியவில்லை. எனினும், 'இந்தப் பாரம்பரிய பாடல்களின் பயன்பாடு'[4] பற்றிக் குறிப்பிட்டிருக் கிறார். இதைத்தான் நாம் இப்போது 'நாட்டுப்புற வரலாறு' என்று சொல்கிறோம். ராஜஸ்தானின் நாட்டுப்புறப்பாடல்கள் மீது மிகுந்த ஆர்வம் கொண்டஇளம் இத்தாலியர் ஒருவரைப் பற்றியும் விரைவில் பார்க்கப்போகிறோம்.

ஆனால், மேலே சொல்லப்பட்ட 'கக்கர்', 'ஹக்ரா' என்ற இரு பெயர் களும் எதைக் குறிக்கின்றன? உண்மையில் அவை ஒரே நதியைத்தான் குறிப்பிடுகின்றன. பார்க்கப்போனால் இதே நதி 'குக்கர்' (Guggur), 'ஸங்க்ரா' (Sankra), 'ஸ்லக்ரா' (Slakra), 'ஸ்லக்ரோ' (Slakro) என்ற பல வேறு பெயர்களில் பிரிட்டிஷாரின் ஆவணங்களில் குறிப்பிடப் பட்டிருக்கிறது. 1788-ல் சர்வேயர் ஜெனரல் ஜேம்ஸ் ரென்னெல் (James Rennel) வெளியிட்ட 'ஹிந்துஸ்தானின் வரைபடத்தின் ஒரு வரலாறு'

---

* சமஸ்கிருதத்தில் மரு என்றால் பாலைவனம், ஸ்தல என்றால் பகுதி என்று அர்த்தம். 'இறந்தவர்களின் பூமி' அல்லது ஜேம்ஸ் டாட் குறிப்பிடுவதுபோல் 'மரணபூமி' என்றும் அர்த்தப்படுத்திக்கொள்ளலாம்.

(Memoir of a Map of Hindoostan)[5] என்ற புத்தகத்திலேயே இந்த நதி குறிக்கப்பட்டுள்ளது.

இன்று கக்கர் (Ghaggar) என்று அழைக்கப்படும் நதியின் முதல் பெயராக இங்கு குறிப்பிடப்பட்டிருக்கும் குக்கர் என்பது தக்ஷாய்க்கு அருகில் ஷிவாலிக் மலைப்பிரதேசத்தில் உற்பத்தியாகும் நதியைக் குறிக்கிறது. மழைக்காலங்களில் மட்டுமே நீரோட்டம் இருக்கும் இந்த நதி சண்டிகருக்கு இருபது கி.மீ வடகிழக்கில் உள்ள பிஞ்ஜோருக்கு அருகில் இருக்கும் சமவெளியை வந்தடைகிறது. அதன் பின்னர் அம்பாலாவுக்கு வடக்கில் ஹரியானாவில் உள்ள சீர்ஸா, ராஜஸ்தானில் உள்ள ஹனுமன்காட், சூரத்காட் ஆகிய இடங்கள் வழியாக ஓடி, பின்னர் அனூப்காட் அருகே இன்றைய இந்திய-பாகிஸ்தான் எல்லையைக் கடக்கிறது. இதற்குப் பிறகு இதே நதி 'ஹக்ரா' என்ற பெயரில் பாகிஸ்தானில் உள்ள ஃபோர்ட் அப்பாஸ், மாரோட், தேராவர் கோட்டை (இங்கு 'வா ஹிந்த்'* சோத்ரா என்றெல்லாம் அழைக்கப்படுகிறது) ஆகிய இடங்கள் வழியாகப் பாய்ந்து, கடைசியில் கோலிஸ்தான் பாலை வனத்தில் வறண்டு ஒடுங்குகிறது. பார்க்கப்போனால் அந்த நதியின் படுகைதான் இங்கு மணலில் 'இணைகிறது'. உண்மையில் நதி நீர் அதுவரை வந்து சேர்வதில்லை. இருபதாம் நூற்றாண்டின் தொடக்கம் வரை இந்த நதி ஹனுமான்காட்வரை அவ்வப்போது பாய்ந்திருக்கிறது. ஆனால், இப்போது இது பருவமழையை நம்பியபடி நதியின் மேல் பகுதியில் மட்டுமே பாய்கிறது. அங்கும்கூட வெறும் ஒரு சிறிய நீரோடை யாகத்தான் இருக்கிறது.

இருந்தும் கக்கர் நதி 'உள்ளிழுக்கப்பட்டதால்தான்' அல்லது மறைந்த தால்தான் அங்கு 'மக்கள்தொகை குறைந்து போயிற்று' என்ற நம்பிக்கை மக்கள் மத்தியில் 1810-களிலும் இருந்தது என்று ஜேம்ஸ் டாட் குறிப்பிட்டிருக்கிறார். 'இப்போது மண்ணில் புதையுண் டிருக்கும் மிகப் பெரிய நகரங்களின் சிதிலங்கள் அந்த மக்களின் பாரம்பரிய நம்பிக்கை உண்மை என்று உறுதிப்படுத்துகின்றன. அதோடு அந்தச் சிதிலங்களில் பல மிகவும் தொன்மையான மதிப்பு கொண்டவையாக இருக்கின்றன'[6] என்றும் ஜேம்ஸ் டாட் சொல் கிறார். அவர் வாழ்ந்த காலத்துக்கு முன்பு இந்த நதியில் நீர் கரை புரண்டு ஓடியிருக்கவேண்டும் என்பது மக்களின் இந்த நம்பிக்கையில் இருந்து தெளிவாகிறது. ஆனால், நாம் அந்த முடிவுக்கு இப்போதே வந்துவிடவேண்டாம்.

---

* இதில் ஒரு சுவாரசியமான விஷயம் என்னவென்றால், 'வா' என்றால் நதி, ஹிந்த் என்றால் இந்தியாவில் இருந்து என்று அர்த்தம்.

'கக்கர்' என்ற வார்த்தையின் பின்னால் ஒரு ரசமான பின்னணி இருக்கிறது (இந்தியாவில் பல்வேறு நதிகள் இதுபோன்ற பெயரில் அழைக்கப்படுகின்றன. உதாரணமாக, அயோத்தியினூடாகப் பாயும் காக்கரா அல்லது காக்ரா). புராதன சமஸ்கிருதப் படைப்புகளில் சில குறிப்புகள் இடம்பெற்றுள்ளன. அதர்வண வேதத்தில் (4.15.2) 'கர்கர' என்ற வார்த்தை 'ஓடை' அல்லது 'நீர்நிலை' என்ற பொருளில் இடம்பெற்றுள்ளது. வானவியல் நிபுணரான கர்க்க முனிவர் சரஸ்வதியின் கரையில் வசித்த இடத்தில் 'கர்க்கிஸ்ரோதா' என்ற பெயரில் ஒரு புனித தீர்த்தம் இருந்ததாக மகாபாரதம் (12.59.111) கூறுகிறது. 'கர்க்கரிகா குண்டம்' என்ற வேறொரு தீர்த்தத்தைப் பற்றி பிரம்மபுராணம் (25.64)[7] பேசுகிறது. அதில் 'கர்கர' என்ற வார்த்தையும் காணப்படுகிறது. நதி ஓடும்போது எழும் 'கள கள' என்ற ஓசை ஒருவேளை இந்த வார்த்தைக்கு மூலமாக இருந்திருக்கலாம். ஆங்கிலத்தில் 'கர்கிள்' என்ற வார்த்தை இதே அர்த்தத்தில் பயன்படுத்தப் படுவது கவனிக்கத்தக்கது.

இந்த வரலாற்று ஆராய்ச்சியில் நமது அடுத்த சாட்சி மேஜர் கால்வின் (Major Colvin). நீர்நிலை மேற்பார்வையாளர் என்ற பதவியில் இருந்த அவர் 1833-ல் 'தில்லி பகுதியின் புராதன வாய்க்கால்களுக்குப் புத்துயிர் அளிப்பது' பற்றி ஓர் அறிக்கையை அரசுக்குச் சமர்ப்பித்தார். அதில் மத்திய காலகட்டத்தைச் சேர்ந்த சில 'புராதன' நீர்நிலைகளை (உதா: மேற்குப்புற யமுனைக் கால்வாய்) மேம்படுத்துவது தொடர்பாகத் தனது யோசனைகளைக் சொல்லவேண்டியிருந்தது. அதற்கு, பஞ்சாபிலிருந்து வட ராஜஸ்தான்வரை, இயற்கையாகத் தோன்றிய அல்லது மனிதர்களால் தோண்டப்பட்ட அனைத்து முக்கியமான புராதன நதிகள், வாய்க்கால்கள் பற்றிய முழு விவரங்களையும் சேகரிப்பது கால்வினுக்கு அவசியமாக இருந்தது. இதற்காக, சிதாங் நதி (அல்லது சித்ராங், இப்போது சௌதங் என்றழைக்கப்படுகிறது) பாயும் வழியாக கால்வின் சென்றார். இந்தச் சிறிய நதி முதலில் யமுனைக்கு அருகிலேயே ஓடியது. பின்னர் மேற்கு திசையில் திரும்பி, கக்கர் நதிக்குத் தெற்காகப் பாய்ந்து, கடைசியில் ராஜஸ்தானில் சூரத் காட்டுக்கு அருகில், கக்கருடன் இணைந்தது (பார்க்க படம் 1.1). ஆனால், இங்கு இணைவது நதிகள் அல்ல; அவற்றின் படுகைகள்தான். ஏனெனில், பெருமழைக்காலத்திலும்கூட பட்னீர்* என்ற இடத்துக்கு அப்பால் கக்கர் நதி பாய்வதே இல்லை. இதன் நீர்வரத்து எப்போது

* பட்னீர், பட்னார், பட்னர், பட்நீர் என்றும் அழைக்கப்படும் கோட்டையால் சூழப்பட்ட இந்த நகரம், பட்டி ராஜபுத்திரர்களின் முக்கிய இடமாக இருந்தது. இப்போது ஹனுமன் காட்டின் பகுதியாக இருக்கும் இந்த நகரம், ராஜஸ்தானின் வடகோடியில் இருக்கிறது (பிகானீர் மாவட்டத்தில்).

குறைந்தது என்று யாருக்குமே தெரியாது. தொன்மக் கதைகள்கூட அரிதாகவே கிடைத்திருக்கும் பொற்காலகட்டத்தை சேர்ந்தது அது.[8] அந்தப் 'பொற்காலகட்டம்'தான் நம் ஆய்வுக்கான கருப்பொருள்.

கால்வின் பதிவு செய்துவைத்திருப்பவற்றில் சிலவற்றைக் கூர்ந்து பார்ப்போம்:

> (ஹரியானாவில் சீர்ஸாவுக்கு அருகில் உள்ள) ரானியாவைச் சுற்றிலும் அதற்கு மேற்கிலும் இருந்த நிலப்பரப்பு எப்படி இருந்திருக்கும் என்பதை அந்தப் பகுதியில் இருக்கும் நகரங்கள், கிராமங்கள் ஆகியவற்றின் இடிபாடுகளிலிருந்து ஊகித்துக்கொள்ளலாம். அங்கு யாரும் நிலையாகத் தங்கி வசிப்பதாகத் தெரியவில்லை. நான் சொல்வதெல்லாம் எனக்கு நேரடிப் பரிச்சயம் இருக்கும் கக்கர் ஆற்றுப்படுகைக்கு அருகில் உள்ள இடங்களைப் பற்றி மட்டுமே. அங்கிருந்து மக்கள் எப்போது வெளியேறினார்கள் என்பதைப்பற்றி எனக்குத் தெரியாது. அது வெகு காலத்துக்கு முன்பே நடந்திருக்கவேண்டும். ஏனெனில், ஒரு செங்கல்லுக்கு மேல் இன்னொன்று பொருத்தப்பட்டதுபோல் தரைக்கு மேலே எந்த அடையாளமும் இப்போது இல்லை. ஆனால் தரையைத் தோண்டும்போது 16"x10"x3" என்ற அளவிலான மிகத் தரமான செங்கற்கள் கிடைக்கின்றன. இந்தச் செங்கற்களால் கட்டப்பட்ட கட்டடங்கள் ஒரு குறுகிய காலத்தில் இடிந்து விழுந்திருக்க முடியாது. ஆகவே, அங்கிருந்து மக்கள் வெளியேறக் காரணம் தண்ணீர் பற்றாக்குறைதான் என்பது தெளிவு.

இரு முக்கியமான விஷயங்களைப் பற்றி கால்வின், டாட் ஆகியோரின் கருத்துகள் ஆச்சரியப்படும்வகையில் ஒத்துப்போகின்றன (முன்னவருக்கு பின்னரின் ஆய்வுகள் பற்றி எதுவும் தெரிந்திருக்கவில்லை என்று தோன்றுகிறது): அந்த இடத்தில் பல வருடங்களுக்கு முன் மக்கள் வசித்து வந்திருக்கிறார்கள். இது அங்கிருக்கும் 'நகரங்கள், கிராமங்களின்' சிதிலங்களில் இருந்து தெரியவருகிறது; கக்கர் நதி வற்றியபோது மக்கள் அங்கிருந்து வெளியேறியிருக்கிறார்கள்.

இந்த இரு செய்திகளையும் பத்து வருடங்களுக்குப் பிறகு அன்று 'சீர்ஸா, பவல்பூர் ஆகிய பகுதிகளுக்கான சிறப்புப் பணி மேலாள'ராகப் பணிபுரிந்த மேஜர் எஃப். மெக்கீஸன் உறுதி செய்திருக்கிறார் (இன்று சீர்ஸா ஹரியானாவில் இருக்கிறது. பவல்பூர், பாகிஸ்தானில் சட்லெஜ் நதிக்கரையில் உள்ளது). இந்த இரு இடங்களுக்கும் இடையில் உள்ள

பாதையைப் பற்றி மெக்கீஸன் 1844-ல் ஓர் அறிக்கையைச் சமர்ப்பித்தார். அவருடைய 'சிறப்புப் பணி' என்னவாக இருந்திருக்கும் என்பது இந்த அறிக்கையில் இருந்து நன்கு தெரிகிறது: வர்த்தகத்துக்காக, இன்னும் குறிப்பாகச் சொல்வதானால், ராணுவத் தயாரிப்புகளுக்காகவே இந்தப் பணியைச் செய்திருப்பார். இந்த இரண்டு விஷயங்களுக்காகவும் தில்லிக்கும் இன்று பாகிஸ்தானில் உள்ள சிந்து பிரதேசத்துக்கும் இடையே ஒரு நேரடிப்பாதையைக் கண்டுபிடிப்பது அவசியமாக இருந்தது: 'ராணுவப் படைகளின் நகர்வா, தில்லியில் இருந்து ஸிந்த் [சிந்து] பகுதிக்கு ராணுவப் பொருட்களைக் கொண்டுசெல்வதா, தில்லிக்கும் சுக்கருக்கும் (சிந்து சமவெளியில் இருக்கும் பகுதி) இடையில் தபால் கொண்டு செல்ல நேரடியான வழியைக் கண்டு பிடிப்பதா எது உண்மைக் காரணம் என்று தெரியவில்லை. ஆனால், அப்படியான ஒரு பாதையின் அவசியத்தை ஒருவர் எளிதில் புரிந்து கொள்ளவே முடிகிறது. ஃபெரோஸ்பூர் வழியாக [அதாவது பஞ்சாப் வழியாக] படையைக் கொண்டுசெல்வதைவிட இந்தப் புதிய பாதை வழியாகச் [சீர்ஸாவுக்கும் பவல்பூருக்கும் இடையில்] செல்வதன் மூலம் பத்து நாள்களை மிச்சப்படுத்தலாம்.'[9]

படம் 1.2. இன்றைய ஹனுமன்காட் பகுதியில் கக்கர் நதியின் கரையில் இருக்கும் பட்னீரின் பிரமாண்ட கோட்டையின் ஒரு பக்கக் காட்சி. பட்டி ராஜ புத்திரர்களால் 20-ம் நூற்றாண்டில் கட்டப்பட்டது. (© ASI)

மெக்கீஸன் தனது ஆய்வுகளை நடத்திக்கொண்டிருந்த நேரத்தில் பஞ்சாப் பிரிட்டிஷாரின் கட்டுப்பாட்டுக்குள் வந்திருக்கவில்லை. சில வருடங்கள் கழித்து 1839-ல் பஞ்சாபை ஆண்டுவந்த மகாராஜா ரஞ்சித் சிங் காலமானபின் அங்கு குழப்பம் நிலவியது. இதனைப் பயன் படுத்திக்கொண்டு பிரிட்டிஷார் பஞ்சாபைத் தங்கள் கட்டுப்பாட்டுக்குள் கொண்டுவந்தனர். அதுவரையில் அவர்கள் புதிதாகப் பெற்றிருந்த சிந்து பிரதேசத்துக்குச் செல்வது எளிதாக இருக்கவில்லை. புதிய வழித்தடம் என்பது பின்னர் பிரச்னை ஏற்படும்போது பெரிதும் பயனுள்ளதாக இருக்கும். மேலும், ஆஃப்கனிஸ்தான் செல்லவேண்டும் என்றால் குவெட்டா வழியாக, சிந்துவின் கச்சி சமவெளியின்மேல் அமைந் திருக்கும் போலன் கணவாய் வழியாகத்தான் செல்லவேண்டியிருந்தது. 1838-ல், ரஞ்சித் சிங் பஞ்சாப் வழியாகச் செல்ல அனுமதி தராத காரணத் தால், பல வருடங்கள் ரஷ்யாவுடன் பூனை - எலி விளையாட்டு (ஆங்கிலத்தில் 'கிரேட் கேம்' என்று அறியப்படும் சண்டை) விளை யாடிய பிறகு போலன் கணவாய் வழியாகச் சென்றுதான் பிரிட்டிஷார் ஆஃப்கனிஸ்தான்மீது தங்களுடைய முதலாவதும் தோல்விகரமானது மான தாக்குதலைத் தொடுத்திருந்தனர்.

ஆனால், சிந்துவுக்குச் செல்ல மெக்கீஸன் முன்வைத்த வறண்டதும் பாதுகாப்பு குறைந்ததுமான அந்தப் 'புதிய பாதை' எப்படி சாதகமான ஒன்றாக கருதப்பட்டது?

சீர்ஸாவுக்கும் சூரத்காட்டுக்கும் இடையே உள்ள பகுதியில் 'ஒரு காலத்தில் மக்கள் பெருமளவில் வாழ்ந்துவந்ததற்கான அறிகுறிகள் இருந்தன. சற்றுமுன்னர்வரை குக்கர் நதி [கக்கர் நதி] சூரத்காட் வரை பாய்ந்திருக்கிறது. பாட்னீர் (ஹனுமான்காட்) வரை ஏராளமான பழைய கிணறுகள் இருந்தன'[10] என்று மெக்கின்ஸன் குறிப்பிட்டிருக்கிறார். அவருடைய முன்னோடிகளும் இந்தக் கருத்துகளை முன்வைத்திருக் கிறார்கள். இதற்குச் சற்று மேற்கே சென்றபோது மெக்கீஸன் ஒரு முக்கியமான விஷயத்தைக் குறிப்பிட்டிருக்கிறார்: 'பவல்பூர் செல்லும் பாதையில், முன்பு ஒரு காலத்தில் ஏதோ ஒரு நதி ஓடிக்கொண் டிருந்ததன் அடையாளங்கள் தென்பட்டன.' மேலும் 'இப்போது பாலைவனம் வழியே பாதை அமைக்க இந்த நதிப்படுகைக்கு நன்றிக் கடன்பட்டிருக்கிறோம்' என்று குறிப்பிட்டிருக்கிறார். நன்றிக்கடன் என்று ஏன் குறிப்பிட்டிருக்கிறார் என்றால், இந்த வற்றிப்போய் கைவிடப்பட்ட கால்வாய் போகும் வழியில்தான் 'ஒரு காலத்தில் தொடர்ச்சியாக கிராமங்கள் இருந்தன... இங்கு தோண்டப்பட்ட கிணறுகளிலிருந்து நல்ல குடிநீர் கிடைக்கிறது. மாறாக, வடக்கிலோ தெற்கிலோ சற்று தூரத்தில் தோண்டப்பட்ட கிணறுகளிலிருந்து உப்பு நீர்தான் கிடைக்கிறது.'[12] மெக்கீஸனின் இந்தக் கண்டுபிடிப்பை

பிற்காலத்தில் நடத்தப்பட்ட விஞ்ஞானபூர்வ ஆய்வுகள் உறுதி செய்துள்ளன.

மெக்கீஸன் தொடர்கிறார்:

> அனூப்காட் பகுதிக்கு அப்பால் ஸ்லாக்ரோவின் (ஹக்ரா) படுகையைப் பார்த்தால், அது ஒரு காலத்தில் சட்லெஜை விடப் பெரியதாக இருந்திருக்கவேண்டும் என்று தோன்று கிறது... இந்த ஆறு பல ஆண்டுகளுக்கு முன்னரே ஓட்டத்தை நிறுத்தியிருக்கவேண்டும். இந்த ஆறு தொடர்ந்து ஓடியதா, அது எத்தன்மை கொண்டதாக இருந் தது போன்றவற்றை ஆர்வம் உள்ளவர்கள் ஆராய்ந்து கொள்ளட்டும். ஆனால் ஒன்று மட்டும் சொல்லிக்கொள்ள விரும்புகிறேன். இந்தப் பெரும் நதி காலிபஹார்* கிணறு கள் வரை நீண்டிருந்தது என்பதை மட்டும் உறுதி செய்து கொண்டுள்ளேன். அதைத் தாண்டியும் பாலைவனத்தில் நதிப்பாதை அருகே கட்டப்பட்டிருக்கும் தேலாவர் கோட்டை (தேராவார் கோட்டை) மற்றும் பல கோட்டை களைத் தாண்டியும் தொடர்கிறது என்று சொல்கிறார்கள்...[13]

மெக்கீஸனைப் பொறுத்தவரை, இந்தப் பாதை தடைகள் ஒன்றுமில்லா மல், மக்களும் வாகனங்களும் எளிதில் உபயோகிக்கும்படியாக இருந்தது. 'தேவைப்பட்டால், ராணுவத் துருப்புகளுடன் இரு பக்கத் திலும் ஐம்பது ஒட்டகங்கள் செல்லும் அளவுக்கு' அந்தப் பாதை அகலமாக இருந்தது.

அவர் முன்பே சொன்னதுபோல், 'இப்போது அந்த நதி வறண்டு ஆண்டுகள் பல ஆகிவிட்டிருக்கும்' என்றாலும் தண்ணீர் பிரச்னை ஏற்பட வழியில்லை. 'வழி நெடுகக் காணப்படும் கிணறுகளிலிருந்து முந்நூறு ஒட்டகங்கள் கொண்ட காஃபிலாவுக்குத் (பயணக்குழு வுக்குத்) தேவையான தண்ணீரைத் தரமுடியும். கூடுதல் துருப்புகளை இட்டுச் செல்லவேண்டுமென்றால், மேலும் புதிய கிணறுகளைத் தோண்டிக்கொண்டாலே போதும்.'[14]

'ராணுவ நோக்கோடு நிறுத்திக்கொள்ளாமல் இந்தப் பாதை மூலம் வர்த்தகமும் பெருக வாய்ப்பு உண்டு' என்பதையும் மெக்கீஸன்

---

* இன்றைய பாகிஸ்தானின் கோலிஸ்தான் பாலைவனப்பகுதியில் இருக்கும் காலேபார் ஆக இருக்கக்கூடும். ஃபோர்ட் அப்பாஸுக்கும் தேராவார் கோட்டைக்கும் நடுவில் இருக்கிறது.

தெரிவித்திருக்கிறார். 'இந்தியத் துணைக்கண்டத்தின் வட மேற்கில் இருக்கும் நதிகளில் ஆரம்பித்து கிழக்கில் இருக்கும் நதிகள் வரையிலானது இந்தப் பாதை. புறக்கணிக்கப்பட்ட இது என்றாவது ஒரு நாள் வர்த்தக, நாகரிக வழித்தடங்களாகப் பயன்படுத்தப்படலாம் என்று உற்சாகமும் நம்பிக்கையும் கொண்டிருப்பதாக'[15] மெக்கீஸன் தன் பேராசையை வெளிப்படுத்தி அந்த அறிக்கையை முடித்திருந்தார்.

மெக்கீஸன் பரிந்துரைத்த 'புதிய பாதை' அத்தனை புதியது அல்ல என்பது அவருக்குத் தெரியவந்திருந்தால் நிச்சயம் ஆச்சரியப்பட்டிருப் பார். அந்தப் பாதை மிகச் சரியாக முல்தான் - தில்லி அச்சில் அமைந் திருந்தது. எனவே, தில்லியைக் கைப்பற்ற விரும்பிய பல அந்நிய ராணுவங்கள் கடந்த நூற்றாண்டுகளில் அதன் வழியாகத்தான் வந்தன. கஜினி முகமதின் மகன் முதலாம் மசூத், பஞ்சாபைத் தாண்டித் தன் எல்லையை விரிவாக்க விரும்பி, 1037-ல் இந்தப் பாதை வழியாகத்தான் வந்தார். சௌடங்கின் கரையில் இருக்கும் ஹன்ஸியில் உள்ள கோட்டையைக் கைப்பற்றி, சோனிபட் வரையும் அதைத் தாண்டியும் சென்றார்.[16] சமர்கண்டிலிருந்து 1398-ல் படை திரட்டிக்கொண்டு இந்தியாவைத் தாக்க வந்த தைமூரும் ஆஃப்கனிஸ்தானைத் தாண்டி, ஜீலமும் செனாபும் சேரும் இடத்தில் ஆற்றைக் கடந்து, முல்தான், பாட்னிர் வந்து, அங்கு வசித்த சுமார் 10,000 மக்களையும் கொன்றார். அடுத்து சர்சுதீ (இன்று சீர்ஸா என்று அழைக்கப்படும் பகுதி, கக்கர் நதிக்கரையில் இருக்கிறது), தில்லி, பின்னர் ஷிவாலிக் மலைகள், ஜம்முவரை[17] தைமூரின் வடக்கு நோக்கிய படையெடுப்பு முழுவதிலும் இந்த விஷயங்களே மீண்டும் நிகழ்த்தப்பட்டன. அப்போது எழுதப் பட்ட ஆவணங்களில் படுகொலைகள் பற்றிய தகவல்களை விலக்கி விட்டு எஞ்சியவற்றை ஆராய்ந்தால், கக்கர்-சௌடங் நதிகளுக்கு இடைப்பட்ட பகுதி, பின் எப்போதும் இல்லாத அளவுக்கு அன்று அதிக மக்கள் தொகை கொண்டதாகவும் வளம் மிக்கதாகவும் இருந்திருக்கிறது என்பது தெரியவரும்.

தைமூர் இந்தியாவின் மீது தாக்குதல் நிகழ்த்துவதற்கு அறுபது ஆண்டு களுக்குமுன் அரபு நாட்டுப் பயணி இபின் பதூதா இந்தப் பாதை வழி யாகத்தான் தில்லி வந்தார். தான் பயணித்த பாதையில் எல்லாம் செழிப் பான நெல்வயல்கள் இருந்தன[18] என்று குறிப்பிட்டிருக்கிறார். அதற்கு முன்பே அந்தப் பகுதி கரும்புக்குப் பெயர் பெற்றதாக இருந்திருக்கிறது. மாறாக, 1901-ம் ஆண்டு மேற்கு ராஜஸ்தான் கெஜட்டியர்[19] பதிவுகளில் அனூப்காட்டிலிருந்து ஹனுமான்காட் வரையிலான பகுதியில் பத்தில் ஒரு பங்கு நிலத்தில் மட்டுமே வருடம் முழுவதுமாக சாகுபடி செய்யப் பட்டது என்று குறிப்பிட்டிருந்தது.

ஒரு ஃபிரெஞ்சுப் புவியியலாளரின் வருகை

மெக்கீஸன் ஒரு 'புதிய பாதை'யைக் கண்டுபிடிக்கும் பணியில் ஈடு பட்டிருந்த அதேநேரத்தில் இந்தியாவின் பழைய வரலாற்றைப் பற்றி முற்றிலும் வேறுபட்ட ஆய்வும் நடந்துகொண்டிருந்தது. அது வட மேற்குப் பகுதிகள் தொடர்பான நம்முடைய கண்டடைதல்களுடன் பின்னிப் பிணைந்ததாக விரைவில் ஆகப்போகிறது.

அங்கெத்தால் த்யுபெர்ரான் (Anquetil - Duperron) அந்துவான் போலியே (Antoine Polier)[20] போன்ற ஃபிரெஞ்சுக்காரர்கள், ரிக்வேதத்தின் பிரதிகளைத் தேடி பதினெட்டாம் நூற்றாண்டில் இந்தியாவுக்கு வந்தனர். இந்து மதத்தைப் பற்றிய ஆகப் பழமையான செய்திகள் அதில் அடங்கியிருக்கின்றன என்று ஐரோப்பியப் பயணிகள், இந்திய நண்பர்கள் மூலம் கேள்விப்பட்டிருந்தனர். கிழக்கத்திய புனிதப் பொருள் தொடர்பான அவர்களுடைய தேடல் தோல்வியடைந்தது. ஆனால், அவர்களுடைய அரிய பயணக் குறிப்புகளும் பிற ஆவணங் களும் மிகவும் பயனுள்ளவையே. இதில் ஒரு அப்பட்டமான இந்திய- நகைமுரண் என்னவென்றால், அவர்கள் தேடி வந்த ரிக் வேதத்தின் முழு கையெழுத்துப் பிரதி 1731 முதலே ராயல் லைப்ரரியில் (இன்று அதன் பெயர் ஃப்ரெஞ்ச் தேசிய நூலகம்) சாதுவாக உட்கார்ந்துகொண் டிருந்தது.[21] அங்கிருந்த யாருக்கும் அப்போது சமஸ்கிருதம் தெரியா தென்பதால் அதனைப் படித்து அர்த்தம் புரிந்துகொள்ள முடிய வில்லை. அதன் முக்கியத்துவமும் யாருக்கும் தெரியவில்லை. எனவே, அது கவனிப்பாரற்றுக் கிடந்தது.

அரை நூற்றாண்டுக்குப் பிறகு, புகழ் வாய்ந்த வில்லியம் ஜோன்ஸ் உட்பட சில பிரிட்டிஷ் அறிஞர்கள் அந்தப் புனித மொழியைக் கற்றுத் தேர்ந்துவிட்டனர். புதிதாகக் கைவரப்பெற்ற அந்த அறிவு பரவியது. இந்து, பவுத்த புனித நூல்களின் முதல் மொழிபெயர்ப்புகளும் வெளி யாகின. அதைத் தொடர்ந்து சில வருடங்களில் ஒரு புதிய, அதேநேரம் படுசுவாரசியமான பழம் பெரும் உலகின் கதவுகள் ஆச்சரியத்தில் அமிழ்ந்த ஐரோப்பாவுக்கு முன்னால் மெள்ளத் திறந்தன. பாரிஸில், 1814-ல் சமஸ்கிருதத்துக்கான ஐரோப்பாவின் முதல் ஆய்வுத்துறை காலேஜ் தெ ஃப்ரான்ஸில் ஆரம்பிக்கப்பட்டது.1830-ல் ரிக் வேதத்தின் முதல் தொகுப்பை ஜெர்மானிய கிழக்கத்திய அறிஞரான ஃப்ரெடரிக் ஏ.ரோசென் லத்தீனில் வெளியிட்டார். ரிக் வேதத்தின் பத்து மண்டலங்களில் முதலாவது பற்றிய அவருடைய மொழிபெயர்ப்பு நூல் அவர் இறந்த எட்டு வருடங்கள் கழித்து வெளியானது. ஆக்ஸ் ஃபோர்டு பல்கலைக்கழகத்தில், ஜெர்மானிய மொழியியலாளரும் கிழக்கத்திய அறிஞருமான ஃப்ரெடரிக் மாக்ஸ் முல்லர் 1849-ல்

வேதங்கள் பற்றிய தன்னுடைய பிரமாண்டத் தொகுப்பை வெளியிட ஆரம்பித்தார். இவரை நாம் பின்னர் சந்திக்கவிருக்கிறோம். அடுத்த வருடத்தில், ஹெச்.ஹெச்.வில்சன் தன்னுடைய ஒட்டு மொத்த ஆங்கில மொழிபெயர்ப்பின் முதல் தொகுதியை வெளியிட்டார்.

இங்கிலாந்துக் கால்வாயின் மறுபக்கத்தில், டாட், கால்வின், மெக்கீஸன் ஆகியோரின் அறிக்கைகளைக் கரைத்துக் குடித்த ஒரு ஃப்ரெஞ்சு அறிஞர் மேலே சொல்லப்பட்டிருக்கும் மொழிபெயர்ப்பு களை (ஃப்ரெஞ்சு மொழிபெயர்ப்புகள் உட்பட) மிகுந்த ஆர்வத்துடன் படிக்க ஆரம்பித்திருந்தார். அவர்தான் லூயி விவியன் தெஸான் மார்த்தான். புகழ் பெற்ற சொசைத்தி தெ ஜியோக்ராஃப் என்ற அமைப்பை 1821-ல் நிறுவினார். அப்போது அவருக்கு வயது வெறும் 19-தான். வரைபடங்கள், பயணர்களின் குறிப்புகள் ஆகியவற்றி னூடாக, நைல் மற்றும் ஆஃப்ரிக்காவின் பிற பகுதிகள் தொடர்பான தகவல்கள், காகசஸ் மற்றும் மெக்ஸிக்கோ பற்றிய தகவல்கள் ஆகிய வற்றை வெளியிட்டார். விரைவிலேயே அட்லஸ்கள், உலகின் பல பாகங்களின் புவியியல் தொடர்பான சரித்திர முக்கியத்துவம் வாய்ந்த ஆய்வுகள் என அவருடைய படைப்புகள் நிறைய வெளியாகின. 'வெகு பழங்காலத்தில் இருந்து இன்றுவரையிலான புவியியல் மற்றும் புவியியல் கண்டுபிடிப்புகளின் வரலாறு' (History of geography and geographic discoveries from the remotest past to our times, 1873) என்ற நூல் இந்தவகையிலானவற்றில் ஒரு மைல்கல் படைப்பாகும். 1864-ல் தன் நண்பரான ஜூல்ஸ் வெர்னை சொசைத்தி தெ ஜியோக்ராஃப் அமைப்பில் விவியன் தெஸான் மார்த்தான் இணைத்துக் கொண்டார். ஜூல்ஸ் வெர்ன் அதற்கு நன்றி செலுத்தும் முகமாக, தன்னுடைய 'இன் சர்ச் ஆஃப் தி காஸ்டவேய்ஸ்' என்ற நாவலின் பிரதான கதாபாத்திரமான ஜேக்வெஸ் பேக்னெல்லை விவியன் தெஸான் மார்த்தானின் சாயலில் படைத்தார். விஷய ஞானம் மிகுந்த ஆனால், ஞாபக மறதி கொண்ட 'புவியியல் அமைப்பின் செக்ரட்டரி'யாக அந்தக் கதாபாத்திரம் படைக்கப்பட்டிருந்தது.

நிஜ புவியியல் அறிஞர் அந்தப் புகழ்ச்சியில் மயங்கினாரா இல்லையா என்று தெரியவில்லை. ஆனால், தன் வேலையில் அவர் ஒருபோதும் கவனக்குறைவாக இருந்ததில்லை. 1849-ல் இன்னொரு முக்கிய அமைப்பான அகாதெமியே தெ இன்ஸ்கிரிப்ஷன் எ பெல்ஸாட்ர ஒரு திட்டத்தை முன்வைத்தது. மிகப் பழங்காலத்தில் இருந்து இஸ்லாமியர் களின் ஆக்கிரமிப்பு காலகட்டம் வரையிலான இந்திய புராதன பூகோளத்தை மறு கட்டமைப்பு செய்தல்[22] என்பதுதான் அந்தத் திட்டத் தின் நோக்கம். அதன் மூலமாக இந்திய புவியியல் தொடர்பாக விவியன் மார்த்தான் 12 முக்கிய ஆய்வுகளை மேற்கொள்ளத் திட்டமிட்டார்.

அந்தப் ‘பணியின் பிரமாண்டம்’ பற்றி அவருக்கு நன்கு தெரிந்திருந்தது. ‘என்னால் அதைப் பூர்த்தி செய்யமுடியுமா. மனித வாழ்க்கை மிகவும் சுருங்கியது. அதன் தேவைகளோ மிகவும் அதிகம். எங்களுடைய மனங்கள் மிகுந்த ஆர்வத்துடன் வளர்த்தெடுத்திருக்கும் திட்டங்களை முடிப்பதற்கு எங்களுக்கு அளிக்கப்பட்டிருக்கும் நாள்கள் போதவே போதாது’[23] என்று குறிப்பிட்டிருக்கிறார். அவர் திட்டமிட்டவற்றில் மூன்று தொகுப்புகளை முடித்தார். பின்னால் வந்த அறிஞர் தலைமுறைகளின் மீது அவை அனைத்துமே மிகப் பெரிய தாக்கத்தைச் செலுத்தியிருக்கின்றன. அவற்றில் கடைசி இரண்டு 1858-ல் வெளியிடப்பட்டன. அவை முறையே இந்தியப் புவியியல் தொடர்பாக கிரேக்கர்களின் ஆவணங்கள், மத்திய ஆசியா, இந்தியாவினூடான யுவான் சுவாங்கின் பயணங்கள் ஆகியவற்றை அடிப்படையாகக் கொண்டவை.[24]

இப்படி வெளியிடப்பட்ட மூன்று விரிவான ஆய்வுப் புத்தகங்களில் முதலாவது நமது கவனத்துக்குரியது. வேத ஸ்லோகங்களின் அடிப்படையில் இந்தியாவின் வடமேற்கிலுள்ள ஆதிகால மக்கள், பூமி சாஸ்திரம் மீதான ஓர் ஆய்வு (A study on the Geography and the primitive people of India's north west, According to vedic Hymns) என்ற தலைப்பில் எழுதப்பட்ட இந்தப் புத்தகத்தில் ரிக் வேத ஸ்லோகங்களில் சொல்லப் பட்டதையும் பிரிட்டிஷார் புதிதாகக் கையகப்படுத்தியிருக்கும் நிலப்பரப்பின் சர்வேக்களையும் ஒருங்கிணைக்க வேண்டுமென்று முதல் முறையாக யோசனை கூறப்பட்டது.

அகாதெமி தெ இன்ஸ்கிரிப்ஷன் எ பெல்ஸாட்ர அமைப்புக்கு முன் 1885-ல் சமர்ப்பிக்கப்பட்ட அந்த ஆய்வுக்கட்டுரைக்கு பரிசு கிடைத்தது. 1860-ல் அது வெளியிடப்பட்டது. இந்தப் புத்தகத்துக்கு எழுதிய முன்னுரையில் விவியன் தெஸான் மார்த்தான் ‘எங்களுடைய முதல் முழு கவனமும் சமஸ்கிருத படைப்புகளில் இடம்பெற்றுள்ள புவியியலை ஆராய்வதிலேயே செலவிடப்பட்டது. மிகவும் தீவிரமான ஆய்வு மேற்கொள்ளப்பட வேண்டிய பகுதியாக இருந்த அது, கிட்டத்தட்ட கன்னி முயற்சியாகவே இருந்தது. இடைவெளியே இல்லாமல் பத்து வருடங்கள் தீவிரமாகத் தொடர்ந்து முயற்சித்தும் கூட எங்களால் அந்த விஷயத்தைப் பற்றி முழுவதாக ஆராய்ந்து முடிக்க முடியவில்லை. இருப்பினும் வரலாறு, அகழ்வாராய்ச்சி ஆகிய ஆய்வுகளுக்கு நாங்கள் இந்தியாவின் புராதன புவியமைப்பு[25] தொடர்பாக உருவாக்கித் தந்திருக்கும் இந்த மிக விரிவான படைப்பு மிகவும் பக்கபலமாக அமையுமென்று நம்புகிறோம்’ என்று எழுதினார்.

விவியனின் நம்பிக்கைகள் பூர்த்தியாகின. ரிக் வேதத்தில் கூறப்பட்டுள்ள நிலப்பரப்பையும் வடமேற்குப் பிரதேசத்தின் நிலப்பரப்பையும் ஒப்பிட்டுப் பார்த்தபோது அவருடைய புத்தகம் எடுத்துக்கொண்ட விடை தெரியா வினாக்களில் சரஸ்வதி நதி பற்றியதும் அடங்கும். மறைந்துபோன சரஸ்வதி நதியை இந்தியாவின் வரைபடத்தில் எந்த இடத்தில் காண்பிக்கவேண்டும்? நமக்கு மிகவும் முக்கியமான அந்தக் கேள்வி தொடர்பான விவியனின் அணுகுமுறை மிகவும் நேரடியானது.

விவியன் சொல்கிறார்: சரஸ்வதி நதிதான் 'வேத ஸ்லோகங்களில் பல இடங்களில் குறிப்பிடப்பட்டிருக்கிறது. பெரிதும் மதித்து, வானளாவப் புகழ்ந்து சொல்லப்பட்டிருக்கிறது' என்று சரியாகக் குறிப்பிட்டிருக்கிறார். அதுவே 'முழுவதுமாக வேத காலப் பகுதிகளில்[26] இடம் பெறும் முதல் நதி'. பாரம்பரிய நம்பிக்கைகளின்படி, இதன் கரையில்தான் வேத பாடல்கள் சேகரிக்கப்பட்டு நான்கு வேதங்களாக வியாஸ மஹரிஷியால் தொகுக்கப்பட்டன.[27]

சர்சுதி என்ற அழைக்கப்படும் அத்தனை முக்கியமல்லாத சிற்றாறைப் பற்றிக் குறிப்பிட்டுவிட்டு, விவியன் இவ்வாறு தொடர்கிறார்:

'இந்த நதி சமவெளியைப் பார்த்தபடியிருக்கும் (அதாவது ஷிவாலிக் மலை) கடைசி செங்குத்தான சரிவுகளின் அடிவாரத்தில் ஜம்னா நதிக்கும் [யமுனை நதிக்கும்] சட்லெட்ஜுக்கும் [சட்லெஜுக்கும்] [28] இடையேயுள்ள குறுகிய நிலப்பரப்பில் உற்பத்தியாகிறது.'

இந்தச் செய்தியும் சரிதான். இன்றும்கூட 'சர்சுதி' என்ற பெயரில் ஒரு மழைக்காலச் சிற்றாறு ஓடுகிறது. சரஸ்வதி தான் மருவி 'சர்சுதி'யாகி விட்டது என்பது மிகத் தெளிவாகதெரிகிறது (சீர்ஸா நகரம் கூட மத்திய காலங்களில் 'சர்சுதி' என்று அழைக்கப்பட்டிருந்ததை முன்பே பார்த்திருக்கிறோம்). 1788லேயே சர்வேயர் ஜெனரல் ரென்னெல் இந்தச் சிற்றாறை 'இந்துஸ்தானத்தின் வரைபட'த்தில் சர்சூட்டி (அல்லது செராஸ்வட்டி)[29] என்ற பெயரில் அடையாளம் காட்டியிருக்கிறார்.

அதாவது, சர்சுதி நதி ஷிவாலிக் மலைத் தொடரின் ஓர் அங்கமான சிர்மூர் மலையில் உற்பத்தியாகி, இன்றைய ஆதி பத்ரி* தானேஷ்வர், குரு

---

* ஆத் பத்ரி என்றும் அறியப்படுகிறது. பிலாஸ்பூருக்கு 15 கி.மீ வடக்கில் ஹரியானா-இமாச்சலபிரதேச எல்லையில் பாய்கிறது. இது நாராயணர், கேதாரிநாத், மந்த்ரா தேவி ஆகிய தெய்வங்களுக்கான கோயில்கள் இருக்கும் புனித ஸ்தலம் ஆகும். உத்தராகண்டில் சமோலி மாவட்டத்தில் பஞ்ச பத்ரிகளில் ஒன்றான ஆதி பத்ரியுடன் இதைக் குழப்பிக்கொள்ளவேண்டாம்.

க்ஷேத்ரா ஆகியவற்றைத் தாண்டிப் பாய்கிறது. வழியில் பெஹோவா என்ற இடத்தில் பருவ மழைகளால் நிறையும் மார்க்கண்டா நதி இதனுடன் வந்து கலக்கிறது. கடைசியில் இந்த நதி பஞ்சாப், ஹரியானா மாநிலங்களிடையே உள்ள ரஸூலா என்ற கிராமத் தினருகில் கக்கர் நதியுடன் சேர்கிறது. துல்லியமாகச் சொல்வதானால், கராக் (கத்தியால் மாவட்டம், ஹரியானா) மற்றும் சத்ரானாவுக்கும் (பட்டியாலா மாவட்டம், பஞ்சாப்) நடுப்பகுதியில் கலக்கிறது. படம் 1.3-ல் 1862-ல் வரையப்பட்ட படத்தில், சர்சுதி நதியின் படுகை குறிக்கப் பட்டிருந்தது (இன்று பெரும்பாலான வரைபடங்கள் சரஸ்வதி* என்றே அழைக்கின்றன). சமீபகாலம் வரையில் இந்திய அரசின் அதிகாரபூர்வ வரைபடங்கள் அந்தச் சிற்றாறை சரஸ்வதி நலா (Saraswati Nala) அல்லது 'சரஸ்வதி நதி' என்றுதான் குறிப்பிட்டு வந்துள்ளது. இந்திய விண்வெளி ஆய்வு மையம் (இ.எஸ்.ஆர்.ஓ) ஏற்பாடு செய்த குழு சுட்டிக்காட்டி யிருப்பதுபோல், அந்த வறண்ட படுகை வழியாகச் செல்லும் பழைய ரயில் மற்றும் தரைவழிப் பாலங்களில் இந்தப் பெயர்கள் இப்போதும் காணப்படுவது ஓர் காரணமாக இருக்கலாம்.[30]

'இந்தியாவின் மேற்குக் கோடியில் பாய்ந்தோடும் பிரதான நதிக்கு சரஸ்வதி என்று பெயர் கொடுக்கப்பட்டிருக்கிறது. எனினும், மலைப் பிரதேசங்களிலிருந்து தனித்தனியாக ஓடி, பிறகு ஒன்று சேரும் சிறு நதிகள் அனைத்துக்கும் கொடுக்கப்பட்ட பொதுவான பெயராகவும் அது இருந்திருக்கலாம்[31] என்று விவியன் சொல்வதில் இருந்து அவருடைய பூகோள அறிவுக்கூர்மை வெளிப்படுகிறது. வேறு வார்த்தைகளில் சொல்வதானால், நாம் இதுவரை பார்த்த மேற்கிலிருந்து கிழக்காக ஓடும் கக்கர், மார்க்கண்டா (டாங்ரி நதியையும் இந்த இரண்டுக்கும் இடையில் சேர்த்துக்கொள்ளவேண்டும்) சர்சுதி, சௌதங், இவற்றின் கிளை நதிகள் ஆகிய அனைத்துமே ரிக் வேதத்தில் சொல்லப் பட்டுள்ள சரஸ்வதி நதியின் மிச்சங்கள்' என்றுதான் கருதுகிறார் (சௌதங் நதியை த்ருஷத்வதி நதியுடன் பிற்பகுதியில் அடையாளப்படுத்திப் பார்க்கப்போகிறோம்).

'கடலைச் சென்றடையும் நதி' என்று சரஸ்வதி நதியைப் பற்றி ரிக் வேதம் சொல்வதை ஜேம்ஸ் டாட் கருத்தில் கொள்கிறார். அவரைப் பொறுத்தவரையில், 'சட்லெஜ் நதிக்கும் கட்ச் வளைகுடாவுக்கும்†

---

* ஆனால், நான் சர்சுதி என்றே மார்க்கண்டேய நதியுடன் இணைவதற்கு முந்தைய அந்த நீரோடையை அழைக்க விரும்புகிறேன்.

† ரண் ஆஃப் கட்ச் (கச், கட்ச் என பல பெயர்களில் அழைக்கப்படுகிறது) என்பது குஜராத்தில் இருக்கும் பரந்து விரிந்த உவர் சதுப்பு நிலம். கட்ச் தீவுக்கு வடக்கில், இந்திய-பாக் எல்லைக்குத் தெற்கில் இருக்கிறது. 1.5, 1.7, 4.2 படங்களில் இருக்கும் வரைபடங்களைப் பார்க்கவும்.

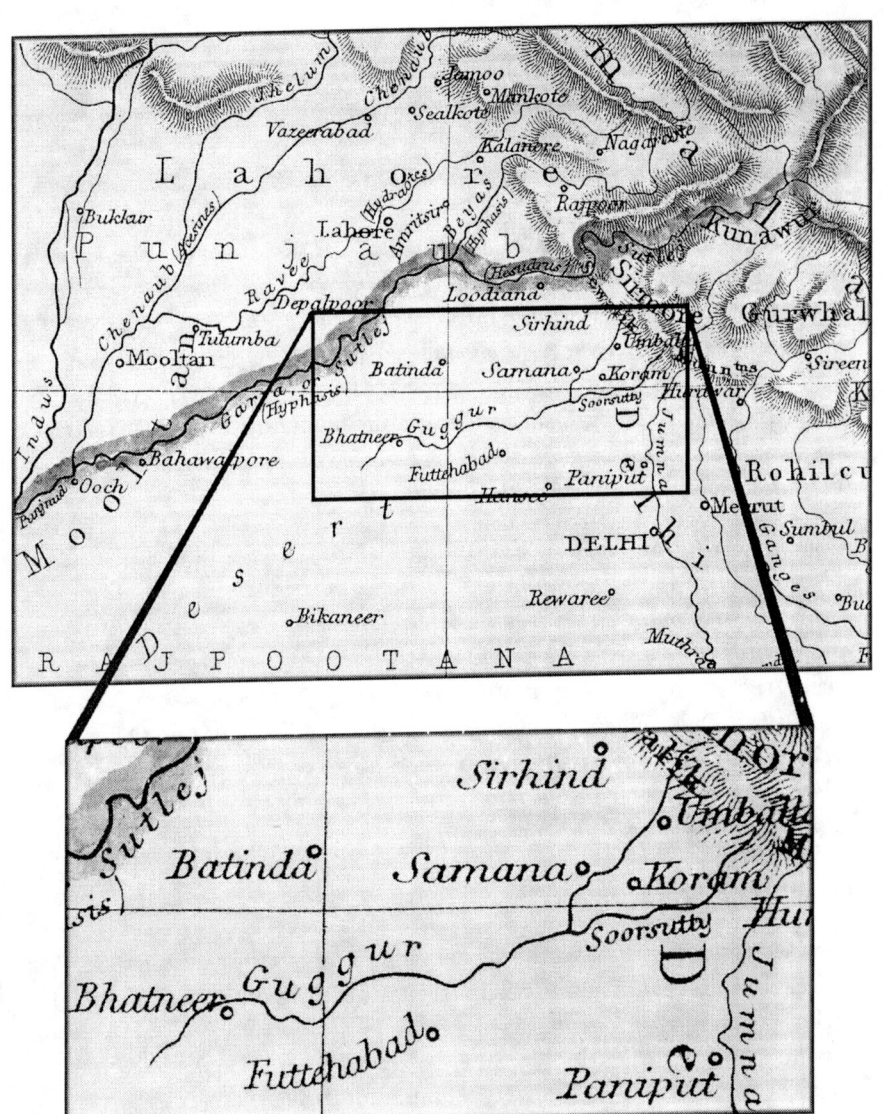

படம் 1.3 : 1862 - பிரிட்டிஷ் இந்தியாவின் வரைபடத்தின் ஒரு பகுதி.[32]
(கீழே) சரஸ்வதி பகுதி: சட்லெஜுக்குத் தெற்கே. கக்கர் நதி அம்பாலா, பட்னீர் (ஹனுமன் காட்) பகுதிகளைத் தாண்டிப் பாய்கிறது. அதன் கிளையாறு 'சர்சூட்டி' (சரஸ்வதி).

இடையில் இன்று நீரின்றி வறண்டு கிடக்கும் பகுதி வழியாகத்தான் அது பாய்ந்து சென்றிருக்கவேண்டும். 'இந்தப் பகுதியைப்பற்றிப் பின்னர் மேற்கொண்ட ஆய்வுகள் வேதத்தில் சொல்லப்பட்ட இந்தச் செய்தியை உறுதிப்படுத்துகின்றன. இப்போதும் அடையாளம் காணத் தக்கவகையில் இருக்கும், சமீபத்தில் கண்டுபிடிக்கப்பட்ட இந்தப் புராதன நதியின் பாதையானது இந்தியாவின் மேற்குக் கோடிவரை நீண்டிருப்பதாகத் தெரியவந்தது'[33] என்று சொல்கிறார். ஜேம்ஸ் டாட், கால்வின், மெக்கீஸன் ஆகியோர் செய்த ஆய்வுகளை இந்த இடத்தில் குறிப்பிட்டுள்ளார். அவர்களுடைய ஆய்வுமுடிவுகள் 'காலம் காலமாக மக்களிடையே நிலவிவந்த நம்பிக்கைகளை உறுதி செய்கின்றன'[34] என்று விவியன் குறிப்பிட்டிருக்கிறார். இவ்வாறு 'இந்த இடங்களைப் பற்றி நன்கு தெரிந்துகொண்டால்தான் வேத கால பூகோள இயலை[35] முழுவதுமாகப் புரிந்துகொள்ள முடியும்' என்பதுதான் விவியனின் கருத்து. அவர் கொடுத்த இந்தக் குறிப்பைப் பிந்தைய ஆய்வறிஞர்கள் பெருமளவுக்குப் பயன்படுத்திக்கொண்டனர்.

சரஸ்வதியை அடையாளம் கண்டுகொள்வதில் எழுந்த பிரச்னைகளை விவியன்தான் முதன் முதலாகத் தெளிவாக எடுத்துக் கூறியிருக்கிறார்: சரஸ்வதி என்ற மாபெரும் நதியைப் பற்றி ரிக் வேதம் பேசுகிறது. யமுனை, சட்லெஜ் நதிகளுக்கிடையேயுள்ள நிலப்பரப்பு இன்று வறண்டிருக்கிறது. அங்கு ஓடும் ஒரு சிற்றாறு சர்சுதி என்றழைக்கப் படுகிறது. இந்த இரண்டையும் ஒப்பிட்டுப் பார்க்க முடியுமா? 'ஆம்' என்ற விவியனின் இந்த முடிவை சமஸ்கிருத அறிஞர்களும் இந்திய வியலாளர்களும் ஏற்றுக்கொண்டுள்ளனர். அவர்களில் சிலரைப்பற்றி அடுத்த அத்தியாயத்தில் பார்க்கலாம்.

பஞ்சாபின் 'புனித நதி'

மேற்சொன்ன விஷயங்கள் காலனிய அதிகாரவர்க்கத்தால் வெளியிடப் பட்ட கெஸட்டியர்களில் சீக்கிரமே இடம்பிடித்தன. 1885-ல் வெளிப் பட்ட 'இம்பீரியல் கெஸட்டியர் ஆஃப் இந்தியா'வில் 'கக்கர்' என்ற தலைப்பில் எழுதப்பட்ட குறிப்பு அந்த நதியின் போக்கை விவரித் திருந்தது. கூடவே இன்னொரு தகவலையும் குறிப்பிட்டிருந்தது:

'பண்டைய காலங்களில் கக்கர் நதியின் கீழ்ப்பகுதியானது பட்டியாலா வில் அதனுடன் இணையும் நதியான சர்சுதி அல்லது சரஸ்வதி என்ற பெயரில் அழைக்கப்பட்டதாகத் தெரிகிறது. அப்போது அது ஒரு முக்கியமான நதியாக இருந்தது. எனினும், இப்போது அதன் நீர் பாசனத்துக்காகத் திருப்பிவிடப்பட்டுள்ளது. அம்பாலாவில் மட்டும் 10,000 ஏக்கர் நிலத்துக்கு இந்த நதியின் நீர்தான் பாய்ச்சப்படுகிறது.

நதியின் கீழ்ப்பகுதியில் சீர்ஸா மாவட்டத்தில் ஒவ்வொரு வருடமும் நவம்பர் முதல் ஜூன் வரை இந்த கக்கர் நதிப்படுகையில் நீர் வறண்டு போய்விடும். அந்தக் காலகட்டத்தில் நெல்லும் கோதுமையும் பெருமளவில் பயிரிடப்படுகிறது.'[36]

'பஞ்சாபின் புனித நதி. ஆரம்பகால பிராமணிய ஆவணங்களில் புகழ்ந்து கூறப்பட்டுள்ளது' என்ற விஷயத்தை எடுத்துக்கொண்டு பார்ப் போம். 'இந்த நதி சிர்மூர் குன்றுகளில் உற்பத்தியாகி இந்துக்கள் புனித மெனக் கருதும் சத் புத்ரி (ஆத் பத்ரி) சமவெளிப்பிரதேசத்தை வந்தடை கிறது. கக்கர் நதியில் இணைவதற்கு முன் தானேசர் என்ற புனித நகரம், அதன் பின்னர் மகாபாரதத்தின் யுத்தகளமும் இந்துக்களுடைய தீர்த்தாடன க்ஷேத்ரமுமான குருக்ஷேத்ரம்* ஆகியவற்றின் வழியாகப் பாய்கிறது.'

'பண்டைய காலங்களில் கக்கரில் சங்கமித்த பிறகான கீழ்ப்பகுதி நதி சர்சுதி என்றே அழைக்கப்பட்டது. மலைப்பகுதிக்கு அருகில் பாசனத் துக்குப் பயன்படுத்தப்பட்ட பிறகும்கூட அது ராஜ்புதானா சமவெளிப் பிரதேசத்தில் பாய்ந்தது' என்று இம்பீரியல் கெஸட்டியர் மீண்டும் தெரிவித்திருக்கிறது.

பூகோள சாஸ்திரத்தின் மூலம் தெரியவந்ததையும் புராதன இலக்கியங் களில் சொல்லப்பட்டதையும் ஒன்றிணைத்துப் பார்த்த பிறகு, கெஸட்டியர் தொடர்கிறது: 'சரஸ்வதி நதிக்கரையில் ஆரம்ப கால ஆரியர்களின் குடியிருப்புகளில் சில அமைந்திருந்தன. இதனைச் சுற்றிலுமிருந்த இடங்களை வேத காலம் முதலே மக்கள் புனித பூமியாகக் கருதி வழிபட்டனர். இந்துக்கள் இந்த நதியைக் கல்விக்கு அதிபதியான சரஸ்வதி தேவியுடன் இணைத்துப் பார்க்கின்றனர்.'[37]

இப்படி அடையாளப்படுத்திக்கொள்வதற்கான காரணங்களைப் பின்னர் ஆராயலாம். அதற்கு முன்பு இந்தப் பகுதியின் நிலவியல் எப்படியிருந்தது என்பதையும், சரஸ்வதி நதி 'மறைந்து போன'தற்கான காரணங்களையும் பார்க்கலாம்.

பாதை மாற்றம்

1879-ல் பிரிட்டிஷ் புவியியலாளர் ரிச்சர்ட் டிக்ஸன் ஒல்தாம் (R.D. Oldham) இந்திய புவி இயல் ஆய்வு நிறுவனத்தில் (Geological Survey of

---

* குருக்ஷேத்ரம் - ஆரம்பத்தில் இந்தப் பெயர் அந்த ஒட்டுமொத்த பிரதேசத்தையும் குறித்தது. இன்றைப்போல் அந்த ஊரை மட்டுமல்ல.

322 R. D. Oldham—*On probable Changes in the Geography* [No. 4,

would be of anything like so great a range as that just found, a range from maximum to minimum of about 11 per cent. of the mean heating effect,

XVIII.—*On probable Changes in the Geography of the Punjab and its Rivers: an Historico-Geographical Study.*—*By* R. D. OLDHAM, A. R. S. M., *Deputy Superintendent, Geological Survey of India.*

[Received 30th September;—Read December 12th, 1886.]

(With a Map—Pl. XIX.)

Introductory.—Of all the problems with which we are brought in contact when we try to unravel the ancient geography of India, none surpass in interest or difficulty those connected with the rivers of the Punjab and Sind. Both interest and difficulty result from the fact that, previous to the advent of the English, all civilization and every invader have entered India from the North-West, and their difficulty from the changes that appear to have taken place in the courses of these rivers during the last three thousand years. It cannot be said that this subject has been neglected by previous writers on the ancient geography of India, but their efforts have mainly been addressed to the identification of towns or countries, and their references to the rivers are often marked by an ignorance, or neglect, of the fundamental principles of physical geology; yet the matter is one on which the geologist must be heard as well as the scholar, for, whatever dependence may be placed on history or tradition, the conclusions that are drawn are only valid so long as they are possible, and no one that has not studied the mode of action of rivers on a geological basis can decide whether any particular change in the course of a river, of which there appears to be historical indication, can or cannot have taken place.*

* Throughout the following paper, I am largely indebted to the author of an anonymous essay in the Calcutta Review, on the "Lost River of the Indian Desert", (vol. lix, pp. 1—29, understood to be by Surgeon-Major C. F. Oldham). I am indebted to this writer for having first drawn my attention to the subject, for having suggested most of the opinions supported in the following paper, and for many of the references given below. I have, however, except where the contrary is expressly stated, verified them in every case; and, to save wearisome repetition, I must request all who wish to see how little I diverge from the opinions expressed by the writer referred to, and to what extent this paper goes beyond the matter he has treated of, to compare the two, promising that the perusal of the article in the Calcutta Review will prove anything but a waste of time.

படம் 1.4 : 1886-ல் ஜர்னல் ஆஃப் ஏஷியாட்டிக் சொசைட்டி ஆஃப் பெங்கால் பத்திரிகையில் ஆ.டி.ஒல்தாம் எழுதிய கட்டுரையின் முதல் பக்கம்.

India) சேர்ந்தார். அப்போது அவருக்கு வயது 21. அவருடைய தந்தை தாமஸ் ஒல்தாம் அந்த நிறுவனத்தின் முதல் இயக்குநராக இருந்தார். ஆனால், விஞ்ஞான உலகம் தந்தையைவிட மகனையே பெரிதும் நினைவில் வைத்திருக்கிறது. குறிப்பு உதவிப் பணிகள், நினைவுக்குறிப்புகள், இந்திய புவியியல் சார்ந்த எண்ணற்ற ஆய்வுக் கட்டுரைகள் எழுதியதோடு மட்டுமல்லாமல் நிலநடுக்கங்களை ஆராய்வதிலும் ஒல்தாம் தேர்ச்சிபெற்றிருந்தார். 1897-ல் அஸ்ஸாமில் வந்த நில நடுக்கம் ஷில்லாங்கைத் தரைமட்டமாக்கியபோது (அது அப்போது அந்த மாநிலத்தின் பகுதியாக இருந்தது) அவருக்கு இருந்த நில நடுக்கம் சார்ந்த அறிவு புவியின் உருகிய குழம்புப் பாறை அங்கு இருக்கிறது என்ற முடிவுக்கு அவரை இட்டுச்சென்றது. உடல் நலக் குறைபாடு காரணமாக ஒல்தாம், தன் 45வது வயதில் ஜி.எஸ்.ஐ.யில் இருந்தும் இந்தியாவில் இருந்தும் வெளியேறினார். எனினும், இங்கிலாந்தில் இருந்தபடியும் பிறகு ஃப்ரான்ஸின் தென் பகுதியில் இருந்தபடியும் தன் துறை சார்ந்து தொடர்ந்து பங்களிப்பு செய்துவந்திருக்கிறார்.

அதிக முக்கியத்துவம் பெறாத அவருடைய ஆய்வுகள்தான் நமக்கு இந்த இடத்தில் மிகவும் முக்கியம். நதியில் மேல் பகுதியில் (சரியாகச் சொல்வதானால், நதிப்படுகையின் மேல் பகுதியில்) அதாவது பவல்பூரிலிருந்து ஹிஸ்ஸார் வரையுள்ள பகுதியில் துணை ஆய்வாளராக ஒல்தாம் மேற்கொண்ட அந்த ஆய்வுகளின் முடிவுகளை இப்போது பார்க்கலாம். அவருக்கு புவியியல் துறை சார்ந்து இருந்த நிபுணத்துவம் பிற ராணுவ முன்னோடிகளைவிடக் கூடுதல் சாதகமான அம்சமாக இருந்தது.

1886-ல் The Journal of the Asiatic Society of Bengalல் அவர் எழுதிய ஒரு கட்டுரையில் சரஸ்வதி நதி வறண்டு போனதற்கு அங்கு பெய்து கொண்டிருந்த மழையின் அளவு குறைந்ததுதான் காரணம் என்ற வாதத்தை நிராகரித்தார். ஏனெனில், அதுதான் காரணமென்றால், அந்தப் பகுதியிலிருந்த அனைத்து நதிகளையும் அது பாதித்திருக்க வேண்டும். ஆகவே, இந்தியப் பாலைவனத்தில் 'மறைந்த' நதி சரஸ்வதி அல்ல. மாறாக, அது சட்லெஜ்தான் என்றும், அது மேற்கே திரும்பி பியாஸ் (பீயாஸ்) [39] நதியுடன் இணைந்த காரணத்தாலேயே 'காணாமல்' போயிற்று என்றும் ஒல்தாம் வாதிட்டார். இந்த சட்லெஜ் நதி ரூபார் (இந்திய பஞ்சாப் பகுதியில் சண்டிகருக்கு அருகில் இருக்கும் ரூபார் அல்லது ரூப்நகர்) அருகே மேற்கு திசையில் சட்டென்று வளைந்து செல்கிறது. இந்த நதியையும் ஐம்பது கி.மீ கிழக்கிலுள்ள கக்கரையும் இணைக்கும் ஒரு புராதன நதியின் படுகை காணப்பட்டது. இந்தக் காரணங்களால் ஒல்தாமின் விளக்கம் சரிதான் என ஒப்புக்கொள்ளப் பட்டது.

மேலும், வேதகாலத்தில் யமுனை நீரின் ஒரு பகுதி கக்கர்-ஹக்ரா நதிப்படுகையில் பாய்ந்திருக்கலாம் என்றும் ஒல்தாம் எண்ணினார். 'மலையிலிருந்து சமவெளிக்கு வந்த ஜமுனை (யமுனை) நதி இரண்டாகப் பிரிந்திருக்கலாம். பஞ்சாப் பக்கம் திரும்பி ஓடிய கிளைக்கு சரஸ்வதி என்றும், கங்கை நதியில் சங்கமித்த நதிக்கு யமுனை என்றும் பெயரிடப்பட்டிருக்கலாம்.'[40] சட்லெஜும் யமுனையும் வழிமாறி ஓடியதால் சரஸ்வதி நதிக்குப் போதிய நீர் கிடைக்கவில்லை. இந்தக் காரணத்தாலேயே 'அந்தப் பகுதியிலிருந்த நீர்நிலைகளில் பெரிய மாற்றங்கள் ஏற்பட்டன'[41] என்று ஒல்தாம் தெரிவித்திருக்கிறார். வட இந்திய நதிகளின் தாறுமாறான போக்கே இதற்குக் காரணம். இதற்கு மிக சமீபத்திய எடுத்துக்காட்டாக அவர், 19ம் நூற்றாண்டின் ஆரம்ப கட்டத்தில், பிரம்மபுத்ரா நதி கங்கையுடன்இணையுமிடத்துக்குச் சற்று மேலாக (இன்றைய பங்களாதேஷில்) வழிமாறி ஓடியதைக் குறிப்பிடு கிறார். வட இந்திய நதிகள் இப்படி அடிக்கடித் தடம் மாறி ஓடுவதற்குக் காரணம் முழு கங்கைச் சமவெளிப் பிரதேசமும் பெரிதும் சம தளமான படுகையாக இருப்பதுதான். இதன் விளைவாக அந்தப் பகுதியில் மணல் படுகைகள் உருவாவதும் நில அரிப்பும் பெரிய அளவில் நடந்தேறின. இதனாலேயே அந்தப் பகுதியில் நதிகள் அடிக்கடித் தடம் மாறின. இம்மாதிரியான நிகழ்வுகள் தக்காணப் பீடபூமியில் அதிகமாகக் காணப்படுவதில்லை.

ஒருவகையில் ஒல்தாம், பொ.யு.மு. முதல் நூற்றாண்டைச் சேர்ந்த ஸ்ட்ராபோ (Strabo) என்ற கிரேக்க அறிஞர் சொன்னதையே மேற் கோள்காட்டியிருக்கக்கூடும். புராதன உலகம் பற்றி ஸ்ட்ராபோ எழுதிய 'ஜியாக்ரஃபி' என்ற புத்தகத்தை மிஞ்சும்படியான ஒன்றைப் பல நூற்றாண்டுகள்வரை யாரும் எழுதியிருக்கவில்லை. வடமேற்கு இந்தியா வைப் பற்றி எழுதும்போது பல்வேறு கிரேக்க வரலாற்றாசிரியர்களின் படைப்புகளை அடிப்படையாகக் கொண்டு செயல்பட்டிருக்கிறார். மாவீரன் அலெக்ஸாண்டருடன் இந்தியாவுக்கு வந்த அரிஸ்டோபுலஸ் (Aristobulus) என்பவரும் அவர்களில் அடங்குவார். அவருடைய நூலை மேற்கோள் காட்டி ஸ்ட்ராபோ கீழ்க்கண்டவாறு கூறுகிறார்:

> 'ஏதோ ஒருவேலையாக அவர் (அரிஸ்டோபுலஸ்) சென்றபோது, மிகப் பெரியதொரு நிலப்பரப்பைப் பார்த்ததாகச் சொல்கிறார். அதில் யாருமே வசிக்காத ஆயிரக்கணக்கான நகரங்களும் அதன் கிராமங்களும் இருந்தன; இதற்குக் காரணம் சிந்து நதி தனது வழக்கமான பாதையை விட்டுவிட்டு, இடது பக்கமாக மிகவும் ஆழமான வழித்தடத்தில் திரும்பிச் சென்றதுதான். இதன் விளைவாக சிந்து நதியின் வலது கரைப்பக்கங்களில்

நீர்வரத்துக் குறைந்தது; புதிய வழித்தடத்துக்கு மேலாக ஓடிய வெள்ளங்களினால் உருவானதாகவும் புதிய வெள்ளங்களுக்கும் மேலான படுகையாகவும் அது இருந்த தால், நதியின் நீர் அங்கு பாயவில்லை.'[42]

சிந்து நதியின் வலது கரைப்பக்கம் எப்படி மேடாக மாறியது? ஸ்ட்ராபோ இதற்கான காரணத்தை சாதுரியமாக யூகித்திருக்கிறார். 'இந்தியாவில் ஈரப்பதம் அதிகமாக இருப்பதால் நிலமானது துவாரங்கள் மிகுந்ததாகவும் விரிசல் மிகுந்ததாகவும் ஆகிவிடுகிறது. இதன் மூலம் பூகம்பங்கள் அதிக அளவில் நிகழ்கின்றன. அப்போது நதிகளின் போக்கும் மாற்றிவிடுகிறது.'[43] பூகம்பங்கள் நிகழ்வது பற்றிய ஸ்ட்ராபோவின் கற்பனை அதிகப்படியானதுதான். ஆனால், இந்தியா வின் வடமேற்குப் பகுதியில் நிகழும் பூகம்பங்கள் அங்கு ஓடும் நதிகளின் போக்கையே மாற்றிவிடுகின்றன என்ற அவருடைய யூகம் மிகச் சரியாக இருந்தது. சொல்லப்போனால், சரஸ்வதி நதி (சிந்து நதியின் விஷயத்தில் இதை நாம் பார்த்தோம்) பாதை மாறியதற்கு இதுதான் காரணம் என்று இன்றைய புவியியல் அறிஞர்கள் முன் வைத்துவருகின்றனர்.

இந்தச் சந்தர்ப்பத்தில் நாம் ஒரு முக்கியமான விஷயத்தைக் கவனிக்க வேண்டும். இதுவரை நாம் பார்த்த கக்கர், சர்சுதி, சௌதங் ஆகிய மூன்று நதிகளும் அவற்றின் கிளைகளான டாங்ரி, மார்கண்டா நதி களும் ஷிவாலிக் மலைத் தொடரில் உற்பத்தியாகி சண்டீகருக்கும் யமுனா நகருக்கும் இடையே 80 கி.மீ அகலமுள்ள நிலப்பரப்பில் பாய்ந்தோடுகின்றன. சற்று தூரத்தில் மேற்குப் பகுதியில் சிந்து நதியையும் அரபிக்கடலையும் நோக்கி சட்லெஜ் ஓடுகிறது. சற்று கிழக்கே, யமுனை நதி கங்கையையும் வங்காள விரிகுடாவையும் நோக்கி ஓடிக்கொண்டிருக்கிறது. அதாவது, மழையை நம்பியிருக்கும் இந்த நதிகள் அனைத்துமே 3000 கி.மீ நீளமுள்ள சிந்து நதி, 2500 கி.மீ நீளமுள்ள கங்கை நதி ஆகியவற்றுக்கிடையே உள்ள ஒரு குறுகிய சமவெளிப்பிரதேசத்தில்தான்* ஓடுகின்றன. ஆகவே, ஸ்ட்ராபோ சொன்னபடி நதிப்படுகையின் மட்டம் சிறிதளவு உயர்ந்தாலோ வெள்ளம் காரணமாக மண் அரித்துப் போனாலோ, சட்லெஜ் நதியும் யமுனை நதியும் முறையே மேற்கிலும் கிழக்கிலுமாக கக்கர்-ஹக்ராவிலிருந்து வெகு தூரம் வழிமாறிச் செல்வதற்கு வாய்ப்புகள்

---

* ஆயிரம் கி.மீ. தொலைவுக்கு சுமார் 300 மீட்டர் மட்டுமே உயர வித்தியாசம் காணப்படுகிறது. புறக்கணிக்கத் தகுந்த அளவுக்கு கி.மீக்கு 30 செ.மீ அல்லது 0.03 செண்ட் மட்டுமே மாறுபடுகிறது. ஷிவாலிக் மலைத் தொடரின் அடிவாரத்தில் இருந்து ரான் ஆஃப் கட்ச்சுக்கு இடைப்பட்ட தூரம் 1000 கி.மீ.

உள்ளன. இதையேதான் ஓல்தாமும் மிகத் தெளிவாக விளக்கி யிருக்கிறார்.

இந்த விளக்கம் நீங்கலாக, இன்றைய பஞ்சாப், ஹரியானா ஆகிய வற்றின் நிலப்பரப்பு பன்னெடுங்காலத்துக்கு முன்னால் முற்றிலும் மாறுபட்டதாக இருந்திருக்கும் என்பதை ஆர்.டி.ஓல்தாமின் அறிக்கை கள் தெளிவாக நிரூபித்திருக்கின்றன. அந்தவகையிலும் அவை மிகவும் முக்கியமான ஆவணமாகக் கருதப்படவேண்டிய ஒன்றுதான்.

கட்ச் ரண் பிரதேசம் (The Rann of Kutch)

ஐந்து வருடங்களுக்குப் பிறகு, பிரிட்டிஷ் இந்திய ராணுவத்தில் மேஜ ராகப் பணிபுரிந்த ஹென்றி ஜார்ஜ் ராவர்ட்டி (H.G. Raverty) சிந்து சமவெளியின் நீர்ப்பரப்பைப் பற்றிய மிக முக்கியமான ஒரு கட்டுரையை வெளியிட்டார். பஞ்சாப்பைக் கைப்பற்றுவது தொடர் பாக பிரிட்டிஷ் அரசு நடத்திய ராணுவத் தாக்குதல்களில் இவரும் பங்கெடுத்திருந்ததால் அந்தப் பகுதி முழுவதும் இவருக்கு நன்கு தெரிந் திருந்தது. இந்த ராணுவ அதிகாரிக்கு இன்னொரு திறமையும் இருந்தது. 1849-ல் பெஷாவர் பற்றிய ஒரு கெஸட்டியரை வெளியிட்டார். இது தான் இந்தியாவின் ஒரு மாவட்டத்தைப் பற்றிய முதல் கெஸட்டியராக இருக்கவேண்டும். மேஜர் ராவர்ட்டி ஆஃப்கானிஸ்தானின் பஷ்டு மொழியை நன்கு கற்றறிந்து அதன் இலக்கணத்தைப் பற்றி ஒரு புத்தகத்தையும் ஓர் அகராதியையும் தயாரித்தார். ஒரு சில ஆஃப்கானிய கவிதைகளை ஆங்கிலத்தில் மொழிபெயர்க்கவும் செய்தார்.

1892-ல் நம்முடைய ராணுவக் கவிஞர் வெளியிட்ட கட்டுரை சரஸ்வதி நதியைப் பற்றியில்லாமல் சிந்து சமவெளியில் பாய்ந்த 'மிஹ்ரான்' என்ற நதியைப் பற்றியதாக இருந்தது. இந்த நதி சிந்து நதிக்குக் கிழக்கே, அதற்கு இணையாகப் பாய்ந்தோடிக் கொண்டிருந்ததாக எட்டாம் நூற்றாண்டில் இந்தியாவை ஆக்கிரமித்த அரேபியர்கள் குறிப்பிட்டிருந்தனர்.[44] ராவர்ட்டி வெளியிட்ட கட்டுரைக்குள் நாம் போகத்தேவையில்லை. நதிகளின் வழி மாற்றங்கள், இணைப்புகள் தொடர்பாக அவர் கூறியிருக்கும் பல முக்கிய தகவல்கள் இன்றும் விவாதத்துக்கு உரியவையாகவே இருக்கின்றன.[45] அவருடைய சில முடிவுகளைக் கோடிட்டுக்காட்டுவதே நம்முடைய ஆய்வுக்குப் போதுமானது: 'சர்சுதி என்பது ஒரு நதியின் பெயர். அதன் புராதனப் பெயர் சரஸ்வதி. சட்லஜ் [சட்லெஜ்] நதியானது ஹக்ரா அல்லது வாஹிந்தா நதியின் கிளை நதி. இந்த ஹக்ராதான் பழைய 'மிஹ்ரான் நதி. இது கிழக்கே நரா வழியாக 'கட்சின் ரண்' என்ற உப்பு நீர் கலந்த சதுப்பு நிலத்தை நோக்கி ஓடியது. இன்று வறண்டிருக்கும் இந்த நரா

நதி பண்டைய காலத்தில் சிந்து நதியின் வடிகாலாகப் பருவ காலங்களில் மட்டுமோ ஆண்டு முழுவதுமோ இருந்திருக்கும் என்று நம்பப்படுகிறது. இது சிந்துப் பிரதேசத்தில் இரண்டாகப் பிரிகிறது. இதில் கிழக்கிலுள்ள கிளையுடன் ஹக்ரா நதி சங்கமித்திருக்கலாம். பொ.யு. பதினான்காம் நூற்றாண்டில் இந்த ஹக்ரா நதி வற்றியதாக ராவர்ட்டி குறிப்பிடுகிறார். 'அன்றுவரை மிகச் செழிப்பாக இருந்த அந்த நிலப்பகுதி ஒரு பாழ்நிலமாக மாறியது. அங்கிருந்த பல நகரங்களும் சிற்றூர்களும் சிதிலமடைந்தன. அங்கு குடியிருந்தவர்கள் வேறிடங்களுக்குக் குடிபெயர்ந்தனர்' என்கிறார்.

கடலைக் குறிக்கும் சமஸ்கிருதச் சொல்லான 'ஸாகரம்'தான் 'ஹக்ரா' என்று திரிபடைந்திருக்கிறது என்று ராவர்ட்டி தெரிவித்திருக்கிறார். இது மற்றவர்களாலும் ஒப்புக்கொள்ளப்பட்டுள்ளது. இதுவே இஸ்லாமிய வரலாற்றுக் கட்டுரைகளில் 'ஸங்க்ரோ' (Sankra / sankrah) என்றழைக்கப்பட்டது.

ஹக்ரா ஆற்றின் கீழ்ப்பகுதிகள் தொடர்பான ராவர்ட்டின் ஆய்வுகளை அவருக்குப் பிறகு பிரிட்டிஷ் இந்திய அரசின் பொதுப் பணித்துறை அதிகாரி ராபர்ட் ஸிவ்ரைட் (Robert Sivewrigth) தொடர்ந்து மேற்கொண்டார். சில மாதங்களுக்கு அவர் கட்ச் ரண்ணையும் அதன் நிலப்பரப்பின் தன்மையையும் ஆராய்ந்தார். அத்துடன் நிற்காமல் மாவீரன் அலெக்ஸாண்டர் சிந்து சமவெளியில் படையெடுத்த காலத்தில் ஆரம்பித்து கி.பி. எட்டாம் நூற்றாண்டில் அரேபியர்கள் இந்த நிலப்பரப்பைக் கைப்பற்றியது வரையுள்ள காலகட்டத்திலான இந்தப் பகுதியின் வரலாற்றை மறு உருவாக்கம் செய்ய முயன்றார்.

பதவியிலிருந்து ஓய்வு பெற்று பிரிட்டனில் குடியேறிய ஸிவ்ரைட் 1907-ல் ராயல் ஜியோகிராஃபிகல் சொஸைட்டியின் ஒரு கூட்டத்தில் 'கட்ச் ரண்' பற்றிய தனது ஆய்வுக் கட்டுரையை சமர்ப்பித்தார். அந்தக் கருத்தரங்கில் ஆர்.டி.ஒல்தாமும் பார்வையாளராகப் பங்கேற்றிருந்தார்.[46]

அந்தப் பகுதி தொடர்பான ஸிவ்ரைட்டின் மிக முக்கியமான கண்டுபிடிப்பு 'ஹக்ரா நதியின் வண்டல் மண் படிந்து கிரேட்டர் ரண் மேடானது' என்பதுதான்.[47] அவருடைய கருத்துப்படி, வண்டல் மண் தொடர்ந்து படிந்து ரண் மேடாகிக்கொண்டே வந்தது. இருந்தும் அராபியர்களின் ஆக்கிரமிப்புக்குப்[48] பிறகும்கூட அந்தப் பகுதியில் படகுகள் செலுத்தப்பட்டு வந்தன. அதே சமயம், இதற்கருகிலுள்ள 'மக்ரான்' கடலோரப் பகுதியில் 1967ல் நடத்தப்பட்ட ஆய்வுகளின் முடிவுகளைப் பார்த்தால், அங்கு டெக்டானிக் தட்டு உயர்ந்ததன் காரணமாக ரண்ணில் நீர் வற்றியிருக்கலாமென்றும் யூகிக்க முடிகிறது.[49]

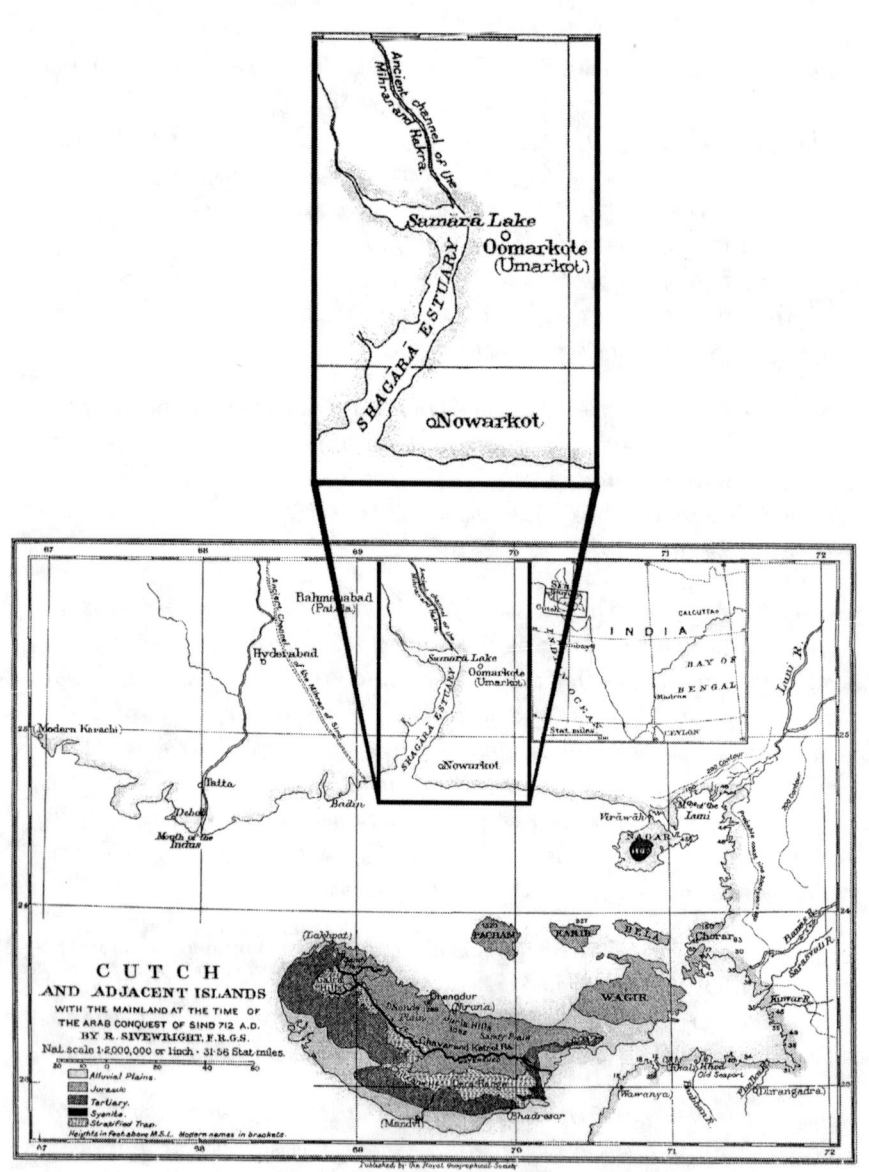

படம் 1.5: ராபர்ட் ஸிவ்ரைட்டின் வரைபடம் (1907) : சிந்து பகுதி கி.பி. 712-ல் அராபியர்களால் கைப்பற்றப்பட்டபோது கட்ச் மற்றும் அருகில் இருக்கும் தீவுகளும் பிரதான நிலப்பகுதியும். ராண் பகுதியின் வடக்குக் கரையில் இருக்கும் சாகராவின் கழிமுகத்துவாரம், மிஹ்ரன், ஹக்ரா நதிப்படுகை (பெரிதுபடுத்தப்பட்ட பகுதியைப் பார்க்கவும்). காரிட் தீவு (இன்று காதிர்) - இந்த இடத்தில்தான் 1966-ல் ஹரப்பாவின் தோலவிரா பகுதி கண்டுபிடிக்கப்பட்டது.

எது எப்படியிருந்தாலும் 'ரண், சிந்து சமவெளி நதியான ஹக்ராவின் டெல்டா பிரதேசம்' என்ற ஸிவ்ரைட்டின் முடிவு நமக்கு மிகவும் முக்கியமான ஒன்று.[50] ஏனெனில், ரண்ணுக்கு வடக்கே கடலில் சங்கமிக்குமிடம் வரை அந்த நதி 'ஹக்ரா' என்ற பெயரில்தான் அறியப்பட்டிருந்தது என்ற ராவர்ட்டியின் முடிவை ஸிவ்ரைட்டும் ஒப்புக்கொள்கிறார். அவருடைய வரைபடம் (படம் 1.5) இதை மேலும் தெளிவாக விவரிக்கிறது.

'பார்க்குமிடமெல்லாம் இடிபாடுகள்'

ஆர்.டி.ஒல்தாம் 1887-ல் வெளியிட்ட அறிக்கையில் பதின்மூன்று வருடங்களுக்கு முன் எழுதப்பட்ட[51] ஆனால், ஆசிரியர் பெயர் குறிப்பிடப்படாத *கல்கத்தா ரிவ்யூ* (படம் 1.6) இதழில் வெளியான ஒரு கட்டுரையை அடிக்கடி மேற்கோள்காட்டியிருக்கிறார். ஹக்ரா- நரா நதிப்பாதைதான் சட்லெஜின் படுகையாக இருந்திருக்கிறது என்ற கருத்தை அந்தக் கட்டுரையில் இருந்து பெற்றுக்கொண்டிருக்கிறார். அதன் ஆசிரியர் இந்திய ராணுவத்தில் சர்ஜன்-மேஜராகப் பணியாற்றிய ஸி.எஃப்.ஒல்தாம் (உறவினராக இருக்க வாய்ப்பில்லை என்று நினைக்கிறேன்) என்பவர்தான் என்று ஒல்தாம் நம்மிடம் தெரிவித்தார்.[52] இந்த சர்ஜன் மேஜர் மருத்துவக் குறிப்புகள் எழுதியதில் மிகவும் புகழ் பெற்றிருக்கிறார் (குறிப்பாக மலேரியா). எனினும், ராவர்ட்டியைப் போலவே பல்வேறு துறை சார்ந்த வெளிப்பாடுகளுக்காகவும் நினைவுகூரப்படுகிறார். இந்தியா உட்படப் பழங்கால கலாசாரங்களில் காணப்படும் நாக வழிபாட்டின் மூலவேர்கள், சரஸ்வதி நதி ஆகியவையும் அவருடைய ஆய்வுகளில் அடங்கும்.

பெயரிடப்படாத அந்தக் கட்டுரை வெளியாகி இருபது வருடங்களுக்குப் பிறகு 1893-ல் ஸி.எஃப்.ஒல்தாம் ஒட்டுமொத்த விஷயத்தையும் புதிதாக 'சரஸ்வதி நதியும் இந்தியப் பாலைவனத்தில் மறைந்த நதியும்' என்ற தலைப்பிலான கட்டுரையில் விரிவாக அலசினார். அதில் விரிவான வரைபடம் (படம் 1.7) ஒன்றும் இடம்பெற்றிருந்தது. ரிக் வேதத்தில் சரஸ்வதி நதியைப் பற்றிச் சொல்லப்பட்ட செய்திகளைக் குறிப்பிட்டபடியேதான் அவரும் தன் கட்டுரையை ஆரம்பிக்கிறார். அதிலுள்ள ஒரு ஸ்லோகம் சரஸ்வதி நதியை மிகத் தெளிவாக 'இன்றைய யமுனை, சதூத்ரி [சட்லெஜ்] ஆகிய நதிகளுக்கு இடையிலிருப்பதாகச் சொல்கிறது. அதுவே அதன் தற்போதைய பாதையாகவும் இருக்கிறது[54]' என்று சொல்லியுள்ளார். சரஸ்வதி நதியின் தற்போதைய பாதையைச் சுருக்கமாக விவரித்த அவர், கக்கர் நதியுடன் இணைந்த பிறகும்கூட அது 'முன்னர் அது சரஸ்வதி [என்றே அழைக்கப்பட்டது]; இன்றும் கூட அது மக்களுக்கு நன்கு பரிச்சயமுள்ள பெயர்...'[55] என்றும்

சுட்டிக்காட்டுகிறார். ஆகவே, காணாமல்போன அந்த ரிக் வேத நதி இன்றைய கக்கர் நதியின் படுகையில்தான் ஓடியிருக்க வேண்டு மென்பதில் ஒல்தாமுக்கு எந்த சந்தேகமும் இருந்திருக்கவில்லை. அவர், மேலும் முக்கியமான பல விவரங்களையும் நமக்குத் தருகிறார்:

> அதன் பழைய பாதை ஒரு பெரிய நதியின் வறண்ட படுகையை ஒத்ததாக இருக்கிறது. இந்த மாபெரும் நதி ஒரு காலத்தில் பாலைவனம் வழியாக ஓடிக் கடலை அடைந்தது என்று செவிவழிக் கதைகள் சொல்கின்றன.
>
> இந்தக் கதைகளை உறுதிப்படுத்துவகையில், இங்கு சொல்லப்பட்ட ஹக்ரா அல்லது ஸேத்ரா என்ற சிறுநதி பிகானீர், பவல்பூர் வழியாக சிந்துப் பிரதேசத்தில் நுழைந்து அங்கிருந்து கட்ச் ரண்ணை நோக்கிச்சென்றது கண்டுபிடிக்கப்பட்டுள்ளது.
>
> இந்த நதி சமீபகாலம் வரை பாய்ந்தோடிக் கொண்டிருந் திருக்கிறது; அது பாய்ந்து சென்ற இடங்கள் செழிப்பாக வும், வளமாகவும் இருந்தன என்றெல்லாம் சொல்லப் படும் செவிவழிச் செய்திகளும் உண்மைதான். இதை இப்போது வறண்டு மணலாறாக உள்ள பகுதியில் காணப்படும் இடிபாடுகள் நிரூபிக்கின்றன.
>
> இந்த வறண்ட படுகையின் எல்லா இடத்திலும் பழங் காலத்திய நகரங்களும் ஊர்களும் இருந்தன என்பதைக் குறிக்கும்வகையில் சிறிய குன்றுகளைக் காணலாம். சில கோட்டைகள் மிகவும் சிதிலமடைந்த நிலையில் காணப் படுகின்றன. முகமதியர்களின் ஆரம்ப ஆக்கிரமிப்பு கால கட்டத்தில் அவை முக்கியத்துவம் வாய்ந்த இடங்களாக இருந்திருக்கவேண்டும்.
>
> இந்த இடிபாடுகளுக்கிடையில் இந்துக்கள் புராதன காலத்தில் உபயோகித்த மிகப் பெரிய செங்கல்கள் மட்டு மல்லாமல், பிற்காலத்தில் பயன்படுத்திய செங்கல்களும் காணப்படுகின்றன.
>
> இதிலிருந்தெல்லாம் தெரியவருவது என்னவென்றால், இந்தப் பகுதி பல வருடங்களுக்கு வளமும் செழிப்பும் நிறைந்ததாக இருந்திருக்க வேண்டும்... பஞ்சாபின் இப்போதைய ஆறுகளில் காணப்படுவதுபோன்ற நன்னீர் கிளிஞ்சல்கள் இந்தப் பழைய நதியின் படுகையிலும் கரைகளிலும் காணப்படுகின்றன.[57]

THE
CALCUTTA REVIEW.

No. CXVII.

ART. I.—NOTES ON THE LOST RIVER OF THE INDIAN DESERT.

THE large blank space marked "Great Desert," in the north-west of the map of India, is probably familiar to most people. Some, however, may not be aware that a considerable portion of this tract was once cultivated and prosperous, studded with towns and villages, and inhabited by powerful tribes.

No doubt a great part of the desert has undergone little change since pre-historic times. Its ancient name of Marus-thali (region of death) proves this. But with regard to the lands of Nair and Kadal—the Ramala of the Arab geographers—the truth of the legends which assert their ancient fertility is attested by the ruins which everywhere overspread what is now an arid, sandy waste.

In confirmation of the local traditions which ascribe the desolation of this once flourishing country to the drying up of the stream by which it was fertilized, the dry bed of a large river may still be traced from near the Himálaya, through Bhattiána, Bikanír and Bháwalpur, into Sindh; and thence onwards to the Rann of Kach (Runn of Cutch).

This old channel, which is more than six hundred miles in length, is known in different parts of its course as Naiwal, Sotra, Hakra, Wahind, Dahan, &c. The names Sotra, Hakra and Wahind are those most generally used, the others being more local.

In Kiepert's map of Ancient India,* the Sotra or Hakra is represented by a dotted line as a continuation of the Gaggar; and as joining the Indus a little below Uchh. The true position of the channel is, however, forty miles south of that city; and it is plainly traceable onwards into Sindh.

Major-General Cunningham, R.E., has, in his Ancient Geography of India, laid down the course of the Hakra correctly from longitude 74° to longitude 70° (Maps V, VI and IX) as Neudras

---

* In illustration of Prof. Lassen's Indian Antiquities.

A

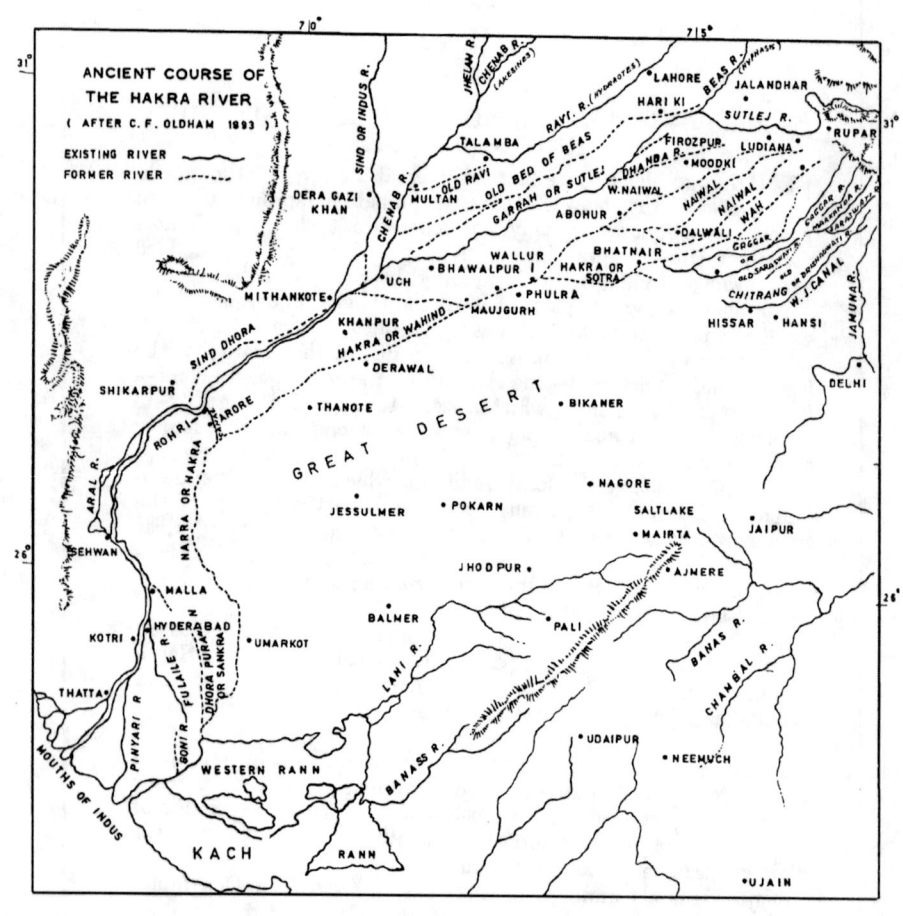

படம் 1.7: ஹக்ரா நதியின் தடத்தைக் காண்பிக்கும் ஸி.எஃப். ஒல்தாமின் வரைபடம் (1893).56 நீர் இருக்கும் நதிகள் தொடர்ச்சியான கோடுகளால் குறிப்பிடப்பட்டுள்ளது. வற்றிப் போன நதிகள் புள்ளிக் கோட்டின் மூலம் குறிப்பிடப்பட்டுள்ளது. சரஸ்வதி நதி கக்கரின் கிளை நதியாகக் காட்டப்பட்டுள்ளது. அதற்கும் கீழே (சீர்ஸாவுக்கு மேலே) கக்கர் அல்லது பழைய சரஸ்வதி ஆறு, கீழே சித்ராங் அல்லது த்ருஷத்வதி ஆறு.

ஒல்தாமின் கணிப்புகள் அவருக்கு முன்பே ஆய்வு செய்தவர்களின் முடிவுகளுடன் பெரிதும் ஒத்துப்போகின்றன. ஆனால், தாங்கள் கண்ட இடிபாடுகளும் சிறு குன்றுகளும் பல ஆண்டுகளுக்கு முன் மறைந்த ஒரு நாகரிகத்தின் அடையாளங்கள்தான் என்பதை இவர்களால் யூகிக்க முடியவில்லை.

கக்கர்-ஹக்ரா நதியிலிருந்து சட்லெஜ் நதித்தடம் மாறிப்போனதுதான் சரஸ்வதி காணாமல்போனதற்குக் காரணம் என்று ஒல்தாம் சொன்னதை ஸி.எஃப். ஒல்தாமும் ஒப்புக்கொள்கிறார். நதி இப்படித் தடம் மாறுவது தொடர்பாகப் பலருக்கும் தெரிந்த ஒரு விஷயத்தைச் சுட்டிக்காட்டுகிறார்: 'ஒப்பீட்டளவிலான சமீபகாலங்களில்கூட சட்லெஜ் நதி பலமுறை தடம் மாறியுள்ளது. பார்க்கப்போனால் நூறு வருடங்களுக்கு முன்பு [அதாவது 18ம் நூற்றாண்டின் பிற்பகுதியில்] இந்த நதி லூதியானா கோட்டையிலிருந்து தடம் மாறி ஓடியது. அது இப்போதைய வழித்தடத்தில் இருந்து ஐந்து மைல் தொலைவில் இருக்கிறது.'[58]

அந்த வறண்ட நதியின் தடம் பவல்பூர் வழியாக சிந்துப் பிரதேசத்தில் நுழைந்து கடைசியில் 'நரா என்று பொதுவாக அறியப்பட்ட பழம் பெரும் நதிப்படுகையுடன் சேர்ந்ததையும்' ஒல்தாம் கண்டுபிடித்தார். 'இந்தக் குறுநதிக்கு ஹக்ரா, ஸாகரா, வாஹிந்த், தஹன் என்ற வேறு பெயர்களும் உண்டு. கடைசியில் இந்த நதி கட்ச் ரண்வரை சென்றது...[59] ஹக்ரா என்ற பெயர்... கட்ச் ரண்ணில் சேரும் வரை நராநதி அந்தப் பெயரிலேயே அழைக்கப்பட்டுவந்தது. அதாவது, பட்னீர் (ஹனுமான்காட்) முதல் கடல் வரை இந்தக் குறுநதி 'ஹக்ரா' என்ற பெயரிலேயே அறியப்பட்டது.'[60]

ஸி.எஃப். ஒல்தாமின் கணிப்பின்படி, ராஜஸ்தான் முதல் அரபிக்கடல் வரை ஹக்ரா என்ற பெயரில் ஒரே ஒரு நதிதான் இருந்தது. இந்தக் கருத்தை ராவர்ட்டியும் ஸிவ்ரைட்டும் ஏற்றுக்கொள்கிறார்கள். இவர்கள் இருவருமே கட்ச் ரண்ணுக்கு வடக்கில் கடலில் சேரும் நதியின் இறுதிப் பகுதியை 'ஹக்ரா' என்றே அழைத்தனர் என்பதை முன்பே பார்த்தோம்.

ஸி.எஃப்.ஒல்தாம் தன்னுடைய கட்டுரையில் தெரிவித்திருக்கும் இன்னொரு பாரம்பரிய நம்பிக்கையையும் பார்ப்போம். 'பிகானீர்* எல்லைப்பகுதியில் இருக்கும் மேர் இன மக்களிடையே ஒரு நம்பிக்கை வழக்கில் இருக்கிறது. பண்டைய காலத்தில் கட்ச் ரண் பிரதேசத்துக்கு

* பிகானீர், ராஜஸ்தானின் வட பகுதியில் இருக்கும் ஊர், அதே பெயர் கொண்ட பிரிட்டிஷ் அதிகாரத்துக்குட்பட்ட ராஜ புதன நகரத்தின் தலைநகரமாக அது இருந்தது. 1949-ல் ராஜஸ்தானுடன் இணைக்கப்பட்டது.

வடக்கேயுள்ள பகுதிகளில் வாழ்ந்து வந்த இந்தப் பழங்குடிகளின் கதைகளின்படி 'மேர்'[61] தேசத்துக்குத் தெற்கே 'காக்' (Kak) என்ற இடத்தில் ஹக்ரா நதியின் நீர் பாய்ந்து ஒரு பெரிய ஏரி உருவாகியிருந்ததாம். இதிலிருந்து 'காக்' பிரதேசத்தில் இருந்த 'பெரிய ஏரி' வேறெதுவும் இல்லை, இன்றைய கட்ச் ரண்தான் என்பது தெரியவருகிறது.

தவிரவும் ஒல்தாம் உள்ளூரில் வழக்கில் இருந்த இன்னொரு செவி வழிக் கதையைக் குறிப்பிட்டிருக்கிறார். அதன்படி முன்னொரு காலத்தில் 'சட்லெஜ் நதி இமயமலையிலிருந்து தெற்காகப் பாய்ந்து சிந்துப் பிரதேசம் வழியாகக் கடலில் கலந்தது'. ஆனால், அன்று இளவரசனாக இருந்து பின்னர் துறவியான பூரண் (இவர் பல பஞ்சாபி தொன்மக் கதைகளில் கதாநாயகராகவும் இருப்பவர்) ஏதோவொரு காரணத்தினால், அந்த நதியைத் தடம் மாறி மேற்கே பாய வேண்டுமென்று சாபமிட்டார். 'அதன் விளைவாக அந்த நதி மேலும் மேலும் மேற்கு நோக்கி நகர்ந்து சென்றது. அப்படியாக, அறுநூற்றைம்பது வருடங்களுக்கு முன்பு அது பீயாஸ் பள்ளத்தாக்கை அடைந்தது...', இது பொ.யு.13-ம் நூற்றாண்டில் நடந்திருக்க வேண்டும்; காலம் பற்றிய குறிப்பை விட்டுவிடுவோம். ஆனால், சட்லெஜ் நதி இப்படி வழிமாறியதன் விளைவாக, 'ஹக்ரா நதியின் கரைகளிலிருந்த பகுதிகளில் கடும் வறட்சியும் பஞ்சமும் நிலவின. மனிதர்களும் மிருகங்களும் ஆயிரக் கணக்கில் பட்டினியால் இறக்க நேர்ந்தது. மீதமிருந்தவர்கள் அங்கிருந்து வெளியேறி சிந்து நதிக்கரையில் குடியேறினார்கள். அன்று முதல் அந்தப் பகுதி பாலைவனமாகவே இருந்துவருகிறது'.[62]

இந்தச் செவிவழிக்கதை, ஜேம்ஸ் டாட் பல ஆண்டுகளுக்கு முன் எழுதியதைப் போலவே, நம்பத் தகுந்த ஒன்று என்றே ஒல்தாம் நினைத்தார். 'கட்ச் ரண் பகுதிக்கு அருகில் வசித்து வந்த அனைத்து பழங்குடி மக்களின் செவிவழிக்கதைகளும், இன்று உவர் நிலமாகவும் மணல் படுகையாகவும் இருக்கும் இந்தப் பகுதி ஒரு காலத்தில் கழிமுகத் துவாரமாக (Estuary)[63] இருந்தது என்ற விஷயத்தில் ஒத்துப்போகிறது' என்று குறிப்பிட்டிருக்கிறார். இது வட மேற்கில் இருக்கும் சிந்து நதியின் கழிமுகத்துவாரம், வடக்கில் இருக்கும் நரா-சரஸ்வதி நதியின் கழிமுகத்துவாரம் இன்றைய வட கிழக்கில் இருக்கும் லூனி நதியின் முகத்துவாரம் இந்த மூன்றும் இணைந்து உருவானது. இதில் கடைசி நதி மட்டுமே இப்போதும் பாய்ந்துவருகிறது. இந்த நிலப்பகுதியைப் பார்க்கும்போது, இது மிகப் பெரிய கழிமுகமாக இருந்திருக்க வேண்டும் என்பது தெரிகிறது.

முன்பொரு காலத்தில் சட்லெஜ் நதி ஹக்ராவுடன் இணைந்தது என்று இரண்டு ஒல்தாம்கள், ராவர்ட்டி ஆகிய ஆய்வாளர்கள் கொண்டிருந்த

கருத்தை 1908-ல் வெளிவந்த இம்பீரியல் கெஸட்டியர் (Imperial Gazetteer) பதிப்பும் ஆமோதித்தது: 'கி.பி.1000-ல் அது [சட்லெஜ் நதி] ஹக்ராவின் கிளையாகத்தான் இருந்தது. பின்னர் அது கிழக்கு நராவுடன் இணைந்தது... ஆகவே ஹக்ரா அல்லது சட்லெஜ் நதிதான் இந்தியப் பாலைவனத்தில் பாய்ந்து மறைந்த நதியாக நதியாக இருக்க வேண்டும். ஏனென்றால், இரண்டுமே ஒரே படுகையில்தான் பாய்ந்தன. அந்த நீர்தான் பிகானீர், சிந்து பகுதிகளை எழில் பூத்த நந்தவனமாக ஆக்கியிருந்தன.'[64]

காலப்போக்கில், இதுவே சிற்சில மாறுபாடுகளுடன் ஆதாரமான பார்வையாக ஆனது. இதனிடையில் ஸி.எஃப். ஓல்தாம் ஒரு விஷயத்தில் திருப்தியடைந்திருந்தார் :

> 'மறைந்து போன நதி' இமயம் முதல் கட்ச் ரண்வரை ஓடியது என்பது இப்போது கண்டுபிடிக்கப்பட்டுள்ளது... வேதங்களில் சரஸ்வதி நதி கடல்வரை பாய்ந்தோடியது என்று சொல்லியிருப்பதையும் மகாபாரதத்தில் இது பாலைவன மணலில் பாய்ந்து வற்றிப்போனது எனச் சொல்லியிருப்பதையும் பார்த்தோம். அந்தந்த நேரங்களில் நடந்த நிகழ்வுகளைத்தான் அவை சரியாக விவரித்திருக்கக்கூடும்.[65]

'வேதங்களில் சரஸ்வதி நதி கடல்வரை பாய்ந்தோடியது என்று சொல்லியிருப்பது' எதைக் குறிக்கிறது? மகாபாரதம் எப்படி இந்த இடத்தில் ஓல்தாமால் குறிப்பிடப்படுகிறது? இவற்றுக்கான விடைகளையறிய நாம் அவற்றையும் அவை போன்ற புராதன படைப்புகளைப் பார்க்க வேண்டும். பாலைவனத்தில் இருந்து வெகு தொலைவில் இருக்கும் இந்தப் பகுதி, வேத காலத்தில் மிகவும் செழிப்புடன் இருந்ததாகச் சொல்லப்பட்டிருக்கிறது. இந்தப் பகுதி எப்படி அழிய நேரிட்டது என்பது தொடர்பாக என்னவொரு தகவல் கிடைத்தாலும் அதைச் சேகரித்துக்கொள்ளவேண்டும்.

{2}

மகா சரஸ்வதி

இந்தியாவின் முதல் இரண்டு நாகரிகங்களின் பிறப்பிடமான சிந்து சமவெளியையும் கங்கைச் சமவெளியையும் பிரிக்கும் நதிப்படுகையின் காலப்போக்கிலான மாற்றங்கள் பற்றி செவிவழிக் கதைகள், புவி இயல் ஆய்வுகள் ஆகியவை என்ன சொல்கின்றன என்பதைப் பார்த்தோம். ஆரம்பகாலப் புனித நூல்களில் இருந்து மூன்றாவதாக இன்னொரு நதி பாய்ந்திருப்பது தெரியவருகிறது. அதன் பெரும்பகுதி தொன்மங்களின் காடுகளினூடாகவே (அந்த வார்த்தையின் முழு அர்த்தத்திலேயே இதைச் சொல்கிறேன்) பாய்ந்தோடுகிறது என்றாலும் அதில் ஆச்சரியப்படும்வகையியான ஓர் உள்ளர்ந்த ஒத்திசைவு இருப்பதையும் பார்க்கமுடிகிறது.[1]

நதிகளில் சிறந்தது

ரிக் வேதத்தில் நாற்பத்தைந்து ஸ்லோகங்கள் சரஸ்வதியின் புகழைப் பாடுகின்றன; அவருடைய பெயர் 72 தடவைகள் சொல்லப்படு கின்றன. மூன்று ஸ்லோகங்கள் முழுவதும் சரஸ்வதிக்கே அர்ப் பணிக்கப்பட்டுள்ளன. பெரும்பாலும் இலா, பாராதி என்ற இரு தேவி யருடன் சேர்ந்தே சரஸ்வதி வணங்கப்படுகிறார். சரஸ்வதி நதியின் நீர் 'மாபெரும் வெள்ளக்காடு'[2] என்று புகழப்படுகிறது. சிறந்ததில் அதி சிறந்தது, நதிகளிலேயே அதிவேகமாகப் பாயக்கூடியது, 'பிரமாண்ட மாகவே படைக்கப்பட்டது'[3] என்றெல்லாம் சொல்லப்படுகிறது. 'எல்லையில்லாத, தடையின்றிப் பாய்ந்து செல்லும், அதி வேகமாகப் பாயும்' அந்த நதி, 'கம்பீரத்திலும் பலத்திலும் ஈடுஇணையற்றது'[4], 'காதைப் பிளக்கும் சப்தத்துடன் பாய்ந்து வரும்.'[5] சரஸ்வதி நதி மற்ற நதிகளுக்குத் தாயைப்போன்றவள் (சிந்து மாதா[6]). வேத காலத்தி லிருந்த குலங்களில் குறைந்தபட்சம் 'புரு' வம்சத்தினர் இதன் இரு கரைகளிலும்[7] இருந்த புல்வெளிகளில் வசித்து வந்ததாகக் கூறப் படுகிறது.

சமஸ்கிருத மொழிப்புலவர்கள் 'சரஸ்வதி' என்ற வார்த்தைக்கு 'குளங்களின் சங்கிலித் தொடர்', 'ஏரிகள் (சரஸ்) நிறைந்தது' என்று பொருள் கொள்கிறார்கள். அதன் அடிப்படையில் அந்த நதி தொடக்கத்தில் எப்படி இருந்திருக்க வேண்டுமென பல்வேறு தீர்மானங்களை முன்வைக்கிறார்கள்; ஆனால், 'சரஸ்' என்ற வார்த்தைக்கு நீர் அல்லது நீரோட்டம் ('சர' என்ற வேர்ச்சொல் பாய்தல் என்றபொருளைத் தருகிறது) என்று பொருள். 'அவள் பாயும் கணங்கள் கொண்ட நீராலானவள்'[8] என்று ஸ்ரீஅரவிந்தர் சொல்வதைப்போல் நதியின் பெயரை இப்படியும் சொல்லலாம்.

இந்த இரு விளக்கங்களுமே நியாயமானவையே. ஆகவே, பெயரின் அடிப்படையில் மட்டுமே சரஸ்வதிக்கு பவுதிக உருவம் தருவது சரியாக இருக்காது. (இந்த இரு விளக்கங்களும் சரியாகக்கூட இருக்கலாம். மிகவும் சம தளமான ஒரு பகுதியில் ஓடும் நதி வளைவான ஒரு படுகையில் பாய்ந்து பிறகு அதை விட்டு விலகிச் செல்லும்போது இடையிலுள்ள அந்த நீர்நிலை "U' வடிவ ஏரிபோலக் காட்சியளிக்கும். (Oxbow lake)

வலிமையும் வேகமும் நிறைந்ததாக இருந்த காரணத்தாலேயே சரஸ்வதி நமக்கு 'ஊக்கம்', 'உத்வேகம்' ஆகியவற்றுக்கெல்லாம் குறியீட்டு அடையாளமாக வேதங்களில் வர்ணிக்கப்படுகிறாள். 'சந்தோஷமான உண்மைகளைத் தூண்டுபவள்' அதோடு, 'சிந்தனை வெள்ளம் பெருக்கெடுக்கச் செய்பவள், அனைத்து எண்ணங்களையும் பிரகாசிக்கச் செய்பவள்'[9] என்று புகழப்படுகிறாள். 'அனைத்துத் தாய்களிலும் அவளே சிறந்தவள்', 'அனைத்து நதிகளிலும் அவளே சிறந்தவள்' 'அனைத்து தெய்வங்களிலும் அவளே உயர்ந்தவள்'[10] என்றெல்லாம் சரஸ்வதி வர்ணிக்கப்படுகிறாள். கங்கையில் ஆரம்பித்து காவிரிவரை இந்தக் காலகட்டத்தில் இருந்துதான் நதியானது தெய்வமாக்கப்படுவது ஆரம்பிக்கிறது. சில நூற்றாண்டுகள் கழித்து, குறிப்பாகச் சொல்வதானால், யஜுர் வேதத்தில், வாக்கின் (சமஸ்கிருதத்தில் 'வச' அல்லது 'வாக்') தெய்வமாக சரஸ்வதி ஆக்கப்படுகிறார்.

சிந்து நதியையோ ராவி நதியையோ விட்டுவிட்டு சரஸ்வதி நதியை 'வாக்தேவி'யாகத் தேர்ந்தெடுத்தது ஏன் என்று சில ஆய்வாளர்களுக்கு ஆச்சரியம் எழுந்தது. சிலர் இதற்கு எளிய காரணம் ஒன்றைச் சொல்கிறார்கள். அதாவது, 'கள கள' என்ற ஓசையுடன் பாய்ந்தோடிய இந்த நதியின் கரையில்தான் ரிக் வேத கால ரிஷிகளின் ஆசிரமங்கள் இருந்தன: ரிக் வேதத்தில் கவித்துவமாகச் சொல்லப்பட்டிருக்கும் நதியின் சப்தம் கூடிய சீக்கிரமே குறியீட்டுத்தளத்துக்குக் கொண்டு செல்லப்

படம் 2.1 : சரஸ்வதி தேவியின் சிலை. (கங்கை கொண்ட சோழபுரம், தமிழ்நாடு); மேல்புற இடது கையில் இருக்கும் கமண்டலம் நதியைக் குறிக்கிறது. கீழ் இடது கையில் காணப்படும் ஓலைச் சுவடி வேத நூலைக் (தேவ வசனம்-வாக்) குறிக்கிறது.

பட்டிருக்கும். அதனாலேயே அவர்கள் சரஸ்வதி நதியை 'வாக் தேவி' யாகத் தேர்ந்தெடுத்தனர் என்பது ஒரு சாராரின் அபிப்பிராயம்.

வேறுசிலர் ஆரம்பகாலம் முதலே சரஸ்வதி நதி 'ஸ்லோகங்களை உருவாக்க உத்வேகம் தருபவள்'[11] என்று வர்ணிக்கப்பட்டு வந்தாள். ஆகவே, அவளை வாக்குக்கு தேவி என்றழைப்பது இயல்பானதுதான் என்கின்றனர். இந்தக் கோணத்தை வளர்த்தெடுத்துச் செல்லும் கனடா நாட்டைச் சேர்ந்த காத்தரீன் லுட்விக் (Catherine Ludvik) என்ற இந்தியவியலாளர் சமீபத்தில் சரஸ்வதி தேவியை 'அறிவின் நதி சார் தெய்வம்'[12] என்று வருணித்து ஓர் அற்புதமான ஆய்வு நூல் ஒன்றை வெளியிட்டுள்ளார். சரஸ்வதி தேவி மனித மனத்தினுள்ளில் எழும் உத்வேகம் மிகுந்த எண்ணங்களுடன் (சமஸ்கிருதத்தில் 'தி') நிலையான தொடர்புடையவள் என்கிறார். ஒருவருடைய பேச்சும் உத்வேகமுமே, அறிவு, கல்வி ஆகியவற்றின் வாகனமாகும்.

அப்படியாக, நதியின் உருமாற்றம் முழுமையடைந்தது. வாக்தேவியாக இருந்த சரஸ்வதி நாளடைவில் வேதங்களின் தாயாகவும் பிரம்மாவின் மனைவியாகவும் (சில நேரங்களில் மகளாகவும்) ஆனாள். நுண்கலைகளையும் தன்னுடன் இணைத்துக்கொண்டாள். புத்த, சமண மத

வழிபாடுகளிலும் சரஸ்வதி இடம்பெற்றாள். சமணர்கள் சரஸ்வதியை பதினாறு வித்யா தேவியரின் அல்லது அறிவுத் தெய்வங்களின் தலைவியாகக் கொண்டாடினார்கள். 'ஞான பஞ்சமி' என்ற ஒரு சிறப்பு சமண விழா சரஸ்வதிக்கு அர்ப்பணிக்கப்பட்டுள்ளது.

இந்த நதித் தெய்வம் தன் இந்தியக் கரைகளை உடைத்துக்கொண்டு பாய்ந்து சீனா, ஜப்பான் போன்ற தென் கிழக்கு ஆசிய நாடுகளிலும் வணங்கப்படுகிறது (மியான்மாரில் 'துயாததி' என்ற பெயரிலும் ஜப்பானில் 'பென்டென்' அல்லது 'பென்ஸைட்டன்' என்ற பெயரிலும் அழைக்கப்படுகிறாள்).

இனி நாம் வேத காலத்துக்குத் திரும்புவோம். சரஸ்வதியின் ஆரம்ப காலக் குறியீட்டு அம்சங்கள் மிகத் தெளிவாக பவுதிகத் தகவல்களை, அதாவது, உண்மையில் இருந்த ஒரு நதியை அடிப்படையாகக் கொண்டிருக்கின்றன. ரிக் வேதத்தில் மிகவும் அரிதாகவே புவியியல் அமைப்பு சார்ந்து குறிக்கப்படுவதுண்டு. அவற்றில் ஒன்றான 'நதி ஸ்துதி சூக்தம்' என்ற நதிகளைப் புகழ்ந்து பாடும் பாடலில் இது தெளிவாகக் குறிக்கப்பட்டுள்ளது. வேத கால உலகின் பத்தொன்பது நதிகளை ஒன்றன்பின் ஒன்றாக வர்ணிக்கிறது. இந்த சூக்தத்தின் ஐந்தாவது, ஆறாவது மந்திரங்களில் கீழ்க்கண்டவாறு சொல்லப்பட்டிருக்கிறது:

இமம்மே கங்கே யமுனே சரஸ்வதி சுதுத்ரி ஸ்தோமம் ஸசதா பருஷ்ணயே
அஸிக்ஞ்யா, மருத்வ்ரதே, விதஸ்தயார்ஜிகியே, ஸ்ருனுஹ் யா சுஷோமாய
த்ரஸ்தாமயா ப்ரதமம் யாதவே சஜுூஹுூ சுஸர்த்வ ரசயா ஸ்வேத்ய த்யா
த்வம் சிந்தோ குபயா கோமதிம் க்ருமும் மேகதன்வா சரதம் யயாபிர் இயாஸே

(10.75.5-6)

> ஹே, கங்கா, யமுனா, சரஸ்வதி, சுதுத்ரி (சட்லெஜ்), பருஷ்ணீய (ராவி) என் வாழ்த்துகளை செவிமடுத்துக் கேளுங்கள்! ஓ அஸிக்ஞ்யா (செனாப்), மருத்வ்ருதே (மருத்வ்ரதன்), என் குரலுக்கு விதஸ்தா (ஜீலம்), ஆர்ஜிகி, சுஷோமாவுடன் சேர்ந்து செவிசாயுங்கள்.

ஆரம்பத்தில் நீங்கள் த்ரஸ்தாமாவுடன் இணைந்து, சுஸர்த்வவுடனும், ரசாவுடனும் பின்னர் ஸ்வேத்யாவுடனும், சிந்து நதியுடனும், குபவுடனும் (காபூல்) இணைந்து, பின்னர் கோமதியை (குமல் அல்லது கோமல்) நோக்கிச் செல்கிறீர்கள், மேகதன்வாவுடன் சேர்ந்து க்ருமவுக்கும் (குர்ரம்) சென்று, பின்னர் இவற்றுடன் இணைந்து செல்கிறீர்கள்.

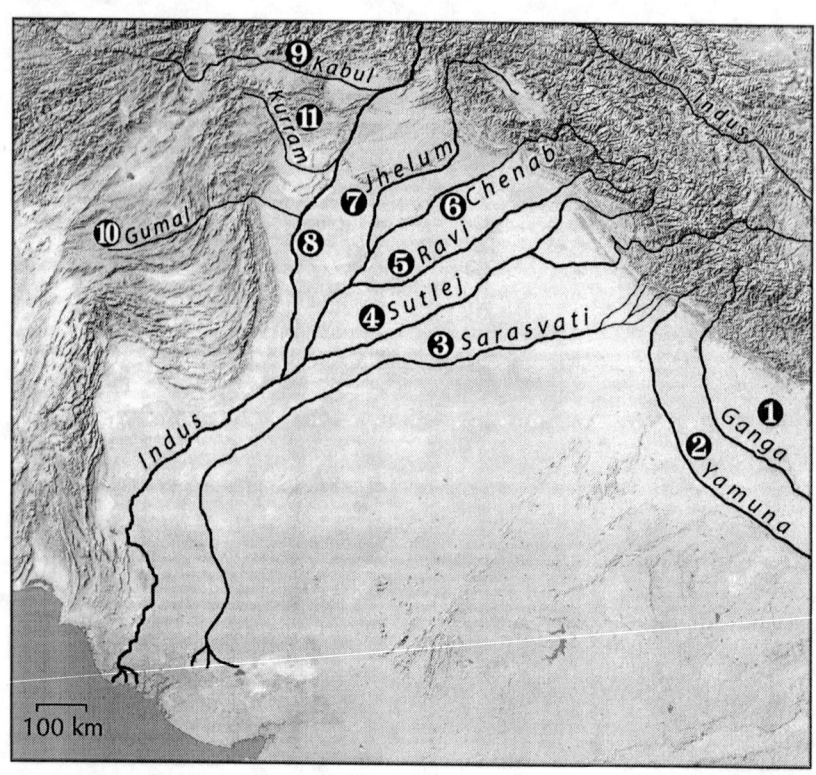

படம் 2.2: நதி ஸ்துதி சூக்தத்தில் இடம்பெற்றுள்ள நதிகளின் பெயர்கள் அதே வரிசையில் குறிப்பிடப்பட்டிருக்கின்றன. சிந்து நதிக்கும் சரஸ்வதி நதிக்கும் இடைப்பட்ட பகுதி 'சப்த நதிகள் பாயும் இடம்' எனப்படுகிறது (இந்த நதிகளின் இன்றைய படுகைதான் படத்தில் குறிக்கப்பட்டிருக்கிறது. வேத காலத்தில் ஓடிய தடத்தில் இருந்து சில நதிகள் தடம் மாறியிருக்கின்றன).

அட்டவணை 2.1: நதி ஸ்துதி சூக்தத்தில் சொல்லப்பட்டுள்ள முக்கியமான நதிகளின் பெயர்கள் அவற்றின் கிரேக்க, ஆங்கிலப் பெயர்களுடன்.

சமஸ்கிருதம்	கிரேக்கம்	ஆங்கிலம்
கங்கா	Gange/Ganges	Ganges
யமுனா	Diamouna/Joyamanes	Yamuna
சுதுத்ரி (பின்னாளில் ஷதத்ரு)	Zaradros/Hesudras	Sutlej
விபாஷ்	Hyphasis	Beas
பருஷ்ணயே (பின்னாளில் ஐராவதி)	Hydraotes/Hyarotis	Ravi
அஸிக்ஞ்யா	Akesines	Chenab
விதஸ்த	Hydaspes	Jhelum
சிந்து	Indos	Indus
குப	Kophen	Kabul

இந்த அற்புதமான ஸ்லோகம் கங்கை நதியில் ஆரம்பித்து மேற்கு திசையில் சிந்து நதியையும் அதன் மூன்று கிளைகளையும் நோக்கி நகருகிறது. இந்தக் கிளை நதிகள் ஆஃப்கானிஸ்தானிலுள்ள சுலைமான் மலைப்பிரதேசங்களிலிருந்து பாய்ந்துவருகின்றன. இவற்றின் மொத்த தூரம் குறைந்தது ஆயிரம் கிலோமீட்டருக்குமேல் இருக்கும். மேற் கண்ட ஸ்லோகத்தை எழுதியவர் ஒரு பறவைப் பார்வையில் அந்த ஒட்டுமொத்தப் பரப்பையும் சொல்லிவிட்டிருக்கும்விதமானது அந்தப் பகுதியின் நிலப்பரப்பை எத்தனை துல்லியமாக அறிந்து வைத்திருக் கிறார் என்பதை வெளிப்படுத்துகிறது (படம் 2.2).

'வேதங்களில் நாம் காணும் பண்பட்ட காலகட்ட சிந்தனை' பற்றிய கருத்தாக்கத்தை உருவாக்கிய ஜெர்மன் அறிஞர் மாக்ஸ் முல்லர்கூட 'இந்த ஸ்லோகத்தில் குறிப்பிடப்பட்டுள்ள நதிகள் அனைத்தும்... பஞ்சாபின் உண்மையான நதிகள். ஒரு சாதாரண கிராமப்புறக் கவிஞரிடம்[13] இருந்து நாம் எதிர்பார்ப்பதைவிட மிக விரிவான பூகோளப்பரப்பை இந்த ஸ்லோகம் சுட்டிக்காட்டுகிறது' என்று புகழ்ந்து சொல்லும்படி நிர்பந்திக்கப்பட்டிருக்கிறார். இப்படியான ஒரு வஞ்சப் புகழ்ச்சியை அந்தக் கவி எப்படி எடுத்துக்கொண்டிருப்பார் என்பதை நினைத்துப்பார்த்தால் நமக்கு வியப்பே ஏற்படும்.

எனினும், இந்த ஸ்லோகத்தில் நாம் முக்கியமாகக் கவனிக்க வேண்டியது என்னவென்றால், சரஸ்வதி நதியானது யமுனைக்கும் சட்லெஜுக்குமிடையில் ஓடுகிறது என்ற வாசகம்தான். அதே இடத்தில்தான் பின்னர் வந்த பிரிட்டிஷ் ஆராய்ச்சியாளர்கள் அகன்ற, வறண்ட ஆற்றுப்படுகைகளையும் சிதிலமடைந்த நகரங்களையும் கண்டுபிடித்துள்ளனர். அங்குதான் ஒரு பெரிய நதி பண்டைக்காலத்தில் ஓடிக்கொண்டிருந்ததென்று உள்ளூர் செவி வழிக்கதைகளும் உறுதிப் படுத்துகின்றன. மெள்ள ஒரு சித்திரம் உருவாகிவருகிறது அல்லவா.

ரிக் வேதத்திலிருந்து மேலும் சில விஷயங்களையும் நாம் தெரிந்து கொள்ளமுடியும்: 'ஏழு சகோதரிகள் கொண்டவள்' அல்லது 'ஏழு சகோதரி களில் ஒருத்தி'[14] என்று சரஸ்வதி சொல்லப்படுகிறாள். அது முழுவதுமே குறியீட்டு வாக்கியமாக இல்லாமல் இருக்கும்பட்சத்தில், சரஸ்வதிக்கு ஏழு அல்லது அதற்கும் மேற்பட்ட கிளை நதிகள் இருந்தன என்று எடுத்துக்கொள்ளலாம்; வேறொரு ஸ்லோகத்தில் சரஸ்வதி 'ஏழாவது'[15] என்று குறிப்பிடப்பட்டிருக்கிறது. மற்றொரு ஸ்லோகத்தில் இது 'த்ருஷத்வதி'[16] என்ற வேறொரு நதியுடன் இணைத்துப் பேசப்பட்டிருக் கிறது. 'அதன் சக்திவாய்ந்த அலைகள் மலைத் தொடர்களை ஊடுருவிப் பாய்ந்து செல்கின்றன'[17] என்ற வரியிலிருந்து சரஸ்வதி நதி மலைகளில் உற்பத்தியானதென்பது தெரியவருகிறது. 'தங்கு தடையின்றி'

பாய்வதோடு 'மலையிலிருந்து கடல் வரை அதி தூய்மையுடன் பாய்ந்து செல்கிறது'[18] (கிரிபயா ய சமுத்ராத்) என்றும் சொல்லியிருப்பது இதை மேலும் உறுதி செய்கிறது. இந்த ஸ்லோகத்தை மனத்தில் வைத்துத்தான் ஸி.எஃப்.ஒல்தாம் 'சரஸ்வதி நதி கடலை நோக்கிப் பாய்ந்து செல்வது பற்றி வேதத்தில் சொல்லப்பட்டிருப்பவை' என்று சொல்லியிருக்கிறார்.

நதியின் மறைவு

சரஸ்வதி நதியைப்பற்றி ரிக் வேதத்தில் சொல்லப்பட்டதைவிடக் கூடுத லாகப் பிற மூன்று வேதங்களில் (யஜுர், ஸாம, அதர்வண வேதங்களில்) ஒன்றும் சொல்லப்படவில்லை. யஜுர் வேதத்தில் ஒரே ஒரு இடத்தில் மட்டும் சரஸ்வதி நதிக்கு ஐந்து கிளை நதிகள் இருப்ப தாகக் குறிப்பிடப்பட்டுள்ளது. ரிக் வேதத்தில் 'ஏழு சகோதரிகள்' என்று சொல்லப்பட்டதன் பிரதிபலிப்பு.

எனினும், அடுத்தகட்ட வேத படைப்புகளான 'பிரமாணங்கள்'* தோன்று வதற்கு முன்பாக வேறு ஏதோ ஒரு முக்கிய சம்பவம் நடந்திருக்க வேண்டும். அந்தப் புராதனப் படைப்புகள் சிலவற்றுள் சரஸ்வதி நதி 'விநாசனம்' என்ற இடத்தில் மறைந்தது என்று சொல்லப்பட்டுள்ளதைப் பார்க்கிறோம். விநாசனம் என்றால் மறைவு அல்லது இழப்பு என்று அர்த்தம்: அதாவது, முன்பு 'தங்கு தடையின்றி' கடல் வரை ஓடிக் கொண்டிருந்த சரஸ்வதி நதி இப்போது அப்படி இல்லை.

சில பிரமாணங்கள் சரஸ்வதி நதி 'ப்லாக்ஷப்ராஸ்ரவனா'[21] என்ற இடத்தில் உற்பத்தியானதாகக் குறிப்பிடுகின்றன. அங்கு ஒரு மிகப் பெரிய ஆலமரம் (ப்லாக்ஷா) இருந்ததால் அந்தப் பெயர் வந்தது.[22] ஷிவாலிக் மலைப்பிரதேசத்துக்கு[23] அருகில் இந்த இடம் இருந்ததாக மகாபாரதம் தெளிவாகக் கூறுகிறது. இந்த உற்பத்தி ஸ்தானத்திலிருந்து சரஸ்வதி மண்ணில் மறைந்து போன இடம் 44 'ஆஷ்வினா'களுக்கு அப்பாலிருக்கிறது என்று சொல்லப்பட்டிருக்கிறது. (அதாவது, குதிரை யில் 44 நாட்கள் பயணம் செய்யும் தொலைவு). இங்கு ஒரு பிரச்னை எழுகிறது. ஒரு நாளைக்கு நாற்பது கி.மீட்டர் தூரம் கடந்து

---

* வேதங்களின் மிக நீண்ட விரிவுரைகள். (பிரமாண என்ற வார்த்தை பிரம்மன் என்பதில் இருந்து வந்திருக்கிறது. ரிக் வேதத்தில் அதன் முக்கிய அர்த்தம் பிரார்த்தனை அல்லது ஸ்லோகம்) மிக முக்கியமான காவிய கதைகள் நீங்கலாக சடங்குகள் நடத்துவதற்கான விரிவான வழிகாட்டிக் குறிப்புகள் அதில் இடம்பெற்றிருக்கும். வேதங்களுக்கும் (ஸ்மிருதிகள் அல்லது ஸ்லோகங்களின் தொகுப்புகளுக்கும்) பிர மாணங்களுக்கும் இடையில் குறைந்தது பல நூற்றாண்டு இடைவெளிகள் காணப் படுகின்றன.

சென்றாலும்கூட இந்த இரு இடங்களுக்குமிடையே உள்ள தூரம் ஷிவாலிக் மலைத் தொடரிலிருந்து அரபிக்கடல் வரையுள்ள தூரத்தை விட அதிகமாக இருக்கும்! இங்கு சொல்லப்பட்டிருக்கும் தொலைவு கற்பனையானதே. அதை அப்படியே எடுத்துக்கொள்ளக்கூடாது என்று பஞ்சவிம்சப் பிராம்மணம் தெளிவாக நமக்கு உணர்த்துகிறது. ஏனென்றால், அது 'பூமிக்கும் சொர்க்கத்துக்கும் இடையிலான தொலைவு அது'[24] என்றும் சொல்கிறது.

சரஸ்வதி நதி காணாமல்போன அல்லது மறைந்துபோன இந்த இடம் பவுதிக இருப்பில் இருந்து அபவுதிக நிலைக்குச் செல்ல ஆரம்பித்தது (விநாசனா என்பது 'அதர்சனா' அதாவது கண்ணுக்குத் தெரியாத என்றும் அழைக்கப்பட்டது). இதன் விளைவாக விநாசனம் தீர்த்தாடனத்தலமாக மாறியது. இதே நூலும் பின்னர் வந்த பல படைப்புகளும்[25] தங்களுடைய புனித யாத்திரையைத் தொடங்கும் முன்பு யாத்ரீகர்கள் இங்கு எப்படியான பூஜைகள் செய்தனர் என்பதை விவரிக்கின்றன. அந்தப் புனிதப் பயணமானது சரஸ்வதி நதியின் உற்பத்தி ஸ்தானம் நோக்கியதாக த்ருஷத்வதி நதியுடன் கலக்குமிடத்தையும் கடந்து செல்வதாக இருந்தது. இந்தக் கடைசித் தகவல் மிகவும் முக்கியமானது. சரஸ்வதி நதியைப் பற்றிப் பல சிறந்த கட்டுரைகளை எழுதியுள்ள சமஸ்கிருத மொழிப்புலவர் ஓ.பி.பரத்வாஜ் 'விநாசனம்' நாளடைவில் கிழக்கு திசையில் நகர்ந்து கடைசியில் பாசுபத புராணத்தில் சொல்லியிருப்பதுபோல குருக்ஷேத்ரத்தை வந்தடைந்தது என்பதை விளக்கிக்காட்டியுள்ளார். இதன்பொருள் சரஸ்வதிநதி ஒரே நாளிலோ திடீரென்றோ வறண்டுவிடவில்லை. மாறாக, படிப்படியாகத்தான் அது வறண்டிருக்கும் என்பதுதான். அகழ்வாராய்ச்சி நிபுணர்களும் இதனை உறுதிப்படுத்துகின்றனர்.

ராமாயண காலத்தில் சரஸ்வதி நதி 'பிரம்மாவின் மகளான இக்ஷுமதி' என்ற பெயரில் அறியப்பட்டு வந்தது என்றும் பரத்வாஜ் சொல்கிறார். பரதனை[27] அயோத்திக்குத் திரும்பக் கூட்டிக்கொண்டு போவதற்காக வந்த தூதர்கள் இந்த இக்ஷுமதியைக் கடந்துதான் சென்றனர். ஆனால், பிரமாணங்களில் இடம் பெற்றிருக்கும் அதிரடி மாற்றங்களை மகாபாரதம்தான் மிகச் சிறப்பாக விளக்குகிறது. மகாபாரதத்தில் கங்கை நதி (ரிக் வேதத்தில் இரண்டே இடங்களில் மட்டுமே குறிப்பிடப்படுகிறது) முக்கியமானது, புனிதமானது என்று சொல்லப்பட்டிருந்தாலும்கூட சரஸ்வதி நதியின் முக்கியத்துவம் குறைக்கப்படவில்லை. மகாபாரதத்தின் மிக முக்கிய நிகழ்வான, படு பயங்கரமான யுத்தம் நடந்த குருக்ஷேத்ரம் வழியாக அது கடந்து செல்வதுதான் இதற்குக் காரணம்.

வேதங்களைத் தொகுத்தளித்தவரும் மகாபாரதக் காவியத்தை இயற்றிய வருமான வியாஸ மஹரிஷி சரஸ்வதி நதிக்கு அருகிலுள்ள கானகத்தில் வசிக்கிறார். நாடு கடத்தப்பட்ட பாண்டவர்கள் 'தமது அன்றாடக் கடன் களை சரஸ்வதி, த்ருஷத்வதி, யமுனை நதிக்கரைகளில் கழித்தார்கள்' தொடர்ந்து 'மேற்கு திசையில் நடந்து சென்றார்கள்'[28]. கடைசியில் சரஸ்வதி நதிக்கு அருகிலுள்ள காட்டில் அடைக்கலம் புகுகிறார்கள். வசிஷ்ட மஹரிஷியின் 'உயர்ந்த குடில்' இந்த நதியின் கிழக்குக்கரையில்[29] ஒரு தீர்த்தத்தில் அமைந்திருக்கிறது. அவருடைய பரம விரோதியான விஸ்வாமித்திரர் எதிர்க்கரையில் வசிக்கிறார். இதன் விளைவாக அவர் களுக்கு இடையிலான பிரசித்தி பெற்ற சண்டைகளில் ஒன்றில் சரஸ்வதி நதியும் மாட்டிக்கொண்டுவிடுகிறது. ஆனால், அது வேறு ஒரு கதை.

இங்கு நாம் கவனிக்கவேண்டியது என்னவென்றால், மகாபாரதத்தில் நாம் காணும் சரஸ்வதி நதியின் வர்ணனைகளில் பெரும்பாலானவை ரிக் வேதத்தில் ஏற்கெனவே உள்ளவற்றின் மறு வடிவங்களே. உதாரண மாக, 'ஹிமவத் [இமய][30] மலையிலிருந்து பாய்ந்தோடி வருகிறது' சரஸ்வதி. அதற்கு ஏழு வடிவங்கள் உள்ளன. ரிக் வேதத்தில் 'ஏழு சகோதரிகள்' என்று சொல்லப்பட்டிருப்பதை ஒத்ததாக இது இருக் கிறது. ஏழு வடிவங்களுக்குத் தனிப் பெயர்களுமுண்டு (குருக்ஷேத்திரத் தில் ஓடும் நதிக்கு 'ஓகவதி' என்று பெயர்). இவையனைத்தும் 'ஸப்த சரஸ்வதி' [ஏழு சரஸ்வதிகள்][31] என்ற பெயருள்ள புனித தீர்த்தத்தில் சங்கமிக்கின்றன. மீண்டும் த்ருஷத்வதி நதி சரஸ்வதியுடன் இணைத்து பேசப்படுகிறது. 'சரஸ்வதிக்குத் தெற்கேயும் த்ருஷத்வதிக்கு வடக்கேயு முள்ள குருக்ஷேத்ரத்தில் வாழ்பவர்கள் ஸ்வர்க்கத்தில் வாழ்கிறார்கள்.'[32]

ஒரு முக்கியமான ஸ்லோகத்தில் உமா தேவி 'இந்தப் புனித சரஸ்வதி அனைத்து நதிகளிலும் முதன்மையானது. அது கடலை நோக்கி ஓடு கிறது. நதிகளில் உண்மையிலேயே அதுவே முதலானது'[33] என்று விளக்குகிறாள். 'சரஸ்வதி கடலில் சங்கமிக்கிறது' என்று பிற இடங் களில் சொல்லப்படுகிறது.

பாலை நிலத்துக்குப் போகும் சரஸ்வதி

ரிக் வேதத்தில் சொல்லப்பட்டதுபோல இப்போதும் 'ஒரு நதி மலையி லிருந்து கடலை நோக்கி' செல்கிறது என்பதைப் பார்த்தோம். ஆனால், ஒரு முக்கியமான மாற்றம் இப்போது நடந்துவிட்டிருக்கிறது: 'போகும் வழியில் சில இடங்களில் கண்ணுக்குத் தெரிகிறாள். சில இடங்களில் மறைந்துவிடுகிறாள்.'[35]

பிரமாணங்களில் சொன்னபடி விநாசனம் என்ற இடத்தில் சரஸ்வதி 'கண்ணுக்குத் தெரியாமல்' போனாள்: 'மறைந்து போனது'[36],

'தொலைந்து போனது'[37]. ஒருவகையில், அது தனித்தனி சிற்றாறுகளாகச் சிதறியது என்று சொல்வதுதான் சரியாக இருக்கும். ஏனெனில், சரஸ்வதி மீண்டும் பாய்ந்த இடங்களுக்கெல்லாம் சிறப்புப் பெயர்கள் உள்ளன. அவை புனிதமெனக் கருதப்படுகின்றன.

சரஸ்வதி மறைந்து போனது தொடர்பாகப் பல கதைகளை உருவாக்கும் வாய்ப்பை மகாபாரதம் நழுவவிடவில்லை. அதில் ஒன்று இது. உதத்ய ரிஷியின் மனைவி யமுனையில் குளித்துக் கொண்டிருந்தபோது வருணபகவான் அவளை அபகரித்துச் செல்கிறான். தன் மனைவியைத் திரும்பத் தரும்படி நீரில் வாழும் அதன் அதிபதியான வருணைக் கட்டாயப்படுத்த உதத்ய ரிஷி, அந்தப் பகுதியிலிருந்த ஆறு லட்சம் ஏரிகளை வறண்டு போகும்படிச் செய்கிறார். சரஸ்வதியை 'காணாமல் போகும்படி'யும், 'அந்த இடத்தை விட்டு விட்டுப் பாலைவனத்துக்கு[38] செல்லும்படி'யும் உத்தரவிடுகிறார்.

அர்ஜுனனின் அம்பறாத்தூளியில் இருந்த அம்புகளின் எண்ணிக்கையாக இருந்தாலும் சரி, போர்களில் அணி வகுத்த யானைகளின் எண்ணிக்கையாக இருந்தாலும் சரி இதிகாசங்களில் சொல்லப்பட்ட எண்ணிக்கைகளை வாசகர்கள் (அல்லது கேட்பவர்கள்) அப்படியே ஏற்றுக்கொள்ள வேண்டும் என்று அவை எதிர்பார்க்கவில்லை. இருப்பினும் மேலே சொன்ன கதை உண்மைத் தகவல்களை அடிப்படையாகக் கொண்டது என்றால், அந்தக் குறிப்பிட்ட பகுதியில் எண்ணற்ற ஏரிகள் இருந்திருக்கவேண்டும். ஆனால், ஒன்று மட்டும் நிச்சயம்: சரஸ்வதி நதி பாலைவனத்தில் சென்று மறைந்தது என்பதுதான் அது. இதில் ஆச்சரியமூட்டும் விஷயம் என்னவென்றால் இன்று தார் பாலைவனம் உள்ள மேற்கு ராஜஸ்தானில் பல ஊர்களின் பெயர்கள் லன்கரன்ஸர் என்பதுபோல், 'ஸர்' (ஸரஸ் என்றால் ஏரி) என்று முடிகின்றன. சாதாரண வரைபடம் ஒன்றிலேயேகூட நான் ஐம்பதுக்கும் மேற்பட்ட அப்படியான ஊர் பெயர்களைப் பார்த்தேன். நிச்சயம் அதற்கு மேலே நிறைய ஊர்கள் அந்தப் பெயருடன் இருக்கும். இந்த அனைத்து இடங்களும் எதற்காக மறைந்துபோன ஏரிகளின் பெயர்களைக்கொண்டதாக இருக்கவேண்டும்? மேற்கு ராஜஸ்தானின் வரைபடத்தைப் பார்க்கும் ஒரு சாதாரண சுற்றுலாப் பயணி, இந்தப் பகுதியை ஒருவகையிலான 'ஏரி மாவட்டம்' என்றுதான் நினைப்பார்.

சரஸ்வதி நதிக்கரை வழியாக ஸ்ரீகிருஷ்ணனின் சகோதரர் பலராமர் தீர்த்த யாத்திரை சென்றதை மகாபாரதம் விரிவாக வர்ணிக்கிறது. அவர், ப்ரபாஸம் (இன்றைய சௌராஷ்டிரத்தில் சோம்நாத்துக்கு அருகிலுள்ள தீர்த்தம்) என்ற புனித தீர்த்தத்திலிருந்து புறப்பட்டு மேல் நோக்கி, அதாவது, 'கிழக்கு திசையில் பயணித்தார். ஒன்றன் பின் ஒன்றாக,

சரஸ்வதியின் தென் பகுதிக் கரையிலிருந்த ஆயிரக்கணக்கான புனித தீர்த்தங்களுக்கு விஜயம் செய்தார்'[40]. ஒவ்வொரு தீர்த்தத்திலும் அவர் ஸ்நானம் செய்தபோதெல்லாம் 'சரஸ்வதியின் கரையிலுள்ள இருப் பிடத்தில் அல்லாமல் வேறு எங்கு இம்மாதிரியான மகிழ்ச்சி கிடைக் கும்? அனைவரும் சரஸ்வதியை எப்போதும் நினைவுகூரவேண்டும். நதிகளிலேயே சரஸ்வதிதான் புனிதமானது'[41] என்றெல்லாம் புகழ்கிறார் பலராமர்.

'அந்தப் பகுதி முழுவதும் தூய ஆத்மாக்களான ரிஷிகளின் உரத்த குரலிலான வேத கோஷங்கள் முழங்கிக்கொண்டிருந்தன. அவர்கள் அனைவரும் புனித வேள்வித் தீயில் நெய் வார்த்துக்கொண்டிருந்தனர்.' கடைசியாக பலராமர் ஒரு இடத்தை வந்துசேர்ந்தார். அங்கு 'சரஸ்வதி நதி மறைந்துவிட்டதுபோல் தோன்றினாலும், அங்கிருந்த நபர்கள் ஆன்மிக வெற்றியில் திளைத்திருந்தனர்... மூலிகைத் தாவரங்கள், அந்த நிலப்பரப்பு ஆகியவற்றின் குளிர்ச்சியில் இருந்து அந்த நதி பூமிக்கடி யில்[43] ஓடிக்கொண்டிருப்பதை தெரிந்துகொள்ள முடியும்'. மூலிகைத் தாவரங்களின் 'குளிர்ச்சி' என்பது முக்கியமான விஷயம். நதியின் மறைவான ஓட்டத்தைப் பற்றிப் பின்னர் பார்ப்போம். மகாபாரதம் சொல்லும்[44] சரஸ்வதியின் மேல்பாகத்தில் பன்னிரண்டு வருடங் களுக்கு நிலவிய பஞ்சம் பற்றியும் அதன் விளைவாக அங்கிருந்த ரிஷி களும் பாதிக்கப்பட்டு நாடோடிகளாக அலைய நேர்ந்தது பற்றியும் பின்னர் காண்போம்.

நீரும் நெருப்பும்

வேத உலகின் எல்லை குறித்து ரிக் வேதம் வெளிப்படையாக எதையும் வரையறுக்கவில்லை. பிந்தைய வேத இலக்கியங்களோ விநாசன பகுதியை அதன் மேற்கெல்லையாகக் குறிப்பிட்டுள்ளன. பொ.யு.மு. ஐந்தாம் நூற்றாண்டுக்கும் இரண்டாம் நூற்றாண்டுக்கும் இடையே வாழ்ந்த போதாயனர், வசிஷ்டர் (இவர் ரிக் வேத காலத்தவரல்ல) பதஞ்சலி ஆகிய ரிஷிகள் 'ஆரியவர்த்தம்' (அதாவது ஆரியர்கள் வசித்து வந்த இடம்) என்ற இடம் 'அதர்சன'த்துக்குக் கிழக்காவும் காலக வனா (ஹரித்வார் அருகே) என்ற காடுகளுக்கு மேற்காகவும், இமய மலைக்குத் தெற்காகவும், விந்திய மலைத் தொடரின்[45] ஒரு பகுதியான பரியாத்ரா மலைகளுக்கு வடக்காகவும் உள்ளதாக வர்ணித்தனர். இதைப் போலவே, இமாலயத்துக்குத் தெற்கே, விந்திய மலைகளுக்கு வடக்கே, பிரயாகைக்கு (அலகாபாத்) மேற்கே, விநாசனத்துக்குத்[46] தெற்கே உள்ள நிலப்பரப்பு மத்யதேசம் என்று சொல்லப்பட்டது. மூன்றாவது குறுகிய நிலப்பரப்பு சரஸ்வதிக்கும் த்ருஷத்வதிக்கு மிடையே உள்ளது: 'புனித நதிகளான சரஸ்வதிக்கும் த்ருஷத்வதிக்கும்

இடையில் இறைவனால் சிருஷ்டிக்கப்பட்ட அந்த நிலம் இருக்கிறது. அவர்கள் (முனிவர்கள்) அதை 'பிரம்மவர்த்தம்'[47] என அழைக்கின்றனர் என்கிறது மனுஸ்மிருதி. இந்த வர்ணனைகளிலெல்லாம் சரஸ்வதி நதியும் அதன் மேற்கெல்லையும் முக்கிய அடிப்படை இடமாக இருப்பதுதான் கவனத்தில் கொள்ளவேண்டிய விஷயம்.

இன்று இந்து மதம் என்ற பெயரில் நாம் அறியும் ஒன்றில் பிரதான பங்கு வகிக்கும் தகவல் களஞ்சியப் படைப்புகளான புராணங்களும் சரஸ்வதி யைப் பற்றிப் பேசுகின்றன. சில நேரங்களில் எதிர்மறையாகக்கூட அணுகியிருக்கின்றன: விஷ்ணுபுராணத்தில் நதிகளின் பட்டியலில் சரஸ்வதியின் பெயர் இல்லவே இல்லை. அன்று அது மிகச் சிறிய, அதிகம் முக்கியத்துவமில்லாத நதியாக மாறியிருக்க வேண்டும். ஆனால், மார்க்கண்டேய புராணம்[48] இமய மலையிலிருந்து உற்பத்தி யாகிப் பாயும் நதிகளை கங்கை, சரஸ்வதி, சிந்து எனப் பட்டியலிடு கிறது. வேறு வார்த்தைகளில் சொல்வதானால், ரிக் வேதத்தில் சொல்லி யிருப்பதுபோல், கிழக்கில் இருந்து மேற்காக அந்த வரிசை சொல்லப் பட்டிருக்கிறது. ஷிவாலிக் மலைத் தொடர் முதல் இன்றைய குஜராத் வரை சரஸ்வதி நதிக்கரையில் யாத்ரீகர்கள் கட்டாயம் விஜயம் செய்ய வேண்டிய புனித்தலங்களின் பெயர்கள் மற்ற புராணங்களில் பட்டிய லிடப்பட்டிருக்கின்றன.

பத்மபுராணம் சுவாரசியமான சம்பவமொன்றைப் பற்றிப் பேசுகிறது: ஒட்டு மொத்த உலகையும் சூழ்ந்து 'அனைத்தையும் அழித்துவிடக் கூடிய' ஒரு பயங்கரமான தீயை மேற்கே உள்ள கடலுக்குக் கொண்டு சென்றுவிடுமாறு பிரம்மா தன் மகள் சரஸ்வதியைக் கேட்டுக் கொண்டார். முதலில் தயங்கிய சரஸ்வதியும் அந்தத் தீயைச் சுமந்து கொண்டு போகும் வழயில் புஷ்கர் (ராஜஸ்தானில் அஜ்மீருக்கு அருகில்) என்ற இடத்தில் சிறிது நேரம் தங்குகிறாள். பின்னர் கடலை யடைந்து தீயைப் பாதுகாப்பாகக் கடலில் இட்டு அணைக்கிறாள். இதில் சொல்லப்பட்ட 'அனைத்தையும் அழித்துவிடக்கூடிய' தீ அந்த நேரத்தில் அந்தப் பகுதியை வாட்டியெடுத்த கொடிய பஞ்சமாக இருந் திருக்குமோ?

சரஸ்வதி காணாமல்போன சம்பவம் பிற்கால இலக்கியங்களில் அழுத்தமான தாக்கத்தை ஏற்படுத்தியுள்ளது. 'மேகதூதம்' என்ற காவி யத்தில் தெய்விகக் கவி காளிதாசன் (பொ.யு.மு. முதல் நூற்றாண்டாக இருக்கக்கூடும்) மேகத்தை முதலில் பாரதத்தின் வடக்கிலுள்ள பல இடங்களுக்கும் இமயமலைக்கும் செல்லச் சொல்கிறார். அதன் பின்னர் குருக்ஷேத்திரத்துக்கும் விஜயம் செய்து, அதன் பிறகு சரஸ்வதி நதிக்கு[49] வந்து அதன் புனிதமான நீரைப் பருகச் சொல்கிறார்.

அதே காளிதாஸன் பின்னர் எழுதிய 'அபிஞான சாகுந்தலம்' (சாகுந்தலம் நாடகம்; உல்ஃப்காங் கதேயை மிகவும் நெகிழச் செய்த நாடகம்) நாடகத்தில், மனதொடிந்து வருத்தத்திலிருக்கும் அரசன் வெறுமையாகிப்போன தனது வாழ்வை 'மணலில் புதைந்து மறைந்து போன சரஸ்வதி நதி'[50]யுடன் ஒப்பிடுகிறார்.

இதற்குப் பல ஆண்டுகளுக்குப் பிறகு 'ப்ருஹத்ஸம்ஹித' என்ற மாபெரும் அறிவுக்களஞ்சியத்தை எழுதிய ஆறாம் நூற்றாண்டு அறிஞர் வராஹமிஹிரர் அன்றைய இந்தியாவின் பூமி அமைப்பைப் பற்றி சுருக்கமாகச் சொல்கிறார். அதில் யமுனை, சரஸ்வதி நதிக்கரை யோரங்களில்[51] இருக்கும் நாடுகளைப் பற்றிப் பேசுகிறார். இதிலிருந்து பொ.யு.ஆறாம் நூற்றாண்டுவரையிலுமாவது சரஸ்வதியின் உற்பத்தி ஸ்தானத்துக்கு அருகில் சிறிதளவாவது நதி பாய்ந்துகொண்டிருந்தது என்பதை யூகிக்கலாம்.

ஏழாம் நூற்றாண்டின் முதல் பாதியில் வட இந்தியாவை ஆண்டு வந்த ஹர்ஷ சக்ரவர்த்தியின் கதையை வர்ணிக்கும் 'ஹர்ஷ சரிதம்' என்ற படைப்பை எழுதிய பாணரிடமிருந்து மேற்கூறப்பட்ட செய்திக்கான நிரூபணம் நமக்கு எதிர்பாராதவகையில் கிடைக்கிறது. ஸ்தான்விஷ்வரா* நாட்டை ஆண்டுவந்த ஹர்ஷரின் தந்தை காலமானபோது, 'மக்கள் அவருடைய உடலை சரஸ்வதி நதிக்குக்கொண்டு சென்று எரியூட்டினார்கள். ராஜ அலங்காரத்துடன் இருந்த அந்தச் சிதை அவருடைய புகழைத் தவிர அனைத்தையும் எரித்தது.' துல்லிய சடங்காசாரத்துடன் ஹர்ஷ சக்ரவர்த்தி 'சரஸ்வதி நதிக்கரைக்குச் சென்று, ஸ்நானம் செய்த பின் தனது தந்தைக்கு அர்க்யம் கொடுத்து தர்ப்பணம் செய்ததாகவும்[52] அந்தக் காவியம் விவரிக்கிறது. பொதுவாக, அலங்கார நடையில் எழுதும் பாணர் இந்த இடத்தில் மிகவும் இயல்பான நடையில் விவரித்திருக்கிறார்.இந்த வர்ணனை வராஹமிஹிரர், முந்தைய நூற்றாண்டு பூகோளம் தொடர்பாக எழுதியதுடன் ஒத்துப்போகிறது.

பழங்காலக் கல்வெட்டுகளும் இது தொடர்பாகச் சில விஷயங்களைத் தெரிவிக்கின்றன. தானேசர் - குருக்ஷேத்ரத்துக்கு முப்பது கிலோமீட்டர் மேற்கில் பெஹோவா என்னும் சிற்றூர் உள்ளது. அதனருகில்தான் நாம் முன்பு பார்த்ததுபோல், மார்க்கண்டா நதி சர்சுதியுடன் கலக்கிறது. 'ப்ருதுடாகா' (ப்ருது அரசன் நினைவாக வைக்கப்பட்ட பெயர்) என்ற பெயர் மருவி 'பெஹோவா' ஆனது. இதனருகில் சரஸ்வதி நதி அருணா நதியுடன் கலக்குமிடத்துக்கு அருகில் ஒரு மிகப் புனிதமான தீர்த்தம் இருப்பதாக மகாபாரதம்[53] கூறுகிறது. அருணா நதி பழைய மார்க்கண்டா நதியாகவோ அதன் கிளையாகவோ இருக்கக்கூடும்.[54]

---

* இன்றைய தானேஸ்வர், குருக்ஷேத்ரத்துக்கு அருகில்.

இந்த பெஹோவாவில் குர்ஜர-ப்ரதிஹார வம்சத்தைச் சேர்ந்த மிஹிர போஜன் என்ற அரசனின் கல்வெட்டு கிடைத்துள்ளது. அதில் ப்ருதுடாகா நகரம் ப்ராச்சி சரஸ்வதி அல்லது கிழக்கு சரஸ்வதிக்கு[55] அருகில் இருந்ததாகக் கூறப்பட்டுள்ளது. பொ.யு.ஒன்பதாம் நூற்றாண்டின் மத்தியில் எழுதப்பட்டுள்ள இந்தக் கல்வெட்டு சரஸ்வதி என்ற பெயரிலான ஒரு நதி பெஹோவா வரையாவது ஓடிக் கொண்டிருந்தது என்பதை நிரூபிக்கும் அதி முக்கியமான சாட்சியம். நாம் இதுவரை பார்த்த இலக்கியங்களில் சொல்லப்பட்டதை இது நன்கு உறுதிசெய்கிறது. அதேநேரம் கிழக்கு சரஸ்வதி என்று சொல்லப்பட்டிருப்பதைப் பார்க்கும்போது மேற்கு சரஸ்வதியும் இருந்திருக்க வேண்டுமென்பது தெரிகிறது. அதுதான் விநாசனத்துக்கு அப்பாலுள்ள வறண்ட பூமியைக் குறிக்கும் என்று நினைக்கிறேன்.

பதினைந்தாம் நூற்றாண்டைச் சேர்ந்த 'தாரிக்-ஏ-முபாரக் ஷாஹி' என்ற இஸ்லாமிய வரலாற்றுப் புத்தகமும் அந்தப் பகுதியில் சரஸ்வதி என்ற பெயரில் ஒரு நதி இருந்ததாகச் சொல்கிறது: 'ஒரு நதி சட்லெதார் நதியுடன் (சட்லெஜ் நதியுடன்) கலந்தது. அதன் பெயர் சர்சுதி'[56] என்றும் குறிப்பிட்டிருக்கிறது. அந்த நதி மலைக்குன்றுகளிலிருந்து உற்பத்தியானதென்று குறிப்பிட்டிருக்கிறது. அது நமக்கு ஏற்கெனவே தெரிய வந்த தகவல்களுடன் ஒத்துப்போகிறது. அது சட்லெஜின் கிளை நதியென்றால் பிந்தையது கக்கர் நதியுடன் இணைக்கும் கிளை நதியாகத்தான் இருந்திருக்கும் (சட்லெஜின் சிக்கலான வரலாறு பற்றி பின்னர் பார்ப்போம்).

பழைய இலக்கியங்களினூடான நம்முடைய சுருக்கமான ஆய்வின் மூலம் என்ன தெரியவருகிறதென்றால், ரிக் வேத காலம் முதல் சரஸ்வதி நதி பாய்ந்தோடிய இடத்தைப் பற்றியும், அது குறிப்பிட்ட காலகட்டத்துக்குப் பிறகு மறைந்து போனதைப் பற்றியும் அவை ஒரே சீரான தொனியில் பேசுகின்றன. ஒரு காலகட்டத்தில் 'பிரமாண்ட ஆறாக' இருந்தது பற்றியும் அதனால் நீர்ப்பாசனம் பெற்ற பகுதிகள் படிப்படியாக வறட்சிக்குள் வீழ்ந்தது பற்றியும் தொடர்ந்து வந்த படைப்புகள் தெளிவாகத் தெரிவிக்கின்றன.

நான்கு சரஸ்வதிகள்

மேலே சொல்லப்பட்ட விஷயங்களெல்லாம் பொதுப்புத்தியிலும் ஆழமாகப் பதிந்திருந்தன: கக்கர்-ஹக்ரா நதி வறண்டதாலேயே அந்தப் பிரதேசம் பாழடைந்தது என்பது தொடர்பாக அங்கு பாடப்பட்டு வந்த நாடோடிப் பாடல்களையும் செவிவழிக் கதைகளையும் ஜேம்ஸ் டாடும் ஸி.எஃப்.ஓல்தாமும் குறிப்பிட்டதை முன்பே பார்த்திருந்தோம். இது தொடர்பான இன்னொரு ஆதாரமானது கிழக்கிந்திய கம்பெனியில்

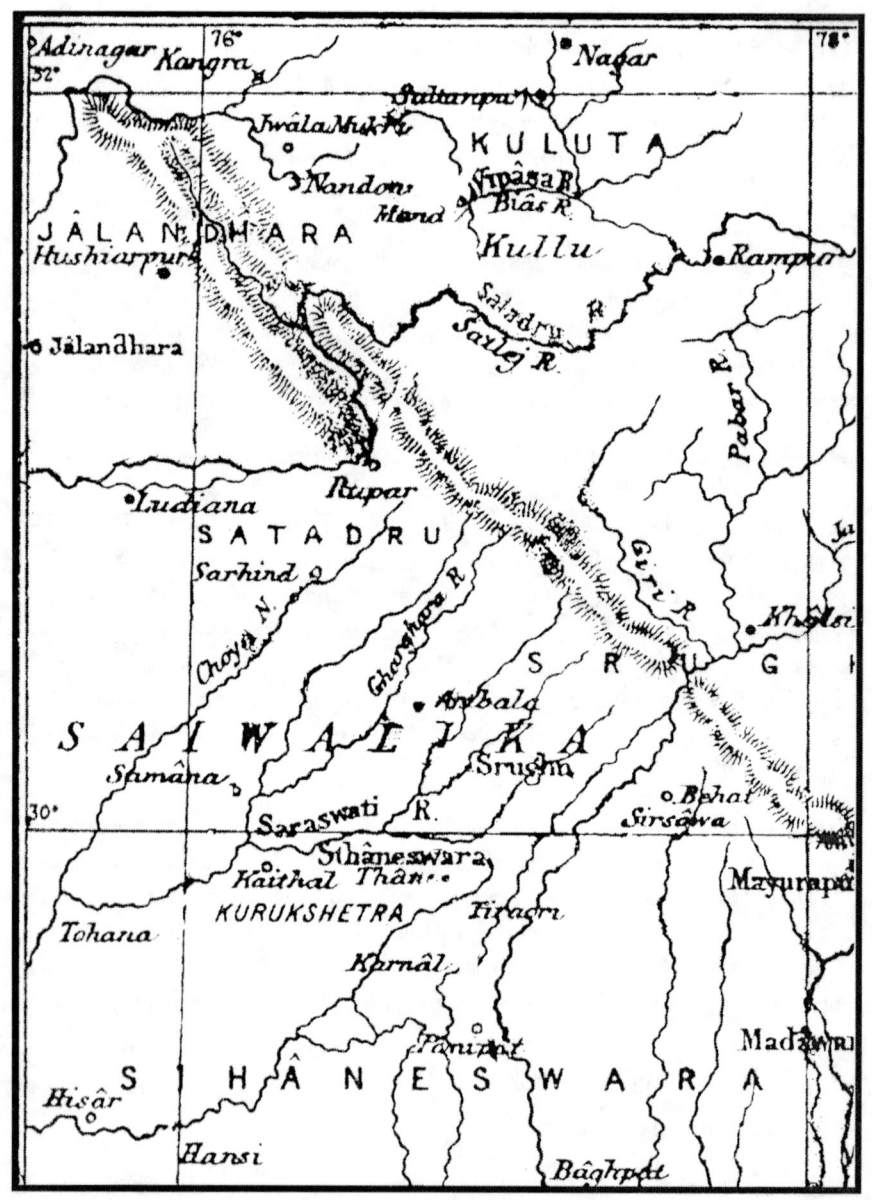

படம் 2.3: சரஸ்வதி நதியையும் அதன் அருகில் ஓடிய நதிகளையும் சுட்டும் அலெக்ஸாண்டர் கன்னிங்ஹாம் வரைந்த வரைபடம்.[57] (ஆங்கிலத்தில் கேபிடல் எழுத்துகளில் இருக்கும் பெயர்கள் சீனப் பயணி யுவான் சுவங்கினால் குறிப்பிட்டப்பட்ட ராஜ்ஜியங்கள்).

அதிகாரியாக இருந்த அலெக்ஸாண்டர் கன்னிங்ஹாமிடமிருந்து கிடைக்கிறது. அவர், 1843-லேயே இந்தியாவில் ஓர் அகழ்வாராய்ச்சித் துறையை நிறுவவேண்டுமென்று சிபாரிசு செய்தார். ஆனால், இந்திய கலாசார பாரம்பரியத்தைப் பாதுகாப்பது கிழக்கிந்திய கம்பெனியின் முன்னுரிமையாக இருந்திருக்கவில்லை. எனவே, சுமார் 30 ஆண்டுகள் கழித்து 1871-ல்தான் ஸ்தாபிக்கப்பட்டது. கன்னிங்ஹாம் அதன் முதல் தலைவராக நியமிக்கப்பட்டார். வேறு சாதனைகளுக்காகவும் நினைவு கூரப்படும் இவர், இந்தியாவின் எண்ணற்ற பாரம்பரியச் சின்னங்கள், நினைவிடங்கள், கல்வெட்டுகள் ஆகியவற்றின் முதல் பட்டியலை மிகவும் கடுமையான முயற்சியின் மூலம் உருவாக்கியதற்காகவும் நினைவுகூரப்படுகிறார். அவற்றில் சில நல்ல பராமரிப்பு பெற்றன (எஞ்சியவை ஓரளவுக்கு அழிவைச் சந்திக்க நேர்ந்தன). மேலும் இந்தத் துணைக்கண்டத்தில் முதன் முதலாக அகழ்வாராய்ச்சிக்கான திட்டத்தை வடிவமைத்ததற்காகவும் புகழப்படுகிறார்.[58]

கன்னிங்ஹாமின் கவனத்தில் இருந்து சரஸ்வதி நதி தப்பவில்லை. அது தொடர்பான 'உள்ளூர் பாரம்பரியக் கதை' ஒன்றைக் குறிப்பிட்டிருக்கிறார். அதன்படி, 'சரஸ்வதி நதியின் கிழக்குப்புற உற்பத்தி மைய மாகவும் புனிதஸ்தலமாகவும் இருக்கும் இடம் ஆதிபத்ரி குண்டம். அது கட்காத் (காத்கட்) என்ற இடத்துக்கு வடக்கில் இருக்கிறது. இதில் பிந்தையது, மலையில்[59] இருந்து நதி உற்பத்தியாகி வரும் புனித இடமாக இன்றும் மதிக்கப்படுகிறது. பருவ கால நதியான சர்சுதி உற்பத்தியாகும் இடத்துக்கு அருகில் இருக்கும் ஆதி பத்ரியே வேத கால சரஸ்வதியின் உற்பத்தி ஸ்தானமாக வழி வழியாக நம்பப்படுகிறது.

தான் விரிவாக மேற்கொண்ட கள ஆய்வுகளில் கிடைத்த தகவல்களை கிரேக்க, சீன யாத்ரீகர்களின் பயண விவரங்கள், இந்தியாவின் பழம் பெரும் இதிகாச, புராணங்கள் ஆகியவற்றுடன் ஒன்று சேர்த்து கன்னிங்ஹாம் 'இந்தியாவின் பழங்கால பூகோளவியல்' (Ancient Geography of India) என்ற புத்தகத்தை எழுதி வெளியிட்டார். மிகப் பெரிய சாதனைப் படைப்பான அது இன்றளவும் அனைவராலும் வாசிக்கப்படும் நூலாக இருக்கிறது.[60] இந்த நூலில் பல வரை படங்களை வரைந்திருக்கிறார். அவற்றில் சரஸ்வதி, கர்கரா நதிகள் (படம் 2.3) இடம்பெற்றிருக்கின்றன.

பாரம்பரிய நம்பிக்கை அதோடு நிற்கவில்லை: நாம் அதைத் தொடர்ந்து அரபிக்கடல் வரை செல்ல முடியும். எனவே, இப்போதைக்கு நாம் தீர்த்தாடகர்களாக மாறி அப்பகுதியிலுள்ள பல்லாயிரக்கணக்கான தீர்த்தாடனத் தலங்களில் ஒருசிலவற்றுக்குச் சென்றுவருவோம்.

குருக்ஷேத்ரம் - தானேசர் நகரம் சரஸ்வதியின் தென் கரைக்கு மிக அருகில் இருந்ததாக மகாபாரதம் கூறுகிறது. சூரிய கிரஹண நேரத்தில் இந்தியாவின் பல்வேறு பகுதிகளிலிருந்தும் மக்கள் இங்குவந்து இங்குள்ள பிரம்மஸர் குளத்தில் புனித நீராடுகிறார்கள். இம்மாதிரியான சந்தர்ப்பங்களில் நாட்டின் பல்வேறு புண்ணிய நதிகளின் நீர் இங்கு வந்து கலப்பதாக ஒரு ஐதீகம் உள்ளது. குருக்ஷேத்ர நகரத்துக்கு வடக்கில் புகழ்பெற்ற ஸ்தாணு தீர்த்தம் இருக்கிறது. இருபதாம் நூற்றாண்டின் நடுப்பகுதிவரை சர்சுதியின் வெள்ளப் பெருக்கு நீர் இந்தத் தீர்த்ததுக்கு வந்து சேர்ந்ததாக ஓ.பி. பாரத்வாஜ் தெரிவிக்கிறார்.

இங்கிருந்து நதியின் போக்கிலேயே நாமும் நடந்துசென்றால் பெஹோவாவை வந்தடைகிறோம். இதற்கு அருகில்தான் மார்க்கண்டா நதி சர்சுதியுடன் கலக்கிறது. சில சரஸ்வதி கோவில்களும் (மராத்திய மன்னர்களால் கட்டப்பட்டவை) பல புனித குளங்களும் பெஹோவாவிலுள்ளன. இவற்றில் ஒன்றுக்குப் பிரம்மாவின் பெயரும் வேறொன்றுக்கு சரஸ்வதியின் பெயரும் சூட்டப்பட்டுள்ளன. யாத்ரீகர்கள் அங்கு பிரார்த்தனை செய்கிறார்கள். முன்னோர்கள் அல்லது உயிர் நீத்தவர்கள் ஆகியோருக்கான சடங்குகள் செய்கிறார்கள்.

இப்போது சர்சுதியை விட்டுவிட்டு தெற்கே ராஜஸ்தானுக்குச் சொல்வோம். கடலை அடைவதற்கு முன் சரஸ்வதி, புஷ்கரில் சற்று நேரம் தங்கியிருந்தாள் என்பதைச் சிறிது முன்னர் பார்த்தோமல்லவா. புஷ்கரிலுள்ள பிரதான கோயிலும் அங்குள்ள புகழ் பெற்ற ஏரியும் பிரம்மாவின் பெயரைத் தாங்கியிருக்கின்றன. புராணக் கதைகள்படி பிரம்மா சரஸ்வதியின் தந்தையென்று (பின்னாளில் கணவர்) சொல்லப்படுகிறார். விநாசனத்தில் மறைந்த சரஸ்வதி இந்த ஏரியிலிருந்து மீண்டும் எழுந்து வருவதாகச் சொல்லப்படுகிறது (இதுவரையில் நாம் பார்த்த நதித்தடம் அல்ல இது. ஆனால், இது போன்ற தகவல்களில் நாம் நம் நேரத்தை வீணடிக்க வேண்டாம்). ராமாயணத்தின் பிரதான கதாபாத்திரங்களான ராமர், சீதை, லக்ஷ்மணன் ஆகியோர் ஒருமுறை இங்கு வந்து புஷ்கர் தீர்த்தத்தில் ஸ்நானம் செய்ததாக புராணக் கதைகள் சொல்கின்றன. ஒவ்வொரு வருடமும் பல்லாயிரக்கணக்கான யாத்ரீகர்கள் இங்கு ஸ்நானம் செய்ய வருகிறார்கள். சரஸ்வதி நதி புஷ்கரில் தங்கியிருந்ததை நினைவூட்டும் வகையில் நகருக்குச் சில கிலோமீட்டர் தொலைவில் உற்பத்தியாகும் லூனி நதியின் மேல்பகுதி இப்போதும் சரஸ்வதி என்ற பெயரால் அழைக்கப்படுகிறது. சில வரைபடங்களில் அப்படியே அடையாளப் படுத்தப்பட்டுமிருக்கிறது.[62]

தென்மேற்காகப் பாய்ந்தோடும் லூனி நதியின் தடத்தைப் பின் தொடர்ந்து சென்றால் நாம் 'பெரிய கட்ச் ரண்'ணை (Great Rann of

Kachchh) அடைகிறோம். சற்று தெற்காகப் போனால் சரஸ்வதி என்ற பெயருள்ள மூன்றாவது நதி 'சிறிய ரண்'ணை (Little Rann) வந்தடைகிறது. ஆரவல்லி மலைத் தொடரின் தென்மேற்கு மூலையில் உற்பத்தியாகும் லூனி நதி இருநூறு கி.மீ. தூரத்துக்கு மட்டுமே ஓடு கிறது. (இந்த நதி கடலுடன் 'கலக்காததால்' 'குமரி' என்றே அழைக்கப்படுகிறது). படம் 4.2-ல் குறிப்பிடப்பட்டிருக்கும் இது ஒரு முக்கியமான நதி இல்லையென்றாலும் அதன் கரையிலுள்ள நகரங்கள் - குறிப்பாக ஸித்தாப்பூர், பதன் என்ற இரு பிரதான தீர்த்தாடன கேந் திரங்கள் இன்றளவும் சரஸ்வதியின் நினைவைப் போற்றி வருகின்றன. ஸித்தாப்பூரில் ஓர் அழகான, ஆனால், சிதிலமடைந்த ருத்ர மாலா கோவிலும் பிந்து ஸரோவர் என்ற புனித குளமும் இருக்கின்றன. அங்கு குஜராத்தி இந்துக்கள், இறந்த பெற்றோருக்கும் பித்ருக்களுக்கும் சடங்குகளைச் செய்கின்றனர். பதனில் உள்ள அபாரமான படிக்கட்டு களைக் கொண்ட 'அரசி குளிக்கும் குளம்' (Rani-ki-vav), அதனோடு இணைந்த நீர் நிலைக் கட்டுமானங்கள் இப்போது வறண்டிருக்கும் நதிக்கு இணையான தடத்தில் இருக்கின்றன. இதைப் பார்க்கப் பெருமளவிலான கூட்டம் பதனுக்கு வருகிறது. பெரிய நீர்த்தேக்கத்தின் கிழக்குப் பகுதியில் மூன்று பிரமிட் வடிவிலான கோயில்கள் கண்ணைக் கவரும்வகையில் அமைந்துள்ளன. அவை கங்கை, யமுனை, சரஸ்வதி ஆகிய நதித் தெய்வங்களுக்கு அர்ப்பணிக்கப்பட்டுள்ளன.

முடிவில் நாம், சௌராஷ்ட்ராவின் தென் மேற்குக் கோடிக்கு வருகிறோம். இங்கு 'சரஸ்வதி' என்ற பெயரில் ஒரு சிறிய நதி 'கீர்' மலைகளிலிருந்து சோம்நாத்தை நோக்கிப் பாய்ந்து வருகிறது. பதினொன்றாம் நூற்றாண்டில் வாழ்ந்த இஸ்லாமிய அறிஞர் அல்பரூனி இந்தியாவைப் பற்றி ஒரு விரிவான நூலை எழுதியுள்ளார். அதில் சோம்நாத்திலிருந்து (சௌராஷ்ராவில்) மூன்று மைல் கிழக்கில் 'சர்சுதி நதியின் முகத்துவாரம்,'[63] இருப்பதாகக் கூறுகிறார். இந்த இடத்தி லிருந்து சற்று தூரம் மேலே சென்றால் பிரபலமான பிரபாஸ்-பதன் என்ற புனித தீர்த்தத்தை அடையலாம் (மகாபாரதத்தில் பலராமர் தன் புனித யாத்திரையை ஆரம்பித்ததாகச் சொல்லப்படும் பிரபாஸா தீர்த்தம் இதுவாகவும் இருக்கலாம்). அங்கு ஹிரண்யா, கபிலா, சரஸ்வதி ஆகிய மூன்று நதிகள் சந்திக்கின்றன.

இதுவரை நாம் பார்த்த நான்கு சரஸ்வதிகளில் முதலாவது ஷிவாலிக் மலையில் உற்பத்தியாகிப் பாய்கிறது. இரண்டாவது புஷ்கருக்கு அருகில் இருந்து உற்பத்தியாகிறது. மூன்றாவது ஆரவல்லி மலையில் இருந்தும் நான்காவது கீர் மலைகளில் இருந்தும் உற்பத்தியாகின்றன. இவை நான்கும் ஒரே நதியல்ல, வெவ்வேறானவை. எப்போதுமே அவை அப்படியாகத்தான் இருந்திருக்கவும்வேண்டும்.

கட்ச் ரண் பகுதியில் கடலில் கலந்த வேத கால சரஸ்வதி நதியின் நினைவாகவே மூன்றாவது நதிக்கு அந்தப் பெயரை வைத்திருக்கவேண்டும். கட்ச் ரண் ஒரு மாபெரும் சதுப்பு நிலமாக மாறியபோது, சரஸ்வதியின் நினைவுகள் வழிபாட்டுக் காரணங்களுக்காக அருகிலிருந்த செளராஷ்டிரத்துக்கு கொண்டு போகப்பட்டிருக்கவேண்டும். ரண்ணுடன் பவுதிகரீதியாக ஒரு தொடர்புமே இல்லாத ப்ரபாஸத்துக்கு சரஸ்வதி நதியின் பெயர் வர இதுதான் காரணமாக இருக்கவேண்டும்.

இப்படிப் பெயர்களை 'மாற்றிக்கொள்வது' இந்தியப் பாரம்பரியத்தில் மிகச் சாதாரணமாக நடக்கும் ஒரு விஷயம்தான். உதாரணமாக, ராமேஸ்வரத்தில் நூற்றுக்கணக்கான ஆண்டுகளாக பக்தர்கள் தனுஷ் கோடியில் இருந்த அக்னிதீர்த்தத்துக்குச் சென்று நீராடுவது வழக்கம். அது ராமநாதஸ்வாமி கோயிலில் இருந்து பதினெட்டு கி.மீ தொலைவில் தீவின் கிழக்குக் கோடியில் இருந்தது. ஆனால், 1964-ல் அடித்த பெரும் புயலில் தனுஷ்கோடியே அழிந்து போனபோது அந்த 'அக்னி தீர்த்தம்' ராமேஸ்வரத்துக்கு மிக அருகில், கோயிலில் இருந்து கல்லெறியும் தொலைவுக்குள் கொண்டுவரப்பட்டது. இன்று ஒரு சாதாரண பக்தரிடம் கேட்டால் அந்தத் தீர்த்தம் காலகாலமாகவே அந்த இடத்தில்தான் இருந்துவருவதாக நம்புவதாகவே தோன்றும். இந்துக்களின் மனங்களில் பவுதிக அம்சங்களைவிட உள்ளார்ந்த கருத்தாக்கத்துக்கும் குறியீடுகளுக்குமே கூடுதல் முக்கியத்துவம் அளிக்கப்படுகிறது.

தேசத்தின் பிற இடங்களில் வேறு சில சரஸ்வதி நதிகள் உள்ளன. ஆனால், மேற்சொன்ன நான்கு நதிகள்தான் மிகவும் தெளிவாக வேத கால சரஸ்வதி நதியின் பாரம்பரியத்துடன் தொடர்பு கொண்டவை. ஆனால், இவையெல்லாவற்றையும் விட மக்களுக்கு நன்கு தெரிந்த வேறொரு சரஸ்வதியும் இருக்கிறது: அதுதான் கங்கையும் யமுனையும் சங்கமிக்கும் (த்ரிவேணி சங்கமம்) பிரயாகையில் (அலஹாபாத்) பாயும் கண்ணுக்குத் தெரியாத சரஸ்வதி. ஆனால், இந்த சங்கமம் குறித்து வேதங்களில் எதுவும் சொல்லப்படவில்லை. பின்னர் எழுதப்பட்ட புராணங்களில் மட்டுமே சொல்லப்பட்டுள்ளது. முன்பு சொன்னதைப் போல நடைபெற்ற 'மாற்றம்'தான் இதுவும். இது எப்படி நடந்தது என்பது பற்றி பின்னர் விளக்கமாகச் சொல்கிறேன்.

பாரம்பரியம் பல்வேறு வழிகளில் நீடித்து நிற்கிறது. ஐந்து கவுடா (அல்லது வடக்கத்திய) பிராமண குலங்களில் ஒன்றான, 'சரஸ்வத் பிராமணர்கள்' இன்று பஞ்சாப் முதல் (சமீப காலம் வரை காஷ்மீரிலும்) கர்நாடகம், கேரளம் வரை பரவியிருக்கின்றனர். சரஸ்வதி நதிக்கரையில் தங்களுடைய முன்னோர்கள் வாழ்ந்து வந்ததையும், அது வற்றிப்

போனதால் அங்கிருந்து வேறிடங்களுக்கு குடிபெயர்ந்ததையும் நீண்ட காலமாக மிகத் தெளிவாக நினைவில் வைத்துள்ளனர்.

இந்தியவியலாளர்களின் கண்ணோட்டத்தில் சரஸ்வதி

இப்போது கடல்களைக் கடப்போம்: மறைந்துபோன அந்த நதியைப் பற்றிக் குறிப்பிடும் பல்வேறு புத்தகங்களைப் படித்து, சொந்தமாக ஓர் அபிராயத்தை உருவாக்கிக்கொண்ட ஐரோப்பிய-சமஸ்கிருத அறிஞர்கள் என்ன சொல்கிறார்கள் என்பதைப் பார்க்கலாம்.

இந்த விஷயத்தைப்பற்றி, விஷ்ணுபுராணத்தை 1840-ல் மொழி பெயர்த்த ஹெச்.ஹெச்.வில்சன்தான் முதன் முதலாக இந்த விஷயம் பற்றித் தனது கருத்தைத் தெரிவித்துள்ளார். தனது கட்டுரையின் முகவுரையில் இப்படிச் சொல்கிறார்:

> 'ஹிந்துஸ்தானத்துக்குள்ளாக இந்துக்கள் முதன் முதலில் வசித்த இடம் சந்தேகத்துக்கு இடமில்லாமல், பஞ்சாபின் கிழக்குப்பகுதிதான். மனு வாழ்ந்ததும் புராணங்களில் சொல்லப்பட்டதுமான புனித ஸ்தலம் த்ருஷத்வதிக்கும் சரஸ்வதி நதிக்கும் அதாவது நமது ஆரம்பகட்ட வரைபடங் களில்* கக்கர், சர்சூட்டி (சர்சுதி) நதிகளுக்கு இடையில் இருக்கிறது. ஆரம்ப கால இளவரசர்களுடைய வீரவிளை யாட்டுகளும் ரிஷிகளின் சாதனைகளும் இங்குதான் நிகழ்ந்தன. ரிஷிகளுடைய ஆஸ்ரமங்கள் அல்லது மடா லயங்கள் சரஸ்வதி நதியின் கரையில்தான் இருந்தன... இவற்றிலிருந்து ஒரு விஷயம் தெளிவாகத் தெரிகிறது. வெளியிலிருந்து இறக்குமதி செய்யப்பட்ட அனைத்தும் சரஸ்வதி நதியின் அருகிலுள்ள இடத்தில்தான் முதலில் விதைக்கப்பட்டன. அவைதான் இந்துஸ்தானில் வளர்த் தெடுக்கப்பட்டன.'[64]

அப்படியாக வில்சன் எந்தவித சந்தேகமும் இல்லாமல் சர்சுதி நதியை சரஸ்வதி நதியுடன் அடையாளப்படுத்திவிட்டிருக்கிறார். 'இந்துக்களின் ஆரம்ப வசிப்பிடமாக' அதன் நதிக்கரையையே குறிப்பிட்டிருக்கிறார்.

இதற்குச் சில ஆண்டுகளுக்குப் பின்னர் மாக்ஸ் முல்லர் 'புராதன சமஸ்கிருத இலக்கிய வரலாறு' (History of Ancient Sanskrit literature) எனும் தனது நூலில், ரிக் வேதத்தில் அடிக்கடிக் குறிப்பிடப்பட்டுள்ள,

---

* த்ருஷத்வதி நதி தற்போது கக்கர் நதியுடன் இணைத்துப் பேசப்படுவதில்லை. மாறாக, சௌதங் நதியுடன் இணைத்துப் பேசப்படுகிறது. அந்த நதி பற்றி வில்சனுக்குத் தெரிந்திருக்கவில்லை. சரஸ்வதி நதிக்கு வடக்கில் கக்கர் நதி பாய்கிறது. சௌதங் நதி தெற்கில் பாய்கிறது (பார்க்க படம் 1.1)

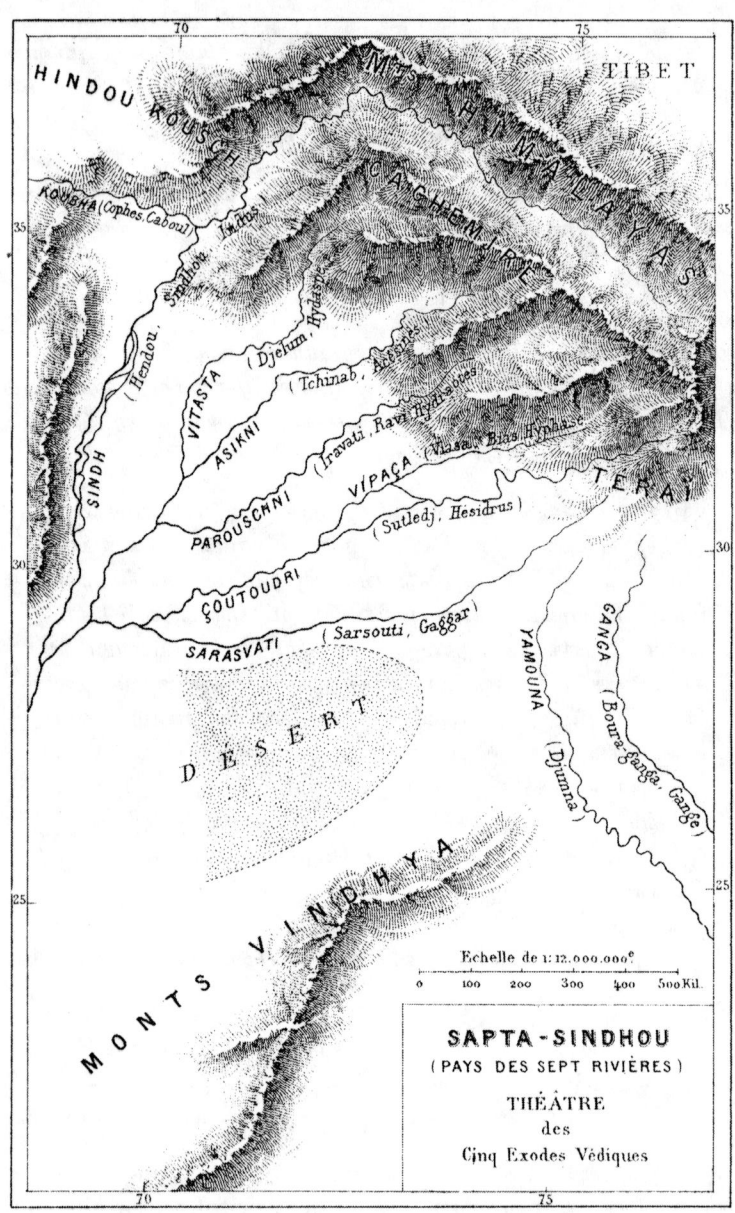

படம் 2.4: வேதிக் இண்டியா என்ற ஃப்ரெஞ்சு புத்தகத்தில் வெளியான சப்த சிந்து பகுதியின் வரைபடம். இதில் சரஸ்வதி நதியானது கக்கர் நதியுடன் அடையாளப்படுத்தப்பட்டிருக்கிறது. யமுனைக்கும் சட்லெஜுக்கும் இடையில் சுட்டப்பட்டிருக்கிறது. (இந்த வரைபடத்தில் நதிகளின் சமஸ் கிருதப்பெயரும் கிரேக்கப்பெயரும் சேர்த்துக் குறிப்பிடப்பட்டிருக்கின்றன).

'ஏழு நதிகளின் தேச'த்தை (ஸப்த ஸிந்தவ[65]) அடையாளப்படுத்த முற்பட்டார். அவருடைய அபிப்பிராயத்தில் 'சிந்து நதி, பஞ்சாபின் ஐந்து நதிகள் - அதாவது சட்லெஜ், பீயாஸ், ராவி, செனாப், ஜீலம் - மற்றும் சரஸ்வதி ஆகியவைதான் இந்த ஏழுநதிகள். இவையனைத் துமே ரிக் வேதத்தில் சொல்லப்பட்டுள்ள நதிகள் (பார்க்க பக்கம் 55). இன்றைய சர்சுதி 'இன்று ஒரு சிற்றாறாக இருந்தாலும்கூட[67]' அது ஓடும் இடத்தில்தான் அன்றைய வேத கால சரஸ்வதி ஓடியது என்பதே மாக்ஸ் முல்லரின் கருத்தாக இருந்தது. கிழக்கில் சரஸ்வதியாலும் மேற்கில் சிந்து நதியாலும் சுற்றி வளைக்கப்பட்ட நிலப்பரப்பில்தான் ஏழு நதிகளின் தேசம் அதாவது வேத கால தேசம் (படம் 2.2) இருந்தது. பார்க்கப்போனால், இதைத் தாண்டி வேறு எந்த நதியும் ரிக் வேதத்தில் குறிப்பிடப்படவேயில்லை. சரஸ்வதிக்கு அருகிலிருந்த போதிலும் கங்கை இருமுறையும் யமுனை மூன்று முறையும் மட்டுமே ரிக் வேதத்தில் குறிப்பிடப்பட்டிருக்கின்றன.

மகத்தான சமஸ்கிருத-ஆங்கில அகராதியைத் தயாரித்த எம்.மோனியர் வில்லியம்ஸ் என்ற கீழையியல் அறிஞர் ஸப்த ஸிந்தவா பற்றிய இந்தக் கருத்தை 1875-ல் வழிமொழிந்திருக்கிறார். சரஸ்வதி பாய்ந்த இடமாக இதே தகவலைக் குறிப்பிட்டிருக்கிறார்.[68] இவரைத் தவிர வேபர் (Weber) [69] எக்கலிங் (Eggaling)[70] ஒல்டன்பர்க் (Oldenberg) [71] போன்ற பத்தொன்பதாம் நூற்றாண்டைச் சேர்ந்த வேறு பல அறிஞர்களும் இந்தக் கருத்தை ஒப்புக்கொண்டிருக்கிறார்கள். 'வேதகாலத்து இந்தியா' (Vedic India) என்ற நூல் 1881-ல் ஃப்ரான்ஸில் வெளியிடப் பட்டது. அந்தக் காலத்திய இந்தியவியலாளர்களின் கருத்துகளை இந்த நூல் பிரதிபலித்தது. ஏழு நதிகள் பாய்ந்த தேசத்தின் வரை படமும் அதில் இடம்பெற்றிருந்தது. அதில் சரஸ்வதி நதியானது கக்கர் நதியுடன் மிகத் தெளிவாக அடையாளப்படுத்தப்பட்டிருந்தது (படம் 2.4).

இருபதாம் நூற்றாண்டு சமஸ்கிருத மொழிப்புலவர்கள் தங்களுடைய கருத்துகளை இன்னும் சற்று அழுத்தமாகவே வெளிப்படுத்தினர். 1912-ல் ஏ.ஏ. மக்டானலும் ஏ.பி.கீத்தும் எழுதிய 'வேதகாலத்துப் பெயர்கள், விஷயங்களின் அட்டவணை' (Vedic index of Names and Subjects) என்ற புத்தகத்தில் இவ்வாறு குறிப்பிடப்பட்டிருந்தது:

> 'யமுனைக்கும் சட்லெஜுக்குமிடையில் இன்றைய சர்சுதி ஓடுமிடத்தில்தான் சரஸ்வதி நதி பாய்ந்தோடியது... பிந்தைய நதியும் ரிக் வேதம் முழுவதிலும் குறிப்பிடப்பட்டிருக்கும் முந்தைய சரஸ்வதி நதியும் ஒன்றே என்பதற்கு வலுவான ஆதாரங்கள் இருக்கின்றன.'[73]

இதற்குப் பத்து வருடங்களுக்குப் பிறகு, மகாபாரதத்திலும் புராணங்களிலும் சொல்லப்பட்டிருந்த அரச வம்சங்களின் பட்டியலின் அடிப்படையில் இந்தியாவின் புராதன வரலாற்றை பிரிட்டனைச் சேர்ந்த இந்தியவியலாளர் எஃப்.இ.பர்கிட்டர் (F.E.Pargiter) எழுதி வெளியிட்டார். இந்தப் புத்தகத்தில் நூலாசிரியர் மகாபாரத, புராணங்களில் சொல்லப்பட்டிருந்த சாம்ராஜ்ஜியங்களை மிகவும் திறமையாகக் குறிப்பிட்டதோடு பிரதான வம்சங்களின் இடப்பெயர்வு குறித்தும் ஆராய்ந்தார். சரஸ்வதி நதியின் தடத்தைக் கண்டுபிடிப்பதில் தன் முன்னோடிகளின் வழியையே பின்பற்றினார்: 'பஞ்சாபுக்கும் கங்கை, யமுனை நதிகளின் படுகைக்குமிடையே[74] இந்த சரஸ்வதி நதிதான் எல்லைக் கோடாக இருந்தது' என்று குறிப்பிடுகிறார். பர்கிட்டர் மேற்கொண்ட ஆராய்ச்சி பற்றிய சிறிய விளக்கம் என்றவகையில் அவர் வரைந்த வரைபடத்தின் விரிவான மறு பதிப்பு படம் 2.5-ல் வெளியாகியுள்ளது.

அமெரிக்காவைச் சேர்ந்த கீழை நாட்டு ஆராய்ச்சியாளர் ஹெச்.ஹெச். கோவன் சரஸ்வதி நதிதான் வேதகால இந்தியாவின் கிழக்கெல்லையாக[75] இருந்தது என்ற தனது கருத்தை வெளியிட்டார். 1931-ல் அவர் எழுதிய 'இந்திய இலக்கிய வரலாறு' (History Of Indian Literature)என்ற புத்தகத்தை மிகப் பொருத்தமான படிமத்தைக் குறிப்பிட்டுத் தொடங்குகிறார்:

> 'பண்டையக் காலத்து ஸப்தஸிந்தவாவின் மறைந்து போன சரஸ்வதி நதியைப் போலவே இந்திய மக்களின் எண்ண ஓட்டங்களும் பூமிக்கடியில் மறைந்துவிட்டதோ அல்லது புதர்கள், சதுப்பு நிலங்களுக்குள் தொலைந்துபோய் விட்டதோ எனத் தோன்றியது... ஆனால், வெகு விரைவில் அந்த நதி மீண்டும் உயிர் பெற்றெழுந்திருக்கிறது. அதைப் போலவே பழைய கருத்துகளும் புது வடிவம் பெற்றுள்ளன.'[76]

மிகவும் மதிப்பு வாய்ந்த ஆய்வாளர்களில் ஒருவரான லூயி ரெனே (Louis Renou) என்ற ஃப்ரெஞ்ச் சமஸ்கிருத அறிஞர் 1947-ல் தான் வெளியிட்ட செவ்வியல் இந்தியா (Classic India) என்ற ஈடு இணையற்ற புத்தகத்தில் (மூான் ஃபிலியோஸாட்டுடனும் வேறு சில அறிஞர்களுடனும் இணைந்து எழுதப்பட்டது) ரிக் வேத கால நிலவியல் பற்றிய சித்திரத்தைத் தீட்டியிருக்கிறார். சிந்து நதியையும் அதன் ஐந்து கிளைகளையும் (பஞ்சாபில் பாயும் ஐந்து நதிகள்) பட்டியலிட்ட பின் ரெனே இவ்வாறு எழுதுகிறார்: 'இந்த நதிகளைவிட வேதகால உலகின் உண்மையான உயிர் நாடியான சரஸ்வதி நதிக்குத்தான் முக்கியத்துவம் அதிகம். சட்லெஜுக்கும் யமுனைக்கும் இடையிலிருக்கும்

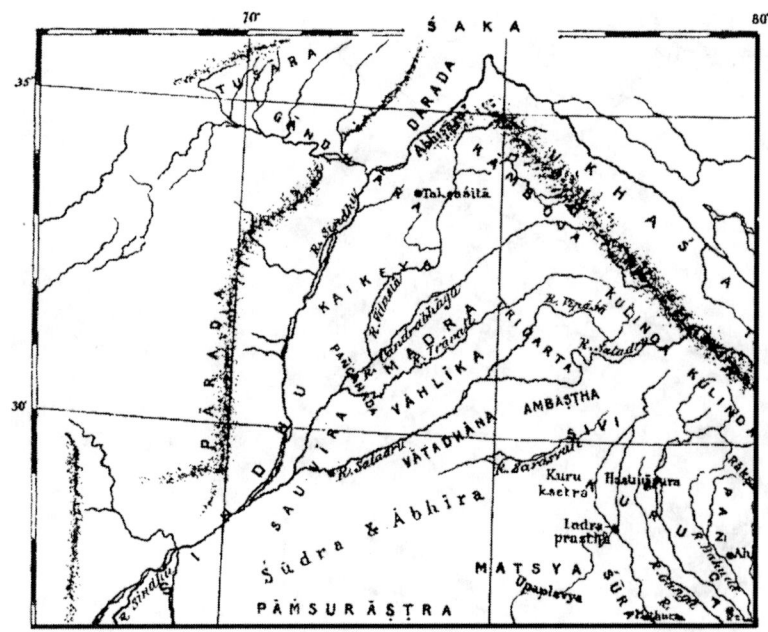

படம் 2.5: மகாபாரத காலத்திய அரச குலங்களின் வரைபடம். பர்கிட்டர் தயாரித்தது. சட்லெஜ் நதிக்குத் தெற்காக சரஸ்வதி பாய்வதாகக் குறிப்பிடப்பட்டிருக்கிறது. பாலை நிலத்தின் நடுப்பகுதியில் வற்றி நின்றுவிடுவதாகவும் சுட்டப்பட்டிருக்கிறது.[77]

இப்போதைய சர்சுதி நதியின் தடத்தில்தான் அந்த சரஸ்வதி நதி ஓடியதாகத் தடயங்கள் கிடைத்திருக்கின்றன. சிந்து நதி, அதன் ஐந்து கிளை நதிகள் ஆகியவற்றுடன் இதுவும் சேர்ந்துதான் வேத கால 'ஏழு நதிகள்'[78] உருவாகியுள்ளது. ரெனே, இந்த 'உண்மையான உயிர் நாடி'யைப் பல வரைபடங்களில் மிகத் தெளிவாகச் சுட்டிக்காட்டி யிருக்கிறார். அதில் ஒன்றுதான் படம் 2.6-ல் வெளியாகியுள்ளது.

தாமஸ் பரோ (Thomas Burrow) என்ற மற்றொரு சமஸ்கிருத அறிஞர் கக்கர் நதிதான் 'புராதன சரஸ்வதி'[79] என்று 1963-ல் வெளிப்படையாகத் தெரிவித்திருக்கிறார். மூன்று வருடங்கள் கழித்து ஆசிய நாகரிகத்தைப் பற்றிய பிரிட்டிஷ் அறிஞரான ஏ.எல்.பாஷாம் (A.L.Basham) 'இந்தியா என்றொரு அற்புதம்' (Wonder That was India-1931-எழுதப்பட்டது) என்ற தனது புத்தகத்தில் கீழ்க்கண்டவாறு எழுதியிருக்கிறார்:

'ரிக் வேதம் இயற்றப்பட்ட காலத்தில் இன்றைய அம்பாலா வுக்குத் தெற்கே சரஸ்வதியின் மேல்பாகத்தில் யமுனைக் கும் சட்லெஜுக்கும் (சுதுத்ரிக்கும்) இடையில் உள்ள

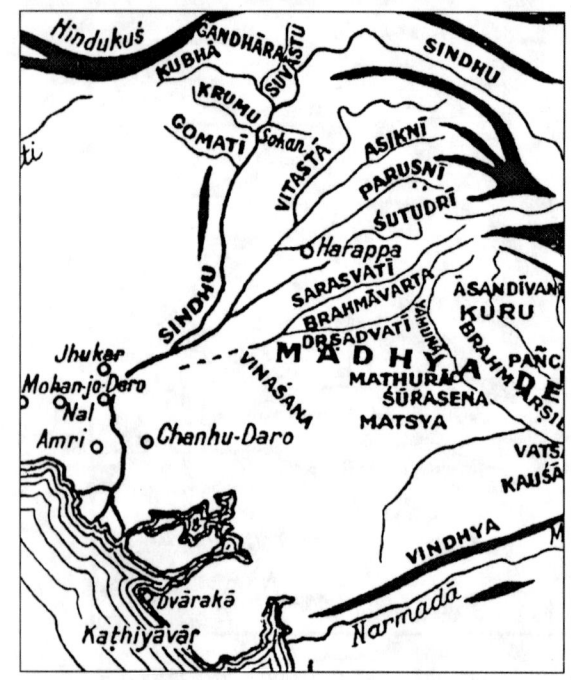

படம் 2.6: வேத காலத்திய வட மேற்கு இந்தியா பற்றிய லூயி ரெனேயின் வரைபடம். சரஸ்வதி யமுனைக்கும் சட்லெ ஜுக்கும் இடையில் பாய் கிறது.

> பகுதிகளில்தான் ஆரிய கலாசாரம் பரவியிருந்தது. இந்த சரஸ்வதி இப்போது ராஜஸ்தான் பாலைவனத்தில் மறைந்து ஒரு வெறும் வாய்க்காலாக மாறிவிட்டது. ஆனால், ரிக் வேத காலத்தில் அது ஒரு அகண்ட நதியாக வும் வேகம் நிறைந்ததாகவும் இருந்திருக்கிறது...'[80]

'சட்லெஜுடன் இணைந்த இடத்துக்குக் கீழே சிந்து நதியுடன் இணைந் திருக்கக்கூடும்' என்று பாஷம் நினைத்தார். ஆனால், அந்த நதியின் மேல் பகுதியை அவர் சந்தேகத்துக்கு உட்படுத்தவில்லை.

வேத கால இலக்கியத்தில் நிபுணரான யான் கோண்டா (Jan Gonda) என்ற நெதர்லாந்து அறிஞர், 'ரிக் வேதத்தின் பெரும்பாலான ஸ்லோகங் கள் பஞ்சாபின் மலைப்பாங்கான வளமான பிரதேசங்களில், சரஸ்வதி நதிக்கரைகளை ஒட்டியிருந்த பகுதிகளில் இயற்றப்பட்டிருக்கலாம். கிழக்கில் யமுனைக்கு அப்பால் ஆரியர்கள் சென்றிருக்கவில்லை எனத் தோன்றுகிறது[81]' என்று 1975-ல் குறிப்பிட்டிருக்கிறார்.

எம்.எல். பார்க்கவா[82], பி.ஸி.லா[83], ஹெச்.சி.ராய் சௌத்ரி[84], ஏ.டி. புஸால்கர்[85], டி.ஸி.ஸர்க்கார்[86] போன்ற புகழ் பெற்ற இந்திய அறிஞர் களும் மேலே சொல்லப்பட்ட கருத்துகளை ஒப்புக்கொண்டுள்ளனர்.

அந்தப் பிரதேசத்தில் நடத்தப்பட்ட அகழ்வாராய்ச்சிகளின் முடிவுகளையும் அங்கு சொல்லப்பட்டுவந்த செவிவழிக் கதைகளையும் இந்தியவியலாளர்களில் அநேகமாக அனைத்து அறிஞர்களின் ஒருமித்த கருத்துகளையும் இணைத்துப் பார்க்கும்போது, 'மறைந்துபோன நதி பற்றிய மர்மம்' அநேகமாக விலகிவிட்டதென்றே கருதலாம்.

இருப்பினும் சில அறிஞர்கள் மாற்றுக் கருத்துகளையும் கொண்டிருக்கிறார்கள். சமீபகாலங்களில் அவர்களுடைய எதிர்ப்புக் குரல் சற்று பலமாகவே கேட்கிறது. வேத காலத்தைய சரஸ்வதி இந்தியாவிலேயே பாய்ந்திருக்காதென்றோ அது வெறும் கவிஞர்களின் கற்பனைதான் என்றோ வாதாடுகிறார்கள். இவர்கள் இப்படி எதிர் நீச்சல் போட்டுச் சொல்வதற்கான காரணங்களை அத்தியாயம் 11-ல் பார்க்கலாம்.

இப்போதைக்கு நாம் பற்பல விஞ்ஞானபூர்வத் துறைகளில் சரஸ்வதியைப் பற்றி நடத்திய ஆய்வுகளின் முடிவுகளைப் பயன்படுத்தி சரஸ்வதி பற்றிய நம் சித்திரத்தை முழுமையாக்கிக் கொள்வோம். மறைந்த நதி பற்றிய நம் புரிதலை அவை ஒவ்வொன்றும் செழுமைப் படுத்தும்.

{3}

ஒரு புராதன நதிமீது புதிய வெளிச்சம்

சரஸ்வதி நதியைத் தேடும் முயற்சிகள் அனைத்துத் துறை ஆராய்ச்சி யாளர்களுடைய கவனத்தையும் ஈர்த்துவிட்டிருப்பதை ஒருவர் எளிதில் புரிந்துகொள்ளமுடியும். ஏனெனில், காலத்தின் முடிவற்ற பனி மூட்டத்துக்குள் இருந்து ஒரு 'தொன்ம' நதியை வெளிக்கொணர்வதற் கான சந்தர்ப்பம் அடிக்கடிக் கிடைக்காது அல்லவா. பார்க்கப்போனால் கடந்த முப்பது, நாற்பது வருடங்களாக இந்த விஷயத்தைப் பற்றி ஏராளமான செய்திகள் சேர்ந்துள்ளன. பெரும்பாலான மிகச் சிறிய விஷயங்கள் கூட மிகவும் சுவாரசியமானவையே. என்றாலும் இவற்றி லிருந்து முக்கியமான சிலவற்றை மட்டுமே இங்கு வெளிச்சமிட்டுக் காட்டப்போகிறேன்.

மிகச் சிறிய ஆனால், சுவாரசியமான என்ற வகைக்கு உதாரணமாக ஸி.எஃப்.ஒல்தாம் குறிப்பிட்ட ஒரு விஷயத்தை கட்டாயம் சொல்லி யாக வேண்டும். 'இப்போது பஞ்சாப் நதிகளில் காணப்படும் நன்னீர் கிளிஞ்சல்களைப் போலவே' கக்கர்-ஹக்ரா நதிப்படுகைகளிலும் காணப்பட்டன என்று அவர் (பக். 49) குறிப்பிட்டிருக்கிறார். அறுபது ஆண்டுகளுக்குப் பிறகு, 1952-ல் இந்திய அகழ்வாராய்ச்சியாளர் அமலானந்த கோஷ் சரஸ்வதி நதி பாய்ந்த பகுதியில் நடத்திய ஆய்வு களில், 'ஏராளமான கிளிஞ்சல்கள் காணப்பட்டன. இந்திய உயிரியல் ஆய்வு மையம் அவற்றை எனக்கு அடையாளம் காட்டித்தந்தன. அவற் றில் சில நன்னீர் கிளிஞ்சல்கள். அவை சரஸ்வதி நதி அப்பகுதியில் பாய்ந்தோடிய காலகட்டத்தில் அதன் கரைகளில் படிந்திருக்க வேண்டும்'[1] என்று தெரிவித்திருக்கிறார். எனவே, மிகவும் சாதாரண கிளிஞ்சல்களுக்குக்கூட சொல்ல ஒரு கதை இருக்கிறது.

வசிஷ்டர் முதல் பலராமர் வரை

ஆர்.டி.ஒல்தாமுக்குப் பிறகு அநேகம் பூகோள இயல்நிபுணர்கள் சிந்து நதிக்கும் கங்கை நதிக்குமிடையிலுள்ள நிலப்பரப்பை மிக நுட்பமாக

ஆய்வுசெய்துள்ளனர். இன்று தெற்கே தார் பாலைவனம் வரை வறண்டு கிடக்கும் இந்தப் பகுதியில் ஒரு காலத்தில் நீர்வளம் மிகுதியாக இருந்திருக்கிறது. ஐந்து முதல் முப்பது மீட்டர் ஆழம் வரை கனமான வண்டல் மண் படுகை காணப்படுகிறது. பயிர் வளர்ச்சி படிப்படியாகக் குறைய ஆரம்பித்ததும் அங்கு வீசிய காற்றின் விளைவாக அது மண் படலங்களால் மூடப்பட்டுவிட்டது.

மிக சமீபத்திய வண்டல் மண் படுகை என்று பார்த்தால், சுமார் 10,000 முதல் 12,000 ஆண்டுகளுக்கு முன்பு, கடைசி பனியுக கால அளவில் அந்த இடத்தில் படிந்தவையே. புவி வெப்பம் அதிகரித்ததன் விளைவாக, வட அமெரிக்கா, யுரேசியா பகுதிகளில் பனிப்படலங்கள் உருகி ஓட ஆரம்பித்தன. இமயமலைத் தொடரின் பனிப்பாறைகளும் அதுபோலவே உருகியிருக்க வேண்டும். அவை ஏராளமான நதிகளையும் பிரமாண்ட நீரோடைகளையும் உருவாகியிருக்க வேண்டும். கால எந்திரத்தில் பின்னோக்கிப் பாய்ந்து செல்ல எனக்கு ஒரு வாய்ப்பு கிடைத்தால், என்னுடைய முதல் விருப்பம் பொ.யு.மு. 8000-க்குப் போவதாகவே இருக்கும். அந்த பிரமாண்டப் பனி ஆறுகள் இமய மலையில் பெரும் சப்தத்துடன் பாய்ந்து ஷிவாலிக் மலைகளில் முட்டி மோதி அடிவாரங்களை வெள்ளத்தால் மூழ்கடித்திருக்கும். அது கண் கொள்ளாக் காட்சியாகவும் ஓரளவுக்குப் பயமூட்டுவதாகவும் இருந்திருக்கும். நிச்சயமாக அந்த நிலப்பகுதிக்கு சிம்ம சொப்பன மாகவே இருந்திருக்கும். கிழக்கு பஞ்சாபிலும் ஹரியானாவிலும் இப்படிப்பட்ட புராதன வறண்ட நதிப்படுகைகள் நிறைய இருந்திருக் கின்றன. அவற்றுள் பலவற்றின் தடங்கள் கண்டுபிடிக்கப்பட்டுள்ளன.

இன்றைய இந்தியாவின் பஞ்சாப்-ஹரியானா நிலப்பரப்பில் மேற்கி லிருந்து கிழக்காக நான்கு பருவ காலச் சிற்றாறுகள் ஓடுகின்றன. அவை பட்டூண்டாவுக்கும் பட்டியாலாவுக்குமிடையே உள்ள பகுதியில் உற்பத்தியாகின்றன (படம் 3.1): இவற்றுள் ‘மூன்று நைவால் நதிகள்’ (மேற்கு, மத்திய, கிழக்கு) ஒன்றுக்கொன்று இணையாக ஓடிக் கடைசியில் இந்திய-பாகிஸ்தான் எல்லைக்கப்பாலும் இந்தியாவில் ஹனுமான் காட் பகுதிக்கு அருகிலும் கக்கர் நதியில் இரண்டு முறை கலக்கின்றன. கிழக்கு நைவால் நதிக்கும் கக்கர் நதிக்குமிடையே ‘வா’ (Wah) என்ற நதியும் (ஸர்ஹிந்த் நதி என்றும் அழைக்கப்படுகிறது) பாட்டியாலா நகரினூடே பட்டியாலா வாலி நதியும் (அல்லது பட்டியாலா நதியும்) ஓடுகின்றன. ஆனால், இன்று இந்த நதிகளின் நீர் முழுவதுமாக கால்வாய்கள், ஓடைகள் மூலம் திருப்பிவிடப்பட்டு விவசாயத்துக்காகப் பயன்படுத்தப்படுகிறது. அதனால், அவை கக்கர் நதியைச் சென்று சேர்வதே இல்லை. இந்த ஐந்து நதிகள் ஓடும் பாதையில்தான் ஒரு காலத்தில் சட்லெஜ் நதியும் ஓடிக்கொண்டிருந்தது

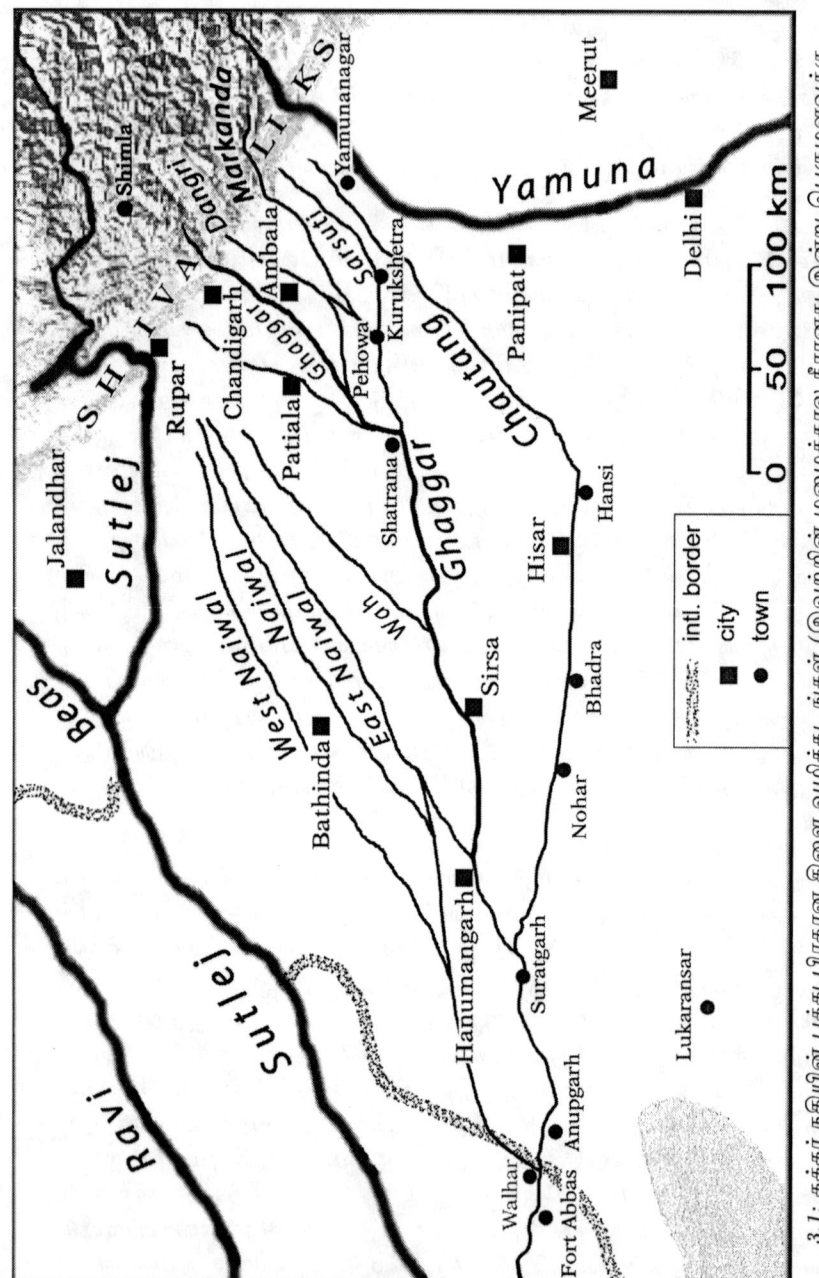

3.1: கக்கர் நதியின் பத்து பிரதான கிளை வழித்தடங்கள் (இவற்றின் மழைக்கால நீரானது இன்று பெருமளவுக்கு நீர்ப்பாசனத்துக்குத் திருப்பிவிடப்பட்டுள்ளது)

என்று நம்பப்படுகிறது. அது முன்னர் ரூபார் அருகே கிளைபிரிந்து கக்கர் நதியுடன் இணைந்தது.

மேலே குறிப்பிட்ட ஐந்து நதிகளும் கக்கர், தாங்க்ரி, மார்க்கண்டா, சர்சுதி, சௌதங் ஆகிய ஐந்து நதிகளுமாக மொத்தம் பத்து நதிகள் ஒரு காலத்தில் ஒன்றிணைந்து ஹக்ரா நதியாக இன்று கோலிஸ்தான் பாலைவனம் இருக்கும் பிரதேசத்தில் பாய்ந்தோடிக் கொண்டிருந்தன. அங்கு ஓடிக்கொண்டிருந்த வேறு பல குறுநதிகளும் குறைந்த செலவில் வாய்க்கால்களாக மாற்றப்பட்டுவிட்டன அல்லது மணல் படிந்து மறைந்துவிட்டன.

மலைகளிலிருந்து பாய்ந்தோடி வரும் நதிகளின் நீர் படிகம்போல் தெள்ளத் தெளிவாக இருக்கும் என்று நினைப்பது தவறு. ஏனெனில் அவை மலையிலிருந்து குப்பை கூளங்களையும் மணலையும் அடித்துக் கொண்டு வந்திருக்க வேண்டும்; ஆகவே அந்த நீரும் கலங்கித்தான் இருந்திருக்க வேண்டும்.

இருபது வருடங்களுக்கு முன்பு சூரத்காட் பகுதிக்குத் தெற்கே தார் பாலைவனத்தில் உள்ள லங்காரண்ஸர் என்ற இடத்தில் தாங்கள் கண் டதை பி.ஸி.பக்லிவா, ஏ.கே.க்ரோவர் ஆகிய புவியியல் அறிஞர்கள் இவ்வாறு விவரிக்கிறார்கள் (படம் 1.1):

> இந்தியப் புவியியல் ஆய்வு நிறுவனம் லங்காரண்ஸர் பகுதியில் நடத்திய ஆய்வுகளில் 90 மீட்டர் கனமுள்ள வண்டல் மண் படிவு கண்டுபிடிக்கப்பட்டது. இப்போது மணலால் மூடப்பட்டுள்ள இடத்துக்குக் கீழே நதிகள் கொண்டுவந்து சேர்த்தவை இருக்குமென்பதையே இது காட்டுகிறது.[3]

ஷிவாலிக் மலைகளிலிருந்து இந்த லங்கரண்ஸர் பறவைப் பாதையில் பார்த்தால் 400கி.மீ தொலைவிலிருக்கிறது. முப்பது மாடி உயரத்துக்கு கூழாங்கல் படுகை படிந்திருப்பதைப் பார்க்கும்போது, அது பற்பல ஆண்டுகளாக இந்த இடத்தில் பெருமளவில் நதி பாய்ந்து வந்ததன் விளைவாகத்தான் இருக்கவேண்டுமென்பது தெளிவாகிறது.

கக்கர் நதி சௌதங் நதியுடன் இணையுமிடத்துக்கு முன்பு ஹரப்பா காலத்தைச் சேர்ந்த 'காலிபங்கன்' என்ற முக்கியமான ஓரிடம் இருக் கிறது. 1968-ல் அங்கு நடந்துகொண்டிருந்த அகழ்வாராய்ச்சி முடிவடை யும் தருவாயில் ராபர்ட் ரெய்க்ஸ் (Robert Raikes) என்ற அமெரிக்க நீரியல் நிபுணர் (Hydrologist) காலிபங்கனுக்குச் சற்று வடக்காக கக்கர் நதியின் படுகையில் ஆழ்துளை போடும்போது அன்றைய வெள்ள நீர் மட்டத்துக்குப் பதினொரு மீட்டர் ஆழத்தில் பழுப்பு நிறத்திலுள்ள ஒரு

'கறகறப்பான' மணல்படுகையைக் கண்டார். இங்கிருந்த தாதுப் பொருட்கள் இன்றைய யமுனை நதிப்படுகையில் காணப்படுவதைப் போலவே இருப்பது தெரியவந்தது. இவை யமுனை நதியிலிருந்ததை விட நாலு மடங்கு அதிக அகலத்தில் இருந்தது. மிகவும் ஆழமாகவும் ஓரிடத்தில் 30 மீட்டர் வரையிலுமிருந்தது.[4]

'பனியுகத்தைத் தொடர்ந்து இமய மலையின் பனிப்பாறைகள் உருகத் தொடங்கியதாலும் யமுனை நதியில் நீர்வரத்து பெருகி சிந்து நதிக்குப் பாயந்து நீரோட்டத்தை அதிகரித்தாலும்தான்' இந்த 'அகலமான புதையுண்ட மணற்படுகை' உருவானது என்பது ரெய்க்ஸின் கருத்து.[5]

இந்த சாம்பல் நிற படலத்துக்கு மேல் 'இளகிய களிமண்'ணும், 'யமுனையில் இருக்கும் கனிமங்களைக் கொண்ட உள்ளீடற்ற நுண் மணல் படலமும்' மாறி மாறிப் படிந்திருக்கின்றன[6]. யமுனை நதியில் சிந்து நதியும், கங்கை நதியும்[7] மாறி மாறிக் கலந்து கொண்டிருந்தது தான் இதற்குக் காரணம் என்கிறார் ரெய்க்ஸ். வரலாற்றுக்கு முந்திய மற்றும் வரலாற்று காலகட்டங்களில் மக்கள் அங்கு வசித்தது, இடம் பெயர்ந்து போனது தொடர்பான விஷயங்கள் எல்லாம் அவர் சொல்வதுடன் வெகுவாகப் பொருந்துகின்றன. ஆனால், இந்த விளக்கத்தைப் பெரும்பாலான அறிஞர்கள் ஏற்றுக்கொள்ளவில்லை. மாறாக, ஆர்.டி.ஒல்தாம் முன்பே சொன்னதுபோல (பக். 39) கக்கர் நதிக்கும் யமுனை நதிக்குமிடையே புவியியல்ரீதியாகத் தொடர்பிருந்தது என்பதை அவருக்குப் பின்னால் வந்த பெரும்பாலானவர்கள் ஒப்புக் கொள்கிறார்கள்.

இவர்களில் ஒருவர்தான் புவியியல் நிபுணர் கே.எஸ்.வால்தியா. சரஸ்வதியைப் பற்றிய சுருக்கமான ஆனால், காத்திரமான ஒரு கட்டுரையில் அவர் எழுதுகிறார்: 'சரஸ்வதியின் பாதை மாற்றத்துக்குக் காரணமாக இருந்ததோடு அதன் நீரை சம்பல் வழியாகக் கங்கைக்குக் கொண்டு சென்ற நதி யமுனை என்றழைக்கப்படுகிறது. இப்படியாகத் தான் சரஸ்வதியின் பெரும்பங்கு நீரை கங்கை நதி 'திருடிக் கொண்டு விட்டது'.[8]

மகாபாரதத்தில் பலராமர் சரஸ்வதி நதிக்கரையோரமாகத் தீர்த்த யாத்திரைக்குச் சென்றதை முன்பே பார்த்தோம். அவரை இங்கு மீண்டும் ஒரு சுவாரசியமான கதை மூலம் சந்திக்கிறோம். பிருந்தா வனத்துக்கு அருகிலிருந்த ஒரு காட்டில் தெய்விக பானம் ஒன்றை அருந்திய பலராமர் தன்னிலை மறந்த நிலையில், புனலாடும் நோக்கில் எங்கோ பாய்ந்து கொண்டிருந்த யமுனையைத் தன்னருகே உடனே வரும்படி அழைத்தார். ஆனால், யமுனை வரவில்லை. கோபமடைந்த பலராமர் தனது கலப்பையை யமுனை நதிக்குள் விட்டெறிந்து கோடு

கிழித்து அதனைத் தன்பக்கம் இழுத்தார். ‘இருண்ட அந்த நதியைத் தன்னுடைய பழைய பாதையை விட்டொழிக்கும்படி பலவந்தப் படுத்தினார்’ என்கிறது விஷ்ணுபுராணம்.[9] இப்போதும்கூட ‘பலராமர் இழுத்த பாதையில் பாய்ந்தோடி வரும் யமுனையின் தடத்தைப் பார்க்கலாம்’[10] என்று பாகவத புராணம் கூறுகிறது.

சரஸ்வதியில் கலப்பதில் இருந்து யமுனை நதி விலகி வேறு வழியாகச் சென்றதைச் சுட்டிக்காட்டுவதாக இந்தப் புராணச் செய்திகளை எடுத்துக்கொள்வது கொஞ்சம் அதிகப்படியானதுதான். ஆனால், யமுனை நதி வழிமாறிச் சென்ற சம்பவம் மக்கள் நினைவில் பதிந்திருக்கிறது என்பது இதிலிருந்து தெளிவாகிறது.

அப்படியானால் சரஸ்வதி நதி மறைந்ததற்கு சட்லெஜ் நதிதான் காரணம் என்று இரண்டு ஒல்தாம்களும் சொன்னார்களே, அதற்கு என்ன அர்த்தம்? இன்றைய பஞ்சாபிலுள்ள ரூபர் நகரினருகில் சட்லெஜ் சட்டென்று மேற்காகத் திசை மாறுகிறது. இந்த இடத்திலிருந்து தெற்கே ஓடிவரும் ஒரு அகண்ட வறண்ட சிற்றாறைப் புவியியல் வல்லுனர்கள் (உதா: குருதேவ் சிங்[11], 1952-ல்) கண்டுபிடித்துள்ளனர். அந்தப் புராதனபடுகை பாட்டியாலாவுக்கு அறுபது கி.மீ தெற்கிலுள்ள ஷத்ரானா (படம் 3.1) என்ற இடத்தின் அருகில் கக்கர் நதியுடன் கலக்கிறது. இதற்கு வெகு அருகில்தான் சர்சுதியும் கக்கரில் கலக்கிறது. அந்தப் புராதன படுகை ஏறக்குறைய பாட்டியாலேவாலி நதி செல்லும் வழியிலேயே செல்கிறது. வால்தியா சொல்கிறார்: ‘இந்த நதிகள் கலக்குமிடத்தில் கக்கர் நதியின் அகலம் வழக்கத்துக்கு மாறாக ஆறுமுதல் எட்டு கிலோமீட்டராக அதிகரித்திருக்கிறது. அனூப் காட் பகுதிக்கு மேற்கே தார்பாலைவனத்தின் மணற்குன்றுகளில் கலந்து மறையும்வரை கக்கர் நதியின் இந்த வழக்கத்துக்கு மாறான அகலம் குறையவே இல்லை’.[12] கக்கர் நதியின் அகலம் இப்படித் திடீரென அதிகரிக்கக் காரணம் முன்பொருகாலத்தில் சட்லெஜ் நதியின் நீர் இதில் கலந்ததுதான் என்பது தெளிவாகிறது.

இன்னும் சற்று கீழ்பாகத்தில் ‘வாஹ்’ நதி, மூன்று நைவால் நதிகள் ஆகியவற்றின் படுகையானது சட்லெஜ் நதியின் மேற்கு நோக்கிய வறண்ட புராதன நதிப்படுகையை பிரதிநிதித்துவப்படுத்துகின்றன. அதன் பிறகு, சட்லெஜ் பாகிஸ்தானுக்குள் விலகிப் பாய ஆரம்பித்த சிறிது தூரத்தில் வேறொரு வற்றிப்போன சிற்றாற்றுப் படுகை இந்திய பாகிஸ்தான் எல்லைக்கு இணையாக பாகிஸ்தான் பகுதியில் ஓடி, பாகிஸ்தானில் வல்ஹார் என்ற இடத்தில் ஹக்ராவுடன் கலக்கிறது. இதைப் போலவே இன்றுமொரு பழைய வறண்ட படுகை பவல் பூருக்கு வடகிழக்கில் முப்பது கி.மீ. தள்ளி ஆரம்பித்து தெற்கு நோக்கிப்

பாய்ந்து கடைசியில் ஹக்ராவை அடைகிறது. பட்டியல் இதோடு முடியவில்லை. 'பஞ்சாப் சமவெளியில் அடிக்கடி தடம் மாறிக் கொண்டிருந்த ஷதத்ரு (சட்லெஜ்) நதியின் எண்ணற்ற வறண்ட தடங்களையும் புவியியல் நிபுணர்கள் கண்டுபிடித்துள்ளனர்.'

அப்படியானால் சட்லெஜ் நதியின் பாதை ஒரே சீராக இல்லாமல் 'கரடு முரடாக'த்தான் இருந்திருக்கிறது என்பது தெளிவு. இதன் உற்பத்தியும் பாய்ந்து சென்ற பாதையும் பற்றி சில விஷயங்கள் பண்டைக்கால இலக்கியங்களில் குறிப்பிடப்பட்டிருக்கிறது. ரிக் வேதத்தில் 'ஷுதத்ரி' அல்லது 'வேகமாகப் பாய்வது' என்றழைக்கப்பட்ட இந்த நதி 'சதத்ரு' (நூறு வாய்க்கால்களைக் கொண்ட நதி) என்று வேதத் துக்குப் பிந்தைய இலக்கியங்களில் குறிக்கப்பட்டிருக்கிறது. பண்டைக் கால இந்தியர்கள் தங்களுடைய சுற்றுப்புறங்களை எவ்வளவு கூர்மை யாகக் கவனித்துவந்தனர் என்பதற்கும் அவர்களுடைய பூகோள அறிவுக்கும் இது ஒரு சிறந்த உதாரணம். ஆனால், இம்மாதிரியான சம்பவங்களை முறையான வரலாறாக எழுதாமல் 'தொன்மக் கதைகள்' வடிவில் எழுதி வைத்துள்ளனர். இவற்றில் ஒன்றை இப்போது பார்க்கலாம்:

தனது மகன்கள் அனைவரையும் ஜன்ம சத்ருவான விஸ்வாமித்திர ரிஷி கொன்றுவிட்டார் என்பதையறிந்து பெரும் துக்கத்தில் ஆழ்ந்த வசிஷ்ட மகரிஷி தனது உயிரைப் போக்கிக்கொள்ள முயற்சி செய்கிறார். இதற்காகப் பல வழிகளைக் கையாண்டும் பலனில்லை. தன் உடலில் கல்லைக் கட்டிக் கொண்டு அல்லது கை கால்களைக் கட்டிக்கொண்டு ஆற்றிலோ கடலிலோ குதித்தால் அவை அவரை மூழ்கடிக்காமல் பத்திரமாகக் கரை சேர்த்துவிடுகின்றன. அவர் கடைசியாகக் குதித்த நதி அவரை ஒரு அக்னிப் பிழம்பெனக் கருதி நூறு திக்குகளில் ஓடி ஒளியப் பார்க்கிறது. இதிலிருந்துதான் அதற்கு சதத்ரி (நூறு கிளைகளுள்ள நதி) என்ற பெயர் கிடைத்தது.[14] இலக்கியங்களில் குறிப்பிடப்பட்டிருக்கும் தொன்மக்கதைக்கும் பவுதிகமாக நாம் பார்க்கும் உண்மைக்கும் இடையே ஒத்திசைவு இருப்பதை சட்லெஜ் நதிக்கு ஏராளமான கிளைகள் இருப்பதன் மூலம் மீண்டும் நாம் காணலாம்.

1983-85ல் ஒரு இந்திய-ஃப்ரெஞ்ச் குழு ஹரியானா-ராஜஸ்தான் மாநிலங்களில் கக்கருக்கும் சௌதங்குக்கும் இடையிலுள்ள பகுதியை ஆய்வு செய்தது. இந்திய அகழ்வாராய்ச்சி மையம், ஃப்ரான்ஸின் சி.என்.ஆர்.எஸ். ஆகியவற்றில் இருந்த புவியியல், அகழ்வாராய்ச்சி யியல், நீரியல் நிபுணர்கள் இந்தக் குழுவில் அங்கம் வகித்தனர். இந்தக் குழு நடத்திய ஆய்வின் முடிவுகளை அத்தியாயம் 11-ல் விரிவாகப் பேசவிருக்கிறேன். ஹரப்பா பற்றியும் அங்கு பின்பற்றப்பட்ட விவசாய

முறைகளைப் பற்றியும் புதிய கண்ணோட்டத்தை முன்வைக்கின்றன. வேத கால சரஸ்வதியைப் பற்றிப் பொதுவாக ஏற்றுக்கொள்ளப் பட்டிருக்கும் முடிவுகளைக் கேள்விக்குள்ளாக்குகிறது. இப்போ தைக்கு, 'எட்டு மீட்டர் ஆழத்தில், யமுனையிலும் சட்லெஜ்ஜிலும்[15] இருப்பதைப்போல் காணப்பட்ட சாம்பல் மணல் படுகை'யை மிக நுணுக்கமாக ஆராய்ந்து ஃப்ரெஞ்சு புவியியலாளர் மேரி ஆக்னெஸ் கர்த்தி முன்வைத்திருக்கும் முடிவுகளை மட்டுமே இங்கு குறிப்பிடு கிறேன். சாம்பல் மணல் என்று ரெய்க்ஸ் முன்பு சொன்னதுடன் இது ஒத்துப் போகிறது. அதன் மூலம் யமுனை நதியுடனான பழங்காலத் தொடர்பைச் சுட்டிக்காட்டுவதாக இருக்கிறது. எனினும், மேரி ஆக்னெஸின் கால வரிசை தொடர்பான கருத்துகள் இதில் இருந்து வேறுபடுகிறது. அவரைப் பொறுத்தவரையில், 'இமய மலையில் உற்பத்தியான பெரிய நதிகள் பனி யுகத்தின் கடைசியில் கக்கரின் இன்றைய நிலப்பரப்பில் ஓடின'. ஆனால், 'யமுனை போன்ற நதிகள்... ஆய்வுக்கு எடுத்துக் கொள்ளப்பட்ட பகுதியில் சரித்திரத்துக்கு முந்திய காலகட்டத்திலேயே பாய்ந்து வற்றிவிட்டன'[17]. அதாவது, ஹரப்பா காலத்துக்கு (பொ.யு.மு. 2600-1900) முன்பே வற்றிவிட்டன.

ஷிவாலிக் மலைத்தொடரில் பாய்ந்து ஓடிக்கொண்டிருந்த நதிகளின் பாதைகளைப் பற்றிச் செய்த ஆய்வுகளிலிருந்து முக்கியமான

படம் 3.2: யமுனை இடைவெளியின் செயற்கைக்கோள் படம். பட்டா, மார்கண்டா பள்ளத்தாக்கு வழியாக மேற்கு திசையில் பாய்ந்ததாகக் கருதப்படுகிறது. இப்போது கிழக்கு திசையில் பாய்கிறது.

விவரங்கள் கிடைத்துள்ளன. சமவெளிப்பிரதேசங்களை நோக்கி மேற்கு திசையில் ஓடும் மார்க்கண்டா நதியும் கிழக்கு நோக்கி ஓடும் பாட்டா (படம் 3.2) நதியும் இன்று தண்ணீர் அதிகமில்லாத பருவகால சிற்றாறுகளாக இருந்தாலும் அவற்றின் படுகை மிக அகலமானதாக உள்ளன. மார்க்கண்டா நதி ஓடும் பாதை ஒரு கிலோமீட்டர் அகல முள்ளது; பாட்டா நதி ஆறு கிலோ மீட்டருக்கும் மேல் அகலமான படுகையைக் கொண்டிருக்கிறது (போன்டா சாஹிப் பகுதியில் யமுனை யுடன் கலப்பதற்கு முன்பாக). இதிலிருந்து, வெகு நாட்களுக்கு முன்பு இந்த நதிகளில் நீரோட்டம் மிகப்பெரிய அளவில் இருந்திருக்க வேண்டுமென்பதை யூகிக்கலாம்.

உலகெங்கிலுமுள்ள பனிப்பாறை ஆறுகளை (Glaciers) பட்டியலிடும் குழுவில் இந்தியப் புவி இயல் துறையின் முன்னாள் இயக்குனரும் புவி இயல் நிபுணருமான எம்.கே. பூரி பங்கெடுத்திருந்தார். இமயமலையில் மட்டும் 1500 பனிப்பாறை ஆறுகளிருப்பதாகக் கண்டுபிடிக்கப்பட்டது. இவரும் இவருடைய சக ஊழியர் பி.ஸி.வர்மாவும் மார்க்கண்டா, பாட்டா பள்ளத்தாக்குகளில்[18] மேற்கொண்ட ஆய்வுகளின் அடிப்படை யில் தங்கள் முடிவுகளை வெளியிட்டனர். உருமாறிய பாறைகள், குவாட்சைட்கள் போன்றவை இந்தப் பள்ளத்தாக்குகளில் மிகுதியாக இருந்ததைக் கண்டனர். அவை இமய மலையின் மிக உயரமான மலைத்தொடர்களில் காணப்படுபவை. தாழ்வான பகுதியில் இருக்கும் ஷிவாலிக் மலைப்பகுதியில் அல்ல. இமய மலையின் உள் பகுதிகளில் இருக்கும் பனிப்பாறைகள் உருகி ஆறாகப் பாய்ந்து வந்தபோது அந்தப் பாறைகளை அடித்துக்கொண்டு வந்திருக்கும் என்பது அவர்களின் வாதம். இமயமலையில் 4000 மீட்டர் முதல் 5000 மீட்டர் உயரம் வரை ஏறிச்சென்ற இந்த ஆய்வாளர்கள் 'பந்தர்புஞ்ச்' மலைச்சிகரத்தில் இம்மாதிரியான மூன்று பனிப்பாறை ஆறுகளைக் கண்டுபிடித்தனர். அவற்றிலிருந்து உருவாகும் நீர்ப்பெருக்குகள் உத்தர காசிக்கு மேலாக நைட்வார் (Naitwar) என்ற இடத்தில் சந்திக்கின்றன. அங்கிருந்து அவை யமுனையின் மிகப் பெரிய கிளையான 'டோன்ஸ்' நதிக்குச் செல்கின்றன (இரு நதிகளும் இணையும் இடத்தில் இருந்து உற்பத்தி ஸ்தானம் வரையிலான யமுனையைவிட உண்மையில் இந்த டோன்ஸ் நதி பரப்பிலும் நீளத்திலும் பெரியது).டோன்ஸ் நதியும் யமுனையும் ஒரு காலத்தில் மேற்காகச் சென்று பாட்டா பள்ளத்தாக்கிலும் பின்னர் மார்க்கண்டா பள்ளத்தாக்கிலும் பாய்ந்து சென்றிருக்கிறது. இதுதான் பாட்டா, மார்க்கண்டா படுகையில் இமயமலைப் பாறைகளின் படிவுகள் காணப்படுவதற்குக் காரணம் என்று பூரியும் வர்மாவும் விளக்குகிறார்கள். அவர்களைப் பொறுத்தவரையில், இன்றைய டோன்ஸ் நதிதான் வேத கால சரஸ்வதி நதியின் மேல் பாகம்.[19]

இந்த ஷிவாலிக் நதிகள் உற்பத்தியாகிப் பாயும் விதம் இன்னமும் உறுதி செய்யப்படவில்லை. இருப்பினும், பூரியும் வர்மாவும் செய்த ஆய்வு களிலிருந்து ஒரு விஷயம் தெளிவாகிறது. மிகப் பெரிய பனிப்பாறை களில் இருந்து நீர் வரப்பெற்ற அதனால் ஆண்டு முழுவதும் நீர் நிரம்பி யிருந்த ஆறுகள் புராதன காலத்தில் இந்த அகண்ட பள்ளத்தாக்குகள் வழியாகப் பாய்ந்தோடியுள்ளன என்பதுதான் அது. இந்தத் தகவல் கே.எஸ்.வால்தியாவாலும் முன்வைக்கப்பட்டிருக்கிறது.[20]

அதே சமயம் ஷிவாலிக் மலைப்பிரதேசத்தில் உற்பத்தியான சர்சுதி என்ற சிற்றாறு மேலே சொன்ன வரையறைக்கு உட்படாது என்பதைச் சொல்லிவிடுவது நல்லது. ஏனெனில், இந்த சர்சுதி மேற்சொன்ன மார்க்கண்டா, பாட்டா நதிகளின் படுகையுடன் இணைந்ததற்கான எந்தவொரு அடையாளமும் காணப்படவில்லை. மார்க்கண்டா நதி ஷிவாலிக் மலைப்பகுதியில் நீண்ட தூரம் பாய்ந்தோடி வருகிறது; அதற்கு மிக அகன்ற படுகையும் இருக்கிறது. ஆகவே, இதுதான் சரஸ்வதியின் மேல் பகுதியாக இருந்திருக்க வேண்டுமென எனக்குத் தோன்றுகிறது. ஒருவகையில் பார்த்தால், மார்க்கண்டா நதி சர்சுதியின் கிளை நதியல்ல. மாறாக சர்சுதிதான் மார்க்கண்டாவின் கிளைநதி. பொதுவாக நடப்பதுபோல், ஒருவேளை யாத்ரீகர்களின் வசதிக்காக, ஷிவாலிக் மலையில் இருந்து மார்கண்டா நதி பாயும் காலா அம்ப் (அல்லது காலம்ப்) சமவெளியில் இருந்த சரஸ்வதியின் உற்பத்தி மையமானது ஆதிபத்ரி என்ற இடத்துக்கு அருகில் மாற்றப்பட்டிருக் கலாம். இந்த இரண்டு இடங்களுக்குமிடையே உள்ள தூரம் பதினைந்து கி.மீட்டர்தான்.

டெக்டானிக் நிகழ்வுகள்

நதிகள் தடம் மாறிப்போனதற்கு டெக்டானிக், சீசிமிக் நிகழ்வுகள் - எளிய வார்த்தைகளில் சொல்வதானால் பூகம்பங்கள் - காரணமாக இருந்திருக்குமோ என புவியியலாளர்கள் மத்தியில் நீண்ட காலமாகவே ஒரு சந்தேகம் இருந்துவருகிறது. இதற்கான காரணத்தைத் தேடி அதிகம் சிரமப்படவேண்டியதில்லை: இமயமலையின் சரிவுகளிலும் அதன் அடிவாரத்திலுள்ள பிரதேசங்களிலும் பூகம்பங்கள் அடிக்கடி நிகழ்கின்றன. சுமார் 50 மில்லியன் ஆண்டுகளுக்கு முன்பு கோண்ட் வானா (Gondwana) பூமிப்பிரதேசத்திலிருந்து இந்தியத் துணைக்கண்டம் தனியாகப் பிரிந்து, ஆண்டுக்குப் பதினைந்து செ.மீ வேகத்தில் வடகிழக்குத் திசையில் நகர்ந்து, யூரேஷியாவுடன் மோதிக்கொண்டது. இதன் விளைவாக இந்தியத் துணைக்கண்டம் யூரேஷியத் தட்டுக்கு (Eurasian plate) அடியில் போனது. இதனால், பிந்தையப் பகுதி மெள்ள மெள்ள மேலெழும்பியது - வராஹ அவதாரத்தில் வராஹம் பூமியைத்

தூக்கி நிறுத்தியதுபோல. இன்றைய திபெத் பீடபூமியும் இமய மலையும் இந்த மோதலின் விளைவாக உருவெடுத்தவைதான். இந்தியத் துணைக்கண்டம் ஆண்டுக்கு ஆறு செ.மீ. வீதம் கீழிறங்கிக்கொண்டே போவதால் இமய மலைப்பிரதேசத்தின் உயரமும் அதிகரித்துக் கொண்டிருக்கிறது.

இந்திய பூமிப்பிரதேசமும் ஆசிய பூமிப்பிரதேசமும் மோதிக் கொண்டதன் பலனாக பல பிளவுகளும் பிற மாற்றங்களும் ஏற்பட்டன (ஷிவாலிக் போன்ற சிறு மலைத்தொடர்கள் உருவானது அதில் ஒன்றுதான்). இதன் காரணமாகவே பாகிஸ்தானில் ஆரம்பித்து பங்களா தேசம் வரையிலான வடபகுதிகளிலும் குஜராத், மஹாராஷ்டிரா வரையிலான பகுதிகளிலும் வசிக்கும் மக்கள் படு மோசமான பூகம்பங்களை அவ்வப்போது அனுபவித்துவருகின்றனர்.

நம் கவனத்துக்குரிய இந்தப் பகுதியில் நடந்த பூகம்பங்கள் பூகோளத் தடயங்களையும் அகழ்வாராய்ச்சித் தடயங்களையும் விட்டுச் சென்றிருக்கின்றன. பிந்தையதற்கு உதாரணமாக, ரெய்க்ஸ் ஆய்வு செய்த கக்கர் நதிப்படுகை இருக்கும் காலிபங்கன் நிலப்பரப்பின் அடித்தள அடுக்குகளில் பொ.யு.மு. 2700-ல் மாபெரும் பூகம்பம் ஏற்பட்டதற்கான தடயங்கள் கிடைத்துள்ளன. இந்த நகரில் உருவான ஆரம்பகால குடியிருப்புக்கு கொடூரமான முடிவைக் கொண்டுவந்த நிகழ்வாக அது இருந்திருக்கக்கூடும் என்று நம்பப்படுகிறது.[21] அதேமாதிரி சரஸ்வதி நதியின் மறுமுனையில் கட்ச் ரண்ணில் (விரைவில் இதற்கு நாம் திரும்பப் போகிறோம்) அமைந்துள்ள 'தோலவிரா' (Dholavira) என்ற அருமையான ஹரப்பா நிலப்பரப்பில் முன்பு சொன்ன அதே காலகட்டத்தில் ஒரு பெரிய பூகம்பம் ஏற்பட்டுள்ளது.[22] அங்கிருந்த கோட்டையின் மதிற்சுவர்கள் இடிந்து வீழ்ந்துள்ளன. நகரத்தில் பேரழிவு நிகழ்ந்தது. ஐந்து பிளவுகளால் சூழப்பட்டிருக்கும் கட்ச் நீண்டகாலமாகவே பூகம்பத்தால் பாதிக்கப் பட்டு வந்திருக்கிறது. 2001, ஜனவரி 26-ல் நடந்த சக்தி வாய்ந்த பூகம்பத்தால் அது எப்படி நிலைகுலைந்து போனது என்பது பலருக்கு நினைவில் இருக்கும்.

இதை மனதில் வைத்துத்தான் பூரியும் வர்மாவும் ஒரு நிலநடுக்கத்தின் விளைவாகத்தான் 'யமுனையின் பெரிய இடைவெளி' (Yamuna Tear) ஏற்பட்டிருக்க வேண்டும் என்று குறிப்பிட்டிருக்கிறார்கள். அதன் மூலமாகத்தான் டோன்ஸ், பாட்டா, யமுனை நதிகள் ஒன்றாக இணைந்து தெற்கு நோக்கிப் பாய்ந்திருக்க வேண்டுமென்றும் இதன் காரணமாக சரஸ்வதி நதியின் உற்பத்தியிட நீரானது அதற்குக் கிடைக்காமல் போயிற்றென்றும் கருத்துத் தெரிவிக்கின்றனர். இந்த

‘இடைவெளி’ ஒரு பூகம்பத்தினால் ஏற்பட்டிருந்தால் அது தொடக்கத்திலேயே இப்போது நாம் பார்க்கும் அளவுக்கு இவ்வளவு விசாலமாக இருந்திருக்காது. பனிப்பாறை உருகுவதால் நீர் பெறும் நதிகள் ஆரம்பத்தில் ஒரு சிறிய இடைவெளி வழியாகப் பாய்ந்தோடியிருக்கலாம். மண் அரிப்பின் மூலம் எஞ்சியவை காலப்போக்கில் நடந்தேறியிருக்கலாம்.

வால்தியாவும் இம்மாதிரியான முடிவுக்குத்தான் வருகிறார். பொ.யு.மு.*1900*-ம் ஆண்டுக்குப் பிறகு நிகழ்ந்த ஒரு பெரிய பூகம்பம் யமுனையின் அருகிலிருந்த நிலப்பரப்பை 20 முதல் 30 மீட்டர் உயரத்துக்குத் தூக்கிவிட்டது என்று குறிப்பிட்டிருக்கிறார்.[23] அந்த பூகம்பம் பவண்டா ஸாஹிப் பள்ளத்தாக்கு (Pavanto Sahib Valley) வழியாகச் செல்லும் பிளவில் ஏற்பட்டது. இந்த பூகம்பப் பிளவு (Fault) இன்றும் செயல் நிலையில் இருக்கிறது. ஆகவே, ‘முன்பு மேற்கு நோக்கிப் பாய்ந்து கொண்டிருந்த நதி தன் வழக்கமான தடத்தில் இருந்து சட்டென்று திரும்பி இன்று யமுனை என்றழைக்கப்படும் தென் திசையிலான தடத்துக்கு மாறுவதற்கு இந்த பூகம்பம்தான் காரணமாக இருந்திருக்குமோ’ என்று வால்தியா சந்தேகத்தை வெளிப்படுத்துகிறார்.[24] நல்ல கேள்விதான்.

செயற்கைக்கோள் புகைப்படங்கள்

மேற்குலகில் முதல் உலகப் போர் காலகட்டத்தில் ராணுவப் பயன்பாட்டுக்காகத்தான் முதன் முதலில் வான் வழிப் புகைப்படங்கள் எடுக்கப்பட்டன. போர் முடிந்த பிறகு அமைதி சார்ந்த பணிகளுக்கு, குறிப்பாக புவி இயல், அகழ்வாராய்ச்சி ஆகியவற்றுக்காக இது பயன்படுத்தப்பட்டது. இந்தியாவைப் பொறுத்தவரை 1960-களில்தான் ஹரியானா, பஞ்சாப் பகுதிகளின் தரைப்பரப்பை ஆராய்வதற்காக இந்த முறை பயன்படுத்தப்பட்டது. நிலவியல் ஆய்வுகளை மிகவும் துல்லியமாகச் செய்யவேண்டும் என்பதுதான் முக்கிய நோக்கமாக இருந்தது. எனக்குத் தெரிந்தவரை வான் வழிப் புகைப்படங்கள் மூலம் அகழ்வாராய்ச்சி முக்கியத்துவம் வாய்ந்த பகுதிகளைக் கண்டடையும் திறனானது முழுவதும் பயன்படுத்தப்படவில்லை. அடுத்த பத்தாண்டுகளில் புதிதாக வந்த தொழில்நுட்பம் ஒன்று வான்வழிப் புகைப்படத் துறையைப் புரட்டிப்போட்டது. அதுதான் செயற்கைக்கோள் புகைப்படத் தொழில்நுட்பம். மேற்குலகில் 1950-களில் இருந்து அதி வேகமாக வளர்ந்துவந்த ஒரு துறை. அங்கு வரைபட உருவாக்கம், பூமிக்கடியிலுள்ள எண்ணெய், தாதுப்பொருள்களைக் கண்டுபிடித்தல், வானிலை ஆராய்ச்சி, உளவுத்துறை ஆகியவற்றுக்காகப் பயன்படுத்தப்பட்டது.

அமெரிக்காவின் செயற்கைக்கோள் மையமான நாஸா விண்வெளி ஆய்வு மையத்தின் லேண்ட்சாட் தொடர், ஃப்ரான்ஸின் ஸ்பாட் தொடர், மிகச் சமீபத்தில் இந்தியாவின் ஐ.ஆர்.எஸ். தொடர் (இந்திய தொலைதூர ஆய்வு மையம்) ஆகியவை எடுத்த புகைப்படங்களை வைத்து சரஸ்வதி நதியின் நிலப்பரப்பு ஆராயப்பட்டது. இதில் முதன்முறையாக கக்கர்-ஹக்ரா நதியின் வறண்ட நீர்ப்பரப்பு அற்புத மான வகையில் (படம் 3.3) வெளிப்படுத்தப்பட்டது. உண்மையில் அந்தப் புகைப்படங்களில் காணப்பட்டது நதியின் படுகை இல்லை. கக்கர் பாய்ந்தோடிய வழியில் இருந்த வளமான மண்ணின் தடம், பயிர்களின் தடம் ஆகியவற்றுக்கும் பிற வறண்ட தடத்துக்கும் இடையிலான நிறவேறுபாடே இந்தப் படங்களில் தெளிவாகத் தெரிந்தது. சட்லெஜ் யமுனை நீர்ப்பரப்பில் குறுக்கு மறுக்காக ஓடிய, தரையில் இருந்து பார்க்கும்போது தெரியாத, பழைய வறண்ட நீர்ப்படுகைகள் டிஜிட்டல் முறைப்படிப் பெரிதுபடுத்தப்பட்டு நன்கு தெரியவந்தன. இப்போது நம் முன்னால் எழுந்திருக்கும் மிகப் பெரிய கேள்வி என்னவென்றால், நம் கைக்குக் கிடைத்திருக்கும் இமாலயத் தகவல்களை (அதன் இரண்டு அர்த்தத்திலும் சொல்கிறேன்) எப்படிப் புரிந்துகொள்வது என்பதுதான்.

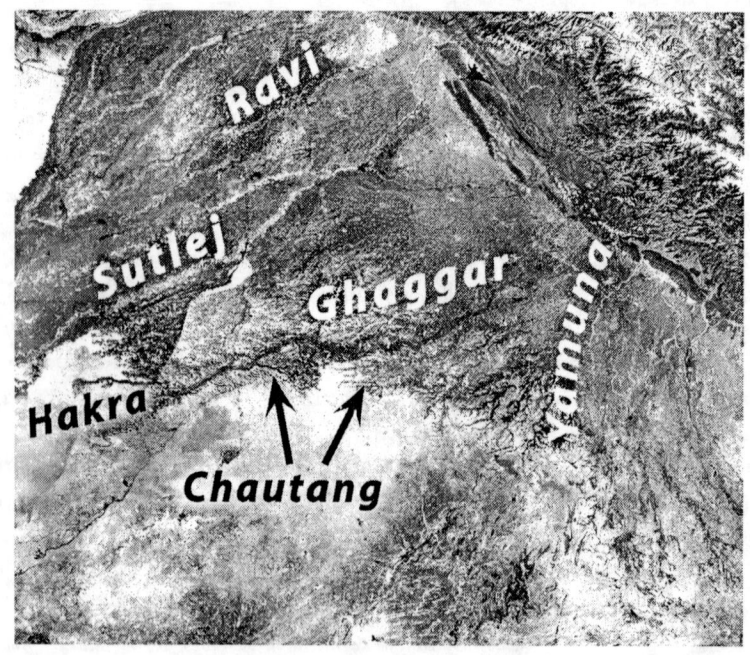

3.3: வட மேற்கு இந்தியாவின் செயற்கைக் கோள் படம். கக்கர்-ஹக்ரா படுகை வெகு தெளிவாக அடையாளப்படுத்தப்பட்டிருக்கிறது.

1980-ல் யஷ்பால், பல்தேவ் சஹாய், ஆர்.கே.ஸூத். டி.பி.அகர்வால் என்ற நான்கு இந்திய விஞ்ஞானிகள் ''காணாமற்போன' சரஸ்வதியின் தொலை தூரப் புகைப்படங்கள்' என்ற தலைப்பில் ஒரு கட்டுரையை வெளியிட்டனர். LANDSAT செயற்கைக்கோள் மூலம் எடுக்கப்பட்ட புகைப்படங்களை ஆராய்ந்து எழுதப்பட்ட இந்தக் கட்டுரை ஒருவித செவ்வியல் ஆய்வுப் படைப்பாக மதிக்கப்படுகிறது.

'பாட்டியாலாவுக்கு 25 கி.மீ. தெற்கே கக்கர் நதியின் அகலம் திடீரென அதிகரித்திருக்கிறது. கக்கர்நதியின் உற்பத்தியிடத்துக்கு அருகிலுள்ள

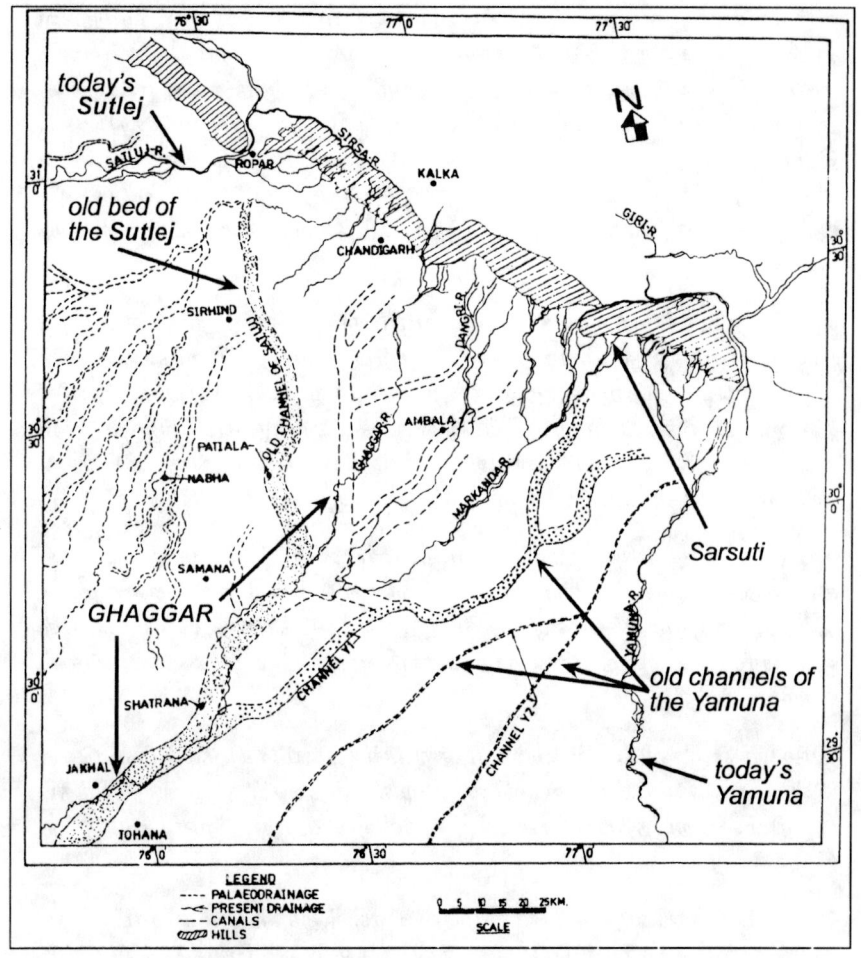

3.4: லேண்ட்சாட் மூலம் மறு உருவாக்கம் செய்யப்பட்ட கக்கர் நதியின் மேல் பகுதி படுகை, சில புராதன வறண்ட நதிப் படுகைகளும் காணப் படுகின்றன (யஷ் பால் ஆய்வில் இருந்து)

பகுதிகளில் அதன் அகலம் மிகக் குறைவாகவே இருப்பதை வைத்துப் பார்க்கும்போது இது மிகவும் பொருந்தாததாகவே இருக்கிறது. அகலம் இப்படி திடீரென அதிகரிக்க வேண்டுமானால் கக்கரின் கிளைநதிகளில் ஒன்று அங்கு அதனுடன் இணைந்திருக்க வேண்டும். அப்படி ஒரு பழைய நதி ஒன்றின் படுகை கக்கருடன் இணைவதைச் செயற்கைக் கோள் புகைப்படங்கள் தெளிவாகக் காண்பிக்கின்றன'[25] என்று தங்கள் கட்டுரையை ஆரம்பிக்கின்றனர். ரூபர் நகருக்கு அருகில் சட்லெஜின் கூர்மையான வளைவில் இருந்து பிரிந்துவரும் படுகையாக நாம் முன்பு சொன்ன அதே வறண்ட படுகைதான் இது.

ஒன்றல்ல, 'குறுக்கும் நெடுக்குமாக ஓடும் பல்வேறு சிற்றாறுகள் சட்லெஜில் கலந்து இப்போதைய படுகை[26] உருவானது' என்பதை அவர்கள் கண்டுபிடித்தனர். அப்படியானால், இந்த நதியை 'சதத்ரு' அல்லது 'நூறு சிற்றாறுகளைக் கொண்ட நதி' என்று அழைத்தது மிகப் பொருத்தமானதுதான்! சட்லெஜில் இந்தச் சிறு நதிகள் குறுக்கும் நெடுக்குமாகப் பின்னிப் பாய்வது மகாபாரதத்திலேயே சொல்லப் பட்டிருக்கிறது என்பதையும் இந்த விஞ்ஞானிகள் சுட்டிக்காட்டி யுள்ளனர்.

கக்கர் நதிக்கு மேற்காக சட்லெஜ் வழிமாறிச் சென்றதற்குக் காரணம் அங்கு நிகழ்ந்த பூகம்பங்கள்தான் என்பது நமது விஞ்ஞானிகளின் அனுமானம். இதற்குச் சற்று கீழே அவர்கள் கண்டுபிடித்த, 'தனித் தன்மை வாய்ந்த பழைய நதிப்படுகைத் தடமானது சட்லெஜ் நதி நரா வழியாகக் கட்ச் ரண்ணை அடைந்தது என்பதை நிரூபிக்கிறது'. ஸி.எஃப்.ஒல்தாமும் இதே விஷயத்தைக் குறிப்பிட்டிருக்கிறார்.

கிழக்கே, நமது விஞ்ஞானிகள் யமுனையின் மூன்று புராதனத் தடங் களை அடையாளம் கண்டனர். யமுனை நதி சிறிது சிறிதாகக் கிழக்கு திசைக்கு வழிமாறிச் சென்றதையே இது காண்பிக்கிறது. இந்த மூன்றில் ஒரு பாதை த்ருஷத்வதி என்ற சௌதங் நதியின் பாதை என்பதும் தெரியவந்தது.

இந்த விஞ்ஞானிகளின் வரைபடத்துடன் (படம் 3.4) கூடிய கட்டுரை யில் சொல்லப்பட்ட ஆய்வின் முடிவுகள் அதற்கு முன்பு அந்தப் பகுதியில் நடத்தப்பட்ட ஆய்வுகளின் முடிவுகளை ஒட்டியே இருக்கின்றன:

> 'பஞ்சாபில் ஷத்ரானா முதல் பாகிஸ்தானில் மாரோட் வரை கக்கர் நதிப்படுகையின் அகலம் ஒரே சீராக ஆறு முதல் எட்டு கி.மீயாக இருந்திருக்கிறது. அதனை நம்மால் தெளிவாகப் பார்க்க முடியும். கக்கர் நதிப்படுகை இப்படி

அகலமாக இருப்பதற்கு ஒரே காரணம் வேறு பல கிளை நதிகள் கடந்த காலத்தில் அதில் வந்து கலந்ததாகத்தான் இருக்கும். எங்களுடைய ஆய்வுகளில் தெரியவந்த ஒரு விஷயம் சட்லெஜ் நதி கக்கரின் முக்கியக் கிளையாக இருந்திருக்கிறது; ஆனால், பின்னர் நிகழ்ந்த பூகம்பங்கள் காரணமாக அது மேற்கு திசைக்கு வழி மாறியது; இதன் விளைவாகக் கக்கர் நதி வறண்டு போனது. கக்கருக்கு நீர் கிடைக்கக் காரணமாக இருந்த இன்னொரு கிளை நதி யானது யமுனையின் ஒரு கிளையாக இருந்திருக்கலாம். ஆனால், இந்த இரண்டு கிளை நதிகளும் பின்னர் முறையே சிந்து நதியிலும் கங்கையிலும் கலந்து விட்டன.'[27]

செயற்கைக்கோள் புகைப்படங்களை மேலும் ஆராய்ந்ததில் சட்லெஜ் யமுனை நதிப்பரப்பில் பல்வேறு பழைய நதித்தடங்கள் இருந்திருப்பது தெரியவந்தது. உதாரணமாக, சில ஆண்டுகளுக்கு முன் இந்திய விண்வெளி ஆராய்ச்சி மையத்தைச் சேர்ந்த ஏ.எஸ்.ரஜாவத்[28] தலைமை யில் மூன்று விஞ்ஞானிகள் ராஜஸ்தானில் ஜய்ஸால்மர் நகருக்கு வட மேற்கே, பாகிஸ்தான் எல்லைக்கு மிக அருகில் உள்ள டானோட்டுக் கும் கிஷன்காட் பகுதிக்கும் இடையிலுள்ள நிலப்பகுதியை ஆய்வு செய்தனர். ஐ.ஆர்.எஸ். 1-சி செயற்கைக்கோள் புகைப்படங்களில் வடகிழக்கிலிருந்து தென்மேற்காகச் செல்லும் இரண்டு பழைய நதித்தடங்கள் (படம் 3.5) பாலைவன மணல்குன்றுகளின் அடியில் புதைந்து கிடப்பது கண்டுபிடிக்கப்பட்டது. இன்று எண்ணற்ற வறண்ட, மணல் குன்றுகள் நிறைந்துகிடக்கும் அந்த பூமியில், முன் பொரு காலத்தில் இரண்டு முதல் நான்கு கி.மீட்டர் வரை அகல முள்ள நீரோட்டமுள்ள ஓர் ஆறு ஓடிக்கொண்டிருந்தது என்பதையே அந்தத் தடங்கள் வெளிப்படுத்துகின்றன. இந்த இடம் ஹக்ராவி லிருந்து கிழக்கே 30 கி. மீ. தூரத்துக்குள் இருப்பதால் மேற்சொன்ன பழைய நதித்தடங்களுக்கு ஹக்ராவுடன் தொடர்பு இருந்திருக்க வேண்டும்.

சரஸ்வதியின் பாதையைத் தேடி சமீபத்தில் நடத்தப்பட்ட வேறு ஆய்வு களும் இந்த புராதன நதித்தடங்கள் இருப்பதை உறுதிபடுத்துகின்றன. ஜே.ஆர்.ஷர்மா, ஏ.கே.குப்தா, பி.கே.பத்ரா என்ற மூன்று ஐ.எஸ்.ஆர்.ஓ.விஞ்ஞானிகள் புதிய தலைமுறை செயற்கைக்கோள் களின் உதவியுடன் கிடைத்த பன்முனைத் தரவுகளின் அடிப்படை யிலான தங்களின் ஆய்வு முடிவுகளை 2006-ல் வெளியிட்டனர். அந்த ஆய்வில் அவர்கள் ஐந்து பிராதன நதித்தடங்களை அடையாளம்

கண்டனர். இவை படம் 3.7-ல் ஒன்றில் இருந்து ஐந்து என அடையாளப்படுத்தப்பட்டிருக்கின்றன *(படம் 3.6-ல் மேலும் தெளிவாக).*

இவற்றில் முதலாவது நான்கு முதல் பத்து கி.மீ வரை அகலமுடையது. இது முந்தைய ஆராய்ச்சியாளர்கள் வரைந்த கக்கர் - ஹக்ராவைப் போலவேதான் இருக்கிறது. ஒரே ஒரு வித்தியாசம் மட்டும்தான். பாகிஸ்தான் பகுதியிலுள்ள ஃபோர்ட் அப்பாஸையும் மாரோட்டையும் கடந்து செல்லும் இதன் கிளைநதி பாலைவன மணலிலேயே புதைந்து விடுவதாக வரைபடத்தில் இடம்பெற்றுள்ளது. நிஜத்தில் அது இந்திய

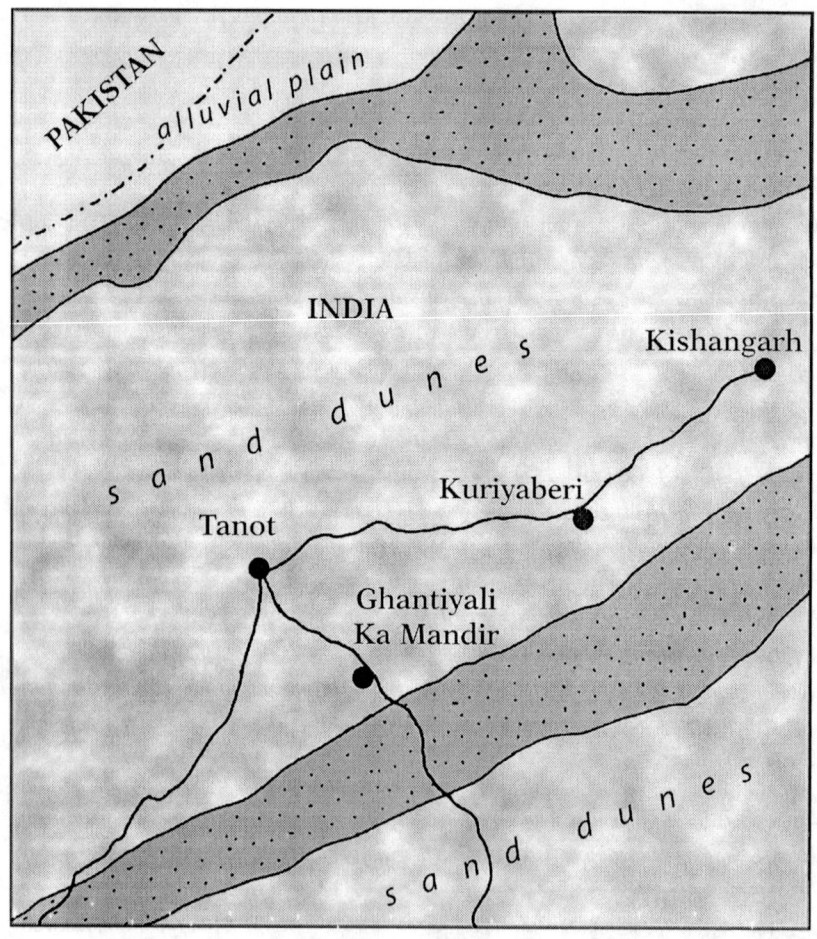

3.5 : ஜெய்சல்மீர் மாவட்டத்தில் கிருஷ்ணா காட்-தானே பகுதியில் அடையாளம் காணப்பட்டிருக்கும் இரண்டு புராதன நதிப் படுகைகள் *(ஏ.எஸ்.ரஜாவத்தின் ஆய்வில் இருந்து)*

பாகிஸ்தான் எல்லையைத் தொடுவதற்கு சற்றுமுன்பாக மேலும் தெற்காகத் திரும்பி ஹக்ராவைச் சந்திக்கிறது.

இரண்டாவது வித்தியாசம்: இந்த நதியின் கடைசிப் பகுதி நரா நதியல்ல. மாறாக, அதிலிருந்து 40 கி.மீ கிழக்கே உள்ள ஒரு தடம் என்று குறிப்பிட்டிருக்கிறார்கள். இருந்தும் இதை உறுதிப்படுத்திக்கொள்ள வேண்டியிருக்கிறதென்று அந்த விஞ்ஞானிகள் எச்சரிக்கையுடன் சொல்லியிருக்கிறார்கள். கழிமுகப் பகுதி பழைய ஆய்வுகளில் சொன்னது போல கட்ச் ரண்தான்.

இரண்டாவது நதித்தடம் நான்கு முதல் ஆறுகிலோ மீட்டர் வரை அகலமுள்ளது. இது ராஜஸ்தானில் ஜெய்சல்மீர் வரை இந்திய பாகிஸ்தான் எல்லையைத் தொட்டுக்கொண்டுபோகிறது. பின்னர், ரஜாவத்தும் அவருடைய சக தோழர்களும் கண்டுபிடித்த புராதன நதித்தடங்களுடன் இணைகிறது. அதன் பிறகு அது தெற்காகத் திரும்பி ரண் வரை செல்கிறது.

மூன்றாவது நதித்தடம் இரண்டாவது தடத்துக்கு மேற்கே செல்லும் ஒரு சிறிய ஓடை. நான்காவது, ஐந்தாவது நதித்தடங்கள் சௌதங்குக்குத் தெற்கில் தொடங்கி, ஆரவல்லி மலைத்தொடரின் அடிவாரத்தைத் தொட்டுக்கொண்டு ஓடுகின்றன. அவை இன்றைய லூனி நதியின் படுகையைப் போலவே இருக்கின்றன. கடைசியாகச் சொல்லப்பட்ட மூன்று நதித்திடங்களின் அகலம் முந்தைய இரண்டோடு ஒப்பிடுகையில் மிகக் குறைவானதாகும். அதிகபட்சம் சில நூறு மீட்டர்கள் மட்டுமே இருக்கும். பார்க்கப்போனால் இன்றைய லூனி நதி பாய்ந்தோடிக் கொண்டிருக்கும் பாதையே சரஸ்வதியின் மிகப் புராதனமான பாதையாக இருந்திருக்கலாமென்றும், அது பின்னர் படிப்படியாக மேற்கில் வழிமாறிக் கடைசியில் ஹக்ரா நதியை அடைந்திருக்கலாமென்றும் சில நிபுணர்கள் கருத்துத் தெரிவித்துள்ளனர்.[30]

ஆனால், நமது மூன்று ஐ.எஸ்.ஆர்.ஓ. விஞ்ஞானிகளும் இந்தக் கருத்தை ஏற்காமல் முதல் நதித்தடத்தையே சரஸ்வதியின் தடமாகச் சொல்கிறார்கள் (கறாராகச் சொல்வதானால், இரண்டாவதை முதலாவதில் இருந்து பிரிக்கமுடியாது). ஆனால் இந்த இரண்டு கூற்றுகளுமே முற்றிலும் முரண்படக்கூடியவை. ஐ.எஸ்.ஆர்.ஓ. தயாரித்த வரைபடத்திலே, சௌதங் வழியாக சரஸ்வதிக்கும் லூனி நதிக்கும் இடையே ஒரு தொடர்பு முன்னெப்போதாவது இருந்திருக்க வேண்டுமென்பது தெளிவாக்கப்பட்டுள்ளது. யமுனையின் நீர் சௌதங் வழியாகப் பாய்ந்தோடியபோது அப்படி இருந்திருக்கலாம்.

ஒட்டுமொத்தமாகப் பார்க்கும்போது, இந்தப் பகுதியில் எண்ணற்ற பழங்கால நீர்த்தடங்கள் இருப்பதையும் அதில் சரஸ்வதியின் பாதை எதுவாக இருந்திருக்கலாம் என்பதையும் ஐ.எஸ்.ஆர்.ஓ. தயாரித்த வரைபடம் உறுதிப்படுத்துகிறது. ஆனால், பிற பல வரைபடங்களில் காணப்படுவதுபோல (படம் 1.1 அல்லது 3.1-ல் இருக்கும் என்னுடையது உட்பட) தெளிவான ஒற்றைத் தடமாக இருக்கவில்லை. இந்தப் பகுதியின் வரலாறு எத்தனை சிக்கலானது என்பதையே இது காண்பிக்கிறது.

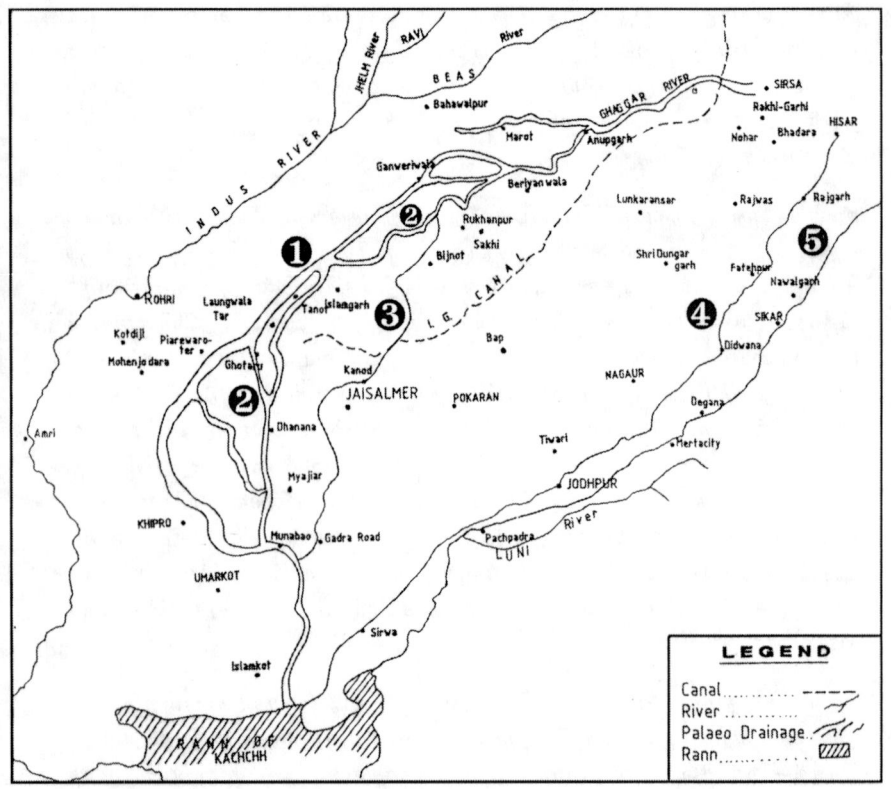

3.6: (மேலே) 3.7 (அடுத்தப் பக்கத்தில் இருக்கும் படம்). இஸ்ரோ மையத்தால் சட்லெஜ்-யமுனை படுகையில் அடையாளம் காணப்பட்ட முக்கியமான புராதன நதித் தடங்கள்.[31] மேலே காணப்படும் எளிமைப்படுத்தப்பட்ட வரைபடத்தில் தடங்கள் 1-ம்-2-ம் வேத சரஸ்வதி நதியின் தடத்தைக் குறிக்கின்றன.

Bahawalpur
Ghaggar River
Banawali
Sirsa
Rakhi-Garhi
Anupgarh
Nohar
Beriyanwala
Rajgarh
Rukanpur
Nawakot
Bijnot
I.G. Canal
Islamgarh
Tanot
Fatehpur
Nawalgarh
Sikar
Laungwala Tar
Piarewarotar
Didwana
Ghotaru
Mohenjo-daro
Kanod
Jaisalmer
II
I
Degana
V
IV
Dhanana
III
Myajlar
Jodhpur
Gadra Rd.
Pachpadra
Aravalli Range
Sirwa
Islamkot
Rann
Dholavira
Samakhia
Surkotada

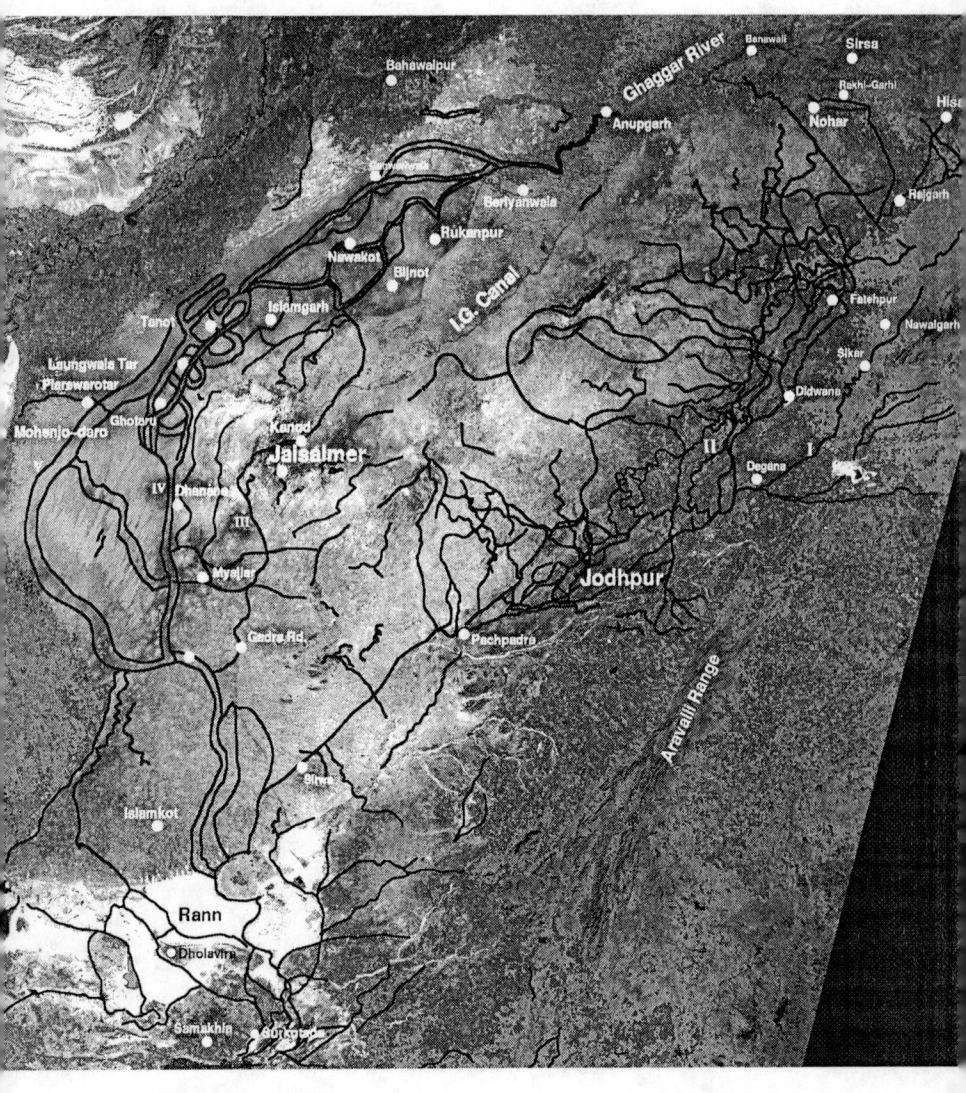

புராதன நதிகளின் காலத்தைக் கண்டுபிடித்தல்

இந்தத் துறையில் சமீபத்திய வரவு அணு இயற்பியல் அல்லது ஒருவகையில் அதன் துணை விளைவு என்று சொல்லலாம். பல்வேறுவகையான காலக் கணிப்பு வழிமுறைகள் மூலமாக புவியியல், கடல் சார்ந்த படிப்புகள், அகழ்வாராய்ச்சி போன்ற துறைகள் அனைத்தும் இந்த முறையால் பெரிதும் பயனடைந்திருக்கின்றன. இந்த வழிமுறைகளில் முக்கியமானது கார்பன்-14 ஐசோடோப்பைப் பயன்படுத்தும் ரேடியோ கார்பன் முறை ('இயல்பான' கார்பனின் ஐசோடோப்பு 12). கார்பனைத் தன்னுள்ளே கொண்டுள்ள மரம், துணி, எலும்பு ஆகியவற்றின் வயதை இந்த முறையால் துல்லியமாகக் கண்டுபிடிக்கலாம். ஆகவே, ஒரு பொருளின் காலத்தைக் கண்டுபிடிக்க அகழ்வாராய்ச்சியினர் இதையே பெரிதும் பயன்படுத்துகின்றனர். இது ஒருவகையில் மிகப் பெரிய புரட்சியைச் செய்தது. பிற இடங்களில் கிடைத்த பொருட்களுடன் ஒப்பிட்டுப் பார்த்தல், இலக்கியங்களில் இடம்பெற்றுள்ள தகவலின் அடிப்படையில் கணித்தல் ஆகியவற்றின் மூலம்தான் அதற்கு முன்புவரை தோராயமாகவே வயதைக் கணக்கிட்டுவந்தனர். ரேடியோ கார்பன் டேட்டிங் மூலமாகத்தான் அகழ்வாராய்ச்சியாளர்களுக்கு முதல் முறையாகப் பொருட்களின் துல்லியமான வயதைக் கண்டுபிடிக்க வழிபிறந்தது. ஆனால் உலோகம், கல் அல்லது மண் பானை போன்ற கார்பன் குறைவாக அல்லது துளியும் இல்லாத பொருட்களின் வயதைக் கண்டுபிடிக்க வேறுமுறைகள் பின்பற்றப்படுகின்றன.

நமது ஆய்வுக்கு முக்கியமானது தண்ணீர்தான். 1995-ல் பாபா அணுசக்தி ஆராய்ச்சி மையத்தைச் சேர்ந்த எஸ்.எம்.ராவ், கே.எம்.குல்கர்னி ஆகிய இரண்டு விஞ்ஞானிகள் ராஜஸ்தானில் பல்வேறு பகுதிகளில் இருந்த கிணறுகளிலிருந்து தண்ணீரை எடுத்து ஆய்வுசெய்தனர். ஆக்ஸிஜன் ஐசோடோப்புகள் (18, 'இயல்பான' ஆக்ஸிஜனின் ஐசோடோப்பு 16), ஹைட்ரஜன் ஐசோடோப்புகள் (டெட்டீரியம், டிரைட்டியம்) ஆகியவற்றின் விகிதம், நீரில் கரைந்திருக்கும் கார்பனேட் பொருட்களில் (சுண்ணாம்புக்கல் போல்) இருக்கும் ரேடியோ கார்பனின் அளவையும் பரிசோதித்தனர். ஜெய்சல்மீர் மாவட்டத்தின் வட மேற்குப் பகுதியில், குறிப்பாகச் சொல்வதானால், முன்பு ஏ.எல்.ரஜாவத்தும் அவருடைய சகதோழர்களும் இரு வறண்ட பழைய நதித்தடங்களை (படம் 3.5) கண்டுபிடித்த அதே இடத்தில், 'மழை பொழிவு குறைவாக இருந்த போதிலும் (150 மி.மீட்டருக்கு கீழே) அங்கு நிலப்பரப்பு பாலைவனம்

---

* வறண்ட நதி என்று இந்த விஞ்ஞானிகள் சொல்வது ஹக்ரா நதியை அல்ல. படம் 3.5-ல் தென்படும் வறண்ட நதிப்படுகைகளில் ஒன்று. ஐ.எஸ்.ஆர்.ஓ. விஞ்ஞானிகள் குறிப்பிட்டிருந்த படத்தில் இரண்டாவது வழித்தடத்தைக் குறிக்கிறது (படம் 3.6, 3.7).

போல் மிக வறண்டிருந்தும்கூட, வறண்ட நதி*யின் பாதையில் 50-60 மீட்டர் ஆழத்தில் நிலத்தடி நீர் கிடைக்கிறது. மேலும் அங்கு தோண்டப்பட்ட சில கிணறுகளில் தண்ணீர் வற்றுவதே இல்லை.' ஆனால், இந்த நிலத்தடி நீர் ஒரே இடத்தில் நிலையாக இருக்கவுமில்லை. ஆண்டுக்கு 20 மீட்டர் வேகத்தில் அந்த நீர் நிலத்துக்கடியில் நகர்ந்து கொண்டே இருக்கிறது. சில ஆழம் குறைந்த (பொதுவான ஆழம் ஐம்பது மீட்டருக்குக் குறைவு) கிணறுகளிலிருந்து சேகரிக்கப்பட்ட நீரில் இருந்து என்ன தெரியவந்ததென்றால்,

> இமய மலை நதிகளோடு ஒப்பிடுகையில் இந்தப் பகுதியில் இருக்கும் நிலத்தடி நீரில் நிலையான ஐசோடாப்புகள் அதிக அளவில் இருக்கின்றன. சேகரிக்கப்பட்ட நிலத்தடி நீரில் டிரிட்டியம் அளவு மிக மிகக் குறைவாகவே இருக்கிறது. இதில் இருந்து புதிய நீரேற்றம் இல்லை என்பது தெரியவருகிறது. இந்த நிலத்தடி நீர் பல ஆயிரம் ஆண்டுகளுக்கு முந்தையது (தோராயமாக இன்றிலிருந்து 4950-4400 ஆண்டுகளுக்கு முன்பே)[32] என்பது ரேடியோ கார்பன் முறையில் தெரியவந்திருக்கிறது.

இதைக் கணக்கிட்டுப் பார்த்தால், தோராயமாக பொ.யு.மு. 3700-3200 ஆக இருக்கக்கூடும்[33]. இதன் பிறகு அந்தப் பகுதியில் நீரேற்றம் இல்லாமலே போயிற்று. இந்த 'தொன்மையான நிலத்தடி நீரின்' கால கட்டமானது அந்தப் பகுதியில் வறட்சி யுகம் ஆரம்பிக்கப்பட்டதைச் சுட்டிக்காட்டுகிறது. அல்லது குறைந்தபட்சம் இந்த நீர் நிலை வற்றத் தொடங்கிய காலகட்டத்தைச் சுட்டிக்காட்டுகிறது.

ராவ், குல்கர்னி ஆகியோர் மேற்கொண்ட ஆய்வு உண்மையில் வேறொரு விரிவான ஆய்வின் ஒரு பகுதியாகத்தான் செய்யப்பட்டிருந்தது. பாபா அணு சக்தி ஆராய்ச்சி மையத்துடனும் வேறு சில ஆய்வுக் கூடங்களுடனும்[34] இணைந்து ராஜஸ்தான் அரசின் நிலத்தடி நீர்த்துறை அங்குள்ள பாலைவனங்களின் அடியிலுள்ள நீரின் அளவைக் கண்டுபிடிக்கவும், மேற்கு ராஜஸ்தானத்தில், குறிப்பாக ஜெய்சல்மீர், பிகானீர் பகுதிகளில் நிலவி வரும் நீர்ப்பற்றாக்குறையைத் தீர்க்கும் பொருட்டும் ஓர் ஒருங்கிணைந்த ஆய்வை மேற்கொண்டது. பல வருடங்களுக்கு முன்பு ஜெய்சல்மீர் மாவட்டத்தில் பல இடங்களில் நல்ல குடி தண்ணீர் கிடைத்ததாகவும், அங்குள்ள சில கிணறுகள் வற்றியதே இல்லையென்றும் அந்த ஆய்வில் தெரியவந்தது. ஜெய்சல்மீரில் கிடைக்கும் தண்ணீர் உப்புக்கரிக்கும் என்பதுதான் பொதுவாகத் தெரிந்த உண்மை. எனவே, இந்த ஆய்வு அனைவருடைய கவனத்தையும் கவர்ந்தது. நல்ல தண்ணீர் கிடைத்த பகுதியில் இருந்து

100 கி.மீ தொலைவில் இருக்கும் பகுதியில் கிடைத்த நீர் உப்பாக இருந்தது என்று ஆய்வில் தெரியவந்தது.[35] சில இடங்களில் 30-40 மீட்டர் ஆழத்திலேயே நல்ல தண்ணீர் கிடைத்தது. இந்த மாதிரியான வறண்ட பகுதிகளில் இவ்வளவு குறைந்த ஆழத்தில் நீர் கிடைப்பது மிகவும் அசாதாரணமானது. ஏனெனில், தீவிர விவசாயம் நடக்கும் இந்தியாவின் மற்ற இடங்களில்கூட தண்ணீர் சாதாரணமாக 200 மீட்டருக்குக் கீழேதான் கிடைக்கிறது. தவிரவும் தார் பாலைவனத்தின் மைய பாகத்தில் இப்படி நல்ல நீர் கிடைப்பது ஓர் அதிசயமே. பழைய வறண்ட நதியின் படுகையின் தடத்திலேயே இப்படியான நன்னீர் கிணறுகள் அமைந்திருக்கின்றன. இவற்றில் ஒரு சில நதித்தடங்கள் சரஸ்வதி நதியின் பாகமாக இருந்திருக்கலாம் என்று விஞ்ஞானிகள் அபிப்பிராயப்படுகிறார்கள். இம்மாதிரியான புராதன நதித்தடங்கள் மேற்கு ராஜஸ்தானின் அனைத்து பத்து மாவட்டங்களில் உள்ளன. இவை வரைபடத்தில் குறிக்கப்பட்டு நதியின் பண்டைய வழித்தடம் கண்டுபிடிக்கப்பட்டிருக்கிறது.'[36]

1999-ல் வி.ஸோனி தலைமையில் நான்கு விஞ்ஞானிகள் அடங்கிய ஒரு குழு ஜெய்சல்மீரில் ஆய்வு நடத்தியது. அப்போது அங்கிருந்த ஆழ் துளைக் குழாய் கிணறுகள் கடந்த நாற்பது வருடங்களாகப் பயன் படுத்தப்பட்டு வந்திருந்தாலும் அவற்றிலிருந்து கிடைக்கும் நீரின் அளவு குறையவே இல்லை. நிலத்தடி நீர் மட்டம் கீழிறங்கவே இல்லை. இதிலிருந்து நிலத்தடி நீரோட்டம் உயிர்த்துடிப்புடன் இருந்ததை உறுதிப்படுத்தியது.[37]

'பூமியின் அடியில் கண்ணுக்குத் தெரியாமல் ஓடும் நீரோட்டம்' என்ற மகாபாரத வரிகளை (பக். 61) இங்கு என்னால் நினைவுகூராமல் இருக்க முடியாது. காணாமல்போன சரஸ்வதியின் கரையில் வசித்து வந்த ரிஷிகளால் மட்டுமே உணர முடிந்த விஷயம் அது.

அப்படிக் கண்ணுக்குத் தெரியாத ஒரு நதி இருந்ததோ இல்லையோ, மத்திய அரசின் நிலத்தடி நீர் மையத்தின் முன்னாள் இயக்குனர் கே.ஆர்.ஸ்ரீனிவாசன் தனது ஓர் அறிக்கையில் 'ராஜஸ்தானில் மத்திய சரஸ்வதி நதி பாய்ந்தோடும் இடத்தில் பத்து லட்சம் ஆழ் துளைக் கிணறுகளுக்குத் தேவையான நீர் கிடைக்கும்' என்று கூறுகிறார்.[38] சரஸ்வதி நதியைத் தேடுவதில் இப்படி நடைமுறை சார்ந்த பலன்களும் கிடைக்க வாய்ப்பு இருக்கிறது. ஆனால், அதேநேரம் இந்த புராதன நதிகளின் நீரை எடுத்து உபயோகிக்கும்போது அது வற்றிப்போகாமல் பார்த்துக்கொள்ளவும் வேண்டும். இல்லையென்றால் பொன் முட்டை யிடும் வாத்தைக் கொன்ற கதையாகிவிடும்.

பாகிஸ்தானிலுள்ள கோலிஸ்தானிலும் இதே நிலையே நிலவுகிறது என்பது குறிப்பிடத்தக்கது. மேஜர் மெக்கீஸன் சொன்னதுபோல 'இங்கு (ஹக்ரா நதித் தடத்தில்) தோண்டப்பட்ட கிணறுகளில் நல்ல ருசியான தண்ணீர் கிடைத்தது. ஆனால், இதற்கு வடக்கிலும் தெற்கிலும் சற்று தூரத்தில் தோண்டப்பட்ட கிணறுகளின் நீர் உப்பாக இருந்தது' (பக். 27). '1986 முதல் 1991 வரை கிழக்கில் கோலிஸ்தானில் ஃபோர்ட் அப்பாஸுக்கும் தென் மேற்கில்[39] ஃபோர்ட் மோஜ்காட் பகுதிக்கும் இடையிலான ஹக்ரா நதிப்படுகையில் ஜெர்மானிய விஞ்ஞானி எம்.ஏ.கே, டி. பிலோத்னர் ஆகியோர் மேற்கொண்ட நீரியல், நிலவியல், ஐசோடோப்பு நீரியல் ஆய்வுகள்' மேற்சொன்ன அனைத்தையும் உறுதிப்படுத்துகின்றன. 14 கி.மீ. அகலமும் 100 கி.மீ. நீளமும் நூறு மீட்டர் ஆழமும் கொண்ட ஒரு மாபெரும் நிலப்பரப்பினடியில் நிலத்தடி நீர் இருப்பது கண்டுபிடிக்கப்பட்டது. நம்பமுடியாதவகையில் அவற்றின் சராசரி ஆழம் 50 மீட்டருக்குக் குறைவாகத்தான் இருந்தது. டிரிட்டியம் ஐசோடோப் ஆய்வு செய்ததில் கோலிஸ்தானில் 'இப்போது நிலத்தடி நீர் ஊடுருவல் மிக மிகக் குறைவாகவே இருப்பதாக'[40] தெரியவந்தது. 'இன்றைய தேதியில் இருந்து 12900-4700 ஆண்டுகள் முந்தையதாக' அதாவது, பொ.யு.மு. 2700 காலகட்டத்தைச் சேர்ந்ததாகத் தெரியவந்துள்ளது.

கடைசி காலகட்டமானது இந்திய அணுசக்தி ஆராய்ச்சி நிலைய விஞ்ஞானிகள் மேற்கு ராஜஸ்தான் பகுதியில் ஆய்வு செய்து நிச்சயித்த கால அளவான பொ.யு.மு 3200 வுடன் ஏறக்குறைய ஒத்துப் போகிறது. தவிரவும் 2008-ல் பீட்டர் கிளிஃப்ட் தலைமையிலான பிரிட்டிஷ், அமெரிக்க, பாகிஸ்தானிய விஞ்ஞானிகள் பாகிஸ்தானின் பஞ்சாப் மாநிலத்தில் கக்கர்-ஹக்ரா நதிப்பரப்பில் செய்த ஆய்வுகளின் முடிவுகள் அதை உறுதிப்படுத்தின. 'குழிகளில் இருந்து கிடைத்த கிளிஞ்சல்களையும் மரத்துண்டுகளையும் ரேடியோ கார்பன் முறைப்படி பரிசோதித்து வயதைக் கணக்கிட்டனர்.' ஆரம்பகட்ட ஆனால், நம்பிக்கையுடன் அவர்கள் முன்வைத்த முடிவுகளின்படி பொ.யு.மு.2000-க்கும் 3000-க்குமிடையே இன்று வறண்டுவிட்டிருக்கும் நதிப்படுகையில் ஓடிய கக்கர்-ஹக்ரா என்ற பெயரிலான நதி இரு காரணங்களால் முழுவதாக வறண்டு போயிருக்கவேண்டும். முதல் காரணம் குறையத் தொடங்கிய பருவ மழை. இரண்டாவது, உற்பத்தியிட நீரானது அருகில் ஓடிய யமுனை, சட்லெஜுக்குப் போய்விட்டது.'[42]

அதாவது, பொ.யு.மு.மூன்றாம் ஆயிரமாண்டில் நம்மால் விவரிக்க முடியாத ஏதோ ஒரு மாபெரும் சம்பவம் இங்கு பாய்ந்த நதிக்கு நடந்திருக்க வேண்டுமெனத் தெரிய வருகிறது.

பாலைவனத்தினூடே ஒரு நீண்ட பயணம்

ஸி.எஃப்.ஓல்தாம், ஆர்.டி. ஓல்தாம் ஆகிய இருவருடைய காலம் முதலே சரஸ்வதியைப் பற்றிய மர்மம் அனைவருடைய கவனத்தையும் ஈர்த்துவந்துள்ளது; அவ்வப்போது புதிய ஆய்வாளர்கள் இது பற்றிய தங்களுடைய கண்ணோட்டத்தையும் முடிவுகளையும் முன்வைத்து வந்துள்ளனர். இவர்கள் அனைவருடைய ஆய்வுகளையும் முடிவுகளையும் நாம் படித்துப் புரிந்துகொள்வது முடியாத செயல். ஆகவே, ஓர் இந்தியர், ஒரு ஜெர்மானியர் என இரண்டு பூகோள இயல்நிபுணர்கள் இதைப் பற்றி என்ன சொல்கிறார்கள் என்பதை மட்டும் பார்த்துவிட்டு நமது பயணத்தின் முதல் கட்டத்தைப் பூர்த்தி செய்வோம்.

ஷம்ஷுல் இஸ்லாம் சித்திக் எழுதிய 'கக்கர் பிரதேசத்தில் நதிகளுக்கேற்பட்ட மாற்றங்கள்' (River Changes in the Ghaggar Plain) என்ற படைப்பு *1944*-ல் வெளியானது. அந்தப் பகுதியில் சங்கமிக்கும் ஏழு வறண்ட நதிகளைப் பற்றிக் குறிப்பிட்டிருக்கிறார். அதன் மூலம் உருவான கக்கர் நதியைப் பின்தொடர்ந்து ஆய்வு செய்கிறார். 'இந்த வறண்ட நதியின் தடம் ஹிஸ்ஸார் மாவட்டத்தில் உள்ள ஜக்கால் பகுதியில் இருந்து சிந்துப் பிரதேசத்திலுள்ள கிழக்கு நரா வரை கிட்டத்தட்ட இடைவெளியே இல்லாமல் செல்கிறது' என்று கூறுகிறார்.[44] சரித்திர முக்கியத்துவம் வாய்ந்த அவருடைய ஆய்வுகளின் படி, 'சட்லெஜ் நதி எப்போதுமே சிந்து நதியின் கிளை நதியாக இருந்ததில்லை. சிந்து நதிக் கூட்டத்தின்[45] பிந்தைய சேர்க்கைதான். அதற்கு முன் இப்போதைய மேற்கத்திய திசையில் இயல்புக்கு மாறாகத் தடம் மாறிப் பாயாமல் அது ரூபரிலிருந்து புறப்பட்டு, நேராகக் கக்கரில் சங்கமித்தது என்று சித்திக் கூறுகிறார். 'கக்கரின் மேற்குக் கோடி கிளைநதியாக சட்லெஜ் நதியும் கிழக்குக் கோடி கிளை நதியாக யமுனை நதியும் இருந்தன. அவற்றின் இப்போதைய வழித்தடங்கள் ஒப்பீட்டளவில் மிகவும் பிந்தைய காலத்தில் உருவான ஒன்றே.'[46] 'சர்சுதி என்ற மாபெரும் நதி கக்கர் சமவெளியில் பாய்ந்தோடியது என்ற இந்துக்களின் நம்பிக்கை' சித்திக்கைப் பொறுத்தவரை இந்த முடிவை உறுதிப்படுத்துகிறது.[47]

1969-ல் ஹெர்பர்ட் வில்ஹெமி (Herbet Wilhelmy) என்ற ஜெர்மானிய புவியியல் நிபுணர் இதைப்பற்றிச் சற்று விரிவாகவே ஆய்வு செய்துள்ளார். நிலத்தின் அமைப்பு, புவி இயல் பற்றி அவருடைய காலகட்டம்வரை கிடைத்திருந்த விவரங்களின் அடிப்படையில் (அதாவது, செயற்கைக் கோள் புகைப்படங்கள் இல்லாத காலத்தில்) சட்லெஜ், யமுனை நதிகளின் தொடக்கத்தையும் வளர்ச்சியையும் பற்றிய தன் கணிப்புகளை முன்வைத்தார். சரஸ்வதி நதியின் ஐந்து அடுத்தடுத்த கட்டங்களின் வரைபடங்களையும் தனது ஆய்வுக்கட்டுரையுடன் இணைத்தார்.

வேத கால கட்டத்தைச் சுட்டும் முதல் வரைபடத்தில் (படம் 3.8) சரஸ்வதி கக்கர் வழியாகப் பாய்ந்து செல்கிறது. பாட்நீர்* பகுதியில் (ஹனுமான் காட்) வேதகால சட்லெஜ் நதி, சூரத் கட் அருகே உர் ஜு்ம்னா அல்லது ஆரம்ப நிலை யமுனை நதி (சௌதங் வழியாகப் பாய்ந்தது) ஆகிய வற்றில் இருந்து நீர்வரத்தைப் பெற்றிருக்கிறது. இரண்டாவது கட்டத்தில் கிழக்கே யமுனை, கங்கையுடன் இணைகிறது. சட்லெஜ் மேற்குப் பக்கமாகத் திசை திரும்பி ரொம்பவும் கீழே வல்ஹார் என்ற இடத்தில் கக்கருடன் இணைகிறது. அடுத்த மூன்று கட்டங்களிலும் சட்லெஜ் தொடர்ந்து நகர்ந்து சென்று கடைசியில் பீயாஸ் நதியுடன் இணைகிறது. இந்தத் திசை மாற்றங்கள் இப்போது நமக்கு முக்கியமில்லை. வில்ஹெமியின் முடிவுகளே நமக்கு முக்கியம்:

> 'ஹக்ரா நதியின் மொத்த நீளத்தில் 250 கி.மீட்டர் தூரம் முழுவதிலும் அதன் அகலம் மூன்று கி.மீ.க்குக் குறையாமல் இருக்கிறது. சில இடங்களில் ஆறு கி.மீ. வரைகூட இருக்கிறது. இந்த அசாதாரணமான அகலத்துக்குக் காரணம் இமயமலையில் இருக்கும் பனிப்பாறை ஆறுகள் உருகி உருவாகும் நீர் கலப்பதுதான் காரணமாக இருந்திருக்க வேண்டும்...[48] ஷிவாலிக் மலைத்தொடரிலிருந்து பாய்ந்து வரும் சிறிய நதிகளின் நீர் மட்டும் சரஸ்வதியின் இந்த அகலத்துக்குக் காரணமாக இருந்திருக்க முடியாது. வேறு வார்த்தைகளில் சொல்வதானால், சரஸ்வதி நதியின் மூல நதி இமய மலையில்தான் உற்பத்தியாகி இருக்கவேண்டும். ரூபார் அருகில் சட்டென்று வளைந்து இருப்பதுபோல் இந்த மூல நதி வழி மாறிப்போனதாலோ அதன் நீர் வேறு உபயோகத்துக்குப் போனதாலோ சரஸ்வதிக்கு இந்த நீர் கிடைக்காமல் போயிருக்கவேண்டும்.'

சரஸ்வதியின் உற்பத்தி ஸ்தானம் இமயமலையின் உட்பகுதியில் இருக்கும் பனி ஆறுகளாக இருந்திருக்கலாம் என்று பூரி, வர்மா ஆகியோர் முன்பே குறிப்பிட்டிருந்தது வில்ஹெமியின் மேற்சொன்ன முடிவுகளை உறுதிப்படுத்துகின்றன. அவர் தொடர்கிறார்:

> 'பழங்காலத்தில் சட்லெஜ் நதி ஹக்ராவில் மூன்றிடங்களில் கலந்திருக்க வேண்டுமென்பதில் சந்தேகமில்லை.[50]

---

* இந்த சட்லெஜின் புராதன நீரோடைக்கு (மத்திய நைவால் சம்பந்தப்பட்டது) பதிலாக யஷ்பாலும் பிறரும் கண்டு சொன்னதை வில்ஹெமி முன்வைக்கிறார் (பார்க்க படம் 3.5). அது ஷத்ரானாவுக்கு அருகில் கக்கரின் மேல் பகுதியில் கலக்கிறது. இரண்டுமே சரியானவைதான் (அதுபோல் வேறு சிலவும் இருக்கின்றன). வெவ்வேறு கால கட்டங்களில் அவை பயன்பாட்டில் இருந்திருக்கலாம். அல்லது ஒரே காலகட்டத் திலும் பயன்பட்டிருக்கலாம்.

'சிந்தின் காணாமல்போன நதி'க்கு நீர் வழங்கிய பெரிய நதிகளில் ஒன்றாக யமுனை நதி கட்டாயமாக இருந்திருக்க வேண்டும். இந்த நீர் 1.5.கி.மீ அகலமுள்ள சௌதங் வழி பாய்ந்து சென்றிருக்கிறது.[51]

இந்த வறண்ட படுகைதான் உண்மையில் புனித சரஸ்வதி நதி பாய்ந்த தடம்... ஒரு காலத்தில் பாலைவனம் வழியாக கிளை நதிகள் ஏதுமில்லாமல் நீண்ட தூரம் ஓடி கடலில் கலந்த ஒரே நதி இதுதான்.'[52]

கிடைத்த புள்ளிவிவரங்கள், அவற்றைப் புரிந்துகொண்டவிதம் ஆகிய வற்றில் ஆய்வாளர்கள் வேறுபட்டபோதிலும் குறிப்பாக, சரஸ்வதியின் வறட்சி, மறைவு போன்ற முக்கிய நிகழ்வுகளின் காலகட்டம் தொடர் பான தகவல்களில் கருத்து வேற்றுமை இருந்தாலும் அவர்களிடையே இந்த ஒரு விஷயத்தில் மிகப் பெரும் ஒற்றுமை காணப்படுகிறது.

இந்த முக்கியமான விஷயத்தைப் பற்றிய விவாதத்தைப் பிந்தைய அத்தியாயங்களுக்குத் தள்ளிப்போடுவதற்கு என்ன காரணமென்றால், இந்த நிகழ்வு வட மேற்கு இந்தியப் பகுதிகளின் நீர் நிலைகளை மட்டும்

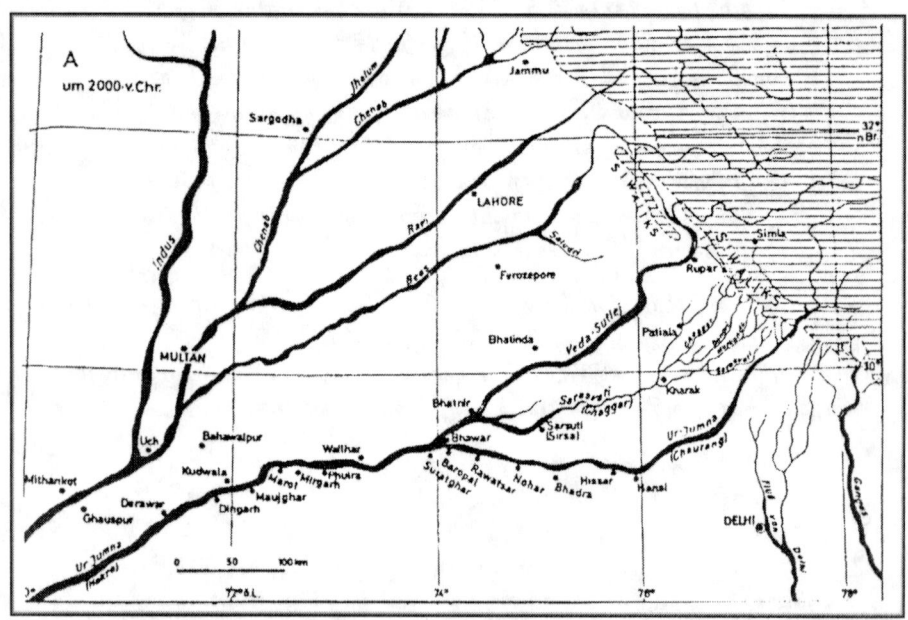

3.8: சரஸ்வதி நதியின் பொ.யு.மு. 2000 வாக்கிலான முதல் கட்டம் பற்றிய வில்ஹெமியின் வரைபடம்.

பாதிக்கவில்லை. அது இந்தப் பூமியில் எத்தனையோ ஆண்டுகளுக்கு முன் வாழ்ந்த லட்சக்கணக்கான குழந்தைகள், பெண்கள், ஆண்களின் வாழ்க்கையும் மிகப் பெரிய அளவில் பாதித்திருக்கிறது. நாம் பேசிக்கொண்டிருக்கும் அழகான ஆனால், ஒருவகையில் அரூபமான நிலப்பரப்பில் அவர்கள் இன்னும் வந்துசேரவில்லை. அவர்களுடைய முழு வாழ்க்கை பற்றி நாம் ஒருபோதும் தெரிந்துகொள்ளவும் முடியாது. ஆனால், அவர்களில் சிலர் அவர்களுடைய வாழ்க்கை தொடர்பாகக் கணிசமான தடயங்களை விட்டுச்சென்றிருக்கிறார்கள்: நம் முன்னே இருப்பது வெறும் சிதறலான வசிப்பிடங்களின் தொகுப்பு மட்டுமே அல்ல. சிந்து சமவெளி வரையிலும் குஜராத் வரையிலும் நீளும் வலைப்பின்னல் - இந்திய மண்ணின் முதலாவது, முழு நாகரிகம்.

பாகம் 2

இந்தியாவின் முதல் நாகரிகம்

சிந்து சமவெளி நாகரிகத்தின் சில நூறு அகழாய்விடங்கள் கண்டுபிடிக்கப்பட்டுள்ளன. அவற்றில் பெரும்பாலானவை சிந்து நதி அல்லது அதன் கிளைகள் பாய்ந்தோடிய இடங்களிலோ இன்று வறண்டு கிடக்கும் புராதன சரஸ்வதியின் தடத்திலோ இருக்கின்றன. இந்த சரஸ்வதி நதி முதலில் சட்லெஜ் நதிக்குத் தெற்காகவும், பின்னர் சிந்து நதித்தடத்துக்குக் கிழக்காக, தெற்கே உள்ள இந்து மஹா சமுத்திரத்தை நோக்கியும் ஓடியது.

- ரேமண்ட் ஆல்சின், 2004

பொ.யு.மு.4000 முதல் பொ.யு.மு.1500 வரையுள்ள கால அளவில் இந்த நதியின் (சரஸ்வதியின்) இரு கரைகளிலும் ஏராளமான புராதன குடியிருப்புகள் செழிப்பாக இருந்திருக்க வேண்டுமென்றால், இந்த (சரஸ்வதி) நதியின் நீர் ஆண்டு முழுவதும் வற்றாமல் இருந்திருக்கவேண்டும்.

- வி.என். மிஸ்ரா, 1994

{4}

பின்னோக்கிய பெரும் பாய்ச்சல்

காலை எந்திரத்தில் பயணிக்க இரண்டாவது வாய்ப்பு தரப்பட்டால் நான் எந்தத் தயக்கமும் இல்லாமல் பொ.யு.மு. 2700-ம் ஆண்டுக்குத் தான் செல்ல விரும்புவேன். ஏனெனில், அந்தக் கால அளவில்தான் புதிரான ஏதோவொன்று நடக்க ஆரம்பித்திருந்தது. அப்போது நடந்த சிக்கலான நிகழ்வுகளைப் பற்றி இன்றுவரை நாம் முழுதாகப் புரிந்து கொள்ளமுடியவில்லை. குறைந்தபட்சம் கடந்த 4000 ஆண்டுகளாக சில கங்கைச் சமவெளிப்பிரதேசத்தில் மக்கள் குடியேற்றம் தொடங்கி விட்டிருந்தது. அந்தக் குடியேற்றமானது விவசாயம், தொழில்நுட்பம் (குறிப்பாக உலோகவியல்), கைவினைக் கலைகள் ஆகியவற்றில் மிகவும் மெதுவாக வளர்ச்சியடைந்துவந்திருக்கிறது. திடீரென்று, குறுகிய காலகட்டத்தில், ஒரு நூற்றாண்டுக்குள்ளாக, இந்தியாவின் வடமேற்குப் பகுதியில் முற்றிலும் வேறுபட்ட குடியிருப்புகள் உருவெடுத்தன: நகரங்கள்; விரிவான, நன்கு திட்டமிடப்பட்ட நகரங்கள். ஒரே நேரத்தில் நூற்றுக்கணக்கான கிலோ மீட்டர்கள் இடைவெளியில், நன்கு திட்டமிடப்பட்ட நகரங்கள் தலையெடுத்தன. பொ.யு.மு. 2600ம் ஆண்டுவாக்கில் ஒன்றுக்கொன்று இறுக்கமான தொடர்பு வலைப் பின்னல் மூலம் அவை சிறந்த முறையில் செயல்படத் தொடங்கியிருந்தன. ஏறக்குறைய ஏழுநூறு ஆண்டுகள் அவை செழித்து வளர்ந்தன. பின்னர் நலிவடைந்தன; பிறகு மண்ணிலும் மணலிலும் புதைந்தன. கடைசியில்...

முன்னோடிகள்

கக்கர் -ஹக்ரா வழியாக தில்லியிலிருந்து சிந்து பிரதேசத்துக்கு ஒரு 'புதிய பாதையை' அமைப்பதற்காக மேஜர் மெக்கீஸன் 1844-ல் அரசாங்கத்துக்கு சிபாரிசு செய்ததை ஏற்கெனவே பார்த்தோம். எனினும், ஐந்து ஆண்டுகளுக்குப் பிறகு பிரிட்டிஷார் பஞ்சாபை இணைத்துக்கொண்ட பிறகு இந்தப் பாதைக்குத் தேவையில்லாமல்

போயிற்று: அப்போது செய்யவேண்டியிருந்ததெல்லாம் பஞ்சாபுடனும் அதன் வழியாகவும் தொடர்புகளைப் பலப்படுத்துவதுதான். அதை மிகச் சரியாகவே பிரிட்டிஷார் செய்ய ஆரம்பித்தனர். அவர்கள் அறிமுகப்படுத்திய தந்தி, ரயில்வே முதலியவை இந்தியாவுக்கு 'முன்னேற்றத்தை' கொண்டுவந்ததாக எப்போதும் சொல்லப்படுவது வழக்கம். நடைமுறையில் அவை இந்தப் பெரிய நிலப்பகுதியை பிரிட்டனின் 'மாட்சிமை பொருந்திய ஆட்சி'யின் கட்டுப்பாடுக்குள் வைத்திருக்கச் செய்தாகவேண்டிய முதலும் முடிவுமான கருவிகளாகவே இருந்தன. இதன் பொருட்டு 1850-களின் பிற்பகுதியில் பஞ்சாப் வழியாக ரயில் பாதைகள் அமைக்கப்பட்டன. குறிப்பாக, லாகூருக்கும் முல்தானுக்கும் இடையில் ராவி நதிக்குத் தெற்கே சிந்துப் பகுதியின் வழியாக ஒரு ரயில்தடம் போடப்பட்டது. ஆனால், ரயில் பாதையை அமைக்க பலமான அஸ்திவாரம் வேண்டுமே, பஞ்சாப் போன்ற வண்டல் மண் நிறைந்த இடங்களில் இப்படிப்பட்ட அஸ்திவாரக் கற்களை எங்கே தேடுவது? சூறையாடத் தோதாக ஒரு பழைய சிதிலமடைந்த நகரமும் டன் கணக்கில் அதி அற்புதமான செங்கற்களும் கைக்கெட்டும் தூரத்தில் இருந்தால் உங்களுக்கு அதிர்ஷ்டம்தான்.

மிகச் சரியாக அதுதான் நடக்கவும் செய்தது. பஞ்சாபின் ஸஹிவால் மாவட்டத்தில் இன்று ராவி நதி ஓடிக்கொண்டிருக்கும் இடத்துக்குப் பன்னிரண்டு கிலோமீட்டர் தெற்காக ராவியின் பழைய படுகை இருந்தது. அதன் கரையில் ஹரப்பா என்ற கிராமத்தில் காணப்பட்ட பெரிய குன்றுகள்தான் இந்த ரயில்பாதை அமைக்கும் பணிக்குக் கை கொடுத்தன. 'ஹரப்பா' என்ற இந்தப் பெயர் உலகப் புகழ் பெறப் போகிறது என்பது அப்போது யாருக்கும் தெரிந்திருக்கவில்லை. அதிலும் அன்றைய மேற்கு மண்டல ரயில்வே பொறியாளர்களுக்கு அங்கு இருந்த செங்கற்களை, வண்டி வண்டியாக வெட்டி எடுக்க வேண்டிய குவாரியாகப் பார்க்கும் கண்கள் மட்டுமே இருந்தன. இந்தச் செங்கற்களை எடுத்துக்கொண்டுச் செல்வதற்கென்றே தனியாக ஒரு சிறிய ரயில்பாதையும் அமைக்கப்பட்டது. முன்பு மாட்டு வண்டிகளில் எடுத்துச் செல்லப்பட்ட செங்கற்கள் இப்போது ரயில் வண்டியில் பெயர்த்தெடுத்துக் கொண்டு செல்லப்பட்டன. 1853-லும், பின்னர் 1856-லும் அந்த இடத்துக்கு விஜயம் செய்த அலெக்ஸாண்டர் கன்னிங்ஹாம் இந்திய அகழ்வாராய்ச்சித் துறையின் தலைவர் என்ற நிலையில் 1872-ல் மீண்டும் அங்கு சென்றார். அவருடைய அறிக்கையில் அந்தப் பிரதேசங்களில் தான் முன்பு கண்ட பிரமாண்ட புராதனக் கோட்டைகளின் மதில்கள் காணாமற்போய்விட்டன என்றும், 160 கி.மீ தூரத்துக்கு அமைக்கப்பட்ட லாகூர் - முல்தான் ரயில் பாதைக்கு அவை

அஸ்திவாரக் கற்களாகப் பயன்படுத்தப்பட்டுவிட்டன என்றும் வேதனையுடன் எழுதியிருந்தார்.[1]

கச்சிதமான, துல்லியமான அளவில் இருந்த இந்தச் சுடுசெங்கற்களை யார் தயாரித்திருப்பார்கள்? கன்னிங்ஹாமுக்கோ அவருக்கு முன் ஹரப்பாவுக்குச் சென்றவர்களுக்கோ இதைப் பற்றி ஒன்றுமே தெரிந்திருக்கவில்லை.[2] அன்றைய தேதியில் இந்திய அகழ்வாய்வுப் பகுதிகள் மௌரிய காலகட்டத்தைச் சேர்ந்தவையாகவே இருந்தன. ஆகவே, இந்தப் பகுதியும் மௌரியர் காலத்தை, குறிப்பாக 'புத்தரின் கால'த்தைச் சேர்ந்ததாக இயல்பாகவே கன்னிங்ஹாம் நினைத்து விட்டிருந்தார். ஏனென்றால், அவருடைய காலப் பகுப்பு மதத்தின் அடிப்படையிலானதாகவே இருந்தது (புத்தர் காலத்துக்கு முந்தையது 'பிராமணர்கள் காலம்'. இந்த அர்த்தமற்ற பகுப்பு சில இந்தியவியல் ஆய்வுகளில் இன்றும் காணப்படுகிறது).பொ.யு. ஏழாம் நூற்றாண்டில் யுவான் சுவாங் இந்தியாவுக்கு விஜயம் செய்த நேரத்தில்கூட ஹரப்பா வில் மக்கள் வாழ்ந்து வந்திருந்தார்கள் என்று கன்னிங்ஹாம் எண்ணி னார். ஹரப்பாவில் கிடைத்த கறுப்பு கல் முத்திரையைப் பரிசோதித்த போது அதில் ஒரு காளையின் உருவமும் வேறு சில புரியாத எழுத்துகளும் செதுக்கப்பட்டிருந்ததைப் பார்த்தார். கன்னிங்ஹாம் அதை சுமார் பொ.யு.500 அல்லது 400-ம் ஆண்டைச் சேர்ந்த[3] ஏதோ ஒரு வழக்கொழிந்த மொழியில் எழுதப்பட்ட எழுத்துகள் என்றே கருதி னார். அவருடைய மூன்று யூகங்களும் தவறாக இருந்தன. ஆனால், அந்த முத்திரையும் எழுத்தும் அவருடைய ஆவலைத் தூண்டி விட்டன.

வரலாற்றறிஞர்கள் உபீந்தர் சிங்கும் நயன்ஜோத் லாஹிரியும் இந்தியா வின் புதைபொருள் ஆராய்ச்சியின் தொடக்கால வரலாற்றைப்பற்றி இரு முக்கியமான கட்டுரைகளை எழுதியுள்ளனர்.[4] 1885-ல் கன்னிங் ஹாம் பணி ஓய்வு பெற்றார். அதற்குப் பிறகு இந்திய அகழ்வாராய்ச்சி நிறுவனம் பல்வேறு ஏற்றத் தாழ்வுகளைச் சந்தித்தது. பெரிதும் பிந்தை யதே நடந்தது. 1899-ல் இந்தியாவின் வைஸ்ராயாகப் பதவியேற்ற கர்சன் பிரபு இந்தத் துறையைத் திருத்தியமைக்க உடனே நடவடிக்கை எடுத்தார். இளமைத் துடிப்பு மிகுந்த ஒருவரை இந்தத் துறையின் இயக்குநராக நியமிக்க விரும்பினார். அதற்குமுன் இந்தத் துறைக்கு அரசு ஒதுக்கீடு செய்துவந்த தொகை காலப்போக்கில் குறைக்கப்பட்டு அந்தப் பதவியும் நிறுத்தப்பட்டிருந்தது. இருபத்தைந்து வயதான ஜான்மார்ஷல் இந்தப் பதவிக்குத் தேர்ந்தெடுக்கப்பட்டார். இவர் கிரேக்கம், க்ரீட், துருக்கி ஆகிய நாட்டு அகழ்வாராய்ச்சியில் நல்ல பயிற்சி பெற்றவர். 1902-ம் ஆண்டின் முற்பகுதியில் இந்தியாவுக்கு வந்த மார்ஷல் தன் முதல் பணியை ஆரம்பித்தார்: தான் அதுவரை அறிந்திராத

ஒரு நாடு பற்றி பரிச்சயப்படுத்திக் கொண்டது நீங்கலாக, மிக மோசமாகப் புறக்கணிக்கப்பட்டுக் கிடந்த பல நினைவுச் சின்னங்களைப் பாதுகாக்கும் பணிகளையும் ஆரம்பித்தார். இந்த விஷயம் கர்சனின் மனத்தில் முன்பாகவே முக்கிய இடம் பிடித்திருந்தது. இவர் வங்காளத்தில் செயல்பட்டவிதம் மோசமாக இருந்தாலும், தொல் பொருட்களைக் காப்பதில் அவர் காட்டிய இந்த அக்கறையை நினைவில் வைத்துக்கொள்வது நல்லது. இவர் இந்த விஷயத்தில் கவனம் செலுத்தாமலிருந்திருந்தால், இந்தியாவின் நூற்றுக்கணக்கான புராதன, மத்திய கால நினைவுச் சின்னங்கள் அழிந்துபோயிருக்கும்.

கர்சனின் சிஷ்யர் ஜான் மார்ஷல் தனது வேலையில் முழு உற்சாகத்துடன் ஈடுபட்டார். தன் ஆய்வுத்துறை அதிகாரிகளுக்கு நல்ல உத் வேகம் ஊட்டினார். விலை மதிப்பு மிகுந்த பழம் பொருள்கள், நினைவுச் சின்னங்களை அடையாளம் காட்டித்தர உள்ளூர் பண்டிதர்களைத் துணைக்கு அழைத்துக்கொண்டார். புத்தர் காலத்திய இடங்களையும் வேறு புராதன இடங்களையும் கண்டுபிடித்து அவற்றைப் பாதுகாப்பது, முடியுமானால் அங்கு அகழ்வாராய்ச்சி செய்வது ஆகிய அனைத்தையும் செய்தார். அதே சமயம் அவர் மனத்தில் ஒரு மூலையில் ஓர் புதிரான விஷயம் இருந்துகொண்டே இருந்தது: அப்போது கைவசம் இருந்த அகழ்வாராய்ச்சி ஆவணங்களில் இந்தியாவில் வெண்கலக் காலத்தைச் சேர்ந்த இடங்களைப் பற்றி ஒன்றுமே சொல்லப்படாததையும் கவனித்தார். ஏனெனில், மார்ஷல் பணிபுரிந்த எகிப்து, மெசபடோமியா, ஏஜியன் தீவுகள் ஆகிய இடங்களில் க்ரீட்டின் மினோவன் நாகரிகம் போன்றவை கடந்த சில பத்தாண்டுகளில் கண்டுபிடிக்கப் பட்டிருந்தன. வெண்கலக்காலம் என்பது புதிய கற்காலத்துக்கும் (Neolithic Age) இரும்புக் காலத்துக்கும் (Iron Age) இடைப்பட்ட காலம் என்று தெரியவந்துவிட்டிருந்தது. இந்தக் காலகட்டத்தில்தான் மனித நாகரிகம் வேகமாக வளர்ந்தது. இந்தியாவைப் பொறுத்தவரையில் தாமிரத்தாலும் வெண்கலத்தாலும் செய்யப்பட்ட ஒரு சில கருவிகள் அங்குமிங்கும் கண்டுபிடிக்கப்பட்டிருந்தன. ஆனால், அந்தக் காலகட்டத்தைக் குறிக்கும் முழு நிலப்பரப்பு எதுவும் கண்டுபிடிக்கப்படவில்லை. இரும்புக் காலம் பொ.யு.மு.800 வாக்கில் தொடங்கியதாகக் கருதப்பட்டது (ஆனால், கங்கைச் சமவெளியில் கிடைத்த தடயங்கள் இதை இன்னும் ஓராயிரமாண்டுகளுக்கு முற்பட்டதாகத் தள்ளி விட்டிருக்கிறது[5]). அந்தப் புகை மூட்டமான காலகட்டத்துக்கு முன்பாக எதுவுமே யாருக்கும் தெரிந்திருக்கவில்லை.

1913-ல் ஜான் மார்ஷல், வட பஞ்சாபில் தட்சசீலத்தில் (இன்றைய இஸ்லாமாபாத்துக்கு அருகில்) ஒரு விரிவான அகழாய்வை மேற் கொண்டார். ஆரம்ப சரித்திர காலத்தில் இது ஒரு பெரிய நகரமாக

இருந்திருக்கிறது. தவிரவும் இது ஒரு முக்கியமான இந்து-புத்தமதக் கல்விக்கூடமாகவும் திகழ்ந்தது. பொ.யு.மு. 600-ல் ஸ்தாபிக்கப்பட்ட இது, இந்தியாவை ஆக்ரமித்த ஹூணர்களால் அழிக்கப்படும்வரை ஆயிரம் ஆண்டுகளுக்குத் தொடர்ந்து செயல்பட்டுவந்தது. தனது பதவிக்காலம் முடிந்த பிறகும்கூட 1934வரை ஜான் மார்ஷல் இந்த இடத்துக்குத் தொடர்ந்து விஜயம் செய்தார். இவருடைய ஆராய்ச்சிகள் மிகவும் விரிவானதாக இருந்தன. இவருடைய காலகட்டத்தைக் கருத்தில் கொண்டு பார்க்கும்போது அவை அபாரமாகச் செய்யப் பட்டிருக்கின்றன. இந்தியாவின் சரித்திர கால கட்டம் தொடர்பானவை என்ற முக்கியத்துவமும் பெற்றிருக்கின்றன. இருப்பினும், மார்ஷலுக்கு மங்காத புகழைத் தேடித் தந்தது இந்த ஆராய்ச்சிகளல்ல; ஹரப்பாவில் அவர் நடத்திய ஆய்வுகள்தான். 1909-லும் பின்னர் 1914-லும் அவர் தனது உதவியாளர்களை ஹரப்பாவுக்கு அனுப்பி வைத்தார். மிக மோசமாகச் சூறையாடப்பட்டிருந்த பிறகும் எஞ்சியிருக்கும் மண் குன்றுகளை ஆய்வு செய்வதும், கன்னிங்ஹாம் கண்டுபிடித்த புதிரான எழுத்துகளைக் கொண்ட முத்திரைகளைத் தேடிக் கண்டுபிடிப்பதும் (தனி நபர் சேகரத்தின் மூலம் இதுபோல் மேலும் பல கிடைத்திருக்கின்றன) அவர் அவர்களுக்கிட்ட பணியாக இருந்தது. ஆனால், குறுகிய கால அளவில் நடத்தப்பட்ட இந்த ஆய்வுகளுக்கு எதிர்பார்த்த பலன் கிடைக்கவில்லை. எனினும் இந்த அகழாய்வுகளைத் தொடர்ந்து மேற்கொள்ள முயற்சி செய்து வந்ததற்கு மார்ஷலைப் பாராட்டத்தான் வேண்டும்.

முதலாம் உலகப்போரும் பொருளாதாரத் தேக்கமும் அவருடைய திட்டத்தைத் தாமதப்படுத்தின. 1917-ல் சமஸ்கிருத மொழிப்புலவரும் கல்வெட்டெழுத்துக்களை வாசிப்பதில் திறனுடையவரும் அகழாய்வில் நீண்டகால அனுபவமுள்ளவருமான தயாராம் ஸானி (Daya Ram Sahni) அப்போது இந்திய அகழ்வாராய்ச்சித்துறையில் வடக்கு கோட்டத்தின் மேலாளராகப் பணிபுரிந்து வந்தார். மார்ஷலின் வேண்டுகோளுக்கு இணங்க ஹரப்பாவுக்குப் போனார்.இதன் பிறகு, அந்தப் பகுதியிலுள்ள இரண்டு குன்றுகளை ஆய்வுக்கு எடுக்கவும் பிறவற்றைப் பாதுகாக்கவும் தேவையான நடவடிக்கைகளையெடுக்க மேலும் நான்கு வருஷங்கள் பிடித்தன. ஒருவழியாக, 1921-ல் அந்தப் பிரதேசத்தில் அகழாய்வு தொடங்கப்பட்டது. ஏறக்குறைய ஒரு மாதத்துக்குப் பிறகு அங்கிருந்து மண்பாண்டங்கள், செங்கல் கட்டடங்கள், பாசி மணிகள், ஏராளமான வளையல்கள், மண்பொம்மைகள் ஆகியவை நீங்கலாக, தயாராம் ஸானி இரண்டு முத்திரைகள், 'நன்கு சுடப்பட்ட துல்லிய வடிவிலான செங்கற்கள்' ஆகியவற்றையும் கண்டெடுத்தார். இந்தச் செங்கற்கள் வரலாற்று முக்கியத்துவம் வாய்ந்த

மற்ற இடங்களில் கிடைத்தவற்றிலிருந்து வேறுபட்டிருந்தன: ஹரப்பாவில் கிடைத்த செங்கற்கள் அவருடைய வார்த்தைகளில் சொல்வதானால், 'வலுவான பிணைப்புக்கு மிகவும் அவசியமான ஒரு பங்கு நீளத்துக்கு அரைப் பங்கு அகலம் என்ற விஞ்ஞானபூர்வ அளவில்' இருந்தன[6] (ஒரு பங்கு அகலத்துக்கு அரைப் பங்கு உயரம் என்பதையும் சேர்த்துச் சொல்லியிருக்கலாம்: சுருக்கமாகச் சொல்வதானால் உயரம், அகலம், நீளம் இந்த மூன்றும் 1X2X4 என்ற விகிதத்தில் இருந்தன). தான் கண்டுபிடித்தவை அனைத்தும் 'மௌரிய காலத்துக்கு முற்பட்டதாக' இருக்கக்கூடும் என்று தயாராம் எண்ணினார். ஆனால், எத்தனை ஆண்டுகள் 'முற்பட்டது' என்பதுதான் கேள்விக்குறியாக இருந்தது. அங்கு கண்டெடுத்த முத்திரைகளில் காணப்பட்ட, 'ஆர்வத்தைத் தூண்டிய படங்கள் கொண்ட உருவங்கள்'[7] மார்ஷலை அந்தப் பகுதியிலிருந்த பெரும் உயரமான குன்றுகளை மேலும் தோண்டி, ஆய்வுகள் மேற்கொள்ளவைத்தது.

இதற்கு ஒரு வருடத்துக்கு முன்பு, 1919 டிசம்பரில், இந்திய அகழ்வாராய்ச்சித் துறையின் மேற்குக் கோட்டத்தில் சூப்பரிண்டெண்டெண்ட்டாகப் பணிபுரிந்த வேறொரு நிபுணர் ரகல்தாஸ் பானர்ஜி சிந்து சமவெளிப்பிரதேசத்துக்குச் சென்றார். லர்கானாவுக்கு அருகே, சிந்து நதிக்குச் சற்று மேற்காக, மனித நடமாட்டமே இல்லாத, சிந்து நதியின் ஒரு வறண்ட படுகையின் கரையிலிருந்த, குன்றுகளைப் பார்வையிட்டார். உள்ளூர் மக்கள் அந்தக் குன்றுகளை 'மொஹஞ்ஜோ-தரோ'* அதாவது 'இறந்தவர்களின் குன்று' என்றழைத்தனர். மூன்று வருடங்களுக்குப் பிறகு பானர்ஜி மீண்டும் அங்கு சென்று, தனது அகழாய்வைத் தொடங்கினார். அதில் தோண்டியெடுக்கப்பட்ட செங்கல் கட்டுமானத்துக்கு இடையே ஏதோ எழுதப்பட்ட சில முத்திரைகளும் காணப்பட்டன. இந்தச் செய்தியை அறிந்த மார்ஷல், 'மிகவும் ஆர்வத்துடன் இருப்பதாக'[8] பானர்ஜிக்கு கடிதம் எழுதினார். 1924-ல் மது ஸ்வரூப் வத்ஸ (Madhu Sarup Vats) என்பவரை, மொஹஞ்ஜோ-தரோவில் அகழாய்வுகளைத் தொடர்வதற்காக மார்ஷல் அனுப்பிவைத்தார். அங்கு மேலும் சில முத்திரைகளைக் கண்டுபிடித்த மது ஸ்வரூப் அங்கு காணப்பட்ட மண்பாத்திரங்களும் ஒரே அளவிலிருந்த சுட்ட செங்கற்களும் ஹரப்பாவிலுள்ளதைப் போலவே இருப்பதைச் சுட்டிக்காட்டினார்.

இதில் கவனிக்கவேண்டிய ஒரு விஷயம் என்னவென்றால், ஹரப்பாவிலிருந்து ராவி நதி வழியாக செனாப், சிந்து நதிகளைக் கடந்து

---

* மொஹஞ்ச-தரோ, மொகஞ்சோ -தரோ, மொயஞ்சோ-தரோ என்றும் அழைக்கப்படுகிறது. 'தாரோ' என்றால் சிந்தி மொழியில் 'குன்று' என்று பொருள்.

மொஹஞ்ஜோ-தரோவுக்கான தூரம் 800 கிலோ மீட்டருக்குக் குறை யாமலிருந்தது: இவ்வளவு தொலைவில் இருக்கும் இரண்டு நகரங் களும் ஒரே புராதன கலாசாரத்தைச் சேர்ந்தவை என்றால், ஒரு புதிய உலகத்துக்கான கதவுகள் திறக்க ஆரம்பித்திருக்கின்றன என்றுதான் அர்த்தம். அவை என்ன என்பதைத்தான் வியப்பால் விழிகள் விரிய ஆரம்பித்திருந்த மார்ஷலும் அவருடைய சக தோழர்களும் ஆவலுடன் ஆராய்ந்துகொண்டிருந்தனர். காலம் சார்ந்த வலுவான அடித்தளம்தான் கிடைத்திருக்கவில்லை.

இருப்பினும் மார்ஷல், Ilustrated London News இதழில் 20 செப், 1924-ல் ஒரு விரிவான கட்டுரையை எழுதி வெளியிட்டார். அதன் தலைப்பே அந்தக் கட்டுரையின் உள்ளடக்கத்தைப் பிரதிபலித்தது. 'வெகுகாலமாக மறக்கப்பட்டிருந்த நாகரிகத்தின் மீதான முதல் வெளிச்சம்: இதுவரை தெரியாத, வரலாற்றுக்கு முந்தைய இந்தியாவின் கடந்தகாலம் குறித்த புது கண்டுபிடிப்புகள்.' அந்தக் கட்டுரையின் தொடக்கமே கீழக்கண்டவாறு இருந்தது.

> டிரின்ஸ், மைசீனி பகுதிகளில் ஷ்லீமானுக்குக் கிடைத்தது போலவோ துருக்கிய பாலைவனத்தில் ஆரல் ஸ்டெயி னுக்குக் கிடைத்ததுபோலவோ பல நாட்களாக மறக்கப் பட்டிருந்த ஒரு கலாசாரத்தை வெளிச்சத்துக்குக் கொண்டு வரும் சந்தர்ப்பம் புதைபொருள் ஆய்வாளர்களுக்கு அடிக்கடிக் கிடைப்பதில்லை. எனினும், சிந்து சமவெளிப் பிரதேசத்தில் அப்படிப்பட்ட ஒரு சந்தர்ப்பம் எங்களுக்கு இப்போது கிடைத்திருக்கிறதெனத் தோன்றுகிறது.[9]

இந்தக் கட்டுரையின் அதி சிறப்பான அம்சம் என்னவென்றால், அகழாய்வுகளில் தோண்டியெடுக்கப்பட்ட மண்பாண்டங்கள், தினசரி உபயோகப் பொருட்கள், ஹரப்பாவிலும் மொஹஞ்ஜோ-தாராவிலும் கண்டுபிடிக்கப்பட்ட பத்தொன்பது முத்திரைகள் ஆகியவற்றின் புகைப் படங்கள்தான். அந்த இடங்களிலிருந்து முத்திரைகளில் காணப்பட்ட கம்பீரமான காளைகளின் உருவங்கள், ஒற்றைக் கொம்புள்ள மிருகங் கள், அவற்றுக்கு மேலே புரியாத மொழியில் எழுதப்பட்டிருக்கும் எழுத்துகள் ஆகியவற்றைப் பார்ப்பதற்குச் சாதாரண மக்களுக்கு முதல் முறையாக ஒரு சந்தர்ப்பம் கிடைத்தது. இந்தக் கட்டுரையை வெளி யிட்டதன் நோக்கம் மக்களிடையே பரபரப்பை ஏற்படுத்துவது அல்ல; மாறாக, இவற்றைப் பற்றி யாரிடமிருந்தாவது ஏதாவது குறிப்புகள் கிடைக்காதா என்ற நம்பிக்கைதான். ஆகவேதான் இந்தக் கட்டுரையை வெளியிட்ட பத்திரிகையின் ஆசிரியர்களே, தமது 'நிபுணத்துவம்

மிருந்த வாசகர்களை' இந்த 'எழுத்துகளைப் புரிந்துகொள்ள உதவும் படி' வெளிப்படையாகக் கேட்டுக்கொண்டிருந்தனர்.

இதற்கு உடனடி பலன் கிடைத்தது. அந்த வாரப் பத்திரிகையின் அடுத்த இதழில் மெசபடோமிய- அசிரிய ஆராய்ச்சி நிபுணரான ஏ.ஹெச். சேய்ஸ், அந்த முத்திரைகள் ஏலாம் பிரதேசத்தின் தலைநகரான ஸூஸாவில் (Susa) கண்டுபிடிக்கப்பட்ட 'ஆரம்பகால ஏலாம்' முத்திரை களைப்போல் உள்ளன என்று கருத்துத் தெரிவித்தார். ஏலாம் நாகரிகம் மெசபடோமியா நாகரிகத்துடன் தொடர்புடைய ஒன்று. இன்றைய இரான் நாட்டின் தென்கிழக்கிலிருந்த (படம் 5.6) அதன் ஆரம்ப கால கலாசாரத்தைச் சேர்ந்த முத்திரைகள் பொ.யு.மு. 3000ம் ஆண்டைச் சேர்ந்தவை. ஆகவே, இப்போது ஹரப்பாவில் கண்டுபிடிக்கப்பட்ட முத்திரைகள் இந்திய கலாசாரத்தின் தொடக்கம், தொன்மை ஆகிய வற்றைப் பற்றி நாம் கொண்டிருக்கும் கருத்துகளை அடியோடு மாற்றக் கூடும் என்று சேய்ஸ் சரியாக எழுதியிருந்தார்.[10]

அதற்கு அடுத்த வாரம் வேறு இரண்டு அறிஞர்கள் சுமேரியாவில் கண்டுபிடிக்கப்பட்ட ஆப்பு எழுத்து (கூனிஃபார்ம்) முத்திரைகளுக்கும் ஹரப்பா முத்திரைகளுக்கும் இடையில் இருக்கும் ஒற்றுமைகள் பற்றி எழுதியிருந்தனர். மெசபடோமிய கலாசாரத்தின் ஆரம்பகட்ட கலா சாரமான இந்த சுமேரிய கலாசாரம் பொ.யு.மு.3000-ம் ஆண்டைச் சேர்ந்ததுதான் (எனினும், முதல் சுமேரிய நகரங்கள் முந்தைய ஆயிர மாண்டில் வளர்ச்சி பெற்றிருந்தன). ஆனால், இந்த ஒப்புமைகள் எல்லாம் மேலோட்டமான ஒன்றுதான்.

மூன்றாவதாக, கொஞ்சம் நம்பகமான தகவல் எர்னஸ்ட் ஜே.ஹெச். மெக்கே (Ernest Mackay) என்ற அகழ்வாராய்ச்சியாளரிடம் இருந்து கிடைத்தது. சுமேரியாவின் ஊர்-நகர பகுதிகளில் ஒன்றான 'கிஷ்' என்ற இடத்தில் கண்டுபிடிக்கப்பட்ட மாக்கல்லில் உருவாக்கப்பட்ட சதுர வடிவான முத்திரைகளைப் பற்றி மார்ஷலுக்கு எழுதினார். அந்த முத்திரையில் காணப்பட்ட காளையும் மற்ற எழுத்துகளும் ஹரப்பா முத்திரைகளில் காணப்பட்டதைப்போலவே இருந்தன. முதல் பார்வையில் மொஹஞ்ஜோ-தரோவாசிகளுக்கும் சுமேரியர்களுக்கும் தொடர்பிருந்தது என்று யூகிக்க முடிந்தது.

ஒரு 'பழம்பெரும் நாகரிகம்'

மார்ஷலின் உற்சாகத்துக்கு அளவே இல்லை. இந்தியாவின் வரலாற் றுக்கு முந்தைய காலகட்டம் என்பது சட்டென்று பின்னோக்கிப் பெரும் பாய்ச்சலை நிகழ்த்திவிட்டிருந்தது. இதுவரை சிந்து சமவெளிப்

பிரதேசத்தில் கிடைத்த ஆவணங்களின் காலம் பொ.யு.மு.1000 என்று தான் நிர்ணயிக்கப்பட்டிருந்தது. ஆனால், இப்போது அது பொ.யு.மு. 3000-ம் ஆண்டுக்குப்போய்விட்டது! அதாவது புராதன எகிப்து அல்லது மெசபடோமியா நாகரிக காலகட்டத்துக்கு இணையாக இந்தியாவிலும் ஒரு புராதன கலாசாரம் இருந்திருக்கிறது என்று கடைசியில் ஒருவழி யாக இந்தியாவும் பெருமைப்பட்டுக் கொள்ளலாம். அதோடு, அந்த புராதன இந்திய கலாசாரம் சுமேரியா, ஏலாம் வரையிலும்கூடப் பரவி யிருந்தது (அட்டவணை 4.1).

1924-ன் பிற்பகுதியில் வெகுவாக மறு பிரசுரம் செய்யப்பட்ட ஒரு கட்டுரையின் தொடக்கப் பகுதியில் மார்ஷல் இவ்வாறு எழுதினார்:

> 'தங்களுடைய மிகப் பழம்பெரும் நாகரிகத்தைப் பற்றி இந்தியர்கள் எப்போதுமே பெருமை கொண்டிருந்தனர். இது ஆசியாவிலுள்ள மற்ற நாகரிகங்களைப் போலவே பழைமையானது; இதை நிரூபிப்பதற்கான அகழாய்வுகள் நடத்தப்பட்டு தெளிவான அழுத்தமான சான்றுகள் கிடைக்குமென்று நீண்டகாலமாக நம்பிவந்தார்கள். அந்த நம்பிக்கை இப்போது பூர்த்தியாகிவிட்டது.'[11]

இந்தக் கண்டுபிடிப்புகளுக்கு மிகப் பெரிய விளம்பரம் கிடைத்ததால் இந்திய அரசின் கஞ்சத்தனமான நிதியுதவிகள் தளர்த்தப்பட்டு மகிழ்ச்சி யான பின்விளைவுகள் ஏற்பட்டன. தயாராம் ஸானி ஹரப்பாவில் தனது ஆய்வுகளைத் தொடர்ந்தார். மற்றொரு அகழ்வாராய்ச்சி நிபுணர் கே.என்.தீட்சித் 1924-ல் மொஹஞ்ஜோ-தரோவுக்கு அனுப்பப்பட்டார். பிந்தையவருடன் அடுத்த ஆண்டு மார்ஷலும் சேர்ந்துகொண்டார். என்.ஜி.மஜூம்தார் (பலூசிஸ்தானில் அகழ்வாய்வில் ஈடுபட்டிருந்த போது சில வருடங்களுக்குப் பிறகு கொள்ளைக்கூட்டத்தினரால் கொல்லப்பட்டார்), மார்ஷலின் அழைப்பை ஏற்று மெசபடோமியாவில் இருந்து சிந்து சமவெளி ஆய்வுக்கு வந்த எர்னஸ்ட் மெக்கே ஆகியோரும் அகழ்வாய்ப்புப் பணிகளில் நியமிக்கப்பட்டனர்.

ஹரப்பாவிலும் மொஹஞ்ஜோ-தரோவிலும் அகழ்வாராய்ச்சிகள் விட்டு விட்டு நடந்துகொண்டிருந்தன. இதுபோலவே வேறு பல இடங்களும் இருக்கக்கூடும் என்று மார்ஷல் நம்பினார். இதற்கு முன்பு கண்டுபிடிக்கப்பட்ட ஆனால், ஹரப்பா-மொஹஞ்ஜோ-தரோவுடன் இணைத்துப் பார்க்கப்படாத இடங்கள் அடுத்து வந்த வருடங்களில் சென்று பார்க்கப்பட்டன. இவற்றில் மக்ரான் கடற்கரைப் பிரதேசத்தி லிருந்த ஸூட்காஜென்டோர் (இன்றைய பாகிஸ்தான் இரான் எல்லைக்கு அருகில் உள்ளது) டாபர்-கோட் மற்றும் நல் (பலூசிஸ்

அட்டவணை 4.1: சிந்து சமவெளி நாகரிகம் மற்றும் அதன் சமகால நாகரிகங்களின் காலகட்டம்

காலம் பொ.யு.மு.	எகிப்து	மெசபடோமியா	இரான்	பி.எம்.ஏ.சி. (ஆக்சஸ்)	சிந்து-கங்கைச் சமவெளி
1000	• அமன்ஹோடெப் III • மத்திய சாம்ராஜ்ஜியத்தின் முடிவு	• அசிரிய சாம்ராஜ்ஜியம் • ஹிட்டைட் கலாசாரம் • காசிடெஸ் கட்டுப்பாட்டில் பாபிலோன் • ஹமுராபியின் அரசாட்சி	• மத்திய ஏலம் சாம்ராஜ்ஜியம் • ஹமுராபியால் ஏலம் சிதைக்கப்பட்டது	• பி.எம்.சி.ஏ. அல்லது ஆக்சஸ் நாகரிகத்தின் முடிவு	• வண்ணச் சுடுமண் காலகட்டக் கலாசாரம் • பிந்தைய ஹரப்பா கலாசாரம் கங்கையை நோக்கி நகர்கிறது • கங்கைச் சமவெளியில் இரும்பு காலகட்டம் • ஹரப்பா நகர் மயமாக்கம் முடிவுக்கு வருகிறது • சரஸ்வதி வற்றுகிறது
2000	• பழைய சாம்ராஜ்ஜியத்தின் முடிவு • கிஸாவில் மிகப் பெரிய பிரமிடுகள் • முதல் பரோ	• உர்சின் சுகுராட் • சார்கானின் அரசாட்சி	• ஏலாம் நேர்கோட்டு எழுத்துகள் • ஏலாம் நாகரிகத்தின் முதல் கட்டம் • ஜிராஃப்ட் அருகில் நகரம்	• பாக்டிரியாவில் ஹரப்பா வினர் ஷார்த்துகை வணிக குடியிருப்பை அமைத்தனர் • பி.எம்.ஏ.சி.யின் நகர்ப்புற காலகட்டம்	• மொஹஞ்ஜோ-தரோவின் மிகப் பெரிய குளம் • சரஸ்வதி நதி முதன் முதலாக துண்டாதல் • சிந்து-சரஸ்வதி சமவெளி யிலும் குஜராத்திலும் நகரங்கள் உருவாதல்
3000	• ஹியரோலிப்ஸ் • முதல் அரச வம்சம்	• யுருக் • பாபிலோன் • கூனிஃபார்ம் எழுத்துகள் • சக்கர-பானை உருவாக்கம் • சக்கர பயன்பாடு	• சியாக்கிலும் தேபே யாஹ்யாவிலும் ஏலாமைட் நாகரிகத்தின் ஆரம்பகட்ட களிமண் வில்லைகள்	• சிறு நகரங்கள் உருவாக்கம்	• நகர்ப்புறத்துக்கு முந்தைய அம்சங்கள்: எடைகள், சிந்து சமவெளி அடையாளங்கள், சுட்ட துல்லிய அளவில் வடிவமைக்கப்பட்ட செங்கல்கள், வர்த்தகம்

4000	• தாமிர உலோகப் பயன்பாடு ஆரம்பம்	• தாமிர உலோக பயன்பாடு • நீர்ப்பாசன அமைப்புகள்			• சிந்து-சரஸ்வதி சமவெளியில் தாமிர உலோகப் பயன்பாடு
5000					
					• பிரானாவில் (ஹரியானா) முதல் தடயங்கள்
6000		• மது உற்பத்தி • விவசாய வளர்ச்சி	• கூட்டு விவசாயப் பண்ணை நிறுவப்பட்டது	• ஹிஸாபூரில் (தஜிகிஸ்தான்) முதல் விவசாயக் குடியேற்றம்	• மெஹர்கர் பகுதியில் விவசாய சமுதாய உருவாக்கம், விலங்கு வளர்ப்பு ஆரம்பம் • மத்திய கங்கைச் சமவெளியில் நெல் பயிரிட ஆரம்பிக்கப்பட்டது
7000		• முதல் நிரந்தர குடியுருப்பு			• மெஹர்கர் பகுதியில் நியோலித்திக் காலகட்டம்

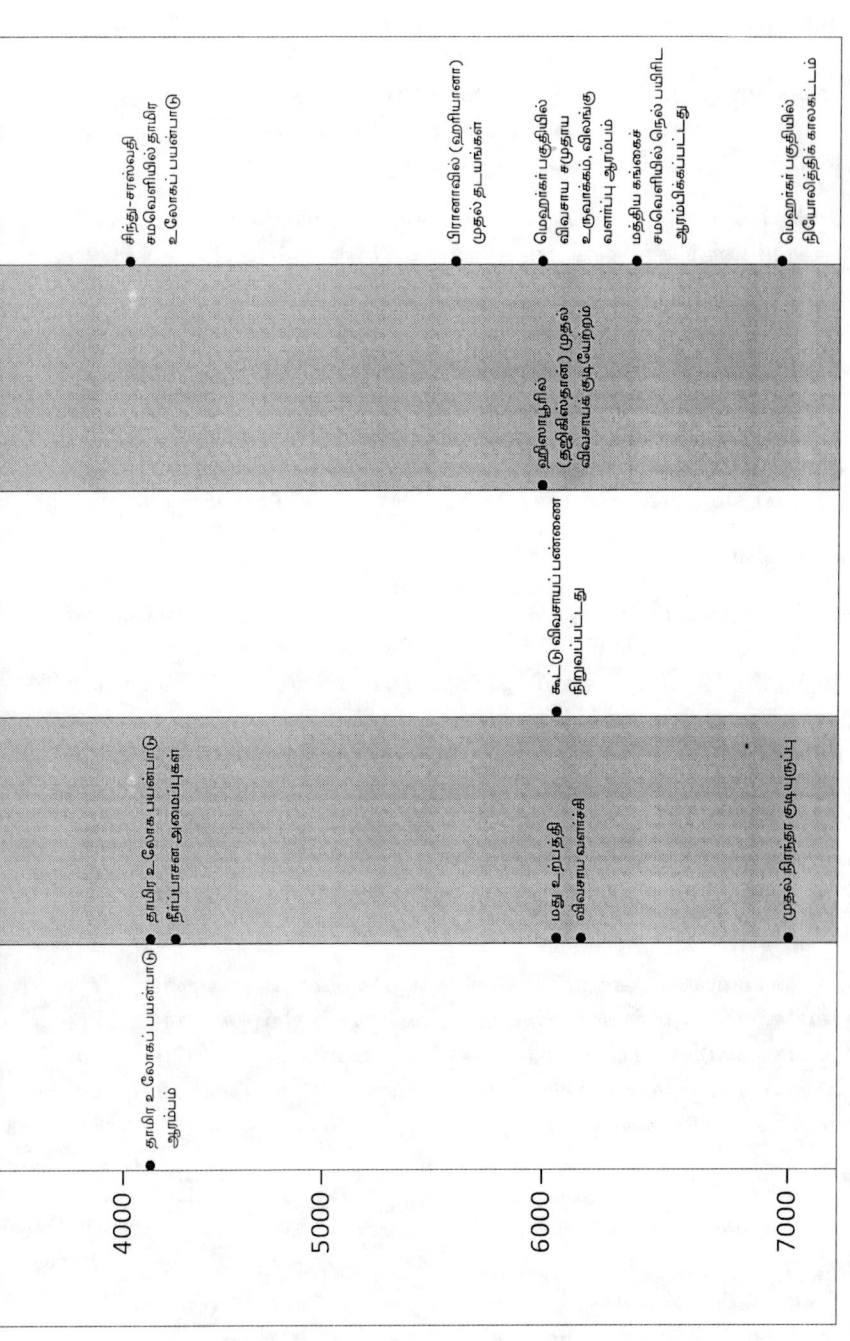

தான்), மொஹஞ்ஜோ-தரோவுக்குக் கீழே 140 கி.மீ. தொலைவிலுள்ள சானு--தரோ (அதே சிந்து நதியின் வறண்ட படுகையில்), இன்றைய சிந்து நதிக்கருகில் உள்ள ஆம்ரி ஆகிய இடங்கள் அதில் அடங்கும். இவையனைத்தும் பரப்பில் சிறியதாகவும் அதிக முக்கியத்துவம் இல்லாதவையாகவும் இருந்தபோதிலும் அவற்றிலிருந்து மிக முக்கியமான செய்திகள் கிடைத்துள்ளன.

பெரும்பாலான ஆவணங்கள் சிந்து நதியின் பரப்பிலோ அதன் சுற்று வட்டாரங்களிலிருந்தோ கிடைத்ததால் மார்ஷல் 1931-ல்மொஹஞ்ஜோ தாராவைப் பற்றி அவர் தொகுத்த மூன்று தொகுதிகள் கொண்ட ஆய் வறிக்கைக்கு 'மொஹஞ்ஜோ-தாராவும் சிந்து சமவெளி நாகரிகமும்' (Mohenjo-daro and the Indus Civilisation) என்று தலைப்பிட்டார். ஆனால், அவருடைய சக தோழர்களில் சிலர் 'ஹரப்பா நாகரிகம்'* என்று பெயர் சூட்டும்படிச் சொன்னார்கள். இந்த இரு பெயர்களுமே இப்போது உப யோகிக்கப்படுகின்றன. இவற்றைத்தவிர சமீபகாலத்தில் மூன்றாவதாக ஒரு பெயரும் பயன்படுத்தப்படுகிறது. இதனைப் பிறகு பார்க்கலாம்.

எல்லைகள்

1947-ல் இந்தியப் பிரிவினை நேரத்தில் ஹரப்பா நாகரிகத்துடன் தொடர் புடைய அகழாய்விடங்களின் எண்ணிக்கை நாற்பதாக இருந்தது. இவற்றுள் இரண்டைத்தவிர மற்ற அனைத்தும் பாகிஸ்தானில் இருந்தன. குறிப்பாகச் சொல்வதானால் பாகிஸ்தானைச் சேர்ந்த பஞ்சாப், சிந்து, பலூசிஸ்தான் பிரதேசங்களில் இருந்தன. 1960-க்குள் இந்த இடங்களின் எண்ணிக்கை நூறாக உயர்ந்தது. தொடர்ந்து மேற்கொள்ளப்பட்ட முறையான அகழ்வாய்வுப் பணிகளின் காரண மாக, குறிப்பாக இந்தியப் பகுதியில் நடத்தப்பட்டவற்றின் பலனாக இந்த ஆய்விடங்களின் எண்ணிக்கை 1979-ல் 800 ஆகவும், 1984-ல் 1400 ஆகவும் உயர்ந்தது.[13]

கிரிகரி பொஸ்ஸல் (Gregory Possehl) என்ற அமெரிக்க அகழ்வாராய்ச்சி யாளர் ஹரப்பாவில் மிக விரிவாக ஆய்வு நடத்தியிருக்கிறார். சிந்து சமவெளி நாகரிகம் பற்றி அநேகம் கட்டுரைகளை வெளியிட்டுள்ளார். 2600 ஆய்வு பகுதிகள் பற்றிய கெஜட்டியரை 1999-ல் வெளியிட்டார்.[14] சமீபத்தில் தயாரிக்கப்பட்ட ஒரு பட்டியலின்படி இது இப்போது

---

* ஹரப்பர்கள் என்ற பதம் ஹரப்பாவில் வசிப்பவர்களை மட்டுமல்லாமல் அந்த நாகரிகத்துடன் தொடர்புடைய எந்தவொரு பகுதியில் வசித்தவர்களையும் குறிக்கும்.

† இது பற்றி ஆறாம் அத்தியாயத்தில் பார்ப்போம். பூகோளரீதியில் ஒன்றுக்கொன்று வித்தியாசமான 2000-2500 இடங்கள் இருப்பதையும் பார்க்கப்போகிறோம். அதாவது, அவை வரைபடத்தில் தனித்தனி புள்ளியாகக் குறிக்கப்பட்டிருக்கும்

3700-க்கும் மேலாக இருக்கிறது.† ஒரு வாரமோ மாதமோ கூட புதிதாக இடங்கள் கண்டுபிடிக்கப்படாமல் கழிவதில்லை. அந்தப் பகுதிகளில் ஆயிரத்துக்கும் மேற்பட்டவை 'நகரங்கள்' அல்லது 'முழு வளர்ச்சி யடைந்த' கட்டத்தைச் சேர்ந்தவை என்று கடைசியாக வந்திருக்கும் இரண்டு பட்டியல்கள் ஒருபோலக் கூறுகின்றன.

இந்தக் கண்டுபிடிப்புகளின் விளைவாக 1920-களுக்குப் பிறகு ஹரப்பா நாகரிகம் பரவியிருந்த இடத்தின் பரப்பு கணிசமாக அதிகரித்துள்ளது. ஏற்கெனவே நாம் மக்ரான் கரையோரமாக மேற்கே இரான் வரை சென்றுவிட்டோம். வட ஆஃப்கனிஸ்தானில் ஒரு சிறிய, ஆனால் முக்கியமான, ஹரப்பா ஆய்விடம் 1975-ல் கண்டுபிடிக்கப்பட்டது: அதன் பெயர் ஷார்த்துகை. இது அமு தர்யா (புராதன ஆக்ஸஸ் - Oxus) நதியின் இடது கரையில், இன்றைய தஜிக்கிஸ்தான் எல்லைக்கு அருகில், இந்து குஷ்மலைகளுக்கு குறுக்கே, ஹரப்பாவிலிருந்து 1000 கிலோ மீட்டருக்கு மேல் தொலைவில் இருக்கிறது! இன்னுமொரு இடம் ஜம்முவிலிருந்து முப்பது கி.மீ. தள்ளி, செனாப் நதிக்கரை யிலுள்ளது. ஆனால், இதைவிட நம்மை ஆச்சரியப்படவைக்கும் ஒரு செய்தி, இந்தியாவின் பஞ்சாப் - ஹரியானா, வடராஜஸ்தான், பாகிஸ் தானிலுள்ள கோலிஸ்தான் ஆகிய இடங்களில் சிறிதும், பெரிதுமான நூற்றுக்கணக்கான குடியிருப்புகள் காணப்படுகின்றன. இதுதான் கக்கர்-ஹக்ரா நதி நீர் பாய்ந்து வருமிடம். இவற்றில் சிலவற்றைப் பற்றி அத் 7-ல் பார்க்கலாம். குஜராத் மாநிலத்திலும் ஹரப்பா ஆய்விடங்கள் பெருமளவில் கண்டுபிடிக்கப்பட்டுள்ளன.

இந்தக் கண்டுபிடிப்புகளின் விளைவாக இந்த நாகரிகத்தின் கிழக்கு மற்றும் தெற்கு எல்லைகள் முறையே மேற்கு உத்தரபிரதேசம் வரை யிலும், நர்மதை - தப்தி நதிப்பள்ளத்தாக்கு வரையும் தள்ளிக்கொண்டு செல்லப்பட்டன. ஹரப்பாவாசிகளுக்கு விந்திய மலைக்குத் தெற்கே இருந்த பிரதேசத்தைப் பற்றி அதிகமாக ஒன்றும் தெரிந்திருக்க வில்லையென்றே தோன்றுகிறது. ஆனால், அகழ்வாராய்ச்சியாளர் களோ அவர்களுக்குத் தென்னிந்தியாவுடன் அவ்வப்போது தொடர்பு இருந்திருக்கக்கூடும் என்று கருதுகின்றனர்.

இந்த ஹரப்பா நாகரிகம் மொத்தம் எட்டு லட்சம் சதுர கி.மீ. பரப் பளவில் பரவியிருந்தது. அதாவது, இன்றைய இந்தியாவின் நிலப் பரப்பின் கால் பாகம். அல்லது அன்றைய சமகால நாகரிகங்களுடன் ஒப்பிட்டுச் சொல்வதானால், எகிப்து, மெசபடோமியா நாகரிகம் இரண்டும் சேர்ந்து பரவியிருந்த நிலப்பரப்பின் அளவு. இந்த மாபெரும் நிலப்பரப்பு அன்றைய மக்களுக்கு விசேஷமான பல நன்மைகளைத் தந்திருக்கவேண்டும். அதேநேரம் அவர்களுக்குப் பல சவால்களையும் தந்திருக்கவேண்டும்.

அங்கு, மனித வாழ்வுக்கு அவசியமான பொருட்கள் அதிக அளவில் கிடைத்திருக்கவேண்டும். மனித வளமும் அனுபவமும் வேண்டிய அளவுக்கு இருந்திருக்கவேண்டும். இவையே அந்த விசேஷ நன்மைகள். சவால்கள் என்று பார்த்தால், விரிந்த நிலப்பரப்பில் காணப்படும் பல்வேறு வகையான பிராந்திய கலாசாரங்களை ஒன்றிணைக்க, குறைந்தபட்சம் அவற்றுக்கிடையே ஒருங்கிணைப்பை ஏற்படுத்த வேண்டியிருந்திருக்கும். அவற்றை ஒன்றிணைந்து செயல்படவைக்க வலுவான தொடர்புவலை இருந்திருக்கவேண்டும். சில நூற்றாண்டுகள் அளவில் ஹரப்பா மக்கள் இந்தச் சவால்களை வெற்றிகரமாகச் சமாளித்திருக்கவேண்டுமென்றுதான் தோன்றுகிறது. ஆனால் அவர்கள் அதற்காக என்ன செய்தனர், சவால்களை எப்படிச் சமாளித்தனர் என்பது மட்டும் இன்று வரை புரிந்து கொள்ள முடியாத மர்மமாக உள்ளது.

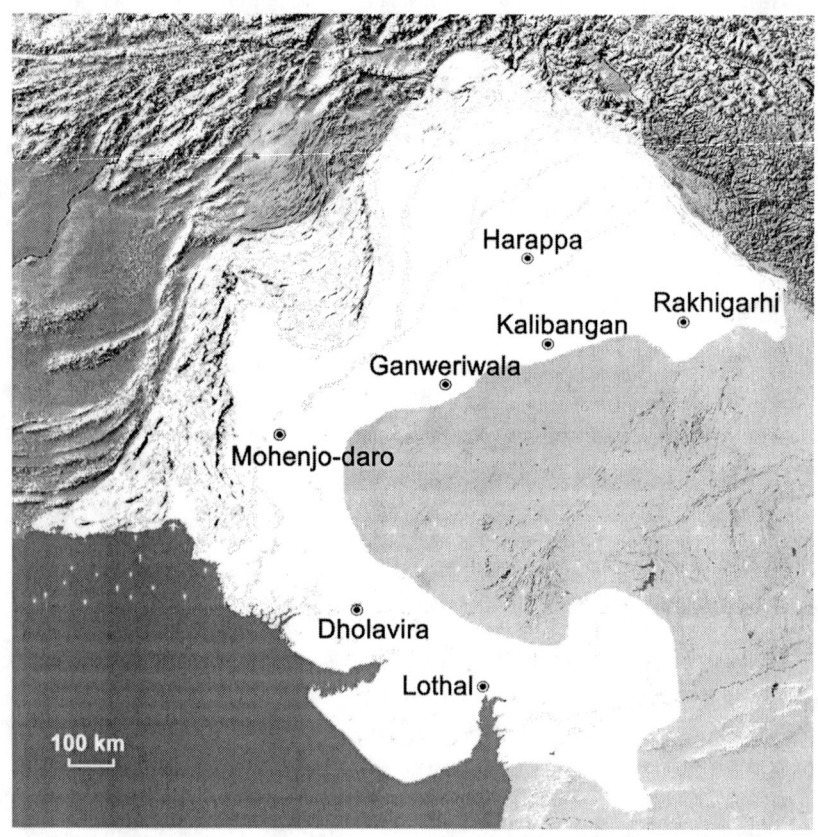

படம் 4.1. சில முக்கியமான பகுதிகளின் பெயர்களுடன் சிந்து சமவெளியின் விரிவான சித்திரம் (வெண்மை நிறப் பகுதி).

இங்கு ஒரு விஷயத்தை நாம் நினைவில் கொள்ளவேண்டும். இந்த நிலப்பரப்பு அவர்களுக்கு மட்டுமே முழு சொந்தமானதாக இருந்திருக்கவில்லை. இந்த நிலப்பரப்பின் விளிம்புகளிலும் சில நேரங்களில் அதற்கு உள்ளாகவும் பல தாமிர கற்கால நாகரிகங்களின் (Chalcolithic)* அடையாளங்கள் காணப்பட்டன.[15] இவை கிராம வாழ்க்கையை ஆதாரமாகக் கொண்டவை. இங்கிருந்த மக்கள் ஹரப்பாவாசிகளுடன் தொடர்பு கொண்டிருந்தாலும் அவர்களுடைய வாழ்க்கை முறையைப் பின்பற்றவில்லை. இதைத்தவிர இன்று போலவே அன்றும் அங்கிருந்த மலைப்பிரதேசங்களில் - மேற்கே பலூசிஸ்தானில் ஆரம்பித்து வடக்கிலும், கிழக்கிலும் இமயமலையின் அடிவாரம் வரை பழங்குடிக் கூட்டத்தினரும் பல்வேறு நாடோடிக் கூட்டங்களும் வசித்து வந்தனர்.

முழு வளர்ச்சிக் கட்டம் (Mature Phase)

மெசபடோமிய நாகரிகத்தை ஒப்பிட்டுப் பார்த்து அதன் அடிப்படை யில் மொஹஞ்ஜோ-தரோவும் பொ.யு.மு.3250 முதல் பொ.யு.மு.2750 வரையுள்ள கால அளவில்தான் வளர்ச்சியடைந்தது என்று ஜான் மார்ஷல் கருதினார். ஆனால், 1950-களுக்குப் பிறகு பல்வேறு பகுதி களில் நடத்தப்பட்ட ரேடியோ கார்பன் பரிசோதனையில் சிந்து சம வெளிப்பிரதேசத்தில் நகரங்கள் முதன்முதலாக பொ.யு.மு.2600-ல் தோன்றின என்றும், பொ.யு.மு.1900-ம் ஆண்டில் அவை பெரும்பாலும் சிதைந்துவிட்டன (சில இடங்களில் அதற்கு முன்பாகவே) என்றும் தெரியவந்தது.

இந்த 700 ஆண்டு கால அளவுதான் சிந்து சமவெளி நாகரிகத்தின் முழு வளர்ச்சியடைந்த கட்டம் எனக் கூறலாம். இதன் முக்கிய அம்சங்களாக நன்கு முன்னேற்றமடைந்த நகர வாழ்வு, சீரான அளவில் தயாரிக்கப் பட்ட செங்கற்கள், தரப்படுத்தப்பட்ட எடைக்கற்கள், இன்றும் புரிந்து கொள்ள முடியாதபடி ஏதோ எழுதப்பட்டிருந்த மாக்கல் முத்திரைகள், உருவங்கள் மூலமாக வெளிப்படுத்தப்பட்ட கலை வடிவங்கள், வண்ணம் பூசப்பட்ட மண்பாண்டங்கள், ஆபரணங்கள், தினசரி உபயோகப் பொருட்கள் ஆகியவை இருக்கின்றன.

வெளிப்படையாகத் தெரியாத சில அம்சங்களும் இருக்கின்றன: நதிகளில் நீரோட்டம் சீராக இருந்திருக்கவில்லை. பருவ மழையும் சீராக இருந்திருக்கவில்லை. இருந்தபோதிலும் அனைத்து மக்களுக்குத்

---

* சால்கோ என்றால் தாமிரம்; லித்திக் என்றால் கல். புதிய கற்காலத்தில் தாமிர உலோகங்கள் அறிமுகப்படுத்தப்பட்ட முன் சரித்திர காலகட்டம்

தேவையான உணவை உற்பத்தி செய்யும் விவசாயமுறை இருந்திருக்கிறது. இரண்டாவதாக, மேம்பட்ட தொழில் நுட்பமுறைகள், குறிப்பாக வெண்கலப் பொருட்களைத் தயாரித்தல், நீர் மேலாண்மை, சுகாதாரம், பாசிமணி மாலைகள் தயாரித்தல் ஆகியவையும் இங்கு வளர்ந்த நிலையில் இருந்திருக்கிறது.

மூன்றாவதாக, மேற்சொன்ன தொழில்கள் நன்கு முன்னேறியிருக்க வேண்டுமென்றால் அதற்கேற்ப அங்கு உள்நாட்டு வியாபாரம் வளர்ந்திருக்கவேண்டும். சில நேரங்களில் அதற்கு இணையாக வெளிநாட்டு வியாபாரமும் வளர்ந்திருக்க வேண்டும்.

நான்காவதாக, நாம் சற்று முன் பார்த்ததுபோல், அங்கு ஒவ்வொரு பிரதேசத்திலும் காணப்பட்ட வேறு பட்ட கலாசாரங்களும், பழக்க வழக்கங்களும், மனித இனங்களும், அவர்களுடைய மொழிகளும், பெரிய அளவில் ஒருங்கிணைக்கப்பட்டிருந்ததால் நூற்றுக்கணக்கான கிலோமீட்டரிலான ஹரப்பா பிரதேசம் முழுவதிலும் ஏறக்குறைய ஒரே மாதிரியான நகர அமைப்புகளும் மண்பாண்டங்கள் தயாரிக்கும் முறையும் காணப்பட்டன.

மேற்கூறிய கடைசி காரணத்துக்காகவே, சிந்து சமவெளி நாகரிகத்தைப் பற்றிப் புதிய கோணங்களில் ஆய்வு செய்திருந்த ஜிம் ஷாஃபர் (Jim Shaffer) என்ற அமெரிக்க அகழ்வாராய்ச்சியாளர் இந்தக் காலகட்டத்தை 'ஒருங்கிணைப்புக்காலம்' (Integration Era)* என்று அழைக்கலாமென யோசனை கூறினார்.

மொஹஞ்ஜோ-தரோ நகரத்தின் மக்கள் தொகை 40,000 முதல் 50,000 வரை இருக்கலாம் என்று மதிப்பிடப்பட்டுள்ளது. அதன்படிப் பார்த்தால் அதுவே மிகவும் பெரிய நகரமாக இருந்திருக்கவேண்டும். அதன் நிலப்பரப்பு 150 முதல் 200 ஹெக்டேர் எனக் கணக்கிடப்பட்டது. அதில் ஐந்தில் ஒரு பாகத்தில் மட்டுமே அகழ்வாராய்ச்சிகள் நடத்தப்பட்டுள்ளன. ஆனால், அந்தப் பிரதேசத்தின் நகர்ப்புற அம்சங்கள் பற்றி விரிவான ஆய்வுகளை நடத்தியுள்ள மீகேல் யான்ஸன் (Michael Jansen) என்ற ஜெர்மன் அறிஞர் இதன் பரப்பு 300 ஹெக்டேராக இருந்து

---

* வார்த்தைப் பிரயோகம் தொடர்பாக அகழ்வாராய்ச்சியாளர்களிடையே இருக்கும் சிக்கலான விவாதங்கள் பற்றியெல்லாம் சொல்லி வாசகர்களைச் சிரமப் படவைக்கமாட்டேன். நாகரிகம், கலாசாரம், பாரம்பரியம், நகரம், சகாப்தம், காலகட்டம், யுகம் போன்றவற்றுக்கெல்லாம் அகழ்வாராய்ச்சியாளர்களிடையே தனித்தனி அர்த்தங்கள் உண்டு. எனினும், அவர்களுக்கிடையே அந்த அர்த்தங்களில் ஒற்றுமை இருப்பதும் மிகவும் அரிதே. எனவே, பொது வழக்கில் இந்த வார்த்தைகள் என்ன அர்த்தத்தில் பயன்படுத்தப்படுகின்றனவோ அந்த அடிப்படையிலேயே இவற்றை இந்தப் புத்தகத்தில் குறிப்பிடுகிறேன். நமது தேவைக்கு அதுவே போதும்.

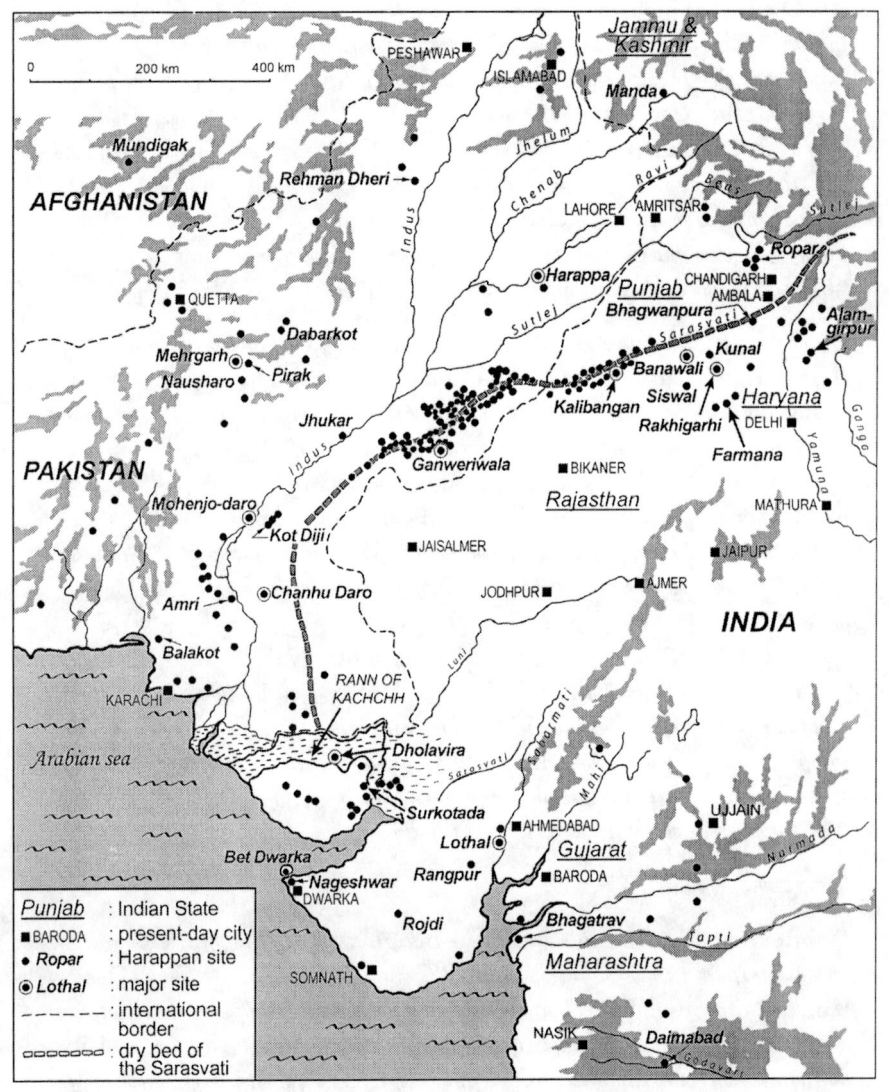

படம் 4.2 : சிந்து சமவெளி நாகரிகத்தின் முக்கிய இடங்கள். கக்கர்-ஹக்ராவின் தடத்தை சரஸ்வதி நதி பின்தொடருகிறது (துண்டு துண்டாக இருக்கும் கோடு). சரஸ்வதி நதிப் படுகையின் ஓரமாக குறிப்பாக பாகிஸ்தானின் கோலிஸ்தான் பாலைவனத்தில், அகழ்வாய்விடங்கள் அதிகமாக இருப்பதைப் பார்க்கவும்.

இருக்கலாமென்று கூறுகிறார்.[17] இது சரியாக இருந்தால், புராதன உலகில் இதுதான் பரப்பளவில் மிகப் பெரிய நகரமாக இருந்திருக்க வேண்டும். மொஹஞ்ஜோ-தரோவின் நிலப்பரப்பில் ஹரப்பா பாதியளவு இருந்தது. ராக்கிகரி (Rakhigarhi) 105 ஹெக்டேர்; பனவாலி-10 ஹெக்டேர்; இரண்டுமே ஹரியானாவில் இருக்கின்றன. ராஜஸ்தானில் இருக்கும் காலிபங்கன்- 12 ஹெக்டேர்; குஜராத்தில் இருக்கும் ரங்கப்பூர் - சுமார் 50 ஹெக்டேர்; லோத்தல்-07 ஹெக்டேர்; தோலவிரா-48 ஹெக்டேர் (கோட்டைக்குட்பட்ட பகுதிகள், இதே அளவு வெளியிலும் இருக்கக் கூடும்) போன்ற பிற நகரங்களும் ஊர்களும் இருந்தன (படம் 4.2). அகழ்வாராய்ச்சியாளர்களின் மண் வெட்டிக்குச் சிக்காத பகுதிகள் இன்னும் நிறைய இருக்கின்றன: கோலிஸ்தான் பாலைவனத்தில் ஹக்ரா நதிக்கரையிலுள்ள கன்வேரிவாலாவின் பரப்பு 80 ஹெக்டேர் இருக்கும்.

புராதன நாகரிகங்களை விரும்புபவர்களுக்கு, பெரிய நகரங்கள் எப் போதுமே விசேஷ அக்கறைக்கு உரியவையாக இருக்கும். ஆனால், அவையே எல்லாமும் அல்ல. மொஹஞ்ஜோ-தரோ, ஹரப்பா, காலி பங்கன், லோத்தல் ஆகிய பெரு நகரங்களின் உட்பிரதேசங்களில் நூற்றுக் கணக்கான சிறிய நகரங்களும், கிராமங்களும் இருந்திருக்கின்றன. உலோகத் தாதுக்கள், நவரத்தினக் கற்கள் (Semi-Precious Stones) மரம், விறகு, துணி நெய்வதற்கான பஞ்சு போன்ற கச்சாப்பொருட்கள், விவசாய உற்பத்தி போன்றவையெல்லாம் சிறு கிராமங்கள், ஊர்களில் இருந்து தான் கிடைத்திருக்கின்றன. இவை இல்லாமலிருந்தால் அந்தப் பெரு நகரங்களில் மக்கள் வாழ்ந்திருக்க முடியாது. இம்மாதிரியான சிறிய இடங்களில் அகழாய்வு செய்தபோது பெரிய நகரங்களில் உள்ளதைப் போன்றே நகரக்கட்டமைப்பும், கோட்டைகளும், வடிகால் வசதிகளும், ஒரே அளவில் தயாரிக்கப்பட்ட செங்கற்கள், எடைக்கற்கள் அல்லது கைவினைப் பொருட்கள் ஆகியவையும் இருந்ததைப் பார்த்து ஆய்வாளர்கள் வியப்பில் ஆழ்ந்துள்ளனர்.

தொடக்கங்கள்

'நகரமயமாதல் கட்டம்' திடீரென மாயமாகத் தோன்றும் ஒன்றல்ல. அதற்கு முன்பு அங்கே ஒரு நீண்ட 'தொடக்கக் கட்டம்' இருந்திருக்க வேண்டும். அமெரிக்க ஆய்வுப்பிரிவினர் அதை 'பிராந்தியமயமாக்கக் காலகட்டம்' என்று அழைக்கிறார்கள். இந்தக் காலகட்டத்தில் கிராமங்கள் வளர்ந்தன. தொழில் நுட்ப அறிவானது அவற்றுக் கிடையே பரஸ்பரம் பரிமாறிக்கொள்ளப்பட்டன. மயில்கள், மான்கள், அரச மர★ இலைகள், கொம்புகளால் அலங்கரிக்கப்பட்ட தலைகள்,

---

★ தாவரவியல் பெயர்: ஃபிகஸ் ரிலீஜியோஸா; கோயில், குளங்களுக்கு அருகில் காணப்படும் புனித மரம்.

மீன்கள், செதில்கள், ஒன்றையொன்று குறுக்காகத் வெட்டிக் கொண்டிருக்கும் வட்டங்கள் என மண் பாண்டங்களில் வரையப்பட்ட படங்கள் பின்னர் வந்த வளர்ச்சியடைந்த கட்டத்தில் மேலும் பல இடங்களுக்குப் பரவின. வெண்கல உலோகவியல் செயல்பாடுகளில் முழுமை எட்டப்பட்டது. செங்கற்களின் அளவு தரப்படுத்தப் பட்டன: சீராக 1:2:3 (உயரம்-அகலம்-நீளம்) என்ற அளவில் தயாரிக்கப்பட்டன. எனினும், வளர்ச்சியடைந்த கட்டத்தின் சிறப்பு அம்சமான 1:2:4 என்ற அளவிலான செங்கற்கள் அதற்கு முந்தைய காலகட்டத்திலேயே சில பகுதிகளில் கிடைத்திருக்கின்றன.[18] இந்தக் காலகட்டத்தின் கடைசிப் பகுதியில் மண்பாத்திரங்களில் அரை குறையான எழுத்து வடிவங்கள் காணப்பட்டன. அங்கிருந்த குடி யிருப்புகளின் அமைப்பு சரியாகத் திட்டமிடப்பட்டிருந்தது. துல்லிய அளவைக்கொண்ட கோட்டைகளும் கட்டப்பட்டிருந்தன.

இவையனைத்தும் பொ.யு.மு.3500-க்கும் பொ.யு.மு.2700-க்கும் இடையிலுள்ள கால அளவைச் சேர்ந்ததாகப் பொதுவாகக் கருதப் படுகிறது. ஆனால், ஜோனாதன் மார்க் கெனோயர் (Jonathan Mark kenoyar) போன்ற புதைபொருள் ஆய்வாளர்கள் சற்று விரிவான வரை யறையை முன்வைத்து இந்தக் காலகட்டம் பொ.யு.மு.5500-லேயே தொடங்கியிருக்கலாமென்று சொல்கிறார்கள்.

ஓர் எச்சரிக்கை: அடையாளப்படுத்தல்கள் என்னதான் வசதியான ஒன்று என்றாலும் அல்லது வசதியானவை என்பதினாலேயே அவை நம்மை ஏமாற்றிவிடவும்கூடும். ‘ஆரம்ப ஹரப்பா காலம்’ என்று சொல்லும் போது, ஹரப்பா நாகரிகம் ஒரே சீராக வளர்ந்து கடைசியில் முழு வளர்ச்சிக் கட்டத்தை எட்டியது என்ற ஒருவித எண்ணம் நமக்குப் பிழையாகத் தோன்றிவிடக்கூடும். உண்மை நிலைமை மிகவும் சிக்கலானது. ஹரப்பா பிரதேசத்திலிருந்த பிராந்திய கலாசாரங் களிடையே சில ஒற்றுமைகள் இருந்தது உண்மைதான். ஆனால், ஒவ் வொன்றும் பல அம்சங்களில் வேறுபட்டும் காணப்பட்டன. உதாரண மாக, கோலிஸ்தானில் காணப்பட்ட ‘ஆரம்பகால ஹரப்பா’ மண் பாண்டங்கள் பலூசிஸ்தானில் கண்டுபிடிக்கப்பட்டவற்றிலிருந்து வேறுபட்டிருந்தன. இந்தக் காரணத்தாலேயே அகழ்வாராய்ச்சி ஆய் வாளர்கள் தாங்கள் கண்டுபிடிப்பவற்றுக்கு அந்தந்த இடத்தின் பெயரையே சூட்டுகின்றனர். உதாரணமாக: அம்ரி-நல், கோட்-திஜி; ஸோதி-ஸிஸ்வால் நாகரிகங்கள். நமக்கு வேண்டியதெல்லாம் இந்தப் பிராந்தியக் கலாசாரங்கள் எங்கே, எப்போது, எப்படி இணைந்தன; பின்னர் அவை எப்படி நகரமயக் கட்டமாகப் பரிணமித்தன என்பது தான். இந்திய உபகண்டத்தில் பல ஆண்டுகளாக அகழ்வாராய்ச்சிகளை நடத்தி வந்துள்ள ரேமண்ட், பிரிஜெட் ஆல்சின் இருவரும் இதனை

'கலாசார சங்கமம்' (Cultural Convergace)[20] என்று வர்ணிக்கின்றனர். ஜிம் ஷாஃபரும் டயான் லிக்டன்ஸ்டெயினும் இதற்கு 'இணைப்பு' (Fusion)[21] என்று பெயரிட்டுள்ளனர்.

இந்த வர்ணனைகள் சரியோ தவறோ, ஒன்று மட்டும் கவனிக்கத்தக்கது. நகரமயமாதல் கலாசாரத்தின் ஆரம்ப காலத்தில் கட்டடக்கலை, தொழில்நுட்பம், கைவினைப் பொருட்கள் தயாரிப்பு என அனைத்துத் துறைகளிலும் அற்புதமான புதிய செயல்முறைகள் நடைமுறைப் படுத்தப்பட்டுள்ளன. இவற்றில் முக்கியமானது நகரங்களின் அமைப் பில் புரட்சிகரமான வழிமுறைகள் கடைப்பிடிக்கப்பட்டதுதான். வளர்ச்சி அடைந்த காலகட்டத்து ஹரப்பாவாசிகள் புதியதொரு வாழ்க்கையை ஆரம்பிக்க வேண்டுமென்று தீர்மானித்திருந்தார்களோ எனத் தோன்றுகிறது. புதிய குடியிருப்புகளில் பாதியும் புதிய இடங் களில் கட்டப்பட்டிருக்கின்றன. பிற இடங்களில் குறிப்பாக, காலிபங் கனிலும் தோலவிராவிலும் இருந்த பழைய கட்டடங்கள் புதிய பாணிக்கேற்ப மாற்றியமைக்கப்பட்டன. கோட்-திஜி, நௌஷாரோ, அம்ரி போன்ற இடங்களில் காணப்படும் சாம்பல் அடுக்குகள், புதிய கட்டடங்களைக் கட்டுவதற்காக அங்கிருந்த பழைய கட்டடங்கள் தீக்கிரையாக்கப்பட்டிருக்கலாம் என்று யூகிக்க இடம் தருகின்றன (இங்கு யுத்தம் நடந்ததற்கான அறிகுறிகள் ஒன்றும் காணப்படவில்லை என்பதிலிருந்து இந்த முடிவுக்கு நாம் வரலாம்). 'தொடர்ச்சியில் மாற்றங்கள்' என்ற சொற்றொடர்தான் ஹரப்பா நாகரிகம் ஆரம்ப கட்டத்திலிருந்து முழு வளர்ச்சியடைந்த கட்டத்துக்கு மாறி வந்ததைக் குறிக்கக்கூடிய மிகவும் சரியான ஒன்று.

எனினும், 'ஆரம்ப கட்டம்' என்று சொல்லப்படுவது அதி ஆரம்ப கட்டமும் அல்ல. 1960-களில் ஒரு ஃப்ரெஞ்ச் அகழ்வாராய்ச்சிக்குழு பாகிஸ்தானிலுள்ள பலூசிஸ்தானில் 'மெஹர்கட்' என்ற முக்கியமான இடத்தைக் கண்டுபிடித்தது. இது அங்குள்ள போலன் கணவாயின் (Bolan pass) அடிவாரத்திலுள்ளது. இதற்கருகிலேயே ஓடும் போலன் நதியின் மூலம் இந்தப் பெயர் சூட்டப்பட்டது. அங்குள்ள கீர்த்தார் (Kirthar) மலைப்பிரதேசத்தில் குறுக்காக ஓடி, கடந்த ஆயிரமாண்டில் மேற் சொன்ன மெஹர்கட்டின் ஒரு பகுதியை அரித்துக்கொண்டுபோயிருக் கலாம். இரு நூற்றைம்பது ஹெக்டேர் பரப்புள்ள மெஹர்கட், சிந்து சமவெளி நகரங்களுக்கு 4000 ஆண்டுகளுக்கு முன்பாக பொ.யு.மு. 7000-ம் ஆண்டில் நிர்மாணிக்கப்பட்டது.

இந்த அகழாய்வுகளை மேற்பார்வை செய்த ழான்ஃப்ரான்ஸுவா ழாரிஜ் (Jean - francois Jarrige) என்பவரின் அபிப்பிராயத்தில் விவசாய மக்கள் சமூகங்கள் இங்கு வரத்தொடங்கியுள்ளன. பொ.யு.மு.

6000-லேயே விவசாயத்தை அடிப்படையாகக்கொண்ட ஒரு நிலையான பொருளாதாரம் காலூன்றிவிட்டது.[22] தானியங்களைச் சேகரித்து வைப்பதற்கான அடுக்கடுக்கான பிரிவுகளைக் கொண்ட மிகப் பெரிய கட்டடங்கள் காணப்பட்டன. அறுவடை செய்த தானியங்களை நிர்வகித்து முறையாக விநியோகம் செய்யும் வலுவான சமுதாய அமைப்பு இருந்ததையே இது காட்டுகிறது. ஆடு, பசு போன்ற மிருகங்கள் (விசுவாசமான நாயும்கூட) வளர்ப்புப் பிராணிகளாக மாற்றப்பட்டதோடு காட்டுச் செடிகளாக வளர்ந்து வந்திருந்த கோதுமையும் பார்லியும் பயிரிடப்பட ஆரம்பித்தன.

இதைவிட முக்கியமானது, புதிய கற்காலம் முதலே சிந்து சமவெளிப் பிரதேசத்தில் 'தொலைதூர வர்த்தகச் சங்கிலி'களும்[23] நிறுவப்பட்டன. மெஹர்கட்டில் கண்டுபிடிக்கப்பட்ட சங்கு வளைகள், நீலக்கல், நவரத்தினக் கற்கள் ஆகிய அயல் பகுதிப் பொருட்களிலிருந்து இந்த விஷயம் உறுதிப்படுத்தப்படுகிறது.

இப்போதைக்கு மெஹர்கட்டிலிருந்து மட்டுமே இம்மாதிரியான செய்திகள் நம் கவனத்துக்கு வந்துள்ளன. ஆனால், ஹரப்பா கலாசாரத்தை நோக்கிய புதிய கற்கால முன்னோடிச் செயல்பாடுகள் நடந்த இடங்கள் இதுவரை வெளிச்சத்துக்கு வரவில்லை. உதாரணமாக, ஹரியானாவிலுள்ள பிர்ரானா என்ற இடத்தில் செய்யப்பட்ட ரேடியோ கார்பன் பரிசோதனையில் சில பொருட்கள் 5000 ஆண்டுகளுக்கு முன்பிருந்தவை என்பது தெரியவந்திருக்கிறது.[24] இவற்றின் காலம் உறுதி செய்யப்பட்டால் சரஸ்வதி நதிப்பரப்பில் ஹரப்பா கலாசாரத்தின் ஆரம்பகால வரலாற்றைப் பற்றிய பல புதிய செய்திகள் நமக்குக் கிடைக்கக்கூடும்.

அட்டவணை 4.2. சிந்து சமவெளி நாகரிகத்தின் காலத்தைப் பற்றி சில ஆய்வாளர்களின் சமீபத்திய கருத்துகள் (எல்லா வருடங்களும் பொ.யு.மு.) கீழே தரப்பட்டுள்ளன.

கட்டம்	சக்ரவர்த்தி[25]	கெனோயர்[26]	பொஸ்ஸல்[27]
முற்கால ஹரப்பா	3500-2700	5500-2600*	3200-2600
முழு வளர்ச்சியடைந்த ஹரப்பா	2700-2000	2600-1900	2500-1900
பிற்கால ஹரப்பா	2000-1300	1900-1300	1900-1300

* ஹரப்பா காலகட்டத்தின் தொடக்க வருடம் பற்றி கெனோயர் சொல்வதைத் தெரிந்துகொள்ள பக்கம் 127-ஐ பார்க்கவும்.

அழிவுக்குப் பிறகு

மெஹர் கட் பகுதியில் ஹரப்பா நாகரிகத்தின் ஆரம்பகட்ட விஷயங்கள் தொடங்கியதில் ஆரம்பித்து பொ.யு.மு.1900-ல் அழிய நேரிட்டது வரையில் சுமார் 5000 ஆண்டுகள் கழித்துவிட்டன (அட்டவணை 4.2). ஆனால், முன்பு சொல்லப்பட்டதுபோல் இந்த அழிவு திடீரென, ஒரு குறுகிய காலத்தில் நிகழவில்லை. நூற்றுக்கணக்கான, சிறிய பகுதி களாகச் சிதறிப்போனது. இவற்றுள் ஒரு சில பொ.யு.மு.1300வரையோ அதற்குப் பிறகுள்ள காலம் வரையோ தொடர்ந்தன. இது 'பிற்கால ஹரப்பா காலம்' அல்லது 'உள்ளூர்மயமாக்க கட்டம்' என்றும் அழைக்கப்பட்டுவருகிறது (இங்கும்கூட சிமெட்டரி ஹெச், ஜூகர், பிராக், லஸ்ட்ரஸ் ரெட் வேர் என பல்வேறு பிராந்தியக் கலாசாரங்கள் ஒரே கூரையின் கீழ் கொண்டுவரப்பட்டுள்ளன).

ஒரு சில பிரதேசங்களில் வரலாற்றுக் காலகட்டங்கள்வரைகூட (பொ.யு.மு.1000 வரையும்கூட) மக்கள் தொடர்ந்து வசித்து வந்ததற் கான அடையாளங்கள் காணப்பட்டன. உதாரணமாக, மெஹர்கட்டின் அருகிலுள்ள பிராக் (Pirak) என்ற இடத்தில் பொ.யு.மு.1800 முதல் பொ.யு.மு.700 வரை மக்கள் வசித்து வந்துள்ளனர். இது பல்வேறு துறைகளில் பழைய கால ஹரப்பா கலாசாரம் தொடர்வதை மட்டு மல்ல, ஒரு புதிய சகாப்தம் உருவாவதையும்[28] காண்பிக்கிறது என்கிறார் ழாரிஜ்.

இந்தப் புதிய சகாப்தத்தை நாம் பின்னர் பார்க்கலாம். அதற்கு முன்பு முழு வளர்ச்சிக் கட்டத்தையடைந்த சிந்து சமவெளி நாகரிகத்தைப் பற்றி நாம் இன்னும் ஆழமாகப் படிக்கவேண்டும். இதன் பொருட்டு நாம் சிறிது நேரத்துக்கு ஹரப்பா நகரவாசிகளாக மாறுவோம்; அதன் நெரிசல் மிகுந்த தெருக்களில் நடந்து செல்வோம்; ஊரைச் சுற்றிப் பார்ப்போம், வாருங்கள்!

{5}

சிந்து நகரங்கள்

சிந்து சமவெளி நாகரிகத்தின் மிக வெளிப்படையான, அதேநேரம் ஆரம்பகட்ட ஆய்வாளர்களை பிரமிப்பில் ஆழ்த்திய முக்கிய அம்சம், அதன் அற்புதமான நகரத்தன்மைதான். பெரும்பாலான ஊர்கள் சிறியதோ பெரியதோ, கோட்டைகள் கட்டப்பட்டு தனித்தனி பகுதி யாகப் பிரிக்கப்பட்டிருந்தன. நகரங்கள் பல பகுதிகளாகப் பிரிக்கப் பட்டிருந்தன. 'அக்ரோபோலிஸ்' (கிரேக்க மொழியில் மேல் நகரம்) அல்லது 'சிட்டாடல்' (Citadel கோட்டை நகரம்) பொதுவாக பெரிய கட்டடங்கள் கொண்டதாகவும் விசாலமாகவும் இருந்தன. கீழ்ப்பகுதி குடியிருப்புகள் எண்ணிக்கையில் அதிகமாகவும் அதிக இடைவெளி யில்லாமலும் கட்டப்பட்டிருந்தன (இந்த மேல்-கீழ் நகர உருவாக்கத் துக்கு மாறான ஓர் அமைப்பை அத்தியாயம் 7-ல் பார்க்கலாம்.)

மொஹஞ்ஜோ-தரோவின் மேல் நகரம் (படம் 5.1) 400 x 200 மீட்டர் என்ற அளவில் கம்பீரமான தோற்றத்துடனிருந்தது. அங்குதான் புகழ் பெற்ற 'பெரிய குளியல் மையம்' இருக்கிறது. அதன் மைய குளத்தில் தான் சடங்கு சம்பிரதாயங்கள் நிறைவேற்றப்பட்டன. பிரமாண்ட 'கல்லூரி', தானியக் கிடங்கு, சபை மண்டபம் (அல்லது தூண்கள் கொண்ட அரங்கம்), நான்கு திசைகளிலும் துல்லியமாகத் திட்டமிடப் பட்ட அகன்ற வீதிகள் ஆகியவை காணப்பட்டன. இந்த விசாலமான மண்டபங்களில் அன்றைய அரசரோ அரசர்களோ தங்களுடைய அதிகாரிகள், வியாபாரிகள் ஆகியோரைச் சந்தித்திருக்கக்கூடும். விசேஷ நாட்களில் முத்திரைகளைத் தயாரிப்பவர்கள், உலோகத் தொழிலாளி கள், கட்டடக் கலைஞர்கள், மண்பாண்டம் தயாரிப்பவர்கள், நெச வாளிகள் என்று பல துறைகளைச் சேர்ந்தவர்களைச் சந்தித்திருக்கலாம்.

அரசர்களையும் உயரதிகாரிகளையும் தவிர மற்றவர்கள் கீழ்ப்பகுதி நகரத்தில் வசித்தனர். அங்கு தெருக்கள் குறுகலாகவும் நூற்றுக்கணக் கான வீடுகள் அடுத்தடுத்தும் கட்டப்பட்டிருந்தன. ஒரு பெரிய வீடு

இருந்ததென்றால் அதன் இரண்டு பக்கங்களிலும் நிறைய சிறிய வீடுகள் இருந்தன (படம் 5.2).

ஹரப்பா கொஞ்சம் சிக்கலான சித்திரத்தை வழங்குகிறது. அங்கு நான்கு குன்றுகள் இருந்தன. அவற்றுள் சில அடிமட்டத்தில் 14 மீட்டர் கனமுள்ள மதில் சுவர்களால் சூழப்பட்டிருந்தன. மனிதர்களோ, வாகனங்களோ நகரத்துக்குள் வருவதைக் கட்டுப்படுத்த அற்புதமான கதவுகள் நகரவாயிலில் இருந்தன. ஆனால், துரதிருஷ்டவசமாக இந்த இடத்திலிருந்த செங்கற்கள் போன்ற பொருட்கள் பெரிய அளவில் சூறையாடப்பட்டுவிட்டதால் அங்குள்ள கோட்டைகளின் ஒட்டு மொத்த அமைப்பைப் பற்றி நமக்கு இப்போது ஒன்றும் தெரிய வில்லை. மேல் நகர அமைப்பு (ஏபி குன்று, படம் 5.3) மட்டுமே சிதை யாமல் இருந்தது. அது ஆச்சரியமூட்டும் வகையில் மொஹஞ்ஜோ-தரோவைப் போலவேதான் இருந்தது: 400 மீட்டர் X 200 மீட்டர். அங்கிருந்த பெரிய கட்டடங்களின் எண்ணிக்கை மொஹஞ்ஜோ-தரோவைவிடக் குறைவாகவே இருந்தன. அங்கிருந்த முக்கியமான கட்டடம் 50 x 40மீ அளவிலான தானியக்கிடங்கு. அது இரண்டு வரிசை களில் மொத்தம் ஆறு அறைகளைக் கொண்டதாக இருந்தது (ஒவ் வொன்றின் அளவு 6மீட்டர் x 15மீட்டர்). அகழ்வாய்வுகளில் இருந்து தெரியவந்த விஷயம் என்னவென்றால், அங்கிருந்த நான்கு குன்று களிலும் மக்கள் ஒரே நேரத்தில் வாழ்ந்து வந்தனர். அது ஒரு தனி நகர மாக இருந்திருக்கிறது.

இங்கு ஒரு விஷயத்தைக் கவனிக்க வேண்டும். இங்கு உபயோகிக்கப் பட்டுள்ள 'கோட்டை நகரம்', 'சபா மண்டபம்', 'கல்லூரி', 'தானியக் கிடங்கு' ஆகிய சொற்களனைத்துமே ஒருவகையில் உத்தேசமான அர்த்தம் கொண்டவைதான். இவற்றில் பெரும்பாலானவை பிரிட்டிஷ் அகழ்வாராய்ச்சியாளர் ஆர்.ஈ.மார்ட்டிமர் வீலர் முன்வைத்தவைதான். வடக்கு ஆஃப்ரிக்காவில் பிரிட்டிஷ் ராணுவத்தில் பிரிகேடியராக இருந்த வீலருக்கு இந்திய அகழ்வாராய்ச்சி நிறுவனத்தின் பொறுப்பு 1944-ல் தரப்பட்டது. இந்த நிறுவனத்துக்குப் புத்துயிர் ஊட்டிய அவர், வரலாற்று முக்கியத்துவம் வாய்ந்த இடங்களின் வளர்ச்சியை ஒவ் வொரு கட்டமாகத் துல்லியமாக ஆவணப்படுத்த சிறந்த பாறைப் படிவியல் ஆய்வுமுறைகளை அறிமுகப்படுத்தினார். மார்ட்டிமர் வீலர் ஒரு முன்கோபி; ஆனால் பரந்த மனப்பான்மை கொண்டவர். உணர்ச்சிவசப்படக்கூடியவர்; ஆனால் கடின உழைப்பாளி. இந்தியத் தொல்பொருள் ஆராய்ச்சியில் தனது தனி முத்திரையைப் பதித்தார். தனது அகழ்வாராய்ச்சிக் கல்விப் பயிற்சியை ரோமாபுரி சாம்ராஜ்யத்தை மையமாகக் கொண்டு பெற்றிருந்ததார். எனவே, அந்த இடங்களைக் குறிக்க உபயோகிக்கப்பட்ட வார்த்தைகளையேதான் ஹரப்பா

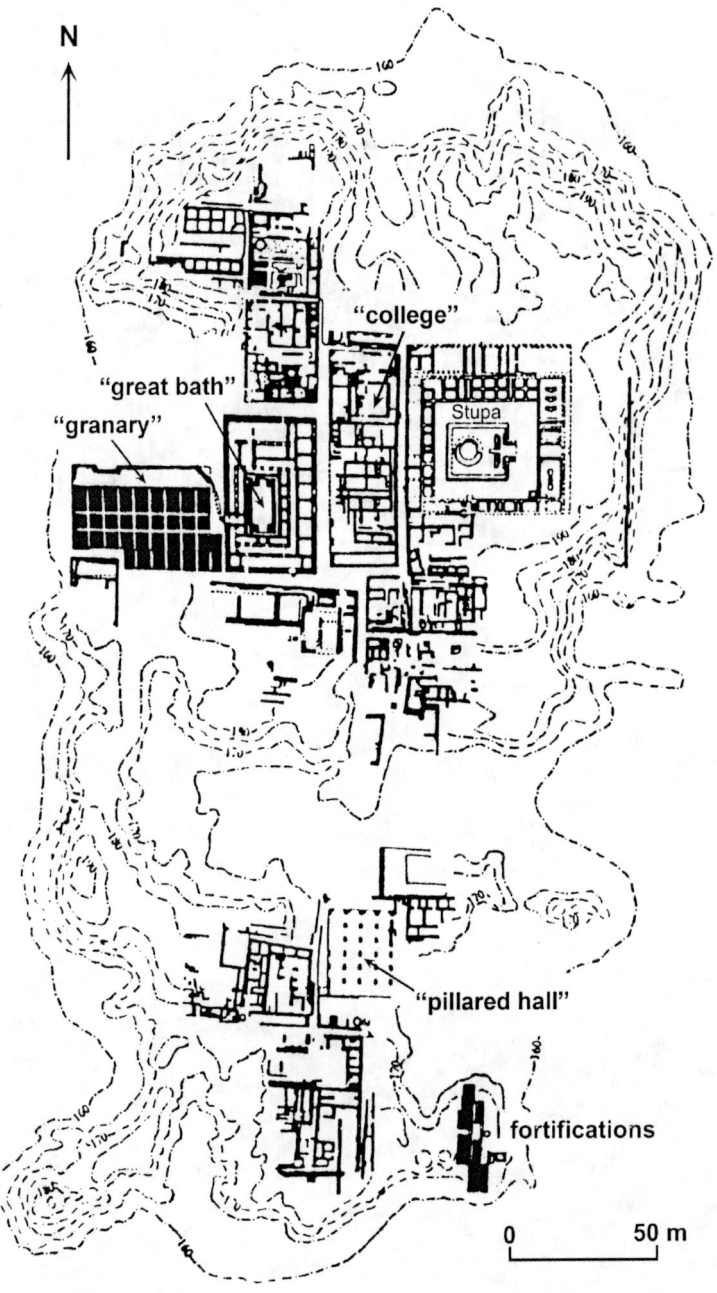

5.1 : மொஹஞ்ஜோ-தரோவின் கோட்டை, பிரதான கட்டடங்களுடன் (காப்புரிமை இந்திய அகழ்வாராய்ச்சிக் கழகம்)

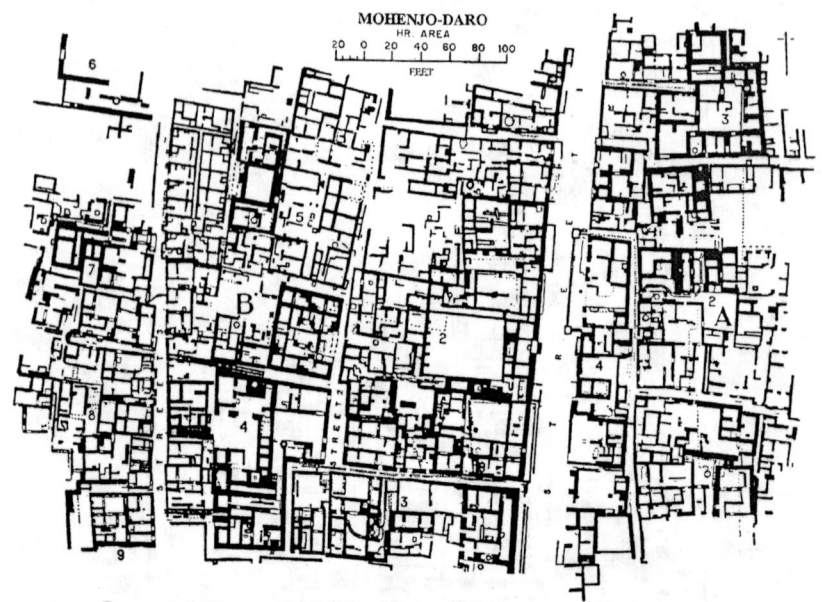

5.2 : மொஹஞ்ஜோ-தரோவின் கீழ் நகரத்தின் ஒரு பகுதி (© ASI)

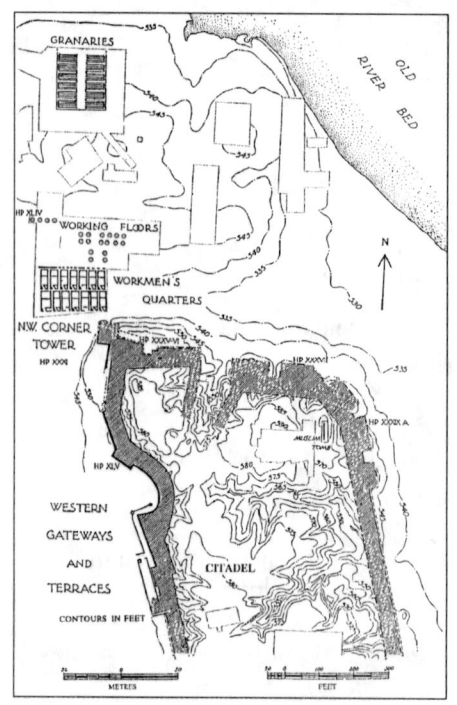

5.3: ஹரப்பாவின் மவுன்ட் ஏபியும் (கோட்டை), அடுத் துள்ள கட்டடங்களும். வடக்கு மூலையில் சேமிப்புக் கிடங்கு காணப்படுகிறது. (© ASI)

நகரங்களைக் குறிக்கவும் உபயோகித்தார். இதுதான் முன்பு சொல்லப் பட்ட 'கோட்டை', 'தானியக் கிடங்கு', 'கல்லூரிகள்', 'கொத்தளங்கள்' முதலிய வார்த்தைகள் இடம்பெறக்காரணம். உண்மையைச் சொல்லப் போனால் மண் குவியலுக்குள் புதையுண்டு கிடந்த பிரமாண்ட ஹரப்பா நகரக் கட்டடங்கள் என்ன பயன்பாட்டுக்காகக் கட்டப்பட்டிருந்தன என்பது யாருக்கும் தெரியாது.

உதாரணமாக, மொஹஞ்ஜோ-தரோவிலும் ஹரப்பாவிலும் வீலர் குறிப்பிட்டதுபோல பிரமாண்ட தானியக்கிடங்குகள் இருந்தனவா என்பதைச் சில அகழ்வாராய்ச்சியாளர்கள் சமீபகாலத்தில் கேள்விக் குட்படுத்தியிருக்கிறார்கள். அப்படி அடையாளப்படுத்த எந்த வலு வான ஆதாரமும் இல்லை என்பதோடு, இந்தப் பிரதேசங்களில் தானியங்களைப் பெரிய குதிர்களில் (Bins)[1] சேகரித்து வைப்பதுதான் வழக்கமாக இருந்தது என்று சுட்டிக்காட்டியிருக்கிறார்கள். தவிரவும், அங்கு காணப்பட்ட பிரமாண்ட மதில் சுவர்களும் மலை நகர அமைப்பும் ராணுவப் பாதுகாப்புக்காகப் பயன்படுத்தப்பட்டனவா என்பதும் தெளிவாகத் தெரியவில்லை. இதை நாம் பிறகு விவாதிக் கலாம்.

இங்கு காணப்பட்ட பெரிய கட்டடங்கள் (மொஹஞ்ஜோ-தரோவின் கல்லூரியின் அளவு 70 க்கு 24 மீட்டர்தான்!) தெளிவாக அரண்மனை போலவும் இருந்திருக்கவில்லை. புராதன எகிப்திலும் மெசபடோமியா விலும் அரசன் வசித்து வந்த அரண்மனைகள் மிகவும் விசாலமானதாக இருந்ததைப்போல் சிந்து சமவெளி நாகரிகத்தில் அரசனுக்கென்று தனியாக பெரிய அரண்மனை ஒதுக்கப்பட்டிருந்ததாகத் தெரியவில்லை. மாறாக, சாதாரணக் குடிமகன் மீது அங்கு தென்பட்ட அக்கறைதான் ஆரம்பகட்ட அகழ்வாராய்ச்சியாளர்களை வெகுவாக ஆச்சரியப் படுத்தியது.

சீராட்டப்பட்ட குடிமக்கள்

பெரும்பாலான வீடுகளில், சிறியவற்றிலும்கூட, குளியலறைகள் தனியாக இருந்தன. அந்தக் காலத்தில் நினைத்துக்கூடப் பார்க்க முடியாத வசதி இது. இந்தக் குளியலறைகளில் நெருக்கி அடுக்கப்பட்ட செங்கற்களாலான சரிவான மேடை இருந்தது. வெளிச்சுவர் வழியாக ஒரு வடிகால் அமைக்கப்பட்டு குளியலறையிலிருந்து வெளியேறும் அழுக்கு நீர் ஓரிடத்தில் சேகரமானது. அந்த நீரானது, சுட்ட செங்கற் களால் வெகு துல்லியமாகக் கட்டப்பட்ட ஓடை வழியாகக் கொண்டு செல்லப்பட்டது. குறிப்பிட்ட இடைவெளிகளில் கழிவுநீரில் இருக்கும் கசடுகளைப் பிரிக்கும் குழிகள் அல்லது குடுவைகள் வைக்கப் பட்டிருந்தன (படம் 5.4). மொஹஞ்ஜோ-தரோவில் கீழ்ப்பகுதி

நகரத்தில் இருந்த சில வீடுகளில் நெடுக்குவாக்கிலான குழாய்கள் சுவரில் பதிக்கப்பட்டிருந்தன. அதாவது முதல் மாடியில் குளியலறை இருந்ததை அது குறிக்கிறது!

இம்மாதிரியான ஒரு கழிவு நீர் வடிகால் திட்டம் புராதன உலகில், இரண்டாயிரம் ஆண்டுகளுக்குப் பிறகு ரோமாபுரி சாம்ராஜ்யம் தோன்றும் வரை, எங்குமே இருந்திருக்கவில்லை. இந்தத் திட்டம் வெற்றிகரமாகச் செயல்பட்டிருக்க வேண்டுமானால் சில நிபந்தனைகள் நிறைவேற்றப்பட்டிருக்க வேண்டும். முதலாவதாக அழுக்குத் தண்ணீர் தடையின்றி வெளியேறும்படியாக ஒவ்வொரு வடிகாலின் சாய்மானமும் துல்லியமாக வடிவமைக்கப்பட்டிருக்கவேண்டும். அதாவது அங்கிருந்த வீடுகள் குறைந்தபட்சம் ஆரம்ப காலகட்டத்தில், ஒரு குறிப்பிட்ட உயரத்தில் கட்டப்பட்டிருக்க வேண்டும். பார்க்கப் போனால், ஒரே இடத்தில் அடுத்தடுத்தாற்போல கட்டப்பட்ட வீடுகளுக்கு ஒரே பொதுவான அஸ்திவாரமே போடப்பட்டிருந்தது.

5.4 : லோத்தல் பகுதியில் கழிவு நீர் அமைப்பு. தனித்தனி வீடுகளில் இருந்த குளியல் அறை மேடைகளில் இருந்து கழிவு நீரானது ஊருக்கு வெளியே கொண்டு செல்லப்பட்டது. (© ASI)

இரண்டாவதாக, நகரத்தில் ஆங்காங்கே கட்டப்பட்ட கழிவு நீர்த்தொட்டிகளை அவ்வப்போது பரிசோதிக்கவும், அவற்றில் சேரும் கழிவுப்பொருள்களை வெளியேற்றவும், வேறு தடைகளிருந்தால் அவற்றை நீக்கவும் 'துப்புரவுத் தொழிலாளிகள்' இருந்திருக்க வேண்டும். இம்மாதிரியான கழிவு நீர் வடிகால் திட்டம் இருந்ததை வைத்துப் பார்க்கும்போது தெளிவான திட்டமிடல், சரியான முறையில் நடைமுறைப்படுத்துதல் ஆகியவை இருந்திருக்கவேண்டும். மேலும் செயல்திறம் மிகுந்த நகர அமைப்பும் இருந்திருக்க வேண்டும். இன்றைய சராசரி 'நவீன' இந்திய நகரங்கள்கூட இந்தத் தரத்துக்கு வெகு தொலைவில் இருக்கின்றன என்பதைச் சொல்லத் தேவையேயில்லை.

மூன்றாவது முக்கியமான நிபந்தனை என்னவென்றால், தாராளமாக தண்ணீர் கிடைத்திருக்கவேண்டும். இந்தப் பிரச்னைக்குத் தீர்வாக ஒவ்வொரு நகரமும் ஒவ்வொரு வழியைப் பின்பற்றியிருக்கின்றன. மொஹஞ்ஜோ-தரோவில் 600 முதல் 700 கிணறுகள் இருந்ததாகக் கண்டுபிடிக்கப்பட்டுள்ளன. இன்றைய நிலையின் அடிப்படையில் கணக்கிட்டுப் பார்த்தால் இது மிக அதிகமான எண்ணிக்கை. அந்த நகரத்தில் வசித்துவந்த மக்களுக்கு சராசரியாக 35 மீட்டர் தூரத்துக்குள் நல்ல தண்ணீர் கிடைத்தது என்று மீஷெல் யான்ஸன்[2] கூறுகிறார். அந்த மக்களின் சம காலத்தைச் சேர்ந்த, உலகின் பிற பகுதிகளில் வசித்து வந்தவர்களால் கனவில்கூட நினைத்துப் பார்க்க முடியாத ஒன்று. 15-20 மீட்டர் ஆழம் கொண்ட அந்த உருளை வடிவ கிணறுகள், உளி வடிவ செங்கல்களால் துல்லியமாகக் கட்டப்பட்டிருந்தன (படம் 5.5). இந்த வடிவத்தின் மூலமாக அந்த செங்கல்கள் நீரோ மண்ணோ கிணற்றின் வெளிச் சுவர்களைத் அழுத்துவதில் இருந்து தடுக்க முடிந்தது. கருங்கற்களால் கட்டப்படும் கிணறுகள் எப்போதும் சந்திக்கும் பிரச்னையான உள் பக்கமாக உடைந்து விழுவதில் இருந்து தப்பிக்க மொஹஞ்ஜோ-தரோவாசிகள் கண்டுபிடித்த அருமையான வழிதான் இந்த உளி வடிவ செங்கல்கள். 'இரண்டாயிரம் வருடங்களுக்குப் பிறகு வந்த ரோமானியர்கள்கூட செவ்வக வடிவிலான பொருட்களையே (பெரும்பாலும் மரத்தினால் செய்யப்பட்டவை) பயன்படுத்தினர். ஆனால், மண்ணின் அழுத்தத்தால் அந்தக் கிணறுகள் அடிக்கடி சரிந்துவிட்டன'[3] என்று யான்ஸன் குறிப்பிட்டிருக்கிறார்.

மொஹஞ்ஜோ-தரோவைவிட ஹரப்பாவில் கிணறுகளின் எண்ணிக்கை குறைவாகவே இருந்தது. ஆனால், அங்கு ஒரு பெரிய நீர்த் தேக்கம் இருந்திருக்கக்கூடும். தோலவிராவில் அடுத்தடுத்திருந்த

5.5 : ஹரப்பாவுக்கே உரிய உருளை வடிவ கிணறு. சரிவக வடிவிலான செங்கல்களால் கட்டப்பட்டிருக்கிறது (மொஹஞ்ஜோ-தரோ).
(© ASI)

இரண்டு நீரோடைகளிலிருந்து தண்ணீர் தொடர்ச்சியான அணைகளின் மூலம் திசைமாற்றிக் கொண்டு செல்லப்பட்டு நீர்த்தேக்கங்களில் சேகரிக்கப்பட்டன. ஹரப்பாவாசிகள் தண்ணீர், தூய்மை இரண்டையும் மிக முக்கியமானதாகக் கருதினார்கள் என்பது தெளிவு.

இவற்றைத் தவிர, பல வீடுகளில் கழிப்பறைகளும் கட்டப்பட்டிருந் தன. மக்கள் குப்பைக் கழிவுகளை கொட்டுவதற்கு வசதியாக தெருக் களில் குப்பைத் தொட்டிகள் வைக்கப்பட்டிருந்தன. திறமை வாய்ந்த சுகாதாரத் துறை அதிகாரிகள் இல்லாமல் இவற்றில் எதுவும் ஒரு போதும் தொடர்ந்து செயல்பட்டிருக்க முடியாது.

வீடுகள் பொதுவாக, சூளையிலோ வெயிலிலோ சுடப்பட்ட செங்கல் களால் கட்டப்பட்டிருந்தன. மொஹஞ்ஜோ-தரோவில் பெரும்பாலும் சூளைகள்தான் பயன்படுத்தப்பட்டன. இந்தச் செங்கல்கள் வழக்கமாக *1:2:4* என்ற அளவில் இருந்ததை முன்பே சொல்லியிருக்கிறேன். வீட்டுச் சுவர்களுக்கு 7 x 14 x 28 செ.மீ அளவிலான செங்கற்களே பெரும்பாலும் பயன்படுத்தப்பட்டுள்ளன. நகர மதில்களுக்கு 10x20x40 செ.மீ என்ற அளவிலான அல்லது அதற்கு சற்று அதிக அளவிலான செங்கல்கள் உபயோகிக்கப்பட்டுள்ளன. வரலாற்றுக் காலத்தில் உபயோகத்திலிருந்த செங்கற்கள் சற்றுப் பெரிதாகவும் சதுர வடிவிலு மிருந்தன. அதற்கு மாறாக, அகழ்வாராய்ச்சியில் கிடைத்த செங்கல் களின் அளவுகள் இப்போது நாம் உபயோகிக்கும் செங்கற்களின் அளவு களுடன் பெருமளவுக்கு ஒத்துப்போகின்றன. இந்த விஷயம்தான், தமது காலடியில் கிடக்கும் சிதிலங்கள் மிக சமீப காலத்தியவைதான்[4] என்று சிந்து நகரங்களின் தொடக்கால ஆய்வாளர்களை (செங்கல் திருடர்களையும்) பிழையாக எண்ணவைத்துவிட்டன- சிறிய பிழை தான். அதாவது, 4000 வருடங்களுக்கு முந்தையதை சமீபத்தியதாகக் கணித்துவிட்டார்கள். அவ்வளவுதான்!

வீடுகளின் சுவர்கள் எழுபது செ.மீ கனத்தில் இருந்தன. இதிலிருந்து அந்த வீடுகளில் ஒன்றோ, இரண்டோ மேல் மாடிகளும் இருந்திருக் கலாம் எனத் தோன்றுகிறது. தரைத்தளத்தில் சுமார் ஏழு அறைகள் கொண்ட பெரிய வீடுகள் அநேகமாக, அரசு அதிகாரிகள் அல்லது பணக் கார வியாபாரிகளுடைய வீடுகளாக இருந்திருக்கலாம். ஆனால், இந்தப் பெரிய வீடுகளுக்கருகிலேயே சாதாரண வீடுகளும் காணப் பட்டன.

மொஹஞ்ஜோ-தரோவில் அகழாய்வுகளைப் பெருமளவில் தொடங்கியிருந்த ஜான் மார்ஷல், 'அங்கு காணப்பட்ட நகர மக்க ளுடைய வாழ்க்கை முறை அன்றைய எகிப்து அல்லது மெசபடோமியா வில் இருந்ததைவிட எத்தனையோ மடங்கு மேலாக இருந்த'[5]தாக

1926-ல் குறிப்பிட்டிருக்கிறார். ஐந்து வருடங்கள் கழித்து அவர் எழுதிய ஒரு கட்டுரையில் சிந்து சமவெளியில் சாதாரணக் குடிமக்கள் மீது காட்டப்பட்ட அக்கறை பற்றிக் கீழ்க்கண்டவாறு விவரிக்கிறார்:

> 'வரலாற்றுக் காலத்துக்கு முந்தைய எகிப்திலோ மெசபடோமியாவிலோ மேற்காசியாவில் வேறு எங்குமோ மொஹஞ்ஜோ-தரோவில் பார்த்ததுபோல நல்ல முறையில் கட்டப்பட்ட குளியலறைகளோ, விசாலமான வீடுகளோ இல்லவே இல்லை. அந்த நகரங்களில் கடவுளர்களுக்கான பிரமாண்டமான கோவில்களையும், அரசர்களுக்கான அரண்மனைகள், கல்லறைகளையும் கட்டுவதில்தான் பணமும் சிந்தனையும் செலவழிக்கப்பட்டது. ஆனால், எஞ்சிய மக்கள் சிறிய, களிமண் வீடுகளில் வசிப்பதிலேயே திருப்தி அடைய வேண்டியிருந்தது. சிந்து சமவெளியில் நிலைமை முற்றிலும் வேறாக இருந்தது. அங்கு அற்புதமாகக் கட்டப்பட்டவை எல்லாம் மக்களுக்காகக் கட்டப்பட்டவையே.'[6]

வெற்றிகரமான நாகரிகம்

நமக்குக் கிடைத்திருக்கும் அனைத்து சான்றுகளின் அடிப்படையில் பார்த்தால், சிந்து சமவெளி நாகரிகம் அதன் முழு வளர்ச்சியடைந்த கட்டத்தில் வெற்றிகரமான, பலதரப்பட்ட தொழிற்துறைகளைக் கொண்டதாக இருந்தது தெரியவருகிறது. அங்கிருந்த அனைத்து சிறிய பெரிய நகரங்களிலும் உற்பத்தி மையங்கள் இருந்திருக்கின்றன: தாமிர, வெண்கலத்தாலான கருவிகள், ஆயுதங்கள், பிற பொருட்கள் ஆகியவற்றை உற்பத்தி செய்வதற்கான தொழிற்சாலைகள், செங்கலையும் மண்பாண்டங்களையும் சுடுவதற்கான சூளைகள், கல் கருவிகளைத் தயாரிக்கும் பட்டறைகள், பாசி மாலைகளையும், நகைகளையும் தயாரிப்பதற்கான தொழிற்கூடங்கள் எல்லா நகரங்களிலும் இருந்தன. அதோடு, குயவர்கள், தச்சர்கள், நெசவாளர்கள், முத்திரை தயாரிப்பவர்கள் ஆகியோர்களுக்கெனத் தனித்தனியான மையங்களும் இருந்தன.

மேற்சொன்ன பெரும்பாலான தொழில்களுக்கான பொருட்கள் அந்தந்தப் பகுதிகளில் கிடைத்திருக்கவில்லை. எனவே, நகரங்களுக்கிடையிலான உள்நாட்டு வர்த்தகம் பெரிய அளவில் நடந்திருக்க வேண்டும். தாமிரம், வெள்ளீயம், தங்கம், வெள்ளி, நவரத்தினக் கற்கள், மரம், பஞ்சு ஆகியவை மிக முக்கியமான வர்த்தகப் பொருட்களாக இருந்திருக்கவேண்டும். இந்தப் பரிமாற்றங்கள்

நிச்சயமாக பல்வேறு தொழில் சமூகங்களுக்கு இடையேதான் நடந்திருக்கவேண்டும். சிலர் தாதுக்களிலிருந்து உலோகங்களையோ நவரத்தினக் கற்களையோ பிரித்தெடுத்தல் தொழிலில் நிபுணத்துவம் பெற்றிருந்திருப்பார்கள். வேறு சிலர் விவசாயம் அல்லது நீர் வழி போக்குவரத்து ஆகியவற்றில் சிறந்து விளங்கியிருப்பார்கள். அந்தப் பிரதேசத்தில் வாழும் 'மோஹனர்கள்' (முஹன்னர்கள்) என்ற இன்றைய மீனவ சமுதாயத்தினர் பல நூற்றாண்டுகளாகவே சிந்து நதிக் கரையோரத்தில் படகோட்டித் தொழிலில் ஈடுபட்டு வந்திருக்கின்றனர். இவர்களைத் தவிர நாடோடிக்கூட்டத்தினரும் மூலப்பொருட்களை ஓரிடத்திலிருந்து வேறோரிடத்துக்குக் கொண்டுசெல்வதிலும் தொலை தூரப் பகுதிகளுக்கிடையே வர்த்தக வழித்தடத்தை உருவாக்குவதிலும் பங்கெடுத்திருக்கக்கூடும்.

தொலைதூரப் பிரதேசங்களுடன் தொடர்புகொள்வதில் ஹரப்பா மக்களுக்கு இருந்த அபரிமிதமான ஆர்வம் இவர்களுடைய தனித்தன்மை வாய்ந்த குணமாகும் (படம் 5.6). மக்ரான் கடற்கரைப் பிரதேசத்திலும் ஆஃப்கானிஸ்தானிலும் முகாமிட்டுத் தங்கியிருந்தனர் என்பதை முன்னமே பார்த்தோம். ஆனால், ஓமான் (பழைய பெயர் மாகன்) பஹ்ரைன் (முன்னாளில் தில்முன்), ஃபைலாகா (குவைத்தின் ஒரு தீவு, தில்முனின் ஒரு பகுதி) ஆகிய இடங்களிலும் வர்த்தகக் குடியேற்றங்கள் நிச்சயமாக நிறுவப்பட்டிருக்கக்கூடும். இந்த அனைத்து இடங்களிலும் ஹரப்பா மண்பாண்டங்கள் முத்திரைகள், பாசி மணிகள், எடைக் கற்கள், தந்தத்தாலான சீப்புகள் போன்றவை சமீப காலங்களில் அகழ்வாய்வில் கிடைக்க ஆரம்பித்துள்ளன. அவற்றில் சில பொ.யு.மு.2500 அல்லது அதற்கும் முற்பட்ட காலகட்டத்தைச் சேர்ந்ததாக இருக்கக் கூடும்.[7]

சற்று மேலே போனால், மெசபடோமியாவின் 'உர்', 'கிஷ்', 'ஏலாமி'ன் ஸீஸா ஆகிய இடங்களில் சுமார் நாற்பது சிந்து சமவெளி முத்திரைகள் கிடைத்துள்ளன. வழக்கமான ஹரப்பா பொருட்களைத் தவிர ஹரப்பா பகுதிக்கே உரிய நீண்ட, இளம் சிவப்பு நிறப் பாசிமணிகள் கோக்கப் பட்ட மாலைகளும், மேல் பரப்பில் வெள்ளைக் கோடுகளால் வேலைப்பாடு செய்யப்பட்ட நீளம் குறைந்த பாசி மணி மாலைகளும் 'உர்' பகுதி அரச கல்லறையில் காணப்பட்டன. மெசபடோமியாவின் அரசர்கள் ஹரப்பா நகைகளை மிகவும் விரும்பினர் என்பது இதிலிருந்து தெரியவருகிறது. இது மட்டுமல்ல, மெசபடோமியாவில் கிடைத்த கல்வெட்டுகளிலிருந்து, 'மெலூஹா' என்றழைக்கப்படும் பிரதேசத்தி லிருந்து மரம், தாமிரம், வெள்ளீயம், சிவப்புக் கற்கள், கிளிஞ்சல்கள், தந்தம் ஆகியவையும் மயில்களும் குரங்குகளும் கொண்டுவரப்பட்டன

என்றும் தெரியவருகிறது. இவையனைத்துமே சிந்துசமவெளி நாகரிப் பொருட்களுடன் மிகவும் துல்லியமாகப் பொருந்துகின்றன. அதனால் தான் 'மெலூஹா' என்றழைக்கப்படும் இடம் சிந்துசமவெளிப் பிரதேசம்தான் எனப் பெரும்பாலான அறிஞர்கள் கூறுகிறார்கள்.

அக்காடியன் வம்சத்தை ஸ்தாபித்த புகழ் வாய்ந்த ஸர்கோன் (Sargon) (பொ.யு.மு. 23-ம் நூற்றாண்டு) கல்வெட்டுகளில் ஒரு விஷயத்தை மிகவும் பெருமிதத்துடன் பதிவுசெய்திருக்கிறார்: தில்முன், மாகன், மெலூஹா ஆகிய இடங்களிலிருந்து ஏராளமான வெளிநாட்டுப் பொருட்களை ஏற்றிவந்த கப்பல்கள் தனது ராஜ்யத்தின் தலைநகரான அக்காட் (Akkad) பகுதியின் துறைமுகத்தில் நங்கூரமிட்டு நிற்கும் விதத்தை பெருமிதத்துடன் தெரிவித்திருக்கிறார். இந்த அக்காட், 'உர்'

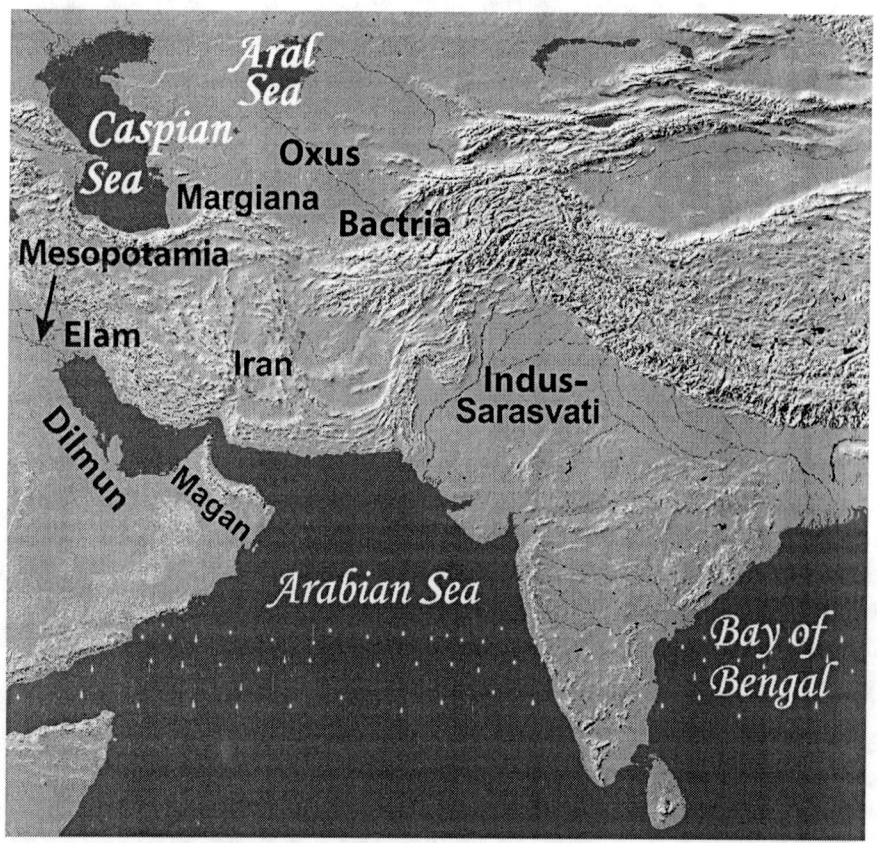

படம் 5.6: பொ.யு.மு. மூன்றாம் ஆயிரமாண்டில் வெண்கல நாகரிக சமுதாயங்களின் தொகுப்பு (காலவரிசையை அட்டவணை 4.1-ல் பார்க்க).

பகுதியிலிருந்து யூப்ரடீஸ் நதியின் மேல் பகுதிக் கரையோரத்தில் குறைந்தது 300கி.மீ. தொலைவிலிருந்தது. சாதாரணமாக, கப்பல் மூலம் வரும் பொருட்கள் 'உர்' பகுதியில்தான் இறக்கி வைக்கப்படும். ஆனால், மேற்சொன்னதுபோல 300 கி.மீ தூரம் கூடுதலாகப் பயணம் செய்து 'அக்காட்' வரை போயிருக்கிறதென்றால் இந்தத் தொலைதூரப் பொருட்களுக்கு இருந்த மதிப்பு அல்லது முக்கியத்துவத்தை அது காட்டுகிறது.[8]

இங்கு ஒரு விஷயத்தைக் கவனிக்கவேண்டும். சிந்து சமவெளியில் இருந்துதான் பொருட்கள் மெசபடோமியாவுக்குக் கொண்டுசெல்லப் பட்டிருக்கின்றனவே தவிர, மெசபடோமியோவிலிருந்து சிந்து பிரதேசத்துக்கு ஒரு பொருளும் கொண்டு வரப்பட்டதாகத் தெரிய வில்லை. அழிந்துவிடக்கூடிய அல்லது அழியாமல் இருக்கக்கூடிய கச்சாப் பொருள்கள் அல்லது உற்பத்தி செய்யப்பட்ட பொருள்கள் ஹரப்பா வர்த்தகர்களால் கொண்டுவரப்பட்டிருக்கக்கூடும்: வெள்ளி, தாமிரம், கம்பளி, ஊதுவத்தி, பேரீச்சம்பழம் போன்ற பொருட்களை மெசபடோமியாவிலிருந்து கொண்டுவந்திருக்கலாமென பல்வேறு யூகங்கள் முன்வைக்கப்படுகின்றன. ஆனால், இதை நிரூபிக்கும் வலுவான ஆதாரம் எதுவும் கிடைக்கவில்லையாதலால், இவை வெறும் யூகங்களாகவே இருக்கின்றன. என்றாவது ஒருநாள் பாரசீக வளைகுடவில் இருந்து ஏதாவது ஹரப்பா கப்பலின் சிதிலங்கள் என்றாவது கிடைக்கும் என்று நம்புவோமாக.

இந்த வெளி நாட்டுவர்த்தகம் ஹரப்பாவின் பொருளாதார வளர்ச்சிக்கு எத்தனை தூரம் உதவியிருக்கும் என்பது பற்றியும் ஆய்வாளர் களிடையே ஒருமித்த கருத்துகள் இல்லை. ஆனால், ஏற்றுமதி செய்யும் பொருட்டு குறிப்பாகக் கடற்கரைப் பகுதிகளில் பட்டறைகள், தொழில் குடியிருப்புகள் நிறுவப்பட்டிருந்திருக்கலாம் என்று தோன்றுகிறது. உதாரணமாக, சிந்து நதியின் டெல்டாவுக்கு மேற்கில் கிளிஞ்சல் வளையல்கள் செய்வதில் சிறந்துவிளங்கிய பாலகோட் (Balakot) என்ற ஒரு சிறிய ஊரின் முக்கிய தொழில் ஏற்றுமதியாகவே இருந்திருக்க வேண்டும். லோத்தல் நகரமும் (அகமதாபாத்துக்கு அருகில்) பாசிமணி களையும் வேறு கைவினைப் பொருட்களையும் பெருமளவில் தயாரித்த தோலவிராவும் கட்ச் ரண் கரையோரமாக அமைக்கப் பட்டதன் காரணமும் இதுவாகத்தான் இருக்கவேண்டும். தில் முன்னிலும் அல்லது மெசபடோமியாவிலும்கூட இம்மாதிரியான வர்த்தகப் பொருட்களின் உற்பத்திக்கான சிறிய குடியேற்றங்கள் நிறுவப்பட்டிருந்திருக்கலாம் என்று சில ஆய்வாளர்கள் கருத்துத் தெரிவித்திருக்கிறார்கள்.

நேரடியாக மெசபடோமியாவில் தயாரிக்கப்பட்ட பொருட்கள் சிந்து சமவெளி நாகரிகப் பிரதேசத்தில் கிடைக்கவில்லையெனினும் சில பொருட்கள் (மொஹஞ்சஜோ-தரோ அல்லது காலிபங்கனில் கிடைத்த உருளை வடிவிலான முத்திரைகள்), வேலைப்பாடுள்ள கைவினைச் சிற்பங்கள் (குறிப்பாக, நிற்கும் இரண்டு புலிகளை கட்டுக்குள் வைத்திருக்கும் ஒரு தெய்வம்) ஆகியவற்றில் மெசப டோமிய தாக்கம் வெளிப்படுகிறது. அந்த இடத்துடன் சிந்து சம வெளிப் பகுதிகள் நீண்ட காலமாகக் கொண்டிருந்த தொடர்பை அவை உறுதிப்படுத்துகின்றன.

ஆய்வாளர் திலீப் சக்ரவர்த்தியின் அபிப்பிராயத்தில் இந்தத் தொடர்பு ஏறத்தாழ பொ.யு.மு. 2600 முதல் பொ.யு.மு.1300 வரை இருந்திருக் கிறது.[9] 'உர்' பகுதியில் உள்ள அரசக் கல்லறையில் கிடைத்த பொருள் பொ.யு.மு.2600 என்ற காலகட்டத்தைச் சேர்ந்தது. இது ஹரப்பாவின் முழு வளர்ச்சியடைந்த காலகட்டத்தின் ஆரம்பத்துடன் ஒத்துப் போகிறது. குவைத்தில் கிடைத்திருக்கும் கடல் படகுகளின் சிதைவுகள் பொ.யு.மு. 6000-த்தைச் சேர்ந்தது என்று தெரியவந்துள்ளது.[10] இதிலிருந்து அந்தப் பிரதேசத்துடனான ஹரப்பாவின் தொடர்பு வெகு முன்பே தொடங்கியிருக்கலாம் என்று நினைக்க இடமிருக்கிறது. ஆனால், இதனை உறுதிப்படுத்தும் சான்றுகள் ஒன்றும் கிடைக்கவில்லை.

வியாபாரிகள் கடல் வழியாகப் போயிருக்கவேண்டும். ஹரப்பாவி லிருந்து புறப்பட்டு, மக்ரான் கரையோரமாகப் பயணம் செய்து, ஓமானிலும், பஹ்ரைனிலும் தங்கிவிட்டு பிறகு பாரசீக வளைகுடாவின் கடைசிவரை சென்றிருக்கலாம் எனக் கருதப்படுகிறது. இந்தப் பாதையின் மொத்த நீளம் 2500 கி.மீ. அன்றைய மக்களுடைய கப்பல் கட்டும் திறனும் ஓட்டும் திறனும் உச்சநிலையை அடைந்திருக்க வேண்டும் என்பது இதில் இருந்து தெரியவருகிறது. தட்டையான அடிப் பாகம் கொண்ட நதி வழிப் படகுகளின் படங்கள் சில முத்திரைகளிலும் கல்வெட்டுகளிலும் பதிக்கப்பட்டுள்ளன. ஆனால், ஹரப்பா வர்த்தகர்கள் கடலில் செல்வதற்குப் பயன்படுத்திய கப்பல்கள் அல்லது படகுகளைப் பற்றி நமக்கு ஒரு விவரமும் கிடைக்கவில்லை.

கப்பல் பயணங்கள் கற்பனையைத் தூண்டிவிடக்கூடிய ஒன்றுதான். ஆனால், பல இனங்களைச் சேர்ந்த பெரும் பயணக் குழுக்கள் இன்றைய ஆஃப்கனிஸ்தான், இரான் வழியாகத் தரை வழிப் பயணத்தை மேற்கொண்ட கண்கொள்ளாக்காட்சியையும் நாம் கற் பனை செய்து பார்க்கலாம். மொஹஞ்ஜோ-தரோவிலிருந்து புறப் பட்டு, போலன் கணவாய் வழியாக, ஒருவேளை அங்குள்ள நாடோடிக் கூட்டங்களால் வழிநடத்தப்பட்டு, ஹெல்மண்ட் (Helmand) நதிப்

படுகையை அடைந்து, அங்கிருந்து இன்றைய காந்தஹாருக்கருகிலுள்ள முண்டிகக் (Mundigak) என்ற இடத்தையும் வேறு பல இடங்களையும் அடைந்திருப்பார்கள்.

மூான்-மாரீ-கஸால் (Jean-Marie Casal) என்ற ஃப்ரெஞ்சு அகழாய்வாளர் 1950-களில் இந்த இடத்தில் ஆய்வு நடத்தியபோது, மேற்சொன்ன முண்டிகக்கில் ஹரப்பாவுடன் தொடர்பு கொண்டிருந்ததற்கான அடையாளங்கள் கண்டுபிடிக்கப்பட்டன. திமில் உள்ள காளைகள், அரச இலைகள் ஆகிய உருவங்கள் வரையப்பட்ட மண்பாண்டங்கள் அங்கு கிடைத்தன.[11] இரான் சமவெளியை நோக்கிப்போவதற்கான நுழைவுப் பகுதிகளில் இந்த முண்டிகக்கும் ஒன்றாக இருந்திருக்க வேண்டும். இரானில் டெப்பே-யாஹ்யா, ஷாதாத், ஹிஸ்ஸார், ஷா-டெப்பே போன்ற பல இடங்களில் ஹரப்பா கைவினைப் பொருட்கள் கண்டுபிடிக்கப்பட்டுள்ளன.[12] சமீபத்தில் இரானின் தென்மேற்கிலுள்ள ஜிராஃப்ட் (Jiroft) நகருக்கு அருகில் சிந்து நாகரிக முத்திரைகளும் இளம் சிவப்பு நிறத்திலுள்ள மணிகளும் கணிசமான அளவில் கண்டுபிடிக்கப்பட்டுள்ளன.[13]

ஆனால், மெசபடோமியாவைப் போலவே தெளிவான இரானிய மூலம் கொண்ட பொருட்கள் ஒன்றுமே சிந்து சமவெளிக்கு வந்திருக்கவில்லை. 'மேற்கத்திய நாடுகளுடன் ஹரப்பாவுக்கு இருந்த தொடர்பு பற்றிய சான்றுகள் அனைத்துமே அயல்நாடுகளில்தான் (பாரசீக வளைகுடா, மெசபடோமியா, இரான் போன்ற நாடுகளில்தான்) கிடைத்துள்ளனவே தவிர சிந்து சமவெளிப்பிரதேசத்தில் அல்ல'[14] என்கிறார் ஹென்றி-பவுல் ஃப்ராங்க்ஃபோர்ட் (Henri-paul Francfort) என்ற ஃப்ரெஞ்ச் அகழ்வாராய்ச்சியாளர். இது ஏன் இப்படி 'ஒரு வழிப் பாதை'யாக இருக்கிறதென்பதை விளக்குவதில் நிபுணர்களிடையே எந்த ஒத்திசைவும் இல்லை.

ஹரப்பாவாசிகள் மேற்கு திக்கில் மட்டுமல்ல, வடக்கு நோக்கியும் தங்கள் சாகசப் பயணங்களை மேற்கொண்டுள்ளனர். இந்து குஷ் மலையின் வடமேற்குப் பக்கத்தில் பாக்ட்ரியா என்ற புராதன இடத்தில் இவர்களுடைய அடையாளங்கள் காணப்படுகின்றன (படம் 5.6). ஹென்றி ஃப்ராங்ஃபோர்ட்டின் தலைமையில் அமு தார்யாவில் ஷோர்த்துகை என்ற இடத்தில் நடத்தப்பட்ட ஆய்வுபற்றி முன்பே சொல்லப்பட்டுள்ளது. அங்கு கிடைத்துள்ள நீலக்கற்களுக்காக ஹரப்பாவாசிகள் அங்கு வந்திருக்கலாம். ஆனால், இந்த இடம் ஹரப்பாவிலிருந்து வெகு தூரத்தில் இருப்பதை வைத்துப் பார்க்கும்போது, அவர்களுடைய மேற்குநோக்கியுள்ள பயணத்தின் இடைவழித் தங்கல் முகாமாக இருந்திருக்கக்கூடும் என்றும் கருதப்படுகிறது.

மார்ஜியானா பகுதியில் (இன்றைய துர்க்மனிஸ்தானில், காஸ்பியன் கடலுக்குக் கிழக்கில்)இருக்கும் நமாஸ்கா டெபே, ஆல்டின் டெபே, கோனூர் ஆகிய இடங்களில் ஹரப்பாவாசிகள் வந்ததற்கான அடையாளங்கள் கண்டுபிடிக்கப்பட்டுள்ளன. இப்படி வந்தது பொ.யு.மு. நான்காம் ஆயிரமாண்டின் கடைசியில். இதையே வேறு வார்த்தைகளில் சொல்வதானால் நகரமயமாதல் கட்டத்தின் நான்கு அல்லது ஐந்து நூற்றாண்டுகளுக்கு முன்பு என்று சொல்லலாம்.[15] ஹரப்பாவாசிகள் வெகுதூரத்திலிருந்துவர்களுடன் கொண்டிருந்த நீண்டகாலத் தொடர்பை இவை உறுதிப்படுத்துகின்றன. துர்க்மனிஸ்தானின் காரகும் பாலைவனத்தை ஒட்டியுள்ள அந்த நகரங்கள் 'ஆக்ஸஸ் நாகரிகம்' (Oxus Civilization) அல்லது 'பாக்ட்ரிய-மார்ஜியானா அகழ்வாராய்ச்சிப் பகுதி' (Bactria - Margiana Archaeological Complex) என்றழைக்கப்படும் முற்றிலும் வேறுபட்ட நாகரிகத்தைச் சேர்ந்தவை. தில்முன், மாகன், மெசபடோமியா, இரானிய சமவெளி ஆகிய பகுதி மக்களுடன் இருந்தது போலவே மேற் கூறிய இடங்களிலுள்ள மக்களுடனும் ஹரப்பாவாசிகள் தொடர்பு கொண்டிருந்தனர். இதைத்தவிர இந்த நாகரிகங்கள் ஒவ்வொன்றும் மற்றவற்றுடன் தொடர்புகொண்டிருந்தன என்பதும் குறிப்பிடத்தக்கது. அதாவது, உலகமயமாக்கல் கொள்கை என்பது ஒருவகையில் புதிதாகக் கண்டுபிடிக்கப்பட்ட ஒன்றல்ல!

இங்கும்கூட பாக்ட்ரியாவுடனான தொடர்பு பற்றிய சான்றுகள் சிந்து சமவெளி நாகரிகத்தின் எல்லைகளில் தெளிவாகக் காணப்படுகின்றன (குறிப்பாக, முழு வளர்ச்சியடைந்த காலகட்டத்தின் இறுதியில்); ஆனால், மார்ஜியானாவைச் சேர்ந்தவை எதுவுமே அங்கில்லை. இந்த 'ஒரு வழிப்பாதை' தொடர்புக்குப் பல விளக்கங்கள் இருக்கலாம். எது எப்படியிருந்தாலும் ஹரப்பாவாசிகள்தான் மற்றவர்களுடன் தொடர்பு கொள்வதற்கான முதல் அடி எடுத்துவைத்தனர் என்பதை அது உணர்த்துகிறது.

கலைகளும் கைவினைப் பொருட்களும்

மெசபடோமியாவில் நல்ல வரவேற்பு பெற்றிருந்த ஹரப்பாவுக்கே உரித்தான இளம்சிவப்பு பாசிமணிமாலைகள் உண்மையில் மிகப் பெரிய தொழில் நுட்ப சாதனைதான். பாசி மணிகளைக் கோத்து ஒரு முழுமாலையாக ஆக்குவதற்கு ஒவ்வொரு பாசிமணியிலும் நீள வாக்கில் சிறிய துவாரம் போடவேண்டும். பல நாள் கடுமையான வேலைக்குப் பிறகே இது சாத்தியம். இதைச் செய்ய பிரத்யேகமாகத் தயாரிக்கப்பட்ட செயற்கைக் கல்லால் ஆன 'துளை கருவி' (Drill bit) தேவை. மற்ற மாலைகள் பளிங்கு (Agate), செவ்வந்திக்கல் (Amethyst),

படம் 5.7 :ஒன்றை ஒன்று வெட்டும் வட்டங்கள், அரச இலை, பறவைகள், கோடுகள் கொண்ட வண்ணச் சித்திரம் தீட்டப்பட்ட ஹரப்பாகுடுவை (ஹரப்பா, புதை மாடம் R 37). (காப்புரிமை இ.அ.க.)

நீலப்பச்சைக்கல் (Turquoise) அல்லது நீலக்கல் (Lapis lazuli) ஆகியவற்றால் ஆனவை. இவற்றுடன் தங்கம் அல்லது வெள்ளியினாலான தகடுகள் அல்லது கம்பிகள் சேர்க்கப்பட்டு மிக அற்புதமான நகைகள் தயாரிக்கப் பட்டன. ஹரப்பாவில் பயன்படுத்தப் பட்ட இன்னொரு முக்கியமான பொருள் வளையல்கள். தங்கம், வெள்ளி, வெண்கலம், சங்கு, வழ வழப்பான அல்லது சாதாரண களி மண் ஆகியவற்றில் இந்த வளையல் கள் செய்யப்பட்டுள்ளன. வளையல் கள் அணிந்த பெண்களின் ஏராளமான உருவங்களும் கண்டுபிடிக்கப்பட் டுள்ளன. இதிலிருந்து அந்தக் காலப் பெண்மணிகள் எத்தனைவிதமான வளைகளை அணிந்திருந்தனர் என் பது நமக்குத் தெரியவருகிறது. ஒரு சில சிறிய இடங்களில் வளைகள் மட்டுமே தயாரிக்கப்பட்டன. இதற் காகவே அந்த இடங்கள் உருவாக்கப் பட்டன என்று கூடச் சொல்லலாம். உதாரணமாக, கிளிஞ்சல்கள் நிறையக் கிடைக்கும் குஜராத் கடற்கரைப் பிரதேசத்தில் இம்மாதிரியான இடங்கள் கண்டுபிடிக்கப்பட்டுள்ளன.

ஹரப்பா வாசிகள் மண்பாண்டங்களை அதிக அளவில் தயாரித்தனர் (படம் 5.7). அகழ்வாராய்ச்சியாளர்கள் இதற்கு நன்றிக்கடன்பட்டிருக் கிறார்கள். ஏனெனில் மரம், துணி, பிரம்பு போன்ற எளிதில் அழியும் தன்மை கொண்ட பொருட்களால் தயரிக்கப்பட்டவை அனைத்தும் வடமேற்கு இந்தியாவில் நிலவிய தட்ப வெப்ப நிலை காரணமாக மறைந்துவிட்டன. அவற்றுடன் சேர்ந்து ஹரப்பா நாகரிக வாழ்க்கை முறைகளைப் பற்றிய விவரங்களும் பெரும்பாலும் அழிந்துவிட்டன.

சக்கரச் சுழற்சி மூலமும் சூளையிலிருந்தும் உருவாக்கப்பட்ட மண் பாண்டங்களுக்கும் அலங்கார மண் பாண்டங்களுக்கும் இடையில் தெளிவான வித்தியாசம் இருந்தது. அலங்கார மண்பாண்டங்களில் சிவப்புப் பின்னணியில் கறுப்பு வண்ணத்தில் உருவங்கள் வரையப் பட்டிருக்கின்றன. எனினும் இவற்றில் காணப்பட்ட அலங்கார வடி

வமைப்புகளில் பல்வேறு வேறுபாடுகள் இருந்தன. இவற்றில் வழக்கமாகக் காணப்பட்ட வடிவமைப்புகள் ஜியோமிதி அமைப்பில் இருந்தன: ஒன்றையொன்று வெட்டிச் செல்லும் வட்டங்கள், மீனின் செதில் போன்ற வடிவங்கள், அலையலையாகச் செல்லும் கோடுகள் ஆகியவையே பெரும்பாலும் காணப்பட்டன. இவற்றைத் தவிர அரச மர இலைகள், மீன்கள், மயில்கள், மான்கள், காளைகள் ஆகியவற்றின் சித்திரங்களும் தத்ரூபமாக வரையப்பட்டிருந்தன.

படம் 5.8 : நடனமாடும் பெண், மொஹஞ்ஜோ-தரோவில் கிடைத்த வெண்கலச் சிலை. (© ASI)

இந்தச் சுருக்கமான ஆய்வில் ஹரப்பாவில் உற்பத்தி செய்யப்பட்ட அனைத்துக் கைவினைப் பொருட்களும் உட்படுத்தப் படவில்லை. நெசவுத்தொழிலாளிகள் சக்கர வடிவக் கருவியால் (ராட்டை) நூற்கப்பட்ட பருத்தியைப் பயன்படுத்தியிருக்கிறார்கள். பருத்தி நீங்கலாக பட்டுத்துணிகளையும் பயன்படுத்தியதற்கான சான்றுகள் இரண்டு இடங்களில் கிடைத்துள்ளன.[16] வேறு சிலர் கல்லி

படம் 5.9 : 4800 வருடப் பழமையான வயல்வெளி - காலிபங்கன் (© ASI)

லும் தந்தத்திலும் உருவங்களைச் செதுக்குவதில் நிபுணர்களாக இருந்திருக்கின்றனர். தரைவிரிப்புகள் தயாரித்தல், மரவேலைப்பாடுகள், அலங்காரமான கட்டடக்கலை ஆகியவற்றிலும் திறமைசாலிகளாக இருந்திருக்கின்றனர்.

நகர்ப்புற வளர்ச்சிக்கு வெண்கலம் மிக முக்கியமென்று சொல்வதுண்டு. ஹரப்பாவாசிகள் அதன் முக்கிய தாதுப்பொருளான தாமிரத்தை பலூசிஸ்தானிலும் ராஜஸ்தானிலுமிருந்த சுரங்கங்களிலிருந்து தோண்டி யெடுத்தனர். ஒருவேளை நாடோடிகள் அல்லது இந்த வேலையில் விசேஷப் பயிற்சி பெற்றிருந்த வெளியாட்கள் மூலம் இதைச் செய்திருக்கக்கூடும். தோண்டியெடுக்கப்பட்ட தாது நகர்ப்புறங்களிலும் பெரிய ஊர்களிலும் இருந்த பட்டறைகளுக்குக் கொண்டுசெல்லப்பட்டு சுத்திகரிக்கப்பட்டன. இந்தத் தூய தாமிரத்திலிருந்து பலவிதமான பொருட்கள் நேரடியாகத் தயாரிக்கப்பட்டன. இவற்றைத் தவிர, வெள்ளீயம் (வெண்கலம் தயாரிக்க), காரீயம், நிக்கல் அல்லது துத்த நாகம் போல் பல்வேறு உலோகங்களைக் கலந்து உலோகக் கலவை களும் உற்பத்தி செய்யப்பட்டன. ஆர்சனிக் சேர்க்கப்பட்டு கூர்மை யான நுனிகளைக் கொண்ட கருவிகள் செய்யப்பட்டன.

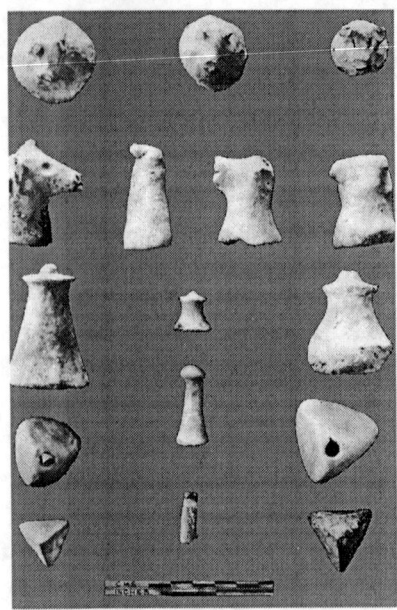

படம் 5.10 : லோத்தலில் கண்டுபிடிக்கப்பட்ட இது செஸ் விளையாட்டின் முன்னோடி யாக இருக்கக்கூடும். (© ASI)

என்னவிதமான தொழில்நுட்பங் கள் பயன்படுத்தப்பட்டன என்பது துல்லியமாகத் தெரியவில்லை. எனினும், ஹரப்பாவின் கொல்லர் கள் நூற்றாண்டுகளாகப் பல்வேறு வழிமுறைகளைச் சோதனை செய்து பார்த்திருக்கவேண்டும். கற் களில் செதுக்குமளவுக்குக் கூர்மை யான முனை உள்ள வெண்கல உளிகள் (தோலவிராவில் மிகப் பெரிய அளவில் இந்தப் பணிகள் நடந்திருக்கின்றன), கடினமான சங்குகளைச் சரியான முறையில் அறுக்கக்கூடிய ரம்பங்கள் ஆகிய வற்றைத் தயாரிக்கும் முறைகளைப் பல ஆண்டுகால சோதனை முயற்சி களுக்குப் பிறகே கண்டடைந் திருக்கவேண்டும். கோடாலி முதல் பாத்திரங்கள் வரையிலும் கூர்

முனை கொண்ட கத்தி முதல் கண்ணாடி வரையிலும், ஈட்டி முதல் அம்பின் நுனியில் பொருத்தப்படும் துண்டுகள் வரையிலும் எண்ணற்ற வெண்கலப் பொருட்கள் இங்கு தயாரிக்கப்பட்டுள்ளன. இவற்றைத் தவிர, குறைந்த நடைமுறைப் பயன்பாடு கொண்ட உருவச்சிலைகள் 'மெழுகு அச்சு' முறையில் வெண்கலத்தில் தயாரிக்கப்பட்டன. புகழ் வாய்ந்த 'நடனமாடும் பெண்' உருவச்சிலை அதில் ஒன்று (படம் 5.8)[17].

நகர வாழ்வுக்கு இன்றியமையாத மற்றொன்று விவசாயம். இதில் நூற்றுக்கணக்கான ஆண்டுகளாக அல்ல, ஆயிரக்கணக்கான ஆண்டுகளாகப் பரீட்சித்துப் பார்த்த பின்னரே, மேஹர்காட் பகுதியில் நாம் பார்த்ததுபோல் ஒரு நிபுணத்துவத்தை அடைந்திருக்கமுடியும். ஒரு குறிப்பிட்ட காலகட்டத்தில், எல்லா இடங்களிலும் ஒரே நேரத்தில் அறிமுகப்படுத்தப்படாமல்கூட இருந்திருக்கலாம். கலப்பை உழவு முறை, ஊடுபயிர் செய்தல் போன்ற தீவிர முறைகள் அறிமுகப்படுத்தப் பட்டன. உதாரணமாக, காலிபங்கனில் (படம் 5.9) நகர்ப்புற கால கட்டத்துக்கு முந்தைய (பொ.யு.மு.2800 வாக்கில்) வயல் ஒன்று கண்டு பிடிக்கப்பட்டது. இங்கு புத்திசாலித்தனமான ஊடுபயிர் முறை பின் பற்றப்பட்டிருந்தது. நிலத்தில் குறுக்கு மறுக்காக, ஒன்றுக்கொன்று செங்குத்தாக உழுத அடையாளங்கள் காணப்பட்டன. இவற்றில் தெற்கு-வடக்காக நீளமான வரிசைகள் உழப்பட்டிருந்தன. அவற்றில் உயரம் கூடிய செடிகள் (உதா-கடுகு) பயிரிடப்பட்டுள்ளன. கிழக்கு-மேற்காக உழுத தடத்தில் சிறிய பயிர்கள் (உளுந்து போன்றவை) பயிரிடப்பட்டன.[18] இப்படிச் செய்ததன் மூலம் உயரம் அதிகமாக உள்ள பயிர்களின் நீளமான நிழல் குளிர்காலத்தின் மதிய நேரங்களில் மற்ற பயிர்கள் மீது விழாது. இரு பயிர்களுக்கும் சூரிய வெளிச்சம் தாராளமாகக் கிடைத்தது. பார்லி, கோதுமை போன்றவை பிரதான பயிர்களாக (குளிர் காலத்தில் பயிரிடப்பட்டன) இருந்தன. பருப்புவகைகள் (கோடை காலத்தில் பயிரிடப்பட்டன), கறிகாய்கள், திராட்சை ஆகிய அனைத்தும் அங்கு பயிரிடப்பட்டன. திராட்சைகள் நேரடியாக உண்பதற்காகவா திராட்சை மதுவுக்காகவா என்ன காரணத்துக்காகப் பயிரிடப்பட்டன என்பது தெளிவாகத் தெரியவில்லை. குஜராத்தில் ஒரு சில பகுதிகளிலும் ஹரப்பா, கோலிஸ்தான் ஆகிய இடங்களிலும் நெற்பயிர் காணப்பட்டது.[19] ஆனால், அடிக்கடி அல்லது வழக்கமாகப் பயிரிடப்படவில்லையெனத் தெரிகிறது.

விவசாயத்துக்கு அடுத்தபடியாக வேட்டையாடுதலிலும் மீன் பிடிப் பதிலும் ஹரப்பாவாசிகள் ஈடுபட்டனர். ஹரப்பாவாசிகள் மீனை விரும்பிச் சாப்பிட்டனர். இதற்காகவே, அரபிக்கடல் அருகில் இருந்த குடியேற்றங்களில் இருந்து கடல்மீன்கள் கருவாடாக்கப்பட்டு ஹரப்பாவுக்குக் கொண்டுவரப்பட்டுள்ளன! மாடுகள், ஆடுகள், கோழி

வகைகள் ஆகியவற்றை வீட்டு உபயோகத்துக்காகப் பயன்படுத்துவது நகரமயக் கட்டத்துக்கு ஆயிரமாண்டுகளுக்கு முன்பே, குறைந்தது மெஹர்கட் பகுதியிலாவது தொடங்கிவிட்டிருந்தது. ஒட்டு மொத்தமாகப் பார்த்தால் ஹரப்பாவாசிகள் பல தரப்பட்ட உணவுகளை உண்பவர்களாக இருந்திருக்கின்றனர். அந்தப் பிரதேசம் முழுவதும் பருத்தி பிரதான பயிராக இருந்திருக்கிறது. சிறு தொழில் நெசவுத் துறைக்குத் தேவையான மூலப்பொருளை வழங்கிவந்திருக்கிறது.

ஹரப்பாவாசிகளின் வாழ்க்கையில் நடனம், ஓவியம், சிற்பம், சங்கீதம் ஆகிய நுண்கலைகளுக்கு இயல்பாகவே நிறைய நேரம் இருந்தது. தோல் மற்றும் தந்தி வாத்தியங்களை உபயோகித்ததற்கான தடயங்கள் கிடைத்துள்ளன. பல சிலைகள் நடன அடவுகளில் இருப்பதுபோல் கிடைத்துள்ளன. ஆனால், நடனமாடும் பெண்ணின் உருவச்சிலை எந்த நடன அசைவையும் வெளிப்படுத்தாமல் நிலையாக இருப்பதுபோல் காணப்படுவது ஒரு நகைமுரணே. நாடகக் கலையும் இருந்திருக்கக் கூடும் என்பதற்குச் சான்றாகப் பல்வேறு **பாவங்களை** வெளிப்படுத்தும் முகமூடிகள் கிடைத்துள்ளன. இளைஞர்களுக்கும் அவ்வளவாக இளைஞராக இல்லாதவர்களுக்கும் விருப்பத்துக்குரிய கேளிக்கையாக பொம்மலாட்டம் இருந்திருக்கக்கூடும்.

இன்றைய சதுரங்கத்துக்கு முன்னோடியாக இருந்த ஒரு விளையாட்டும் ஹரப்பாவாசிகளுக்குத் தெரிந்திருந்தது என்பது லோத்தலில் கண்டு பிடிக்கப்பட்ட மண்ணாலான சதுரங்கக் காய்களிலிருந்து தெரிய வந்திருக்கிறது (படம் 5.10). சதுரங்கத்தைப்போல உள்ள வேறுபல விளையாட்டுக்களுக்கான பலகைகளும் காய்களும் பல இடங்களில் தோண்டியெடுக்கப்பட்டுள்ளன. இன்றையதைப் போலவே ஆறு பக்கங்கள் கொண்ட பகடைக்காய்களும் கண்டுபிடிக்கப்பட்டுள்ளன. குழந்தைகளுடைய விருப்பங்களும் புறக்கணிக்கப்படவில்லை. பொம்மை மாட்டு வண்டிகள், மனித/மிருக பொம்மைகள், பம்பரங்கள், கோலிக்குண்டுகள், கிலுகிலுப்பைகள், ஊதல்கள் எனப் பல விளையாட்டுப் பொருள்கள் கிடைத்தில் இருந்து இது தெரிய வருகிறது. நாய், குரங்குகள் மட்டுமல்லாமல் அணில், பல்வேறு பறவைகள் ஆகியவையும் செல்லப்பிராணிகளாக வீட்டில் வளர்க்கப் பட்டன. இவற்றின் உருவங்கள் பொறிக்கப்பட்ட பொருட்கள் நிறைய கிடைத்துள்ளன.

ஹரப்பாவில் பெண்களுக்கு முக்கிய அந்தஸ்து கொடுக்கப்பட்டிக்க வேண்டும் எனத் தெரிகிறது. ஏனென்றால், ஆண் உருவங்களைவிட பெண் உருவச் சிலைகள் அதிக அளவில் கிடைத்திருக்கின்றன. பெண்கள் மாவு பிசைவது, குழந்தைகளுக்குப் பாலூட்டுவது போன்ற தினசரி

வேலைகளில் ஈடுபட்டிருந்ததைக் காண்பிக்கும் சிலைகளோடு வேறு சில நகைச்சுவையான நிலைகளில் சில பெண்களின் சிலைகள் கிடைத் திருக்கின்றன. அவை எதைக் குறிக்கின்றன என்பதை ஆய்வாளர்களால் புரிந்துகொள்ள முடியவில்லை. ஆனால், வேறுவகையான சிலை களைப் பார்க்கும்போது மத எண்ணங்கள் எழுகின்றன. ஹரப்பாவாசி களின் மதம் பற்றிப் பேசும்போது இதைப்பற்றி விரிவாகப் பார்ப்போம்.

இந்த நாகரிகம் தொடர்பாக நம்மால் இன்னும் புரிந்துகொள்ள முடியாத புதிராக அதன் எழுத்து முறையே இருந்துவருகிறது. சிந்து சமவெளி நாகரிகத்தின் நகரமயக் கட்டத்தின் ஆரம்பநிலையிலேயே இந்த எழுத்து முறையும் முழுவதாக வளர்ச்சியடைந்துவிட்டதெனத் தோன்றுகிறது. இதற்கு முன்புள்ள காலங்களிலும் மண்பாண்டங்களில் சில குறியீடுகள் தனியாகவோ கூட்டாகவோ காணப்பட்டன. சிந்து சமவெளிக் குறியீடுகள் என்று அழைக்கப்படும் இந்த எழுத்துகள் மார்ஷலும் சக ஆய்வாளர்களும் ஆச்சரியப்பட்டுப் பார்த்த 3500 முத்திரைகளில் மட்டுமல்லாமல், நூற்றுக்கணக்கான களிமண் வில்லைகளிலும் ஒரு சில வெள்ளி, பித்தளைத் தகடுகளிலும், மண்பாண்டங்களிலும், நகைகளிலும் கூட செதுக்கப்பட்டிருந்தன. துரதிஷ்டவசமாக இந்த முத்திரைகளிலுள்ள குறியீடுகள் என்ன சொல்கின்றன என்பதைப் பற்றி அறிஞர்களிடையே ஒருமித்த கருத்து இல்லை. அதாவது, ஹரப்பா மக்களின் வாழ்வில் ஒரு முக்கியமான பகுதி இப்போதும் நமக்கு ஒரு புரியாத புதிராகவே இருக்கிறது.

இந்த முத்திரைகள் எதற்காகத் தயாரிக்கப்பட்டன என்பதுகூட சர்ச்சைக் குரிய விஷயமாக உள்ளது. சில களிமண் முத்திரைகளைப் பார்க்கும் போது அவை கடல் கடந்த நாடுகளுக்கு அனுப்புவதற்கான பொதி களின் மேல் பதிப்பதற்காகப் பயன்படுத்தப்பட்டிருக்கலாம் என்று எண்ண இடமிருக்கிறது. ஆனால், இந்த முத்திரைகளில் எந்தவிதச் சிதைவோ தேய்மானமோ காணப்படாததால் இவை 'அடையாள அட்டை' களாகத்தான் (Identity Cards) இருந்திருக்கவேண்டும். அவை தாயத்துகளாகவும் பயன்படுத்தப்பட்டிருக்கலாம் என்ற யூகத்தையும் புறந்தள்ள முடியாதுதான். அல்லது ஒரு குறிப்பிட்ட குலம், நகரம், பகுதி, சமூகம், அரசன், வியாபாரி, ஒருவகையான பொருட்கள், கடவுள், அல்லது இவற்றின் தொகுப்பு இவற்றை அடையாளப் படுத்தும் ஒன்றாகப் பயன்படுத்தப்பட்டதா? நம்மிடம் இது தொடர் பாகக் கேள்விகள் மட்டுமே இருக்கின்றன. ஆனால் ஒன்று மட்டும் நிச்சயமாகத் தெரிகிறது. நீண்ட காலத்துக்கு இந்த முத்திரைகளை மீண்டும் மீண்டும் பதிப்பதற்குத் தோதாக, அவை பல நாட்களுக்கு 1000 சென்டிகிரேட் சூட்டில் சூளையில் வைத்துச் சுடப்பட்டிருக்க

வேண்டும். இம்மாதிரியான பொருட்களுக்குச் செலவிடப்பட்ட நேரமும் உழைப்பும் இந்தப் புதிரான பொருட்களுக்குக் கொடுக்கப்பட்ட முக்கியத்துவத்தைப் புலப்படுத்துகின்றன.

செங்கல் தயாரிப்பவரோ கழிவு நீர் வாய்க்கால் பணியாளரோ யாராக இருந்தாலும் ஹரப்பா நாகரிகத்தில் எளிய மனிதர்கள் மீதான அக்கறையும் கட்டுக்கோப்பான வாழ்க்கை முறையும் தனித்துத் தெரிகின்றன. இந்த நாகரிகம் 'கவர்ச்சிகரமான' ஒன்று அல்ல. ஆரம்பகால அகழ்வாராய்ச்சியாளர்கள், குறிப்பாக ஐரோப்பிய ஆய்வாளர்கள், இந்த நாகரிகத்தின் 'மந்தமான ஒற்றைப்படைத்தன்மை' குறித்து புகார் தெரிவித்திருக்கின்றனர்: பிரமாண்டமான பிரமிடுகள் இல்லை; அற்புதமான கல்லறைகள் இல்லை; வியக்கவைக்கும் ஓவியங்களோ, சிற்பங்களோ இந்த நாகரிகத்தில் காணப்படவில்லை. ஆனால், அங்கு மனித வாழ்க்கையின் அனைத்துத் தளங்களிலும் ஒருவித ஒழுங்கு இருந்தது: எடைக்கற்கள், முத்திரைகள், செங்கல்கள் ஆகிய அனைத்தும் எல்லா இடங்களிலும் ஒரே அளவிலிருந்தன. கிணறுகளும் சாக்கடைகளும் பல நூற்றாண்டுகளாக நல்ல நிலைமையில் பராமரிக்கப்பட்டு வந்துள்ளன. தெருக்களிலும் பொது இடங்களிலும் ஆக்கிரமிப்புகள் இல்லவே இல்லை. இன்றைய இந்தியாவில் நினைத்துக்கூடப் பார்க்க முடியாத விஷயங்கள் இவை!

ஹரப்பா என்றொரு சாம்ராஜ்யம்?

சிந்து சமவெளி நாகரிகத்தில் கண்கவர் பிரமிடுகள் இல்லாமலிருந்திருக்கலாம். அதன் எழுத்துகளைத் தவிர அங்கு இன்னமும் அவிழ்க்க முடியாத வேறு பல புதிர்களும் இருக்கின்றன. அவற்றில் மிக முக்கியமானது: அங்கு காணப்பட்ட கட்டுக்கோப்பான சமூக அமைப்பை யார் தீர்மானித்து நடைமுறைப்படுத்தினார்கள்? நகர அமைப்பை நிர்வகித்து ஒருங்கிணைத்தது யார்? கச்சாப்பொருட்கள் விநியோகம், தொழில்துறைகள், வர்த்தகம், விவசாயம் ஆகியவற்றை மேற்பார்வை செய்து, ஒருங்கிணைத்துக்கொண்டுபோனது யார்? யமுனை முதல் குஜராத் மற்றும் பலுசிஸ்தான் வரையுள்ள பரந்த பிரதேசத்தில் எடைக்கற்களுக்கு ஒரேமாதிரியான மதிப்பு இருக்கவும், செங்கற்கள் ஒரே அளவிலிருக்கவும் யார் என்ன நடவடிக்கை எடுத்தார்கள்? ஹரப்பா நகர அதிகாரிகள் மிகச் சிறப்பான முறையில் செயல்பட்டனர் என்பது மட்டுமல்ல, தங்களைப் பற்றிய ஒரு விஷயமும் வெளியே தெரியாதவாறு, நேரடியான சான்றுகள் எதுவும் இல்லாதவகையில் அவர்கள் நடந்து கொண்டிருக்கின்றனர் என்ற விஷயத்தில் அனைத்து ஆய்வாளர்களும் ஒத்துப்போகிறார்கள்.

எகிப்து, மெசபடோமியா, பாரசீகம், ரோமாபுரி ஆகிய பிரமாண்ட சாம்ராஜ்யங்களால் மிகுந்த தாக்கம் பெற்ற ஆரம்பகால அகழ் வாராய்ச்சியாளர்கள் அவற்றைப் போலவே மொஹஞ்ஜோ-தரோவை தலைநகராகக்கொண்டு ஒரு 'சிந்து சாம்ராஜ்ய'மும் இருந்திருக்க வேண்டுமென்று கருதினார்கள். ரேமண்ட் ஆல்சின், பிரிஜெட் ஆல்சின் ஆகியோர் இவர்களில் முக்கியமானவர்கள். பொ.யு.மு.2600-ல் மெசபடோமியாவுடனான வர்த்தகத்தைக் கட்டுப் படுத்தும் பொருட்டு சிந்து சமவெளிப் பிரதேசங்கள் அனைத்தையும் ஒருங்கிணைத்த 'பெயர் தெரியாத இந்திய அரசர்' ஒருவரைக் கற்பனை செய்து பார்த்திருக்கிறார்கள்.[20] ஆனால், அந்தக் கற்பனை 'இந்திய அரசர்' என்பது நீங்கலாக, 'மையப்படுத்தப்பட்ட அரச அதிகாரம்' என்ற கருத்தாக்கத்துக்கு எதிராகவே பல கருத்துகள் இருக்கின்றன.

முதற்காரணம்: சிந்து சமவெளி நாகரிகத்தின் கட்டுப்பாட்டிலிருந்த இடங்களுக்கிடையே உள்ள தொலைவு. ஒவ்வொரு மூலையில் இருக்கும் அகழாய்வு இடங்களைவைத்துப் பார்க்கும்போது, இந்த நாகரிகம் கிழக்கு-மேற்காகவும், வடக்கு-தெற்காகவும் 2000 கி.மீ. பரப்பில் பரவியிருந்தது தெரியவருகிறது. இந்தப் பரப்பில் பாய்ந் தோடிய நதிகள் வற்றாமல் இருந்த காலத்தில், முக்கியமான நகரங் களுக்கு இடையே நீர் வழிப் போக்குவரத்து எளிதாக இருந்திருக்கக் கூடும். ஆனால், விளிம்பில் இருந்த பெரும்பாலான பகுதிகளுக்கு மாட்டு வண்டிகளில்தான் பயணம் செய்திருக்க வேண்டும். மொஹஞ்ஜோ-தரோவிலிருந்து ஹரியானா அல்லது பஞ்சாபில் இருந்த தொலைதூரக் குடியேற்றத்துக்கு ஓர் உத்தரவைக் கொண்டுசெல்ல வேண்டுமென்றால் அதற்கே பல நாட்கள் ஆகியிருக்கும். இப்படிப் பரந்து விரிந்த 'சாம்ராஜ்யம்' ஒன்றைச் சிதையாமல், கட்டுப்பாட்டில் வைத்திருக்கவேண்டுமென்றால் மிக வலுவான ராணுவம் இல்லாமல் அது சாத்தியமே இல்லை. ஆனால், அப்படியான ராணுவம் அங்கிருந்த தற்கு எந்தச் சான்றுகளும் இல்லை.

இரண்டாவது: அப்படியே ஒரு அரசனோ தலைவனோ அந்தப் பிரதேசத்தை ஆண்டு கொண்டிருந்தாலும் அவரைப் பற்றிய விவரங் களோ அரண்மனை, அரச கல்லறை என்று அடையாளப்படுத்தத் தகுந்த கட்டடங்களோ ஒன்றுமே நமக்குக் கிடைக்கவில்லை. 'ஹரப்பா பிரதேசத்தில் அரசனோ அரசனுக்கே உரிய படாடோபமோ காணப் படவில்லை. எகிப்திலோ மெசபடோமியாவிலோ பிரதானமாக இருந்த அந்த விஷயங்களில் ஹரப்பா மிகவும் தனித்துக் காணப் படுகிறது' என்று ஆல்சின்கள் குறிப்பிட்டிருக்கிறார்கள்.[22]

ஏதோவொரு காரணத்தினால் அரச வம்சத்தினர் தங்களை உயர்வு படுத்திக்காட்டவோ பெருமிதப்படுத்திக்கொள்ளவோ விரும்பியிருக்க வில்லை. 'சிந்து சமவெளியில் ராஜ வம்சத்தின் தடயங்கள் எதுவும் இல்லாமல் இருப்பது இந்திய குணாம்சத்தின் ஓர் அங்கம்தான்' என்று மூான் மூாரிஜ் குறிப்பிட்டிருக்கிறார்.[23] இதைப் போலவேதான் மௌரிய சாம்ராஜ்யச் சக்ரவர்த்தி அசோகனுடைய சமகால ஆவணம் ஒன்றுமே கிடைக்கவில்லை. அவருடைய கல்வெட்டுகள் மட்டும் இல்லாம லிருந்தால் அப்படி ஒருவர் இருந்தார் என்பதற்கு ஒரு சான்றும் கிடைத் திருக்காது என்கிறார் டி.கே.சக்ரவர்த்தி. அதாவது, இந்தியாவில் அரசர் களுடைய 'மதிப்பீடுகள்' மற்றவர்களிடமிருந்து 'வேறுபட்ட ஒன்று. கடமை என்ற லட்சியவாதத்தால் அது வடிவமைக்கப்பட்டிருந்தது'[24] என்று சக்கரவர்த்தி குறிப்பிடுகிறார்.

மூன்றாவது: மெசபடோமியாவுடனான வியாபார வாய்ப்புகளுக்கு ஈடுகொடுக்கும்முகமாகத்தான் ஹரப்பா அரசு விரிவாக வளர்ச்சி அடைந்தது என்ற வாதம் தவறு. ஏனெனில், ஹரப்பாவின் நகரமய மாதல் கட்டத்தில் காணப்பட்ட மதில் சுவர்கள், ஒரே அளவிலான செங்கற்கள், கழிவு நீர் வடிகால்கள், உலோகங்கள், பாசிமணி தயாரிப்பு, உள்நாட்டு வெளிநாட்டு வர்த்தகம், முத்திரைகள் மட்டுமல்லாமல் எழுத்துமுறை கூட இந்த நாகரிகத்தின் முந்தைய கட்டங்களிலேயே காணப்பட்டன. ஆரம்ப நிலையில்தான் இருந்தன என்றாலும் சிதறலாகவும் துண்டு துண்டாகவும் இருந்த அவை ஒருங்கிணைப்புப் பெற்று வலுப்பெறும் நிலையில் இருந்தன. தவிரவும் வெளிநாட்டு வர்த்தகத்தினால் ஹரப்பாவுக்கு என்ன நன்மைகள் விளைந்தன என்பது இதுவரை கண்டுபிடிக்கப்படவில்லை.

இந்தக் காரணங்களாலேயே ஹரப்பாவைப் பற்றி வேறுபட்ட கருத்து கள் முன்வைக்கப்பட்டுள்ளன. ஜிம் ஷாஃபர், டயான் லிக்டன் ஸ்டெயின் ஆகியோரின் அபிப்பிராயத்தில் ஹரப்பாவாசிகள் 'அரச பரம்பரையை மையமாகக் கொண்ட மையப்படுத்தப்பட்ட அமைப்பு ஒன்றை உருவாக்கியதாகத் தெரியவில்லை. மாறாக, அவர்களுடைய சமூகமானது 'ஒன்றுக்கொண்டு தொடர்புடைய ஆனால் தனிதன்மை கொண்ட இனக்குழுக்களின் சிக்கலான கலாசார கலவையாக'[25] இருந்தது. அருகருகே இருந்த குறு நிலத் தலைவர்களின் கட்டுப் பாட்டிலான பகுதிகளின் சிக்கலான ஒருங்கிணைப்பாக இது இருந்தது. ஓர் 'அரசு' என்ற அமைப்புக்குத் தேவையான எந்தவித அடிப்படை களையும் பூர்த்தி செய்வதாக அது இருந்திருக்கவில்லை.

இந்தக் கருத்தை ஒப்புக்கொள்ளும் கிரிகரி பொஸ்ஸல், ஹரப்பா நாகரிகத்தில் மொஹஞ்ஜோ-தரோ, ஹரப்பா, கன்வேரிவாலா

(கோலிஸ்தானில்), ராக்கி காட் (ஹரியானாவில்), தோலவிரா (கட்ச் ராண்) ஆகிய ஐந்து பெரும் நகரங்களை மையமாகக் கொண்டு ஒன்பது விதமான 'அதிகாரமையங்கள்' (Domains) இருந்ததாகச் சொல்கிறார். அவருடைய பார்வையின்படி, இந்த அரசியல் அமைப்பானது ஒருவகையில் குழுமத் தன்மை கொண்ட ஒன்று. 'ஒற்றை அரசருக்குப் பதிலாக பல்வேறு 'குழு'க்களைக் கொண்ட அல்லது தலைவர்களைக் கொண்டது'[26] என்று சொல்கிறார்.

இந்திய அகழ்வாராய்ச்சியாளர்களிடையே முதன்மை இடம் வகிப்பவரும் காலிபங்கனில் ஆய்வு நடத்தியவரும் சிந்து சமவெளி நாகரிகத்தைப்பற்றி ஒரு சிறந்த, முழுமையான புத்தகத்தையும் எழுதியவருமான[27] பி.பி.லால், ஹரப்பாவில் எட்டு தனித்தன்மை வாய்ந்த பகுதிகளிருந்தனவென்று சொல்கிறார். ஆனால், அவற்றை 'மஹாஜன பத'ங்களுடன் அதாவது, ஆரம்பகட்ட வரலாற்றுக் காலத்தில், 2000 வருடங்களுக்குப் பிறகு நிலவிவந்த பதினாறு 'முதல் நிலை குடியரசு'களுடன் ஒப்பிடுகிறார். இந்தக் கோணத்தில் பார்த்தால் ஹரப்பாவின் பல்வேறு பகுதிகள் பல்வேறு அரசுகளாக இருந்திருக்க வேண்டும்.[28] அதாவது பொதுவான கலாசார, வர்த்தக நோக்கங்களைக் கொண்ட பிராந்திய சக்திகளின் கூட்டமைப்பாக, ஆனால், ஒவ்வொன்றும் தனித் தனியான பிராந்திய முத்திரைகளைக் கொண்டவையாக இருந்திருக்க வேண்டும். மண் பாண்ட வடிவமைப்புகளிலும் மதம் சார்ந்த நடைமுறைகளிலும் இருக்கும் வித்தியாசங்களாக நமக்குத் தெரிய வந்திருப்பவை எல்லாம் அப்போதுதான் சாத்தியமாகியிருக்கும். மேற்சொன்ன அமைப்பைப்போல 'பெரிய குடியேற்றங்களை மையமாகக் கொண்ட பல்வேறு அரசுகள் இருந்திருக்க வேண்டும்' என்பது திலீப் சக்கரவர்த்தியின் கருத்து.[29]

ஹரப்பாவில் பல ஆண்டுகளாக அகழாய்வு செய்துள்ள ஜே.எம் கெனோயர் அங்கு நகர-அரசுகள் (City-states)[30] செயல்பட்டு வந்தன என்கிறார். அவருடைய பார்வையில்:

> 'சிந்து சமவெளி அரசானது ஒன்றுக்கொன்று போட்டியிடும் பல்வேறு மேட்டுக்குடிக் குழுக்களைக் கொண்டதாக இருந்தது. அவை ஒவ்வொன்றும் சிந்து சமவெளியிலும், கக்கர்-ஹக்ரா பள்ளத்தாக்கிலும் ஒவ்வொருவிதமாகத் தமது அதிகாரத்தைச் செலுத்திவந்தன. முழு அதிகாரத்தைக் கொண்ட ஒரே ஒரு சமூகக் குழு என்ற கட்டமைப்புக்கு மாறாக, பல்வேறு ஆட்சியாளர்கள் அல்லது செல்வாக்கு மிகுந்த தலைவர்களைக் கொண்டதாக இருந்தது. அந்தத் தலைவர்களாக வியாபாரிகள்,

புரோகிதர்கள், நிலம், ஆடு, மாடுகள், கச்சாப் பொருட்கள் ஆகியவற்றின் உடைமையாளர்கள் ஆகியோர் இருந்தனர். இவர்களுடைய அதிகார வழிமுறைகள் பலதரப் பட்டவையாக இருந்தபோதிலும் பொதுவான கொள்கை களையும் பொருளாதார முறைகளையும் பின்பற்றினர். இது அங்கு கிடைத்த முத்திரைகள், நகைகள், பீங்கான் பொருட்கள், பிற கலைப்படைப்புகள் ஆகியவற்றி லிருந்து தெளிவாகிறது.'[31]

மொஹஞ்ஜோ-தரோ, காலிபங்கன் பகுதிகளின் 'மலைக் கோட்டை' நகரங்களிலும் தோலவிராவின் பிரமாண்ட 'கோட்டை'யிலும் வசித்து வந்த மேட்டுக்குடியினரிடையே 'போட்டி' இருந்தது உண்மைதான். ஆனால், அது இரு தரப்பு நன்மைக்கான கூட்டுறவு அடிப்படை யிலேயே அவர்கள் அப்படிப் 'போட்டி' போட்டுக் கொண்டிருந்தனர். அதாவது, கெனோயரின் அபிப்பிராயத்தில் ஹரப்பாவில் ராணுவ பலத்தைவிட வர்த்தகமும் மதமும்தான் அதிகாரக் கருவியாக இருந் திருக்கின்றன. ஹரப்பாவின் எந்தவொரு கலைப்படைப்பும் அரசர் களையோ யுத்தங்களையோ போரின் வெற்றியையோ புகழ்ந்ததற்கான சான்றுகள் ஒன்றுமில்லை.

ரீட்டா ரைட் (Rita Wright) என்ற மற்றொரு அமெரிக்க அகழ்வாராய்ச்சி யாளர், 'மையப்படுத்தப்பட்ட நிர்வாக அமைப்பைக் கொண்டிருந்த மெசபடோமியா அல்லது எகிப்துபோல் 'ஹரப்பா நாகரிகமானது பிற அரசு தொடர்பான ஆய்வுக்கான சமூக, அரசியல், பொருளாதாரப் பிரிவுகளுக்குள் உட்படவில்லை' என்கிறார். 'மாறாக, ஹரப்பாவில் மையம் அழிக்கப்பட்ட அதிகாரக் கட்டமைப்பு நிலவியிருந்திருக் கிறது'. இந்த நாகரிகத்தின் தொடக்ககட்டத்தில் 'சிறப்பு உரிமை பெற்ற குழு என்று எதுவும் இருந்திருக்கவில்லை'. 'ஒருங்கிணைந்த பொருளாதார நன்மை'யை அடிப்படையாகக் கொண்டதாக இருந்தது. அவரைப் பொறுத்தவரையில் 'பொருட்களின் உற்பத்தியும் விநியோகமும் உறவுகள் அல்லது சமூகம் சார்ந்த அமைப்பையே அடிப்படையாகக் கொண்டதாக இருந்தது'.[33] இந்த வாழ்க்கை முறை ஹரப்பாவின் நகரமயக்கட்டத்தில் பின்பற்றப்பட்டிருக்கலாம் என்று ரீட்டா ரைட் கருத்துத் தெரிவித்திருக்கிறார்.

ஒரு சாம்ராஜ்யமாக இருந்திருந்தாலும் பல சிற்றரசுகளின் கூட்டமைப் பாக இருந்திருந்தாலும் இந்த நாகரிகம் தனக்கே உரிய தனித்தன்மையை வெளிப்படுத்துகிறது. மையம் அழிக்கப்பட்ட நிர்வாகம், சமூக அடிப்படையாலான அதிகார விநியோகம் ஆகிய இரண்டும் இன்றைய இந்தியாவின் எந்தவொரு கிராமப்புறத்துடனும் எளிதில் இணைத்துப்

பார்க்கமுடிந்த ஒன்றுதான். பொதுவான ஒரு கலாசாரக் கட்டமைப்புக் குள் ஒருங்கிணைக்கப்பட்டதாக இருக்கும் அதேநிலையில் பிராந்திய மாறுபாடுகள் அனுமதிக்கப்பட்டிருந்தன. மேலெழுந்தவாரியாகப் பார்த்தால் இது அத்தனை பிரமாதமான ஒன்றாகத் தோன்றாது. ஆனால் 'வேற்றுமையில் ஒற்றுமை' என்ற மூன்றாவது இந்திய குணாம்சம் இந்தத் துணைக்கண்டத்தின் வரலாற்றில் பெரும் தாக்கத்தை ஏற்படுத்தியுள்ளது. அகழ்வாராய்ச்சியாளர் டி.பி. அகர்வலால் இப்படிச் சொல்கிறார்:

> தகவல் தொடர்பும் போக்குவரத்தும் மிகவும் கடினமாக இருந்த மூவாயிரம் ஆண்டுகளுக்கு முன்பாக இந்திய உபகண்டத்தின் வடக்கு மற்றும் மேற்குப் பகுதிகளை ஒன்றிணைத்த பெருமை ஹரப்பாவாசிகளையே சாரும். மிகப் பெருமளவிலான வேறுபாடுகளைக்கொண்ட ஒரு சமூகத்தை முதன் முதலாக ஒன்றிணைத்தவர்கள் இவர்களே.[34]

அமைதிப்பூங்கா?

ஹரப்பாவில் 'ராணுவ பலம்' இருந்ததற்கான அடையாளங்கள் ஒன்று மில்லை என்ற கெனோயரின் கூற்று நம் முன்னே இருக்கும் இரண்டா வது புதிர். மொஹஞ்ஜோ-தரோவிலும் ஹரப்பாவிலும் முதலில் ஆய்வு நடத்தியவர்கள், அதற்கு முன் புராதன சுமேரியா, எகிப்து, சீனா அல்லது கிரீஸ் ஆகிய இடங்களில் நடந்துள்ள யுத்தங்களைப் பற்றிய பிரமிப்பூட்டும் தகவல்களோடு பரிச்சயம் கொண்டவர்களாக இருந்தனர். ஆனால், மொஹஞ்ஜோ-தரோவின் புதை மேடுகளில் இருந்து அப்படிப்பட்ட ஒன்றுமே அவர்களுக்குக் கிடைத்திருக்க வில்லை. அது அவர்களைப் பெரிதும் ஆச்சரியத்தில் ஆழ்த்தியது: அங்கு ராணுவக் கட்டமைப்பு இருந்ததாக சான்றுகளுமில்லை. அகழாய்வுகளில் ஒரு தலைக்கவசமோ உடற்கவசமோகூடக் கிடைக்க வில்லை. எந்தவொரு காலகட்டத்திலும் அங்கிருந்த மக்கள் போர் புரிந்ததற்கான அடையாளங்களுமில்லை. ஒரு யுத்தத்தைச் சித்திரிக்கும் முத்திரைகளோ பாண்டங்களோ ஒன்றும் கிடைக்கவில்லை. வெற்றி வீரர்களோ பிணைக்கைதிகளோ யாருமே காணப்படவில்லை. ஹரப்பாவில் எல்லா இடங்களிலுமே இந்த நிலைமைதான் நிலவியது. பிரிட்டிஷ் அகழ்வாராய்ச்சியாளர் ஜேன் மெக்கின்டாஷ் (Jane McIntosh) எ பீஸ்ஃபுல் ரெலம் (ஒரு அமைதிப் பூங்கா) என்ற தலைப்பில் ஒரு புத்தகத்தை எழுதினார். அந்தத் தலைப்புக்கான காரணத்தை இவ்வாறு விளக்குகிறார்:

‘சிந்து சமவெளி நாகரிகத்தைப் பொறுத்தவரை நம்மை வியப்பிலாழ்த்தும் ஒரு விஷயம் அங்கு யுத்தங்களே நடந்திருக்கவில்லை என்பதுதான். வன்முறைச் சம்பவங்கள் நடந்ததாகச் சான்றுகளில்லை. யுத்த பூமியையோ ராணுவவீரர்களின் உருவங்களையோ சிந்து சமவெளிக் கலைகளில் பார்க்கமுடியவில்லை. இது எந்த அளவுக்கு வேறுபட்ட, முற்றிலும் எதிர்பார்க்காத ஒன்று என்பதை மற்ற நாகரிகங்களுடன் ஒப்பிடும்போது நாம் புரிந்து கொள்ளமுடியும்.’[35]

அரசர் இல்லாததைப் போலவே ராணுவமின்மையும் இன்னும் பல ஆண்டுகளுக்குப் புதிராகவே இருந்துவரும். ஆனால், ஹரப்பாவாசிகளின் கலாசாரத்துக்கு அடிப்படையான மதிப்பீடுகளுடன் அவற்றுக்கு நெருங்கிய தொடர்புடையது என்பதில் எந்த சந்தேகமும் இல்லை.

இங்கு வெண்கலத்தில் தயாரிக்கப்பட்ட வேல்களும் அம்பு முனைகளும் கண்டுபிடிக்கப்பட்டன என்பது சரிதான். அதேசமயம் ஹரப்பாவாசிகள் வேட்டையாடுவதில் ஈடுபட்டனர் என்பதும் நமக்குத் தெரியும். மேலும் ஆய்வாளர்களின் அபிப்பிராயத்தில், ராணுவத்துக்குத் தேவையான பிரதான அம்சங்கள் இல்லாத நிலையில் இந்த வேல்கள் செயல் திறம் குறைந்த ஆயுதங்களாகவே இருந்திருக்கும். அவை பெரும்பாலும் சடங்கு சார்ந்த காரணங்களுக்காக அல்லது கோட்டை வாசல் வழியான பொருட்களின் போக்குவரத்தைக் கட்டுப்படுத்தும் பணியில் ஈடுபட்ட காவலர்களால் பயன்படுத்தப்பட்டிருக்கலாம்.

மேலும், நான் முன்பே சொன்னபடி, ‘கோட்டை’, ‘பாதுகாப்புச் சுவர்கள்’ ஆகிய சொற்கள் இந்தக் கட்டடங்களை போர் சார்ந்ததாக அடையாளப்படுத்துகின்றன. ஆனால் இங்கு போர் நடந்ததற்கான தடயங்கள் எதுவுமே இல்லை. அது மட்டுமல்லாமல், இங்கிருந்த நகரங்கள், ஊர்களைச் சுற்றியுள்ள பலவீனமான மதிற்சுவர்கள் அவற்றின் பாதுகாப்புக்கு உதவியிருக்கவே முடியாது.[36] வெளிப்புற மதில் சுவர்கள் உள்ளூர் பழங்குடிகள், கொள்ளைக்காரர்கள் ஆகியோரிடமிருந்து பாதுகாப்பு அளித்திருக்கக்கூடும். ஆனால், அவற்றின் உண்மையான பயன்பாடுகள் மூன்று வகைகளாக இருந்திருக்க வேண்டும். 1) வெள்ளப் பெருக்கைத் தடுத்து நிறுத்துவதற்காக. ஏனென்றால் சில பகுதிகள் (மொஹஞ்ஜோ-தரோ, லோத்தல் போன்றவை) நிச்சயம் அந்த அபாயத்திலிருந்தன. 2) நகரத்துக்கு உள்ளும் புறமுமாக வந்துபோகும் பொருட்களைக் கட்டுப்படுத்த, 3) நகர்ப்புறப் பகுதியை சில புனிதக் கருத்தாக்கங்களுக்கு இசைந்ததாக ஆக்குவதற்காக (இதை நாம் அத்.10-ல் விரிவாகப் பார்க்கலாம்).

ஒரு வளமான, ஒழுங்கு நிறைந்த, தொழில்துறை சார்ந்த, அமைதியான நாகரிகம் பற்றிய இந்த வர்ணனைகள் மிகவும் அலங்காரமானவையாகத் தோன்றக்கூடும். ஆனால், ஒரு விஷயத்தை நாம் நினைவில் கொள்ளவேண்டும். ஹரப்பாவின் தெரியவந்துள்ள மொத்த 1140 நகரமயக்கட்டத்தைச் சேர்ந்த இடங்களில் பத்து சதவிகித இடங்களில் தான் அகழாய்வுகள் முழுமையாக மேற்கொள்ளப்பட்டுள்ளன.[37] அனைத்து கட்டங்கள் சார்ந்த ஆய்வுகளைக் கணக்கிட்டால் இது ஐந்து சதவிகிதத்துக்குக் கீழேயே இருக்கும். அதாவது, மிகப் பெரும்பாலான இடங்கள் இன்னமும் தங்களுடைய ரகசியங்களை வெளிப்படுத்தாமல் புதையுண்டே கிடக்கின்றன. கோலிஸ்தானில் இருக்கும் கண்வேரிவாலா அல்லது பலூசிஸ்தானில் இருக்கும் பதானி தம்ப் போன்ற பிரமாண்ட பகுதிகளும் அவற்றுள் அடங்கும். எண்பது வருட கடின உழைப்புக்குப் பிறகும் இந்த நாகரிகத்தைப் பற்றிய நம் புரிதல், இன்னும் 'ஆரம்ப கட்டத்திலே'தான் இருந்துவருகிறது.

துரதிருஷ்டவசமாக, இன்றைய இந்தியாவிலும் பாகிஸ்தானிலும் (ஆஃப்கானிஸ்தானை விட்டுவிடுவோம்) அரசுகளின் சிவப்பு நாடா அணுகுமுறை, குறைந்த அளவு பண ஒதுக்கீடு, பத்தாம்பசலி ஆய்வு முறைகள் ஆகிய காரணங்களால் இந்த அகழாய்வுகளுக்கு வேண்டிய முக்கியத்துவம் அளிக்கப்படவில்லை. சிந்துசமவெளி நாகரிகம் அண்டைய நாகரிகங்களுடன் நெருங்கிய தொடர்பு கொண்டிருந்த போதிலும் அவற்றிலிருந்து வேறுபட்டதாக எப்படி இருக்க முடிந்தது? இந்தக் கேள்வி ஜிஸாவின் ஸ்பின்க்ஸ் போல் அவிழ்க்க முடியாத புதிராகவே நீண்டகாலத்துக்கு இருந்துவரும்.

{6}

சிந்து முதல் சரஸ்வதி வரை

மொஹஞ்ஜோ-தரோவும் ஹரப்பாவும்தான் முதன் முதலாகக் 'கண்டுபிடிக்கப்பட்ட' சிந்து சமவெளி நாகரிக இடங்கள் என்று பாட புத்தகங்களில் சொல்லப்படுகிறது. இது சரியல்ல. உண்மையில், இந்த இரு இடங்களிலும்தான் இந்த நாகரிகத்தின் காலம், தன்மை ஆகியவை முதன் முதலாக அடையாளம் கண்டுகொள்ளப்பட்டன. இந்த இரு இடங்களுக்கும் முன்பே வட ராஜஸ்தானிலுள்ள காலிபங்கனில் அகழாய்வுகள் பெருமளவில் மேற்கொள்ளப்பட்டிருந்தன. ஹனுமான் காட் பகுதிக்கும், சூரத் காட் பகுதிக்குமிடையே கக்கர் நதிக்குத் தெற்கில், அதாவது இடது கரையில் இது அமைந்திருக்கிறது. மூன்றாம் அத்தியாயத்தில் கக்கர் நதியின் வறண்ட படுகையை புவி இயல் ரீதியாக வர்ணிக்கும்போது இந்த இடத்தையும் பார்த்தோம். இப்போது அந்தப் பிரதேசத்துக்கும் வறண்டு கிடக்கும் கக்கர் நதிக்கும் மீண்டும் செல்வோம். ஏனெனில், அந்த நதி இப்போது வறண்ட நிலையில் இருக்கும்போதிலும் நமக்கான முக்கியமான தகவல்களைத் தன்னுள் கொண்டிருக்கிறது.

காலிபங்கனில் இத்தாலிய ஆய்வாளர் டெஸிட்டரி

ஹரப்பாவில் ஸானி தன் ஆய்வுகளைத் தொடங்குவதற்கு நான்கு வருடங்கள் முன்பாக, ஏப்ரல் 1917-ல் இத்தாலியைச் சேர்ந்த இளம் இந்தியவியலாளர் லூயிகி பியோ டெஸிட்டரி (Luigi Pio Tessitori) காலிபங்கனில் அகழாய்வைத் தொடங்கினார். அவர் 1914-லேயே இந்தியாவுக்கு வந்திருந்தார். இவருடைய சோகமயமான சுருக்கமான வாழ்க்கையானது நயன்ஜோத் லாஹிரி[1] என்பவரால் மிகச் சிறப்பாக எழுதப்பட்டிருக்கிறது. சமஸ்கிருதம், பாலி, பிராகிருதம், வங்கம், இந்தி ஆகிய மொழிகளில் நல்ல புலமை இருந்த டெஸிட்டரிக்கு இவற்றைத்தவிர ராஜஸ்தானில் வழக்கத்திலிருந்த சில பேச்சு மொழிகளும் தெரியும். ராஜஸ்தானின் நாடோடிப் பாடல்களின் மீது தீராத காதல் கொண்டிருந்தார். ஜோத்பூர், பிகானீர் சமஸ்தானங்களில்

பரவியிருந்த செவி வழிக் கதைகள், எழுத்துகள் ஆகியவற்றை ஆவணப்படுத்தினார். அந்தப் பிரதேசங்களின் வரலாற்றைச் சரியாக அறிந்துகொள்ள அவை உதவுமென்று உறுதியாக நம்பினார். ஜான் மார்ஷல் இவரை இந்திய அகழ்வாராய்ச்சி நிறுவனத்தில் சேர்த்துக் கொண்டபின் டெஸிட்டரி பிகானீர் முழுவதும் பயணம் செய்தார். நாடோடிப் பாடல்களின் சேகரிப்பு நீங்கலாக, அங்கு காணப்பட்ட கல்வெட்டுகளையும் புராதன மணல் குன்றுகளையும் ஆய்வு செய்தார். அவர் பணி செய்த சூழலின் அடிப்படையில் பார்த்தால் இந்த இரட்டை வேலைப்பளு மிகக் கடினமாக இருந்திருக்கும்: 'ஒரு கிராமத்துக்கும் இன்னொன்றுக்கும் இடையிலான தொலைவு மிக அதிகம்; அங்கு பயணம் செய்ய ஒட்டகங்களை மட்டுமே நம்ப வேண்டிய நிலை'.[2]

எனவே, ஒட்டக முதுகில் சவாரி செய்தபடியே பிகானீர் முழுவதையும் டெஸிட்டரி ஆய்வுசெய்தார்:

> *1918-ம் ஆண்டு பிப்ரவரி 16ம் தேதி நான் சூரட்டகதா* (சூரத்காட்) மீண்டும் சென்றேன். அங்கிருந்து மேற்காகப் பயணம் செய்து, அங்கு காணப்பட்ட புராதன 'தேரி'†க் களை (குன்றுகளை) ஆய்வு செய்வதுதான் எனது நோக்கமாக இருந்தது. கக்கர் நதியின் வறண்ட படுகையில் இம் மாதிரியான குன்றுகள் பெருமளவில் இருப்பதாக அங்கு சென்று வந்தவர்கள் சொல்லியிருந்தனர். இந்த கக்கர் நதி உள்ளூரில் 'ஹக்கரோ' அல்லது 'ஸொதாரா' என்ற பெயரில் அறியப்பட்டு வந்தாலும் அதனை 'நலி' (வாய்க் கால்) அல்லது 'தரியாவா' (கடல்) என்றுதான் அங்குள்ள மக்கள் அழைத்தனர். பழைய காலங்களில் இன்றைய பிகானீர் சமஸ்தானம் என்று அறியப்படும் பிரதேசத்தில் - படநேரா (பட் நீர்) - நவீன அனுமனகதா (ஹனுமான் காட்) முதல் விஜினோரா (சர்வதேச எல்லைக்கோட்டுக்கு அருகில் இருக்கும் பிஜ்நோர்) வரையுள்ள பிரதேசத்தில் வயல் பாசனத்துக்கு இந்த நதியின் நீர் பயன்படுத்தப் பட்டது. அங்கிருந்து இது பவல்பூர் வரை பாய்ந்தோடி பின்னர் சிந்து நதியில் சங்கமித்தது.*[3]

கக்கர் சிந்து நதியில் சங்கமித்ததாக அவர் சொல்லியிருப்பது தவிர (அதை உண்மையில் டெஸிட்டரி நேரில் பார்த்திருக்கவில்லை) பிற விஷயங்களெல்லாம் முந்தைய ஆய்வாளர்கள் சொல்லியிருப்பதுடன்

---

* தான் பார்த்த பகுதிகளின் பெயரை சமஸ்கிருதமயப்படுத்துவது டெஸிட்டரியின் பழக்கம். உதாரணமாக, காலிபங்கன் என்பதை கால வங்கு என்று குறிப்பிடுவார்.

† தேரி அல்லது தேர - குன்று என்பதைக் குறிக்கும் உள் நாட்டுச் சொல்.

ஒத்துப்போகின்றன. பிறரைப்போல (குறிப்பாக ஜேம்ஸ்டாட், கால்வின், மெக்கீஸன் ஆகியோரைப்போல) டெஸிட்டர் 'சரஸ்வதி' என்ற பெயரை உபயோகிக்கவில்லை. ராஜஸ்தானின் நாடோடிப் பாடல்கள் கக்கர் நதி கரைபுரண்டோடி, அந்தப் பகுதியைச் செழிப்பான பூமியாக ஆக்கியதாகக் குறிப்பிடுகின்றன. ஆனால் அந்தப் பாடல்கள், கக்கர் நதியும் காணாமல்போன சரஸ்வதியும் ஒன்றுதான் என்று சொன்னதாகத் தெரியவில்லை (கோலிஸ்தானில் பாயும் ஹக்ரா விஷயத்திலும் இதுவே உண்மை). தற்போதைய ஹரியானாவிலுள்ள ஆதிபத்ரிக்கும் பெஹோவாவுக்குமிடையே உள்ள பிரதேசத்தில்தான் அதாவது சரஸ்வதியின் மேல்பகுதியில்தான் இவை இரண்டும் ஒன்று என்று கண்டுபிடிக்கப்பட்டது.

டெஸிட்டரி தனது அதிகாரபூர்வ ஆய்வு நீங்கலாக அந்தப் புராதனக் குன்றுகளால் பெரிதும் கவரப்பட்டதாகத் தெரிகிறது. அவர் கீழ்க்கண்ட வாறு எழுதுகிறார்:

> மிகப் புராதன காலத்தைச் சேர்ந்த பொருட்களின் எச்சங் கள் கக்கர் நதிப்படுகையில் பெருமளவில் சிதறிக் கிடக் கின்றன. அதிலிருந்து கக்கர் நதி ஒரு காலத்தில் தான் பாய்ந் தோடிய பகுதியை பச்சைப் பசேல் என்று செழிப்பான பிரதேசமாக ஆக்கியிருந்தது என்பது தெளிவாகத் தெரிகிறது. இன்று இந்தப் படுகை வறண்டிருக்கிறது. கண்ணைக் கூச வைக்கும் இந்த பிரமாண்ட வெண் மணல் படுகை சிதை வின் பாதை வழியாக நீண்டு செல்கிறது. அங்குமிங்குமாகச் சில மண் குடிசைகள் உள்ள கிராமங்கள் அல்லது கடுகு பயிரிடப்பட்ட நிலங்கள் ஆகியவையே காணப்படுகின்றன. இவற்றைத் தவிர, இந்த நதிப்படுகை வறண்ட, களிமண் தரையாகத்தான் காட்சியளிக்கிறது. மழைக்காலங்களில் ஒட்டகங்கள்கூடக் கடந்துசெல்ல முடியாத அளவுக்கு வழுக்கும் பாதையாக இருக்கிறது; மற்ற சமயங்களில் தரை கெட்டியாகி, பாளம் பாளமாகப் பிளந்திருக்கும். நதியின் இரு கரைகளிலும் சில சமயம் நடுப்பகுதியிலும்கூட, செங்கற்கள், மண் பாண்டங்கள் ஆகியவற்றின் உடைந்த துண்டுகள் அடங்கிய குன்றுகள் தலைதூக்கி நிற்கும்.[4]

காலிபங்கனுக்கருகில் இருந்த இரண்டு குன்றுகள் டெஸிட்டரியின் கவனத்தை ஈர்த்தன (படம் 6.1). 'சரித்திர காலகட்டத்துக்கு முந்தைய என்று சொல்லமுடியுமா என்று தெரியவில்லை. ஆனால், மிகப் பழைய காலத்தைச் சேர்ந்த பொருட்களின் எச்சங்கள் இந்தக் குன்றுகளில் காணப்படுகின்றன'[5] என்று தனது அறிக்கையில் குறிப்பிட்டிருக்கிறார். சரித்திர காலகட்டத்துக்கு முந்தைய இந்திய வரலாற்றைப் பற்றிப்

பெரிதாக எதுவும் தெரியவந்திராத நிலையிலேயே அவர் இப்படி எழுதியிருந்தது மிகக் கூர்மையான அவதானிப்புதான். ஜோத்பூர்-பிகானீர் ரயில்பாதை அமைக்கும் பொருட்டு இங்கிருந்த செங்கற்கள் சூறையாடப்பட்டதால் இந்தக் குன்றுகளுக்கு ஏற்பட்ட பாதிப்பு குறித்து டெஸிட்டரி குறிப்பிட்டிருக்கிறார். ஹரப்பாவில் நடந்ததாக கன்னிங்ஹாம் பல வருடங்களுக்கு முன்பே சொன்ன செங்கல் கொள்ளை இதுவேதான்.

டெஸிட்டரி 1917-லும் 1918-லும் காலிபங்கனில் நடத்திய சுருக்கமான அகழாய்வுகளில் சில செங்கற்கட்டடங்கள், அன்றுவரை பார்த்திராத மண்பாண்டங்கள், உளி வடிவிலுள்ள செங்கற்களைக் கொண்டு கட்டப் பட்ட உருளை வடிவக்கிணறு, கல் கருவிகள், இனம் கண்டுபிடிக்க முடியாத மூன்று முத்திரைகள் (இவற்றில் இரண்டில் இனம் புரியாத குறியீடுகள் இருந்தன) ஆகிய அனைத்தும் தோண்டியெடுக்கப்பட்டன. ஆனால், என்ன காரணத்தினாலோ ஜான் மார்ஷலுக்கு அனுப்பிய அறிக்கையில் இந்த முத்திரைகளைப் பற்றி டெஸிட்டரி குறிப்பிடாமல் விட்டுவிட்டார். அவர் அவற்றைப் பற்றி எழுதியிருந்தால், கன்னிங்

படம் 6.1: கக்கர் படுகையில் இருந்து பார்க்கும்போது காலிபங்கனின் குன்றுகள் (அ.கோஷின் ஆய்வின்போது எடுக்கப்பட்ட படம்). (© ASI)

ஹாம் எழுதிய ஹரப்பாவில் இருந்து கிடைத்த கறுப்பு கல் முத்திரை களுடன் இந்த முத்திரைகளை மார்ஷல் ஒப்பிட்டுப் பார்த்திருப்பார். அதனடிப்படையில் காலிபங்கனில் மேலும் ஆய்வுகள் நடத்த உத்திர விட்டிருப்பார். அப்படிச் செய்யப்பட்டிருந்தால் 'கக்கர் நாகரிகம்' அல்லது 'காலிபங்கன் நாகரி'கத்தைக் கண்டுபிடித்தவரென்ற பெருமை டெஸிட்டரிக்குக் கிடைத்து அழியாப்புகழ் பெற்றிருப்பார்!

ஆனால், விதி வேறுவிதமாக விளையாடியது. டெஸிட்டரியின் தாயின் உடல் நிலை மோசமானதைத் தொடர்ந்து அவர் உடனடியாகத் தாய் நாட்டுக்குத் திரும்ப வேண்டியிருந்தது. அவர் வீடு திரும்பும் முன்பே தாய் காலமாகிவிட்டார். சில மாதங்களுக்குப் பிறகு டெஸிட்டரி இந்தியாவுக்குத் திரும்பினார். கப்பலில் வரும்போதே அவருக்கு உடல் நலக் குறைவு ஏற்பட்டது. இந்தியாவுக்கு வந்த பிறகு அவர் நிலை இன்னும் மோசமாயிற்று. 1919 நவம்பரில் பிகானீரில் மரணமடைந்தார். அவர் உடல் அங்கேயே புதைக்கப்பட்டது. அப்போது அவருடைய வயது வெறும் முப்பத்து இரண்டுதான்.

இத்தாலியிலிருந்த நேரத்தில் டெஸிட்டரி காலிபங்கன் முத்திரைகளை அடையாளம் கண்டுபிடிக்க முயன்றார். ஆனால், முடியவில்லை. ஒருவேளை இந்தியாவுக்குத் திரும்பிய பிறகு இவற்றை மார்ஷலிடம் காண்பிக்கத் தீர்மானித்திருக்கலாம். ஆனால் மரணம் முந்திக் கொண்டது. அவர் இந்த மிக முக்கியமான தடயங்களைப் பற்றித் தன் அறிக்கையில் எழுதாமல் விட்டதால் காலிபங்கனை மொஹஞ்ஜோ-தரோவுடனும் ஹரப்பாவுடனும் மால்ஷல் தொடர்புபடுத்தியிருக்கவேயில்லை. இதன் விளைவாக, பல பத்தாண்டுகளாக 'சிந்து சமவெளி'யே பிரதான பகுதியாக தீவிர ஆய்வுக்குட்படுத்தப்பட்டு வந்திருக்கிறது. காலிபங்க னும் கக்கர் பள்ளத்தாக்கிலுள்ள மற்ற இடங்களும் மண்ணுக்கடியில் புதைந்தே கிடந்தன.

ஆரல் ஸ்டெயினும் சரஸ்வதி நதியும்

அடுத்தபடியாக இந்தப் பகுதியை ஆய்வு செய்த முக்கியமான நபர்: துணிச்சல் மிகுந்த, இருபதாம் நூற்றாண்டின் முக்கியமான அகழ் வாராய்ச்சியாளர்களில் ஒருவரான மார்க் ஆரல் ஸ்டெய்ன் (Marc Aural Stein). 1862-ல் புடாபெஸ்டில் பிறந்த ஹங்கேரிய யூதரான இவர் ஆஸ்திரியா, ஜெர்மனி ஆகிய இடங்களில் படித்தார். கடைசியாக, ஆக்ஸ்ஃபோர்டில் அகழ்வாராய்ச்சித் துறையில் பட்டம் பெற்றார். சமஸ் கிருதம், பாரசீகம் தவிர பல ஐரோப்பிய மொழிகளிலும் நிபுணத்துவம் பெற்றார். இளம் வயதிலேயே ஆசியாவுக்கு வந்த இவர் தனது இரு பத்தைந்தாம் வயதில் இந்தியாவுக்கு விஜயம் செய்தார். லாகூர் ஓரி யண்டல் கல்லூரியின் தலைவரானார். ஓய்வு நேரத்தில் காஷ்மீர் அரச

பரம்பரையின் வரலாற்றைச் சொல்லும் கல்ஹணரின் 'ராஜதரங்கிணி' யை ஆங்கிலத்தில் தொகுத்து மொழி பெயர்த்தார்.

படம் 6.2: மார்க் ஆரெல் ஸ்டெயின். (© ASI)

ஆனால், ஸ்டெய்ன் விரிந்த தளத்தில் பணியாற்றும் தாகம் கொண்டவராக இருந்தார். சிறிது காலம் கல்கத்தாவில் இருந்த பிறகு 1900-ல் மத்திய ஆசியப் பகுதிகளுக்கு ஆய்வுக்காகச் சென்றார். 1930 வரை மூன்று முறை சென்றுவந்தார். அந்தப் பயணங்களில் கிடைத்த ஆய்வு முடிவுகள் அவருடைய புகழை நீடித்து நிலைக்கச் செய்தன. ஏழு வருடங்களுக்கு மேலாக, குதிரைச் சவாரி செய்தும் கால்நடையாகவும் 40,000 கி.மீட்டர்கள் பயணம் செய்து ஆய்வுகள், சர்வேக்கள் செய்தார். சில நேரங்களில் சீனாவின் மேற்குப் பகுதியான ஜின்ஸியாங்கில் குறிப்பாக தாரிம் படுகையிலும் தக்லா மாகன் பாலைவனத்திலும் அகழாய்வு செய்தார். புகழ் வாய்ந்த 'பட்டு வணிகப் பாதை' (Silk Route) உட்பட சீனாவினூடான புராதன வழித்தடங்களை ஆராய்ந்தார். பல ஆண்டுகளாக வழக்கொழிந்திருந்த புத்தமதக் கலைகளையும் கலைப் பொருட்களையும் வெளிச்சத்துக்குக் கொண்டுவந்தார்.

எட்டு நூற்றாண்டுகளுக்கு முன்பாக மூடப்பட்ட 'ஆயிரம் புத்தர்களின் குகை' யைக் கண்டுபிடித்தது இவருடைய மகத்தான சாதனையாகும். ஓவியங்கள், அரிய சுவடிகள் உட்பட அதன் ஏராளமான பொக்கிஷங்களைக் கைப்பற்றி வேறு பல இடங்களிலிருந்து கிடைத்த கையெழுத்துப் பிரதிகளுடன் பிரிட்டனுக்குக் கொண்டுசென்றார். இந்த சேவைக்காக பிரிட்டிஷ் அரசு இவருக்கு 1904-ல் 'சர்' பட்டம் கொடுத்துக் கௌரவித்தது.

மத்திய ஆசியாவில் சுற்றி அலைந்த நேரம் அல்லது குல்மார்க் பகுதியில் தன் நாயுடன் கூடாரத்தில் வசித்து வந்த நேரம் போக, ஸ்டெயின் இந்திய அகழ்வாராய்ச்சி நிறுவனத்துக்காகவும் வேலை செய்தார். ஆனால், அலையும் மோகம் அவரை ஆட்கொண்டிருந்தது. மெசபடோமியாவுக்கும் சிந்து சமவெளி நாகரிகத்துக்குமிடையே உள்ள தொடர்பைப் பற்றி இரானில் ஆய்வு நடத்தினார்; இராக்கிலிருந்த ரோமாபுரி சாம்ராஜ்ய எல்லைப் பாதுகாப்புகள் பற்றி ஆய்வு செய்தார்;

அவசரகோலத்தில் செய்ததுபோல் தோன்றினாலும் இந்திய உப கண்டத்தைப் பற்றியும் மிக விரிவான ஆராய்ச்சிகளை ஸ்டெயின் மேற்கொண்டார். ஸ்வாட் பள்ளத்தாக்கில் (இன்றைய பாகிஸ்தானின் வடமேற்குக் கோடி) மாவீரர் அலெக்ஸாண்டர் போய்பார்த்த அல்லது முற்றுகையிட்ட சில இடங்களை அடையாளம் கண்டார். வசிரிஸ்தான், பலூசிஸ்தான், மக்ரான் கடற்கரைப் பகுதிகள் ஆகிய இடங்களில் சரித்திர காலத்துக்கு முற்பட்ட பல இடங்களைக் கண்டுபிடித்தார். இவற்றுள் சில ஹரப்பா நாகரிகக் காலத்தைச் சேர்ந்தவை என்று பின்னர் தெரியவந்தது.

இவையெல்லாவற்றையும் விட ஆரல் ஸ்டெயின் மேற்கொண்டு அதிக கவனிப்பு பெறாத ஓர் ஆய்வானது நமக்கு மிகவும் அவசியமான விஷயத்தைப் பற்றியது: 1940-41-ன் குளிர்காலத்தில் தனது கனிந்த இள வயதான எழுபத்தியெட்டில் பிகானீர், பவல்பூர் சமஸ்தானங்களுக்குச் சென்று ஆய்வுகள் நடத்தினார் (படம் 6.3). அந்தக் கரடுமுரடான பிரதேசமே ஸ்டெயினின் ஆர்வத்தைத் தூண்டிவிட்டதோ எனத் தோன்றுகிறது. இந்தியப் பாலைவனத்தின் சிதைந்து கிடக்கும் முடி வற்ற மணல் குன்றுகளின் அழைப்பை அவர் செவிமடுத்திருக்கக் கூடும். ஆனால், ஒரு சமஸ்கிருத அறிஞர் என்றவகையில், காணாமல் போன சரஸ்வதியும், அதைப்பற்றி அவர் கேட்ட தொன்மக்கதைகளும் அல்லது அதன் புதிர்த்தன்மையும் அவரைச் சுண்டியிழுத்திருக்கக்கூடும். 1942-ல் அவர் எழுதி வெளியிட்ட ஒரு கட்டுரையின் தலைப்பு இதைத் தெளிவுபடுத்துகிறது: ''காணாமல்போன சரஸ்வதி'யின் கரைகளி லிருக்கும் புராதன இடங்களைப் பற்றிய ஓர் ஆய்வு'[6] . (A Survey of ancient sites along the 'Lost' Saraswati River) என்றிருந்தது (அடுத்த வருடம் மேலும் விரிவானதொரு கட்டுரையை எழுதினார். ஆனால் அது 1989 வரை பிரசுரிக்கப்படவில்லை[7]). எனினும், இதற்கு முன்பே ஸ்டெயின் இந்தியாவின் பிராதன நதிகளைப் பற்றிப் பல கட்டுரைகளை வெளியிட்டிருக்கிறார். 1917ல் 'ரிக் வேதத்திலுள்ள சில நதிகளின் பெயர் கள் பற்றி' (On Some River Names in the Rig Veda) என்ற கட்டுரையில் 'ரிக் வேதத்திலுள்ள 'நதி ஸ்துதி சூக்த'த்தில் பட்டியலிடப்பட்டுள்ள நதிகளை அடையாளம் காட்டுகிறார். அந்தக் கட்டுரையில் 'இந்த சூக்தத்தில் சொல்லப்பட்டுள்ள முதல் நான்கு நதிகளைப் பற்றி ஒரு சந்தேகமுமில்லை. அவைதான் இன்றைய கங்கை, யமுனை, சர்சுதி, சட்லெஜ் நதிகள்... இந்த சூக்தத்திலே சொல்லப்பட்டிருக்கும் அதே வரிசையில்தான் இந்த நதிகள் கிழக்கிலிருந்து மேற்காகப் பாய்ந்து சொல்கின்றன' என்று விளக்குகிறார்[8].

இதற்கு இருபத்திநான்கு வருடங்களுக்குப் பிறகு ஸ்டெயின் அந்தப் பிரதேசத்துக்குச் சென்றார். இந்த விஜயத்துக்கான காரணத்தை அவரே விளக்குகிறார்:

‘ கக்கர் அல்லது ஹக்ரா நதி பஞ்சாபின் கிழக்குக் கோடியிலிருந்து பிகானீர், பவல்பூர் சமஸ்தானங்கள் வழியாகச் சிந்து பிரதேசத்துக்குச் செல்கிறது. நான் இந்தியாவுக்குத் திரும்பி வந்த பிறகு இதே நதியின் வறண்ட படுகைகளின் கரைகளிலிருந்த குடியிருப்புகளின் இடிபாடுகளை ஆராயத் தீர்மானித்தேன். இந்தப் படுகை புனிதமான சரஸ்வதி நதியினுடையது. அது முன்னொரு காலத்தில் ஏராளமான நீருடன் கடல்வரை பாய்ந்திருக்கிறது. பிறகு பாலை மணலில் ‘காணாமல்’ போய்விட்டது என்று இந்தியர்கள் கால காலமாக நம்பிவந்தனர்.’[9]

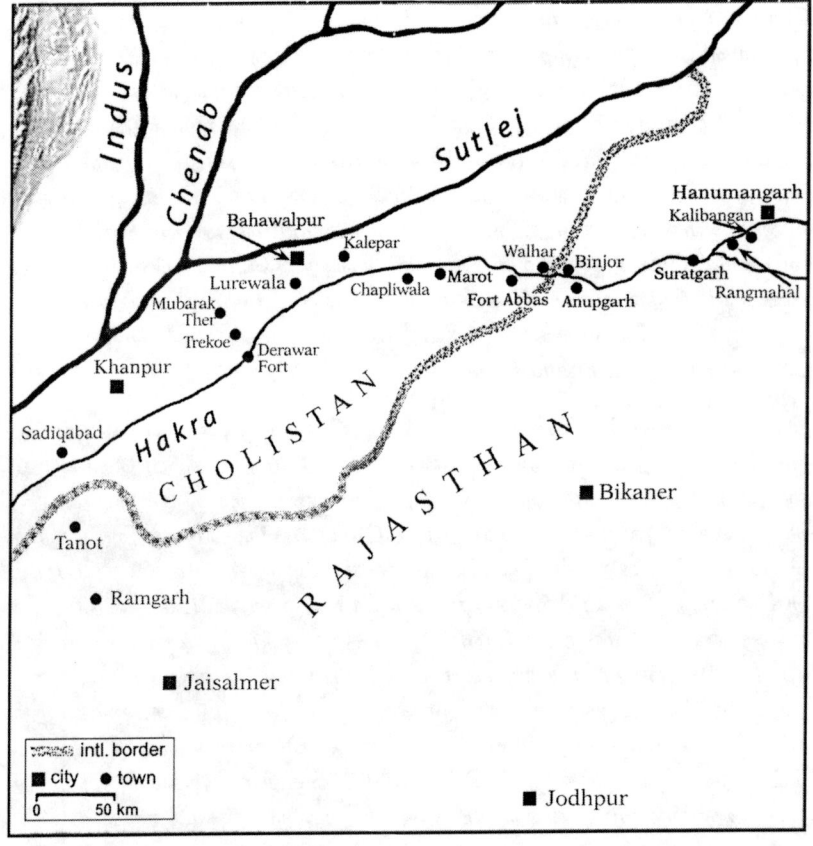

படம் 6.3 : ராஜஸ்தானில் இருக்கும் கக்கர்-ஹக்ரா படுகையில் ஆரெல் ஸ்டெயின் பார்த்த சில நகரங்கள், ஊர்கள், கிராமங்கள், குன்றுகள்.

கக்கர்-ஹக்ரா நதியை சரஸ்வதியுடன் இணைத்துப் பார்க்கும் 'பாரம் பரிய இந்திய நம்பிக்கை'யை நாம் மீண்டும் கவனத்தில் கொள்ள வேண்டும். 'கக்கரின் கிழக்குக் கோடிக் கிளைநதி இப்போதும் 'சர்சுதி' (ஹிந்தி 'சரஸ்வதி' என்பது மருவி 'சர்சுதி' ஆனது) என்றே அழைக்கப் படுகிறது. (அது) தானேஸருக்கு அருகில் உள்ள இந்துக்களின் புனித க்ஷேத்ரமான குருக்ஷேத்ரத்தைக் கடந்து சென்றது'[10] என்கிறார் ஸ்டெயின்.

பத்தொன்பதாம் நூற்றாண்டைச் சேர்ந்த மற்ற எல்லா ஆய்வாளர் களைப்போல ஸ்டெயினும் பிகானீரிலிருந்த (ஹனுமன் காட் பகுதிக்குக் கீழ்பாகத்தில்) அதன் வறண்ட நதிப்படுகையின் அகன்ற பரப்பைக் கண்டு பிரமித்துப்போனார். நூறு மைல்களுக்கு மேலாக (160 கி.மீ) அதன் அகலம் இரண்டு மைலுக்குக் (3.2.கி.மீ) குறையாமலும் சில இடங்களில் 4 மைல் (6.4 கி.மீ) அல்லது அதற்கும் மேலாகவும் இருந்தது. கக்கர்-ஹக்ரா படுகையில் எண்ணற்ற குன்றுகள் இருந்ததை யும் ஸ்டெயின் கவனித்தார்: அங்கு இன்று இருக்கும் கிராமங்களின் குறைவான எண்ணிக்கைக்கு முற்றிலும் மாறாக புராதன அகழாய் விடங்கள் ஏராளம் அங்கு இருக்கின்றன[11]. கடந்தகாலத்தில் அந்தப் பிரதேசம் பெருமளவிலான மக்கள் வாழ வழி செய்துகொடுத்திருக்க வேண்டும் என்பது நிச்சயம். நதியின் படுகையில் மண், களிமண், வண்டல் மண் ஆகிய மூன்றும் கலந்த கலவையான பசலை மண் (Loamy soil) காணப்பட்டது. அதன் இருகரைகளிலும் பொடி மணல் காணப் பட்டது.[12] இந்த வண்டல்-களிமண் தரைக்கும் மணல் நிறைந்த கரை களுக்குமிடையே இருந்த வித்தியாசம்தான் செயற்கைக்கோள் புகைப் படங்களில் துல்லியமாகத் தெரிந்தது.

பிகானீரில் கக்கர் நதியின் ஒரு கரையிலிருந்து ஜன்டேவாலா என்ற இடத்திலிருந்து மறுகரையில் மூன்று மைல் (சுமார் 5 கி.மீ) தொலைவி லுள்ள மாதுலா என்ற இடத்துக்கு, இரு கரைகளுக்கு இடையே ஒரு சொட்டு நீர் இல்லாத நிலையிலும், படகுப் போக்குவரத்து இருந்ததாக செவிவழிக் கதைகள் நிலவிவந்தன என்பதை ஸ்டெயின் பெரும் ஆச்சரியத்துடன் பதிவுசெய்திருக்கிறார். 'இதைவிடக் குறிப்பிடத் தக்கது என்னவென்றால், பவல்பூரிலிருந்த ஓரிடத்துக்கு 'பாட்டன் - முனாரா' என்று பெயரிடப்பட்டிருந்ததுதான். அதாவது படகுகள் நிற்குமிடம் (படகுத்துறை) என்று அதற்கு அர்த்தம். இங்கும் ஹக்ராநதி யின் இரு கரைகளுக்குமிடையே படகுகள் சென்றதாகவும் சொல்லப் பட்டிருக்கிறது. இந்த இடத்தில் நதிப்படுகையின் அகலத்தைப் பார்த் தால் அது பிற இடங்களைவிடக் கூடுதலாகவே இருக்கிறது'.[13]

இந்தக் கதைகள் கேட்க சுவாரசியமாக இருந்தாலும் அவற்றை இலக்கிய, அகழ்வாராய்ச்சிச் சான்றுகளுடன் ஒப்பிட்டுப் பார்ப்பது

அவசியம். இதற்கு முதல் படியாக ஸ்டெயின் வேதங்களின் துணையை நாடுகிறார்.

> ரிக் வேதத்தில் மூன்று ஸ்லோகங்களிலாவது சரஸ்வதியைப் பற்றிச் சொல்லப்படுகிறது. இது இன்றைய சர்சுதி நதியையும், கக்கர் நதியையும்தான் குறிக்கிறது. இதற்கான வலுவான சான்று புகழ் வாய்ந்த 'நதி ஸ்துதி'* என்ற ஸ்லோகத்தில் இருக்கிறது. கிழக்கில் யமுனாவுக்கும் (ஜமுனா) மேற்கில் ஷுதுத்ரி அல்லது சட்லெஜுக்குமிடையில் சரஸ்வதி நதி இருப்பதாக இந்த ஸ்லோகம் சொல்கிறது. இப்படிப்பட்ட ஒரு துல்லியமான வர்ணனை சாதாரணமாக வேதங்களில் காணப்படாத ஒன்று'.[14]

இந்தப் புத்தகத்தின் முதற்பகுதியில் நாம் பார்த்ததுடன் இது வெகுவாக ஒத்துப்போகிறது. சரஸ்வதி நதி பற்றி ரிக் வேதத்திலுள்ள வர்ணனைகளையும் இந்திய மக்களிடையே நிலவிவந்த பாரம்பரிய நம்பிக்கைகளையும் இணைத்துப் பார்த்த ஸ்டெயினுக்கு, வறண்ட மணல் பிரதேசத்தினூடே கடந்துபோகும் அந்த அகண்ட, வறண்ட, நதிப் பரப்பு எதைக் குறிப்பிடுகிறது என்பதில் எந்த சந்தேகமும் இல்லை. 'இந்த வறண்ட படுகையின் நில அமைப்பையும், அதன் கரைகளையடுத்துள்ள இடங்களையும் பற்றிய விரிவான ஆய்வுகள் இந்தியாவின் பூர்வ கால சரித்திரத்தைப் படிக்கும் மாணவர்களுக்கு உதவியாக இருக்கும். இப்போதும் இந்தப் பிரதேசத்தைப் பற்றிய நம்பகமான ஆவணங்களின் தேவை இருந்துவருகிறது. அகழ்வாராய்ச்சி மூலம் கிடைத்த சான்றுகளோ போதுமானவையாக இல்லை'[15] என்று தெரிவித்திருந்தார்.

ஸ்டெயினின் நம்பிக்கை வீண்போகவில்லை. அவருக்குப் பின் நடத்தப்பட்ட ஆய்வுகளில் இந்த நாகரிகத்தைப் பற்றிய பல வியப்பூட்டும் விவரங்கள் கிடைத்தன.

இதற்கிடையில் அன்றைய 'பிகானீர் சமஸ்தானத்தின் புகழ் வாய்ந்த அரசர் மஹாராஜா கங்கா சிங்ஜி, ஆய்வு நடத்துவதற்காக மகத்தான ஏற்பாடுகள்' செய்து கொடுத்ததன் மூலம் ஸ்டெயின் 1940 டிசம்பரில் பிகானீரில் இருந்து சூரத் காட் பகுதிக்குப் புறப்பட்டார். 'ஒரு மோட்டார் வாகனத்தைப் பயன்படுத்திக்கொள்ளத் தந்ததும்' இந்த 'மகத்தான ஏற்பாடு'களில் அடங்கும். இதன் முலம் ஸ்டெயினும் அவருடைய சிறிய குழுவினரும் அந்தப் பகுதியிலிருந்த ஏராளமான இடங்களுக்குப் போய்வர முடிந்தது. இந்தக் குழுவில் காலம் சென்ற

---

* நதி ஸ்துதி சூக்தத்தின் சில பகுதிகளை அத்தியாயம் இரண்டில் பார்க்கவும்.

கிருஷ்ண தேவாவும் இருந்தார். இன்று கோயில் கட்டடக்கலை மாணவர்களுக்கு நன்கு பரிச்சயமானவராக இருக்கும் இவர் அந்தக் குழுவில் இடம்பெற்றபோது இளைஞராக இருந்தார்.

அந்த காரானது சூரத்காட், ஹனுமான்காட், அனூப்காட் வழியாகப் புழுதியைக் கிளப்பியபடி பாய்ந்தோடியதையும் அந்தப் பகுதியில் உள்ள குன்றுகளைப் பற்றி மட்டுமே விசாரிக்க நின்று சென்றதையும் அந்த கிராமவாசிகள் வியப்புடன் பார்த்திருக்கவேண்டும். சுறுசுறுப்பு மிக்க வயதான மனிதர் தங்கள் ஊர்களில் ஏராளமாகச் சிதறிக் கிடக்கும் மண்பாண்டங்களைப் பரிசோதிப்பதைப் பார்த்து அவர்கள் ஆச்சரியப் பட்டிருக்கலாம். ஹனுமான்காட் பகுதிக்கும் அனூப் காட் பகுதிக்கும் இடையே உள்ள இடங்களில் பரீட்சார்த்தமாகத் தோண்டியதிலிருந்தே அந்தப் பகுதி சரித்திர முக்கியத்துவம் வாய்ந்த ஒன்று என்பது அவருக்குத் தெரிந்துவிட்டிருந்தது. உதா: சூரத் காட் பகுதிக்கு அருகில் இருக்கும் ரங்கமஹல், குஷானர் காலத்தைச் சேர்ந்தவை (பொ.யு. ஒன்றாம் நூற்றாண்டு முதல் மூன்றாம் நூற்றாண்டு வரை உள்ள கால அளவு) என அவருக்குத் தெரியவந்தது.

ரங்கமஹலுக்கு 22 கி.மீ. வடகிழக்கில் காலிபங்கன் கிராமத்துக்கு அருகில் ஸ்டெயின் 'இரண்டு பிரமாண்ட குன்று'களைப் பரிசோதித் தார். டெஸிட்டரி ஆய்வு செய்த அதே குன்றுகள்தான் (ஆனால், ஸ்டெயினுக்கு இந்த விஷயம் அப்போது தெரியாது. தன்னுடைய ஆய்வுகளை முடித்த பிறகுதான் அவர் முழு வெள்ளைத் தாளில் நெருக்கமாக எழுதப்பட்ட டெஸிட்டரியின் 228 பக்க அறிக்கையை வாசித்தார்[17]). என்ன காரணத்தாலோ காலிபங்கனில் தான் பார்த்த இந்தக் குன்றுகளுக்கும் சிந்து சமவெளி நாகரிகத்துக்கும் தொடர் பிருக்கலாமென்பதை ஸ்டெயின் யூகிக்கத் தவறிவிட்டார். 'இந்தப் பரந்த இடம் செங்கற்களைச் சுடவும், மண்பாண்டங்களைத் தயாரிக்கவும் உபயோகப்படுத்தப்பட்டது' என்று மட்டுமே தனது அறிக்கையில் குறிப்பிட்டார்.[18]

அவை அப்படியானவை அல்ல. காலிபங்கனில் ஆய்வுகள் நடத்தி யுள்ளவர்களில் ஒருவரான பி.கே. தாப்பர் பல வருடங்கள் கழித்துச் சொல்கிறார்: 'தான் ஆய்வு நடத்திய இடங்களில் கண்டுபிடிக்கப்பட்ட வண்ணம் பூசப்பட்ட மண்பாண்டங்கள் சிந்து சமவெளி நாகரிகக் காலத்தைச் சேர்ந்தவை என்பதையும் அங்கு காணப்பட்ட இரு குன்றுகளும் அந்தப் பிரதேசத்து மக்கள் அங்கு தங்கியிருந்ததன் விளைவாக உருவானதே தவிர, சிதிலமடைந்த செங்கல் சூளைகளின் மிச்சங்கள் அல்ல என்பதையும் ஸ்டெயின் கவனிக்கத் தவறிவிட்டார்.'[19] ஒருவேளை தட்ப வெப்பநிலை தாங்க முடியும் ஒன்றாக இருக்கும்

போதே கோலிஸ்தானுக்குப்போய்விடவேண்டும் என்று அவசர அவசரமாக ஓடியிருக்கலாம். சிந்து சமவெளி நாகரிகத்தைப்பற்றித் தெரியவருவதற்கு முன்பாகவே காலிபங்கன் பற்றி ஆய்வு செய்த டெஸிட்டரி அது 'சரித்திர காலத்துக்கு முற்பட்ட தொன்மை கொண்டதாக' இருக்கவேண்டுமென்று பெரிதும் தன் உள்ளுணர்வு சார்ந்தே சொல்லிவிட்டிருந்தார்.

இதைப்போலவே அனூப் காட் பகுதிக்குப் போகும் வழியில், தான் பார்த்த ஹரப்பா நாகரிகக் காலத்தைச் சேர்ந்த பல இடங்களை அவை சரித்திரக் காலத்தைச் சேர்ந்தவையென்று கருதி ஸ்டெயின் அவற்றை ஆய்வு செய்யாமல் விட்டுவிட்டார்.

அனூப் காட் பகுதியிலிருந்து பவல்பூருக்குப் போவதற்குப் பதிலாக ஸ்டெயின் 1941 ஜனவரி, 23 அன்று பிகானீருக்குத் திரும்பி வந்தார். அங்கு சில நாட்கள் தங்கிய பின்னர் ஜோத்பூருக்கும் ஜெய்சல்மீருக்கும் சென்றார். அங்கிருந்து ராம் காட் பகுதிக்கு லாரியில் பயணம் செய்தார். 'வழியில் அகலமான மணல் நிறைந்த வாய்க்கால் படுகையில் அதிக ஆழமில்லாத நிறைய கிணறுகள்' இருந்ததைக் குறித்திருக்கிறார்[20]. ராம் காட் பகுதியில் இருந்து ஸ்டெயினும் அவரது சக ஊழியர்களும் ஒட்டக, குதிரை சவாரிக்கு மாற வேண்டியிருந்தது. பாடி ராஜ புத்திரர்களின் முன்னாள் கோட்டையான டானோட் வழியாக பிப்ரவரி 10-ல் பவல்பூரைச் சென்றடைந்தனர்.

படம் 6.4: அனுப் காட் பகுதியில் இருக்கும் கக்கரின் படுகை. ஆரெல் ஸ்டெயின் இதைப் பார்த்திருக்கக்கூடும். 1950-ல் அ.கோஷின் ஆய்வின் போது எடுக்கப்பட்ட படம். வலது பக்கத்தில் கரை இருக்கிறது. (© ASI)

கோலிஸ்தானில் ஒரு மாதமாக ஆய்வு நடத்தி அவர் எழுதியவை அந்தப் பகுதியின் சரித்திரம் பற்றிய உயிர்த்துடிப்பான சுவாரசியமான தகவல்களைக் கொண்டவையாகயும் கூர்மையான அவதானிப்பைக் கொண்டதாகவும் இருக்கின்றன. அந்த வறண்ட பிரதேசத்தில் பின் பற்றப்பட்ட உள்நாட்டு விவசாய முறைகளில் ஆரம்பித்து முல்தானுக்கும் தில்லிக்கும் இடையிலான பழங்கால வர்த்தகப் பாதை (Caravan Route) வரையிலான விஷயங்கள் பற்றி எழுதியிருந்தார். அங்கிருந்து வறண்ட ஹக்ரா நதியின் 'மேற்பகுதி'க்குச் சென்ற ஸ்டெயின் மாரோட், ஃபோர்ட் அப்பாஸ் வரை (அனூப் காட் பகுதியிலிருந்து மேற்கில் 50 கிலோமீட்டருக்குள்ளாக) சென்றார். பின்னர் தேராவருக்குத் திரும்பி கடைசியில் பவல்பூர் சென்றடைந்தார். அதிவேகமாக அதிகரித்துக் கொண்டிருந்த வெப்பத்தின் காரணமாக அவர் தனது பயணத்தை நிறுத்திக் கொள்ள வேண்டிவந்தது. ஆனால், அதற்கு முன்பாகவே வழியில் இருந்த குன்றுகளில் ஒன்றில் பரீட்சார்த்தமாக அகழ் வாராய்ச்சி செய்துவிட்டிருந்தார்.

பிகானிரில் செய்ததைப் போலல்லாமல் இந்தப் பயணத்தில் ஃபோர்ட் அப்பாஸ் முதல் ஹக்ரா படுகையில் தேரவார் பகுதிக்கு மேற்குவரை நீண்டு சென்ற ஹக்ரா படுகையில் காணப்பட்ட 'சரித்திர காலத்துக்கு முற்பட்ட குன்றுகளை தாமிர கற்காலத்தைச் சேர்ந்த (Chalcolithic period) மண்பாண்டங்களுடன்' ஒப்பிட்டு ஆராய்ந்தார். ஆய்வு செய்த பல இடங்களில் 'கல் கருவிகள்' 'உலர்ந்த களிமண் உருண்டைகள்' ஆகியவை நீங்கலாக 'வண்ணம் பூசப்பட்ட மண்பாண்டங்களையும்' ஸ்டெயின் கண்டார். இவையனைத்தும் ' பிரிட்டிஷ் பலூசிஸ்தானிலும் மக்ரானிலும் இப்போது நன்கு தெளிவாகத் தெரிய வந்திருக்கும் மாபெரும் சிந்து சமவெளிப்பிரதேசங்களிலும் நான் கண்டுபிடித்த தாமிர கற்காலத்தைச் சேர்ந்த மண்பாண்டங்களைப் போலவே இருந்தன' என்று குறிப்பிட்டிருக்கிறார். குறிப்பாக, அங்கு கிடைத்த 'உடைந்த துண்டுகளில் இருந்த குறியீடுகள் மொஹஞ்ஜோ-தரோ ஹரப்பாவிலிருந்து கிடைத்த முத்திரைகளில் இருந்த எழுத்துகளைப் போலவே' இருந்ததைப் பார்த்தார். மொத்தத்தில், ஹக்ரா பள்ளத் தாக்கில் 'ஏராளமான சரித்திரக் காலத்துக்கு முற்பட்ட குன்றுகள்' இருந்தன. அவற்றிலிருந்து கிடைத்த ' மண் பாண்டங்கள், மண்ணால் செய்யப்பட்ட பிற பொருட்கள், கிளிஞ்சல் நகைகள் ஆகியவை ஒரே மாதிரியாக இருந்தன.'[21]

ஸ்டெயினின் ஆய்வுகளின் உச்சபட்சக் கண்டுபிடிப்பு அதுதான்: அது எல்லைக்குட்பட்டதாக இருந்தபோதிலும், ஹரப்பா கலாசாரத்தைச் சேர்ந்த ஆய்விடங்கள் ஹக்ரா படுகையிலும் காணப்பட்டன என்ற விஷயத்தை முதன்முதலாக உறுதி செய்தது. தவிரவும் அனைத்துக்

காலங்கட்டங்களையும் சேர்த்துப் பார்த்தால், எண்பது புதிய அகழாய் விடங்களை ஸ்டெயின் கண்டுபிடித்தார். அதனளவில் அது ஒரு பெரிய சாதனைதான்.

அகழ்வாராய்ச்சியைத்தவிர கக்கர்-ஹக்ரா நதிப்பரப்பில் ஏற்பட்ட நீர் நிலை மாற்றங்கள் தொடர்பாக ஸ்டெயின் எழுதிய குறிப்புகளும் நமது கவனத்துக்குரியவையே. வல்ஹாருக்கு (இன்றைய இந்திய- பாகிஸ் தான் எல்லைக்கு மிக அருகில் பாகிஸ்தான் பக்கத்தில் இருக்கிறது) அருகில், ஹக்ரா நதியின் பரப்பு மற்ற இடங்களைவிட அகன்றதாக இருந்ததென்று குறிப்பிட்டிருக்கிறார். இதற்கு வடக்கில் 'கோலிஸ் தான் மணல் அடுக்குகளின் மட்டங்கள் சட்லெஜ்ஜின் வளைந்து செல்லும் புராதனப் படுகையைத் தெள்ளத் தெளிவாகச் சுட்டிக் காட்டுவதை' கண்டுபிடித்தார். அது 'வல்ஹாருக்கும் பின்ஜோருக்கும்[22] இடையே ஹக்ராவுடன் முன்பொரு காலத்தில் இணைந்தது.' இந்த நதித்தடம் சட்லெஜின் புராதன வாய்க்கால்களில் ஒன்றாக இருந்தது என்பதை முன்பே பார்த்தோம் (பக். 83).

கக்கர் நதியின் மேற்பகுதியைப் பொறுத்தவரை அங்கு சரித்திர காலகட்டத்தில் நீர் பாய்ந்தோடிக் கொண்டிருந்தது என்பதையும் ஸ்டெயின் சான்றுகளுடன் நிரூபித்தார். அதாவது மேற்சொன்ன இரு சான்றுகளும் ஒரு காலத்தில் மாபெரும் நதி அந்தப் பள்ளத்தாக்கில் பாய்ந்தோடிக் கொண்டிருந்தது என்பதைத் தெளிவாக்குகின்றன. 'ரிக் வேத ஸ்லோகங்களில் சரஸ்வதி நதி பிரமாண்ட ஒன்றாக வருணிக்கப் பட்டிருந்ததன் காரணத்தை' அவை விளக்கவும் செய்கின்றன. 'ஒரு மிகப் பெரிய மாற்றமானது சரஸ்வதி அல்லது கக்கர் நதியைப் பாதித் திருக்கின்றன. எனவே, அதுபற்றி வேத உரைகளில் குறிக்கப்பட்டிருக் கின்றன... சரித்திரத்துக்கு முந்தைய காலகட்டத்தின் பிற்பகுதியில் கக்கர் நதியுடன் கலப்பதை சட்லெஜ் நதி நிறுத்திவிட்டிருந்தது. இதன் விளைவாகவே ஹக்ராவின் கீழ்ப்பகுதியில் முக்கியமான மாற்றங்கள் ஏற்பட அதுவே காரணம்.'[23]

'இந்தியச் சமவெளிகளில் நான் செய்தவற்றிலேயே மிகவும் மகிழ்ச்சி கரமானவையாக பிகானீரில் நான் ஏற்றெடுத்த பணிகள்தான் இடம் பிடித்திருக்கின்றன' என்ற வார்த்தைகளுடன் ஸ்டெயின் தனது அறிக்கையை 1943-ல் பூர்த்தி செய்தார். இத்தனை கடின உழைப்புக்குப் பிறகும் களைப்பென்பதே தெரியாத ஸ்டெயின் ஆஃப்கானிஸ்தானில் புதியதாக அகழாய்வுகள் மேற்கொள்ளப் புறப்பட்டார். அங்கு ஆய்வுகள் செய்ய நீண்டகாலமாகவே அவர் அனுமதி கேட்டு வந்திருந் தார். கடைசியாக அனுமதி கிடைத்தது. ஆனால் அவர் காபூல் சென் றடைந்த சில நாட்களிலேயே செழுமையான அனுபவங்கள் மிகுந்த

அவருடைய வாழ்க்கை முடிவுக்கு வந்துவிட்டது; 81 வயதுக்கு ஒரு மாதம் முன்பாக இறந்த அவருடைய உடல் அங்கேயேயே அடக்கம் செய்யப்பட்டது.

இந்தியத் துணைக்கண்டத்தில் ஸ்டெயின் மேற்கொண்ட பணிகளைப் பற்றி வெகு துல்லியமான மதிப்பீட்டுடன் கிருஷ்ண தேவா இவ்வாறு எழுதுகிறார்.

> ‘அடிப்படையில் ஸ்டெயின் ஒரு பூகோளவியல் நிபுணர், புதிய இடங்களைக் கண்டுபிடிக்கும் ஆர்வமுள்ளவர். மிகக் கஷ்டமான, ஆபத்து நிறைந்த பயணங்களை மேற் கொள்வதில் அவருக்கு இருந்த துணிச்சலுக்காக மிகவும் பாராட்டப்படவேண்டியவர். இந்தியப் பாலைவனத் திலும் வட, தென் பலூசிஸ்தான், இரானின் கணிசமான பகுதி ஆகியவற்றை உள்ளடக்கிய இந்திய-இரான் எல்லைப் பகுதிகளிலும் பற்பல தாமிர கற்கால மற்றும் தொடர்புடைய புராதன அகழாய்விடங்களைக் கண்டு பிடித்தார். அனைவருக்கும் முன்னோடியாகத் திகழ்ந் தவர். இந்தியாவின் சரித்திர கால அகழாய்வுக்கு அலெக் ஸாண்டர் கன்னிங்ஹாம் எப்படி உறுதுணையாக இருந் தாரோ அதே மாதிரி இந்தியாவின் சரித்திரத்துக்கு முந்தைய காலகட்டத்து அகழ்வாராய்ச்சிக்கு ஸ்டெயின் அரும்சேவை புரிந்திருக்கிறார்.’[25]

சரஸ்வதி பாய்ந்து சென்ற இடங்களைப் பற்றி ஸ்டெயின் மேற் கொண்ட ஆய்வு சற்று அவசரகதியில் செய்யப்பட்டது. ஆகவே, அங்கு அவர் கண்ட சரித்திர காலத்துக்கு முற்பட்ட குன்றுகளுக்கும் சிந்து சமவெளியின் அற்புதமான நகரங்களுக்கும் இடையே இருந்த தொடர்பை அவரால் விரிவாக ஆய்வு செய்யமுடியவில்லை. ஆனால், கோலிஸ்தானில் அவர் கண்டுபிடித்தவை சில வருடங்கள் கழித்து அவருடைய சக ஆய்வாளர்களை அங்கு ஆய்வு செய்யும்படித் தூண்டப்போதுமானவையாக இருந்தன. மேலும் ரிக் வேதத்தில் சொல்லப்பட்ட செய்திகள், உள்ளூர் மக்களிடையே நிலவி வந்த நம்பிக்கைகள், அகழாய்வு முடிவுகள் ஆகிய மூன்றுவிதமான சான்று களை ஒருங்கிணைக்க முதன் முதலாக முயற்சி மேற்கொண்டவர் என்ற பெருமையும் இவரையே சேரும். கக்கர்-ஹக்ராவின் படுகையில்தான் சரஸ்வதி பாய்ந்தோடியது என்ற அவருடைய கண்டுபிடிப்புதான் இந்த ஒருங்கிணைப்பு முயற்சிக்கு அடிப்படையாக இருந்தது. அந்த அடையாளப்படுத்தல் சரிதான் என்பதில் அவருக்கு எந்த சந்தேகமும் இருந்திருக்கவில்லை.

அகழ்வாராய்ச்சியின் அறுவடை

1947-ல் இந்தியப் பிரிவினைக்குப் பிறகு, அன்று வரை அடையாளம் கண்டுகொள்ளப்பட்டிருந்த நாற்பது ஹரப்பா அகழாய்விடங்களில் இரண்டைத் தவிர (பஞ்சாபுக்கு அருகில் இருக்கும் சிறிய பகுதியான ரூபர், சவுராஷ்டிராவில் இருக்கும் பெரிய பகுதியான ரங்கபூர்) எஞ்சியவை அனைத்தும் பாகிஸ்தானுக்குப் போய்விட்டன. இந்திய அகழ்வாராய்ச்சியாளர்கள் பெரும் இழப்பை உணர்ந்திருப்பார்கள் (அல்லது அநாதையாக்கப்பட்டதுபோல் உணர்ந்திருப்பார்களோ?). ஒரு மகத்தான, பழம்பெரும் நாகரிகம் அவர்களுக்குத் தரப்பட்டது; கால் நூற்றாண்டுக்குள்ளாகவே அவர்களிடமிருந்து பறிக்கப்பட்டு விட்டது. ஒரே ஒரு விஷயம்தான் செய்யவேண்டியதாக இருந்தது: புதிதாக உருவாக்கப்பட்டுள்ள எல்லைக்கோட்டின் இந்தப் பக்கமும் அந்த மகத்தான நாகரிகம் இருந்திருக்கிறதா. ஆம் எனில், எவ்வளவு தூரத்துக்குப் பரவியிருந்திருக்கிறது என்று ஆராய்வதுதான் அது.

நயன்ஜோத் லாஹிரி சமீபத்தில் எழுதிய ஓர் அறிக்கையின்படி, 1948-ல் ஜவாஹர்லால் நேருவை 'ஜெய்சல்மீர் மற்றும் பிகானாரீல் ஆய்வு' என்ற திட்டத்துக்கு சம்மதிக்க வைத்தவர்: புகழ்பெற்ற வரலாற்றிஞரும் ஆளுமைத் திறனும் மிகுந்த 'சர்தார்' கே.எம். பணிக்கர். அந்த நேரத்தில் பிகானீர் சமஸ்தானத்தின் திவானாக இருந்தார். எட்டு வருடங்களுக்கு முன்பே ஸ்டெயின் கக்கர் பற்றிய தனது ஆய்வுகளைத் தொடங்கும் பொருட்டு பிகானீர் விஜயம் செய்த நேரத்தில் பணிக்கரைச் சந்தித்திருக் கிறார். தனது ஆய்வுகளைத் தொடர்ந்து மேற்கொண்டால் சிந்து சமவெளி நாகரிகம் பிகானீர் பகுதியில் தான் தொடங்கியதென்று நிரூபிக்க முடியுமென்று ஸ்டெயின் தன்னிடம் சொன்னதாக பணிக்கர் தனது சுயசரிதையில் கூறியிருக்கிறார். இவை ஸ்டெயின் சொன்ன அதே வார்த்தைகளா அல்லது பணிக்கரின் எண்ணமும் கலந்து வெளி யானவையா என்று நிச்சயமாகத் தெரியாது. ஆனால், ஸ்டெயினின் ஆய்வு குறித்து நேருவுக்கு பணிக்கர் எழுதிய கடிதமானது தீர்க்க தரிசனம் மிகுந்த ஒன்றாகஇருக்கிறது:

> 'பாகிஸ்தான் பகுதிகள் பிரிந்துபோனதில் இருந்து சிந்து சமவெளி நாகரிகம் என்று அறியப்பட்டிருப்பதன் முக்கிய அகழாய்விடங்கள் பாகிஸ்தானுக்குச் சென்றுவிட்டன. ஆகவே, இந்திய வரலாற்றின் ஆரம்ப கட்டத்துடன் தொடர்புள்ள இந்த ஆய்வை நாம் இந்தியாவில் தொடர் வது மிக முக்கியம். ஆரம்பகட்ட ஆய்வுகள் செய்ததில், இந்தப் புராதன நாகரிகத்தின் மையம் சிந்து பகுதியிலோ சிந்து சமவெளிப் பிரதேசத்திலோ இருக்கவில்லை.

மாறாக, இது பிகானீர், ஜெய்சல்மீரின் பாலைவனப் பிரதேசத்தில்தான் இருந்தது என்பது தெரியவந்துள்ளது. இந்த இடங்கள் வழியாகத்தான் புராதன சரஸ்வதி நதி ஒரு காலத்தில் கட்ச் வளைகுடாவுக்குப் பாய்ந்து சென்றுள்ளது.'[26]

பணிக்கரின் வேண்டுகோளை நேரு ஏற்றுக்கொண்டு இந்த ஆய்வுகளை மேற்கொள்வதற்காக இந்திய அகழ்வாராய்ச்சி நிறுவனத்துக்கு ரூ.10,000 சிறப்பு மான்யமாகத் தருவதற்கு ஏற்பாடு செய்தார்.

அமலானந்த கோஷ்தான் முதன் முதலாக இந்த ஆய்வை மேற்கொண்டார். 1953-ல் இந்திய அகழ்வாராய்ச்சிக் கழகத்தின் இயக்குநர் ஜெனரலாக நியமிக்கப்படுவதற்கு முன்பாக இரு குளிர் காலங்களில் சரஸ்வதி நதிப்பள்ளத்தாக்கையும் திருஷத்வதியையும் ஆய்வு செய்துள்ளார். இவர் அவற்றை முறையே கக்கர், சௌதங் என்று அழைத்தார் (படம் 6.5 மற்றும் 6.6). பதினைந்து ஆண்டுகளுக்கு அந்தப் பதவியில் இருந்தவர், நிலத்தின் மேற்பரப்பில் ஆய்வுகள் செய்ததோடு, சில இடங்களில் சிறிய அளவில் அகழாய்வுகளையும் மேற்கொண்டார். கக்கர் நதியின் கீழ்ப்பகுதியில் இருந்த 'மணல் கரைகள்' ஐந்து கி.மீ. முதல் பத்து கி.மீ வரை இடைவெளியில் இருந்தன என்று கோஷ்

படம் 6.5: 1950-ல் சரஸ்வதி பள்ளத்தாக்கில் ஆய்வுக் குழு. இடமிருந்து வலமாக: தேபலா மித்ரா, அமலானந்த கோஷ், வல்லப் சரண், ஸ்ருதி பிரகாஷ்[27]. (காப்புரிமை இ.அ.க.)

கணக்கிட்டார். அவருடைய முதல் அறிக்கையே மிக முக்கியத்துவம் வாய்ந்ததாக இருந்தது:

> ‘ஸ்டெயின் சொன்ன வாக்கியத்தின் அடிப்படையில் இந்தப் பகுதியில் புராதன காலத்தைச் சேர்ந்த பொருள் ஒன்றுமே கிடைக்காதென்று நம்பிய எங்களுக்கு அங்கு பெரும் ஆச்சரியம் காத்திருந்தது. எங்களுடைய ஆய்வின் முதல் இரண்டு நாட்களிலேயே ஹரப்பா- மொஹஞ்ஜோ-தரோ கலாசாரத்துக்கு மிகவும் துல்லியமான ஒத்திசைவுடன் இருக்கும் அகழாய்விடங்கள் இங்கு கண்டுபிடிக்கப் பட்டதில் நாங்கள் மட்டற்ற மகிழ்ச்சியடைந்தோம். மேலும் சிறிது நாட்கள் அங்கு ஆய்வு செய்ததில் சரஸ்வதி பள்ளத் தாக்கில் பல நதிகள் மட்டுமல்ல பற்பல கலாசாரங்களும் சங்கமித்திருந்தன என்பது தெளிவாகத் தெரிந்தது.’[28]

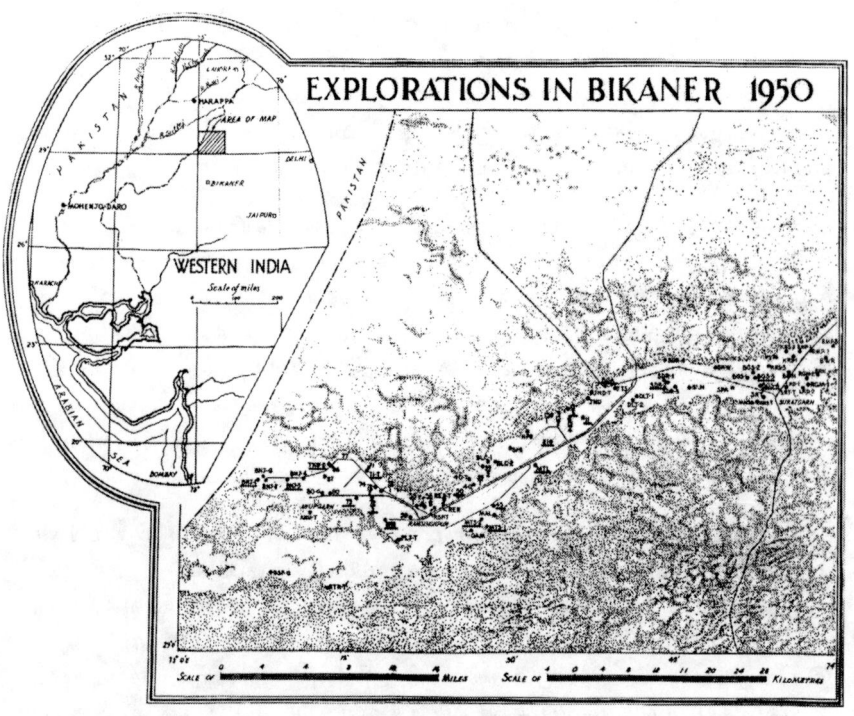

படம் 6.6 : 1950 -ல் அகழ்வாய்வு மேற்கொள்ளப்பட்ட இடங்களின் வரைபடம். இங்கு குறிப்பிடப்பட்டிருக்கும் அனைத்து இடங்களும் சரஸ்வதியின் படுகைக்கு அருகில் அல்லது அதன் மேல் அமைந்திருகின்றன. (காப்புரிமை இ.அ.க.)

கோஷின் மட்டற்ற மகிழ்ச்சி எளிதில் புரிந்துகொள்ளமுடிந்த ஒன்று தான். சிந்து சமவெளி நாகரிகம் புதிய இந்தியாவிலும் பரவியிருந்தது. ஆனால், எவ்வளவு தூரம்? மொத்தத்தில் நூறு அகழாய்விடங்களை கோஷ் அடையாளம் கண்டுகொண்டார். அவ்றறில் இருபத்து ஐந்து இடங்கள் ஹரப்பா கலாசாரத்தை அப்படியே பிரதிபலித்தன. இவற்றில் காலிபங்கன் கிழக்குக் கோடியில் இருந்தது (படம் 6.1). ஆனால், இதற்கும் கிழக்கில் மேலும் பல இடங்கள் வெளிச்சத்துக்கு வருமென கோஷ் யூகித்தார். அவரது யூகம் சரியாகவே இருந்தது. 'சரஸ்வதி, த்ருஷத்வதி ஆகியவற்றின் பள்ளத்தாக்குகள் அகழ்வாராய்ச்சிப் பொருட்களின் எச்சங்கள் மிகுதியாக இருக்கும் இடமாகக் கருதப்பட வேண்டும்'[29] என்று குறிப்பிட்டிருக்கிறார். மீதமுள்ள 75 அகழாய்வு இடங்கள் பிந்தைய கலாசாரங்களைச் சேர்ந்தவையாக இருந்தன. குறிப்பாக, வண்ணச் சுடுமண் காலகட்டம் (Painted Grey Ware) மற்றும் ரங்கமஹல். இரண்டாவதை நாங்கள் பார்த்தோம். பொ.யு. முதல் நூற்றாண்டைச் சேர்ந்தது. அகழ்வாராய்ச்சித் துறைப் படைப்புகளில் PGW என்று சுருக்கமாக அழைக்கப்படும் இந்த முதல் கலாசாரம் கிராம அடிப்படையில் அமைந்த ஒன்று. பஞ்சாப் முதல் உத்தரப்பிரதேசம் வரை பரவியிருந்த இது இரும்புக் காலத்தின் தொடக்கத்தில் பொ.யு.மு. இரண்டாம் ஆயிரமாண்டின் பிற்பகுதியைச் சேர்ந்தது.

மறைந்த நதியைப் பற்றிய ஒரு முக்கியமான செய்தியைச் சொல்லி தனது அறிக்கையை கோஷ் நிறைவு செய்திருந்தார்: 'ஹரப்பா கலாசாரக் காலத்திலேயே சரஸ்வதி நதி வறண்டு போயிருந்தால் அதன் கரைகளில் ஹரப்பா காலக் குடியிருப்புகள் இருந்திருக்க முடியாது'.[30] இந்தியப் பக்கத்தில் இருக்கும் 'சரஸ்வதி பள்ளத்தாக்கில்' ஹரப்பா கால குடியிருப்புகள் இருந்தன என்பதையும் அந்தக் கால அளவில் சரஸ்வதி நதி முழுவீச்சில் பாயந்தோடிக் கொண்டிருந்திருக்க வேண்டு மென்பதையும் முதன் முதலில் எடுத்துச் சொன்னது கோஷ்தான்.

இந்தச் சூழ்நிலையில் மேலும் பல ஆய்வுகள் செய்வது தவிர்க்க முடியாத ஒன்றாக ஆனது. 1960-ல் சூரஜ்பான் (Suraj Bhan) ஹரியானா வில் அதாவது சரஸ்வதி, த்ருஷத்வதி ஆகிய நதிகளின் பள்ளத்தாக்கு களின் மேற்பகுதியில் தனது ஆய்வுகளைத் தொடங்கினார். அந்த இரண்டு வறண்ட படுகைகளை அவரே சென்று நேரடியாக ஆய்வுசெய்தார்.[31] முன்பு கண்டுபிடிக்கப்பட்ட இடங்களை, அவை தோன்றி வளர்ந்த காலங்களின் அடிப்படையில் வரிசைப்படுத்தினார். அது மட்டுமல்லாமல் ராக்கிகடி, சிஸ்வால், மிடத்தால், பாலு போன்ற புதிய இடங்களைக் கண்டுபிடித்தார் (1977-ல் ஜிம் ஷாஃபர் இவருடன் ஒரு பருவ காலம் சேர்ந்து செயல்பட்டார்). இதைத்தவிர இன்றைய

யமுனைக்கும் சௌதங்குக்குமிடையே இருந்த படுகையில் மூன்று புராதன வறண்ட வாய்க்கால்களை அடையாளம் கண்டுகொண்டார். யமுனை நதி கிழக்கு நோக்கி நகர்ந்து சென்றதற்கான அதே அளவு சான்றுகளையும் கண்டுபிடித்தார்.[32]

பஞ்சாபிலும் ஹரியானாவிலும் கே.என்.தீட்சித் மூலம் 1967-லும் ஜகத்பதி ஜோஷி, மதுபாலா, ஜாஸூராம் ஆகியோரால் 1975-1980 வரையிலும் ஆய்வுகள் தொடர்ந்து நடத்தப்பட்டு, மேலும் புதிய இடங்கள் கண்டுபிடிக்கப்பட்டன.[33] இதே பிரதேசத்தை கேட்டி எஃப் தலால் (Katy F. Dalal) ஆர்.எஸ்.பிஷ்ட், வி.எஸ். வகான்கர் ஆகியோரும் ஆய்வு செய்துள்ளனர்.

இப்போது நாம் நதிப்படுகையில் மேலும் கீழே சென்று கோலிஸ்தான் பாலைவனத்துக்குத் திரும்பிச் செல்வோம். இங்குதான் ஆரல் ஸ்டெயின் முதன் முதலாக நிறுவப்பட்ட ஹரப்பா குடியிருப்புகளை சரஸ்வதியின் வறண்ட பாதையில் கண்டுபிடித்தார். இவரைத் தொடர்ந்து பாகிஸ்தானிய அகழ்வராய்ச்சியாளரான முகம்மது ரஃபீக் முகல் இந்தப் பகுதியில் எல்லையற்றுப் பரவியிருந்த, மணல்குன்று களையும் புதர்ச்செடிகளையும் 1974-ல் ஆய்வு செய்தார்.[34] நான்குக்கும் மேற்பட்ட வாட்டியெடுக்கும் பருவங்களில் இந்தப் பிரதேசத்துக்கு விஜயம் செய்த அவர் கோலிஸ்தானில் மொத்தம் 500 கிலோமீட்டர் பயணம் செய்தார். மண்பாண்டத் துண்டுகள், மண்ணாலான கைவினைப் பொருட்கள் ஏராளமாகக் கிடக்கும் பல்வேறு பகுதிகளை அடையாளம் கண்டார். இன்று ஆடு, மாடுகள் கூட வாழ முடியாத அளவுக்கு வெய்யில் சுட்டெரிக்கும் அந்தப் பிரதேசத்தில் ஒருகாலத்தில் வளமான வாழ்க்கை வாழப்பட்டிருந்தது என்பதற்கான சாட்சியம் இது.

தனது ஆய்வின் விளைவாக நகரமயமாதல் காலகட்டம், அதற்கு முன்னும் பின்னுமான காலகட்டங்கள் ஆகிய அனைத்தையும் சேர்ந்த 363 ஹரப்பா அகழாய்விடங்களை முகம்மது ரஃபீக் கண்டுபிடித்தார். இவையும் இந்தியாவில் கண்டுபிடிக்கப்பட்ட அகழாய்விடங்களும் ஒன்றாகச்சேர்ந்து சிந்து சமவெளி நாகரிகத்தைப் பற்றிய பாரம்பரிய மான சித்திரத்தை என்றென்றைக்குமாக மாற்றிவிட்டன.

மேற்சொன்ன 363 இடங்களில் 99 'ஹக்ரா பொருட்கள்' காலத்தைச் சேர்ந்தவை. (அதாவது பொ.யு.மு.3800-3000). இவை ஹரப்பா காலத்துக்கும் முற்பட்டவை (அதனால்தான் இந்த இடங்கள் கீழே இடம்பெற்றுள்ள அட்டவணையில் இடம்பெறவில்லை). இவற்றைத் தவிர, பிற்கால ஹரப்பா காலத்தைச் சேர்ந்த பதினான்கு வண்ணச்

சுடுமண் காலகட்ட இடங்களையும் முகம்மது ரஃபீக் அடையாளம் கண்டுகொண்டார். இவற்றையே அமலானந்த கோஷ் இந்தப் பள்ளத் தாக்கின் இந்தியப் பக்கத்தில் முதன் முதலாகக் கண்டுபிடித்திருந்தார்.

குஜராத்தில் மேற்கொள்ளப்பட்ட ஆய்வுகளிலிருந்தும் மிக முக்கிய மான செய்திகள் கிடைத்துள்ளன. 1954-ல் இந்திய அகழ்வாராய்ச்சி யாளர் எஸ்.ஆர்.ராவ் சில ஹரப்பா குடியிருப்புகளைக் கண்டுபிடித்தார். அஹமதாபாத்துக்கு அறுபது கிலோமீட்டர் தென்மேற்கிலுள்ள துறைமுகப்பட்டிணமான லோத்தல் பகுதியும் அதில் அடங்கும். அடுத்த ஆண்டில் அந்த இடங்களில் அகழாய்வு செய்தார். ஜே.பி.ஜோஷி 1964-லிருந்து சில ஆண்டுகளுக்கு கட்ச், சௌராஷ்டிரா ஆகிய பகுதிகளில் ஆய்வுகளை மேற்கொண்டார். தோலவிரா (1966-ல்), ஸர்கோத்தடா உட்பட பல இடங்கள் இந்த ஆய்வின் போது கண்டு பிடிக்கப்பட்டன. பி.பி.பாண்டியா, கிரிகரி பொஸ்ஸல், குல்தீப் பான் முதலான பலர் செய்த ஆய்வுகளின் மூலம் மேலும் பல இடங்கள் கண்டுபிடிக்கப்பட்டன.

மொத்தத்தில், இப்படி நடத்தப்பட்ட ஆய்வுகளின் எண்ணிக்கை மிகப் பிரமாண்டமாக இருந்தது. மேலும், இருபதாம் நூற்றாண்டின் அதி முக்கியமான அகழ்வாராய்ச்சிக் கண்டுபிடிப்புகளாக இவற்றையே சொல்லவேண்டும். ஆனால், துரதிருஷ்டவசமாக இப்படியான புகழுரையை நாம் கேட்டதே இல்லை. அதிலும் குறிப்பாக இந்தியாவில் இவற்றைக் கண்டுகொள்ளவே இல்லை. 1930-களில் தெரிய வந்திருந்த விஷயங்களையேதான் இன்றும் பள்ளி மாணவர்கள் படித்துக் கொண்டிருக்கின்றனர்!

ஸ்டெயினும் கோஷூம் இவர்களுக்குப் பிறகு வந்தவர்களும் கருதியதைப்போலவே நாமும் சரஸ்வதி நதிப்பிரதேசம் என்பது கக்கர்-ஹக்ரா நதியும் அதன் உபநதிகளும் பாய்ந்த படுகைதான் என்று எடுத்துக்கொண்டால், அங்கு சிந்து சமவெளி கலாசாரத்தைச் சேர்ந்த ஏறக்குறைய 2400 குடியிருப்புகள் கண்டுபிடிக்கப்பட்டுள்ளன. காலம் சென்ற இந்திய அகழ்வாராய்ச்சியாளரான எஸ்.பி.குப்தாவும் அவருடைய குழுவினரும் தந்துள்ள தரவுகளின் அடிப்படையில் ஆரம்பகட்டத்தைச் சேர்ந்தவை 640; நகரமயமாதல் கட்டத்தைச் சேர்ந்தவை 360. மீதமுள்ள 1400 பிற்கால ஹரப்பா காலத்தைச் சேர்ந் தவை (படம் 6.1) எனத் தெரியவந்துள்ளது.[35] மொஹஞ்ஜோ-தரோவிலிருந்து ஆயிரம் கி.மீ. தூரத்திலுள்ள இடங்களில் இத்தனை அதிக அளவில் குடியிருப்புகள் இருந்திருக்குமென்று யாரும் நினைத்துக்கூடப் பார்த்திருக்க மாட்டார்கள்.

அட்டவணை 6.1 சரஸ்வதி படுகையில் ஹரப்பா பகுதிகளின் பரவல் (ஜி.பொஸ்ஸல், எம். ரஃபீக் முகல் ஆகியோரின் தகவல்களையும் சேர்த்து எஸ்.பி.குப்தாவால் தொகுக்கப் பட்ட அட்டவணை)

சரஸ்வதி நிலப்பரப்பு (கிழக்கிலிருந்து மேற்காக)	ஆரம்ப ஹரப்பா காலம்	நகரமயமாதல் கட்டம்	பின்ஹரப்பா காலம்	மொத்தம்
ஹரியானா	558	114	1168	1840
இந்திய பஞ்சாப்	24	41	160	225
ராஜஸ்தான்	18	31	0	49
கோலிஸ்தான் (பாக்.)	40	174	50	264
மொத்தம்	640	360	1378	2378

ஆனால், அதோடு முடியவில்லை. மேலும் கிழக்கே 'தோஆப்' என்ற இடத்தில் (இரண்டு ஆறுகள்) அல்லது யமுனைக்கும் கங்கைக்குமிடையி லான மேல் பகுதியில் அதாவது இன்றைய உத்தரபிரதேசத்தின் வடக்குப் பகுதியில் நாற்பதுக்கும் மேற்பட்ட அகழாய்விடங்கள் கண்டுபிடிக்கப் பட்டுள்ளன. இவற்றுள் முப்பது இடங்கள் நகரமய அல்லது முழுவளர்ச்சி பெற்ற கட்டத்தைச் சேர்ந்தவை. கங்கைக்குக் கிழக்காக உள்ள பிரதேசங் களில் இதுவரை ஹரப்பா அகழாய்விடங்கள் கண்டுபிடிக்கப்பட வில்லை. வேறு வார்த்தைகளில் சொல்வதானால், தப்தி நதி சிந்து சமவெளி நாகரிகத்தின் தெற்கெல்லையாக இருப்பதுபோல் கங்கை நதிதான் கிழக்கெல்லையாக இருக்கிறது (மஹாராஷ்டிராவின் கோதாவரி நதிப்பரப்பில் தைமாபாத் போல் பிற்கால ஹரப்பா அகழாய்விடங்கள் கண்டுபிடிக்கப்பட்டுள்ளன. ஆனால், நகரமய கட்டத்தைச் சேர்ந்த ஒன்றுமே இதுவரை கண்டுபிடிக்கப்படவில்லை).

குஜராத்திலும் ஏராளமான 500-க்கும் மேற்பட்ட ஹரப்பா அகழாய் விடங்கள் இருக்கின்றன (பெரும்பாலும் கட்சிலும் சௌராஷ்டிரா விலும்). இவற்றுள் 300 நகரமயக் கட்டத்தைச் சேர்ந்தவை. ஆரம்ப காலகட்டத்தைச் சேர்ந்தவை அங்கு மிகக்குறைவாகவே உள்ளன.

சுருக்கத்தில், பிரதான சிந்து சமவெளிப் பிரதேசத்துக்கு வெளியே மேற்கொள்ளப்பட்ட அகழாய்வுகள் ஹரப்பாவின் பரப்பைப் பெரு மளவில் விசாலமாக்கியிருக்கின்றன. 6.2 அட்டவணையில் தரப் பட்டிருக்கும் சித்திரத்தின் அடிப்படையில் பார்த்தால் இன்று ஹரப்பா அகழாய்விடங்களின் எண்ணிக்கை 3700ஆக உயர்ந்துள்ளது. இந்தியப் பிரிவினை நேரத்திலிருந்த நாற்பது சொச்சம் இடங்கள் என்பதில் இருந்து இது எவ்வளவோ அதிகம்.

அட்டவணை 6.2. ஹரப்பா பகுதிகளின் ஒட்டுமொத்த பரவல்[37]

துணைக்கண்டத்தின் பிரதேசங்கள்	ஆரம்ப ஹரப்பா காலம்	நகரமயமாதல் கட்டம்	பின்ஹரப்பா காலம்	மொத்தம்
சரஸ்வதி நதிப்பரப்பு (அட்டவணை 6.1)	640	360	1378	2378
உத்தரப் பிரதேசம்	2	32	10	44
இமாச்சலப் பிரதேசம், ஜம்மு, தில்லி	1	-	4	5
குஜராத்	11	310	198	519
பாகிஸ்தானின் சிந்து நதிப்பரப்பு; வட மேற்குப் பிரதேசங்கள்*	385	438	12	835
மொத்தம்	1039	1140	1602	3781

இங்கு நாம் சில விஷயங்களை முக்கியமாகக் கவனத்தில்கொள்ள வேண்டும். மேலே கொடுக்கப்பட்டுள்ள இரு அட்டவணைகளும் தனித்தனியான இடங்களைக் குறிப்பதாக எழுத்துக்கொள்ளமுடியாது. ஏனெனில், ஒரு குறிப்பிட்ட இடம் இரண்டு காலகட்டங்களைச் சேர்ந்த தாக இருந்தால் இரண்டு இடங்களாகக் கணக்கிடப்பட்டிருக்கும். மூன்று காலகட்டத்தையும் சேர்ந்ததாக இருந்தால் மூன்றாகக் கணக் கிடப்பட்டிருக்கும். எனவே, உண்மையான இடங்களின் எண்ணிக்கை என்பது 2000-லிருந்து 2500க்கு உள்ளாகவேதான் இருக்கும். வேறு தவறுகளும் நடந்திருக்கலாம். ஒன்றுக்கு இரண்டாகக் குறிப்பிடப் பட்டிருப்பது நீங்கலாக, பெரும்பாலான இடங்கள் மேற்புற அடுக்கு களின் ஆய்வின் மூலமே அல்லது அதிகபட்சம் ஒரு பரிசோதனைக் குழி தோண்டியே அடையாளம் காணப்பட்டிருக்கின்றன. இதனால், 'பிற்கால' கட்டத்தைச் சேர்ந்ததாக அடையாளம் காணப்பட்டிருக்கும் இடங்களில் முந்திய காலகட்ட தடயங்கள் மறைந்து இருக்கக்கூடும். கோலிஸ்தான் பற்றி முகல் சொன்ன வார்த்தைகளில் சொல்வதானால், மக்கள் நெருக்கம் நிறைந்த பகுதிகளில் சில குடியிருப்புகள் தற்காலிகமானவையாக அல்லது 'முகாம் பகுதி'களாக இருந்திருக் கலாம். இவை எல்லாம் உண்மையான குடியிருப்பு என்ற தகுதியைப் பெறலாம் அல்லது பெறாமல்கூடப் போகலாம்.[38] கடைசியாக, இந்தியாவிலும் பாகிஸ்தானிலும் சமீபகாலத்தில் கண்டுபிடிக்கப்பட்ட

---

* மேற்குப் பிரதேசங்கள் என்பதில் வடக்கில் இருந்து தெற்காக ஸ்வாத் பள்ளத்தாக்கு, வட மேற்கு எல்லைப் பகுதி, வாசிரிஸ்தான், ஜோப், பலூசிஸ்தான், மக்ரான் கடலோரம் ஆகியவை அடங்கும்.

இடங்களைக் கணக்கில் எடுத்துக்கொள்ள முயன்றிருக்கிறேன். சில விடுபட்டும் போயிருக்கலாம். தவிர, மேலும் பல புதிய இடங்கள் அவ்வப்போது கண்டுபிடிக்கப்பட்டுவருகின்றன.[39]

ஆகவே, இந்த இரு அட்டவணைகளிலும் கொடுக்கப்பட்டுள்ள எண்ணிக்கையை முழுவதும் சரியென எடுத்துக்கொள்ளக்கூடாது. ஆனால், ஹரப்பா நாகரிகம் பரவியிருக்கும் விதம் தொடர்பான விவரங்கள் பெரிதும் மாற வாய்ப்பில்லை. எண்ணிக்கைகளைவிட இதுதான் நமக்கு மிகவும் முக்கியம்.

ஆக, 'காளான்கள்போல்' பெருகிவரும் இந்த ஹரப்பா அகழாய்விடங்களில் இருந்து நாம் என்ன முடிவுக்கு வரமுடியும்?

'சிந்து - சரஸ்வதி நாகரிகம்'

முதலாவது, வார்த்தைப் பிரயோகம் சம்பந்தமான கடினமான சிக்கல்: சிந்து சமவெளி நாகரிகத்தை 'சிந்து சமவெளி'யோடு மட்டும் இனியும் குறுக்கிவிடமுடியாது என்பதில் எந்த சந்தேகமும் இல்லை. நாம் நகரமயக்கட்டத்தை மட்டும் கணக்கிலெடுத்துக் கொண்டாலும்கூட பலூசிஸ்தானில் 129 ஹரப்பா அகழாய்விடங்கள் உள்ளன. மொஹஞ்ஜோ-தரோவை உள்ளடக்கியிருக்கும் சிந்து பிரதேசத்தில் 108-ம் குஜராத்தில் 310-ம் உள்ளன. ஆனால், சரஸ்வதி நதிப்பரப்பில் மட்டுமே 360 அகழாய்விடங்கள், அதாவது சிந்துவைவிட சுமார் நான்கு மடங்கு அதிகமாக உள்ளன. அட்டவணை 6.3-ல் இந்த நான்கு இடங்களில் நகரமயக்கட்ட ஹரப்பா இடங்களின் பரவல் தரப்பட்டுள்ளது.

அட்டவணை மற்றும் படம் 6.3. முழு வளர்ச்சி அடைந்த ஹரப்பா பகுதிகளின் பிராந்திய அளவிலான பரவல்

பிரதேசம்	நகரமயக்கட்ட இடங்களின் எண்ணிக்கை	சதவிகிதம்
சரஸ்வதி நதிப்பரப்பு (ஹரியானா, இந்திய பஞ்சாப், வட ராஜஸ்தான், கோலிஸ்தான்)	360	32%
குஜராத்	310	28%
பலூசிஸ்தான்	129	11%
சிந்து	108	9%
பஞ்சாப்(பாகிஸ்தான்)[41]	60	5%
மற்றவை	173	15%
மொத்தம்	1140	100%

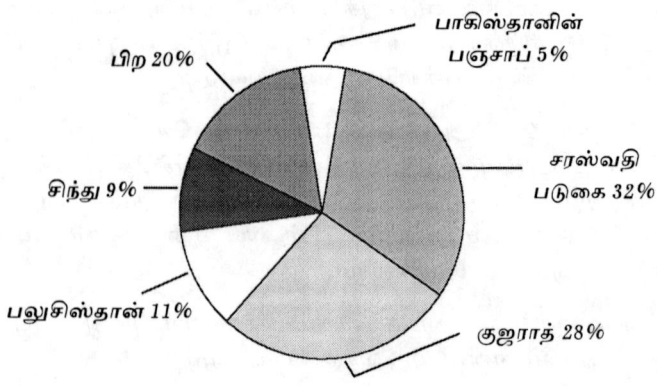

அட்டவணை 6.3-ன் கடைசி நிரல் மிகவும் தெளிவாக ஒரு விஷயத்தைச் சொல்கிறது. அதாவது, மொத்தமுள்ள நகர்மய ஹரப்பா அகழாய்விடங்களில் மூன்றில் ஒரு பங்கு சரஸ்வதி நதிப்பரப்பிலும் கால்பாகத்துக்கு மேல் குஜராத்திலும் மட்டுமே உள்ளன. சுருக்கத்தில், இந்த இரு இடங்களில் மட்டும் நகரமயக் கட்டத்தைச் சேர்ந்த அகழாய்விடங்களில் அறுபது சதவிகிதம் உள்ளன. ஆகவே, இந்த நாகரிகத்தை 'சிந்து நாகரிகம்' என்று சொல்வது சரியல்ல. 'சிந்து சமவெளி நாகரிகம்' என்று சொல்வதுகூட அதைவிடத் தவறுதான். இந்தப் பிரச்னையில் இருந்து தப்ப எளிய வழி முதன் முதலாக அடையாளம் கண்டுபிடிக்கப்பட்ட இடத்தின் பெயரால் இதனை 'ஹரப்பா நாகரிகம்' என்று வர்ணிப்பதுதான் உச்சிதமாக இருக்கும். கொஞ்சம்போல வழக்கொழிந்துபோய் விட்டது என்றாலும் பெரும்பாலான அகழ்வாராய்ச்சியாளர்கள் இந்தப் பெயரைத்தான் உபயோகிக்கின்றனர். ஆனால், அது இந்த நாகரிகம் பரவியிருந்த நிலப்பரப்பின் விரிவைப் புரிந்துகொள்ள உதவுவதில்லை. இந்த நிலப்பரப்புதான் அந்த நாகரிகத்தின் முக்கிய அம்சமாக இருக்கிறது.

ஜெ.எம்.கெனோயர் இதுவரை வெளிச்சத்துக்கு வந்துள்ள செய்திகளை மிகச் சுருக்கமாக, அழகாகத் தொகுத்துக் கூறியிருக்கிறார் (1998):

> 'சிந்து நதியைத்தவிர சரஸ்வதி அல்லது கக்கர் - ஹக்ரா என்ற மற்றொரு புராதன நதி அந்தச் சமவெளியின் கிழக் கெல்லையில் பாய்ந்தோடியிருக்கிறது. கோலிஸ்தான், ராஜஸ்தான் பாலைவனங்களில் மேற்கொள்ளப்பட்ட ஆய்வுகளிலிருந்து இந்தப் புராதன நதியின் கரைகளில் பொ.யு.மு.4000 முதல் பொ.யு.மு.1000 வரையுள்ள கால அளவில் ஏராளமான குடியிருப்புகள் இருந்ததாகத்

தெரியவந்துள்ளது... இந்தப் புராதன நதியைப் பற்றி நமக்கு இப்போது தெரியுமாதலால், இந்தப் பிரதேசத்தில் நிலவி வந்த கலாசாரத்தைச் சில அறிஞர்கள் 'சிந்து-சரஸ்வதி நாகரிகம்' என வர்ணிக்கிறார்கள்.'[42]

அகழ்வாராய்ச்சி நிபுணர் எஸ்.பி.குப்தாதான் இந்தப் புதிய பெயரை முதன் முதலில் 1989-ல் முன்வைத்தார். முகல் மற்றும் பிற ஆய்வாளர்களின் கண்டுபிடிப்புகள் பற்றி ஹரப்பா சமுதாயத்தில் ராணுவ அம்சங்கள் இல்லாமல் இருந்தது தொடர்பாக நாம் முன்பே பார்த்த ஆய்வாளர் ஜேன் மெக்கிண்டாஷ் இவ்வாறு எழுதுகிறார்:

> 'சரஸ்வதி' என்று அடையாளம் கண்டுகொள்ளப்பட்ட நதியின் வறண்ட பாதையில் நம்ப முடியாத அளவுக்கு எண்ணற்ற குடியிருப்புகள் கண்டுபிடிக்கப்பட்டுள்ளன... 'சிந்து சமவெளி நாகரிகம்' என்று சொல்வது தவறு என்பது இப்போது நமக்கு நன்கு தெரியவருகிறது. இந்த நாகரிகத்தின் வளர்ச்சியில் சிந்து நதிக்குப் பெரும்பங்கு இருந்திருக்கலாம். ஆனால், 'காணாமற்போன' சரஸ்வதி நதியின் கரைகளில் இருந்த அதிக அளவிலான குடியிருப்புகளைப் பார்க்கும்போது இந்த நாகரிகத்தின் வளர்ச்சியிலும் செழிப்பிலும் சிந்து நதிக்குச் சமமான அல்லது அதற்கும் அதிகமான பங்கு சரஸ்வதி நதிக்கு இருந்திருப்பது தெரியவருகிறது.'

இந்த நாகரிகத்தை எப்படி அழைப்பது என்பது தொடர்பான பிரச்னையில் மெக்கின்டாஷ் கீழ்க்கண்டவாறு சொல்ல இதுவே வழிவகுத்திருக்கிறது:

> 'இந்த ஆரம்ப காலகட்டத்தை 'சிந்து சரஸ்வதி நாகரிகம்' என்று பலர் வர்ணிக்கின்றனர். ஆகவே (எனது புத்தகத்தில்) 'சிந்து சமவெளி நாகரிகம்' என்று எழுதியிருப்பதில் சரஸ்வதியும் உட்படும் என்றே புரிந்துகொள்ள வேண்டும்.'[43]

ஹரப்பாவின் வரலாற்றில் சரஸ்வதியின் பங்கு இத்தனை தெளிவாக இருந்தாலும் 'சிந்து-சரஸ்வதி நாகரிகம்' என்ற பெயர் செல்வாக்குப் பெறவில்லை. நீண்ட காலமாக உபயோகித்து வந்த பெயரை மாற்றுவதற்கு ஏற்படும் தயக்கம் நீங்கலாக வேறு காரணங்களும் உள்ளன.

முதல்காரணம்: இந்தப் புதிய பெயரும்கூட பலூசிஸ்தானிலும் குஜராத்திலும் இருக்கும் (குறிப்பாகச் சொல்வதானால் யமுனைக்குக் கிழக்கே

யும் உள்ள) எண்ணற்ற அகழாய்விடங்களை உள்ளடக்கவில்லை. இருப்பினும் 'சிந்து சமவெளி நாகரிகம்' என்பதைவிட 'சிந்து சரஸ்வதி' என்ற பெயர் பெரும்பாலான இடங்களை உள்ளடக்கியதாகத்தான் இருக்கிறது.

இரண்டாவது காரணம்: சிந்து நதித்தடத்தையொட்டி குறைவாகவும் சரஸ்வதி நதியின் தடத்தில் கூடுதல் புராதனக் குடியிருப்புகள் இருப்பதாகச் சொல்வது ஒருவகையான தோற்றப் பிழையே என்று சில அகழ்வாராய்ச்சியாளர்கள் கூறுகிறார்கள். அகழ்வாராய்ச்சித் துறை பேராசிரியரான, குறிப்பாக சிந்து சமவெளி நாகரிகத்தைப் பற்றி ஆய்வு செய்து கட்டுரைகள் எழுதியுள்ள பேராசிரியர் ஷெரீன் ரத்னாகரின் கருத்தின்படி, 'கக்கர் -ஹக்ரா நதிக்கரைகளில் இருக்கும் ஹரப்பா அகழாய்விடங்களின் எண்ணிக்கை நிபுணர்கள் சொல்வதைவிடக் குறைவாகவே உள்ளது. சரஸ்வதி பள்ளத்தாக்கைப் பொறுத்தவரையில் அங்குள்ள இடங்கள் உள்ளூர்க் கலாசாரத்தைப் பிரதிபலிப்பனவாகத் தான் உள்ளன. அவற்றில் ஒரு சில மட்டுமே ஹரப்பாவுடனான தொடர்பை வெளிப்படுத்துகின்றன. ஒப்பீட்டளவில், முழு வளர்ச்சி யடைந்த ஹரப்பா பகுதிகள் மிகக் குறைவானவையே.'[44]

இந்தக் கருத்து சரியல்ல. ஏனெனில் 'உள்ளூர் கலாசாரம்' என்று வர்ணிக்கப்பட்டது ஹரப்பா கலாசாரத்தின் ஒரு மாறுபட்ட பிராந்திய வடிவமாகக்கூட இருந்திருக்கலாம். பலூசிஸ்தானிலும் குஜராத்திலும் இப்படிப்பட்ட மாற்றங்கள் அகழ்வாராய்ச்சியாளர்களுடைய கவனத் துக்கு வந்துள்ளன. ஆனால், அவற்றை ஹரப்பா கலாசாரத்தின் ஒரு பகுதி அல்ல என்று ஒருபோதும் விலக்கிவைப்பதில்லை.

உண்மையில், சரஸ்வதி நதிப்படுகையில் இருக்கும் ஹரப்பா பகுதி களின் அடையாளம் பற்றி கோஷ், ஜோஷி, முகல், பான் ஆகியோர் தெரிவித்திருக்கும் கருத்துகளை மறுதலிக்க, இவர்கள் அனைவருடைய நிபுணத்துவம் பற்றிய சந்தேகம் இருந்தால் ஒழிய பெரிதாக எந்த வாய்ப்பும் இல்லை. எனக்குத் தெரிந்தவரை வேறு எந்த ஆய்வாளர் களும் அவர்களைத் திறமையற்றவர்களாகக் குறிப்பிட்டதே இல்லை. இவர்களுடைய ஆய்வு முடிவுகள், எங்கெல்லாம் தொடர்ந்து அகழாய்வுகள் செய்யப்பட்டுப் பார்க்கப்பட்டுள்ளனவோ அங்கெல் லாம் உறுதி செய்யப்பட்டுள்ளன. இவர்கள் அகழ்வாராய்ச்சி செய்த ராக்கிகர், பனவாலி, காலிபங்கன், லோத்தல், ஸர்கோத்தடா, தோலவிரா ஆகியவை இந்த நிபுணர்களுடைய ஆய்வுத்திறமையைப் பறைசாற்றுகின்றன. மேலும், இங்கு ஆய்வு செய்யப்பட்ட அகழாய் விடங்களில் டஜன் கணக்கிலானவை ஹரப்பா காலத்தைச் சேர்ந்தவை எனத் தவறாகச் சொல்லப்பட்டிருந்தாலும்கூட (அதற்கு வாய்ப்பே

இல்லை) ஆய்வுகளில் கண்டுபிடிக்கப்பட்ட இடங்களின் மொத்த எண்ணிக்கையில் பெரிதாக ஒரு மாற்றமும் வரப்போவதில்லை.

ஷெரீன் ரத்னாகர் தன் தரப்பை நியாயப்படுத்த மேலும் ஒரு விஷயம் சொல்கிறார். 'சிந்து நதிக்கு அருகிலிருந்த பல இடங்கள் வெள்ளப் பெருக்கு ஏற்பட்டபோதோ நதி திசைமாறிச் சென்றபோதோ அழிந்து போயிருக்கலாம்'.[45] இந்தக் கருத்து கூடுதல் வலுகொண்ட ஒன்றுதான். சிந்து நதி அடிக்கடி திசை மாறி ஓடியதை முன்பே பார்த்திருக்கிறோம். பல இடங்களின் இடிபாடுகள் அந்த நதியின் மண்ணுக்கடியில் புதைந்திருக்கலாம் என்பதும் சரியாக இருக்கலாம். ஆனால், வலுவான ஆதாரங்கள் எதுவும் இல்லாதவரையில் அவற்றின் எண்ணிக்கை வெறும் யூகமாகவே இருக்கும். அப்படியே சிந்து நதி நூற்றுக் கணக்கான ஆய்விடங்களை அழித்திருந்தாலும், 'சரஸ்வதி கலாசார இடங்க'ளின் இருப்பை அவை இல்லாமல் ஆக்கிவிடமுடியாது. 'சிந்து-சரஸ்வதி' என்ற பதப்பிரயோகத்தை குப்தா முன்வைத்திருக் கிறார். கெனோயர் குறிப்பிட்டிருக்கிறார். மெக்கிண்டோஷால் ஏற்றுக்கொள்ளப்பட்டிருக்கிறது. இவர்கள் யாரும் சிந்துவை எந்தவகையிலும் விலக்கவே இல்லை.

சரஸ்வதி நதியோரத்தில் 'ஏராளமான குடியிருப்புகள்' என்ற கெனோயரின் குறிப்பானது 1998-ல் அவர் எழுதிய 'சிந்து சமவெளி நாகரிகத்தின் புராதன நகரங்கள்' (Ancient Cities of the Indus Valley Civilization) என்ற கட்டுரையில் இடம்பெற்றிருக்கிறது. இந்த விஷயத்தை மிகச் சிறந்த முறையில் மக்களுக்கு அறிமுகப்படுத்தும் படைப்புகளில் ஒன்றான அது ஹரப்பாவின் சமூக வாழ்வு, தொழில் நுட்பம், கைவினைக் கலைகள் ஆகியவற்றைப் பற்றித் தெளிவாக எடுத்துரைக்கிறது. ஆனால் 2006-ம் ஆண்டில் எழுதிய ஒரு கட்டுரையில், தான் முதலில் எழுதியது சரிதானா என்ற சந்தேகத்தை அதே கெனோயர் தெரிவித்திருக்கிறார். இதற்கு அவர் சொல்லும் காரணம் இதுதான்; 'இந்த வறண்ட நதியின் கரையிலுள்ள இடங்கள் ஒப்பீட்டளவில் மிகச் சிறியதாக இருந்தன. இங்கிருந்த பெரிய இடங்கள்கூட சிந்து நதி மற்றும் அதன் உபநதிகளின் கரைகளிலிருந்ததைப் போல பெரியதாக இருக்கவில்லை'.[46]

கெனோயரைப் போன்ற அனுபவம் மிக்க ஓர் ஆய்வாளர் இப்படிச் சொல்வது ஆச்சரியமூட்டுகிறது. ஏனெனில், கிரிகரி பொஸ்ஸல் சமீபத் தில் வெளியிட்ட விவரங்களின்படி சரஸ்வதி நதிப்பிரசேத்திலிருந்த ஹரப்பாவின் முழுவளர்ச்சியடைந்த அகழாய்விடங்களின் சராசரிப் பரப்பு 13.5 ஹெக்டேராக இருந்தது. ஆனால், சிந்து நதிப்பிரதேச இடங்கள் 8 ஹெக்டேர் அளவுதான் இருந்தன. அப்படிப் பார்க்கும் போது சிந்து நதியின் கரையில் இருப்பவைதான் 'ஒப்பீட்டளவில்

சிறியதாக’ இருக்கின்றன. ஹரியானாவில் சரஸ்வதி நதிப்பரப்பிலுள்ள ராக்கிகரியில் ஏழு குன்றுகள் இருக்கின்றன. அதன் மொத்தப் பரப்பு 105 ஹெக்டேர்.

முழு வளர்ச்சிக் கட்டத்துக்கு முன்பே சரஸ்வதி நதிப்பரப்பில் 640 ஆரம்பகட்ட ஹரப்பா அகழாய்விடங்கள் இருந்ததாகக் கண்டுபிடிக்கப் பட்டுள்ளன. (அதாவது, அந்தக் காலகட்டத்தைச் சேர்ந்ததாகக் கண்டு பிடிக்கப்பட்டிருப்பவற்றின் மொத்த எண்ணிக்கையில் 63% பார்க்க: 6.2) அவற்றில் நான்கு இடங்களின் பரப்பு 20 ஹெக்டேர் அளவில் இருந்தது.[48]

இதில் இருந்து என்ன தெரியவருகிறதென்றால், இந்தப்பகுதி நகரமய மாதல் கட்டத்தின் தொடக்கத்தில் ‘குடியேற்ற’ பகுதியாக ஆக்கப் பட்டிருக்கவில்லை. மாறாக, தனித்தனியாக இருந்த இடங்கள் ஒரு காலத்தில் ஒன்று சேர்ந்ததன் விளைவாக, வடமேற்கு இந்தியாவில் பெரும்பாலான இடங்களில் ஹரப்பாவின் நகரமயமாதல் கட்டம் உருப்பெற்றதன் அங்கமாகவே அந்தப் பகுதிகள் உருவாகியிருக்கின்றன.

இது இப்படி இருக்கும்போது ‘சிந்து-சரஸ்வதி’ நாகரிகம்’ என்ற வார்த்தையை நாம் ஏன் உபயோகிக்க முடியவில்லை? இதற்கான முக்கிய காரணம் சிவனின் ஜடாமுடியில் கங்கை சிறைப்பட்டதுபோல் ஆரிய விவகாரத்தில் சரஸ்வதி நதியும் அகப்பட்டுக்கொண்டதுதான். இந்தத் தொன்ம நதி அதில் இருந்து திமிறிக்கொண்டு வெளியே பாய முடிகிறதா என்பதைப் பார்க்க இந்தப் புத்தகத்தின் கடைசிப் பாகம் வரைக் காத்திருப்போம்.

அதுவரை இந்தியப் பிரிவினைக்குப் பிறகு கண்டுபிடிக்கப்பட்ட விஷயங் களில் இருந்து தெரியவந்திருக்கும் முக்கிய விஷயத்தைப் பார்ப்போம். ‘சிந்து சரஸ்வதி நாகரிகம்’ என்ற பெயர் அகழ்வாராய்ச்சி ஆவணங்களைப் பொறுத்தவரை சரியானதாக இருந்தாலும் அந்த வார்த்தைக்கு அத்தனை முக்கியத்துவம் கொடுக்க வேண்டியதில்லை. மேலும் அது காலப்போக்கில் ஒரு தீர்வுக்கு வந்துவிடும். நாம் இப்போது தெரிந்து கொள்ள வேண்டியதெல்லாம் இந்தக் கலாசாரத்தின் மையப்புள்ளி ஒன்றல்ல; பலூசிஸ்தான், சிந்து நதிப்பரப்பு, சரஸ்வதி நதிப்பரப்பு, குஜராத் என்று பல மையப்புள்ளிகள் இருந்தன என்பதுதான்.

அகழ்வாராய்ச்சியின் தீர்ப்பு

கக்கர் நதி அந்தப் பிரதேசத்திலிருந்து மறைந்ததுதான் அங்கு ‘மக்கள் தொகை குறைவு’ நிகழக் காரணம் என்று குற்றம்சாட்டும் செவிவழிக் கதை மரபை 1820-ல் டாட் பதிவு செய்திருந்ததைப் பார்த்தோம். இதே

வார்த்தையை கால்வின் பயன்படுத்தியிருந்தார். ஸி.எஃப் ஓல்தாம், ஆர்.டி.ஓல்தாம் ஆகியோரும் இம்மாதிரியான கருத்தையே தெரிவித் திருந்தனர். 'ஒரு காலத்தில் கக்கர் நதி ஒரு வளமான செழிப்பான பிரதேசத்தினூடே பாய்ந்தோடிச் சென்றது' என்று டெஸிட்டரி குறிப் பிட்டுள்ளார். அந்தப் பிரதேசத்தில் மேற்கொள்ளப்பட்ட அகழ் வாராய்ச்சிகள் தங்கள் கருத்தை உறுதிப்படுத்தியதைப் பார்த்து அந்த ஆரம்பகட்ட அகழ்வாராய்ச்சியாளர்கள் மிகவும் சந்தோஷப்பட்டிருப் பார்கள். எம்.ரஃபீக் முகலைப் பொறுத்தவரையில்,

> 'ஹக்ரா நதி பாய்ந்தோடிய இடங்களில் பொ.யு.மு.4000 முதல் பொ.யு.மு.2000 வரை மக்கள் தொகை பெரு மளவில் இருந்தது என்தை புதைபொருள் ஆய்வுகளி லிருந்து கிடைத்த சான்றுகள் எடுத்துச் சொல்கின்றன' [49]

ஒரு சில கிணறுகள் நீங்கலாக இன்று பெரிதும் வறண்டு கிடக்கும் ஹக்ரா நதிப்படுகையில் 'சரஸ்வதி கலாசார காலத்தில் அந்த சரஸ்வதி நதி வற்றிப்போயிருந்தால்' மக்கள் பெருமளவில் வாழ்ந்திருக்க முடி யாது என்று அமலானந்த கோஷ் சொன்னதைப் பார்த்தோம். ராஜஸ் தான் ஆய்வுகளில் முழு வாழ் நாள் அனுபவமுள்ள முன் சரித்திர கால ஆய்வாளரும் மிகச் சிறந்த அகழ்வாராய்ச்சியாளருமான வி.என்.மிஸ்ரா வும் அகழ்வாராய்ச்சி ஆய்வு முடிவுகளின் சாராம்சத்தைக் கீழ்கண்ட வாறு தெரிவித்திருக்கிறார்:

> 'சரஸ்வதி நதி ஆண்டு முழுவதும் வற்றாமல் பாய்ந் தோடியிருக்கவேண்டும். இல்லையென்றால் அந்தப் பிரதேசத்தில் முன் சரித்திரக் காலக் குடியிருப்புகள் சுமார் பொ.யு.மு.4000-பொ.யு.மு.1500 வரை செழித்து வளர்ந் திருக்க வாய்ப்பே இல்லை' என்கிறார்.[51]

வேறு பல அகழாய்வு நிபுணர்களும் இந்த முடிவை ஏற்றுக்கொள் கிறார்கள். கக்கர்-ஹக்ரா நதிதான் 'வேத கால ஆரியர்களின் புனித சரஸ்வதி நதியுடன் பெரிதும் அடையாளப்படுத்தப்படுகிறது' என்பதை வாசகர்களுக்கு நினைவுபடுத்தும் ரஃபீக் முகல், 'புராதன காலங்களில் கக்கர் ஒரு பிரமாண்ட நதியாக இருந்திருக்க வேண்டும். அது தனி யாகவே (சிந்து நதியுடன் இணையாமல்) கட்ச் ரண் பிரதேசத்தின் எல்லையில் பாய்ந்தோடியிருக்கவேண்டும்' என்று உறுதியாகச் சொல்கிறார்.[52]

ஆனால், பொ.யு.மு.1500 வரை கக்கர்-ஹக்ரா வற்றாத நதியாக இருந்தது என்பதை முகல் ஒப்புக்கொள்ளவில்லை. இந்த 'பிரமாண்ட நதி' பாய்ந்த இடங்களில் இருக்கும் அகழ்வாராய்ச்சிப் பகுதிகளின்

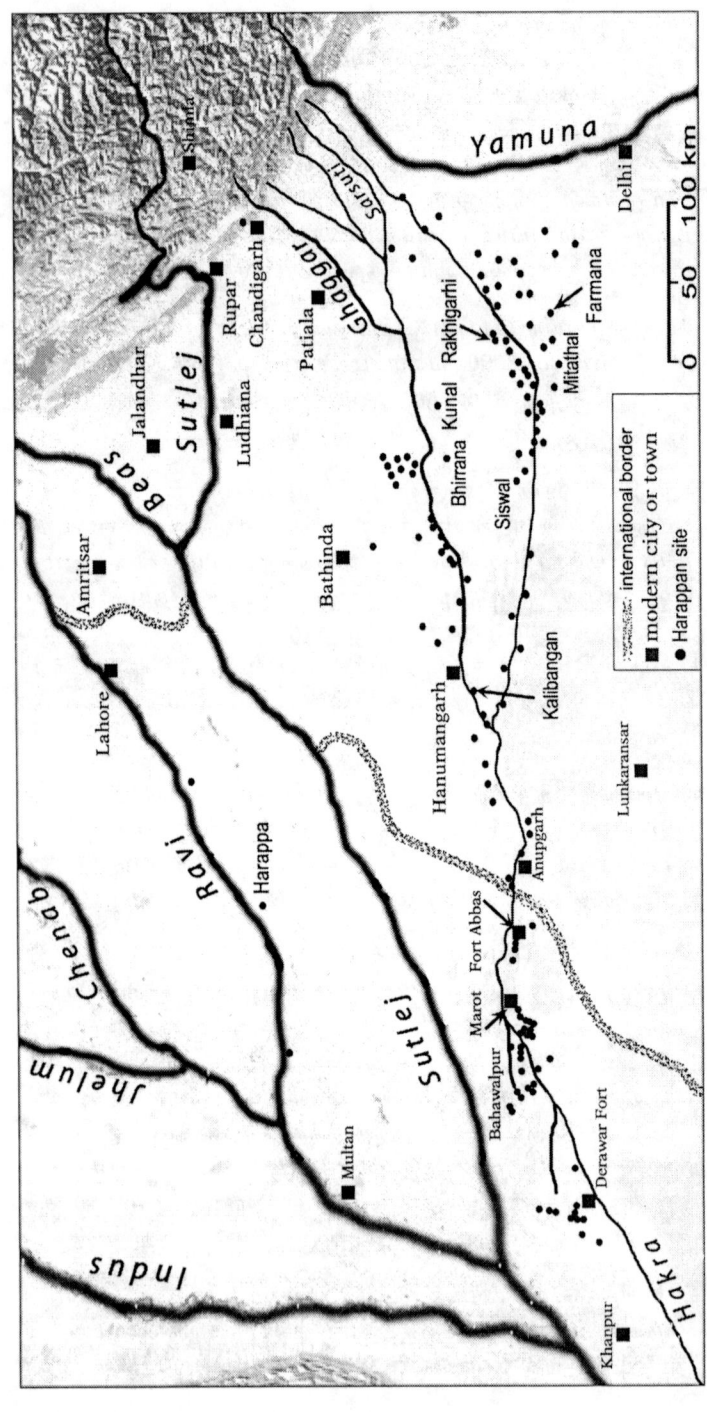

படம் 6.7: சரஸ்வதி நதிப்படுகையில் ஆரம்பகட்ட ஹரப்பா இடங்கள்.[50]

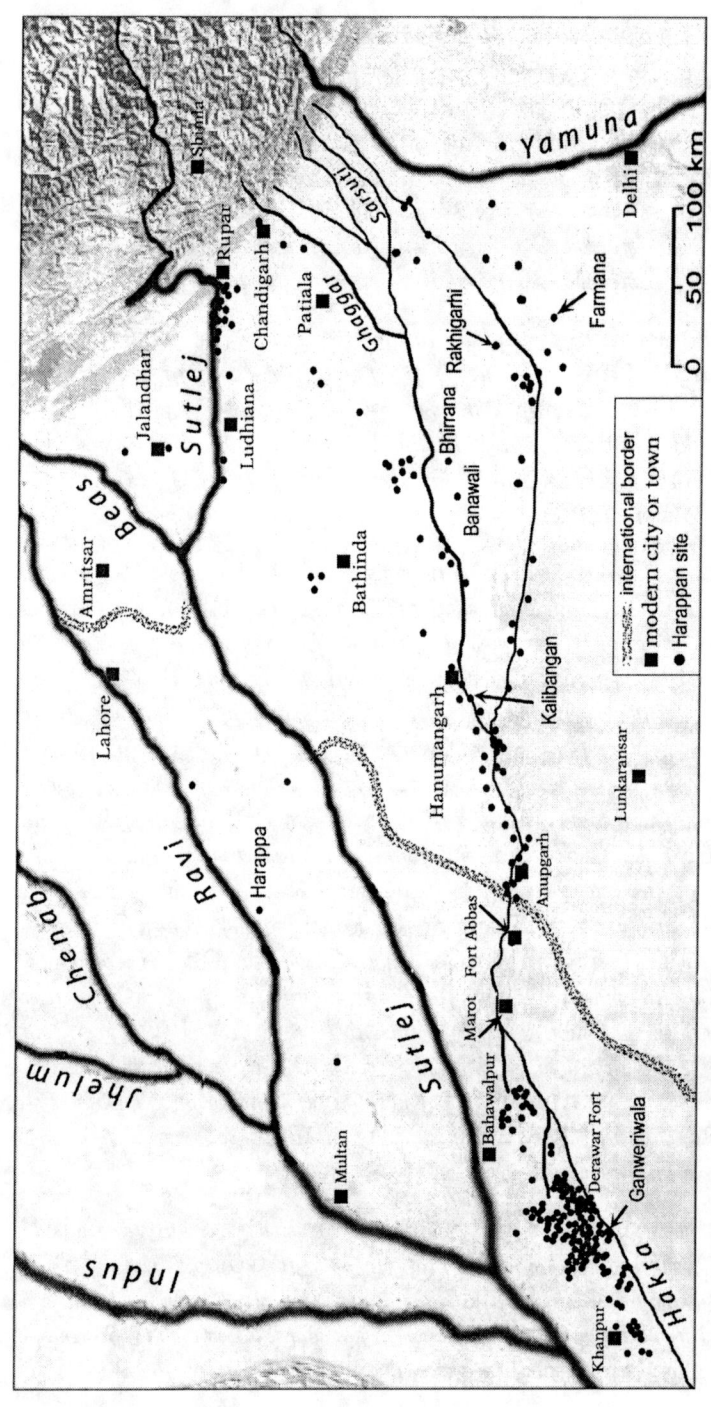

படம் 6.8 : கோலிஸ்தான் பாலவனத்தில் முழு வளர்ச்சி கட்ட ஹரப்பா இடங்கள்.

பரவலைப் பார்த்தாலே அதன் வளர்ச்சியைப் புரிந்து கொள்ள முடியும்: படம் 6.7, படம் 6.8 ஆகியவற்றை லேசாகப் பார்த்தாலே போதும், கோலிஸ்தானில் இருக்கும் ஆரம்பகட்ட அகழாய்விடங்கள் இந்தியா-பாகிஸ்தான் எல்லை வரை நீண்டிருந்ததையும், முழு வளர்ச்சியடைந்த கட்டத்தைச் சேர்ந்த அகழாய்விடங்கள், ஹக்ரா அந்த எல்லைவரை பாய்ந்தோடாததாலோ என்னவோ, தென்மேற்குத் திசை நோக்கி நகர்ந்திருப்பதையும் தெரிந்துகொள்ளமுடியும். எனவே, முகல் தெரிவிப்பது என்னவென்றால்:

> *'பாகிஸ்தானில் அகழ்வாராய்ச்சி மூலம் கிடைத்துள்ள சான்றுகளின்படி பொ.யு.மு.4000-லும் (ஹக்ரா கால கட்டம்) பொ.யு.மு.3000-ன் முதற்பகுதியிலும் (ஆரம்ப ஹரப்பா காலகட்டம்) பவல்பூரில் பாய்ந்த ஹக்ரா ஒரு வற்றாத நதியாகத்தான் இருந்தது என்பது சந்தேகமற நிரூபிக்கப்பட்டுள்ளது.'*[53]

'முழு வளர்ச்சி கட்டத்தின் தொடக்கத்தில் (பொ.யு.மு.2600-ல்) நீர் நிலைகள் தொடர்பான இரு நிகழ்வுகள் ஹக்ராவின் நீரோட்டத்தைப் பாதித்தன. ஒன்று, சௌதங் (அல்லது த்ருஷத்வதி) நதியின் நீர் யமுனையில் கலந்துவிட்டது. இதன் மூலம் கக்கர் நதியின் நீரோட்டம் குறைந்தது. இரண்டாவது, இந்தியா பாகிஸ்தான் எல்லையிலுள்ள வல்ஹரில் ஹக்ராவுக்கு வந்து கொண்டிருந்த சட்லெஜ் நதியின் ஒரு கிளை வற்றிப்போனது. இதைத்தான் ஸ்டெயின் குறிப்பிட்டிருந்தார் (பக்: 174) இதன் விளைவாக சர்வதேச எல்லைக்கோட்டருகே முழு வளர்ச்சியடைந்த காலகட்டத்து அகழாய்விடங்களின் எண்ணிக்கை மிகக் குறைவாகவே உள்ளது. இருப்பினும், தெற்கே உள்ள வேறொரு கிளை நதி வழியாக சட்லெஜின் நீர் ஹக்ராவுக்கு வந்து கொண்டு தானிருந்தது. தேராவர் அருகே ஆய்விடங்கள் பெரிய அளவில் இருப்பதற்கும் அந்தப் பகுதி செழித்து வளரவும் இந்த நீரோட்டம் பெருமளவில் உதவியது.[54] இது படம் 6.8-ல் மிகத் தெளிவாகத் தெரிகிறது. தேராவரில் ஹக்ராவின் நீரோட்டம் குறைந்து கடலில் கலக்க முடியாமல் போய்விடவே பல வாய்க்கால்களாகப் பிரிந்தது. இதன் விளைவாக தேராவருக்குத் தென்மேற்கில் ஒரு டெல்டாப் பிரதேசம் உருவாகியது.

சரஸ்வதியைப் பற்றி நமக்கு இதுவரை கிடைத்துள்ள செய்திகள் ரஃபீக் முகலின் தீர்மானங்களோடு பெரிதும் ஒத்துப்போகின்றன. ஹக்ரா எப்போது வற்றத் தொடங்கியதென்பதையும் அவர் சரியாகச் சுட்டிக் காட்டுகிறார். இந்த நிகழ்வுகள் நடந்த காலத்தைப் பற்றி முகல் சொல்லியிருக்கும் விவரங்களைப் பற்றி கேய், பிலொதனர்

ஆகியோரால் நடத்தப்பட்ட ஐஸோடோப் ஆய்வுகளும் உறுதிப் படுத்தியிருப்பதை முன்பே பார்த்திருக்கிறோம் (பக்.101). இந்த ஆய்வுகளில் ஹக்ரா புராதன நதியின் காலம் பொ.யு.மு. 10900 க்கும் பொ.யு.மு.2700க்கும் இடைப்பட்ட ஆண்டு. ஃபோர்ட் அப்பாஸுக் கும் ஃபோர்ட் மஜ்காட் பகுதிக்கும் இடைப்பட்ட பகுதியில் சோதித்துப் பார்த்தபோது ஹக்ரா நதி முழுவளர்ச்சி கட்டம் தொடங்குவதற்கு சற்று முன்பாகவே ஹக்ரா வறண்டுவிட்டிருக்கிறது என்பது இந்தக் கடைசி தேதியில் இருந்து தெரியவந்துள்ளது. இந்த ஆய்வில் குறிப்பிடப் பட்டுள்ள இடங்களும் கால அளவுகளும் முகல் சொன்னவற்றுடன் ஒத்துப்போகின்றன. அமெரிக்க ஆய்வாளர் பீட்டர் க்ளிஃப்ட்டும் 'பொ.யு.மு.3000-2000 கால அளவில் கக்கர்-ஹக்ரா நதியில் நீரோட்டம் நின்றுவிட்டது' என்று குறிப்பிடுகிறார் (பக்.101).

முழு வளர்ச்சிக் கட்டம் தொடங்கும் முன்பே ஹக்ரா நதியில் நீர்வரத்துக் குறைந்து, பல சிறு வாய்க்கால்களாகச் சிதறியது என்று முகல் சொன்ன கருத்தை, இந்தியாவிலுள்ள கக்கர் நிலப்பரப்பில் சமீபத்தில் நடத்தப் பட்ட ஆய்வுகளும் உறுதி செய்கின்றன. இந்திய அகழ்வாராய்ச்சியாளர் வஸந்த் ஷிண்டேயும் அவருடைய இந்திய, ஜப்பானிய சக பணியாளர் களும் அந்தப் பிரதேசத்திலுள்ள பல இடங்களுக்கு மீண்டும் சென்றனர். அவர்களுடைய அறிக்கையில், 'ரிக் வேதத்தில் சொல்லப்பட்ட புராதன சரஸ்வதி என்பது கக்கர்-ஹக்ரா நதிதான் என்பதையும் த்ருஷத்வதி நதி என்பது இன்றைய சௌதங்' என்றும் வாசகர்களுக்கு முதன் முதலி லேயே நினைவூட்டுகின்றனர்.[55] பின்னர், தங்கள் முடிவுகளைக் கீழ்கண்டவாறு தொகுத்துக் கூறுகிறார்கள்.

> '2007-ல் ராஜஸ்தானில் ஹனுமான்காட், கங்காநகர் மாவட்டங்களிலும் ஹரியானாவில் பிவானி, ரோத்தக் மாவட்டங்களிலும் நாங்கள் 'புவி இடம் காட்டி' (Global Positioning System) முறையை உபயோகித்து ஆய்வு நடத்தி னோம். அனூப் காட் பகுதிக்கு அருகிலுள்ள எல்லா அகழாய்விடங்களும் கக்கர் நதியின் பாதையில்தான் இருந்தன. சுவாரசியமான இந்த விஷயம், ஹரப்பா கலா சாரம் இந்தப் பகுதியில் தொடங்குவதற்கு வெகு காலம் முன்பே கக்கர் (சரஸ்வதி நதி) வறண்டுவிட்டதென்பதைச் சுட்டிக் காட்டுகிறது.'[56]

இப்படியாக, சரஸ்வதி நதி பொ.யு.மு.3000-ல் அதாவது, முழு வளர்ச்சி காலகட்டத்தின் தொடக்கத்துக்கு முன்பாக வறண்டுவிட்டதென்பதை நிரூபிக்க நான்குவிதமான சான்றுகள் நமக்கு இப்போது கிடைத் துள்ளன:

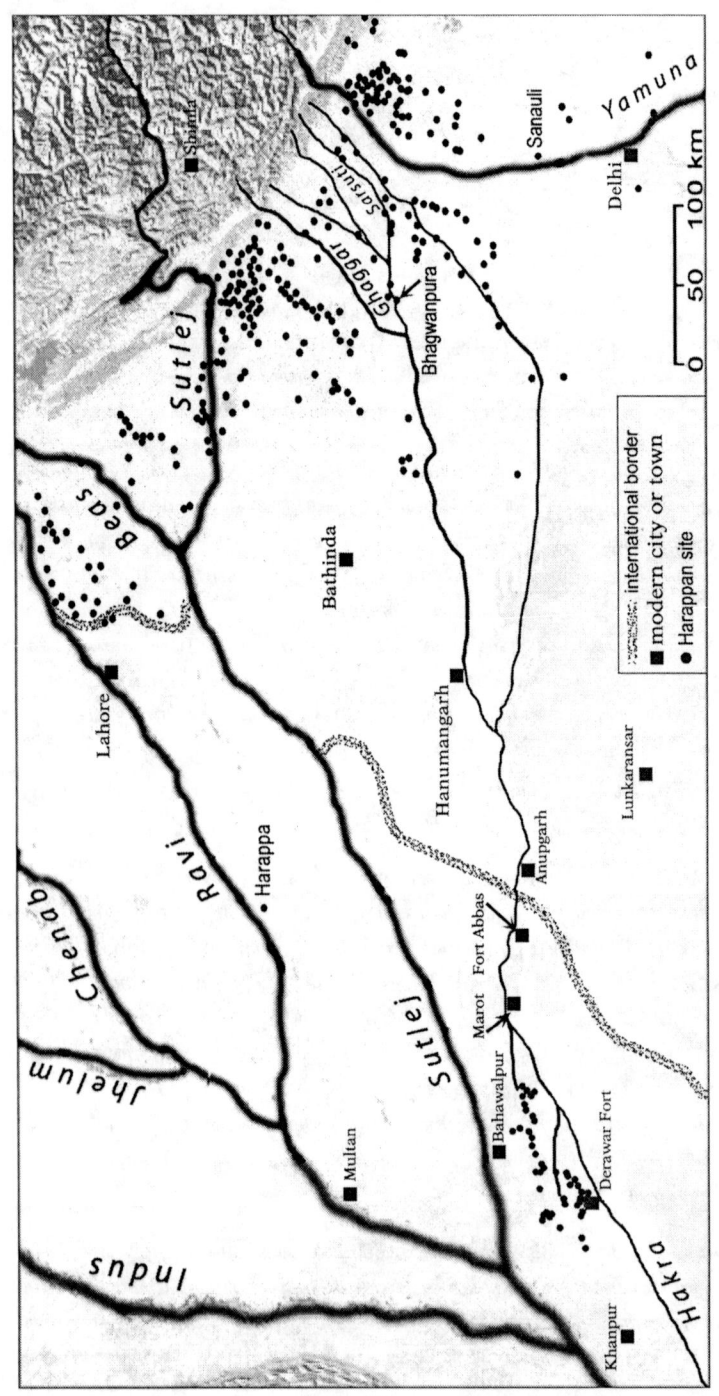

படம் 6.9: கோலிஸ்தான் பாலவனத்தில் பிற்கால ஹரப்பா இடங்கள்.

கிரிகரி பொஸ்ஸலின் ஆய்வும் ‘இந்தப் பிரதேசத்தில் காணப்படும் குடியிருப்புகள் அமைந்திருக்கும் விதம் சரஸ்வதி, சட்லெஜ் ஆகிய நதிகளுடைய நீர் கோலிஸ்தான் பகுதியில் தேரவார் கோட்டை வரை பாய்ந்தது என்பதைக் காண்பிக்கின்றன.[57]

> சிந்து சமவெளி நாகரிக காலத்தில் சரஸ்வதி நதி ஒரு பெரிய நதியாக இருந்திருக்க வேண்டுமென்றும் இப்போது யமுனை அல்லது சட்லெஜில் அல்லது இரண்டிலுமாகப் பாய்ந்தோடும் நீர் அன்று சரஸ்வதியில் ஓடியதாலேயே அது அத்தனை பெரிதாக இருந்தது என்றும் தோன்றுகிறது. காலப்போக்கில் இந்த நீர்வரத்து நின்றுவிட்டதால் சரஸ்வதி அளவில் சிறியதாகி, பின்னர் வறண்டுபோய்விட்டது. யமுனையை பஞ்சாபில் ஓடும் மற்ற நதிகளிலிருந்து வேறுபடுத்தும் பகுதிகளில் நிகழ்ந்த பூகம்பங்கள் இந்த வறட்சிக்குக் காரணமாக இருந்திருக்கலாம்.[59]

இந்த மாற்றங்களுக்கான மூல காரணம் பூகம்பாக இருக்கலாம். வால்தியாவும் பிறரும் முன்பு சொன்னதுபோல் (பக். 66) யமுனை நதியையும் சட்லெஜையும் சரஸ்வதியில் இருந்து விலகிச் செல்ல நதிகளுக்கு இடைப்பட்ட பகுதி சிறிது மேடாக ஆகியிருந்தாலே போதும். இந்த மேடானது இந்தியச் சமவெளியின் டெக்டானிக் தட்டுகள் தொடர்ந்து மெதுவாக வடக்கு நோக்கி நகர்ந்ததால் நடந்திருக்கலாம். அல்லது நில நடுக்கத்துக்கு எளிதில் ஆளாகும் பகுதிகளில் நடந்த பயங்கரமான நிலநடுக்கமும் காரணமாக இருந்திருக்கலாம். சரஸ்வதி நதி வறண்டு போனதற்கான காரணம் எதுவாக இருந்தாலும் கிரிகரி பொஸ்ஸல் மூன்று கட்டங்கள் தொடர்பாக நடந்த அகழ்வாராய்ச்சி, பூகோள ஆய்வுகளின் முடிவுகள் (பெரிதும் வில்ஹெமியினுடையது) ஆகியவற்றை ஒன்றுசேர்த்து ஒரு கருத்தாக்கத்தை முன்வைக்கிறார். அகழ்வாராய்ச்சித் தரவுகள், சிந்து கால கட்டத்தின்[61] குடியேற்ற வகைமாதிரி தொடர்பான ஆய்வு ஆகியவற்றின் அடிப்படையில் இந்தக் காலவரிசை வடிவமைக்கப்பட்டுள்ளது. அவருடைய வரைபடங்கள்[61] கீழ்கண்ட விஷயங்களை முன்வைக்கின்றன:

1. பொ.யு.மு. 3000 வரை சரஸ்வதியும் அன்று அதன் உபநதிகளாக இருந்த யமுனாவும் சட்லெஜூம் கரைபுரண்டு ஓடின (ஏறத்தாழ வில்ஹெமியின் வரைபடத்தைப் போலவே, படம் 3.8). இது ஆரம்ப காலகட்டத்தைச் சேர்ந்தது.

2. முழு வளர்ச்சிகட்டத்தின் ஏதோ ஒரு நேரத்தில் யமுனா நதி கங்கை நதித்தொடரால் இழுக்கப்பட்டுவிடுகிறது. இதன் விளைவாக த்ருஷத்வதியும் சரஸ்வதியின் மத்திய பாகமும் வறண்டு போயின. சட்லெஜ் மேற்கு நோக்கி வழிமாறிச் சென்றது. அதன் கிளைகள் ஹனுமான்காட் பகுதிக்கும் ஃபோர்ட் அப்பாஸுக்கும் இடையில் கக்கர்-ஹக்ராவின் பல இடங்களில் சங்கமித்தன.

3. நகர் மயத்துக்குப் பிந்தைய காலகட்டத்தில் (பொ.யு.மு.2000-பொ.யு.மு.1500) சட்லெஜ் மேலும் வழிமாறி ஃபோர்ட் அப்பாஸுக்குக் கீழ்ப்பகுதியில் ஹக்ராவைச் சந்திக்கிறது. சரஸ்வதி நதிக்கும் அதன் உபநதிகளுக்கும் அவற்றின் மேற்பகுதிகளில் மழை பெய்தால் மட்டுமே நீரோட்டம் இருக்கும் என்ற நிலை உருவானது.

நிஜத்தில் நடந்தவை மேலும் சிக்கலானதாகவே இருந்திருக்கக்கூடும். ஆனால், பல்வேறு காலகட்டங்களைச் சேர்ந்த ஹரப்பாவின் அகழாய் விடங்கள் விரவியிருக்கும் விதத்தையும், நிலப்பரப்பின் அமைப்பு, உள்ளூர் மக்களிடையே நிலவும் நம்பிக்கைகள், நூல்களில் எழுதப் பட்டிருப்பவை போன்றவற்றின் மூலம் நமக்குக் கிடைத்துள்ள வேறு பல சான்றுகளையும் வைத்துப்பார்க்கும்போது இப்படி நடந்திருக் கலாமென்று எண்ணத் தோன்றுகிறது.

ஆனால், அகழ்வாராய்ச்சி ஆய்வுகளிலிருந்து நமக்குக் கூடுதல் செய்திகளும் கிடைத்துள்ளன. இந்தியப் பகுதியில் கக்கர், சௌதங் நதிகள், அவற்றின் உபநதிகள் ஆகியவற்றின் கரைகளில் ஆரம்பகால, நகர்மய ஹரப்பா அகழாய்விடங்கள் ஏராளம் இருக்கின்றன என்பது மட்டுமல்ல (படம் 6.7 மற்றும் 6.8); இன்றைய சட்லெஜ் (மேற்புறப் பகுதியில் நகர்மய காலகட்டம் நீங்கலாக), யமுனை[62] நதிகளின் கரைகளில் இம்மாதிரியான குடியிருப்புகள் காணப்படவே இல்லை. இதிலிருந்து சிந்து-சரஸ்வதி கலாசாரம் செழிப்பாக இருந்த சமயத்தில் இவ்விரண்டு நதிகளின் பாதைகளும் வேறு எங்கோ இருந்தன என்பது தெள்ளத் தெளிவாகிறது.

பிற்கால ஹரப்பா கட்டத்தை எடுத்துக்கொண்டால் (படம் 6.9) அங்கிருந்த குடியிருப்புகளின் எண்ணிக்கை வெகுவாக அதிகரித்திருப் பதைக் காணலாம் (இந்திய பஞ்சாபில் 160, ஹரியானாவில் மட்டும் ஏறக்குறைய 1200). ஷிவாலிக் மலையின் அடிவாரத்தில் மலையி லிருந்து பாய்ந்து வரும் குறுநதிகளின் கரைகளுக்கு வெகு அருகில் இந்த இடங்களைக் காணலாம். அதேநேரம் சரஸ்வதியின் மத்திய பாகத்தில் ஒரு ஆய்விடத்தைக்கூடப் பார்க்க முடியாது. இதன் கீழ்ப்பகுதியி லிருந்த அகன்ற படுகை அநேகமாக வற்றிப் போயிருக்கக்கூடும்.

உயிர்நாடி

சரஸ்வதியைத் தேடி நாம் மேற்கொண்ட யாத்திரையில் வெகுதூரம் வந்துவிட்டோம். புதிய ஆய்வுகளைப் பார்ப்பதற்கு முன் இதுவரை நமக்குக் கிடைத்த செய்திகளை ஒருமுறை சரி பார்த்துக் கொள்வோம். அகழ்வாராய்ச்சியாளர் ஜேன் மெக்கின்டாஷ் சிந்து சமவெளி நாகரிகத்தின் வளர்ச்சியில் சரஸ்வதியின் பங்கு என்னவாக இருந்தது என்பதை மிகத் தெளிவாக விளக்கியிருக்கிறார். அதை முதலில் பார்ப்போம்.

> ‘சிந்து சமவெளி நாகரிகத்தின் காலத்தில் சிந்து நதியைவிட சரஸ்வதி நதியைச் சார்ந்த வாழ்க்கை கூடுதல் செழுமையுடன் இருந்திருக்கக்கூடும். அதன் கரையிலிருக்கும் குடியிருப்புகளின் எண்ணிக்கையிலிருந்து இது தெரிய வருகிறது. பவல்பூர் பகுதியில் நதியின் மேற்குப் பகுதியில் இருக்கும் குடியிருப்புகளின் எண்ணிக்கை சிந்து சமவெளி நாகரிகத்தின் மற்ற இடங்களைவிட மிக அதிகமாகவே இருக்கிறது. சிந்து நதிக்கரையில் 50 அகழாய்விடங்கள் தெரிய வந்திருந்தால், சரஸ்வதியின் கரையோரங்களில் ஏறக்குறைய 1000 இடங்கள் தெரிய வந்துள்ளன.

(யமுனை நதி) பொ.யு.மு.2000-ல் கிழக்கு நோக்கி திசைமாறி, அதன் இப்போதைய பாதையை பொ.யு.மு.1000-ல் வந்தடைந்தது. அப்போது த்ருஷத்வதி நதியில் சிறிய பருவகால நீரோட்டம் மட்டுமே இருந்தது. இது சரஸ்வதி நதியின் நீரோட்டத்தைக் கணிசமாகக் குறைத்தது. சட்லெஜ் மெதுவாக வடக்கு நோக்கி நகர்ந்து சென்று, பின்னர் சிந்து நதியுடன் இணைந்தது. சட்லெஜின் நீரும் கிடைக்காதபோது சரஸ்வதி நதி மழையை நம்பியிருக்கும் சிறு நதிகளாகச் சிதறியது. இதன் விளைவாக, பொ.யு.மு. இரண்டாம் ஆயிரமாண்டில் சரஸ்வதி நிலப் பரப்பிலிருந்த குடியிருப்புகள் எண்ணிக்கையிலும் அளவிலும் பெருமளவில் குறைந்தன.’[63]

பிரிட்டானியா கலைக்களஞ்சியம் (Encyclopaedia Britanica) என்ன சொல்கிறதென்று பார்ப்போம்.

‘சிந்து சமவெளி நாகரிகத்தின் நூற்றுக்கணக்கான அகழாய்விடங்கள் அடையாளம் கண்டு கொள்ளப்பட்டுள்ளன. அவற்றில் பெரும்பாலானவை சிந்து நதி அல்லது அதன் கிளைகள் பாய்ந்தோடும் இடத்திலோ இப்போது வறண்டுகிடக்கும் புராதன சரஸ்வதியின் பாதையிலோ இருக்கின்றன. இந்த சரஸ்வதி நதி முதலில் சட்லெஜுக்கும் தெற்குப் பகுதியிலும் பின்னர் தென்மேற்கிலும் இன்றைய சிந்து நதிக்குக் கிழக்காவும் ஓடி இந்து மஹாசமுத்திரத்தை நோக்கிச் சென்றது.’[64]

இந்த வரிகளை எழுதியவர் ரேமண்ட் ஆல்சின். இப்படி எழுதியதன் மூலம் அவர் இப்போதைய கக்கர்-ஹக்ரா நதிதான் புராதன சரஸ்வதி என்பதை ஒப்புக்கொள்கிறார். அவர் ப்ரிஜெட் ஆல்சினுடன் சேர்ந்து சமீபத்தில் எழுதிய புத்தகத்தில் இவ்வாறு கூறுகிறார்:

‘காலிபங்கனிலுள்ள ஒரு குன்றின் மேல் நின்றுகொண்டு இப்போதும் உள்ள புராதன சரஸ்வதி நதியின் படுகையைக் காணுவது பெரும் உணர்வெழுச்சியைத் தருகிறது.’[65]

‘பிற்கால நகர்மய காலத்தின் ஆரம்பகட்டத்தில்* (பொ.யு.மு.2000-பொ.யு.மு.1700) சரஸ்வதி நதியின் கரையிலிருந்த குடியிருப்புகளின் எண்ணிக்கை குறைந்ததில் இருந்து அந்தக் காலகட்டத்தில் சரஸ்வதி யில் நீர்வரத்து பெருமளவுக்குக் குறைந்து போயிருக்கவேண்டும் என்பது தெளிவாகத் தெரியவருகிறது’ என்று அவர்களுடைய சக ஆய்வாளர்கள் சொன்னதை ஏற்றுக்கொண்டிருக்கிறார்கள்.[66]

‘சிந்து சமவெளி நாகரிகமும் ரிக் வேத சரஸ்வதியும்’ (Indus Civilisation and the Rig vedic Sarasvathi) என்ற தலைப்பில் எழுதப்பட்ட விரிவான கட்டுரையில், யமுனையும், சட்லெஜும் வழி மாறிப்போனதால்தான் சரஸ்வதி நதியின் நீர்வரத்து குறைந்தது என்று சொல்லப்படுவதை வி.என் மிஸ்ரா ஆதரித்து எழுதியிருக்கிறார். எந்தவித சந்தேகத்துக்கு இடமும் இல்லாமல் தீர்மானகரமான முடிவைச் சொல்லியிருக்கிறார்:

‘சரஸ்வதி பாய்ந்தோடிய பாதை, அதன் அளவு, பின்னர் அது வறண்டு போனது ஆகியவற்றைப் பற்றி வேதங்களிலும், இதிகாச புராணங் களிலும், செவ்வியல் இலக்கியங்களிலும் சொல்லப்பட்ட விஷயங்கள் கக்கர்-ஹக்ரா நதியின் வரலாறு, அதன் முக்கிய அம்சங்கள் ஆகிய வற்றுடன் முழுவதும் ஒத்துப்போகின்றன. ஆகவே, சிந்து சமவெளி நாகரிகத்தின் உயிர்நாடியாக இருந்த வேத கால சரஸ்வதி நதியின் எஞ்சிய பாகமே இன்றைய கக்கர்-ஹக்ரா நதி என்று நிச்சயமாகச் சொல்லமுடியும்.’

இது முக்கியமான உயிர்நாடிகளில் ஒன்றுதான். மற்றொன்று சிந்து நதி. மெசபடோமியாவைப்போலவே இந்த நாகரிகமும் இவ்விரண்டு முக்கிய நதிகளை மையமாகக்கொண்டு உருவெடுத்திருக்கிறது. ஆனால் இங்கு, அவற்றில் ஒன்று ஏற்கெனவே அழிவின் பாதையில் பயணிக்க ஆரம்பித்துவிட்டது.

---

* இதை பிற்கால ஹரப்பா காலகட்டம் என்று பெரும்பாலான அகழ்வாராய்ச்சி யாளர்கள் அழைக்கிறார்கள்.

{7}

புதிய தளங்கள்

சிந்து-சரஸ்வதி நாகரிகத்தின் நகரமயக்கட்டத்தைப் பற்றி இதுவரை நாம் தெரிந்து கொண்டதைவிடக் கூடுதலாக அறிந்துகொள்ள இன்றைய இந்தியாவிலுள்ள நான்கு முக்கியமான அகழாய்விடங்களுக்குச் செல்வோம்: இந்த நான்குமே ஹரப்பாவின் செல்வாக்கு பெற்றவையாக இருக்கின்றன. எனினும் ஒன்றுக்கொன்று வெகுவாக வேறுபடவும் செய்கின்றன. இதன் மூலம் ஏற்கெனவே செழுமையும் சிக்கலும் மிகுந்த இந்த நாகரிகத்தைப் பற்றிய புதிய தளங்களின் கதவுகளை நமக்குத் திறந்துவிடுகின்றன.

இந்த ஆய்வுக்காக சரஸ்வதி நதியின் மேல்பாகத்துக்குச் சென்று அங்கிருந்து அது பாய்ந்தோடும் திசையிலேயே நமது பயணத்தை மேற்கொள்வோம்.

பனவாலி (Banawali)

பத்து ஹெக்டேர் பரப்புள்ள இந்த ஹரப்பா நகரம் ஹரியானாவின் ஃபதேஹாபாத் மாவட்டத்தில் கக்கர் நதியின் ஒரு பழைய படுகையின் கரையில் கண்டுபிடிக்கப்பட்டுள்ளது. 1970-களில் இங்கு அகழாய்வுகள் நடத்திய ஆர்.எஸ்.பிஷத் சொல்கிறார்: 'பனவாலி ஒரு மாநிலத் தலைநகராகவோ ஒரு முக்கியமான அரசு நிர்வாகத் தலைமையகமாகவோ இருந்திருக்கும். மேலும் சிந்து சமவெளி நாகரிகக் காலத்தில், சரஸ்வதியின் நதிக்கரையில் ஒரு வளம் மிகுந்த வர்த்தக மையமாகவும் இது இருந்திருக்க வேண்டும்.'[1]

ஆரம்ப ஹரப்பா காலத்தின் சிறப்பு அம்சமான 1x2x3 என்ற அளவிலான செங்கற்களால் கட்டப்பட்ட கோட்டை கொத்தளங்கள் அங்கு காணப்பட்டன. இதிலிருந்து நகரமயக்கட்டத்துக்கு முன்பே இங்கு மக்கள் வாழ்ந்து வந்திருந்தனர் என்பது தெரியவருகிறது. நகரமயக்கட்டத்தின் தொடக்கத்தில் 'அங்கிருந்த வீடுகள் அனைத்தும் இடித்துத் தரைமட்ட

மாக்கப்பட்டு, அவற்றுக்குப் பதிலாகப் புதிதாக அறிமுகப்படுத்தப்பட்ட செங்கற்கள், செய்நேர்த்தி மிகுந்த கனமான சுவர்கள் கொண்ட வீடுகள் கட்டப்பட்டன.[2] அந்தப் 'புதிதாக அறிமுகப்படுத்தப்பட்ட செங்கற்கள்' தரப்படுத்தப்பட்ட அளவான 1x2x4 என்ற அளவில் இருந்தன. 'இடித்துத் தரைமட்டமாக்கப்பட்டு' என்பது சிந்து சமவெளிப் பிரதேசத்தில் நாம் முன்பு பார்த்த 'புதிய தொடக்கம்' என்பதற்கான இன்னொரு உதாரணம்.

முழு வளர்ச்சிக் கட்டத்தைச் (Mature Phase) சேர்ந்த இடத்தின் வடிவமைப்பு (Layout) வேறெங்குமே இதுவரை காணப்படாத ஒன்றாக இருந்தது. அது ஒட்டுமொத்தமாக நாற்கர சரிவக வடிவிலும் (Trapezoid) மேல் நகரக் கோட்டைப் பகுதியானது அரை நீள்வட்ட வடிவிலும்

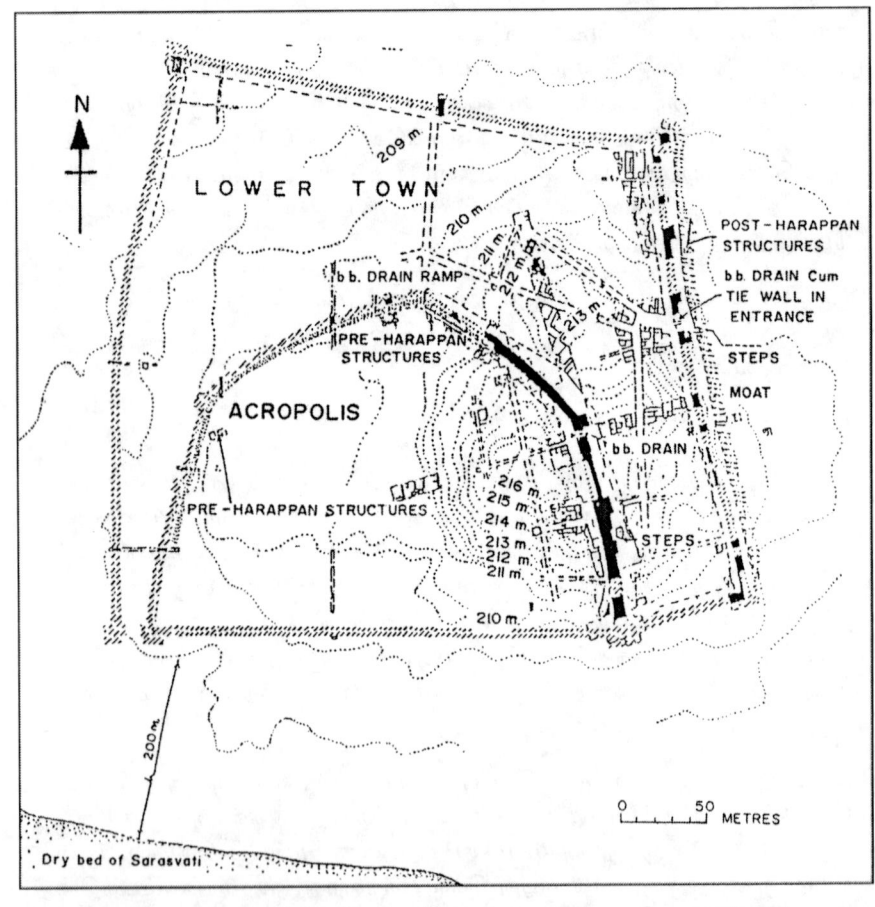

படம் 7.1: பனவாலியில் இருக்கும் ஹரப்பா நகரம், ஹரியானா (© ASI)

இருந்தன. கோட்டை மதிலுக்கு வெளியே, ஆறுமீட்டர் அகலத்தி லிருந்த ஓர் அகழி இங்கு கண்டுபிடிக்கப்பட்டது. வேறெங்கும் காணப் படாத 'V' வடிவிலான இந்த அகழி சரஸ்வதி நதியில் ஏற்படும் வெள்ளப்பெருக்கிலிருந்து நகரத்தைக் காப்பாற்றுவதற்காகத் தோண்டப்பட்டிருக்கலாம்.

மேல் நகரத்தின் வீதிகள் பெரும்பாலும் 90 டிகிரி கோணத்தில் அமைக்கப் பட்டிருந்தன. கீழ் நகரத்தின் தெருக்கள் அரைவட்டத்திலிருந்து வெளியே செல்லும் ஆரங்களைப் போன்று (Radial) அமைந்திருந்தன. ஆனால், அவற்றில் பெரும்பாலானவை வெகு துல்லியமாக வடக்கு-தெற்கு அச்சில் அமைக்கப்பட்டிருந்தன; பெரிய தெருக்களின் அகலம் 5.4 மீட்டராக இருந்தது. அங்கிருந்த சில பெரிய வீடுகளிலிருந்து கிடைத்த முத்திரைகள், ஏராளமான நகைகள், கற்களாலான எடைக் கற்கள் ஆகியவற்றிலிருந்து இந்த வீடுகள் பணக்கார வியாபாரி களுடையதாக இருந்திருக்க வேண்டுமென யூகிக்கப்படுகிறது. ஒரு வீட்டின் பிரதான அறையில் தரை ஓடுகள் (டைல்ஸ்) பதிக்கப் பட்டிருந்தன. முகம்-கை கழுவும் தொட்டி கொண்ட முழுமையான ஒரு குளியலறையும்கூட இங்கு காணப்பட்டது!

படம் 7.2 : பனவாலியில் இருக்கும் அக்னி கோயில், நடுவில் அரை வட்ட வடிவ பலிபீடம். (© ASI)

பனவாலியில் கண்டுபிடிக்கப்பட்டவற்றுள் மிக முக்கியமானது மேல் நகரத்தைப் போலவே அரை நீள் வட்ட வடிவில் கட்டப்பட்டிருந்த ஒரு சிறிய கட்டடம். இப்படிக் கட்டப்பட்டது ஒரு எதிர்பாராத செயலல்ல என்பதை நிரூபிப்பதற்காகவோ என்னவோ அந்தக் கட்டடத்தில் அதே அரை நீள் வட்ட வடிவில் (அல்லது அரை வட்ட வடிவில்) ஒரு பலிபீடமும் காணப்படுகிறது. இதிலிருந்து இந்தக் கட்டடம் அக்னி பகவானுக்கு அர்ப்பணிக்கப்பட்ட ஒரு கோயில் என்று சந்தேகமின்றித் தெரிகிறது (இதைப் பற்றி அத்தியாயம் 10-ல் விரிவாகக் காணலாம்).

காலிபங்கன்

பனவாலியிலிருந்து சுமார் 200 கி.மீட்டர் நதியின் தடத்தில் கீழே வந்தால் கக்கர் நதியின் இடது கரையிலுள்ள காலிபங்கனை அடைகிறோம். அங்கிருந்து மேலும் சிறிது தூரம் கீழே வந்தால் கக்கர் நதி சௌதங் நதியுடன் சங்கமிக்கும் இடம் உள்ளது. செயற்கைக்கோள் புகைப் படங்களில் இது மிகத் தெளிவாகத் தெரிகிறது (படம் 3.3). கிரகரி பொஸ்ஸல் கூறுகிறார்: 'காலிபங்கன்... சரஸ்வதியும் த்ருஷத்வதியும் சங்கமிக்கும் முக்கியத்துவம் மிகுந்த இடத்தில் இருக்கிறது. ஹரப்பா

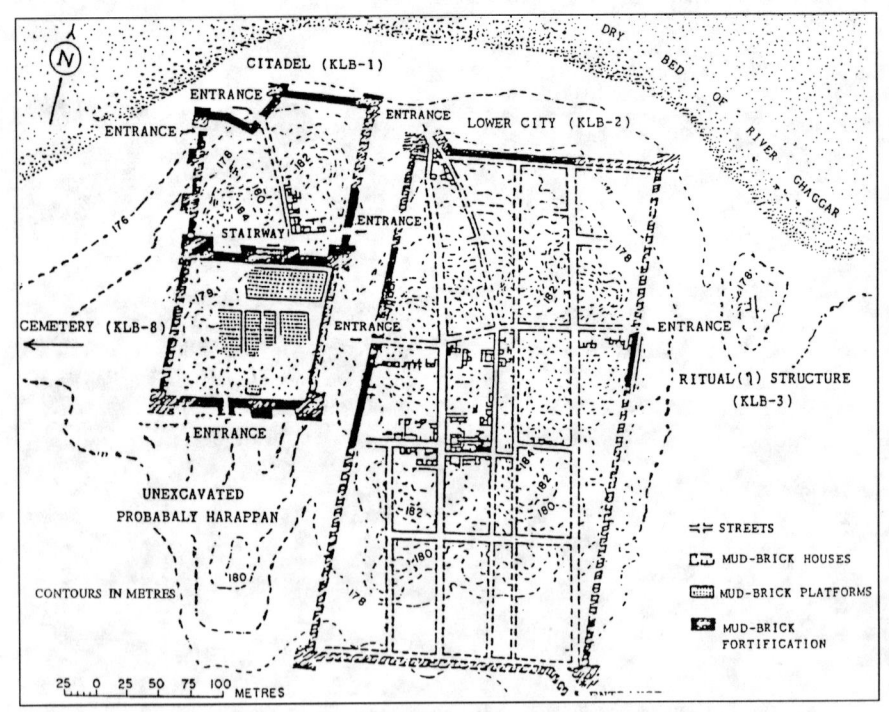

படம் 7.3: சரஸ்வதி படுகையில் இருக்கும் காலிபங்கனின் நகர அமைப்பு
(© ASI)

வாசிகள் ஓரிடத்திலிருந்து இன்னொரு இடத்துக்குப் பயணிக்கும்போது காலிபங்கன் வழியாகத்தான் செல்ல வேண்டியிருந்ததால் அவர்களிடையே உள்ளத் தரைவழித் தொடர்பைக் கட்டுப்படுத்தவும் மேற்பார்வை செய்யவும் இது பெரிதும் உதவியது."[3]

பனவாலியைப்போல காலிபங்கனுக்கும் ஓர் ஆரம்பக் கட்டம் இருந்தது. கோட்டை கொத்தளங்களும் செவ்வக வடிவிலான வீடுகளும் தெருக்களும் கழிவு நீர் ஓடைகளும் அப்போதே அங்கு காணப்பட்டன. ஆனால், முழு வளர்ச்சிக் கட்டத்தில் இந்த நகரின் அமைப்பு பனவாலியிலிருந்து முற்றிலும் வேறுபட்டிருந்தது. இரு நகரங்களுடைய பரப்பும் ஒன்றாக இருந்தாலும்கூட காலிபங்கனின் கோட்டை மதிலுக்குள்ளே அது 11.5. ஹெக்டேரும் வெளியில் அதைவிடச் சில ஹெக்டேர்கள் அதிகமாகவும் இருந்தது. இங்கு மேல் நகரப் பகுதியும் கீழ்நகரப் பகுதியும் இரண்டு நீண்ட செவ்வகங்களாக அடுத்தடுத்தாற்போலக் காணப்பட்டன. அவற்றின் நீளமான பகுதி வடக்கு தெற்காக இருந்தது (படம் 7.3). இந்த விஷயத்தில், காலிபங்கன் பெரும்பாலும் மொஹஞ்ஜோ-தரோவின் நகர அமைப்பைப்போலவே இருந்தது (படம் 5.1). மொஹஞ்ஜோ-தரோவின் மேல் நகரப் பகுதியானது கீழ் நகரப் பகுதிக்கு மேற்காக, தனியான குன்றின் மேல் பகுதியில் அமைந்திருந்தது. அதன் அளவு 200x400 மீட்டர். காலிபங்கனின் பரப்பு 120x240 மீட்டர். அதாவது, இரண்டு இடங்களின் நீளமும் அகலமும் 2:1 என்ற விகிதத்திலிருந்தன.

தவிரவும், கிழக்கு-மேற்காகக் கட்டப்பட்டுள்ள ஒரு மாபெரும் மதில் சுவர், மேல் நகரத்தைக் கிட்டத்தட்டச் சமஅளவிலான இருபாகங்களாகப் பிரிக்கிறது. ஒவ்வொன்றின் அளவும் 120x120 மீட்டர்ஆக இருக்கிறது. காலிபங்கன் ஒருவகையில் மொஹஞ்ஜோ-தரோவைவிட அதிர்ஷ்டம் செய்த நகரம். அதன் கீழ் நகரப் பகுதியில் இருக்கும் 360 x 240 மீட்டர் அளவிலான கோட்டை மதில்சுவர்களின் பெரும் பகுதிகளை நாம் இன்றும் காணலாம். மொஹஞ்ஜோ-தரோவில் இது முடியாது.

காலிபங்கனின் கீழ்ப்பகுதி நகரத்தின் தெருக்கள் நன்கு திட்டமிடப்பட்டு, நேர்கோட்டில் அமைந்திருந்தன; அவற்றின் அகலம் 1.8 மீ, 3.6 மீ, 5.4 மீ, 7.2 மீ என 1:2:3:4 என்ற அளவில் வெகு துல்லியமான ஜியோமிதி வகையில் அதிகரித்துச் சென்றன. (பிற பகுதிகளிலும் ஓரளவுக்கு இந்த அமைப்பைக் காண முடிந்தது. உதாரணமாக, நம் சற்று முன் பார்த்த பனவாலியில் தெருக்களின் அகலம் 5.4.மீ ஆக இருந்தது). ஒட்டு மொத்த நகர அமைப்பைப் பார்க்கும்போது ஹரப்பாவின் பொறியாளர்களும் திட்ட வரைவாளர்களும் ஒவ்வொரு விஷயத்திலும் துல்லியமான விகிதங்களையே பின்பற்றியிருப்பது தெரியவருகிறது.

படம் 7.4. காலிபங்கனில் இருக்கும் வீட்டில் பதிக்கப்பட்டிருக்கும் தரை ஓடுகள். (© ASI)

நமது இன்றைய 'நவீன' நகராட்சி அதிகாரிகள் செய்வதைப்போல் அவர்கள் எதையுமே அலட்சியமாக எடுத்துக் கொள்ளவில்லை. சரித்திரத்துக்கு முந்தைய காலகட்டத்தில் நகர்மய கான்க்ரீட் காடுகள் இருந்திருக்கவில்லை!

தெருக்களில் எந்தவிதமான கட்டுமான பணியையும் மேற்கொள்ள அனுமதிக்கவில்லை. வீடுகளின் வாசலுக்குப் பக்கத்தில் திண்ணையை மட்டும் கட்டிக்கொள்ள நகரவாசிகள் அனுமதிக்கப்பட்டனர். மாலை நேரங்களில் மக்கள் அங்கு உட்கார்ந்து அன்றாடக் கதைகள் பேசியிருக்கலாம்; இருநூறு கிலோமீட்டருக்கும் குறைவான தொலைவில் ஹரப்பாவிலிருந்து வந்த வியாபாரிகள் குழுவின் வருகையைப் பற்றிப் பேசியிருக்கலாம். அல்லது ராக்கிகரி போன்ற பெரிய நகர்ப்புறங்களில் இருந்து வந்த புத்தம் புது கிசு கிசுக்களைப் பற்றிப் பேசியபடி இருந்திருக்கலாம். சொந்த ஊரில் சமீபத்தில் மகசூல் எப்படி இருந்ததென்பதைப் பற்றிப் பேசிக்கொண்டிருந்திருக்கலாம். பேசவா விஷயமில்லை?

பிற இடங்களைப் போலவே வீடுகள், நடுவில் ஒரு முற்றத்தைச் சுற்றிக் கட்டப்பட்டிருந்தன; சில வீடுகளில் செல்வச் செழிப்பு (நாம் ஆடம்பரம் என்று அழைக்கிறோமே அதுபோல்) காணப்பட்டது. அத்தகைய வீடுகளின் தரைகளில் ஹரப்பாவுக்கே உரித்தான 'ஒன்றையொன்று வெட்டிச் செல்லும் வட்டங்களின்' உருவங்கள் வரையப்பட்ட தரை ஓடுகள் ஒட்டப்பட்டிருந்தன (படம் 7.4).

ஹரப்பாவில் (படம்: 5.3) இருந்த கோட்டையும் (குன்று ABயில்) இணைகர வடிவில்தான் அமைக்கப்பட்டிருந்தது. அதன் அளவு 200x400 மீட்டராக (மொஹஞ்ஜோ-தரோவிலுள்ளதைப் போலவே) இருந்தது. கோட்டையின் வடக்குப் பக்கத்தில் இப்போது வறண்டு கிடக்கும் ராவி நதிப் படுகையைப் பார்த்தபடி உள் பக்கமாகக் குவிந்த ஒரு நுழைவாயில்

காணப்படுகிறது. காலிபங்கனிலும் இதைப்போலவே கோட்டையின் வடக்குப் பக்கத்தில் சரஸ்வதியின் வறண்ட படுகையைப் பார்த்தபடி வண்டிகள் வந்து செல்லுமளவுக்கு அகலமான ஒரு நுழைவாயில் உள்ளது.

இம்மாதிரியான ஏற்பாடுகள் செய்யப்பட்டதைப் பார்க்கும்போது, ஹரப்பாவின் நகரங்கள் அல்லது பிரதேசங்களுக்கிடையில் நதிவழித் தொடர்பு புத்திசாலித்தனமாகப் பயன்படுத்தப்பட்டிருப்பது புரிகிறது. நகருக்குள் வந்து போகும் மக்கள் அல்லது பொருட்கள் மீதான கட்டுப்பாட்டை நிலைநிறுத்தவே உள் பக்கமாகக் குவிந்த நுழை வாயில்கள் கட்டப்பட்டிருக்க வேண்டும்.

கோட்டையின் வடக்குப் பகுதி வசிப்பிடமாக இருந்திருக்கும் என்று தெரிகிறது. தென்பகுதியில் நான்கு திசைகளிலுமாக செங்கற்கள் உபயோகித்துக் கட்டப்பட்ட பெரிய மேடைகள் நிறையக் காணப் பட்டன. பி.கே. தாப்பர், பி.பி.ஜோஷி ஆகியோருடன் இணைந்து ஆய்வு நடத்திய பி.பி.லாலைப் பொறுத்தவரையில், இந்த இடம் மதச்சடங்குகள் நடத்துவதற்காக ஒதுக்கி வைக்கப்பட்டிருக்கலாம்.[4] இந்த யூகம் சரியென்று நிரூபிக்கும் சில சான்றுகளும் கிடைத்துள்ளன.

முதலாவது, நமக்குத் தெரிந்தவரை அந்தப் பகுதியில் குடியிருப்புகளோ வேறு கட்டடங்களோ ஒன்றும் காணப்படவில்லை. இரண்டாவதாக, தெற்குப்பகுதியிலிருந்த நுழைவாயிலிலும் வடக்கே கட்டப்பட்டிருந்த சுவரினருகிலும் படிக்கட்டுகள் காணப்படுகின்றன. அதாவது, இந்த வாயில்கள் வழியாக வண்டிகள் உள்ளே வரமுடியாது. அங்கு வரு பவர்கள் அனைவரும் நடந்தேதான் வரவேண்டும் என்று முறைப் படுத்தியிருப்பதற்கு விசேஷமாக ஒரு காரணம் இருந்திருக்க வேண்டும்.

மூன்றாவதாக, இன்னும் தெளிவான ஒரு காரணம் இருக்கிறது. அங்கிருந்த ஒரு மேடையில் ஏழு 'நீள் வட்ட' வடிவிலான கட்டு மானங்கள் வரிசையாகக் காணப்பட்டன. அவற்றுள் நல்ல நிலையில் இருந்த ஐந்து கட்டுமானங்கள், தரையில் புதைக்கப்பட்டபடி அடுத் தடுத்து இருந்தன. அவற்றில் மெல்லிய களிமண்ணாலான சிலை போன்ற ஒன்று ஒவ்வொன்றின் நடுவில் நின்ற நிலையில் இருந்தன. அவற்றில் சாம்பலும் கரியும் காணப்பட்டன. இதிலிருந்து அந்தக் கட்டுமானங்கள் ஹோமகுண்டங்களாக இருக்க வேண்டுமென ஆய்வாளர்கள் சொல்கிறார்கள். அதன் முன்பே அமர்பவர்கள் கிழக்கு நோக்கி உட்காரும் வகையில் இவையனைத்தும் ஒரு சுவரை ஒட்டியே இருக்கின்றன. இப்போதும் மதச்சடங்குகள் அந்த திசை பார்த்து அமர்ந்தே செய்யப்படுகின்றன. இந்த ஹோமகுண்டங்களுக்குப்

பின்னால் சாம்பலும் அடுப்புக்கரியும் நிறைந்த மண் குடுவை பாதி புதையுண்ட நிலையில் காணப்படுகிறது. இவற்றுக்கு அருகிலேயே ஒரு கிணறும் குளிப்பதற்கான இடங்களும் இருந்தன. சடங்குகளைத் தொடங்கும் முன்பு மக்கள் இங்கு ஸ்நானம் செய்தனர் என்பது இதனால் தெளிவாகிறது.

மொத்தத்தில், இங்கு காணப்படும் எல்லா அடையாளங்களும் இங்கு மதச்சடங்குகள் நடந்தன என்பதையே எடுத்துச் சொல்கின்றன. ஹரப்பாவின் மதத்தைப் பற்றி விவாதிக்கும்போது இதை நாம் விரிவாகப் பார்க்கலாம்.

இதே மாதிரியான மையத்தில் உருவம் இருக்கும் குண்டங்கள் அங்கிருந்த பல வீடுகளிலும் காணப்பட்டன. இந்த வீடுகளில் சமையல் வேலைகள் திறந்த முற்றங்களில் மேற்கொள்ளப்பட்டதால், இந்த மேடைகளும் குண்டங்களும் மதச்சடங்குகளைச் செய்வதற்காகவே பயன்படுத்தப்பட்டிருக்க வேண்டுமென பி.பி.லால் கருதுகிறார்.

மற்றுமொரு செங்கல் மேடையில் 1.5 x 1 மீட்டர் அளவிலுள்ள சுட்ட செங்கற்களாலான, செவ்வக வடிவிலான ஒரு குழி காணப்படுகிறது. இந்தக் குழியில் மான்கொம்புகளும் வேறு மிருகங்களின் எலும்புக் கூடுகளும் காணப்பட்டன. மதரீதியான சடங்குகளைச் செய்யும்போது இந்த மிருகங்கள் பலி கொடுக்கப்பட்டிருக்கலாம்.

லோத்தல்

குஜராத்திலேயே மிக முக்கியமான இந்த அகழாய்விடம் அகமதாபாத்தி லிருந்து எழுபது கிலோமீட்டர் தென்மேற்காக, சபர்மதி நதியின் கிளைநதியான பொகாவோவுக்கு அருகில் இருக்கிறது. இங்கிருந்து 23 கி.மீ. தொலைவிலுள்ள காம்பே வளைகுடாவில் (Gulf of Cambay) சபர்மதி நதி வந்து கலக்கிறது.[5]

மற்ற இடங்களுடன் ஒப்பிடும்போது ஏழு ஹெக்டேர் பரப்பளவு மட்டுமுள்ள லோத்தல் சிறிய இடம்தான். ஆனால், இங்கும் கோட்டைக்கு வெளியிலும் மக்கள் வசித்து வந்தனரென்பது தெரியவருகிறது (படம் 7.5). நகரின் சுற்றிலுமுள்ள வெளிப்புற மதில் 12 மீட்டர் முதல் 21 மீட்டர் வரை கனத்தில் இருந்தது. அங்கு அடிக்கடி நிகழும் வெள்ளப் பெருக் கால் ஏற்படும் பெரும் நாசத்தைத் தடுப்பதற்காகவே மதில்சுவர்கள் இத்தனை கனமாகக் கட்டப்பட்டிருக்க வேண்டும். அந்த வெள்ளம்தான் லோத்தல் பகுதியை அழித்தும்விட்டிருக்கும்.

ஒரு விஷயத்தில் லோத்தலின் நகர அமைப்பு பனவாலியின் அமைப்பைப்போலவே இருக்கிறது. அதன் கோட்டைப் பகுதி

(Acropolis) காலிபங்கனைப் போலத் தனியாக இல்லாமல் நகரத்துக் குள்ளேயேதான் இருக்கிறது. நகரின் தென்கிழக்கு மூலையிலுள்ள இந்த இடம் மதில் சுவர்களால் முழுவதாகச் சூழப்படாமல் நான்கு மீட்டர் உயரமுள்ள செங்கற்களாலான மேடையால் தனித்துப் பிரிக்கப் பட்டிருக்கிறது. நகரவீதிகள் அகலமாக இருந்தன. கழிவு நீர் வடிகால்கள், ஒரே வரிசையில் கட்டப்பட்ட பன்னிரண்டு குளிக்குமிடங்கள், ஆகிய அனைத்தும் இங்கு கண்டுபிடிக்கப்பட்டன. நகரவாசிகளின் அடிப்படைத் தேவைகளைப் பூர்த்தி செய்வதற்காக மட்டுமல்ல, வேறு ஏதோ ஒரு காரணத்துக்காகத்தான் இவை இப்படிக் கட்டப்பட்டிருக்க வேண்டும் என்று தோன்றுகிறது (படம்: 5.4, அவற்றில் சிலவற்றைக் காணலாம்). விற்பனைக்கான பொருட்களைப் பாதுகாப்பாக வைக்கக் கோட்டையில் ஒரு சேமிப்புக் கிடங்கும் சதுரவடிவிலான மேடைகளுமிருந்தன. இங்குதான் விற்பனைப் பொருட்கள் பொதியப்பட்டு, கயிற்றால் இறுகக் கட்டப்பட்டிருக்கும். முத்திரையிடப்பட்டு, தொழிலாளிகளின் தோளில் ஏற்றப்பட்டு வெளியே கொண்டு செல்லப்பட்டிருக்கும்.

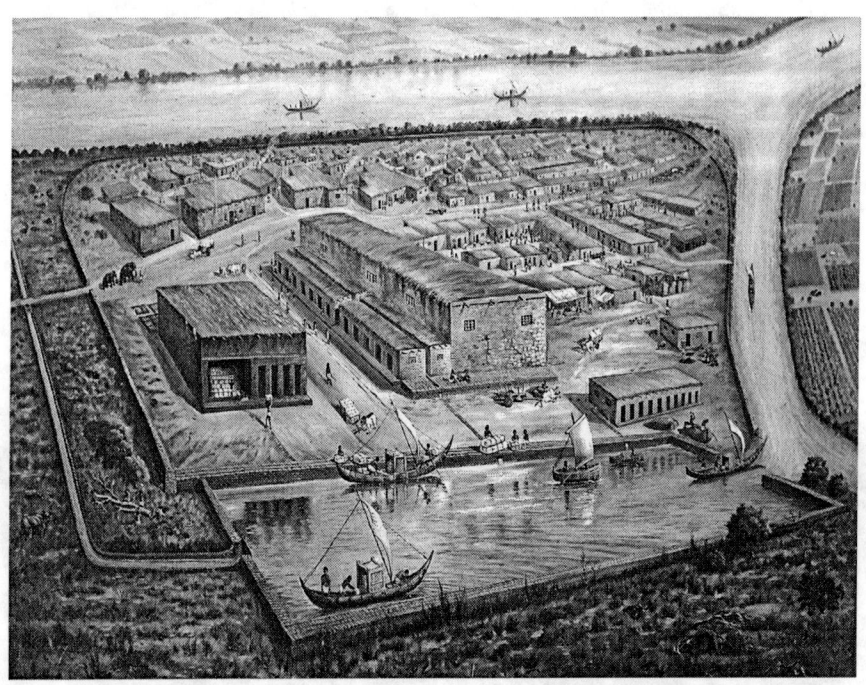

படம் 7.5: லோத்தல் பகுதி (குஜராத்) எப்படி இருந்திருக்கும் என்று ஒரு ஓவியர் வரைந்தபடம். முன் பகுதியில் கப்பல் நிற்கும் இடமும் இடது பக்கத்தில் சேமிப்புக் கிடங்கும் இருப்பதைக் கவனியுங்கள். பின்புலத்தில் இருப்பது கீழ் பகுதி நகரம். (© ASI)

இந்தக் கிடங்கிலுள்ள செங்கற்கள் பாதி எரிந்த நிலையில் காணப்பட்டதிலிருந்து அங்கு ஏதோ ஒரு தீ விபத்து நிகழ்ந்திருக்க வேண்டுமெனத் தோன்றுகிறது. நம்மைப் பொறுத்தவரை இதுவும் நல்லதுதான். இல்லையென்றால், அந்த இடத்திலிருந்து 65 களிமண் முத்திரைகள் பாதுகாப்பாக நமக்குக் கிடைக்காமல் போயிருக்கும். கப்பலில் ஏற்றுவதற்கான விற்பனைப் பொருட்களைக் கட்டுவதற்குப் பயன்படுத்தப்பட்ட கயிற்றின் தடமானது சில முத்திரைகளில் பதிந்திருந்தன.

கீழ்ப்பகுதி நகரத்தில் வசித்து வந்த மக்கள் நவரத்தினக் கற்கள், பாசி மணிகள் ஆகியவற்றாலான மாலைகளையும், கிளிஞ்சல்கள், உலோகத் தாலான கைவினைப் பொருட்கள் ஆகியவற்றையும் தயாரிக்கும் தொழிலில் ஈடுபட்டிருந்தனர் என்பதற்கான தடயங்கள் மிகுதியாகக் கிடைத்துள்ளன. பிற ஹரப்பா பகுதிகளில் பயன்படுத்தப்பட்ட தொழில் நுட்பங்களே இங்கும் பயன்படுத்தப்பட்டுள்ளன. காலிபங்கனைப் போல லோத்தலிலும் ஹோம குண்டங்களும் பலி பீடங்களும் காணப்பட்டன. ஆனால், இங்கு இவை நகர வீதிகளிலோ தனியார் வீடுகளிலோ மட்டும்தான் காணப்பட்டன. இவற்றில் ஒன்றை அத்.10-ல் விரிவாகப் பார்க்கலாம்.

நகரின் கிழக்குப் பாகத்தில் 217 மீ நீளம், 36 மீ அகலம் கொண்ட (அதாவது, கிட்டத்தட்ட 6:1 என்ற விகிதம்) நீர் நிலை (Basin) நாம் முக்கியமாகக் கவனிக்கவேண்டிய இடம். 1.5 மீட்டர் முதல் 1.8 மீட்டர் வரை கனமுள்ள லட்சக்கணக்கான சுட்ட செங்கற்களால் மிகக் கவனமாகக் கட்டப்பட்டிருக்கும் இதன் சுவர்களைப் பார்க்கும்போது

படம் 7.6. சுட்ட செங்கற்களால் கட்டப்பட்ட பிரமாண்டமான நீர்நிலை (லோத்தல்). சுமார் 220 மீட்டர் நீளம் கொண்டது. துறைமுகமாக இருந்திருக்கும் என்று கருதப்படுகிறது. (© ASI)

இதைக் கட்டுவதற்காக எத்தனை நேரமும் மனித முயற்சியும் தேவைப்பட்டிருக்குமென்பதைப் புரிந்துகொள்ளமுடியும். வேறெந்த ஹரப்பா ஆய்விடத்திலும் இதுவரை, இத்தனை பெரிய நீர்நிலை இருப்பது தெரியவந்திருக்கவில்லை (இரண்டரை பங்கு கால் பந்து மைதானத்தைப் போல் நீளம் கொண்டது!). கல்லால் செய்யப்பட்ட நங்கூரமும் கடற்கிளிஞ்சல்களும் இங்கு காணப்பட்டதிலிருந்து, இது கப்பல்கள் வந்து நிற்குமிடமாக (Dockyard) இருந்திருக்கலாமென அகழாய்வாளர் எஸ்.ஆர்.ராவ் யூகிக்கிறார்: கடல் நீர் மட்டம் உயர்ந்து உள்ளே வரும்போது (high Tides) அந்த வேகத்திலேயே படகுகள், காம்பே வளைகுடாவிலிருந்து பொகாவோ நதியின் மேல் பகுதியில் எளிதில் பயணம் செய்திருக்கும். வேறு சில விஷயங்களும் கவனத்தில் கொள்ளவேண்டியவையே. இந்த நீர்நிலையின் செங்குத்தான சுவர்கள் இத்தகைய காரியங்களுக்குத் தோதானவையே. நகரின் கிழக்குப் பக்கமிருந்த கோட்டையின் தட்டையான மேல்பாகம் அங்கு கப்பல்களையும் படகுகளையும் நிறுத்த உதவியிருக்கும். கிடங்குகள் அருகில் இருந்ததும், அங்கு ஏராளமான முத்திரைகள் கிடைத்திருப்பதும் ஏற்றுமதி நடந்திருக்கலாம் என்பதை உறுதிப்படுத்துகின்றன. ஹரப்பா வுக்கு பாரசீக வளைகுடா நாடுகளுடன் தொடர்பிருந்தது என்பதைக் காட்டும் ஒரு முத்திரையும் லோத்தலில் வேறொருரிடத்திலிருந்து கிடைத்துள்ளது. இந்த நீர்நிலையின் வடக்குப் பகுதியில் தண்ணீர் உள்ளே வருவதற்கு ஒரு பாதையும், அதிகமாக உள்ள நீரை வெளியேற்றத் தெற்கில் ஒரு வடிகாலும் கண்டுபிடிக்கப்பட்டுள்ளன.

ஆனால், இது துறைமுகமாகத்தான் இருந்திருக்கவேண்டும் என்பதை எல்லாரும் ஒத்துக்கொள்ளவில்லை. இந்த நீர்நிலைக்கு நீரைக் கொண்டுவரும் வாய்க்காலின் இரண்டு இடங்களில் பெரிய வளைவுகள் இருப்பதால், இது ஒரு துறைமுகமாக இருந்திருக்க முடியாது; மாறாக, ஒரு நீர்த்தேக்கமாகத்தான் இருந்திருக்க வேண்டுமென்று சில ஆய்வாளர்கள் சொல்கிறார்கள். இந்தக் கருத்து சரியல்ல. ஏனெனில், இந்த நீர்நிலையின் அளவு ஒரு நீர்த்தேக்கத்தை விட மிகப் பெரியதாக இருக்கிறது. இரண்டாவதாக, அது ஒரு நீர்த்தேக்கமாக இருந்திருந்தால், பக்கவாட்டுச் சுவர்கள் சரிவாக இருந்திருக்கும். அதற்குள் இறங்கு வதற்குப் படிக்கட்டுகளும் இருந்திருக்கும் (தோலவிராவில் நாம் பார்க்க முடிவதுபோல்). எல்லாவற்றுக்கும் மேலாக, நகரத்தின் பெரிய கழிவு நீர் வாய்க்கால்களில் ஒன்று இந்த நீர்நிலையில் வந்து சேருகிறது.[6] இந்த இடத்தின் செயற்கைக்கோள் புகைப்படங்களையும், லோத்தல் நகரில் காணப்பட்ட அடிமண்ணையும் ஆய்வு செய்த மூன்று இந்திய விஞ்ஞானிகள், இது அலை சார்ந்த துறைமுகமாகத்தான் இருந்தது என்பதற்கு ஆதரவாகப் பல தரவுகளைத் தந்திருக்கிறார்கள்.

உள் பகுதியில் இருந்த முன்னாள் முகத்துவாரங்களின் அமைப்பிலிருந்து, லோத்தல் நகரம் உச்சத்தில் இருந்த காலகட்டத்தில் அங்கு கடல்மட்டம் உயர்வாக இருந்திருக்கும் என்பது தெரிகிறது. செயற்கைக்கோள் புகைப்படங்களைப் பார்க்கும்போது, 'அலைகளால் உந்தப்பட்டு சுழன்று செல்லும் ஒரு நதியானது வடக்கில் இருந்து லோத்தலைத் தாண்டிப் பாய்ந்திருக்கும் என்பது தெரிய வருகிறது. இதன் விளைவாக, கடல் நீர் மட்டம் உயரும்போது படகுகளும், கப்பல்களும் லோத்தல் நகரம் வரையும், அதற்குச் சற்று அப்பாலும் கொண்டு செல்லப்பட்டிருக்கும்'[7] என்பது தெரியவருகிறது. எஸ்.ஆர்.ராவ் நாற்பது வருடங்களுக்கு முன்பே இதையேதான் சுட்டிக்காட்டியிருந்தார்.

லோத்தலில் இருந்து பொருட்கள் நேரடியாக வெளிநாடுகளுக்கு ஏற்றுமதி செய்யப்பட்டிருக்காது. சிறிய படகுகளில் இவை ஏற்றிக் கொண்டு செல்லப்பட்டு பின்னர் சௌராஷ்டிரா கடற்கரையில் கப்பல்களுக்கு மாற்றப்பட்டிருக்கலாம். எது எப்படியிருந்தாலும் லோத்தலுக்கும் கடலுக்கும் இடையே நெருங்கிய தொடர்பு இருந்ததென்பது தெளிவாகிறது. இன்றும்கூட, கடல் நீர் உயரும்போது, லோத்தல் நகரிலிருக்கும் பழைய நதியின் கீழ்ப்பக்கம்வரை கடல் நீர் வருகிறது. ஆய்வாளர்கள் அந்த இடத்தை முதன் முதலாக ஆய்வு செய்தபோது அங்குள்ள கிராமவாசிகள் வேணுவதிமாதா என்ற கடல்தேவியைப் பூஜித்துக் கொண்டிருந்ததைப் பார்த்தனர். அதன்பிறகு அங்கு நடந்த ஒரு சம்பவம் கடல் தேவியின் கோபத்தைக் கிளறிவிட்டது. அந்தக் கதையை எஸ்.ஆர். ராவின் வார்த்தைகளிலேயே கேட்போம்:

'தானியப் பாதுகாப்புக் கிடங்கு இருந்த இடத்துக்கு அகழாய்வுப் பணியை விரிவாக்குவதற்கு முன்பாக, கடல் தேவி என்று பூஜிக்கப்பட்ட கற்களை தொழிலாளர்களின் எதிர்ப்பையும் பொருட்படுத்தாமல் நீக்கினோம். சில நாட்களுக்குப் பிறகு அங்கு நடந்த ஒரு விபத்தில் தொழிலாளர்களில் ஒருவர் இறந்தார். வேறு பலர் காயமடைந்தனர். நாங்கள் கடல் தேவியை அதனுடைய இடத்தில் இருந்து மாற்றி தெய்வகுற்றம் செய்துவிட்டதால்தான் அந்த விபத்து நடந்தது என்று சொல்லி அந்தத் தொழிலாளர்கள் அங்கு பணிபுரிய மறுத்துவிட்டனர். ஒரு சிறிய சடங்கின் மூலம் தேவியை வேறொரு இடத்தில் பிரதிஷ்டை செய்தபிறகுதான் அந்தத் தொழிலாளர்களுக்கு நிம்மதி பிறந்தது. கடல் தேவியைப் பூஜிக்கும் பழக்கம் லோத்தலில் எந்த அளவுக்கு வேரூன்றியிருந்தது என்பதை விளக்குவதற்காகவே இந்தச் சம்பவம் இங்கு குறிப்பாகச் சொல்லப்பட்டிருக்கிறது.'[8]

தோலவிரா

இந்த நகரம் 1966-ல் ஆய்வாளர் ஜே.பி.ஜோஷியால் கட்ச் ரண் பகுதியிலிருக்கும் காதிர் தீவில் கண்டுபிடிக்கப்பட்டது. இதற்கு இருபது வருடங்களுக்குப் பிறகு ஆர்.எஸ்.பிஷத் தலைமையில் அங்கு அகழாய்வுகள் மேற்கொள்ளப்பட்டன. இந்த ஆய்வின் போது அனைவரையும் வியப்பில் ஆழ்த்தும் பல விஷயங்கள் வெளிச்சத்துக்கு வந்தன. அவற்றில் முக்கியமானது இன்று புல், பூண்டுகூட முளைக்காத, வறட்சியின் பிடியிலிருக்கும் இடத்தில்தான் ஒரு காலத்தில் தோலவிரா நகரம் அமைந்திருந்தது என்பதுதான்.

காம்பே வளைகுடாவில் கடல் மட்டம் உயர்ந்து சென்றிருந்ததை இப்போதுதான் பார்த்தோம். அதுபோலவே ரண் பிரதேசத்திலும் கடல் நீரின் மட்டம் உயர்ந்திருந்தது என்பதை குஜராத் கடல் பகுதிகளில் ஏற்பட்ட மாற்றங்களை ஆராய்ச்சி செய்த ஆய்வாளர் யு.பி.மாத்தூர் கண்டுபிடித்திருக்கிறார்: ஹரப்பாவின் முழு வளர்ச்சிக்கட்டத்தில் இது 'கடல் காயல் போல்' இருந்திருக்கிறது.[10] அதில் படகுகளும் கப்பல்களும் எளிதில் செல்லமுடிந்திருக்கும் (பொ.யு.மு.முதல் நூற்றாண்டிலும்[11] இந்த

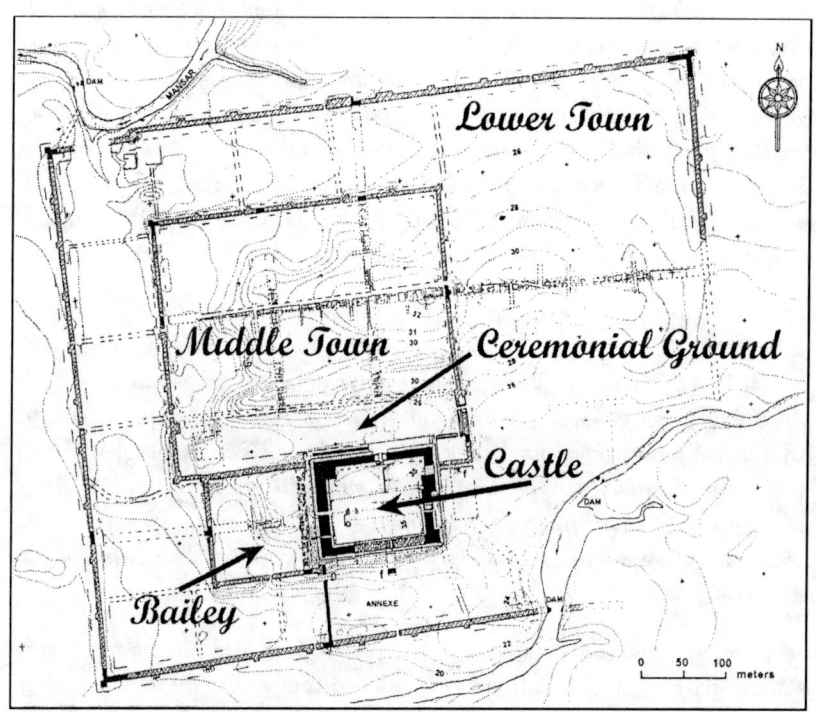

படம் 7.7 : கட்ச் ராண் பகுதியில் தோலவிரா . (© ASI)

நிலை ஓரளவுக்குத் தொடர்ந்தது என்பதை கிரேக்க ஆவணங்களிலிருந்து அறிகிறோம்). அதாவது, தோலவிராவிலிருந்து கடலுக்குச் செல்வது எளிதாக இருந்திருக்க வேண்டும்.

'கடந்த ஐம்பது ஆண்டுகளில் கண்டுபிடிக்கப்பட்டவற்றிலேயே தோலவிராதான் அனைவரையும் வியப்பில் ஆழ்த்தக்கூடியதாக இருக்கிறது' என்கின்றனர் ஆல்சின் தம்பதியர். இப்படிச் சொல்வதற்கு மூன்று காரணங்கள் உள்ளன.

முதற்காரணம் தோலவிராவின் வித்தியாசமான நகர அமைப்பு (படம் 7.7). ஹரப்பாவின் வழக்கமான நகர அமைப்பு முறைகள் இங்கு பின்பற்றப்பட்டிருந்தாலும் மொத்தத்தில் நாம் இதுவரை பார்த்ததி லிருந்து எவ்வளவோ வேறுபட்டிருக்கிறது.

நாற்பத்தியேழு ஹெக்டேர் பரப்பளவைக் கொண்டிருக்கும் தோலவிரா வின் கோட்டை கொத்தளங்கள், காலிபங்கனில் இருந்ததைவிட நான்கு மடங்கு பெரியவை. இந்த நகரம் மழையை நம்பியிருக்கும் இரு சிறு நதிகளுக்கிடையில் இருக்கிறது. லோத்தலைப்போல இங்கும் கோட்டைப் பகுதி நகரத்துக்குள்ளேதான் இருக்கிறது. ஆனால், காலிபங்கனைப் போல மதில் சுவர்களைக் கொண்ட அடுத்தடுத்த, சம அளவிலான இரு தனித்தனி பகுதிகளாக அமைக்கப்பட்டிருந்தது. இதில் ஒன்று வெளி கோட்டை (bailey) என்றும், மற்றது உள் கோட்டை (Castle) என்றும் ஆய்வாளர்களால் அழைக்கப்பட்டன. பிந்தையதை கோட்டை என்று அழைப்பதில் எந்தத் தவறும் இல்லை. ஏனென்றால், இந்தக் கோட்டையைச் சுற்றி செங்கற்களால் ஆன மாபெரும் மதில் சுவரும் அதன் இரு பக்கங்களிலும் கருங்கல் சுவரும் காணப்பட்டன.

வெளிக்கோட்டையின் பரப்பு காலிபங்கனில் இருந்ததைப் போலவே 120 x 120 மீட்டர் ஆக இருந்தது. லோத்தலின் உள்கோட்டையின் அளவும் ஏறக்குறைய இப்படியே இருப்பதால் (சராசரியாக 119 x 118 மீட்டர்), இது ஏதோ தற்செயலாக நடந்ததென்று கருதமுடியாது. ஹரப்பாவிலுள்ள கைவினைக் கலைஞர்கள் முத்திரைகளையும் எடை களையும் தயாரித்தது போலவும் வீடு கட்டுபவர்கள் செங்கற்களைத் தயாரித்தது போலவும் ஹரப்பாவின் கட்டடக்கலைஞர்களும் மிகச் சரியான அளவுகளைப் பின்பற்றியே கட்டடங்களை அமைத்திருக் கிறார்கள்.

ஆனால், ஒற்றுமைகள் இதோடு நின்றுவிடுகின்றன. மொஹஞ்ஜோ-தரோவிலும் காலிபங்கனிலும் மக்கள் மேல்பகுதி, கீழ்ப்பகுதி என்று இருவகைகளாகத்தான் பிரிக்கப்பட்டிருந்தனர். தோலவிராவில் மூன்று பிரிவுகள் இருந்தன. உள்கோட்டைப் பகுதியின் வடக்கில் நகர மையப்

பகுதி என்ற ஒன்று இருக்கிறது. வீதிகள் அகலமாகவும் ஒன்றுக்கொன்று செங்குத்தாக வெட்டிச் செல்பவையாகவும் அமைக்கப்பட்டிருந்தன. வெளிக்கோட்டையிலும், உள்கோட்டையிலும் நகர அதிகாரிகள் அல்லது ஆட்சியாளர்கள் வசித்து வந்திருப்பார்கள். மையப் பகுதி நகரத்தில் வர்த்தகர்களும் கைவினைக் கலைஞர்களும் வசித்து வந்திருப்பார்கள். அங்கு 283 மீட்டர் நீளம் 47.5 மீட்டர் அகலம் கொண்ட ஒரு மாபெரும் மைதானம் இருந்தது. அங்கு பெரிய அளவிலான பொது நிகழ்ச்சிகள் நடந்திருக்கவேண்டும். (இந்த மைதானத்தின் அளவுகளும் லோத்தலிருந்த நீர் நிலை போலவே 6 x 1 என்ற விகிதத்தில்தான் இருந்தன). இதன் தெற்குப் பாகத்தில் நான்கு நீளமான, சிறிய உட்காரும் இடங்கள் இருந்தன. அவை, பொது மக்கள் உட்கார்ந்து நிகழ்ச்சிகளைப் பார்ப்பதற்காகப் பயன்பட்டிருக்கும். கோட்டையின் வடக்கிலிருந்த பிரமண்டமான வாசல் வழியாக மைதானத்துக்குள் ஒரு பாதை இறங்கிச் சென்றது: அதன் வழியாக ஆட்சியாளர்களும் உயரதிகாரிகளும் ஊர்வலமாக மைதானத்துக்குள் நுழைவதை நாம் கற்பனை செய்து பார்க்க முடியும். ஆனால், அங்கு என்ன மாதிரியான சடங்குகள், பொது நிகழ்வுகள் நடத்தப்பட்டன என்பது தெரியவில்லை.

படம் 7.8: தோலவிராவில் கோட்டை மதிலுக்குட்பட்ட பகுதியின் கிழக்கு வாசலில் இருக்கும் ஓர் அறை. கல் தூணின் இரண்டு சதுர வடிவ அடிப்பாகமும் ஒரு வட்ட வடிவ அமைப்பும் இருப்பதைக் கவனியுங்கள். (© ASI)

மைய நகருக்கு அப்பால் இருந்த கீழ்ப்பகுதி நகரின் வடகிழக்கிலும் கிழக்கிலும் குடியிருப்புகள் காணப்பட்டன. சாதாரண பணியாளர்கள் இங்கு வசித்து வந்திருக்கக்கூடும். ஒரு நகரின் கட்டட அமைப்பில் இருக்கும் ஏற்றத் தாழ்வுகளை, சமூகக் கட்டமைப்பை விளக்கும் ஒன்றாக எடுத்துக்கொள்ளமுடியும். தோலவிராவில் காணப்படும் மூன்று அடுத்தடுத்த நகர அமைப்புகளையும் கோட்டைக்கு வெளியே மக்கள் தொகை கூடுதலாக இருப்பதையும் பார்க்கும்போது, சாதி அமைப்பின் கூறுகள் இருப்பதுபோல் தோன்றும். ஆனால், ஹரப்பா சமுதாயத்தையும் அதன் செயல்பாடுகளையும் பற்றிக் கூடுதல் விவரங்கள் கிடைக்குவரை நாம் நம்மைக் கொஞ்சம் கட்டுப்படுத்திக் கொள்வது நல்லது. (ஹரப்பா சமூகத்தில் 'க்ஷத்திரியர்கள்' அல்லது போர் வீரர்கள் என்ற ஒரு ஜாதியே இல்லையென்பதையும் நாம் கவனத்தில் கொள்ளவேண்டும்).

ஹரப்பா அகழாய்விடங்களில் தோலவிராவில் மட்டுமே கருங்கல் அதிகமாகப் பயன்படுத்தப்பட்டிருக்கிறது. இந்தக் கற்களைக் கொத்தி சரி செய்வதற்கு வெண்கலத்தாலான உளிகள் உபயோகிக்கப் பட்டுள்ளன. களிமண் செங்கற்கள் உபயோகித்துக் கட்டப்பட்ட கொத்தளங்கள் சில இடங்களில் 18.5 மீட்டர் அகலத்திலிருந்தன. அவற்றுக்கு இரு புறங்களிலும் உயரமான கருங்கல் சுவர்கள் கட்டப் பட்டிருக்கின்றன. இந்தக் கோட்டைக்குள், செதுக்கப்பட்ட கருங்கற் களை உபயோகித்து சில அறைகளும் கட்டப்பட்டிருந்தன. அவற்றுள் சிலவற்றுள் நன்கு வழ வழப்பாக்கப்பட்ட வட்டமான மற்றும் சதுரவடிவிலான தூண்களின் பகுதிகளும் காணப்பட்டன (படம் 7.8).

மேற்சொன்ன தூண்கள் ஒரே கல்லில் உயரமாகக் கட்டப்படவில்லை. மாறாக, முதலில் அவை தனித்தனியானச் சதுர/வட்ட வடிவில் சிறு துண்டுகளாக முதலில் தயாரிக்கப்பட்டன. ஒவ்வொரு துண்டின் நடுவிலும் ஒரு துவாரம் இருந்தது. இந்தத் துண்டுகள் ஒன்றின் மேல் ஒன்றாக அடுக்கி வைக்கப்பட்டு, தேவையான உயரத்தை அடைந்த வுடன் நடுவிலுள்ள துவாரம் வழியாக ஒரு மரத்தடி சொருகப்பட்டு ஒன்று சேர்க்கப்பட்டுள்ளன. இதன் மூலம் அந்தத் தூண்கள் ஆடாமல், அசையாமல் இருந்தன. ஒற்றைக் கல்லில் தூண் செய்வதற்கு மாற்றாகக் கண்டுபிடித்த புத்திசாலித்தனமான உத்தி இது.

தோலவிராவின் நகர அமைப்பிலே வேறெங்கும் கண்டிராத ஒரு விஷயத்தைக் காண்கிறோம். அது அங்கு கட்டப்பட்ட கட்டடங்களின் அளவு. இதைப்பற்றி அத்.9-ல் பார்க்கலாம்.

தோலவிராவின் இரண்டாவது சிறப்பு அம்சம் நீர் சேமிப்பு. முதலாவது அம்சத்துடன் இது தொடர்புடையதுதான். நகரில் சில கிணறுகள்

இருந்தாலும் கோட்டைக்குள் இருந்த கிணறுதான் அவற்றில் மிகவும் பிரமாண்டமாக இருந்தது (படம் 7.9). எனினும் ஒவ்வொரு சொட்டு மழைத் துளியையும் சேமிக்க மிகுந்த அக்கறை எடுத்துக்கொள்ளப் பட்டது: நகரக் கோட்டையின் கிழக்கிலும் வடக்கிலும் உள்ள மதில்களையொட்டி பெரிய நீர்த்தேக்கங்கள் கட்டப்பட்டன. இவற்றுள் மிகப்பெரிய இரண்டு தேக்கங்கள் முறையே 73 x 29 மீட்டர் மற்றும் 33 x 9 மீட்டர் அளவுகளில் இருந்தன. இதில் இரண்டாவது நீர்த்தேக்கம் அங்கிருந்த ஒரு பாறையைக் குடைந்து உருவாக்கப்பட்டிருந்தது. இதுவே 'முதன்முதலாகப் பாறையைக் குடைந்து கட்டப்பட்ட'[13] நீர்த் தேக்கமாக இருக்க வேண்டுமென ஆய்வாளர் ஆர்.எஸ்.பிஷத் குறிப் பிட்டிருக்கிறார் (படம் 7.10).

கோட்டையில் அமைக்கப்பட்ட மழை நீர் சேகரிப்பு வழிமுறை மூலம் இவற்றுக்கான ஒரு பங்கு நீர் கிடைத்தது. வேறிடங்களில் ஒரு ஆள் நடந்து செல்ல முடிந்த அளவு உயரமான வடிகால்கள் மூலம் கீழ்ப் பகுதி நகர மக்கள் வசித்து வந்த மேற்கு, வடமேற்குப் பகுதிகளுக்கு வெள்ள நீர் கொண்டு செல்லப்பட்டு அத்தனை நீர்த்தேக்கங்கள் உருவாக்கப்பட்டன.

படம் 7.9. தோலவிரா கோட்டைப் பகுதியில் இருக்கும் கல் கிணறு. (கிணற்றுக்குள் இருக்கும் பெண்ணின் உருவம் கிணறின் ஆழத்தைச் சுட்டுவதாக இருக்கிறது).

தேவையான நீர் பிரதானமாக நகருக்கு வடக்கிலும் கிழக்கிலும் பாய்ந்தோடிக் கொண்டிருந்த மழைக்காலச் சிறு நதிகளிலிருந்து கிடைத்தது. இந்த நீர் ஓடிவரும் பாதையில் தடுப்பணைகள் கட்டப்பட்டு நீரின் வேகம் குறைக்கப்பட்டது. கீழ்ப் பகுதி நகர மக்களுக்காக இதன் ஒரு பகுதி திருப்பிவிடப்பட்டது. மொத்தத்தில் தோலவிராவின் பரப்பில் மூன்றில் ஒரு பங்கு நீர் சேமிப்புக்காகவே பயன்படுத்தப்பட்டது. அதன் விளைவாக, பருவ மழைக்காலங்களில் தோலவிரா ஒரு 'ஏரி நகராக' மாறியிருக்கும்.

தோலவிராவில் நீர் மேலாண்மைச் செயல்பாடுகள் இத்தனை திறம்பட நிறைவேற்றப்பட்டதிலிருந்து நாம் இரு முக்கியமான விஷயங்களை அறிந்துகொள்ள முடியும். அவை, மீண்டும், நீண்ட காலத்துக்கு நம் நவீன இந்திய நகரங்கள் எட்டிப் பிடிக்க முடியாத (பொறாமைப் படத்தக்க) அளவிலேயே இருக்கும். மழை நீரைக் கொண்டு செல்லக் கட்டப்பட்ட நீர்ப்பாதைகள் ஆளுயரத்தில் இருப்பதிலிருந்து பெரு மழைக்காலங்களில் தண்ணீர் பெருமளவில், கட்டுப்பாடின்றி பாய்ந்து வந்திருக்க வேண்டுமெனத் தெரிகிறது. அங்கு கட்டப்பட்ட அணைகள், மழை நீர் சேகரிப்புக் கட்டடங்கள், நீர்த்தேக்கங்களின் பிரமாண்ட அளவுகள் ஆகியவற்றைப் பார்க்கும்போது அப்பகுதியில் பருவமழை பொதுவாகவே குறைவாகத்தான் இருந்திருக்க வேண்டும்; தோலவிரா

படம் 7.10 : தோலவிரா: பாறையை வெட்டி உருவாக்கப்பட்ட நீர்த்தேக்கம். கோட்டைக்குத் தெற்கில் இருக்கிறது.

வாசிகள் தங்களுக்குக் கிடைத்த ஒவ்வொரு துளிநீரையும் சேகரிக்க முற்பட்டிருக்கிறார்கள் என்பவையெல்லாம் தெரிய வருகின்றன. வேறு வார்த்தைகளில் சொல்வதானால், அன்று இந்தப் பிரதேசத்தில் பெய்த மழையின் அளவு இன்று கட்சில் பெய்வதைப் போலத்தான் இருந்திருக்கவேண்டும்.

இரண்டாவதாக, மொஹஞ்ஜோ-தரோவைப் போல தோலவிராவிலும் நீர் மீதான மோகம் மிகுதியாகவே இருக்கிறது. அங்கு, மதச் சடங்குச் செயல்பாடுகளில் இதை அகழ்வாராய்ச்சியாளர்கள் பார்த்திருக் கிறார்கள். அங்கிருந்த குளியல் மையம், எண்ணற்ற கிணறுகள், வீடு களில் காணப்பட்ட குளியலறைகள் ஆகியன இந்த யூகத்தை உறுதிப் படுத்துகின்றன.

நகர அமைப்பைத் தவிர தோலவிரா அனைவருடைய கவனத்தையும் ஈர்த்ததற்கு வேறொரு காரணமும் இருக்கிறது: கோட்டையின் வடக்கு வாசலுக்கு அருகிலிருந்த ஓர் அறையில் கண்டுபிடிக்கப்பட்ட மூன்று மீட்டர் நீளமுள்ள ஓர் கல்வெட்டு. அது அங்கு பொறிக்கப்பட்டிருக்க வில்லை; படிகத்தால் செய்யப்பட்ட 35 செ.மீ உயரமுள்ள பத்து குறியீடுகள் ஒரு மரப்பலகையில் செதுக்கப்பட்டிருந்தன. இந்த 'அடை யாளப் பலகை' மத்திய நகரப் பகுதியில் இருந்து பார்த்தால் நன்கு தெரியும்படியாக வடக்குவாசலில் தொங்கவிடப்பட்டிருக்க வேண்டும். அளவைப் பொறுத்தவரையில் இந்தப் பலகைக் கல்வெட்டுடன் கொஞ்சமாவது ஒப்பிடும்வகையில் வேறொன்று ஹரப்பாவின் வேறு எந்த இடத்திலிருந்தும் கிடைக்கவில்லை. (வண்ணப்பூச்சு செய்யப் பட்டிருந்தாலோ வெறுமனே உளியால் செதுக்கப்பட்டிருந்தாலோ காலப்போக்கில் அழிந்திருக்கும். ஆனால், படிகப் பொருளால் செய்யப்பட்டிருந்ததால் இந்த பலகை அழியாமலிருக்கிறது.)

ஹரப்பா எழுத்துகளைப் புரிந்துகொள்ளும் சூட்சுமத்தை இந்த பலகை யும் நமக்குத் தரவில்லை. ஆனால், அன்று கணிசமான நபர்கள் அல்லது குறைந்தபட்சம் அரசச் சடங்குகளைப் பார்க்க வந்த மக்களாவது இதில் எழுதியிருப்பதைப் படித்துப் புரிந்து கொண்டிருப்பார்கள். அதாவது, சிறுபான்மையான 'மேட்டுக் குடி'யினருக்கு மட்டுமே கல்வி தரப் பட்டிருந்தது என்ற முந்தைய கோட்பாடுகளை இது பொய் என்று ஆக்கிவிட்டிருக்கிறது.

ஒரு சில நூற்றாண்டுகளுக்குப் பிறகு தோலவிராவின் அபாரமான நகர அமைப்பு அழிவைச் சந்தித்தது. நகர நிர்வாகம் புறக்கணிக்கப்பட்டது. குடியிருப்புகளின் எண்ணிக்கை குறைந்து கொண்டே வந்தது. கடைசி யில் மக்கள் அங்கிருந்து வேறிடங்களுக்குச் சென்றனர். சிறிய

இடைவெளிக்குப் பிறகு புதிய மனிதர்கள் அங்கு வந்து சில காலம் தங்கியிருந்தனர்.

சொர சொரப்பான வெளிச்சுவர்களைக்கொண்ட அவர்களுடைய வட்ட வடிவ வீடுகள் முந்தைய திட்டமிட்டுக் கட்டப்பட்டிருந்த குடியிருப்புகளிலிருந்து நிறையவே வேறுபட்டிருந்தன. மேலும், ஹரப்பாவின் எந்தச் சிறப்பு அம்சங்களும் இவற்றில் காணப்படவில்லை. நகரத்தின் அழகும் செழிப்பும், அதன் கோட்டை கொத்தளங்களும், அகலமான வீதிகளும், பிரமாண்ட நீர்த்தேக்கங்களும் காணாமலேயே போயின.

புதிதாகக் குடியேறியவர்களும் அங்கு அதிக நாள் வாழ முடியவில்லை. அவர்களுடைய கட்டடங்கள் நொறுங்கி வீழ்ந்தன. மணலும், களி மண்ணும் இடிபாடுகளை மூடி அடுத்த நான்காயிரம் ஆண்டுகளுக்கு அவற்றை மீளாத் தூக்கத்தில் ஆழ்த்தின.

{8}

தாறுமாறாக ஓடும் நதிகள்

இந்த மகத்தான கலாசாரம் அதன் உச்ச கட்ட பரிணாம வளர்ச்சியை எட்டிய ஏழு அல்லது எட்டு நூற்றாண்டுகளுக்குப் பிறகு ஏன் அழிய நேரிட்டது? உண்மையில், ஒரு சில ஆய்வாளர்கள் இந்த நாகரிகம் 'முடிவுக்கு வந்தது' என்பதையே கேள்விக்குட்படுத்துகிறார்கள். பல நூற்றாண்டுகளாக வளர்ந்து, உருவெடுத்த இதன் நகர்ப்புற வாழ்க்கை முறை மூன்றாம் ஆயிரமாண்டின் கடைசியில் ஓரிரு நூற்றாண்டு களுக்குள் அழிய நேரிட்டது என்பதில் சந்தேகமில்லை. பெரும்பாலான நகரங்களிலிருந்து மக்கள் வெளியேறினர். மக்கள் தொடர்ந்து வாழ்ந்து வந்த நகரங்களிலும் வாழ்க்கை முறை சிதற ஆரம்பித்திருந்தது. ஒரே அளவில் தயாரிக்கப்பட்ட செங்கற்கள், தூய்மையான நகரங்கள், சுத்தமான சாக்கடைகள், குப்பைத் தொட்டிகள் ஆகிய அனைத்தும் எங்கோ மறைந்து போயின. சுருக்கமாகச் சொல்வதானால், 21-ம் நூற்றாண்டு இந்தியப் புற நகரங்களைப் போல் அவை ஆகிவிட்டன!

இந்த அழிவு ஏப்படி ஏற்பட்டது? நமக்கு நிச்சயமாகத் தெரியாது என்பதுதான் நம்மால் சொல்லமுடிந்த பாதுகாப்பான பதில். பல்வேறு சாத்தியக்கூறுகளைச் சொல்ல முடியும். அவை எல்லாமே சரியாகவும் இருக்கலாம்.

மனிதர்களால் கொண்டுவரப்பட்ட முடிவு?

இந்த நாகரிகம் அழிந்ததைப் பற்றி மூன்றுவிதமான கருத்துகள் நிலவுகின்றன. முதலாவது: வெளியிலிருந்து வந்த ஆக்கரமிப்புக் காரர்கள் சிந்து சமவெளி நாகரிக நகரங்களை அழித்தனர். இரண்டாவது: அரசியல் அல்லது பொருளாதாரப் பிரச்னைகள் எழுந்ததால் இந்த நாகரிகம் அழிவுற்றது. மூன்றாவது: சுற்றுப்புறச் சூழ்நிலையில் ஏற் பட்ட பல்வேறு மாற்றங்களால் அழிவுற்றது.

மனிதர்கள்தான் இந்த அழிவுக்குக் காரணம் என்று சொல்லும்போது வெளிநாட்டினரின் ரத்தம் தோய்ந்த படையெடுப்பைத்தான் குறிப்பிடுகிறோம். கைபர் கணவாய் வழியாக இந்தியாவுக்குள் நுழைந்த ஆரியர்களால் அது நடந்திருக்கும் என்று சொல்லப்படுகிறது. ஹரப்பா வாசிகளைவிடப் படைபலம் அதிகமாக இருந்த, குதிரைகளில் வந்த ஆரியர்கள் அப்பாவி ஹரப்பாவாசிகளை ஆக்கரமித்தனர்; அவர்களுடைய கட்டுக்கோப்பான நகரங்களை அழித்தனர் என்றெல்லாம் சொல்லப்படுகிறது. ஆனால், இப்படிப்பட்ட ரத்தம் தோய்ந்த வன்முறைச் சம்பவங்கள் மூலம் சிந்து நகரங்கள் அழிய நேரிட்டன என்ற கருத்தாக்கத்தைக் கடந்த சில பத்தாண்டுகளாகக் கிடைத்திருக்கும் வலுவான ஆதாரங்களின் அடிப்படையில் அகழாய்வாளர்கள் அழுத்தமாக மறுதலிக்கிறார்கள்.

ஆரம்பத்தில் முன்வைக்கப்பட்ட சான்றுகள் தெளிவாக நிராகரிக்கப்பட்டதோடு (மொஹஞ்ஜோ-தாராவில் ஒரு தெருவில் கிடைத்த எலும்புக் கூடுகள் போன்றவை), மத்திய ஆசியாவில் இருந்து புதிய கலாசாரம் ஒன்று வந்து சேர்ந்ததற்கான எந்தத் தடயமும் இல்லை; அதாவது ஆரியர்கள் ஆக்ரமிப்பு அல்லது புலம் பெயர்தல் என்று சொல்வதுபோல் ஒன்று நடந்திருந்தால் என்னவெல்லாம் கிடைத்திருக்க வேண்டும் என்று நாம் எதிர்பார்ப்போமோ அப்படியான எதுவுமே கிடைக்கவில்லை என்று அகழ்வாராய்ச்சியாளர்கள் ஒருமித்த முடிவுக்கு வந்திருக்கிறார்கள்.[1]

இந்தப் பிரதேசத்தில் எழுந்த சில உள்நாட்டுப் பிரச்னைகளாலோ வெளியிலிருந்து வந்த கொள்ளைக்காரர்களாலோ வன்முறை சம்பவங்கள் நிகழ்ந்திருக்கலாம் என்று ஒரு சில ஆய்வாளர்கள் கருதுகிறார்கள். இதற்கு உதாரணமாக, ஹரப்பாவின் முழு வளர்ச்சிக் கட்டத்தைச் சேர்ந்த ‘உடைபட்ட சிலைகள்’ சிலவற்றைச் சுட்டிக்காட்டுகிறார்கள்.[2] ஆனால், கெனோயர் சொல்வது போல ‘அருகிலுள்ள கட்டடங்கள் இடிந்து விழுந்ததாலோ இயற்கைக் காரணங்களாலோ இந்தச் சிலைகள் உடைந்திருக்கலாம்.[3] ‘வணிகப் பாதைகளிலோ நகரங்களுக்கு வெளியிலோ, வழிப்பறிக்கொள்ளைகள் அதிகரித்திருக்கலாமே தவிர, சிந்து சமவெளி நாகரிகத்தின் கடைசிக் கட்டத்தில் நகரங்களில் வன்முறைச் சம்பவங்கள் நடந்ததற்கான சான்றுகள் இல்லை’ என்று குறிப்பிட்டிருக்கிறார்.[4]

கடைசிக்கட்ட ஆய்வுகளின்படி, ஹரப்பாவைப் பொறுத்தவரை மனித வெறிச் செயல், சமூக வன்முறைப் போராட்டங்கள் என்பவையெல்லாம் வெறும் யூகங்கள்தான். நகர அமைப்பின் வீழ்ச்சியைத் தொடர்ந்து அதன் சமூக அமைப்பிலும் பெருமளவில் மாற்றங்கள் வந்திருக்கலாம்.

ஆனால், அது ஓர் உப விளைவாக இருந்திருக்குமே தவிர அதுவே காரணமாக இருந்திருக்க வாய்ப்பில்லை.

அடுத்தபடியாக, இன்னொரு கருத்தாக்கம் சொல்லப்படுகிறது. இதைச் சுற்றியும் நிச்சயமின்மை படர்ந்திருக்கிறது. பொ.யு.மு.1900 வாக்கில் மெசபடோமியாவில் கிடைத்த தடயங்களின்படி, வெளிநாட்டு வர்த்தகம் பெருமளவில் குறைந்துபோயிருக்கிறது. அதன் சங்கிலித் தொடர் விளைவாக, ஹரப்பாவின் பொருளாதார நிலை பலவீனமாகி யிருக்கலாம்; கைவினைக் கலைஞர்கள் வேலை இழந்திருக்கலாம். வெளிநாட்டு வர்த்தகம் குறைந்ததென்னவோ உண்மைதான். ஆனால், அதுதான் ஹரப்பாவின் அழிவுக்கு முக்கிய காரணமா அல்லது அது ஒரு பின்விளைவா என்பதை இப்போது தீர்மானிக்க முடியாது.

முறையான அழிவு தொடர்பாக வேறு சில காரணங்களும் சொல்லப்படு கின்றன. 'சிந்து மதிப்பீடுகள் அதி முழுமையானவையாக[5] இருந்ததால் மாறும் சூழல்களுக்கு ஏற்ப தகவமைத்துக் கொள்ள முடியாமல் போயிருக்கலாம்' என்று பொஸ்ஸல் தெரிவித்திருக்கிறார். அங்கு நகர நிர்வாகச் செயல்பாடுகள் அதி உயர் தரத்தில் இருந்ததை ஏற்கெனவே பார்த்திருக்கிறோம். இது புத்திசாலித்தனமான யூகம்தான். ஆனால், இதனை இப்போது பரிசோதித்துப் பார்க்க முடியாது. மேலும், என்ன 'சூழல் மாற்றங்கள்' ஏற்பட்டன என்பதை அவர் விளக்கவும் இல்லை. ஆனால், பல்வேறு பிரதேசங்களுக்குக் குடியேறியதன் மூலமும் அங்கிருந்த பலவிதமான இயற்கை வளங்களைப் பயன்படுத்திக் கொண்டதன் மூலமும், ஹரப்பாவாசிகள் எந்தச் சூழ்நிலைக்கு ஏற்பவும் தகவமைத்துக் கொள்ளும் திறன் கொண்டவர்களாகவே தங்களை வெளிப்படுத்தியிருக்கிறார்கள்.

இந்த விஷயத்தைப் பற்றி தீலீப் சக்ரவர்த்தி வெளியிட்டுள்ள கருத்து சரியாக இருக்குமெனத் தோன்றுகிறது. அவர் சொல்கிறார்: 'ஹரப்பா வாசிகள் பல்வேறு இடங்களில் குடிபெயர்ந்ததனால் ஒவ்வொரு இடத்திலும் அவர்களுடைய எண்ணிக்கை குறைவாகவே இருந்தது. இதனால் அரசியல் வலிமை குறைவதைத் தவிர்க்க முடியாமல் போனது. தங்களுடைய சக்திக்கு மீறிச் செயல்பட்டுவிட்டார்கள்'.[6] இந்தக் கருத்து சரியாக இருக்கலாம். ஏனெனில், மக்களை ஒன்று சேர்த்து கட்டுப்பாட்டில் வைத்திருக்கக்கூடிய ராணுவம் போன்ற வலிமை யான, மையப்படுத்தப்பட்ட சக்திகளினால் ஹரப்பா ஒருங்கிணைக்கப் பட்டிருக்கவில்லை என்பது நமக்குத் தெரியும். அங்கு வாழ்ந்த வெவ் வேறு வர்க்கங்கள், சமூகங்களுக்கிடையே நிலவிவந்த சிக்கலான உறவை, பரந்து விரிந்த ஹரப்பா பகுதிகளில், தொடர்ந்து தக்க வைப்பதும் ஒருங்கிணைப்பதும் மிகவும் சிரமமாக ஆகியிருக்கும்.

உதாரணமாக கெனோயரின் கருத்தின்படி, 'ஹரப்பாவின் பொருளாதார உற்பத்தியில் ஒரு சிறிய மாற்றம் ஏற்பட்டிருந்தாலும் அது பரந்து விரிந்த வர்த்தக, அரசியல் வலைப்பின்னல்களைப் பெரிதும் பாதித்திருக்கும்...'[7]

அதேநேரம், ஹரப்பாவின் சுற்றுப்புறச் சூழ்நிலையில் ஏற்பட்ட மாற்றங்கள்கூட அதன் அழிவுக்குக் காரணமாக இருந்திருக்கலாம் என்று கெனோயரும் சக்கரவர்த்தியும் கருதுகிறார்கள். அவை மனிதனால் ஏற்பட்டிருக்கலாம். அல்லது இயற்கையின் விளைவாக இருந்திருக்கலாம். இதைப்பற்றி விரிவாக விவாதிக்கும் முன்பு நாம் ஒரு முக்கியமான கேள்விக்குப் பதில் கண்டுபிடித்தாக வேண்டும்: ஹரப்பாவின் நகரங்கள் எந்த மாதிரியான சூழ்நிலையில் வளர்ந்தன?

ஹரப்பாவின் நகரமயமாக்கம் வறட்சி காலகட்டத்தில் நடந்ததா?

இந்தியப் பருவமழை இப்போதிருப்பதைவிட அன்று குறைவாக இருந்ததா, மிக அதிகமாகப் பெய்ததா என்ற விஷயத்தில்தான் இந்தக் கேள்விக்கான விடை இருக்கிறது. இன்றைவிட அதிகமாக இருந்திருந்தால், இந்தியாவின் வடமேற்குப் பிரதேசங்களிலும் பாகிஸ்தானிலும் இன்று காணப்படும் வறண்ட பிரதேசங்கள் அன்று பசுமையாகவும் வற்றாத நீர் வளத்துடன் இருந்திருக்கும். தட்ப வெப்ப நிலை, சுற்றுப்புறச் சூழல் ஆகியவற்றைப் பற்றிய பல ஆய்வுகள் நடத்தப்பட்டு நிறைய விடைகள் கிடைத்திருக்கின்றன. ஆனால், துரதிஷ்டவசமாக அவையெல்லாம் ஒருமித்தவையாக இல்லை. உதாரணமாக, பனியுகத்தின் கடைசிகட்டத்தில், இந்தியத் துணைக்கண்டத்தில் பொ.யு.மு.8000- வாக்கில் தென்மேற்குப் பருவமழை அதிக வலுப்பெற்றது என்பது தெளிவாக நிரூபணமாகிவிட்டிருக்கிறது. ஆனால், அதற்குப் பிறகு என்ன நடந்தது?

இதைப்பற்றி நடத்தப்பட்ட முக்கியமான முதல் கட்ட ஆய்வுகளில் 1971-ல் குர்தீப் சிங் நடத்திய ஆய்வு குறிப்பிடத் தகுந்ததாகக் கருதப்படுகிறது. ராஜஸ்தானிலுள்ள மூன்று ஏரிகளிலிருந்து மண்ணுக்கடியில் புதைந்திருந்த மகரந்தப்பொடிகள் போன்றவை எடுக்கப்பட்டு ஆய்வு செய்யப்பட்டன (Palynological Studies - மகரந்தங்களைப் பற்றிய ஆய்வு. பெரும்பாலும் தொல் உயிரெச்சமாக (இங்கு செய்ததுபோல்) இருக்கும் மகரந்தங்கள் ஆய்வுசெய்யப்படும். பழங்காலத் தட்பவெப்பநிலை, சூழல் பற்றி நன்கு தெரிந்துகொள்ள இது பெரிதும் உதவும்). இந்த ஆய்வில் ஹரப்பாவின் முழு வளர்ச்சிக் கட்டத்தில் ஈரப்பதமான கால நிலை இருந்திருக்க வேண்டுமென்றும், அதற்குப் பின் பொ.யு.மு.2000 வாக்கில் மழை சட்டென்று குறைய ஆரம்பித்திருக்கும் என்றும் கண்டுபிடிக்கப்பட்டது.[8] ஆனால் 1984-ல், தனக்குக் கிடைத்த அகழ்

வாராய்ச்சிச் சான்றுகளின் அடிப்படையில் குர்தீப் சிங்கின் காலக் கணிப்புகளை வி.என்.மிஸ்ரா நிராகரித்தார். அவருடைய கருத்தின்படி, 'வறட்சியான மற்றும் பாதி-வறட்சியான நிலைமை' ஹரப்பா காலகட்டத்தில் ஏற்கெனவே நிலைபெற்றுவிட்டிருந்தன.[9] குர்தீப் சிங் வெளியிட்ட ரேடியோ கார்பன் காலகட்டங்கள், ஜிம் ஷாஃபர், லிச்டென்ஸ்டைன் ஆகியோரால் மறு பரிசோதனை செய்து பார்க்கப் பட்டன. அப்போது, ஈரப்பதமான காலநிலையின் காலகட்டம் ஹரப்பா வின் தொடக்க காலத்துக்குத் தள்ளப்பட்டது. ஆகவே, ஹரப்பாவின் முழுவளர்ச்சிக் காலத்திலேயே வறட்சி நிலை தொடங்கிவிட்டது என்பது இவ்விருவரின் முடிவாகும்.

குர்தீப் சிங்கின் ஆய்வுக்குப் பத்து வருடங்களுக்குப் பிறகு ஆர்.ஏ.ப்ரைஸன், ஏ.எம்.ஸ்வைன் என்ற இரு ஆய்வாளர்களும் ராஜஸ்தான் ஏரிகளிலிருந்து எடுத்த பழைய காலத்தைச் சேர்ந்த மகரந்தப் பொடிகளை ஆய்வு செய்தனர். அதிக மழை பெய்த காலகட்டம் இருந் ததையும் (குறிப்பாக, குளிர்காலத்தில் அதிக மழை), பொ.யு.மு. 1800-க்கு சற்று முன்னதாகவே வறட்சிக்காலம் தொடங்கிவிட்டது என்பதையும் நிரூபித்தனர்.[11] சிங்கின் ஆரம்பகட்ட கண்டுபிடிப்புகளை உறுதிப்படுத்திய இந்த முடிவைப் பலரும் ஏற்றுக் கொண்டுள்ளனர் என்றாலும், மறு பரிசோதனை செய்த பிறகு, இந்த அதிக மழைக்காலம் 'ஹரப்பாவின் முழுவளர்ச்சிக் கட்டத்துக்கு முற்பட்ட காலத்தைச் சேர்ந்தது' என்று ஆய்வாளர்கள் கருத்துத் தெரிவிக்கிறார்கள்.[12]

வேறு வார்த்தைகளில் சொல்வதானால், இம்மாதிரியான மறு பரி சோதனைகளை நாம் ஒப்புக்கொண்டால், 'சிந்து சமவெளி நாகரிகத்தின் தட்பவெப்பநிலை பொ.யு.மு.3000ம் ஆண்டில் இன்றிருப்பதைப் போலத்தான் இருந்திருக்க வேண்டும்' என்று கிரிகரி பொஸ்ஸல் சொல்வதை இந்த இரண்டு ஆய்வுகள் ஆதரிப்பதை நாம் பார்க்க முடியும்.[13] இன்றைய பெரும்பாலான அகழ்வாராய்ச்சியாளர்களின் தீர்மானமும் இதுவே. மேற்சொன்ன இரண்டு ஆய்வுகள் நீங்கலாக, சில புதிய ஆய்வுகளும் இதே முடிவுக்குத்தான் வந்துள்ளன. அவற்றில் மூன்றை ஏற்கெனவே பார்த்துவிட்டிருக்கிறோம்.

முதலாவது, மேரி-ஆக்னெஸ் (பக்: 85). செய்த ஆய்வு. கக்கர் -சௌதங் நதிப்பரப்பிலிருந்த மண்ணையும் மண்ணில் புதைந்திருந்த பல்வேறு பொருட்களையும் ஆய்வு செய்தபின், 'சரித்திரத்துக்கு முற்பட்ட காலத்திலிருந்தே (ஹரப்பாவின்) தட்ப வெப்ப நிலையில் மிகக் குறை வான ஏற்ற இறக்கமே இருந்திருக்கிறது. எனவே, அது பாதி-வறட்சிப் பிரதேசமாகவே இருந்து வந்திருக்கிறது' என்று கருத்துத் தெரிவித் திருக்கிறார்.[14]

இரண்டாவதாக, கேய், ப்ளீத்னர் ஆகியோரின் ஆய்வு (பக். 101). இன்றைய இந்திய-பாகிஸ்தான் எல்லைக்கு அருகில் பொ.யு.மு.2700-த்துக்கு முன்பே ஹக்ரா நதியின் நீரோட்டம் நின்றுவிட்டதெனக் கூறியிருக்கிறார்கள். மூன்றாவதாக, எஸ்.எம்.ராவ், கே.எஸ்.குல்கர்னி ஆகிய இரு விஞ்ஞானிகள் (பக். 98) நடத்திய ஐசோடோப்பு பரிசோதனையில் மேற்கு ராஜஸ்தானிலிருந்து புராதன நதிப்படுகையில் பொ.யு.மு.3000-க்குப் பிறகு நீரேற்றம் நின்றுவிட்டதென்பது கண்டுபிடிக்கப்பட்டது.

இவற்றைத் தவிர 1983-ல் எம்.பி. மக்கீன் பாலகோட் (கராச்சிக்கு வடமேற்கில்) என்ற இடத்தில் காணப்பட்ட மகரந்தப் பொடிகளையும் பிற படிவுகளையும் (Sediment) ஆய்வு செய்தார். அவருடைய முடிவு: 'லாஸ் பேலாவில் இப்போதிருப்பதைவிட முன் வரலாற்றுக் காலத்தில் மழை அதிக அளவில் இருந்திருக்கும் என்பதை நிரூபிக்கும் சான்றுகள் ஒன்றுமே பாலகோட் பகுதியில் இருந்து கிடைத்திருக்கும் மகரந்தத் தரவுகளில் இல்லை'.[15]

1999-ல் ஒய்.என்ஸெல் (Y.Enzal) என்பவரும் அவருடைய எட்டு சக ஆய்வாளர்களும் இப்போது அநேகமாக வறண்டு கிடக்கும் லங்காரண்சர் ஏரியிலிருந்த அடிமண்ணை ஆய்வு செய்தனர். அங்கு 'பொ.யு.மு.8000-ல் தண்ணீர் இருந்தது; பொ.யு.மு.4000 வாக்கில் வறண்டு போகத் தொடங்கியது; கடைசியில் பொ.யு.மு.3500-ல் முழுவதுமாக வறண்டு போய்விட்டது' என்பதைக் கண்டுபிடித்தனர்.[16] மேலே சொல்லப்பட்டிருக்கும் ஏழு ஆய்வுகளையும் படம் 8.1 அழகாகச் சித்திரிக்கிறது. இவை எல்லாமே, வறட்சியான ஒரு காலகட்டத்தில் தான் முழு வளர்ச்சி அடைந்த ஹரப்பா காலம் உருவாகியிருப்பதை உறுதிப்படுத்துகின்றன.

அல்லது, அது (அழிவு) நடந்தது பெருமழைக் காலத்தில்தானா?

விஷயம் இத்துடன் நிற்கவில்லை. மேலே சொன்ன ஏழு ஆய்வுகளுக்கு முற்றிலும் மாறுபட்ட வேறு ஏழு ஆய்வுகளைக் கீழே தந்திருக்கிறேன் (படம் 8.2).

- 1983-ல் ஆர்.ஜே. வாஸனும் (R.J.Wasson) அவருடைய ஆறு இந்திய சக ஆய்வாளர்களும் ராஜஸ்தானிலுள்ள தித்வானா (Didwana) ஏரியிலிருந்து எடுத்த அடிமண்ணை ஆய்வு செய்தனர். அங்கு இப்போதும் சிறிதளவு உப்புக்கரிக்கும் நீர் காணப்படுகிறது (படம் 8.3). ஆனால், பொ.யு.மு.4000-க்கும் பொ.யு.மு.2000-க்குமிடையேயுள்ள காலகட்டத்தில் அங்கு 'நல்ல குடிநீரும் ஏரி சார்ந்த மேலான சூழலும்' இருந்ததாகக் கண்டுபிடித்துள்ளனர். இதில் மிகத் துல்லியமாக முழுவளர்ச்சிக் கட்டமும் அடங்கும்.

- 1996-ல் பி.டி.நாயுடு என்ற விஞ்ஞானி அரபிக்கடலிலுள்ள தொல்லுயிர் ஓடுகளை ஆராய்ந்தபோது கடல் நீர்ப்பரப்பில் நன்னீர் கலப்பு ஒரு கட்டத்தில் இருந்ததும் தென்மேற்குப் பருவ மழை பொ.யு.மு.1500முதல் பொ.யு.மு.800வரை மிகக் குறைவாக இருந்ததும் தெரியவந்திருக்கிறது. அப்படியானால், இதற்கு முன்புள்ள காலகட்டத்தில் அதிக மழை இருந்திருக்க வேண்டும்.[18]

- 1999-ல் உல்ரிச் வான் ராத் (Ulrich Von rad) என்பவரும் அவருடைய ஐந்து சக ஆய்வாளர்களும் கராச்சி பகுதியில் இருக்கும் அரபிக் கடலின் அடிமண்ணை ஆராய்ந்தனர். 4000-3500 (இன்றைக்கு முன்னால்) காலகட்டத்தில் அதாவது, பொ.யு.மு. 2000க்குப் பின் தெற்கு பாகிஸ்தானில் வீழ்படிவாக்கம் குறைவாக இருந்திருக் கிறது.[19] இது முந்தைய ஆய்வின் முடிவுகளுடன் ஒத்துப்போகிறது.

- இதற்கு அடுத்த ஆண்டில் புதை பொருள் மகரந்த ஆய்வாளர் நேதாஜிராவ் ஃபதாத்ரே (Netajirao Phatdare) இமயமலைப் பகுதியில் கர்வாலில் (கங்கோத்ரிக்கு மேற்கில்) மகரந்தப் பொடிகளையும், முற்றா நிலக்கரிகளையும் பரிசோதித்தார். ஹரப்பா பகுதியில் பொ.யு.மு.4000முதல் பொ.யு.மு.2000வரையுள்ள கால அளவில் 'அதிகம் வெப்பமில்லாத, ஈரப்பதம் நிறைந்த காலநிலை இருந்தது. மழை அதிக அளவில் பெய்தது.' பொ.யு.மு.2000-க்குப் பிறகு அங்கு 'வெப்பநிலையும், மழையின் அளவும் கணிசமாகக் குறைந்து விட்டன.' கடைசியில் பொ.யு.மு.1500-ல் இவை இரண்டும் மிக மிகக் குறைந்துவிட்டன என்பதையெல்லாம் கண்டுபிடித்தார். தனது முடிவுகளுடன் ஒத்துப்போகும் பிற பகுதிகளில் நடந்த வேறு ஐந்து ஆய்வுகளையும் (நமது பட்டியலில் இல்லாதவை) மேற்கோள்காட்டி, இன்றைக்கு முன்னால் 4000 ஆண்டு வாக்கில் அதாவது ஏறக்குறைய பொ.யு.மு.2000-ல், தென்மேற்குப் பருவ மழையின் வலிமை குறைந்திருந்தது என்பதை நிரூபிக்கிறார் நேதாஜிராவ்.[20]

- 2003-ல் எம்.ஸ்டௌளப்வாஸரும் அவருடைய மூன்று சக ஆய்வாளர் களும் இன்று சிந்து சமவெளிப் பிரதேசத்தில் இருந்த மிதவை வாழ் உயிரினங்களின் ஆக்ஸிஜன் ஐசோடோப்பு விகிதங்கள் பற்றிய மற்றொரு ஆய்வை நடத்தினர். ஏறக்குறைய 6000 ஆண்டுகளாக அந்தப் பிரதேசத்தில் நிலவிய தட்ப வெப்பநிலை மாற்றம் பற்றி அந்த ஆய்வுகளில் இருந்து தெரியவந்தன. மிகவும் அதிரடியான மாற்ற மானது இன்றைக்கு 4200 ஆண்டுகளுக்கு முன்னால் அதாவது

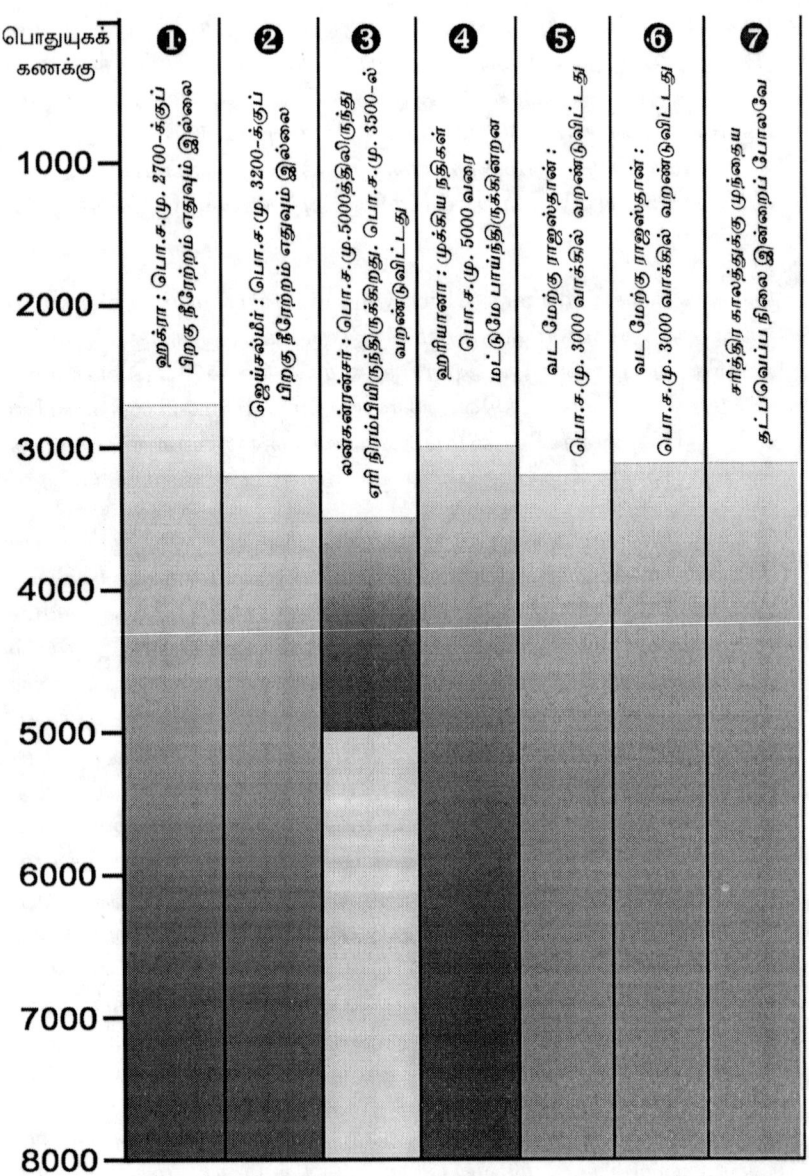

படம் 8.1 : ஹரப்பாவின் முழு வளர்ச்சி கட்டத்தில் வறட்சி நிலையை நோக்கிய நகர்வு பற்றிய ஏழு ஆய்வுகள். 1. ஹக்ரா பற்றி கை மற்றும் ப்ளோதெனர். 2. ஜெய்சல்மீர் பகுதி பற்றி ராவ் மற்றும் குல்கர்னி. 3. லன்காரன்சர் பகுதியில் என்ஸல். 4. ஹரியானா, ராஜஸ்தானில் மேரி கர்த்தி, 5. ராஜஸ்தான் ஏரிகள் பற்றி குர்தீப் சிங் 6. ராஜஸ்தான் ஏரிகள் பற்றி பிரைஸனும் ஸ்வெயினும் 7. பால்கோட் பகுதியில் மெக்கெய்ன். படம் 8.2 உடன் ஒப்பிட்டுப் பார்க்கவும்

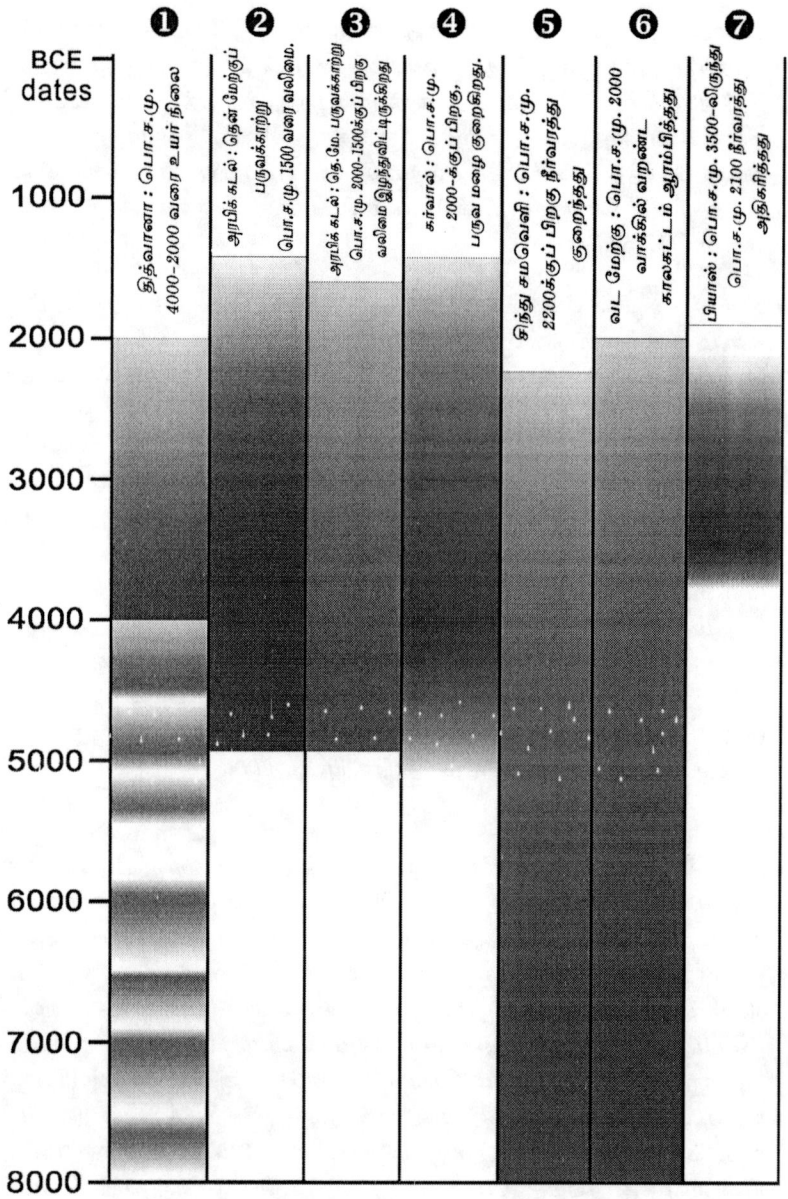

படம் 8.2 : ஹரப்பாவின் முழு வளர்ச்சி கட்டத்தில் ஈரப்பதம் பற்றிய ஏழு ஆய்வுகள். 1.தித்வானாவில் வாஸன் மற்றும் பலர். 2. அரபிக் கடல் பகுதியில் ராயுடு. 3. கராச்சிக்கு அருகில் வான் ராட் மற்றும் பலர் 4. கர்வால் பகுதியில் ஃபட்தாரே 5. சிந்து டெல்டாவில் ஸ்டப்வாஸர் 6. வட வேற்குப் பகுதியில் குப்தா மற்றும் பலர். 7. ஹரப்பாவில் ரைட். படம் 8.1 உடன் ஒப்பிடவும்.

பொ.யு.மு. 2200-ல் நிகழ்ந்தது என்றும் கூடவே 'சிந்து நதியில் நீரோட்டமும் குறைந்தது' என்றும் கண்டுபிடித்தனர். இந்த நிகழ்வு 'சிந்துசமவெளியில் ஹரப்பா நகர்ப்புற நாகரிகத்தின் முடிவுடன் ஒத்துப்போவதாகவும் அவர்கள் கருத்துத் தெரிவித்தனர். அதாவது, அந்த நேரத்தில் ஏற்பட்ட வறட்சி ஹரப்பா பிரதேசத்தின் தென் கிழக்குப் பகுதிக்கு மக்களைப் புலம் பெயர்ந்து செல்லவைத்திருக்கும்' என்று தெரிவித்தனர்.[21]

- 2006-ல் அனில் கே.குப்தாவும் அவருடைய மூன்று சக ஆய்வாளர் களும் பல இடங்களிலிருந்து கிடைத்த தட்ப வெப்ப நிலை பற்றிய செய்திகளையும் தங்களுடைய தரவுகளையும் ஒருங்கிணைத்து ஆய்வு நடத்தினர். இதனடிப்படையில் 'இந்தியத் துணைக் கண்டத்தில் வறட்சிக் கட்டம் இன்றைக்கு 5000-4000 முன்னால் வரையுள்ள கால அளவில் இருந்திருக்கலாமென அவர்கள் கணக்கிட்டனர். இதே சமயத்தில்தான் தென்மேற்குப் பருவமழை யும் படிப்படியாகப் பலவீனமாகிக் கொண்டேவந்தது... இமய மலைப் பிரதேசத்திலும், இந்தியாவின் மேற்கிலும், வடமேற் கிலும் இருந்ததைப் போலவே, இன்றைக்கு 4000-3500 ஆண்டுக ளுக்கு முன்னால் வறட்சி காலகட்டம் அதிகரித்திருக்கும். 1700 கால அளவில் பருவமழை ஏறக்குறைய நின்றுபோன சமயத்தில் இந்த வறட்சி கட்டமும் முடிவடைந்திருக்கலாம்.[22] அதாவது, இங்கும் வறட்சிக்கட்டம் பொ.யு.மு.2000-ம் ஆண்டளவில் தொடங்கியிருக்கிறது.

- 2008-ல் அகழ்வாராய்ச்சியாளர் ரீட்டாரைட்டும் அவருடைய இரு சக ஆய்வாளர்களும் ஹரப்பாவின் பருவமழையின் அளவு, நதி களில் நீரோட்டம் ஆகியவற்றைத் தெரிந்துகொள்ள அகழ் வாராய்ச்சியையும் காலநிலையையும் இணைத்து (Archaeo-climatology) ஆய்வுசெய்தனர். 'பொ.யு.மு.3500 வாக்கில் நதிகளில் நீரோட்டம் அதிகமாக இருந்ததாகவும் வெள்ளப்பெருக்கு ஏற்பட்ட தென்றும்' தெரிவித்தனர். 'பொ.யு.மு. 2100-ம் ஆண்டளவில் பியாஸ் நதியில் நீரோட்டம் குறைந்தது' என்றும் கண்டுபிடித்தனர். ஹரப்பா விலும், சுற்றுவட்டாரங்களிலும் 'பொ.யு.மு.2100க்குப் பிறகு மழை யினளவு குறையத் தொடங்கியது. இந்த நிலை அறுநூறு வருடங் களுக்குத் தொடர்ந்தது என்றும் இதன் விளைவாக விவசாயம் எதிர்பாராத வகையில் பாதிக்கப்பட்டதாகவும்' தெரியவருகிறது.[23] மேற்குறிப்பிட்ட இரண்டு கால அளவுகளில் ஹரப்பா நாகரிகத்தின் தொடக்ககாலமும் முழு வளர்ச்சிக் கட்டத்தின் பெரும் பகுதியும் அடங்கும்.

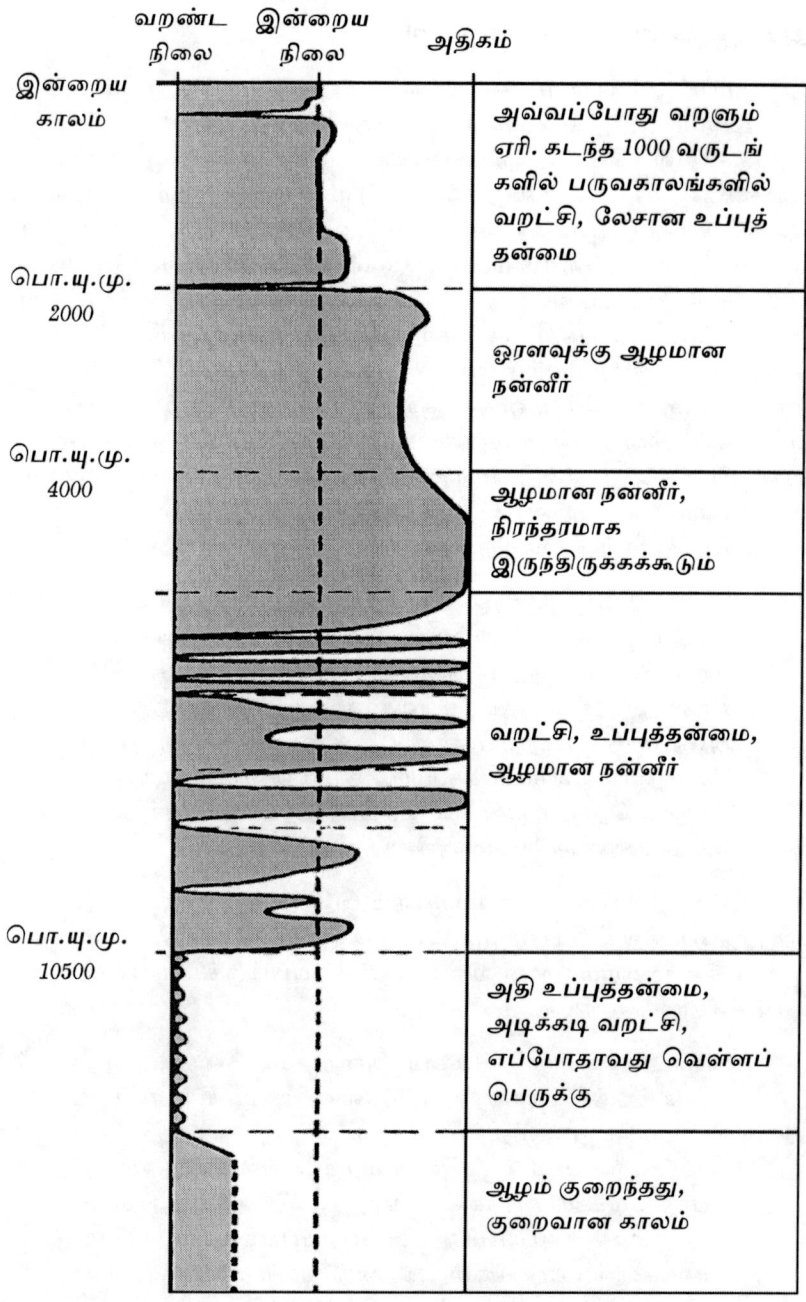

படம் 8.3 : ராஜஸ்தானில் திவானா ஏரியில் நீரின் அளவு பற்றிய வரைபடம் (ஆர்.ஜே. வாஸன் மற்றும் பலர் செய்த ஆய்வில் இருந்து)

அழிவுக்குக் காரணம் - காலநிலை?

இரு தரப்பிலும் ஏராளமான ஆய்வு முடிவுகளை எளிதில் மேற்கோள் காட்டலாம்.[24] இந்த ஆய்வுகள் பரந்து விரிந்த கங்கை சமவெளிப் பிரதேசத்தில் வெவ்வேறிடங்களில் வெவ்வேறு வழிமுறைகள், உள்ளீடுகளைப் பயன்படுத்திச் செய்யப்பட்டதால் அவற்றின் முடிவுகள் வேறுபடுவது இயற்கைதான். அதுமட்டுமல்லாமல், புராதனத் தட்ப வெப்பநிலை ஆய்வு (Palaeoclimatology) அத்தனை எளிதல்ல என்பதையே இது சுட்டிக்காட்டுகிறது. ஆய்வுக்குத் தேர்ந்தெடுத்தல், வழி முறைகள் (குறிப்பாக, புதை மகரந்த ஆய்வு) ஆகியவற்றில் இருக்கும் சிக்கல்கள், பதிவு செய்யப்பட்டிருக்கும் மாற்றங்களில் (குறிப்பாக, தாவர வகைகளில்) மனிதக் குறுக்கீடுகளினால் ஏற்பட்டிருக்கும் பிழைகள் இவற்றின் காரணமாக அவசரப்பட்டு ஒரு முடிவுக்கு வந்துவிடக்கூடாது என்று டோரியன் ஃபுல்லர் (பிரிட்டிஷ்), மார்க்கோ மடெல்லா (ஸ்பெயின்) ஆகிய ஆய்வாளர்கள் நம்மை எச்சரிக்கிறார்கள். அவர்கள் சொல்கிறார்கள்:

> 'ஆய்வை மேற்கொள்ளும்போது ஏதாவது ஒரு குறிப்பிட்ட ஏரியில் காணப்படும் தாவரங்களில் அல்லது நீர்நிலைகளில் ஏற்பட்டுள்ள மாற்றங்களைப் பார்த்து, ராஜஸ்தானில் எல்லா இடங்களிலும் அல்லது ஹரப்பா முழுவதிலுமே அதே மாதிரி மாற்றங்கள் நிகழ்ந்திருக்கும் என்று ஒட்டு மொத்தமாகச் சொல்லக்கூடாது. சூழலில் ஏற்பட்டிருக்கும் மாற்றம் தொடர்பான எளிமைப்படுத்தப்பட்ட புரிதலில் ஒருவித அசவுகரியமே அதிகரித்துவருகிறது.'[25]

சமீபத்தில் இவ்விரு ஆய்வாளர்களும் இதே எச்சரிக்கையை மீண்டும் விடுத்தபோதிலும் பொ.யு.மு.2200 முதல் நடந்த காலநிலை மாற்றங்களால் சில மறைமுகமான விளைவுகள் ஏற்பட்டிருக்கின்றன என்பதை ஒப்புக்கொள்கிறார்கள்:

> 'நீண்ட காலமாகவே மழை குறைந்துகொண்டே வந்த காலகட்டத்தில்தான் ஹரப்பாவின் நகரமயக் கட்டம் தொடங்கியது. இந்த நாகரிகத்தின் அழிவுக்கு எந்தவொரு காலநிலையையும் பழி சொல்வது சரியல்ல. அதே சமயம் பொ.யு.மு.2200 வாக்கில் அங்கு நிலவிய நீண்ட வறட்சி காரணமாக அப்போது பின்பற்றப்பட்ட விவசாய முறைகளில் மாற்றங்கள் கொண்டு வரப்பட்டிருக்கலாம். ஆனால், தட்ப வெப்பநிலையில் ஏற்பட்ட மாற்றங்கள் மட்டுமே (ஹரப்பாவின்) அழிவுக்கும் நகரமயக் கட்டத்தின் முடிவுக்கும் காரணம் என்று அத்தனை

எளிதாகச் சொல்லிவிட முடியாது. ஆனால், குவாடர்னரி (கடந்த 20 ஆயிரம் வருடங்கள்) காலகட்டத்து தகவல்கள் ஒரு விஷயத்தைத் தெளிவுபடுத்துகின்றன. அதாவது, தட்ப வெப்பநிலையும் சுற்றுப்புறச் சூழ்நிலையும் கடந்த பத்தாயிரம் ஆண்டுகளாக மாறுதலில்லாமல் ஒரே மாதிரியாக இருந்தனவென்று (பொஸ்ஸல் சொன்னது போல்) சொல்வதையும் ஒப்புக்கொள்ள முடியாது'.[26]

மேலே சொல்லியிருக்கும் ஒன்றுக்கொன்று முரணான இரண்டு தீர்மானங்களிடையே எப்படி ஒத்திசைவைக் கொண்டுவரலாம் என்று ஃபுல்லரும் மடெல்லாவும் முயற்சி செய்தார்கள். ஆனால், பொ.யு.மு.2200-ல் நிலவிய 'நீண்ட வறட்சிக்காலம்' என்பது எதைக் குறிக்கிறது? உண்மையில், எகிப்து, துருக்கி, மெசபடோமியா (அக்காடிய சாம்ராஜ்ஜியத்தின் முடிவைக் கொண்டுவந்தது[28]), ஆஃப்ரிக்காவில் பல இடங்கள்[29], சீனா[30], வட அமெரிக்கா[31] போன்ற பல இடங்களும் இந்த வறட்சியால் பாதிக்கப்பட்டன. ஆகவே, இந்த வறட்சிதான் சிந்து சமவெளி நாகரிகத்தின் அழிவுக்குக்காரணம் என்று சொல்வது 'எளியதொரு' பதிலாக இருக்கலாம். ஆனால், அந்தக் காரணத்தை முழுவதாகப் புறக்கணிப்பது தவறாகவே இருக்கும். 'பன்னிரண்டு வருட காலம் நீண்ட வறட்சி நிலவியது என்று என்று மகாபாரதம் சொல்வதில் அல்லது ஆயிரக்கணக்கான ஏரிகள் காணாமல்போயின என்பதில் ஓரளவாவது உண்மை இருக்கலாம்.

சுற்றுப்புறச்சூழல் விவகாரங்கள்

தட்ப வெப்ப நிலையும் சுற்றுப்புறச்சூழலும் வெவ்வேறான விஷயங்கள். ஹரப்பாவின் தட்ப வெப்பநிலை வறட்சியை நோக்கி நகர்ந்து கொண்டிருந்தது என்பது உண்மையாக இருந்தாலும் அந்தப் பிரதேசத்தின் சுற்றுப்புறச்சூழல் இன்று இருப்பதுபோல் மோசமாக இருந்தது என்று கூறிவிட முடியாது.

ஜான் மார்ஷலைப் போன்ற ஆரம்ப கால அகழாய்வாளர்கள் சிந்து சமவெளிப்பிரதேசத்தில் உபயோகிக்கப்பட்ட சுட்ட செங்கற்களையும் அதன் முத்திரைகளில் யானை, காண்டாமிருகம், (நீர்) எருமைகள், கடமா (இந்தியக் காட்டெருமை என்று தவறாகச் சொல்லப்படுவ துண்டு) ஆகியவற்றையும் காணும்போது அந்த நாகரிகம் பசுமை நிறைந்ததாகவும், நீர்வளம் மிகுந்ததாகவும் இருந்திருக்க வேண்டும் என வாதிடுகின்றனர். ஆனால், மிகவும் வறண்டு போயிருக்கும் இன்றைய காலகட்டத்தில்கூட சிந்து சமவெளியில் இந்த மிருகங்கள் சமீபத்திய பத்தாண்டுகள் அல்லது நூற்றாண்டுகள் வரையிலும் காணப்பட்டன.

ஹரப்பா காலகட்டத்தில் நதிக்கரையோரம் மட்டுமே அடர்த்தியாக மரம் செடி கொடிகள் வளர்ந்திருக்கும். மற்ற இடங்களில் நிலவிய சுற்றுப்புறச்சூழல் இன்று இருப்பதில் இருந்து பெரிதும் மாறுபட்டதாக இருந்திருக்க வேண்டிய அவசியம் இல்லை என்றொரு எதிர்வாதமும் முன்வைக்கப்படுகிறது.

இந்த முடிவு சரியென்றால் காலிபங்கனில் யானை, ஒற்றைக் கொம்பு காண்டாமிருகம், எருமை மாடுகள், பற்பல மான் வகைகள், ஆற்றுநீர் வாழ் ஆமை ஆகியவற்றின் எலும்புக்கூடுகள் இப்போதும் காணப் படுகின்றனவே, அதை எப்படி விளக்குவது? பழங்காலத்தில் வாழ்ந்த மிருக இனங்களை ஆய்வு செய்த போலாநாத், 'ஹரப்பா காலத்தில் இன்றைப்போல வறட்சி நிலைமை இல்லாமல் மழை மிகுதியாக இருந்தது என்பதையே இந்த எலும்புக்கூடுகள் சுட்டிக்காட்டுகின்றன' என்கிறார்.[32] அவருடைய சக ஆய்வாளர்களான எஸ்.பானர்ஜி, எஸ்.சக்ர வர்த்தி ஆகியோர் காலிபங்கனில் காண்டாமிருகத்தின் எலும்புக்கூடுகள் கிடைத்திருப்பது, 'வறட்சி நிலைமை அங்கு சமீபத்தில்தான் தொடங்கி யது என்ற புவிஇயல் நிபுணர்களின் முடிவை உறுதிப்படுத்துகிறது' என்று கூறியிருக்கிறார்கள்.[33]

குஜராத்தைப் பொறுத்தவரை, 'இந்தக் காண்டாமிருகங்கள் பல்வேறு ஹரப்பா மற்றும் தாமிர - கற்கால அகழாய்விடங்களில் வசித்ததற்கான தடயங்கள் கிடைத்துள்ளன. சரித்திரத்துக்கு முற்பட்ட காலகட்டத்தில் குஜராத்தின் பெரும்பாலான சமவெளிப்பிரதேசத்தில் வசித்துவந்திருக் கின்றன. காண்டாமிருகம், காட்டெருமை, காட்டுப் பசுவகைகள் போன்ற தாவர பட்சிணிகள் (Herbivores) குஜராத்திலிருந்த பெரும் பாலான ஹரப்பா ஆய்விடங்களில் வாழ்ந்துவந்தன என்ற செய்தியே அங்கிருந்த சுற்றுப்புறச் சூழ்நிலை சரித்திரத்துக்கு முற்பட்ட கால கட்டத்தில் மிருகங்கள் வாழ்வதற்கு ஏற்றதாக இருந்திருக்க வேண்டும் என்பதைக் காண்பிக்கிறது' என்கிறார் ஆய்வாளர் பி.கே.தாமஸ்.[34]

மேற்கூறப்பட்ட அனைத்துக் கருத்துகளையும் பரிசோதித்த பிறகு நான் ஒரு நடுவாந்தரமான ஒரு முடிவை முன்வைக்கிறேன். 'வாழ்வதற் கேற்ற' பசுமை நிலைமை ஹரப்பா காலத்தில் நிலவியது என்று தாமஸ் குறிப்பிட்டதை ஏற்றுக்கொள்கிறேன். அங்கு மழையளவு அதிகமாக இருந்திருக்கலாம். அது மெதுவாக வறட்சிநிலையை நோக்கிப் போயிருக்கலாம். கடைசியில் பொ.யு.மு.2200ம் ஆண்டில் ஒரு நீண்ட பஞ்சத்தை சந்திக்க நேரிட்டிருக்கலாம் என்று யூகிக்கிறேன்.[35]

மனிதக் குறுக்கீடு தொடர்பான கேள்விக்கு இது நம்மை இட்டுச் செல்கிறது: 'ஹரப்பாவாசிகள் தங்களுடைய சுற்றுப்புறச் சூழலின் அழிவுக்குத் தாங்களே காரணமாக இருந்தனரா? 'சுற்றுப்புறத்தைச்

சிதைத்தல்' என்ற இந்தக் கருத்தாக்கம் மார்ட்டின் வீலரால் முதலில் முன்வைக்கப்பட்டது. ஹரப்பா மக்களின் தொழில்துறைச் செயல்பாடுகள் காடுகளை அழித்திருக்கலாம். சுட்ட செங்கற்கள் அல்லது மண் பாண்டங்கள், தாமிரம் மற்றும் தாமிரத்தாலான பொருட்களைத் தயாரித்தல், வண்ணம் பூசப்பட்ட மண் பொருட்களைத் தயாரித்தல் ஆகியவற்றில் ஆரம்பித்து எளிய செயல்பாடான சமையலுக்கான எரிபொருள்வரை அனைத்துக்கும் மிகவும் தேவையானது மரம். உதாரணமாக, மொஹஞ்ஜோ-தரோவில் மட்டும் லட்சக்கணக்கான சுட்ட செங்கற்களும் டன்கள் கணக்கிலான மரமும் பயன்படுத்தப் பட்டுள்ளன. கட்டுமானப் பணிகள் மட்டுமல்லாமல் அங்கிருந்த 40,000 குடிமக்களுக்கான எரிபொருள் தேவை, விவசாயப்பணிகள் ஆகியவற்றின் மூலம் அந்தப் பிரதேசத்தின் சுற்றுப்புறச் சூழல் பெருமளவில் பாதிக்கப்பட்டிருக்கக்கூடும்.

ஆனால், இது அந்தப் பகுதியின் அழிவை அது துரிதப்படுத்தியிருக்கும்[36] என்ற வாதத்தை இன்றைய ஆய்வாளர்கள் ஒப்புக்கொள்ளவில்லை. ஏனெனில், அந்தப் பிரதேசத்தில் பாய்ந்தோடிக்கொண்டிருந்த சிந்து நதியின் வளம் மிக்க வண்டல் மண், அழிக்கப்பட்ட காடுகளுக்குப் புத்துயிர் அளித்திருக்கும் என்பது அவர்களுடைய வாதம். ஒவ்வொரு 140 ஆண்டு இடைவெளிக்கு ஒருமுறை மொஹஞ்ஜோ-தரோவை மறு உருவாக்கம் செய்ய சிந்து சமவெளி நதிக்கரையை ஒட்டியிருந்த 400 ஏக்கர் காடுகள் போதும் என்று 1961-ல் ஆர்.எல்.ரெய்க்ஸ், ஆர்.எச்.ஜே.டைசன் என்று தெரிவித்துள்ளனர்.[38] ஆனால், இதில் மக்களுடைய அன்றாடப் பயன்பாட்டுக்காகவும், உணவுக்காகவும், வெண்கல மண்பாண்டத் தொழில்களுக்காகவும் தேவைப்படக்கூடிய மரத்தின் அளவு கணக்கிலெடுத்துக் கொள்ளப்படவில்லை. மேலும் இந்த ஆய்வாளர்கள் சொல்வதோடு சேர்த்து, மொஹஞ்ஜோ-தரோவில் உழவுப் பணிக்காகவும் உணவுக்காகவும் (பால் பொருட்கள், மாமிசம் ஆகியவற்றுக்காக) வளர்க்கப்பட்ட கால்நடைகளுக்கு உணவாகப் பயன்படுத்தப்பட்ட தாவர வகைகளையும் கணக்கிலெடுத்துக்கொண்டு வால்டர் ஃபெயர் ஸர்விஸ் தன் தீர்மானத்தை முன்வைத்திருக்கிறார்:

> 'மொஹஞ்ஜோ-தரோவுக்குத் தேவைப்படும் புல், வைக்கோல் போன்றவற்றில் முக்கால் பாகத்தை சுற்றியிருந்த காடுகளிலிருந்தும் புல்வெளிகளிலிருந்தும்தான் பெற்றிருக்கவேண்டும். தாவர உலகம் மீதான இத்தகைய தாக்குதல் சுற்றுச் சூழலை நிச்சயமாகப் பாதித்து அந்தப் பகுதி நில அமைப்பின் மீது மோசமான தாக்கத்தைச் செலுத்தியிருக்கும். வெள்ள அபாயத்துக்கு உள்ளாகும் பகுதிகள் அதிகரித்திருக்கும்.[39]

மேய்ச்சலும், ஒருவேளை அளவுக்கு அதிகமாகவே செய்யப் பட்டதும் வறட்சிக்கு ஒரு காரணமாக இருந்திருக்கலாம். மனிதர் களால் ஏற்பட்ட அழிவானது, இயற்கை சக்திகளால் மேலும் அதிகரித் திருக்கும்: மொஹஞ்ஜோ-தரோவின் விஷயத்தில், காடு அழிப்பும், நில வீழ்ச்சியும் வருடாந்திர வெள்ளப் பெருக்கை அதிகரித்திருக்கும். இதன் விளைவாக சிந்து நதியும் அடிக்கடி திசை மாறியிருக்கும். மொஹஞ்ஜோ-தரோவின் 500 வருட சரித்திரத்தில் சிந்து நதி பலமுறை திசை மாறியிருக்க வேண்டுமென்பதற்குச் சான்றுகள் உள்ளன.'[40]

பொதுவாகவே, வறட்சியை நோக்கி நகர்ந்து கொண்டிருக்கும் ஒரு நகரத்தில் நிலம் அல்லது நீரின் தன்மை சற்றே மாறினாலும் அது காலப்போக்கில் பாலைவனமாகிவிடும். சஹேல், மங்கோலியாவின் உள்பகுதி என முற்றிலும் மாறுபட்ட உலகின் பல பாகங்களில் சமீ பத்தில் நடந்த சோகமான நிகழ்வுகளை உதாரணமாகச் சொல்லலாம். தீவிரமான தொழில் சார்ந்த செயல்பாடுகளினால் ஏற்பட்ட சூழல் சிதைவும், சிந்து சமவெளி நகரங்களில் மக்கள் தொகை அதிகமாக இருந்ததும் இந்த அழிவுச் சக்கரத்தை மேலும் தீவிரப்படுத்தியிருக்கும். மிகவும் திறமைசாலிகளாக இருந்தபோதிலும், இன்று நாம் இருப்பது போலவே, ஹரப்பாவாசிகள் தங்களுடைய நிலத்தின் செழிப்பு ஒரு நாளும் குறையாது என்று அசட்டையாக இருந்துவிட்டிருக்கிறார்கள் எனத் தோன்றுகிறது.

மொஹஞ்ஜோ-தரோவும் சிந்து நதியும்

சுற்றுப்புறச்சூழல் ஒருபுறமிருக்கட்டும்; நதிகளும்கூடத் தமக்கே உரிய தாறுமாறான வகையில் நடந்துகொள்கின்றன.

டெக்டானிக் தட்டுகள் மேலெழுந்து அதன் மூலம் சிந்து நதியின் கீழ்ப்பகுதி பாதிக்கப்பட்டிருக்கும். அதன் காரணமாக பெரு வெள்ளங் கள் ஏற்பட்டு அவை மொஹஞ்ஜோ-தரோவை மூழ்கடித்திருக்கும் என்று 1950-களில் ஆய்வாளர் எம்.ஆர்.ஸானி கருத்துத் தெரிவித்தார். பத்து வருடங்களுக்குப் பின்னர் இந்தக் கருத்தை ஆய்வாளர்கள் ராபர்ட் ரெய்க்ஸ், ஜார்ஜ் டேல்ஸ் மேலும் விரிவாக விளக்கினர். 1819-ல் இப்படி நிகழ்ந்த ஒரு சம்பவம்தான் இந்தக் கருத்துக்கு ஆதாரம். அந்த வருடம் நிகழ்ந்த ஒரு பூகம்பத்தில் கட்ச் ரண்ணுக்கு வடக்கில் மண்ணின் மட்டம் உயர்ந்தது. இதற்கு 'அல்லாவின் அணை' என்று பெயரும் இடப் பட்டது. இந்த அணையின் நீளம் 100 கிலோமீட்டர், அகலம் 25 முதல் 30 கி.மீ; உயரம் 3 முதல் 8 மீட்டர் ஆக இருந்தது! இந்த இயற்கை அணை, சிந்து நதியின் கிழக்குப் பகுதி நீரோட்டத்தைத் தடுத்து, சுமார் 5000 சதுர கி. மீ. நிலப்பரப்பைத் தண்ணீரில் ஆழ்த்தியது. நூற்றுக்கணக்கான

கிராமங்கள் நீரில் மூழ்கின. பல ஆண்டுகளுக்குப் பிறகு நீரின் அழுத்தம் தாங்காமல் இந்த அணை தானாகவே உடைந்தது. இதைப்போன்ற ஏதேனும் ஒரு சம்பவம் மொஹஞ்ஜோ-தரோவிலும் நிகழ்ந்திருக் கலாமென்று மேற்சொன்ன ஆய்வாளர்கள் யூகிக்கின்றனர். 'மொஹஞ்ஜோ-தரோ நகரில் அதன் வரலாறு முழுவதிலும் பிரமாண்டமான வெள்ளப்பெருக்குகள் ஏற்பட்டிருக்கின்றன'[41] என்று ஜார்ஜ் டேல்ஸ் சொன்னதுபோல் அங்கு ஆய்வு நடத்திய வேறு பல அகழாய்வாளர்களும்கூறியிருக்கிறார்கள்.

ஆனால், இந்தக் கருத்து சரியில்லை என்று சொல்லப்பட்டது. குறிப் பாக, எச்.டி.லாம்ப்ரிக் என்ற அகழாய்வாளர், போதிய ஆதாரங்கள் இல்லை என்று சொல்லி 1960-களில் இதனை நிராகரித்தார். அவருடைய கருத்தின்படி, சிந்து நதி மொஹஞ்ஜோ-தரோவை விட்டுத் திசைமாறிப் பாய்ந்தோடியது (Avulsion: அதாவது, ஒரு நதி பழைய வழித்தடத்தை விட்டுவிட்டு அதைவிடப் பள்ளமான புதிய தடத்தில் ஓட ஆரம்பித்தல்). இதன் மூலம் நீர்வரத்து இல்லாமல் போன பகுதிகள் வறண்டு போயிருக்கும்.[42] ஆனால், இந்த வறட்சிக்கு நதிநீர் குறைந்தது மட்டுமே காரணமாக இருந்திருக்காது. ஆண்டுதோறும் வந்த வெள்ளப்பெருக்கம் இல்லாமல்போய் அதன் விளைவாக வயல்களுக்கு நீர்வரத்துக் குறைந்ததும் வளம் மிக்க வண்டல் மண் பயிர்களுக்குக் கிடைக் காமல்போனதும் வறட்சிக்குக் காரணமாக இருந்திருக்கலாம். இது மட்டுமல்ல, இப்படி நீரோட்டம் குறைந்ததால் மொஹஞ்ஜோ-தரோ வின் வளர்ச்சிக்கு முக்கிய காரணமாக இருந்த நீர்வழிப்போக்குவரத்தும் மிகக் கடுமையாகப் பாதிக்கப்பட்டிருக்கலாம் என்கிறார் ஜெர்மன் ஆய்வாளர் மிஷெல் யான்ஸன்.[43]

சிந்துப் பிரதேசத்தில் பல ஆய்வுகளை மேற்கொண்டுள்ள அமெரிக்க ஆய்வாளர் லூயிஃப்ளாம் (Louis Flam) 'முக்கிய நதியின் நீரோட்டத்தில் ஏற்பட்ட ஒரு பெரிய மாற்றம் பெரும்பாலான இடங்களில் இருந்து மக்களை இடம்பெயரச் செய்திருக்கும். சிந்து நதியின் கீழ்ப்பகுதி யிலிருந்து மக்கள் புலம் பெயர்ந்து அருகில் இருந்து சற்று 'பாது காப்பான' இடங்கள் நோக்கி நகர்ந்திருப்பார்கள்' என்கிறார்.[44]

மொஹஞ்ஜோ-தரோ, சிந்துப் பிரதேசத்தைப் பற்றிய ஒன்றுக்கொன்று முரண்படும் இரு கருத்துகள் இவைதான். இரண்டுமே நிரூபிக்கப்பட வில்லை. ஆனால், இரண்டாவதாகச் சொல்லப்பட்ட கருத்தே இப் போது பெருமளவுக்கு ஒப்புக்கொள்ளப்படுகிறது.

மொஹஞ்ஜோ-தரோவில் ஒரு மன்னர் இருந்து ஆட்சி செய்தார் என்ற வழக்கொழிந்த கருத்தை நாம் ஏற்றுக்கொண்டால்தான் இந்த நகரைப்

புறக்கணித்துச் சென்றது மட்டுமே இந்த ஒட்டுமொத்த நாகரிகத்தின் முடிவுக்கு காரணம் என்பதை ஏற்றுக்கொள்ளமுடியும். இதன் தாக்கத்தின் ஒரு பகுதியாவது சரஸ்வதி நதிப்பரப்பிலும் குஜராத்திலும் இருந்திருக்கும்.

ஒரு நதியின் மரணம்

சிந்து நதியைப் பொறுத்தவரையில் சான்றுகள் உறுதியாக இல்லை. மாறாக, சரஸ்வதி நதியைக் குறித்த சான்றுகள் கூடுதல் நம்பகத்தன்மை கொண்டவையாகவும் இருவகைப்பட்டதாகவும் இருக்கின்றன.

முதலாவது, ரேடியோ கார்பன் சோதனைப் பொருட்களில் சில துல்லியமின்மை இருக்கிறது என்றாலும் காலிபங்கனை விட்டு மக்கள் பொ.யு.மு. 1900-வாக்கில் வெளியேறினர் என்று கணக்கிடப் பட்டுள்ளது.[45] இந்த நகரம் முக்கியத்துவம் வாய்ந்த ஒன்று என்பதில் எந்த சந்தேகமும் இல்லை. தண்ணீருக்காகவும் போக்குவரத்துக் காகவும் சரஸ்வதி நதியையே சார்ந்து இருந்திருந்திருப்பார்கள். ஆகவே, சரஸ்வதி நதி மறைந்தபோது காலிபங்கனும் அழிய நேர்ந்திருக்கும்.

ஆனால், சரஸ்வதி நதியின் தொலைவிலிருந்த குடியிருப்புகளி லிருந்தும் மக்கள் இதே காலகட்டத்தில் இடம்பெயர்ந்திருக்கிறார்கள். ஆகவே, இந்த நாகரிகத்தின் அழிவுக்கு வேறு காரணங்கள் இருந்திருக்க வேண்டுமென்று பலர் வாதிடுகின்றனர். ஆனால், நமக்குக் கிடைத் திருக்கும் இரண்டாவது சான்று இந்த வாதத்தை நிராகரிக்கிறது: அகழ்வாய்வு இடங்களின் பரவல் விகிதத்தைப் பொறுத்தவரையில் ஹரப்பாவின் முழு வளர்ச்சிக் கட்டத்துக்கும் பிற்காலக் கட்டத்துக்கும் இடையில் காணப்படும் வேறுபாடு என்பது முழுக்க முழுக்க அந்தப் பிரதேசத்தின் நீர்நிலைகளில் ஏற்பட்ட மாற்றங்களுக்கு இசைவாகவே இருக்கிறது. இன்றைய இந்தியா-பாகிஸ்தான் எல்லைக்கருகில் ஹரப்பா படுகையின் பகுதியில் எப்படி ஆள்நடமாட்டமே இல்லாமல் போனது என்பதை படம் 6.6, படம் 6.9-ல் பார்த்தோம்: கோலிஸ்தானில் 174 முழு வளர்ச்சிக்கட்ட ஆய்விடங்கள் இருக்கின்றன. ஆனால், பிற் காலக் கட்டத்தைச் சேர்ந்த இடங்கள் 50 மட்டுமே காணப்படுகின்றன (அதாவது 71% குறைவு). இவை அனைத்தும் அங்கிருந்து வெகுதூரத்தி லிருந்த தேராவர் கோட்டையைச் சுற்றியே இருந்தன. இந்தியப் பகுதியில், வடராஜஸ்தானில் 31 முழுவளர்ச்சிக்கட்ட இடங்கள் உள்ளன. ஆனால் பிற்கால கட்டத்தைச் சேர்ந்தவை ஒன்றுமே இல்லை. இதற்கு நேர்மாறாக ஹரியானாவில் ஆயிரக்கணக்கான பிற்கால கட்டத்தைச் சேர்ந்த ஆய்விடங்கள் காளான்கள் போல் பெருகிக்காணப் படுகின்றன (அட்டவணை 6.1).

எல்லையின் இரு பக்கங்களிலும் பிற்கால ஹரப்பா ஆய்விடங்கள் காணப்படாததற்கு ஒரே ஒரு காரணம்தான் இருக்கமுடியும்: சரஸ்வதி நதியின் மத்தியப் பகுதியில் நீரோட்டம் வற்றிப் போயிருக்கவேண்டும்.

இது அங்கிருந்த நூற்றுக்கணக்கான ஹரப்பா ஆய்விடங்களை மட்டும் பாதித்திருக்காது. இதன் தாக்கம் சிந்துப் பிரதேசத்திலும் இருந்திருக்கும். சரஸ்வதி நதியில் நீரோட்டம் குறைந்ததற்கு ஒரு காரணம் அதன் கிழக்குப் பகுதி நீர் யமுனையுடன் கலந்ததும், சட்லெஜ் நதி கொஞ்சம் கொஞ்சமாக நகர்ந்து பியாஸ் நதியுடன் கலந்ததும்தான். சட்லெஜ் நதியின் திசைமாற்றம் பற்றி பத்தொன்பதாம் நூற்றாண்டிலேயே பல ஆய்வாளர்கள் சொல்லத் தொடங்கியிருந்தனர். அது அகழ்வாராய்ச்சியிலும் நிரூபிக்கப்பட்டுள்ளது (அத். 07-ஐப் பார்க்கவும்). சரஸ்வதி நதி இழந்த அதே அளவு நீரை சிந்துவின் கிளைநதியான பியாஸ் நதி பெற்றுக் கொண்டு அங்கு வெள்ளப்பெருக்கு ஏற்பட்டது. 'இதன் விளைவாக சிந்து நதியில் வெள்ளம் வெகுவாக அதிகரித்து அதன் ஓட்டமும் தாறுமாறாக ஆகியிருக்கும்'[46] என்கின்றனர் ஆல்சின் தம்பதியினர். இந்தக் கருத்தை ஏற்றுக்கொள்ளும் கெனோயர், 'சரஸ்வதி நதியின் ஒரு பகுதி கிடைத்தால்தான் சிந்து நதி திசைமாறி கிழக்காகப் பாய்ந்தது' என்கிறார்.[47] ஃப்ளாம் இந்த விஷயத்தில் மேலும் தெளிவாக இருக்கிறார்: 'மலைப்பிரதேசங்களிலிருந்து சமவெளியை அடையும் பஞ்சாப் நதிகளில் சட்லெஜில்தான் வருடாந்திர நீரோட்டம் மிக அதிகமாக இருக்கிறது. எனவே, (சட்லெஜ் இப்படி மேற்குப் பக்கம் திசை மாறியதன் விளைவாக) சிந்து நதிப்படுகையின் கீழ்ப்பகுதியில் நீரும், அடிமண்ணும் அதிக அளவில் வந்து, அதன் தாக்கமும், பெரிய அளவில் இருந்திருக்கும்.'[48]

இந்த சங்கிலித் தொடர் விளைவு இந்தப் பகுதியில் நடந்த மாற்றங்கள் தொடர்பான தெளிவான விளக்கத்தைத் தருகிறது: சட்லெஜ் நதி திசை மாறியதால் சரஸ்வதியின் நீரோட்டம் வற்றியது. சிந்து நதியில் வெள்ளப்பெருக்கு அதிகரித்தது. அது சில இடங்களை அழித்து விட்டிருக்கும். வேறு சிலவற்றை மக்கள் போக முடியாதபடி துண்டித்திருக்கும். அல்லது மண்ணில் புதையச் செய்திருக்கும். சிந்து பிரதேசத்தில் வெறும் ஆறு பிற்கால ஹரப்பா ஆய்விடங்கள் மட்டுமே கண்டுபிடிக்கப்பட்டதன் காரணமும் இதுதான்.[49]

மேற்சொன்னபடிதான் எல்லாம் நடந்ததா என்பது மேலும் ஆய்வுகள் நடத்திய பின்னரே தெரியவரும். அதற்குமுன் அகழ்வாராய்ச்சியாளர்கள் சரஸ்வதி நதி காணாமல்போனதைத் தொடர்ந்து ஏற்பட்ட அதிரடி விளைவுகளைப் பற்றி வெளியிட்டிருக்கும் ஒருமித்த சில கருத்துகளைப் பார்ப்போம். முன்பு நாம் பார்த்திருக்கும் முகல்,

பொஸ்ஸல், ஆல்சின் தம்பதி, கெனோயர், ஃப்ளாம் தவிர வேறு சிலர் சொன்னதையும் பார்ப்போம்:

- *பி.பி.லால்:* சரஸ்வதி நதியின் நீர் யமுனைக்கு வழிமாறிப்போனதன் விளைவாக ஹரப்பாவாசிகள் வடகிழக்கு நோக்கிப் புலம் பெயர்ந்தனர். அங்கே சரஸ்வதி, கக்கர் நதிகளின் மேல்பாகத்திலும், கங்கை-யமுனை 'தோஆப்' பிரதேசத்திலும் போதிய அளவுக்கு நீர் இருந்ததுதான் அதற்குக் காரணம்.[50]

- *திலீப் சக்ரவர்த்தி:* கக்கர் - சரஸ்வதி - ஹக்ரா நதிகளுக்கு நீர் பெருமளவில் கிடைக்கக் காரணமாக இருந்த சட்லெஜ் நதி திசைமாறி சிந்து நதியுடன் சங்கமித்தது. இதைப்போலவே த்ருஷத்வதி நதியிலும் நீரோட்டம் குறைந்ததற்கு யமுனை காரணமாக இருந்திருக்கலாம்.[51] இந்தச் செயல்பாடுக்கு (சிந்து சமவெளி நாகரிகத்தின் அரசியல் வலிமை குன்றிப் போனதற்கு) சரஸ்வதி, த்ருஷத்வதி நதிகளின் நீர்நிலைகளில் ஏற்பட்ட மாற்றங்கள்தான் காரணமாக இருந்திருக்க வேண்டும்.[52]

- *ஜேன் மெக்கின்டாஷ்:* சிந்து சமவெளிப்பிரதேசத்தில் நதிகளின் போக்கு நிலையாக இருந்ததில்லை என்பதற்கு த்ருஷத்வதியில் நீரோட்டம் குறைந்ததும், சட்லெஜ் திசைமாறியதும் நல்ல எடுத்துக் காட்டுகள். ஆனால், சரஸ்வதியைப் பொறுத்தவரையில் இதன் பாதிப்பு ஒரு குறிப்பிட்ட இடத்தில் இல்லாமல் பல இடங்களில் மிகப் பெரிய அளவுக்கு இருந்தது. நகரங்கள், ஊர்கள், கிராமங்கள் ஆகியவற்றை விட்டு ஹரப்பாவாசிகள் வெளியேறி, சிந்து பிரதேசத் திலேயே இருந்த வேறிடங்களுக்கும், கிழக்கில் கங்கை நதியை நோக்கியும் இடம்பெயர்ந்தனர். இதனால் சிந்து சமவெளி நாகரிகத் தின் கிழக்கெல்லையை மேலும் விரிவுபடுத்தி மக்கள், அன்று வரை தங்களுக்குப் பரிச்சயமில்லாத புதிய இடங்களுக்குச் சென்றனர்.[53]

- *டி.பி.அகர்வால்:* வடக்கு, மேற்கு ராஜஸ்தானில் டெக்டானிக் மாற்றங்களினால் புராதன நதிப் படுகைகள் வெகுவாக மாற்றம் பெற்றன. அதனால், ஹரப்பா காலத்துக்கு முன்பிருந்தே மனிதக் குடியிருப்புகளில் பெரும் பாதிப்பு ஏற்பட்டிருக்கும். மிகப் பெரிய திசை மாற்றங்கள் முக்கிய கிளை நதிகளைத் துண்டித்துவிட்டன. ஒரு காலத்தில் பிரமாண்டமாக இருந்த சரஸ்வதி, திருஷத்வதி நதிகள் வற்றிப் போயின.'[54]

- *வி.என்.மிஷ்ரா :* ஷிவாலிக் மலைப் பிரதேசத்தில் உற்பத்தியாகும் சரஸ்வதி நதியின் கிளை நதிகளில் பிற்கால ஹரப்பா ஆய்விடங்கள் மிகுதியாக இருக்கின்றன. பிரதான நதி வற்றியதைத் தொடர்ந்து

ஷிவாலிக் மலைக்கு அருகிலும் யமுனையின் கரையிலுமாக இருந்த ஓரளவுக்கு வறட்சி குறைவான இடங்களுக்கு மக்கள் பெருமளவில் இடம்பெயர்ந்தனர்.[55]

• மார்க்கோ மடெல்லா - தோரியன் ஃபுல்லர் : கக்கர்-ஹக்ரா நதியின் (பெரும்பாலும் சமஸ்கிருத பாரம்பரியம் சார்ந்த மறைந்த சரஸ்வதி, திருஷத்வதி நதிகளுடன் அடையாளப்படுத்தப்படுகிறது) வறண்ட படுகையின் ஓரமாக நிறைய குடியிருப்புகள் இருந்ததற்கான தடயங்கள் கோலிஸ்தானில் மேற்கொண்ட அகழ்வாராய்ச்சியில் இருந்து தெரியவந்திருக்கிறது. சில கிளை நதிகளின் வறட்சியானது ஹரப்பா கலாசாரத்தில் மிகப் பெரிய அளவில் பின்விளைவுகளை ஏற்படுத்தியிருக்கக்கூடும். பிந்தைய ஹரப்பா காலகட்டத்தின் மையம் அழிக்கப்பட்ட, நகர்மய நீக்கத்துக்கு இதுவே முக்கியமான காரணமாக இருந்திருக்கும் என்று நம்பப்படுகிறது.[56]

எனினும், சிந்து சரஸ்வதி நாகரிகத்தின் வீழ்ச்சிக்குப் பிற காரணங்களும் இருப்பதை சரஸ்வதி நதியின் மறைவானது மறுதலிக்கவில்லை. 'மூன்றாம், இரண்டாம் ஆயிரத்தாண்டுகளில் சரஸ்வதி வறண்டு விட்டது'[57] என்று சொல்லும் பொஸ்ஸல், நகர்மய காலகட்டம் முடிவுக்கு வந்ததற்கு சமூக கலாசார அம்சங்கள்தான் காரணமாக இருந்திருக்கும் என்றே சொல்கிறார். ஏற்கெனவே வலுவிழக்கத் தொடங்கியிருந்த சமூக அரசியல் நிலைமைக்கு இந்த இயற்கை மாற்றமானது இறுதி சம்மட்டி அடியாக இருந்திருக்கும். ஆனால், உண்மையில் எந்த வரிசையில் இவை தமது பங்கை ஆற்றியிருக்கும் என்பது நமக்கு ஒருபோதும் தெரியாமலே போய்விடக்கூடும்.

கடந்த காலத்தில் இருந்து ஒரு பாடம்

நமக்குத் தெரிந்தவரை, சில நூற்றாண்டுகளில், அந்தப் பிரமாண்ட நதி இறந்துவிட்டது. இந்த வார்த்தை மிகவும் முக்கியமானது. ஏனென்றால், நதியும் உயிருள்ள ஒன்று; அதுவும் பிறந்து, வளர்ந்து, தொய்வடைந்து, மறைந்துபோகிறது என்பதை நாம் சில நேரங்களில் மறந்து விடுகிறோம். இப்படியான ஒரு நிகழ்வு மீண்டும் நம் கண் முன்னே அரங்கேறுகிறது: கங்கை, யமுனை, பிரம்ம புத்திரா உட்பட இமய மலைப் பனியாறுகளால் நீர்வரத்துப் பெறும் நதிகள் அனைத்தும் பெரும் அபாயத்தைச் சந்திக்கவிருக்கின்றன. ஆண்டு முழுவதும் நீர் கிடைப்பதற்குக் காரணமான அந்தப் பனிப் பாறைகள் அதி வேகமாக உருகிவருகின்றன. இன்னும் முப்பதிலிருந்து ஐம்பது வருடங்களுக்குள் அந்த நதிகள் அனைத்துமே மழையை நம்பியிருக்கும் ஆறுகளாகக் குறுகிவிடும் என்று சில ஆய்வுகள் தெரிவிக்கின்றன.[38] ஒட்டு மொத்த தெற்கு ஆசியாவிலும் இது ஏற்படுத்தப்போகும் சங்கிலித் தொடர்

தாக்கத்தை நினைத்தே பார்க்க முடியாது. 'உலகளாவிய' பிரச்னைகளில் முழுவதுமாகத் தம்மை பரபரப்புடன் ஈடுபடுத்திவரும் நமது ராஜ தந்திர மேதைகளுக்கு, எவ்வளவு பெரிய அபாயம் வெகு அருகில் வந்து நின்றுகொண்டிருக்கிறது என்பதை யோசிக்கக்கூட முடியாது.

சரஸ்வதி நதியின் மறைவுக்கும் கங்கை, பிரம்ம புத்ரா நதிகளின் மறைவுக்கும் இடையில் மிகப் பெரிய வித்தியாசம் இருக்கிறது. முதலாவது இயற்கை நிகழ்வு (பஞ்சாப், ஹரியானாவில் பெருமளவுக்கு காடுகளை அழித்தது சட்லெஜ், யமுனை நதிகளின் மாற்றத்துக்குக் காரணமாக இருந்திருக்கக்கூடும் என்றாலும் அது பெருமளவுக்கு இயற்கை நிகழ்வுதான்). ஆனால், இரண்டாவது முழுக்க முழுக்க மனிதர்களால் இழைக்கப்படுவதுதான். நமது அதீதச் செயல்பாடுகள் புவியைச் சூடாக்கி பனிப்பாறைகளையும் பாளங்களையும் அதி வேக மாக உருகச் செய்து வருகிறது. நிலைமையைக் கட்டுக்குள்கொண்டுவர இன்னும் சில ஆண்டுகள் நம் கையில் இருப்பதாக, சூழலியலாளர்களில் மிகுந்த நம்பிக்கைவாதிகளாக இருப்பவர்கள் சொல்கிறார்கள். ஆனால், அதற்கு பிராந்திய உலக அதிகார மையங்களின் தைரியமான, ஒருங் கிணைக்கப்பட்ட செயல்பாடு மிகவும் அவசியம். அங்குதான் நம் நம்பிக்கைகள் மிகப் பெரிய கேள்விக்குறியை முட்டிக் கொண்டு நிற்கின்றன.

3000 வருட கால கங்கைச் சமவெளி நாகரிகம் முடிவுக்குவரும் நூற்றாண் டாக 21-ம் நூற்றாண்டு இருக்கக்கூடும். நதிதான் எல்லாமும் என்பதை நம் பயணத்தின் ஏதோ ஓர் இடத்தில் மறந்துவிட்டிருக்கிறோம். சிறு சிறு நீரோடைகள் தாக்குப் பிடித்து நிற்கக்கூடும் என்றாலும் இன்றைய மக்கள் தொகையின் தேவைகளைப் பூர்த்தி செய்ய அவற்றால் நிச்சயம் முடியாது. கிராமப்புறங்களுக்குத் திரும்புதல், புதிய குடியிருப்புகளை உருவாக்குதல், புதிய இடங்களுக்கு இடம்பெயர்தல் என பிற்கால ஹரப்பாவாசிகளுக்கு மாறும் சூழல்களுக்கு ஏற்ப தகவமைத்துக் கொள்ள முடிந்திருக்கிறது. ஆனால், கங்கையின் வாரிசுகள் எங்கு புலம் பெயர முடியும்?

பாகம் 3

சரஸ்வதியிலிருந்து கங்கை வரை

'புதிய கற்காலம் முதல் ஏறக்குறைய இன்று வரையுள்ள கால அளவில் எத்தனையோ பெரும் மாற்றங்கள் நிகழ்ந்திருந்தாலும் (இந்திய) பூகண்டத்தின் வரலாற்றில் திட்ட வட்டமான இடைவெளியோ தொடர்ச்சி யின்மையோ ஏற்படவே இல்லை.'

-ழான் ஃப்ரான்ஸீவா ழாரிஜ்
(Jean-François Jarrige)

'தெற்காசியாவின் இருபெரும் நகரமயக் கட்டங்கள் என்று அழைக்கப்படுபவற்றை ஒன்றோடொன்று நெருங்கிய தொடர்புள்ள பல கலாசார நிகழ்வுகள் இணைக்கின்றன... ஹரப்பாவின் தனித்தன்மை மாற்றமின்றித் தொடர்ந்திருக்கிறது.'

- ஜிம் ஷாஃபர்
(Jim Shaffer)

{9}

உணர முடிந்த பாரம்பரியம்

சிந்து-சரஸ்வதி நாகரிகம் எந்தத் தடயமும் இல்லாமல் முழுவதாகக் காணாமல்போயிற்றா? இந்தியாவின் பல்வேறு வரலாறுகளை நாம் நம்புவதாக இருந்தால் இந்தக் கேள்விக்கான நமது விடை 'கிட்டத் தட்ட அப்படித்தான் வைத்துக்கொள்ள வேண்டும்' என்றுதான் இருக்கும்.

புராதன இந்தியா பற்றிய ஆய்வுகளுக்காகப் புகழ் பெற்ற வரலாற்றறிஞரான ரொமிலா தாப்பர் சமீபத்தில் வெளியிட்ட ஒரு புத்தகத்தில், சிந்து நாகரிக நகரங்களின் அழிவுக்குப் பிறகு 'ஹரப்பா நாகரிகம் தொடர்ந்தது என்பதற்கான சான்றுகள் இல்லை' என்று குறிப்பிட்டிருக்கிறார்.[1] இந்தக் கோட்பாட்டின்படி, ஹரப்பா கலாசாரம் அங்குமிங்குமாகச் சில இடங்களில் தொடர்ந்திருக்கலாம். ஆனால், ஹரப்பா உலகம் முழுவதாகச் சிதறிவிட்டது: 'அந்தக் கலாசாரம் உண்மையிலேயே முடிவுக்கு வந்துவிட்டது'[2] எனச் சொல்லும் ஷெரீன் ரத்னாகர், 'சிற்பக்கலை, எழுத்துக்கலை, கட்டடக்கலை, கடல் வழிப்பயணம்[3] ஆகிய அனைத்துமே முடிவுக்கு வந்துவிட்டன' என்றும் சொல்கிறார். அப்படியென்றால், ஹரப்பா கால நகரமயக்கட்டத்தி லிருந்து முற்றிலும் வேறுபட்ட நகரமயக்கட்டம் கங்கைச் சமவெளியில் மீண்டும் பொ.யு.மு. முதல் ஆயிரமாண்டில் உயிர் பெற்றெழுந்ததுவரை அதாவது பொ.யு.மு.இரண்டாம் ஆயிரமாண்டின் பெரும்பகுதி நீண்ட 'இருண்டகாலமாக' இருந்திருக்கும்; அப்படித்தான் பெரும்பாலும் அழைக்கவும்படுகிறது.

ஒரு சில அகழ்வாராய்ச்சியாளர்கள் இந்தக் கருத்தை ஏற்றுக்கொள் கிறார்கள். உதாரணமாக அமலானந்தகோஷ் 1973-ல் இவ்வாறு எழுதி யுள்ளார்: 'இப்போது நம் கைவசமுள்ள மிகக் குறைந்த செய்திகளைக் கருத்தில்கொண்டால், பொ.யு.மு.முதலாம் ஆயிரமாண்டின் முற்பகுதி யில் பிற்கால ஹரப்பா மற்றும் சிவப்பு நிற (ஆக்கர் நிற) மண்பாண்டக்

குடியிருப்புகள்* மூலமாக அதன் நகரமயக்கட்டம் கங்கையின் மேல் பகுதிச் சமவெளியில் தொடர்ந்திருக்கலாம் அல்லது மீண்டும் உயிர்பெற்றெழுந்து வந்திருக்கலாம் என்ற சாத்தியக்கூறை நாம் எந்தத் தயக்கமும் இல்லாமல் நிராகரித்துவிடலாம்."⁴ கோஷ் இந்தக் கருத்தைப் பெரிதும் அந்த இடங்களிலிருந்து கிடைத்த மண்பாண்டங்களை ஆய்வு செய்ததன் அடிப்படையிலேயே சொல்லியிருக்கிறார். நமக்கு மற்ற துறைகளிலிருந்து இப்போது கிடைத்துள்ள சான்றுகள் கோஷுக்கு அன்று கிடைத்ததைவிடக் கூடுதலாகவே உள்ளன.

பார்க்கப்போனால், கடந்த பல ஆண்டுகளாக நமக்குக் கிடைத்துக் கொண்டிருக்கும் மலைபோன்ற சான்றுகள் முற்றிலும் வேறுபட்ட ஒரு சித்திரத்தை நமக்கு அளிக்கின்றன. கிரிகரி பொஸ்ஸல் போன்ற ஒரு சில ஆய்வாளர்கள் தற்போது சிந்து சரஸ்வதி நாகரிகத்தின் 'முடிவு' என்ப தற்குப் பதிலாக 'உருமாற்றம்'⁵ என்பது பற்றிப் பேச ஆரம்பித்துள்ளனர். ஹரப்பா கலாசாரம் சிதறி, இறுக்கமாகப் பிணைக்கப்படாத உள்ளூர் வடிவங்களாக உருமாற்றம் பெற்றது என்பதை விளக்கவே ஜிம் ஷாஃபர் பிற்கால ஹரப்பா காலகட்டத்தை (ஏறத்தாழ பொ.யு.மு. 1900-1300) குறிப்பிட, 'உள்ளூர்மயமாக்க காலகட்டம்' என்ற புதிய பதத்தைப் பயன்படுத்தியிருக்கிறார். இந்தப் பார்வையை கெனோயரின் வார்த்தைகளில் சொல்வதானால், ஹரப்பா நாகரிகத்துக்கு 'முடிவு' என்று ஒன்று இல்லை; மாறாக அது, 'தொடர்ச்சியும் மாற்றமும்' கொண்ட உருமாற்றங்களை அடைந்தது.

ஜிம் ஷாஃபர் ஒரு படி மேலாகச் சென்று, ஹரப்பாவின் நகரமயக் கட்டம் முடிவடைந்தது என்று சொல்வதே ஒருவகையில் காட்சிப்பிழை என்கிறார்:

> பிற்கால ஹரப்பா நாகரிகத்தின் நகரங்கள் காணமல்போய் விட்டன என்று சொல்வது வெறும் யூகம் மட்டுமே... பெரிய 'நகர' குடியிருப்புகள் காணாமல் போய்விட்டன என்று சொல்வதற்கு அகழ்வாராய்ச்சி ரீதியான சான்றுகள் இல்லவே இல்லை.⁸

மேலும் பரவலாக அகழாய்வுகள் செய்தால்தான் இந்தக் கருத்து சரியா தவறா என்பது தெரியவரும். இங்கு நாம் கவனத்தில் கொள்ளவேண்டி யது என்னவென்றால், அந்த 'நாகரிகத்தொடர்ச்சி' எந்த அளவுக்கு இருந்தது என்பதுதான்: ஹரப்பா கலாசாரம் முழுவதாக அழிந்து

---

* பிற்கால ஹரப்பா மண்பாண்டங்களின் சிதைவுற்ற வடிவமாக இந்த சிவப்பு நிற (ஆக்கர் நிற) மண்பாண்டங்கள் கருதப்படுகின்றன.

போனதா? அல்லது அதன் ஒரு சில அம்சங்கள் இந்தியாவின் செவ்வியல் கலாசாரம் தழைத்து வளர்ந்த கங்கைச் சமவெளியில் வரலாற்று காலகட்டத்தில் அங்கு தொடர்ந்ததா? பின்னர் சொல்லப் பட்டதுதான் நடந்ததென்றால் அது துண்டு துண்டான (ரத்னாகர் சொல்வதுபோல் 'ஒன்றுக்கொன்று தொடர்ச்சி இல்லாத'[9]) தற் செயலான ஒன்றாகத்தொடர்ந்ததா அல்லது அது மேற்சொன்ன இரு கலாசாரங்களையும் இணைக்கும் பாலமாகத் திகழ்ந்ததா?

இந்த விஷயத்தைப் பற்றிய விவாதம் இப்போது சூடுபிடித்து வரு கிறது. இதற்குகான காரணம் அகழ்வாராய்ச்சியோடு தொடர்புடையது அல்ல: கற்பித ஆரியர்கள் பொ.யு.மு.இரண்டாம் ஆயிரமாண்டின் நடுவில் இந்தியாவை ஆக்ரமித்தனர் அல்லது இங்கு வந்து குடியேறினர் என்று வாதிடும் அறிஞர்கள் இந்தியாவின் சரித்திரத்துக்கு முந்தைய வரலாற்றை 'ஆரியர்களுக்கு முந்தைய காலம்' என்றும் 'ஆரியர்களின் காலம்' என்றும் இரண்டாகப் பிரிக்கின்றனர். இதில் ஹரப்பா நாகரிகம் ஆரியர்களுக்கு முன்பிருந்த காலத்தையும், கங்கைச் சமவெளி நாகரிகம் ஆரியர்களின் காலத்தையும் சேர்ந்ததாக ஆகிறது. இவர்களுடைய அபிப்பிராயத்தில் இந்த இரு நாகரிகங்களும் வெவ்வேறு தொழில்நுட்பங்களைப் பயன்படுத்திய, வெவ்வேறு மொழி பேசும் மக்களால் உருவாக்கப்பட்டன; அவர்களுடைய மதமும் கலாசாரமும் வெவ்வேறாக இருந்தன. இவ்விரண்டு கலாசாரங்களையும் 'வேத இரவு' அல்லது வீலர் சொல்வதுபோல் 'வேத இருட்டுக்காலம்' (Vedic Dark Age)[10] என்ற ஒன்று பிரித்ததாகச் சொல்கின்றனர்.

இந்தக் கோட்பாட்டின்படி, சிந்து சமவெளி நாகரிகம் ஒரு மகத்தான நாகரிகம் என்பதில் சந்தேகமில்லை. ஆனால், அது ஒரு குறுகிய காலத்துக்கு மட்டும்தான் நீடித்தது; காலத்திலும் இடத்திலும் ஒரு தீவுபோல் தனித்து நின்றது: ஃப்ரெஞ்ச் அறிஞர் பெர்னார்ட் சர்ஜன்டைப் பொறுத்தவரையில் 'சிந்து சமவெளி நாகரிகம் இந்திய நாகரிகத்தின் நேரடியான மூல நாகரிகம் அல்ல.'[11] மாறாக, சமீபத்தில் வந்து சேர்ந்த வேத ஆரியர்களால் ஆரம்பிக்கப்பட்டதாகச் சொல்லப்படும் கங்கைச் சமவெளி நாகரிகம்தான் இந்திய நாகரிகத்தின் 'நேரடியான மூல நாகரிகம்'. இந்த இரண்டுக்கும் இடையில் மிகப் பெரிய 'இடைவெளி' இருக்கிறது... ஹரப்பா இந்தியாவுக்கும், சரித்திர கால இந்தியாவுக்கு மிடையே வரலாறு ரீதியான மாபெரும் தொடர்ச்சியின்மை இருக்கிறது.'[12]

இந்தத் 'தொடர்ச்சியின்மை' என்ற இந்த வார்த்தைதான் ஆக்ரமிப்புக் கருத்தை முன்வைப்பவர்களின் முக்கிய ஆயுதம். ஹரப்பா கலா சாரத்தை 'ஆரியர்களுக்கு முற்பட்டது' என்று முதன்முறையாகச்

சொன்னது ஜான் மார்ஷலாகத்தான் இருக்கக்கூடும். அன்றிலிருந்து இந்தக் கருத்தாக்கம் வலுவானதாகத் திகழ்ந்து வருகிறது. இவருக்குப் பின், சரித்திரத்துக்கு முந்தைய காலகட்டம் பற்றிய வரலாற்றிஞரும், அகழ்வாராய்ச்சியாளருமான ஸ்டூவர்ட் பிக்காட் (Stuart Piggot) என்ற புகழ் பெற்ற பிரிட்டிஷ்காரர், முன்பு சொன்ன 'இருண்ட காலம்'[13] என்ற கருத்தாக்கத்தை ஒப்புக்கொள்கிறார். இவருடைய அபிப்பிராயத்தில் 'இந்தியாவின் வடமேற்குப் பகுதிகளில் நீண்ட காலமாகச் செழித்து வளர்ந்த ஹரப்பா கலாசாரமானது மேற்கிலிருந்து வந்த புதியவர்களால் ஈவிரக்கமில்லாமல் மூர்க்கத்தனமாகக் குறுக்கீடு செய்யப்பட்டது.'[14] ஏ.எல்.பாஷம், வெளியிலிருந்து வந்த ஆரியர்களின் கலாசாரம் 'முந்தைய (ஹரப்பா) கலாசாரத்திலிருந்து முற்றிலும் வேறுபட்டது' என்று ஒப்புக்கொள்கிறார்.[15] இவற்றுக்கிடையே வித்தியாசங்கள் முழு அளவில் இருக்கின்றன. இடைவெளியோ நிரப்ப முடியாத அளவுக்குப் பெரிதாக இருக்கிறது. 'ஆரிய ஆக்ரமிப்பு' என்ற கருத்தை முழுவதாக ஒப்புக்கொள்ளும் அமெரிக்காவைச் சேர்ந்த சமஸ்கிருத மொழிப்புலவர் மைக்கேல் விட்ஸெல் (Michael Witzel) 'ரிக் வேதத்தில் வர்ணிக்கப் பட்டுள்ள இந்தோ-ஆரியர்கள் பிரதிநிதித்துவப்படுத்தும் அம்சங்கள் துணைக்கண்டத்துக்கு முற்றிலும் புதியவையே. அவர்களுடைய ஆன்மிகக் கொள்கைகளும் லவுகீகப் பாரம்பரியமும் புதியவையே' என்று கூறுகிறார்.[16]

இப்போது நம் முன் இருக்கும் கேள்வி இதுதான்; கங்கைச் சமவெளி நாகரிகம் அதன் முன்னோடியான ஹரப்பா நாகரிகத்தின் அடித்தளத்தின் மீது எழுப்பப்பட்டதா? (அப்படியானால், எந்த அளவுக்கு அதைச் சார்ந்ததாக இருக்கிறது?) அல்லது நாம் மேலே பார்த்த அறிஞர்கள் சொல்வதுபோல இரண்டுக்குமிடையே எந்தவிதமான தொடர்பும் இல்லையா?

ஹரப்பா மக்களுடைய வாழ்க்கையின் 'லவுகீக' அம்சத்தை முதலில் ஆராய்வோம். அடுத்த அத்தியாயத்தில் அவர்களுடைய 'ஆன்மிக' வாழ்க்கையைப் பார்க்கலாம்.

நகரமயமாக்கமும் கட்டடக்கலையும்

கங்கை சமவெளிப்பிரதேசத்தில் வரலாற்று காலகட்ட நகர்ப்புறங்களில் மேற்கொள்ளப்பட்ட அகழ்வாய்வுகள் பரப்பிலும் எண்ணிக்கையிலும் மிகக் குறைவாகவே இருக்கின்றன. ஏனெனில், இந்த நகரங்களில் பெரும்பான்மையானவை இன்றைய நவீன நகரங்களின் அடியில் புதைந்து கிடக்கின்றன. ஆகவே, அவற்றைத் தோண்டுவது பெரிதும் முடியாத செயலாக இருக்கிறது. குறைவான தரவுகளே கிடைத்

திருக்கும் நிலையிலும் ஜிம் ஷாஃபர்,[17] பிரிட்டிஷ் அகழ்வாராய்ச்சி யாளரான ராபின் கன்னிங்ஹாம்[18] உட்படப் பல்வேறு ஆய்வாளர்கள் ஹரப்பா நகருக்கும் பிற்கால வரலாற்றுக் காலத்தைச் சேர்ந்த நகரங்களுக்குமிடையில் இருக்கும் ஒற்றுமைகளை வெளிச்சத்துக்குக் கொண்டுவந்துள்ளனர். உதாரணமாக, அவை இரண்டிலும் ஒன்றுக் கொன்று செங்குத்தாக வெட்டிச் செல்லும் தெருக்களின் அமைப்பை அடிப்படையாகக் கொண்ட ஒரே மாதிரியான உள்ளார்ந்த நிர்வாக அமைப்பு இருக்கிறது; இரண்டிலும் பொதுப் பயன்பாட்டுக்கான கட்டடங்கள் மிகப்பெரிய அளவில் கட்டப்பட்டிருந்தன; இரு நகரங் களைச் சுற்றிலும் கோட்டை, கொத்தளங்கள் எழுப்பப்பட்டிருந்தன.

சமீபத்தில் மேற்கொண்ட ஓர் ஆய்வின் அடிப்படையில் பியோதர் எல்ட்ஸோவ் (Piotr Eltsov) ஒரு படிமேலே சென்று 'இந்த இரு இடங் களிலும் காணப்பட்ட கோட்டை, கொத்தளங்கள் பயன்பாட்டுரீதியில் கட்டப்படவில்லை. அதிகாரம், பிரித்துக் காட்டுதல் ஆகியவற்றின் குறியீட்டு மதிப்புக்காகவே கட்டப்பட்டிருக்கின்றன. வேறு வார்த்தை களில் சொல்வதானால், பிற நாகரிகங்களில் (எகிப்து போன்றவற்றில்) காணப்பட்ட பெரிய அரண் மனைகள், கோயில்கள், அரச கல்லறைகள் ஆகியவை அங்கு ஆற்றிய பங்கைத்தான் இவையும் இங்கு ஆற்றியுள்ளன' என்கி றார். முற்கால கங்கைச் சமவெளி நகரங்கள் ஒன்றிலும் (இதுவரை அகழாய்வு செய்யப்பட்ட குறை வான இடங்களில்) அரண்மனை கள் காணப்படவில்லையென் றும், சிந்து - சரஸ்வதி நகரங்களி லும் இதே நிலைமைதான் காணப்பட்டதென்றும் எல்ட் ஸோவ் சுட்டிக்காட்டுகிறார். இந்த இடங்களில் காணப்பட்ட அகழாய்விடங்களை ஒவ்வொன் றாக எடுத்து ஒப்பு நோக்கிய பின் ஹரப்பா, கங்கை சமவெளி நகரங் கள் இரண்டையும் ஒரே வகைப் பாட்டுக்குள் கொண்டுவருகிறார். இந்த இரண்டின் மூலவடிவ மானது ஹரப்பா காலத்துக்கு

படம் 9.1: கௌசம்பி கோட்டைகள். சுட்ட செங்கற்களாலான பாதுகாப்புச் சுவர்களுடன் (© ASI)

முன்பே தொடங்கிவிட்டது என்கிறார் எல்ஸ்டோவ்: 'புராதன இந்தியாவின் நாகரிகம் பின் கற்கால (Neolithic) மற்றும் தாமிர - கற்காலத்திலேயே (Chalcolithic) உருவாகிவிட்டது' என்பதுதான் அவருடைய கருத்து.[21]

இந்தக் கருத்தை மேலும் விவரமாகப் பரிசோதிக்கவேண்டும். காலி பங்கன் முதல் தோலவிரா வரை பல ஹரப்பா ஆய்விடங்களில் கோட்டை மதில்கள் இருந்தது நமக்குத் தெரியும். மொஹஞ்ஜோ-தரோவிலும் ஹரப்பாவிலும் இருந்த மண்குன்றுகளும்கூட கோட்டை மதிலால் சூழப்பட்டிருந்தன என்று சொல்லப்படுகிறது. மதிலால் சூழப்பட்ட கட்டடங்களைக் கட்டுவதற்கு ஹரப்பாவாசிகள் மிகுந்த முக்கியத்துவம் தந்திருக்கிறார்கள். ஆனால், அவற்றின் நடைமுறை சார்ந்த பயன்பாடுதான் அதற்கான காரணமாக இருந்திருக்க முடியும் என்று தோன்றவில்லை. இதே நிலைமைதான் பிற்காலத்தில் மதுரா, கௌசாம்பி (இரண்டும் யமுனைக்கரையில்), ராஜ்காட் (வாரணாசிக்கு அருகில்) ராஜ்கிர், வைசாலி (இரண்டும் பிஹாரில்), சிசுபால்காட் (புவனேஸ்வருக்கு அருகில்), உஜ்ஜெயினி (இந்தோருக்கு அருகில்) போன்ற பல சரித்திர காலகட்ட இடங்களிலும் காணப்படுகிறது. உதாரணமாக, உஜ்ஜெயினியின் களிமண் மதில் சுவர்கள் 75 மீட்டர் அகலம், 14 மீட்டர் உயரம், 5 கிலோமீட்டர் நீளம் கொண்டவையாக இருந்தன. இதனைக் கட்டி முடிக்க 4200-க்குக் குறையாத பணியாட்கள் ஒரு வருஷம் முழுவதாகத் தொடர்ந்து வேலை செய்திருக்கவேண்டும்! கௌசாம்பியில் 6 கி.மீ நீளத்தில் உள்ள கெட்டிக்களிமண்ணலான கோட்டையின் மதிலின் அடிபாகம் 20 மீட்டர் அகலமும், 9 மீட்டர் உயரமும் இருந்தன. இதில் பல இடங்களில் பெரிய அளவிலுள்ள சுட்ட செங்கற்களால் இன்னொரு அடுக்குச் சுவர் கட்டப்பட்டு பலப்படுத்தப் பட்டிருக்கிறது (படம் 9.1). சிசுபால் காட் பகுதியின் கோட்டை மதில் 33 மீ. அகலமும் 7 மீ உயரமும் கொண்டு துல்லியமாக ஒரு சதுரம் போல் இருக்கிறது. இதன் சுற்றளவு 4.8.கிலோமீட்டர்.[22] இத்தனை பாடுபட்டு, இப்படிப்பட்ட மாபெரும் கோட்டை கொத்தளங்கள் ஹரப்பாவிலும் கங்கைச் சமவெளி பகுதிகளிலும் எழுப்பப்பட்டதிலிருந்து எல்ட் ஸோவ் சொன்ன பொதுவான பாரம்பரியம் இருந்தது தெளிவாகிறது.

சாதாரணமாக, கோட்டைகளைச் சுற்றிலும் அகழிகள் இருக்கும். பானா வாலியில் ஒன்றைப் பார்த்தோம்; மற்ற ஹரப்பா ஆய்விடங்களிலும் இப்படிப்பட்ட அகழிகள் இருந்ததாக நம்பப்படுகிறது. கௌசாம்பி, ராஜ்கிர், சிசுபால்காட், உஜ்ஜெயினி போன்ற வரலாற்று காலகட்ட நகரங்களிலும் அவை காணப்படுகின்றன. சந்திர குப்தரின் காலகட்ட மான பொ.யு.மு. நான்காம் நூற்றாண்டில் எழுதப்பட்டதாகச் சொல்லப்

படும் கௌடில்யரின் புகழ் வாய்ந்த 'அர்த்த சாஸ்திரம்' நூலில் இது தொடர்பாக மிக விரிவான யோசனைகள் தரப்பட்டுள்ளன.

நகர வீதிகளின் அமைப்பிலும் இரு நாகரிகங்களுக்கிடையே ஒற்றுமை காணப்படுகிறது. காலிபங்கனில் வீதிகளின் அகலம் 1.8 மீ, 3.6 மீ, 5.4 மீ, 7.2 மீ என்று சீராக அதிகரித்து வந்திருக்கிறது. இதைப்போலவே கௌசாம்பியிலும் ஒரு வீதியின் அகலம் 2.44 மீட்டரிலிருந்து 4.88 மீட்டராக துல்லியமாக இரு மடங்காக அதிகரித்திருக்கிறது. இதைவிட முக்கியமாக நகர வீதிகளின் அகலம் இரண்டு, நான்கு, அல்லது எட்டு 'தண்ட'ங்களாக இருக்க வேண்டுமென அர்த்த சாஸ்திரம் அறிவுறுத்து கிறது. ஒரு 'தண்டம்' என்பது ஏறக்குறைய ஆறுஅடி அல்லது 1.8 மீட்டர் நீளமுள்ளது. உண்மையான அளவுகளைவிட தரப்படுத்துதலில் இருக்கும் இந்த அக்கறையானது ஹரப்பா காலகட்ட வேர்களைக் கொண்டது. (செங்கற்களின் அளவுகளும் இப்படித்தான் இருந்தன என்பதை நாம் முன்பே பார்த்தோம். எடைக்கற்களைப் பற்றிய விவரங்களைப் பின்னர் பார்க்கலாம்.)

சிந்து சமவெளி நாகரிகத்தில் தெருக்களில் வைக்கப்பட்டிருந்த குப்பைத் தொட்டிகளைக் கண்டு வியப்படைந்தோம். இவற்றைப் பிற்காலத்தில் தட்சசீலத்தில் பீர் மவுண்டிலும் காண்கிறோம்.[25] ஹரப்பாவின் அபாரமான வடிகால் திட்டத்தைப் போன்ற ஒன்றை கங்கைச் சமவெளி நகரங்களில் நாம் இதுவரை பார்க்கவில்லை. இதற்கு ஒரு காரணம் இதுவரை மிகக் குறைவான பிரதேசங்களில் மட்டுமே அகழ்வாய்வுகள் நடத்தப் பட்டுள்ளன என்பதுதான். இருப்பினும் தட்சசீலம்[26], அஸ்தினாபுரம், கௌசாம்பி, மதுரா போன்ற ஆய்விடங்களில் சுட்ட செங்கற்களால் கட்டப்பட்ட வடிகால்கள், சில நேரங்களில் கழிவு நீர் அமைப்பின் ஓர் அங்கமாகக் காணப்பட்டன.

நகர நிர்வாகம் நீங்கலாக, இரு நகரங்களில் உள்ள கட்டடங்களும் நாம் முன்பு பார்த்த 'தொடர்ச்சியை' உறுதிப்படுத்துகின்றன. மொஹஞ்ஜோ-தரோவில் வரிசைக்கு ஐந்து தூண்கள் வீதம் நான்கு வரிசை கொண்ட மண்டபம் இருப்பதுபோலவே, பாடலிபுத்திரத்திலும் (இன்றைய பாட்னா) பத்து தூண்கள் வீதம் எட்டு வரிசை அமையப்பெற்ற பிரமாண்ட மண்டபம் ஒரு புராதன வாய்க்கால் ஒன்றைப் பார்த்தபடி காணப் படுகிறது. இரண்டு இடங்களிலும் பின்பற்றப்பட்ட 5:4 மற்றும் 10:8 என்ற விகிதங்கள் நம்மைத் திகைக்கவைக்கின்றன. தற்செயலாக நிகழ்ந்ததென்று இதைச் சொல்லவே முடியாது.

பனவாலியில் அரை வட்ட வடிவிலிருந்து கோவிலைப் பார்த்தோம் (படம் 7.2). இதைப்போலவே, அட்ரஞ்சிக்கேடா[28] (Atranjikhera - ஆக்ராவுக்கு 90 கி.மீ வடகிழக்கிலுள்ள) பகுதியிலும் பொ.யு.மு.200-ம்

ஆண்டைச் சேர்ந்த ஒரு கோயில் இருக்கிறது (படம் 9.2). 8 x 6.5 மீட்டர் அளவிலுள்ள இந்தக் கோயில் பனவாலி கோவிலைவிட ஒன்றரை மடங்குப் பெரியதாக இருந்தாலும் இரண்டிலும் பின்பற்றப்பட்ட நீள அகல விகிதங்கள் ஒரே மாதிரியாகத்தான் இருக்கின்றன. ஒரே ஒரு வித்தியாசம் மட்டும் இருந்தது. அட்ரஞ்சிக்கேடா கோயிலின் கர்ப்ப கிருஹம் சதுரவடிவிலிருந்தது (பனவாலியில் அரை வட்ட வடிவில்). இந்த மேடையின்மீது தெய்வத்தின் சிலை பிரதிஷ்டை செய்யப் பட்டிருக்கலாம்.

ஹரப்பா வீடுகளின் நடுவில் ஒரு முற்றமும் இதைச்சுற்றி மூன்று பக்கங் களில் அறைகளும், நான்காம் பக்கத்தில் ஒரு அகன்ற நுழைவாயிலும் இருந்ததைப் பார்த்தோம். இதேமாதிரியான அமைப்பு சரித்திர காலங் களிலும் பின்பற்றப்பட்டது. (உதா: அலகாபாத்துக்கு அருகிலுள்ள பிடா - Bhita). இந்தியாவின் பெரும்பாலான கிராமப்புறங்களில் இம்மாதிரியான வீட்டமைப்பு இப்போதும் காணப்படுகிறது. 1979-ல் இதைப்பற்றி விவரமாக ஆய்வு செய்த அன்னா ஸர்ஸீனா (Anna Sarcina) இன்றைய குஜராத்திலுள்ள வீடுகளின் அமைப்பு மொஹஞ்ஜோ-

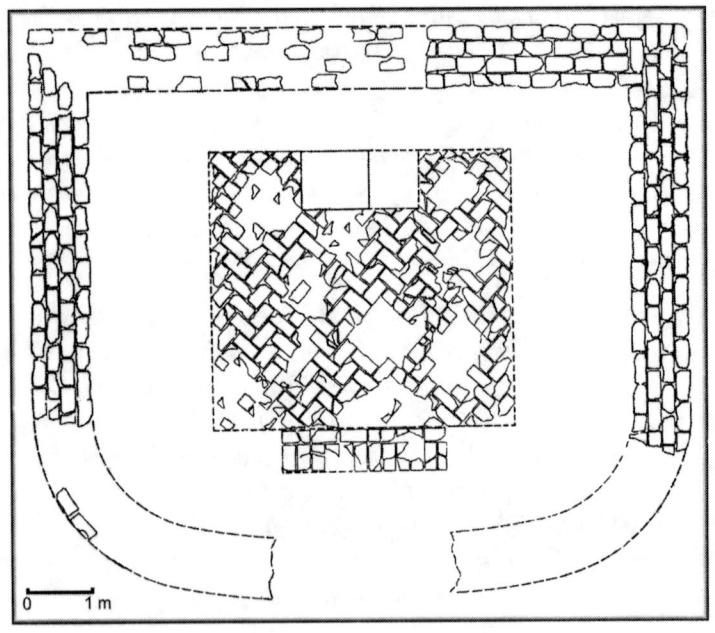

படம் 9.2: அட்ராஞ்சிகேராவில் இருக்கும் அரை வட்ட வடிவிலான கோயில் (சுமார் பொ.யு.மு.2000). பனவாலியில் (படம் 7.2)இருக்கும் கோயிலுடன் ஒப்பிட்டுப் பார்க்கவும். (© ASI)

தரோவில் காணப்பட்ட வீடுகளின் அமைப்பைப்போல இருந்ததைத் தெளிவாக விளக்கிக் காட்டியுள்ளார்.[29]

வீடு கட்டும் முறைகளும்கூடத் தொடர்ந்து பின்பற்றப்பட்டிருக் கின்றன. அவற்றில் சிலவற்றை பி.பி.லால் குறிப்பிடுகிறார்[30]: காலிபங் கனில் வீட்டுத் தரைகளில் உபயோகிக்கப்பட்ட மண்ணும், அடுப்புக் கரியும் சேர்ந்த ஒரு விசேஷக்கலவை 4500 வருடங்களுக்குப் பிறகும் காலிபங்கனுக்கு அருகிலுள்ள வீடுகளில் பயன்படுத்தப்பட்டிருக்கிறது. இந்தக் கலவை இத்தனை நீண்ட இடைவெளிக்குப் பிறகும் உப யோகிக்கப்பட்டதற்குக் காரணம் சந்தேகமில்லாமல், பூச்சிகளையும் ஈரப்பதத்தையும் விரட்டியடிக்கும் குணங்களை அது கொண்டிருந்தது தான். இன்றைய பாகிஸ்தானிலுள்ள பிராக் (pirak) பகுதியில் 'வீட்டுச் சுவர்களின் நான்கு வரிசைகளில் விளக்கு மாடங்கள்' இருந்ததைப் பார்த்து ஆய்வாளர் ழாரிஜ்ஜுூம் அவருடைய சக ஆய்வாளர்களும் அதிர்ச்சியில் ஆழ்ந்தனர். பிரிவினையைத் தொடர்ந்து இந்துக்கள் விட்டு விட்டு வந்த இந்தக்கால வீடுகளிலும் இம்மாதிரியான விளக்கு மாடங்கள் காணப்படுகின்றன - ஹரப்பா முன்னோர்கள் விட்டு விலகிய 3000 ஆண்டுகளுக்குப் பிறகும்.[31]

ஹரப்பாவுக்கே உரித்தான சரிவக வடிவிலான செங்கற்களால் அமைக்கப் பட்டிருந்த கிணறுகளும் அப்படியே மறைந்துபோய்விடவில்லை (படம் 5.5). கங்கை சமவெளிப்பிரதேசத்தில் கணிசமான இடங்களில், தெற்கில்கூட காணப்பட்டன.[32] கழிப்பிடங்களில் உபயோகிக்கப்பட்ட பெரிய ஜாடிகள் ஹரப்பா காலத்துக்குப் பிறகும்கூட உபயோகத்தில் இருந்தன.[33]

சுருக்கமாகச் சொன்னால், நாம் இப்போது கண்ட அனைத்தும் ஒரு விஷயத்தைத்தான் உறுதிப்படுத்துகின்றன: குறிப்பிடத்தகுந்த வேறு பாடுகளிருந்தாலும் சிந்து - சரஸ்வதி மற்றும் கங்கை சமவெளி பகுதி களில் காணப்படும் நகர்ப்புற அமைப்புகள் இரண்டும் 'ஆயிரக் கணக்கான ஆண்டுகால சிந்து-கங்கை கலாசார பாரம்பரியத்தைச் சேர்ந்தவையே; ஒன்றோடொன்று தொடர்ச்சியான பல கலாசார நிகழ்வுகள் தெற்காசியாவின் இருபெரும் நகரமயக்கட்டங்கள் என்று சொல்லப்படுபவற்றை இணைக்கின்றன' என்கிறார் ஜிம் ஷாஃபர். அதாவது, ஹரப்பா காலகட்டத்தையும் சரித்திர காலகட்டத்தையும் இணைக்கின்றன. அவருடைய தீர்மானம் மிகவும் தெளிவானது: ஹரப்பா அடையாளத்தின் சாராம்சமான அம்சங்கள் மாற்றமில்லாமல் பின்னரும் தொடர்ந்திருக்கின்றன.[34]

ஆகவே, இந்த அத்தியாயத்தின் தொடக்கத்தில் மேற்கோள் காட்டப் பட்ட ஷெரீன் ரத்னாகரின் கருத்தை - அதாவது ஹரப்பாவின் கட்டடக்

கலை காணாமல்போய்விட்டது என்பதை மறுதலிக்கிறேன். புதிய கட்டடங்களும் கட்டுமான முறைகளும் கங்கைச் சமவெளியில் தலை தூக்கினாலும்கூட மேலே சொன்ன உதாரணங்களிலிருந்து ஹரப்பா கலையின் ஒரு சில அம்சங்கள் தொடர்ந்தன என்பது தெரியவருகிறது.

தோலவிராவின் கட்டடக்கலைக் கோட்பாடுகள்

கட்ச் ரண்ணிலுள்ள தோலவிராவிலிருந்து எதிர்பாராதவிதமாக நகர்ப் புறக் கலாசாரத் தொடர்ச்சியைப் பற்றிய விவரங்கள் நமக்குக் கிடைத் துள்ளன. அந்த அசாதாரணமான பகுதியை (படம் 7.8) பார்த்தபோது, அந்த நகரின் கட்டமைப்பு தனித்தன்மை வாய்ந்ததாக இருந்ததைத் தெரிந்துகொண்டோம். அந்த அமைப்பை ஆராய்ந்தவர்களில் ஒருவர் அமெரிக்காவின் வான-இயற்பியல் நிபுணர் ஜே.மெக்கிம் மால்வில் (J.Mackim Malville). 'ஜியோமிதி கணக்கு முறையைப் பயன்படுத்தி கடுகினும் சிறிய ஜீவராசிகளையும் (The Microcosm) எல்லையில்லாத பிரபஞ்சத்தையும் (The Macrocosm) இணைக்கும் முயற்சி மேற் கொள்ளப்பட்டிருப்பதை இந்த நகரின் அமைப்பில் தெளிவாகக் காண முடிகிறது'[35] என்று அவர் வியந்து கூறியிருக்கிறார். இந்த 'இணைக்கும் முயற்சி' எப்படிச் செயல்படுகிறது?

அகழ்வாராய்ச்சியாளர் ஆர்.எஸ்.பிஷ்த் தோலவிரா நகரின் கோட்டை மதில் சுவர்களை அளந்தபோது (படம் 9.1) ஏதோ ஒன்று அவரைச் சிந்திக்க வைத்தது.[36] அங்கிருந்த பல்வேறு கட்டடங்களின் அளவுகள் ஒரு குறிப்பிட்ட விகிதத்திலேயே இருந்தன என்பதுதான் அது (துல்லிய விகிதங்கள் மீதான ஹரப்பாவாசிகளின் ஆர்வம் பற்றிமுன்பே பார்த்திருக்கிறோம்). தோலவிராவின் ஒட்டுமொத்த நீள அகலங்கள் (771 x 617 மீட்டர்) மிகத் துல்லியமாக அதாவது 5:4 என்ற விகிதத்திலிருந்தது (அதாவது, அகலமானது நீளத்துக்கு ஐந்தில் நான்கு பங்காக இருந்தது. அல்லது அகலத்தைவிட நீளமானது 1.25 மடங்கு அதிகமாக இருந்தது. அல்லது அகலத்தைவிட நீளம் கால்பங்கு அதிகமாக இருந்தது). இது ஏதோ தற்செயலாக நடந்த ஒரு நிகழ்வல்ல என்பதை நிரூபிப்பதற் காகவோ என்னவோ தோலவிராவின் நகர அமைப்புத் திட்ட அலுவலர் கள் இதே விகிதத்திலேயே உள்கோட்டையையும் வெளிக்கோட்டை யையும் நிர்மாணித்திருக்கிறார்கள். பார்க்கப்போனால் அந்த நகரத்தின் முழுவளர்ச்சிக் கட்டத்துக்கு முன்பு, நகரத்தின் ஆரம்பகட்ட அங்கமான கோட்டையானது சிறிது மாறுபட்ட அளவைக் கொண்டிருந்தது: கோட்டையின் அளவுகள் சரியான விகிதத்தில் இல்லாததால் அவற்றில் சில மாற்றங்கள் செய்யப்பட்டு மேற்சொன்ன 5:4 என்ற விகிதத்தி லிருக்கும்படி மாற்றியிருக்கிறார்கள். கட்டட அளவுகள் தெரிந்தேதான் தீர்மானிக்கப்பட்டுள்ளன என்பதற்கு இது மற்றுமொரு உதாரணம்.

அட்டவணை 9.1. தோலவிராவின் பிரதான நகர அமைப்புப் பரிமாணங்கள் (மீட்டர் கணக்குக்கு ஏற்ப முழு எண்ணாக ஆக்கப் பட்டிருக்கிறது)

பரிமாணம்	அளவு(மீட்டரில்)	
	நீளம்	அகலம்
கீழ் நகரம் (ஒட்டுமொத்த நகரம்)	771	617
நடு நகரம்	341	290
மத சடங்குகளுக்கான மைதானம்	283	47
கோட்டை (உள்)	114	92
கோட்டை (வெளி)	151	118
கோட்டைவெளிச் சுவர்	120	120

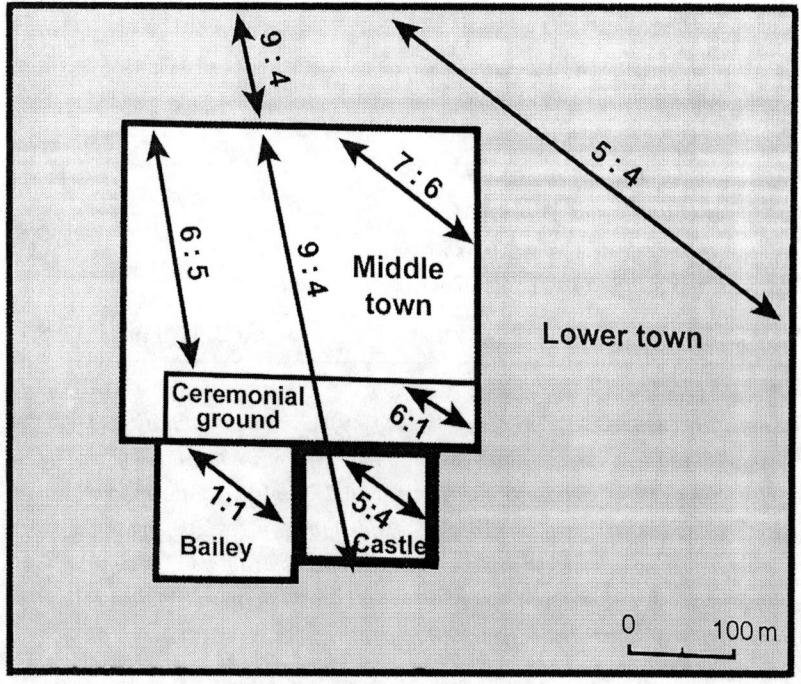

படம் 9.3: தோலவிராவின் நகரமைப்பு. பிரதான விகிதங்களின் அடிப்படையில் அமைந்திருப்பது.

அட்டவணை 9.2. தோலவிராவில் பிரதான விகிதங்களில் சிறிய வித்தியாசத்துடன் கட்டப்பட்டிருக்கின்றன.

பரிமாணம்	விகிதம்	வித்தியாசம் (%)
கோட்டை (உள்)*	*5:4*	*0.9*
கோட்டை (வெளி)*	*5:4*	*2.4*
கோட்டைவெளிச் சுவர்*	*1:1*	*0.0*
நடு நகரம்*	*7.6*	*0.5*
மதச் சடங்குகளுக்கான மைதானம்*	*6.1*	*0.7*
கீழ் நகரம் (ஒட்டு மொத்த நகரம்)*	*5:4*	*0.0*
கோட்டையின் வெளிப்புற, உள்புற நீள விகிதம்†	*4:3*	*0.7*
நடு நகரத்தின் நீளத்துக்கும் கோட்டையில் உள்புற நீளத்துக்குமான விகிதம்†	*3:1*	*0.4*
நடு நகரத்தின் நீளத்துக்கும் கோட்டையில் வெளிப்புற நீளத்துக்குமான விகிதம்†	*9:4*	*0.2*
நகரத்தின் நீளத்துக்கும் நடு நகர நீளத்துக்குமான விகிதம்†	*9:4*	*0.6*
நடு நகரத்தின் நீளத்துக்கும் மதச்சடங்குகளுக்கான நீளத்துக்குமான விகிதம்†	*6:5*	*0.3*

* ஆர்.எஸ்.பிஷத் முன் வைத்தது   † மிஷல் தனினோ முன் வைத்தது

நடு நகரம் (340 x 290) 7:6 என்ற விகிதத்தில் அமைக்கப்பட்டிருக்கிறது (வேறு வார்த்தைகளில் சொல்வதானால், அதன் அகலமானது நீளத்தில் ஏழில் ஆறு பங்கு அல்லது நீளமானது 16.7% அதிகம்). உள்கோட்டைக்கும் வெளிக்கோட்டைக்கும் வடக்குப் பாகத்தில் இருக்கும் ஆசாரச் சடங்குகளுக்கான மைதானத்தின் அளவு துல்லியமாக 6:1 என்ற விகிதத்திலுள்ளது. இதைத்தவிர நகர அமைப்பில் வேறு விகிதாசாரங்களும் பின்பற்றப்பட்டுள்ளன (படம் 9.3 மற்றும் அட்டவணை 9.2). அவற்றில் முக்கியமானது 9:4 என்ற விகிதம் (அல்லது 2.25). தோலவிராவின் நகர ஜியோமிதி அமைப்பை[37] நான் ஆராய்ந்து பார்த்ததில், நடு நகர நீளத்துக்கும் கோட்டையின் நீளத்துக்கும் இடையிலான விகிதம்

மட்டுமல்ல ஒட்டு மொத்த நகரத்தின் நீளத்துக்கும் நடு நகர நீளத்துக்கும் இடையிலான விகிதம்கூட இதே விகிதத்தில்தான் இருக்கிறது. இப்படித் துல்லியமான விகிதம் மீண்டும் மீண்டும் பின்பற்றப் பட்டிருப்பதில் இருந்து இது தற்செயலான நிகழ்வு அல்ல என்பது தெரியவருகிறது.

இது மட்டுமல்லாமல், தோலவிராவில் பிரதானமாகக் கடைப்பிடிக்கப் பட்ட இந்த விகிதங்களில் ஏதேனும் தவறுகள் நேர்ந்தாலும் (அட்ட வணை 9.2) அவை ஒரு சதவிகிதத்துக்கும் குறைவாகவே (0.6%) உள்ளன. இந்தப் பகுதியின் கரடு முரடான நில அமைப்பையும் நூற்றுக்கணக்கான மீட்டர்களுக்கு நீண்டு செல்லும் இந்தக் கட்டு மானங்களையும் பார்க்கும்போது இது ஒரு மகத்தான சாதனையென்றே சொல்ல வேண்டும்.

தோலவிரா நீங்கலாக பிற நகரங்களிலும் இதுபோன்ற துல்லியமான விகிதாசாரம் பின்பற்றப்பட்டிருப்பதையும் நான் பார்க்க முடிந்தது.[38] உதாரணமாக, லோத்தலில் காணப்படும் விகிதம் 5:4 ஆக இருந்தது (ஒட்டு மொத்த விகிதாசாரம் 280மீ x 225மீ). ஹரப்பாவின் மிகப் பெரிய தானியக்கிடங்கின் அளவு 50 மீ X 40 மீ ஆகவும், மொஹஞ்ஜோ-தரோவிலிருந்த முக்கியமான கட்டடத்தின் அளவு 18.9 மீ X 15.2 மீ ஆகவும் இருந்தன. நகரக்கோட்டைக்கு வெளியே தெற்கிலிருந்த 'சபா மண்டபம்' அல்லது 'பல தூண்கள் கொண்ட அரங்கம்' என்பதுபற்றி இங்கு குறிப்பிடாமல் இருக்கமுடியாது. அந்த அரங்கத்தில் ஒரு வரிசைக்கு ஐந்து தூண்கள் என்ற கணக்கில் நான்கு வரிசைகளில் (5 X 4) மொத்தம் 20 தூண்கள் இருந்தன. அந்த ஹாலின் அளவு 23 மீ x 27 மீ ஆக, அதாவது 7:6 என்ற விகிதத்திலிருந்தது. அதாவது, தோலவிராவில் பின்பறப்பட்ட அதே பிரதான விகிதாசாரங்கள்! அல்லது 9:4 என்ற விகிதத்தை எடுத்துக்கொண்டால், மொஹஞ்ஜோ-தரோவில் பெரிய குளியல் மையத்துக்கு அருகில் இருக்கும் நீண்ட கட்டடத்தில் (56.4 x 25) இந்த விகிதத்தைப் பார்க்க முடிகிறது. (மொஹஞ்ஜோ-தாராவில் துல்லியமாகக் காணமுடிந்த பிற விகிதங்கள் 3:1, 3:2, 7:4, 7:4, 7:5 என்றிருந்தன).

அதாவது, கோட்டை கொத்தளங்களையும் பிரதான கட்டடங்களையும் பொறுத்தமட்டில் ஹரப்பாவாசிகள் குத்துமதிப்பாக எதையும் செய்யாமல் சில குறிப்பிட்ட விகிதங்களைப் பின்பற்றுவதையே விரும்பியிருக்கிறார்கள். ஒருவேளை அவற்றை மங்களகரமானதாக அவர்கள் நினைத்திருக்கலாம். அவர்களுடைய நோக்கம் மதரீதியான தாகவோ அழகியல் ரசனை சார்ந்ததாகவோ இருந்திருக்கலாம். அல்லது இரண்டுமே காரணமாக இருந்திருக்கலாம். அல்லது மக்கிம் மால்வில்

சொன்னதுபோல் பிரபஞ்ச விதி அடிப்படையிலானதாகவும் இருக்கலாம். எது எப்படியிருந்தாலும் பெரும்பாலான சமஸ்கிருத நூல்களிலும் விகிதாசாரங்கள் சார்ந்த ஆர்வத்தையும் சில நேரங்களில் இதே விகிதாசாரத்தைக் கூட நாம் காணமுடிகிறது.

படம் 9.4: மஹாவேதியின் ஒட்டுமொத்த அமைப்பு

உதாரணமாக, தோலவிராவின் 5:4 என்ற விகிதத்தை எடுத்துக் கொள்வோம். சுக்ல யஜுர் வேதத்தின் ஒரு பகுதியான ‘சதபத பிராம்மணம்’ சரிவக வடிவிலுள்ள பலி மைதானத்தையும்[39] ஹோமகுண்டங்கள் ஸ்தாபிக்கப் பட்டுள்ள ‘மஹாவேதி’யின் (படம் 9.4-ல் எண் 1) அளவையும் விவரமாக விளக்குகிறது: இந்த மஹாவேதியின் மேற்குப்பகுதி 30 காலடிகள், கிழக்குப் பகுதி 24 காலடிகள் கொண்டதாக அதாவது 5:4 அல்லது 1.25 என்ற விகிதத்தில் இருந்தன. பல நூற்றாண்டுகளுக்குப் பின்னர் ஜியோமிதியைப் பற்றிய இந்தியாவின் மிகப் பழமையான ‘சுல்பசூத்ரங்கள்’ பல அடுக்கு கொண்ட ஹோமகுண்டங்கள் ஸ்தாபிப்பது பற்றிய நுணுக்கமான விகிதாசரங்களைத் தருகின்றன. மஹாவேதியை நிர்மாணிக்கத் தேவையான விகிதங்கள் மீண்டும் அதில் தரப்பட்டிருக்கின்றன. ஆனால், காலடி அளவுக்குப் பதிலாக துல்லியமான அளவுகள் தரப்பட்டுள்ளன.[40]

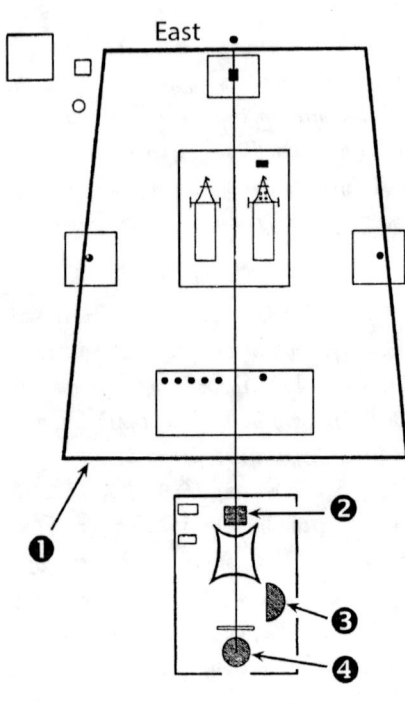

ஓராயிரம் ஆண்டுகளுக்குப் பிறகு இந்தியக் கட்டடக்கலை விஞ்ஞானமான வாஸ்து சாஸ்திரத்தின் பல்வேறு பாரம்பரியங்களிலும் இதே 5:4 என்ற விகிதம் சொல்லப்பட்டிருக்கிறது. உதாரணமாக ‘ப்ருஹத் ஸம்ஹிதை’யின் ஆசிரியர் வராஹமிஹிரர் ஓர் ‘அரச’ அரண்மனையின் நீளம், அதன் அகலத்தைவிடக் கால்பாங்கு அதிகமாக இருக்கவேண்டுமெனச் சொல்கிறார்[41] . அதாவது தோலவிராவில் நகர, கோட்டைப் பகுதிகளில் பின்பற்றப்பட்ட அதே 5:4 விகிதம். இதை நாம் தற்செயலானது என்று ஒதுக்கிவிடவேண்டுமா என்ன? அதேபோல, சேனாதிபதியின் வீட்டின் நீளம் அகலத்தைவிட ஆறில் ஒரு பங்கு

அதிகமாக இருக்கவேண்டும் என்று வராஹமிஹிரர் குறிப்பிட்டிருக் கிறார்[42]. அதாவது, தோலவிராவின் நடு நகர் பகுதியில் நாம் பார்த்த அதே 7:6 என்ற விகிதம்!

தோலவிராவின் பிரதான விகிதாசாரங்களுக்கும் மூன்று ஆயிரமாண்டு களுக்குப் பிறகு வராஹமிஹிரர் முன்வைத்திருக்கும் விகிதங்களுக்கும் இடையிலான இந்த இரட்டை அடையாளப்படுத்தல்தான் தோலவிரா வின் ஜியோமிதி மீது என் கவனத்தை ஈர்த்தன. தோலவிராவின் பொறியியல் வல்லுநர்கள் தங்களுடைய கட்டடங்களைச் சதுரவடிவில் கட்டத் தீர்மானித்திருந்தால் அது மிகவும் 'நடைமுறை' சார்ந்த செயலாக இருந்திருக்கும். ஆனால், அப்படியான அதிகப் பயன்பாடு சார்ந்த சதுர வடிவத்தில் இருந்து விலகிச் சிந்தித்து, செவ்வக வடிவில் குறிப்பிட்ட விகிதங்களில் கட்டியிருப்பது ஒரு விஷயத்தைத் தெளிவாக விளக்கு கிறது. வராஹமிஹிரர் 'ப்ருஹத்ஸம்ஹிதை'யில் சொன்ன அதே விஷயம்: நகர வடிவமைப்பில் மங்களகரமான அம்சத்தைக் கொண்டு வரவேண்டும் என்ற ஆசைதான் அது. இந்த இடத்தில் நாம், ஹரப்பா வுக்கும் செவ்வியல் கால (சரித்திர கால) நகர அமைப்புக்கும் இடை யில் மட்டுமல்லாமல், ஹரப்பாவுக்கும் வேதகாலக் கோட்பாடுகளுக்கு மிடையே உள்ள தொடர்ச்சியையும் காணமுடிகிறது.

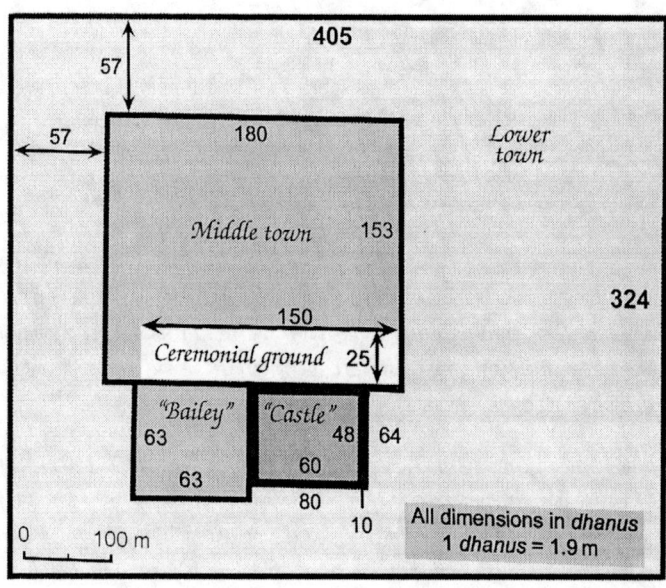

படம் 9.5 : 1.9 மீ என்ற அலகின் அடிப்படையில் தோலவிராவின் பரிணாமங்கள்.

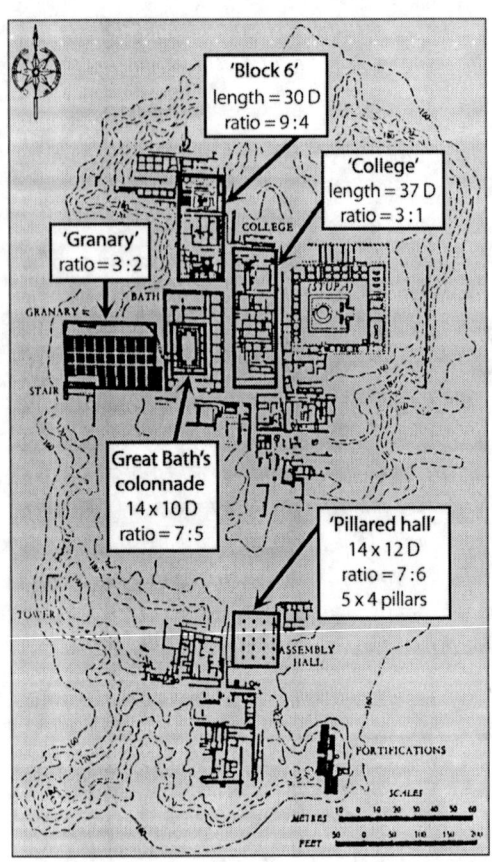

படம் 9.6: மொஹஞ்ஜோ-தரோ கோட்டைப் பகுதியின் பிரதான கட்டடங்களின் விகிதம் (D=1.9 மீ)

அப்படியானால், இப்படியான துல்லியமான விகிதாசாரங்களை, இன்று நாம் நீளத்தை அளக்கத் தெளிவான அலகான மீட்டர் என்ற ஒன்றைப் பயன்படுத்துவதுபோல், தெளிவாக வரையறுக்கப்பட்ட ஓர் அலகு இல்லாமல் நாடு முழுவதும் செயல்படுத்தியிருக்க முடியாது. இங்கு நாம் ஒரு நேரடியான கணித சவாலைச் சந்திக்க நேர்கிறது. அந்த நகரத்தில் நாம் பார்த்த நீள-அகல விகிதங்களின் அடிப்படையில் அந்த அளவு கோலை நம்மால் கணக்கிடமுடியுமா? இதற்கு நான் ஒரு சுலபமான வழியைக் கண்டுபிடித்துக் கணக்கிட்டபோது[43] அந்த அளவுகோலின் ஒரு அலகின் நீளம் 1.9 மீட்டராக இருந்தது. இந்த அலகின் அடிப்படையில் பார்த்த போது, தோலவிரா நகரத்தில் பின்பற்றப்பட்ட அளவுகளிலே மிக அற்புதமான ஒத்திசைவைப் பார்க்க முடிந்தது (படம் 9.5). மூல அளவில் இருந்து ஏற்பட்ட தவறுகளின் சராசரி அளவு 0.6 சதவிகிதம்தான் இருந்தது.

இதே அலகை மற்ற ஹரப்பா பகுதிகளில் பயன்படுத்திப் பார்த்த போது, கிடைத்த முடிவுகள் ஆச்சரியமூட்டும்படியாக இருந்தன.[44] மொஹஞ்ஜோ-தாராவின் முக்கிய கட்டடங்களின் அளவுகளையும் விகிதங்களையும் படம் 9.6 சுருக்கமாக விளக்குகிறது. தோலவிராவின் இந்த அலகின் மடங்கில் அமைந்த அளவுகளை, ஹரப்பா, காலி பங்கன், லோத்தல் போன்ற பிற இடங்களிலும் காண முடிந்தது.

1.9 மீ அலகைப் பற்றி நிறையச் சொல்ல வேண்டியிருக்கிறது. ஆனால், நாம் அதற்கு முன்னால், தோலவிராவின் 'இரட்டை நகரங்கள்' நோக்கிய சுருக்கமான பயணம் ஒன்றை மேற்கொள்வோம்.

தோலவிராவிலிருந்து காம்பில்யாவுக்கு

1990-களில் ஆர்.எஸ்.பிஷத்தும் அவரது சக ஆய்வாளர்களும் தோலவிராவில் புதைபொருள் ஆராய்ச்சியில் ஈடுபட்டிருந்தபோது, இத்தாலிய வரலாற்றிஞர் ஜி.ஜி.ஃபிலிப்பி (C.G.Fillippi) தலைமையில் ஒரு குழு கங்கை சமவெளியில் இன்றைய உத்தரப்பிரதேசத்தில் ஃபருக்காபாத் மாவட்டத்திலுள்ள காம்பில் என்ற அமைதியான குக்கிராமத்தில் அகழ்வாய்வுகளை மேற்கொண்டது. இதுதான் மகாபாரதத்தில் சொல்லப்பட்டுள்ள 'காம்பில்யா' நகரம் என்று முதன் முதலில் 1878-ல் சுட்டிக்காட்டியது ஏ.கன்னிங்ஹாமாக இருக்கக்கூடும். இது திரௌபதியின் தந்தை திருபதன் ஆண்ட தென் பாஞ்சால நாட்டின் தலைநகரமாக இருந்தது. ஃபிலிப்பியைத் தொடர்ந்து வேறு பல இந்திய ஆய்வாளர்களும் இங்கு ஆய்வுகளை மேற்கொண்டனர்.

இந்த காம்பில்யா நகரத்திலிருந்து ஐந்து கிலோமீட்டர் தூரத்தில் 780மீ x 660மீ என்ற அளவில் செவ்வக வடிவிலான ஒரு குடியிருப்பு காணப் பட்டது. அங்கு சிதிலமடைந்த கோட்டை கொத்தளங்களின் பாகங்கள் காணப்பட்டன. காம்பில்யாவின் வீதிகள் தெற்கு-வடக்காக நேர் கோட்டில் அமைந்திருந்தன. உள்ளூர்வாசிகள் இந்த இடத்தை 'திருபத்கிலா' (திருபதனின் கோட்டை) என்றழைக்கின்றனர். மகா பாரதத்துடனான தொடர்புக்கு இன்னுமொரு சான்று இது. இங்கு விரிவான ஆய்வுகள் நடத்தப்படவில்லை. ஆனால், இதுவரை கிடைத்துள்ள மண்பாண்டத்துண்டுகள், சுட்ட செங்கற்கள், பிற கலைப் பொருட்கள் ஆகியவற்றின் அடிப்படையில் இது மிகப் பழமையான நகரமெனத் தெரியவருகிறது.

இந்த கிராமத்துக்கு மகாபாரதத்துடன் தொடர்பு உண்டோ இல்லையோ, தான் கண்டுபிடித்த பகுதி பற்றி ஆர்.எஸ்.பிஷத்திடம் ஃபிலிப்பி தெரிவித்தபோது (அன்றைய இந்திய அகழ்வாராய்ச்சி நிறுவனத்தின் தலைவராக ஆர்.எஸ்.பிஷத் இருந்தார்) 'திருபத்கிலா வின் அளவுகளும் அமைப்பும் தோலவிராவின் அளவையும் அமைப் பையும் ஒத்திருந்ததைக் கண்டு ஆச்சரியமடைந்தார்.'[45]★ ஃபிலிப்பியின் வார்த்தைகளில் சொல்வதானால்:

★ தோலவிராவின் பரிமாணம் 771 x 617 மீ; காம்பில்லாவின் பரிமாணம் 780 x 660 (முறையே நீளத்தில் 1% அகலத்தில் 7% அதிகம்).

'தோலவிரா, காம்பில்யாவுக்கு 2000 ஆண்டுகளுக்கு முன்பிருந்த சிந்து-சரஸ்வதி நாகரிகத்தைச் சேர்ந்த ஒரு நகரம். ஆனாலும் இரண்டு இடங்களிலும் ஒரே அளவுகள் பின்பற்றப்பட்டிருக்கின்றன என்ற செய்தி சிந்து-சரஸ்வதி நாகரிகத்துக்கும் கங்கை சமவெளி நாகரிகத்துக்கும் இடையே 2000வருட இடைவெளியிருந்தாலும் இந்நகரங் களின் அமைப்பு ஒரு மாற்றமுமில்லாமல் தொடர்ந் திருக்கிறது என்பதை நிரூபிக்கிறது.'[46]

தனது குழுவின் இந்தக் கண்டுபிடிப்பானது, 'இரு நாகரிகங்களின் தொடர்ச்சிக்கு முக்கியமான சான்று' [47] என்று அழுத்தமாக நம்பினார். 'ஆரியர்களின் ஆக்ரமிப்பு' என்ற பழைய கருத்தாக்கத்தைக் கடுமையாக எதிர்த்தார்.[48]

கூடுதல் அகழ்வாய்வுகள் செய்யும்வரை, திருபத்கிலா இந்தியாவி லிருந்த இரண்டு நகர்ப்புறக் கட்டங்களை இணைக்கும் சங்கிலியின் ஒரு கண்ணி என்று வர்ணிக்கலாம். நாம் இப்போது வேறு சில விஷயங் களைப் பார்ப்போம்.

எடைகளும் அளவுகளும்

ஹரப்பாவில் உபயோகிக்கப்பட்ட ஒரே அளவிலான எடைக்கற்கள் ஆரம்பகால ஆய்வாளர்களைப் பெரிதும் ஆச்சரியத்தில் ஆழ்த்தின: 'புராதன காலத்தில் அது மிகவும் அரிதான ஒன்று'[49] என்று அவர்கள் இதனைப் புகழ்ந்தனர். கன சதுர வடிவிலோ வெட்டுண்ட கோள வடிவிலோ உருண்டை வடிவிலோ தயாரிக்கப்பட்ட கூழாங்கற்களா லான அல்லது நவரத்தினக் கற்களால் ஆன இந்த எடைகள் ஒரு கிராமுக்குக் குறைவாகத் தொடங்கி பத்துகிலோ வரை இருக்கின்றன. இடையே 14 கட்ட அலகுகள் உள்ளன. மிகவும் குறைந்த எடையான 0.86 கிராமிலிருந்து அவற்றின் மதிப்பு ஒவ்வொரு கட்டத்திலும் முந்தை யதைவிட இருமடங்காக அதிகரிக்கிறது (உதா: 1,2,4,8,16,32,64 என்ற மடங்கில்). இதில் ஐந்தாவது கட்டத்தில் வரும் எடையான 13.6 கிராம் எடைதான் அகழ்வாராய்ச்சி ஆவணங்களில் மற்ற எடைகளைவிடக் கூடுதலாகப் பேசப்படுகிறது. இந்த 13.6 கிராமுக்குப் பிறகு இரண்டு மடங்காக அதிகரித்துக்கொண்டு போவதற்குப் பதிலாக, அவற்றின் மதிப்பு இவற்றை விடக் குறைந்த எடைகளின் ஒரு குறிப்பிட்ட மடங்காக அதிகரிக்கிறது (உதா; 160, 200, 320, 640, 1600, 3200, 6400, 8000; கடைசியாக 12,800).

இம்மாதிரியாக அதிகரிக்கும் இரண்டு வழிமுறைகள்தான் அர்த்த சாஸ்திரத்தில் விவரிக்கப்பட்டிருக்கும் எடை அமைப்புக்கும் ஆதாரமாக

இருக்கிறது. மேலும் 'குந்துமணி' என்ற ஒரு மிகச் சிறிய விதையை அடிப்படையாக வைத்துக்கொண்டுதான் அர்த்த சாஸ்திரக் காலத்தில் மற்ற எடைகளின் மதிப்பு நிர்ணயிக்கப்பட்டது. இதே மதிப்புகள் ஹரப்பா காலத்தில் பின்பற்றப்பட்ட எடைகளோடு வெகுவாகப் பொருந்துகின்றன[50] என்று அளவியல் நிபுணர் (Metrologist) வி.பி.மெய்ன்கர் சுட்டிக்காட்டினார்.

இந்த ஒற்றுமையானது வெறும் எழுத்துரீதியானது மட்டுமல்ல. வரலாற்றுரீதியாகவும் இருக்கிறது. பொ.யு.மு. முதல் ஆயிரமாண்டின் நடுப்பகுதியில் கங்கை சமவெளிப்பிரதேசத்தில் வெள்ளிக்காசுகள் வெளியிடப்பட்டன. அவற்றில் வெவ்வேறு துளைகள் வெவ்வேறு உருவங்களைக் காட்டும் வகையில் இருந்தன. தட்சசீலத்திலிருந்து கிடைத்த நாணயங்களைப் பரிசோதித்த வரலாற்றறிஞர் டி.டி.கோசாம்பி 'மொஹஞ்ஜோ-தரோவில் 2000 வருடங்களுக்கு முன் இந்த குவியல்கள் எப்படி எடை பார்க்கப்பட்டிருக்குமோ, தட்சசீலத்திலும் அதே மாதிரியான தராசுகளையும் எடைகளையும் உபயோகித்து எடை போடப்பட்டிருக்கும்' என்கிறார் கோசாம்பி.[51]

பிரிட்டனைச் சேர்ந்த இந்தியவியலாளர் ஜான் மிச்சினர் (John Mitchiner)[52] ஒரு படி மேலேபோய் சமீப காலம் வரை இந்தியாவில் பயன்படுத்தப்பட்ட எடைகளுக்கும் ஹரப்பா கால எடைகளுக்குமிடையேயுள்ள ஒற்றுமையைப் பட்டியலிடுகிறார் (அட்டவணை 9.3). இவை இரண்டுக்குமிடையில் வித்தியாசம் 1.80 சதவிகிதத்துக்கும் குறைவாகவே இருக்கிறது. அந்தவகையில், புராதன மற்றும் சமீபகால எடைகளுக்கு இடையே காணப்படும் நெருக்கமான ஒற்றுமை தற்செயலானதாக இருக்கவே முடியாது.

ஹரப்பாவில் பயன்படுத்தப்பட்ட எடைகள் வெவ்வேறு வடிவங்களில் பிந்தைய இந்தியாவில் பயன்படுத்தப்பட்டன என்பதே தொடர்ச்சி இருக்கிறது என்பதற்கான மிகத் தெளிவான சான்று. ஆர்.எஸ்.சர்மா போன்ற சில அறிஞர்கள் இது 'தற்செயலாக நேர்ந்த ஒற்றுமை' என்று கூறினாலும் பெரும்பாலான அகழாய்வாளர்கள் இந்தத் 'தொடர்ச்சி'யை ஏற்றுக்கொண்டுள்ளனர்.[53] 'சிந்து பிரதேசத்தில் பயன்படுத்தப்பட்டிருந்த எடைகள் கங்கை சமவெளியின் தொடக்க காலத்தில் உபயோகப்படுத்தப்பட்டவற்றைப் போலவே இருக்கின்றன... இப்போதும்கூட இந்தியாவிலும், பாகிஸ்தானிலும் சந்தைகளில் இவை பயன்படுத்தப்படுகின்றன' என்கிறார் கெனோயர்.[54] (இப்போது இந்தியா முழுவதும் மெட்ரிக் முறை பின்பற்றப்படுகிறது. ஆனால், முதிர்ந்த தலைமுறையைச் சேர்ந்த இந்தியர்கள் கெனோயர் எதைச் சொல்கிறார் என்பதைப் புரிந்துகொள்வார்கள்.)

அட்டவணை 9.3. ஹரப்பாவிலும், பின்னரும் பயன்படுத்தப்பட்ட எடைகள் ஒரு ஒப்பீடு : ஒற்றுமை கிட்டத்தட்ட முழுமையானது (மிச்சினர் தயாரித்தது).

ஹரப்பாவின் எடைகள்							
அளவுகோல்	1	2	4	8	16	32	64
மதிப்பு	0.825	1.705	3.41	6.82	13.64	27.28	54.56
பாரம்பரிய இந்திய எடைகள்							
குந்துமணி	8	16	32	64	128	356	712
கர்ஷாக்கள்	1	2	4	8	16		
மதிப்பு(கிராமில்)	0.8375	1.675	3.35	6.70	13.40	26.80	53.60

எடைக்கற்களைப் போலவே நீள-அகல அளவுகளிலும் பண்டைய நாட்களில் பின்பற்றப்பட்ட அளவுகள்தான் இப்போதும் பயன்படுத்தப்படுகின்றனவா? 'ஆம்' என்று நேரடியாகச் சொல்லமுடியாது. லோத்தலில் எஸ்.ஆர்.ராவ் கண்டுபிடித்த ஒரு தந்தத் துண்டை ஆதாரமாகக் கொண்டு மெய்ன்கர் இப்படிப்பட்ட ஒற்றுமை இருப்பதாகச் சொல்லியிருக்கிறார். நாற்பத்தியாறு மி. மீ. நீளத்திலிருந்த இந்தத் துண்டில் கொஞ்சம் போல் தாறுமாறான 27 கோடுகள் வரையப்பட்டிருந்தன. இதில் இருந்து ஒரு சராசரி அலகின் அளவு 1.77மி. மீ. யாக இருந்திருக்கும் என்று தெரிகிறது. இந்த அலகு அர்த்த சாஸ்திரத்தில் சொல்லப்பட்டிருக்கும் 'அங்குலம்' என்ற அலகின் பத்தில் ஒரு பாகம் என்கிறார் ஆய்வாளர் மெய்ன்கர்.⁵⁵ 'அங்குலம்' (நேரடி அர்த்தம்: விரல்) என்பது மனிதனின் நடுவிரலின் அதிகபட்ச அகலம் அல்லது எட்டு பார்லி தானியங்களை அடுத்தடுத்தாற்போல் அடுக்கிவைத்தால் கிடைக்கும் அகலம். இந்த அங்குலத்தைப் போன்ற ஒரு அளவுதான் எகிப்து, மெசபடோமியா, சீனா, ஜப்பான், கிரீஸ், ரோமாபுரி சாம்ராஜ்யம் ஆகிய தூர தேசங்களிலும் பயன்படுத்தப்பட்டது. ஒவ்வொரு இடத்திலும் சிறிய வேறுபாட்டுடன் அது 1.6செ.மீ முதல் 1.9 செ. மீ வரை பல்வேறு அளவுகளில் இருந்தது. ஆரம்பகட்ட ஆய்வாளர்கள் இந்திய அங்குலத்தின் அளவு 1.9 செ. மீ. கணக்கிட்டிருந்தனர். அப்படி ஏன் செய்தார்கள் என்றால் அப்போது தான் அது ஆங்கில அலகான இன்ச் என்பதில் முக்கால் பாகம் என்ற வசதியான அளவாக இருக்கும். மெய்ன்கரும் அவரது சக ஆய்வாளர் எல்.ராஜூவும் மேலும் துல்லியமாகக் கணக்கிட்டு இது 1.78 செ. மீ என்று தெரிவித்துள்ளனர்.⁵⁶ இது லோத்தலில் பின்பற்றப்பட்ட

1.77செ.மீ என்ற அளவுக்கு மிக நெருங்கியிருக்கிறது என்பதையும் மெய்ன்கர் சுட்டிக்காட்டியுள்ளார். இந்த முடிவை அறிவியல் வரலாற்றறிஞர் தேவி பிரசாத் சட்டோபாத்யாயா தற்போதைக்கு ஏற்றுக்கொண்டுள்ளார்.[57]

ஹரப்பா பகுதிகளில் மூன்றுவிதமான அளவுகோல்கள் கண்டுபிடிக்கப் பட்டுள்ளன. இதில் முதலாவதான ஓர் உடைந்த கிளிஞ்சல் துண்டை, எர்னஸ்ட் மெக்கே (Ernest Mackay) மொஹஞ்ஜோ-தரோவில் 1930-31 கால அளவில் கண்டுபிடித்தார். இது எட்டு பாகங்களாகப் பிரிக்கப் பட்டிருந்தது. இரண்டு பாகங்களுக்கிடையே இடைவெளி துல்லியமாக 6.7056 மி.மீ ஆக இருந்தது. ஒவ்வொரு ஐந்து கோடுகளுக்குப்பிறகு ஒரு புள்ளியும் ஒரு வட்டமும் காணப்பட்டன. இதிலிருந்து இது மெட்ரிக்முறை அளவாக இருந்திருக்கலாமென யூகிக்கப்படுகிறது. இந்த அளவுகளை மொஹஞ்ஜோ-தரோவில் காணப்பட்ட அளவு களுடன் ஒப்பிட்டுப்பார்க்க மெக்கே செய்த முயற்சிகள் அவ்வளவாக வெற்றிகரமாக இல்லை என்று அவரே தெரிவித்திருக்கிறார். ஆகவே, இதைத்தவிர 'வேறொரு அளக்கும் முறையும்' அங்கு பின்பற்றப் பட்டிருக்கலாமென்று யூகித்தார்.[58]

இரண்டாவது அளவுகோல் ஹரப்பாவில் கண்டுபிடிக்கப்பட்டது. ஒரு வெண்கலக்கம்பியில் 9.34 மி.மீ இடைவெளியில் நான்கு கோடுகள் காணப்பட்டன. தொடக்கத்தில் இதிலிருந்து எதையும் புரிந்துகொள்ள முடியாமலிருந்தது. ஆனால், 1960-களில் ஒன்பது செ.மீ நீளமுள்ள மண் பாண்டத் துண்டு ஒன்று காலிபங்கனிலிருந்து கிடைத்தது. அதிலும் அளவைக் குறிக்கும் கோடுகள் போல் சில காணப்பட்டன. அப்போதும் கூட ஆய்வாளர்கள் இதனைக் கவனிக்காமல் விட்டுவிட்டனர். பின்னர், உலோகவியல் நிபுணரும் தில்லி இரும்புத்தூணை ஆய்வு செய்துள்ள வருமான ஆர்.பாலசுப்பிரமணியம் இந்தத் துண்டைப் பரிசோதித்தபின், இந்தக் கோடுகளுக்கிடையே துல்லியமாக 1.75 செ.மீ இடைவெளி இருந்ததைக் கண்டுபிடித்தார். இது லோத்தலின் 1.77 மி.மீ என்ற அளவுக்கு மிக அருகிலிருந்தது என்பது மட்டுமல்ல, அர்த்த சாஸ்திரத் தின் 'அங்குலம்' அலகுடன் நேரடித் தொடர்பு உடையதாக இருந்தது.

இங்கு அங்குலத்துடனான ஒற்றுமை முக்கியமானது. ஏனெனில், இந்த மண் பாண்ட அளவு கோலில் காணப்பட்ட சிறுகோடுகள் 1.75 செ.மீட்டரின் 1/8 பாகமாக இருந்தது என்பதையும் பாலசுப்பரமணியம் கண்டுபிடித்தார். அர்த்த சாஸ்திரத்தில் எட்டு பார்லி தானியங்கள் சேர்ந்து ஒரு அங்குலம் என்று சொல்லப்பட்டிருப்பதையும் ஒவ்வொர் பார்லி தானியமும் ஒரு அங்குலத்தின் எட்டில் ஒரு பங்கு அகலத்தில் இருந்ததென்பதையும் சற்றுமுன்புதான் பார்த்தோம்.

நாம் பார்த்த காலிபங்கன் அளவுகோல்கள் மிகத் துல்லியமானவை அல்ல என்றாலும் அவை சரித்திர காலத்தில் பின்பற்றப்பட்ட அளவுகளுடனான தொடர்பை உறுதிப்படுத்துகின்றன. ஆனால், இந்த முக்கியமான முடிவுக்குச் சான்றாக தனிப்பட்ட வேறு ஏதாவது கிடைக்குமா? கிடைக்குமென நம்புகிறேன்.

1.9 மீ என்ற அலகை முன்பு குறிப்பிட்டிருந்தேன். என்னுடைய கணிப்புகளைப் பொறுத்தவரையில் தோலவிராவில் நகர அமைப்புக்கு அதுவே அடிப்படையாக இருக்கிறது. லோத்தல் மற்றும் காலிபங்கனின் அளவுகோல்களின் சராசரி அகலம் 1.76 செ.மீ என வைத்துக்கொண்டால் தோலவிரா நகரின் அளவுகள் இந்த 1.76ஐப் போல் 108 மடங்கு அதிகமாக இருக்கிறது : 190 ≈ 108 X 1.76. (0.04 சதவிகிதம் மட்டுமே பிழை).

அர்த்த சாஸ்திரத்தில் அங்குலத்தைத் தவிர நீளத்தை அளக்க வேறு அளவு கோல்களும் சொல்லப்படுகின்றன. அவற்றில் ஒன்று 'தனுஷ்' (வில்). அதன் விளக்கம் அர்த்தசாஸ்திரத்தில் இப்படி இருக்கிறது: '108 அங்குலம் = ஒரு தனுஷ்; சாலைகள், நகரக்கோட்டைச் சுவர்கள் ஆகிய வற்றை நிர்மாணிக்க இது பயன்படுத்தப்பட்டது...'[60] 108 அங்குலங்கள் கொண்ட அர்த்த சாஸ்திர 'தனுஷ்' என்ற இந்த அலகுக்கும் லோத்தல்-காலிபங்கன் அங்குலத்தின் 108 மடங்கான தோலவிராவின் அலகுக்கும் இடையில் இருக்கும் ஒற்றுமையானது நம்மை அதிசயிக்க வைக்கிறது. மேலும் அர்த்த சாஸ்திரத்தில் 'சாலைகள், நகர சுவர்களுக்கு பயன்படுத்த வேண்டிய அலகு தனுஷ்' என்று குறிப்பிடப்பட்டிருப்பதை வைத்துப் பார்க்கும்போது நிச்சயம் இது தற்செயலான ஒன்றாக இருக்கமுடியாது. இதிலிருந்து அங்குலம், தனுஷ் என்ற அளவுமுறை ஹரப்பாவில் இருந்துதான் ஆரம்பித்திருக்க வேண்டும் என்பது தெளிவாகத் தெரிய வருகிறது. அதுமட்டுமல்லாமல் சுட்ட செங்கல்களில் ஆரம்பித்து, வாசல் பகுதிவரை பெரும்பாலானவற்றின் அளவுகளை 1.76 செ.மீ. கொண்ட அங்குலத்தின் மடங்காக, நான் சமீபத்தில் சுட்டிக் காட்டியதுபோல் வகைப்படுத்த முடியும்.[61]

ஹரப்பாவின் அங்குலம் 1.76 செ.மீ ஆக இருப்பதில் ஆச்சரியமே இல்லை. ஏனெனில், நான் முன்பே சொன்னதுபோல், மற்ற நாகரிகங் களில் அதற்கு இணையாகப் பயன்படுத்தப்பட்ட அலகும் 1.6செ.மீ முதல் 1.9செ.மீ யாகவே இருந்திருக்கிறது. இதெல்லாம் சரிதான். மேற்சொன்ன அளவுகோலில் ஏன் 108 அங்குலம் என்றிருக்க வேண்டும்? 'நூறு' என்று இருந்திருக்கலாமே? ஹரப்பாவின் எடை, அளவுகள் பத்தின் மடங்காகத்தானே இருக்கின்றன?

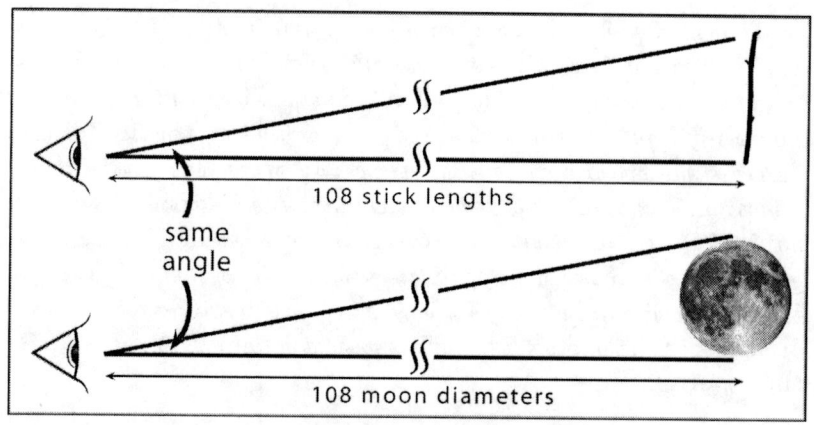

படம் 9.7: சூரியனுக்கும் (அல்லது சந்திரனுக்கும்) பூமிக்கும் இடையிலான தூரம் 108 சூரிய விட்டம் என்பதைச் சோதித்துப் பார்த்தல்.

வராஹமிஹிரரின் 'ப்ருஹத்ஸம்ஹிதை'யில் இதற்கான சூசகமான விடை ஒளிந்து கொண்டிருக்கிறது.[62] அதிக உயரமுள்ள மனிதனின் உயரம் 108 அங்குலம்; நடுத்தர மனிதனின் உயரம் 96 அங்குலம்; குட்டையான மனிதனின் உயரம் 84 அங்குலம் (கோயில்களில் இருக்கும் பல்வேறு தெய்வச் சிலைகள் இதே உயரங்களில்தான் செதுக்கப் பட்டுள்ளன[63]) என்று வராஹமிஹிரர் கூறுகிறார். ஹரப்பாவின் 1.76 செ.மீ என்ற அளவுகோலை வைத்துப் பார்த்தால் வராஹமிஹிரர் கணக்கிட்ட உயரங்கள் முறையே 1.90, 1.60, 1.48 மீட்டராக ஆகின்றன. இவை உயரம், நடு, குட்டை என்ற மனித உயரங்களுடன் மிகவும் பொருந்திப்போகின்றன. மனித உயரத்தின் அடிப்படையில் தரப் பட்டுள்ள இந்த அளவுகளுக்கு ஓர் அர்த்தமிருக்கிறது: ஹரப்பா தனுஷ் என்பது மிக உயரமான மனிதனின் உயரம்.

இந்த 108-ஐத் தேர்ந்தெடுத்ததில் வானசாஸ்திரக் கணக்கீடுகளுக்கும் பங்கு இருந்திருக்கலாம். சூரியனுக்கும் பூமிக்குமிடையே உள்ள தூரம் சூரியனின் விட்டத்தின் அடிப்படையில் 108 மடங்காக உள்ளது என்று விஞ்ஞானியும் இந்திய வரலாற்று அறிஞருமான சுபாஷ் கக் கூறுகிறார். 'சரித்திரத்துக்கு முற்பட்ட காலத்தில் இந்த மாதிரியான அளவுகளைக் கணக்கிட்டிருக்க முடியுமா என்று சந்தேகம் எழக்கூடும். ஆனால், இதனை விளக்க வெறும் ஒரு குச்சியே போதுமானது (படம் 9.7): தரையில் ஒரு குச்சியை நட்டுவிட்டு, அதன் உயரத்தைப் போல் 108 மடங்கு தூரத்தில் நின்று அந்தக் குச்சியைப் பாருங்கள். அது சூரியன் அல்லது சந்திரனைப் பார்க்கும்போது எப்படிப் பெரிதாகத் தோன்றுமோ அதுபோலவே இருக்கும். (கணித மொழியில்: அப்போது தெரியும் உயரமானது சூரியன் அல்லது சந்திரனின் விட்டத்தைப் போலவே இருக்கும்).

ஹரப்பாவாசிகளின் திறமைகளை வைத்துப்பார்க்கும்போது, இந்த மாதிரியான பரிசோதனைகளை அவர்கள் நிச்சயமாகச் செய்திருக்க முடியும்: ஃபின்லாந்து நாட்டு அறிஞர் எர்க்கா மௌலா (Erkka Maula) மொஹஞ்ஜோ-தாராவில் கிடைத்த மோதிரக்கற்களில் போடப் பட்டிருக்கும் சிறிய துளைகளைப் பற்றி ஆய்வுகள் செய்திருக்கிறார்.[65] அவருடைய அபிப்பிராயத்தில் ஹரப்பா மக்கள் தங்களுடைய சம கால எகிப்து, மெசபடோமியாவாசிகளைப்போல வருடம் முழுவதுமான சூரியனின் நகர்வுகளை கூடுதல் அக்கறையுடன் ஆராய்ந்து வந்திருக் கிறார்கள். பயிர்களை விதைத்தல், திருவிழாக்களைக் கொண்டாடுதல் போன்ற விஷயங்களைத் தீர்மானிக்க அவர்கள் முன்னால் இருந்த ஒரே வழி அதுவே.

நூற்றியெட்டு என்ற எண்ணைத் தேர்ந்தெடுத்ததன் காரணம் எதுவாக இருந்தாலும் (ஜப்பான், புராதன கிரீஸ், வடக்கு ஐரோப்பிய நாடுகள் எனப் பல இடங்களில் 108 புனித எண்ணாகக் கருதப்படுகிறது) பாரம் பரிய இந்து மதத்திலும் (108 உபநிஷத்துகள்/நாட்டிய கரணங்கள்/ஜப மாலை மணிகள்...) தனிப்பட்ட முக்கியத்துவம் கொண்ட இந்த எண்ணுக்கு ஹரப்பா கலாசாரத்தில் வேர்கள் இருப்பது போலவே தெரிகிறது.

படம் 9.8: டில்லி இரும்புத் தூணின் அளவுகள் தோலவிரா வின் தனுஷ் என்ற அலகின் (1.9 மீ) அடிப்படையில். A = ஒரு அங்குலம் = 1.76 செ.மீ.

இப்போது தோலவிராவில் நான் கணக்கிடப்பட்ட 1.9மீட்டர் என்ற அளவுள்ள தனுஷுக்கு மீண்டும் வரு வோம். ஆர்.பாலசுப்பிரமணியம் தில்லியிலுள்ள இரும்புத்தூணை 1.76செ.மீ அளவுள்ள அங்குலம் என்ற அளவின் அடிப்படையில் பார்த்தபோது அனைத்து பரிமாணங் களிலும் நம்பவே முடியாத அளவி லான ஒத்திசைவு இருப்பதைப் பார்த் தார் (படம் 9.8). அந்தத் தூணின் மொத்த உயரமான 7.67 மீட்டர் என் பது துல்லியமாக நாலு தனுஷின் நீளம். அதன் விட்டம் தரைக்குக் கீழே 36 'அங்குலம்'. தரைமட்டத் தில் 24 அங்குலம், உச்சியில் 12 அங்குலம். இந்த ஒத்திசைவு போத வில்லையென்றால், தூணின் மொத்த நீளத்துக்கும் (7.67மீ)

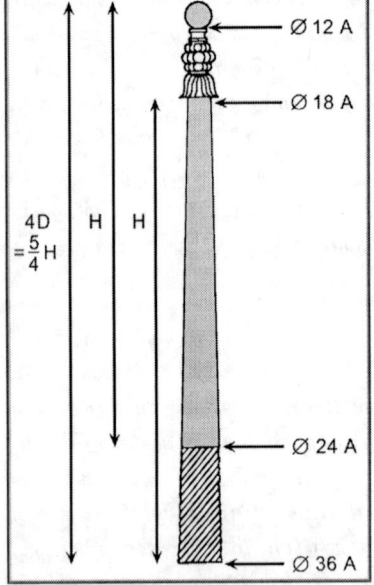

தரைக்கு மேல் காணப்படும் நீளத்துக்கும் (6.12மீ) இடையேயுள்ள விகிதம் 5:4. இதுதான் தோலவிராவின் பிரதான விகிதம்! நூல்களில் சொல்லப்பட்டிருப்பவற்றின் அடிப்படையில் நாம் இதுவரை சொல்லிக் கொண்டிருந்ததையேதான் இது உறுதிப்படுத்துகிறது: அதாவது ஹரப்பாவின் விகிதங்களும் அளவுகளும் சிந்து சமவெளி நகரங்களின் அழிவுக்குப் பிறகும் தொடர்ந்து வந்தன; அவை பின்னர் கங்கை சமவெளி நாகரிகத்திலும் தொடர்ந்து பின்பற்றப்பட்டிருக்கின்றன.

இந்தியாவின் மோஹன் பந்த், ஜப்பானின் ஷுஜீ ஃப்யூனோ ஆகிய இரு கட்டடக்கலை நிபுணர்கள் சமீபத்தில் நடத்திய ஆய்வுகளிலும் இந்தத் தொடர்ச்சி உறுதிப்படுத்தப்பட்டிருக்கிறது.[67]

நேபாளத்தின் தலைநகர் காத்மண்டுவுக்குக் கிழக்கில் 15 அல்லது அதற்கும் அதிகமான நூற்றாண்டுகளுக்கு முன்பிருந்தே இருக்கும் ஒரு பழம்பெரும் நகரமான 'திமி' (Thimi) பகுதியில் தங்கள் ஆய்வைத் தொடங்கினார்கள். கிழக்கு-மேற்காக, சமமான இடைவெளியில் அமைக்கப்பட்டிருந்த இரண்டு தெருக்களின் சராசரி அகலம் 38.42 மீட்டராக இருந்தது. மேலும் அருகிலிருந்த நிலங்களின் சராசரி நீளமும்

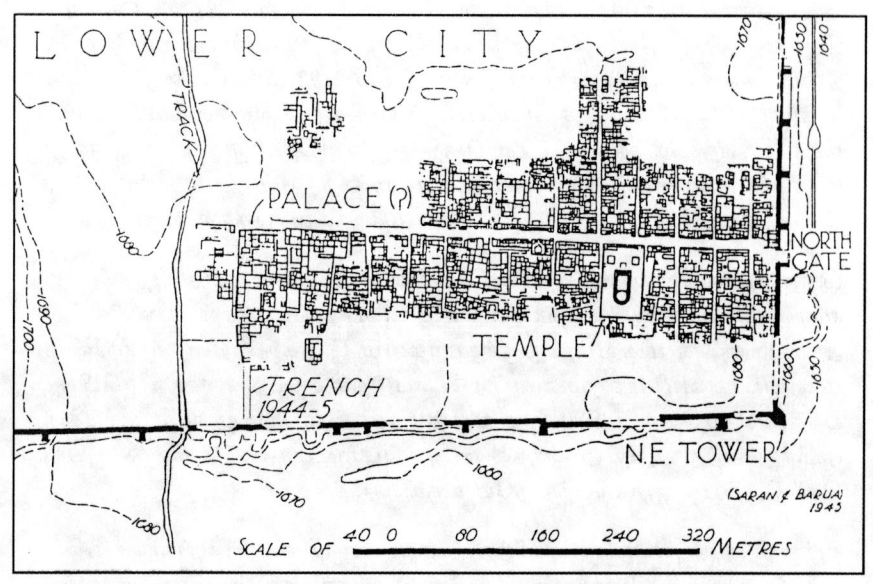

படம் 9.9 : தட்சசீலத்தில் இருக்கும் சிர்காப் பகுதியின் ஒரு பாகம். மார்ஷலால் ஆராய்ச்சி செய்யப்பட்டது. பிரதான தெற்கு வடக்கு வீதிக்கு செங்குத்தாக இருக்கும் கிளைத் தெருக்களின் சீரான இடைவெளியைக் கவனிக்கவும். (© ASI)

38.48 மீட்டராக இருந்தது. இரண்டு இடங்களிலும் ஏன் இப்படி ஒரே மாதிரியான அளவுகளைப் பின்பற்றவேண்டும்? இந்த எண்ணுக்கு ஏதாவது அர்த்தமுண்டா?

மேற்சொன்ன இரு ஆய்வாளர்களும் ஆயிரம் ஆண்டுகளுக்குப் பின்னால்போய் தட்சசீலத்தில் ஜான் மார்ஷல் ஆய்வு மேற்கொண்ட மூன்று குன்றுகளில் ஒன்றான 'சிர்க்காப்'(Sirkap) என்ற இடத்தில் காணப்பட்ட வீதிகளின் சீரான அமைப்பின் மீது தங்கள் கவனத்தைக் குவித்தனர் (படம் 9.9). மார்ஷல் வரைந்த படத்தை விரிவாக ஆராய்ந்தபோது அந்த நகரில் இணையான இரு தெருக்களிடையிலான தூரம் 38.4 மீட்டர் என்பது தெரியவந்தது! மேலும், அருகில் இருந்த மார்ஷல் ஆய்வு செய்த பீர் குன்று (Bhir) என்ற வேறொரு குன்றில் அருகருகில் இருந்த வீடுகளின் தொகுப்புகளுக்கு இடையிலான அகலம் 19.2 மீட்டராக இருந்தது. அதாவது, முன் சொல்லப்பட்ட 38.4 மீட்டரின் பாதி.

இப்படிச் சீரான இடைவெளியைப் பின்பற்ற என்ன காரணம் என்பதைக் கண்டுபிடிக்க முயன்ற பந்த், ஃப்யூனோ ஆகிய இருவரும் இந்த அளவுகளை அர்த்த சாஸ்திரத்தில் சொல்லப்பட்டிருந்த நீள அகல அளவுகளுடன் ஒப்பிட்டுப் பார்த்தனர். இதற்காக 108 அங்குலநீளமுள்ள ஒரு 'தண்டம்' (கம்பு) பத்து தண்டம் நீளமுள்ள ஒரு ரஜ்ஜு (கயிறு), இரண்டு ரஜ்ஜு நீளமுள்ள ஒரு 'பரிதேசம்' ஆகியவற்றை உபயோகித்தனர். அவர்களுடைய தண்டத்தின் நீளம் 1.92 மீட்டராக இருந்தது. அதாவது, ஒவ்வொரு கட்டடப்பகுதியும் ஒரு ரஜ்ஜுவாகவும், 38.4 மீட்டர் நீளத்திலிருந்த கட்டடப்பகுதி ஒரு 'பரிதேச'மாகவும் (அதாவது இரண்டு ரஜ்ஜுக்கள்) இருந்தன. தவிரவும் ஒரு 'அங்குலம்' என்பது 1.78 செ.மீ ஆகவுமிருந்தது. (1.92 மீட்டரை 108ஆல் வகுத்தால் வரும் எண்.)

இந்த அளவுகள், நான் தோலவிராவின் அமைப்பை ஆராய்ந்தபோது எனக்குத் தெரிந்திருக்கவில்லை. இவை அங்கு நான் கணக்கிட்ட அளவுகளுக்கு மிகவும் நெருக்கமாகவும் இருக்கின்றன. முற்றிலும் மாறுபட்ட வழிமுறைகளைப் பயன்படுத்தி ஆய்வுகளை ஆரம்பித்த பந்த், ஃப்யூனோ ஆகிய இருவரும் நான் பின்பற்றிய வழிமுறைக்கு நகர்ந்து வந்து அதே அலகுகளை அடிப்படையாகக் கொண்டு ஆய்வு செய்திருப்பது ஆச்சரியத்தையே தருகிறது.

அந்த இரு நிபுணர்களும் சரித்திர காலப் பகுதிகளில் ஆய்வு நடத்திய தோடு நிறுத்திவிடவில்லை. மீண்டும் காலத்தில் பின்னோக்கிப் பயணித்து மொஹஞ்ஜோ-தரோவின் நகர அமைப்புத் திட்டத்தை நன்கு ஆராய்ந்தனர்.[70] மூன்று வெவ்வேறு இடங்களில் ஆய்வு செய்தபோது, முக்கிய தொகுப்பு வீடுகளில் திரும்பத் திரும்ப வந்த ஒரு அளவு 19.20

மீட்டர். வேறு வார்த்தைகளில் சொல்வதானால், மீண்டும் ஒரு ரஜ்ஜு. சிறிய குறுக்கு மறுக்கான வீதிகளின் அகலம் 9.6 மீ (5 தண்டம்). அந்த ஆய்வாளர்களின் முடிவு மிகவும் நேரடியாகத் தெளிவாக இருந்தது.

மொஹஞ்ஜோ-தரோவில் இருந்து சிர்காப், திமி வரையிலுமான நகர அமைப்புத் திட்டமிடலில் ஒருவிதத் தொடர்ச்சி இருக்கிறது. சிந்து நகரங்களான மொஹஞ்ஜோ-தரோ, காந்தாரத்தின் சிர்காப், காத்மாண்டு பள்ளத்தாக்கின் திமி ஆகியவற்றின் திட்ட அமைப்புகள் ஒரேமாதிரியாகவே இருக்கின்றன.[71]

நகர திட்டமிடல், நீள அகல அளவுகள் ஆகியவற்றில் ஹரப்பா பாரம்பரியத்தின் வேர்கள் தொடர்ந்து வந்திருப்பதற்கான மிகத் தெளிவான எடுத்துக்காட்டுகள் இவை.

தொழில்நுட்பமும் கைவினைக் கலைகளும்

இனி நாம் மற்ற விஷயங்களுக்குச் செல்வோம். ஹரப்பாவில் பின்பற்றப்பட்ட ஒவ்வொரு தொழில் நுட்பமும் கைவினைக் கலையும் தொடர்ச்சியைப் பேசிவருகின்றன. உதாரணமாக, நாட்டியமாடும் பெண்ணின் உருவத்தை வடிவமைப்பதற்காக அன்று பயன்படுத்திய 'மெழுகு அச்சுமுறை' (Lost Wax Casting) பிற்காலத்திலும் தொடர்ந்து பிறகு இந்தியத் துணைக்கண்டம் முழுவதிலும் பரவியுள்ளது;[72] வெண்கல வார்ப்புப் பணி செய்யும் சமூகத்தினர் இன்றும் அதே பாரம்பரிய வழிமுறையையே பின்பற்றி வருகிறார்கள். உதாரணமாக இந்த முறை இப்போதும் தமிழ்நாட்டில் சுவாமிமலையில் பின்பற்றப்படுகிறது.

கைவினைக் கலைகளைப் பொறுத்தவரை வளைகள் முதல் பாசிமணிகள் வரை, கிளிஞ்சல் முதல் தந்தம் வரை புதிய வடிவமைப்பு, புதிய பொருட்கள் ஆகியவற்றைச் சேர்த்துக் கொண்டிருக்கும் போதிலும், இன்றைய கைவினைக் கலைஞர்கள் ஹரப்பாவின் தொழில் நுட்பத்தையே பின்பற்றுகின்றனர் என்பதை டேல்ஸ், கெனோயர், ராவ், லால் போன்ற பல்வேறு அகழ்வாராய்ச்சியாளர்கள் சொல்லியிருக்கின்றனர். வழவழப்பான நீலவண்ண செராமிக் பொருட்களைத் தயாரிப்பதற்காக தாமிர ஆக்ஸைடு வண்ணங்களையேதான் ஹரப்பாவாசிகளைப் போல இன்றைய கலைஞர்களும் உபயோகிக்கின்றனர். நீண்ட பகுதி-முக்கியத்துவம் வாய்ந்த கற்களில் துவாரம் போடுதல், நிறமேற்றுதல், நிறம் நீக்குதல் என அனைத்தையும் ஹரப்பா காலத்தில் செய்தது போலவேதான் இன்றும் செய்கிறார்கள். இன்னும் சொல்லப்போனால், ஹரப்பாவில் பின்பற்றப்பட்ட தொழில் நுட்பங்களைப்பற்றி அறிந்து

கொள்ள விரும்பும் இன்றைய ஆய்வாளர்கள் அக்கம் பக்கத்தில் இருக்கும் இன்றைய கைவினைக் கலைஞர்களையே சந்தித்து விவரங் களை சேகரித்துக்கொள்கிறார்கள். உதாரணமாக, இப்படிப்பட்ட ஒரு பாசி மணிமாலை தொழிற்சாலையை லோத்தலில் இருந்து 30 கி.மீ தொலைவில் இருக்கும் காம்பே வளைகுடாவின் மேல் பகுதியில் இருக்கும் அதே பெயரிலான நகரில் இன்றும் காணலாம்.[73]

தொழில்நுட்பங்கள் நீங்கலாக, மக்கள் தினமும் உபயோகிக்கும் பொருட்களும் பெரிதும் எந்தவொரு மாற்றமும் இல்லாமல் தொடர்ந்து வந்திருப்பதாக பி.பி.லால் சுட்டிக்காட்டியுள்ளார்[74]. குளியல் பொருட்கள், எண்ணெய்ச் சட்டி, கமண்டலம், மர விளிம்புகொண்ட சிலேட்டுகள்[75] ஆகியவற்றை இதற்கு உதாரணமாகச் சொல்லலாம். விளையாட்டுப் பொருட்களிலும் ஹரப்பா குழந்தைகள் உபயோகித்த கிலுகிலுப்பை, ஊதல், பம்பரம், தட்டையான மண் தட்டுகள் ஆகிய வற்றை வைத்துத்தான் இன்றைய (அல்லது மிக சமீப காலம் வரை யிலும்) வட இந்திய குழந்தைகளும் விளையாடுகின்றனர். ஹரப்பா வாசிகளால் தங்கள் குழந்தைகளை மகிழ்விக்க செய்து தரப்பட்ட பொம்மை வண்டிகள் கங்கை சமவெளிப்பிரதேசத்தில் பல இடங்களில் தோண்டியெடுக்கப்பட்டுள்ளன.

படம் 9.10 : ஹரப்பாதாயக்கட்டை களின் மாதிரி வடிவம்

சிந்து சமவெளியின் ஆறு பக்க முள்ள பகடைக்காய்களைப் பொறுத்தவரையில் (படம் 9.10) அவற்றைப் பார்க்கும் ஒருவர் இன்றைய பகடைக்காய்கள் என்றே நம்பிவிடுவார் (அவற்றி லுள்ள புள்ளிகளின் அமைப்பு மட்டுமே மாறியுள்ளன). ஹரப்பாவாசிகளுக்குச் சதுரங்கம் போன்ற விளையாட்டுகள் மிக வும் பிடித்திருந்தன எனத் தோன்றுகிறது. லோத்தல் பகுதி யில் தோண்டி எடுக்கப்பட்டிருக்கும் மண்ணால் செய்யப்பட்ட பொருட் களைப் பார்க்கும்போது (படம் 5.10), நவீன சதுரங்க விளை யாட்டையோ அதற்கு முன்னோடியான வேறொரு விளை யாட்டையோ நமக்கு நினைவூட்டுகின்றன என்கிறார் எஸ்.ஆர்.ராவ்.

அணிகலன்களும் இந்தக் கலாசாரத் தொடர்ச்சிக்கான முக்கியச் சான்று களை நமக்களிக்கின்றன. எங்கும் நிறைந்திருக்கும் வளையல்களில் இருந்து ஆரம்பிப்போம். ஹரப்பா காலத்துப் பெண்மணிகளைப்

போலவே இன்றைய இந்தியப் பெண்களும் வளைகளைப் பெரிதும் விரும்புகிறார்கள். அணியும் விதம் கூட மாறாமல் அப்படியே இருக்கிறது. ‘நாட்டியமாடும் பெண்’ சிலையைப் போலவே இன்றைய குஜராத், ராஜஸ்தானின் கிராமவாசிகளும் ஆதிவாசிகளும் இடது கை மேலேதான் வளையல்களை அணிகிறார்கள். மொஹஞ்ஜோ-தரோவில் காணப்பட்ட காற்சலங்கைகள், மூக்குத்திகள் அல்லது தோடுகள் ஆகியவை இன்றைய இந்தியப் பெண்களின் நகைகளில் தவிர்க்க முடியாத ஓர் அங்கமாகவே இருக்கின்றன. திருமணமான பெண்கள் தங்கள் நடுவகிட்டில் குங்குமம் அணியும் வழக்கம் ஹரப்பா வேர்களைக் கொண்ட ஒன்றுதான்: நொஷாரோவிலும் வேறு சில இடங்களிலும் காணப்பட்ட பெண் உருவப்பொம்மைகளின் நடுவகிட்டில் சிவப்பு வண்ணத் துகள்கள் காணப்பட்டது.[78] இன்றும் சில பாரம்பரிய இந்துக்கள் வலது கையில் மேல் பாகத்தில் தாயத்துகளை அணிகிறார்கள். நாம் மிக விரைவில் பார்க்கவிருக்கும் ‘புரோகிதர்/அரசர்’ என்று அழைக்கப்பட்டவர் இப்படியான ஒன்றை அணிந்திருக்கிறார் (படம் 10.18). அல்லது சந்தனம் அல்லது விபூதியை ஹரப்பாவாசிகள் பூசிக்கொண்ட அதே இடத்தில் இன்றைய இந்தியர்களும் பூசிக்கொள்கிறார்கள்.

படம் 9.11: மொஹஞ்ஜோ-தரோவில் கிடைத்த உடைந்த வெண்கலச் சிலையில் காணப்படும் காற் சலங்கை (© ASI)

ஹரப்பாவின் விவசாயம் மாட்டு (காளை) வண்டியைப் பெரிதும் சார்ந்த ஒன்றாக இருந்தது. அதன் வடிவம் இன்றுவரை ஒரு மாற்றமும் இல்லாமல் தொடர்வது அன்று பயன்படுத்தப்பட்ட பொம்மை வண்டிகளைப் பார்க்கும்போது தெரியவருகிறது. ஹரப்பாவில் காணப்பட்ட சக்கரத் தடங்களை வைத்துப் பார்க்கும்போது அதன் சக்கரங்களுக்கிடையே உள்ள இடைவெளிகூட மாறவில்லை என்பது தெரிகிறது![79] நிலங்கள் உழப்பட்டிருக்கின்றன. பனவாலியில் கிடைத்திருக்கும் கலப்பை வடிவ மண் பாண்டத்தை இன்றைய விவசாயிகள் பார்த்தால் ஆச்சரியப்படவே மாட்டார்கள்! காலிபங்கனில் ஒன்றுக்கொன்று செங்குத்தான தடத்தில் வயல்கள் உழப்பட்டிருந்ததை முன்பே பார்த்தோம் (படம் 5.9). இந்தப் புதுமையான வழிமுறையைப் பற்றித் தெரிந்துகொள்ள விரும்பிய ஆய்வாளர்கள், காலிபங்கனுக்கு அருகில் இருந்த ஒரு கிராமத்துக்குச் சென்றுபார்த்தனர். அங்கு 5000 ஆண்டுகளுக்கு முன்பாகப் பின்பற்றப்பட்ட அதே வழிமுறையில் விவசாயிகள் நிலத்தை உழுவதைப் பார்த்து ஆச்சரியத்தில் உறைந்துவிட்டனர்!

நீர் வழிப் பயணங்களைப் பொறுத்தமட்டில், மூன்றுவிதமான படகு களைப் பற்றிய விவரங்கள் நமக்குக் கிடைத்துள்ளன. ஆனால், அவற்றில் எதுவுமே கடலில் பயணிக்கக்கூடிய கப்பல்கள் அல்ல. ஆனால், ஒன்று மட்டும் நிச்சயம். ஹரப்பா காலத்தில் சிந்து நதியில் பயணித்த படகுகளுடைய வடிவமும் இன்று சிந்து மக்கள் உபயோ கிக்கும் படகுகளும் ஒரே மாதிரியாக இருக்கின்றன என்பது அந்தச் சித்திரங்களில் இருந்து தெரியவருகிறது (படம் 9.12): தூக்கியபடி இருக்கும் பக்கங்கள், உயர்ந்த மத்திய பாகம்.[80]

படம் 9.12: ஹரப்பா படகுகளின் உருவம் வரையப்பட்ட இரண்டு களிமண் வில்லைகள்

தங்களுடைய ஆய்வுகளைத் தொடங்கிய காலம் முதலே அகழ்வாராய்ச்சி யாளர்கள் மேற்சொன்ன மாதிரியான லவுகிக ஒற்றுமைகளைச் சுட்டிக் காட்டிவந்துள்ளனர். அவற்றைப் பற்றிய அவர்களுடைய விளக்கங்கள் தான் வேறுபடுகின்றன. கெனோயர் சொல்லும் சாராம்சத்தை இங்கு பார்ப்போம்:

'சிந்து நதி நாகரிகத்துக்கும் பிந்தைய சரித்திர கால நாகரிகங்களுக்கும் இடையே நிறையத் தொடர்புகள் இருக்கின்றன. பழைய விவசாய முறைகள், மேய்ச்சல் வழிமுறைகள் தொடர்கின்றன; மண்பாண்டத் தயாரிப்பு முறைகள் பெரிய அளவுக்கு மாறவில்லை. நகைகள், வேறு விலையுயர்ந்த பொருட்கள் ஆகியவற்றைத் தயாரிப்பதில் ஒரே மாதிரியான செயல்முறைகளும் வடிவமைப்புகளும்தான் பின்பற்றப்

படுகின்றன... (ஆகவே) சரித்திரத்துக்கு முந்தைய காலத்தையும் சரித்திரக் காலத்தையும் பிரிக்கும் 'இருண்ட காலம்' என்று ஒன்று உண்மையில் இல்லை.'[81]

இதுதான் அகழ்வாராய்ச்சியாளர்களுடைய நேர்மறையான தீர்ப்பு. ஆனால், அதற்காக ஹரப்பா காலத்துக்குப் பிறகு ஒரு மாற்றமும் ஏற்படவில்லை எனச் சொல்லிவிட முடியாது. அது சாத்தியமும் அல்ல. ஏனெனில், நகர்ப்புற வாழ்வு சிதறியதன் விளைவுகள் மிகக் கடுமையாக இருந்திருக்கும். நகராட்சிமுறை நிச்சயமாகத் தாறுமாறாகியது; தரப் படுத்தப்பட்ட செங்கற்களின் அளவுகள் மாற்றப்பட்டன அல்லது கைவிடப்பட்டன. தொலைதூர வர்த்தகங்களும் சிந்து சமவெளி முத்திரைகளும் மறைந்துவிட்டன.

ஆனால், ஹரப்பா எழுத்து முறை 'வழக்கொழிந்துபோயிற்று' எனச் சொல்வது மிகைப்படுத்தலாக இருக்கும். மறைந்து கொண்டிருக்கும் இந்த எழுத்துகள் பற்றி நாம் விரிவாகப் பார்க்கவேண்டியது மிகவும் அவசியம்.

சிந்து சமவெளி எழுத்துமுறை

சிந்து சமவெளி எழுத்துமுறைதான் இந்த நாகரிகத்தின் விடுவிக்க முடியாத புதிராக இன்றும் இருந்துவருகிறது. 4200-க்கும் மேற்பட்ட வாசகங்கள் (Inscription); அவற்றில் பெரும்பாலானவை முத்திரைகளில் அல்லது தகடுகளில் அல்லது மண்பாண்டங்களில் எழுதப்பட்டவை. இவற்றை எழுதப் பயன்படுத்திய குறியீடுகளின் எண்ணிக்கை 400; ஆனால், இவற்றில் 200தான் ஐந்து தடவைக்கு மேல் பயன்படுத்தப் பட்டிருக்கின்றன. இந்த எழுத்துக்களில் சில நகரமயக்கட்டத்துக்குப் பல நூற்றாண்டுகளுக்கு முன்பே மண்பாண்டங்களில் காணப்பட்டன. ஆனால், அவை தனியாகவே காணப்பட்டன. நமக்குத் தெரிந்தவரை நன்கு வளர்ச்சியடைந்த எழுத்துமுறை ஹரப்பா நகரங்களுடன் தோன்றியது; அவற்றுடனேயே மறைந்தும்விட்டது என்று தோன்றுகிறது.

அக்கறை மிகுந்த நிபுணர்களில் ஆரம்பித்து தன்னிஷ்டமாகப் பொருள் சொல்லும் கூட்டத்தினர்வரை நூற்றுக்கு மேற்பட்டவர்கள் இந்த எழுத்துக்களைப் படித்துப் பார்த்து தங்கள் சாவிகளால் இந்தப் புதிர்ப் பூட்டை உடைக்க முயன்றிருக்கிறார்கள். ஆனால், அதுவோ துளியும் அசைந்துகொடுக்காமல் இருக்கிறது. இத்தனை அதிக அளவிலான நிபுணர்கள் ஏன் இதில் ஆர்வம் காட்டவேண்டும்? ஏனென்றால், எகிப்திய எழுத்துகளை புரிந்துகொள்ள இரு மொழிக் கல்வெட்டான 'ரோசெட்டா ஸ்டோன்' சேம்போலினுக்கு உதவியதுபோல் சிந்து சமவெளி எழுத்துகளைப் புரிந்துகொள்ள உதவும் எந்தவொரு

ஆவணமும் கிடைக்கவில்லை. அதுமட்டுமல்லாமல், இதிலுள்ள செய்திகள் மிகச் சுருக்கமாக, குறைந்த அளவு வார்த்தைகளில் எழுதப்பட்டுள்ளன. ஒரு செய்தியைத் தருவதற்கு சரசரியாக ஐந்து அல்லது ஆறு குறியீடுகள் மட்டுமே உபயோகிக்கப்பட்டுள்ளன (மிகவும் நீளமான செய்தியில் 26 குறியீடுகள் உள்ளன; சில முத்திரைகளிலோ வெறும் ஒன்று அல்லது இரண்டு குறியீடுகள் மட்டும் காணப்படுகின்றன). இப்படியான சுருக்கமான எழுத்துமுறை நீளமான வாக்கியங்களை இல்லாமல் ஆக்கியிருக்கிறது. இதனாலேயே அந்த எழுத்துக்களை ஒப்பு நோக்கி வாசிப்பது கிட்டத்தட்ட நடைமுறை சாத்தியமில்லாத ஒன்றாக இருக்கிறது.

படம் *9.13:* சிந்து சமவெளி முத்திரைகளில் காணப்பட்ட எழுத்து முறை. (© ASI)

சிந்து சமவெளி நாகரிக எழுத்துக்களை சுமேரியா, புராதன ஏலம், பழையசெமிட்டிக், எட்ரூஸ்கன் போன்ற பழைய நாகரிகங்களில் பயன்படுத்தப்பட்டுள்ள குறியீடுகளுடன் ஒப்பிட்டுப் பார்த்தபோது சில குறியீடுகள் ஒரே மாதிரியாக இருப்பதாக நிபுணர்கள் கண்டனர். ஈஸ்டர் தீவின் ரோங்கோ ரோங்கோ குறியீடுகளுடன்கூட ஒப்பிட்டுச் சொல்லியிருக்கிறார்கள்! ஒரு சிலர் இந்தக் குறியீடுகள் தெய்வங்கள், அரசர்கள், நகரங்கள், பிரதேசங்கள் ஆகியவற்றின் பெயர்களாக இருக்கலாமென்று சொல்கிறார்கள். வேறு சிலர் பதவி/ஜாதி/இனம், பொருட்கள், உலோகங்கள், விவசாய உற்பத்திப் பொருட்கள் ஆகியவற்றை அல்லது வெறும் எண்களைக் குறிக்கக்கூடியதாக இருக்கலாம் என்கிறார்கள். சலிப்புற்ற நிபுணர்களில் பெரும்பான்மையானோர் இந்தக் குறியீடுகளுக்குள் ஆரம்ப காலத் திராவிட எழுத்துகளைத் தேடிக் கண்டடைய முயன்றார்கள். சமஸ்கிருத எழுத்துகளுடன் ஒப்பிட்டுப் புரிந்துகொள்வதற்கான முயற்சிகளுக்கும் பஞ்சமே இல்லை. இத்தனை விவாதங்களுக்கிடையில், ஒரே ஒரு விஷயத்தை மட்டுமே நம்மால் நிச்சயமாகச்

சொல்லமுடியும்: ஹரப்பா காலத்தில் நடந்த வர்த்தகத்தில் இந்த எழுத்துக்கள் பதிக்கப்பட்ட முத்திரைகள் பெரும்பங்கு வகித்திருக்கும்; வர்த்தகர்களையோ அவர்களுடைய விற்பனைப் பொருட்களையோ அடையாளம் கண்டுகொள்ள இவை உதவியாக இருந்திருக்கும்.

சிந்து சமவெளி நாகரிக எழுத்துகள் பொ.யு.மு. 1800-ல் மறைந்து போனதற்குப் பிறகு, பொ.யு.மு. ஐந்தாம் நூற்றாண்டில்தான் நன்கு வளர்ச்சியடைந்த சரித்திரகால லிபியான 'பிராமி' எழுத்து முதன் முதலாக இடம்பெறுகிறது.[83] அனைத்து இந்திய எழுத்துகளுக்கும் (பல தெற்காசிய எழுத்துகளுக்கும்கூட) பிராமிதான் தாய் (மூல வடிவம்). ஆனால், பத்தொன்பதாம் நூற்றாண்டிலிருந்து பெரும்பாலான அறிஞர்கள் இந்த எழுத்து வேறொன்றில் இருந்து வந்ததாக அல்லது செமிட்டிக் எழுத்திலிருந்து உந்துதல் பெற்று உருவான ஒன்றாகச் சொல்கிறார்கள் (அதிலும் அராமிக் மொழியில் இருந்து உருவானதாக பிற்கால ஆய்வாளர்கள் சொல்கிறார்கள்). ஆனால், இது வெறும் யூகமாகவே இருந்து வருகிறது. சிந்து சமவெளி நாகரிக எழுத்துகள் பிந்தைய சரித்திர கால எழுத்துகளில் தாக்கம் செலுத்தியிருக்கலாம் என்ற ஆய்வை தீவிரமாக மேற்கொள்ளவிடாமல் இந்த யூகமே தடுத்துவருகிறது. ஆனால், சிந்து சமவெளி எழுத்துகளில் இருந்து பிராமி எழுத்துகள் தோன்றியிருக்கலாம் என்பதற்கு சில சுவாரசியமான உதாரணங்கள் கிடைத்துமிருக்கின்றன (படம் 9.14).

முதல் உதாரணமானது, சௌராஷ்டிராவின் வடமேற்கே உள்ள பேட்-துவாரகா (Bet Dwaraka) என்ற தீவிலிருந்து கிடைத்துள்ளது. இந்த இடம் ஸ்ரீகிருஷ்ணருடன் இணைத்துச் சொல்லப்படும் துவாரகைக்கு அருகில் இருப்பதால் இப்பெயர் பெற்றிருக்கிறது. இங்கு பிந்தைய ஹரப்பா கால பழமையான பொருட்கள் அடையாளம் கண்டுபிடிக்கப்பட்டுள்ளன. அவற்றின் காலம் பொ.யு.மு. 19ம் நூற்றாண்டுக்கும் 14ம் நூற்றாண்டுக்குமிடையிலுள்ளது என்றும் கணக்கிடப்பட்டுள்ளது.[84] இங்கு கிடைத்த இரு மண்பாண்டத்துண்டுகளில் ஒன்றில் காணப்படும் எழுத்து சிந்து சமவெளி எழுத்துடன் தெளிவாக ஒத்துப்போகிறது. ஆனால், இதன் எழுதும் முறை சற்று எளிய வடிவங்களை நோக்கி நகர்ந்துள்ளது.[85] இந்த எழுத்து இந்தியக் கல்வெட்டெழுத்து நிபுணர்களுடைய கவனத்தை ஈர்த்திருக்கிறது. எனினும் இது 'விடுபட்ட கண்ணி'களைப் பூர்த்தி செய்கிறதா என்பதைக் கூடுதல் சான்றுகள் கிடைத்த பின்தான் உறுதியாகச் சொல்லமுடியும்.

இதைப் போலவே ஒரிஸ்ஸா மாநிலத்திலுள்ள விக்ரம்கோல் குகையிலிருந்து (Vikramkhol cave) கண்டுபிடிக்கப்பட்ட எழுத்துகளை கல்வெட்டெழுத்து நிபுணர் கே.பி.ஜயஸ்வால் ஆய்வு செய்து 1933-ல்

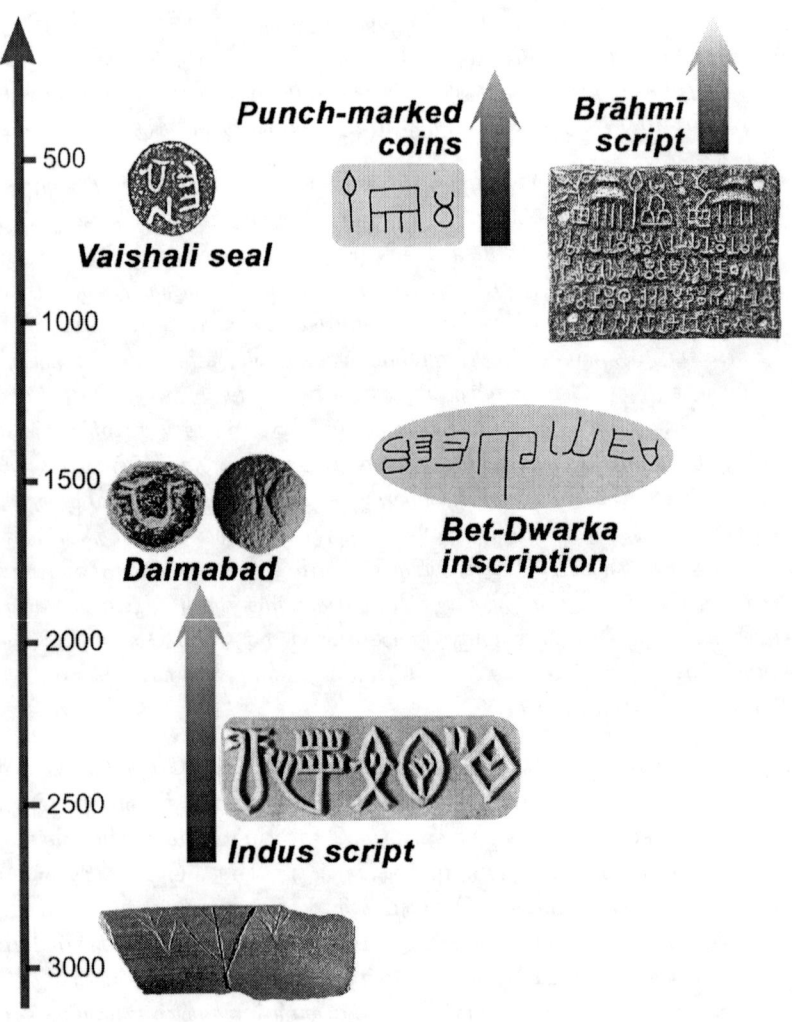

படம் 9.14:சிந்து சமவெளி எழுத்துகளில் ஆரம்பித்து பிராமி எழுத்துகள் வரை (பொ.யு.மு. தேதிகளில்)

தன் தீர்மானத்தை முன்வைத்தார்: 'இந்த விக்ரம்கோல் எழுத்துகள் மொஹஞ்ஜோ-தரோ எழுத்துக்கும் பிராமி எழுத்துக்கும் இடையில் ஒரு பாலமாகத் திகழ்கிறது"[86] என்ற கருத்தைத் தெரிவித்தார். ஆனால், இந்த எழுத்துக்கு உரிய முக்கியத்துவம் கொடுக்கப்படவில்லை. இருப்பினும் பிராமி எழுத்துகளுக்கு உள் நாட்டு மூல வடிவம் இருக்கிறது என்ற வாதத்துக்கு ஆதாரமாக இந்த விக்ரம்கோல் எழுத்துகளை சில ஆய்வாளர்கள் பயன்படுத்திவருகிறார்கள்.

மஹாராஷ்டிராவில் கோதாவரிப் பள்ளத்தாக்கில் காணப்பட்ட பிற்கால ஹரப்பா அகழ்வாய்விடங்களில் ஒன்றான தைமாபாத் (Daimabad) 1974-ல் தற்செயலான கண்டுபிடிப்பு ஒன்றின் மூலம் உலகப் பிரசித்தி பெற்றது: பிரமாண்டமான, மிக அற்புதமான மொத்தம் 65 கிலோ எடை கொண்ட வெண்கலச்சிலைகள் கிடைத்துள்ளன. இவற்றில் யானை, காண்டாமிருகம், எருமை, இரு காளைகள் பூட்டிய சிறிய தேரை நின்றபடி ஓட்டிச்செல்லும் மனிதன் ஆகியவற்றின் சிலைகள் இருந்தன. இந்த அழகிய சிலைகள் எங்கு, எப்போது தயாரிக்கப்பட்டன என்பது தொடர்பாக அகழ்வாராய்ச்சியாளர்களிடையே விவாதங்கள் நடந்து வருகின்றன. ஆனால், நமக்கு இங்கு கண்டுபிடிக்கப்பட்ட பொருள்கள் தான் முக்கியம். பிந்தைய ஹரப்பா காலகட்டத்தைச் சேர்ந்ததாக ஆவணப்படுத்தப்பட்டுள்ள முத்திரைகள், சிந்து சமவெளி எழுத்து களைப் போன்ற குறியீடுகளைக் கொண்ட மண்பாண்டங்கள் ஆகியவை யும் கிடைத்திருக்கின்றன.[87] ஆனால், இவை பிந்தைய நகரமயக்கட்ட காலத்தைச் சேர்ந்த எழுத்துகளின் பரிணாம வளர்ச்சியாக உருவான வையா என்பது தொடர்பான முறையான ஆய்வுகள் இங்கும் மேற் கொள்ளப்படவில்லை.

வைசாலி (பிஹார்) பகுதியில் காணப்பட்ட வட்டவடிவத்திலிருந்த சாம்பல் நிற முத்திரைகள் இவற்றிலிருந்து முற்றிலும் வேறுபட்டதாக இருந்தன. இதில் மிகத் தெளிவான மூன்று சிந்து நாகரிகக் குறியீடுகள் காணப்பட்டன. அவற்றில் இரண்டு லேசாக எளிமைப்படுத்தப் பட்டிருந்தன.[88] இந்த ஆரம்பகட்ட சரித்திர கால இடம் ஹரப்பாவி லிருந்து ஆயிரம் கிலோ மீட்டர் கிழக்கிலிருக்கிறது. இவை இரண்டுக்கு மிடையேயுள்ள கால இடைவெளியோ ஆயிரம் ஆண்டுகள்! இந்தக் குறியீடுகள் மட்டுமல்லாமல், அவற்றை வரிசைப்படுத்திப் பதித்திருக் கும் விதமும் துல்லியமான ஹரப்பா தன்மையைக் கொண்டதாக இருக்கிறது. கல்வெட்டெழுத்து ஆய்வாளர் ஐராவதம் மஹாதேவன் சொல்வதுபோல 'இந்த முத்திரை ஹரப்பாவிலேயே கண்டுபிடிக்கப் பட்டிருந்தால் இதற்கு இத்தனை முக்கியத்துவம் கிடைத்திருக்காது.'[89] இதையெல்லாம் பார்க்கும்போது, பொ.யு.மு.600-ம் ஆண்டளவில் ஹரப்பாவின் எழுத்துமுறை கங்கை சமவெளிப்பிரதேசத்திலும் பயன் படுத்தப்பட்டது என்ற நியாயமான முடிவுக்குத்தான் வருவோம். ஆனால், இது இந்தத் துறையில் இதுவரை நமக்குக் கிடைத்துள்ள செய்திகளுக்கு மாறாக இருக்கிறது. அப்படியாக வைசாலியில் கிடைத்த முத்திரை ஒரு பெரும் புதிராக இருக்கிறது. இதற்கு வேறொரு விளக்கமும் தரலாம். சிந்து சமவெளி எழுத்து முழுவதாக மறைந்து போய்விட்டது எனச் சொல்வதே தவறு என்பதுதான் அது. இதே கால கட்டத்தைச் சேர்ந்த ஆய்விடங்களில் மேலும் விரிவாக அகழ்

வாய்வுகள் மேற்கொள்ளப்பட்டால் மட்டுமே இதற்குத் தெளிவான விடை கிடைக்கும் (கங்கைச் சமவெளியில் விரிவாக ஆய்வுகள் நடத்துவது மிகவும் சிரமம் என்பதை மீண்டும் நினைவுபடுத்த விரும்புகிறேன்).

வேறொரு கோணத்திலிருந்து பார்த்தால் நாம் மேலும் கொஞ்சம் முன்னகர முடியும். முன் சரித்திர காலத்தைச் சேர்ந்த துளையிட்ட நாணயங்களில் ஹரப்பாவில் பின்பற்றப்பட்ட எடை மற்றும் அளவு களின் தாக்கம் இருந்ததைப் பார்த்தோம். ஆனால், இந்த அமைப்பு களுக்கு இடையே உள்ள தொடர்பு நாம் நினைத்ததைவிட ஆழமாகவே இருக்கிறது.* அகழ்வாய்வாளர் ஸி.எல்.ஃபாப்ரி (C.L. Fabre) கங்கைக் கரை நாணயங்களிலும் சிந்து நாகரிக முத்திரைகளிலும் காணப்பட்ட

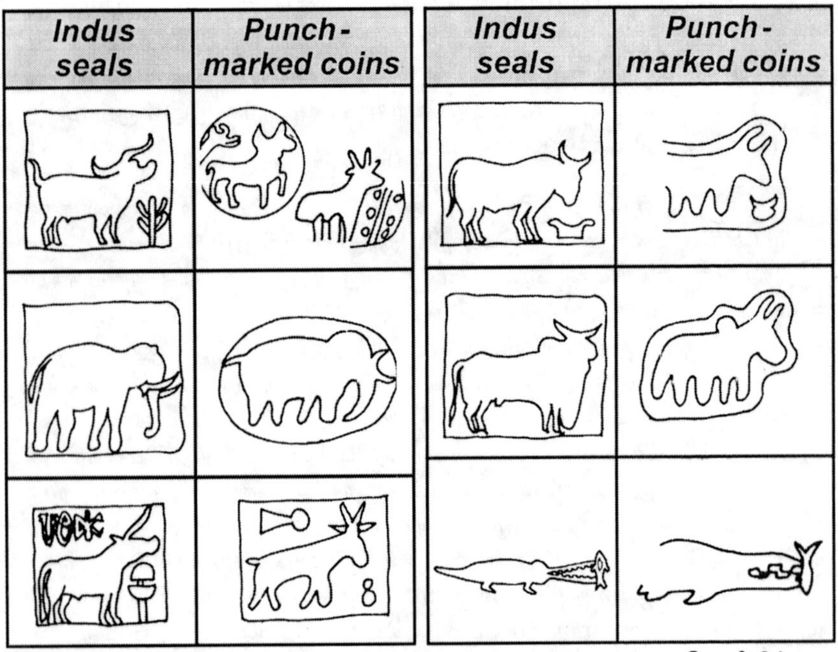

Indus seals
Punch-marked coins
Indus seals
Punch-marked coins

படம் 9.15: சிந்து சமவெளி குறியீடுகளுக்கும் கங்கைச் சமவெளியிக் கிடைத்ததுளையிடப்பட்ட நாணயங்களில் காணப்பட்ட உருவங்களுக்கு மிடையிலான ஒற்றுமை -சி.எல்.ஃபாப்ரி முன்வைத்தது.

---

* துளையிடப்பட்ட நாணயங்களில் இருக்கும் குறியீடுகள் ஒரு மொழியை அடிப்படையாகக் கொண்ட எழுத்து முறையை பிரதிநிதித்துவப்படுத்தவில்லை. சிந்து சமவெளிக் குறியீடுகள் அந்த நாகரிகத்தின் அழிவுக்குப் பிறகும் தொடர்ந்து வந்திருப்பதை அது காட்டுகிறதா என்பதை மட்டுமே நான் பார்க்கிறேன். அந்தக் குறியீடுகள் அதே அர்த்தத்தில் பயன்படுத்தப்பட்டிருக்கின்றனவா இல்லையா என்பது பற்றி எனக்கு அக்கறையில்லை.

மிருகங்களின் உருவகங்களுக்கிடையேயுள்ள ஒற்றுமைகளை 1935-ல் சுட்டிக் காண்பித்துள்ளார் (படம் 9.15):

> [துளையிடப்பட்ட நாணயங்களில் காணப்பட்ட] குறியீடு களைப் பரிசோதித்தபோது அதிலிருந்த மிருகங்களின் உருவங்கள் என் கவனத்தை ஈர்த்தன. திமிலுள்ள காளை, யானை, புலி, முதலை, முயல் ஆகியவற்றின் சித்திரங்கள் ஒன்றுக்கு மேற்பட்ட தடவைகள் காணப்படுகின்றன. இந்த மிருகங்கள் அனைத்தும் மொஹஞ்ஜோ-தரோ, ஹரப்பா முத்திரைகளிலும் காணப்படுகின்றன. ஒரே மாதிரியான விலங்குகள் என்பது மட்டுமல்ல இவற்றில் காணப்படும் நுணுக்கமான வேலைப்பாடுகளைப் பார்க்கும்போது இவை தற்செயலாக நிகழ்ந்ததென்றோ 'மனித மனத்தின் ஒரே மாதிரியான சிந்தனை' என்றோ ஒருவர் நிச்சயம் நினைக்கமுடியாது.

அந்த 'நுணுக்கமான வேலைப்பாடுகள்' என்னென்ன என்பதையும் ஃபாப்ரி விளக்குகிறார். இரண்டிலும் காணப்படும் முதலை தன் தாடைக்கு முன்னால் தொங்குவதுபோலிருக்கும் ஒரு மீனைப் பிடித்து வைத்துக் கொண்டிருக்கிறது; காளைக்கு முன்னால் உணவு கொடுப் பதற்கான தொட்டி ஒன்று இருக்கிறது. ஹரப்பாவுக்கே உரித்தான யாக பீடத்தைப் பார்த்தபடி நிற்கும் ஒற்றைக் கொம்பு காளை (அல்லது ஒற்றைக் கொம்பு மிருகம்) சித்திரம் (படம் 10.14) அப்படியே தக்க வைக்கப்பட்டிருப்பதுபோலவே இருக்கிறது. (இப்போது அதற்கு இரு கொம்புகள் உள்ளன என்பதுதான் வித்தியாசம்). இரண்டிலும் எல்லா மிருகங்களும் வலது பக்கமாகப் பார்க்கின்றன.

இவற்றைத்தவிர சிந்து சமவெளி நாகரிக முத்திரைகளையும் துளை யிட்ட நாணயங்களையும் ஒப்பிட்டு, அவற்றுக்கிடையிலான துல்லிய மான ஒற்றுமைகளையும் ஃபாப்ரி முன்வைத்திருக்கிறார். அவற்றில் சில படம் 9.16-ல் மறு பிரசுரம் செய்யப்பட்டிருக்கின்றன. ஒட்டு மொத்தமாக அவர் சொல்லவருவது என்னவென்றால்:

> 'சிந்து நாகரிக லிபியிலுள்ள பல உருவங்களை முந்தைய எழுத்தாளர்கள் வெளியிட்டிருக்கும் துளையிடப்பட்ட நாணயங்களிலும் பார்க்கிறோம். இவற்றின் எண்ணிக் கையைப் பார்க்கும்போது இது ஏதோ தற்செயலாக நிகழ்ந்த ஒன்று எனச் சொல்லிவிட முடியாது.'[91]

'ஃபாப்ரி முன் வைத்திருக்கும் ஒற்றுமைகளின் எண்ணிக்கை மிகவும் ஆச்சரியப்பட வைக்கும் ஒன்று' என்று புகழ்பெற்ற வேத

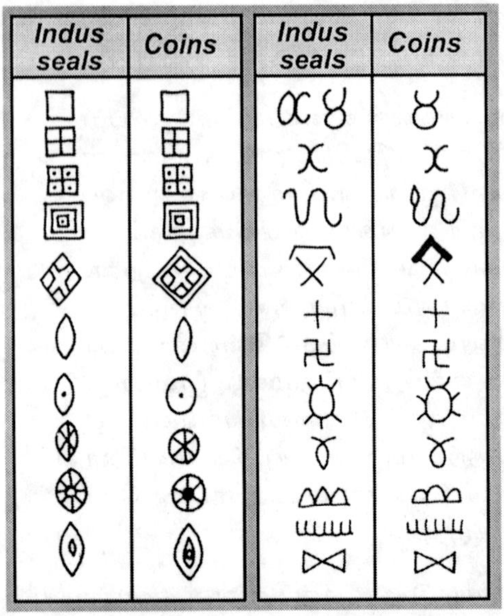

Indus seals	Coins	Indus seals	Coins

படம் 9.16: சிந்து சமவெளி குறியீடுகளுக்கும் கங்கைச் சமவெளியிக் கிடைத்த துளை யிடப்பட்ட நாணயங்களில் காணப்பட்ட உருவங்களுக்கும் இடையிலிருக்கும் பொது வான அம்சங்கள் - சி.எல்.ஃபாப்ரி

உரையாசிரியரான ஜேன் கோண்டா தெரிவித்திருக் கிறார்.[92] சமீபத்தில், நாணயச் சேகரிப்பாளர் சவிதா சர்மா ஃபாப்ரியின் முடிவுகளைப் பின்பற்றி துளையிடப்பட்ட நாண யங்களில், சிந்து நாகரிகக் குறியீடுகளுடன் துல்லிய மாகப் பொருந்தக்கூடிய எண்பது குறியீடுகளைப் பட்டியலிட்டிருந்தார்.[93]

பலரும் சொல்வதுபோல், எளிய ஜியோமிதி வடிவங் கள் பல்வேறு எழுத்து முறை களில் ஒரே மாதிரி இருக்க வாய்ப்பு உண்டு என்பது உண்மைதான். ஆனால், படம் 9.17-ல் இருப்பது போல் சிக்கலான வடிவங் களுக்கு இடையிலும் அப்படியான ஒற்றுமை இருப்பதை வெறும் தற்செயல் என்று ஒருபோதும் சொல்லமுடியாது.

இரண்டு எழுத்துவகைகளிடையே இருக்கும் இடைவெளியை நிரப்பும் மூன்றாவதான மிகவும் சவாலான முயற்சியும் மேற்கொள்ளப்பட்டது. இது தொடர்பாகக் களத்தில் குதித்த ஸ்டீஃபன் லாங்டனும் ஜிஆர் ஹண்டர்[95] ஆகிய இருவரும் 1930-களின் ஆரம்பகட்டத்தில் தனித்தனி யாக இந்தக் குறியீடுகளுக்கிடையிலான ஒற்றுமைகளைச் சுட்டிக் காட்டினர். (இதில் ஒரு சுவாரசியமான விஷயம் என்னவென்றால், சிந்து சமவெளி எழுத்தை 'ஆரம்பகட்ட இந்திய எழுத்து' என்று ஹண்டர் அழைத்தார்). வேறு பலரும் இந்த முயற்சியில் இறங்கினர். எவ்வளவுதான் துல்லியமாக இருந்தாலும் ஒரு சில ஒற்றுமைகள் போதாது. சிறிது முன்பாக நாம் பார்த்த சுபாஷ் கக் இந்தப் பிரச்னையை வேறு விதமாகத் தீர்க்க முயன்றார். ஹரப்பா மொழியைப் பற்றி எந்த முன் அனுமானமும் எடுக்காமல், இந்த இரண்டு எழுத்துகளிலும் அதிகம் இடம்பெறும் பத்து குறியீடுகளை எடுத்துக்கொண்டு ஆராய் ந்தார் (பிராமிக்கு பதிலாக அசோகரின் புகழ் பெற்ற கல்வெட்டுகளை எடுத்துக்கொண்டார்).

அவருடைய முடிவுகளை அட்டவணை 9.4 சுருக்கமாக விளக்குகிறது.

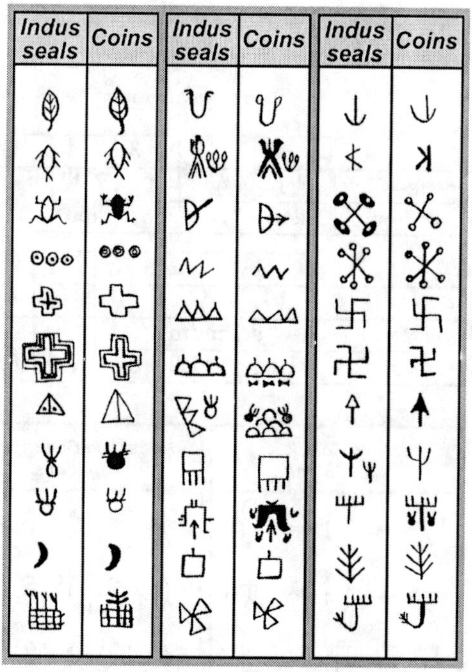

இதில் காணும் முதல் மூன்று ஜோடிகள் கிட்டத் தட்ட ஒரே மாதிரியாக இருக்கின்றன (இதில் இரண்டாவதாக இருக்கும் 'மீன்' சித்திரத்தைத் தலை கீழாகத் திருப்பினால் எழுத்தோடு ஒத்திசைவு பெறும். சரித்திர கால எழுத்து முறைகளில் இது சகஜம்). அடுத்த மூன்று ஜோடிகளும் ஒரே மாதிரியாக இருப்பதாக வைத்துக்கொள்ளலாம் (கக் மேலும் இரண்டு பற்றியும் சொல் கிறார். ஆனால், எனக்கு அவை ஒன்றுபோல் இருப்பதாகத் தோன்றவில்லை). அதாவது, சுபாஷ் கக் பட்டியலிட்டதில் ஆறு ஜோடிக் குறியீடுகள் ஒன்றுபோலத் தோற்றமளிக்கின்றன. இரு

படம் 9.17: சிந்து சமவெளி குறியீடுகளுக்கும் கங்கைச் சமவெளியிக் கிடைத்த துளை யிடப்பட்ட நாணயங்களில் காணப்பட்ட உருவங்களுக்கும் இடையிலிருக்கும் பொதுவான அம்சங்கள் - சவிதா சர்மாமுன் வைத்தது

எழுத்து முறைகளுக்குமிடையே நெருங்கிய தொடர்பு இருக்கிறது என்ற கூற்றுக்கு இது வலுச் சேர்க்கிறது. இந்த இரண்டுக்குமிடையில் துளிகூட சம்பந்தமே இல்லையென்றால் அவை பெருமளவுக்குப் பயன்படுத்தும் குறியீடுகளுக்கிடையே எந்தவித ஒற்றுமையும் இருந்திருக்காது.

இதைத்தவிர, சுபாஷ் கக் மேலும் முன்னேறிச்சென்று பிராமி குறியீடுகளை சிந்து நாகரிக எழுத்துகளுடன் ஒப்பிட்டுப் பார்க்க முயற்சி செய்தார். ஆனால், இது நம் முன் மிகவும் சிக்கலான கேள்வி ஒன்றை வைக்கிறது: பிராமி அகர வரிசையிலானது. ஆனால், சிந்து சமவெளி எழுத்தில் அதிகமாக இருக்கும் குறியீடுகளை வைத்துப் பார்க்கும்போது அது சித்திர எழுத்து வடிவமாகத் தோன்றுகிறது. எனவே, இந்த நிலையில் நாம் செய்யும் ஒப்பீடு என்பது வெறும் யூகமாக மட்டுமே இருக்கும்.

அட்டவணை 9.4. சிந்து சமவெளியிலும் பிராமி எழுத்துகளிலும் அதிகம் இடம்பெற்றிருக்கும் பத்து குறியீடுகள் - சுபாஷ் கக் பார்வையில்

	1	2	3	4	5	6	7	8	9	10
சிந்து குறியீடுகள்										
அதிர்வெண்	2245	1254	837	459	411	406	343	256	243	292

	1	2	3	4	5	6	7	8	9	10
பிராமி எழுத்து	𑀲	𑀫	𑀢	𑀦	𑀧	𑀬	𑀯	𑀭	𑀤	𑀘
ஒலி மதிப்பு	s	m/ṃ	t	n	p	y	v	r	d	c
சதவிகிதம்	12.6	11.2	8.6	7.9	6.9	6.5	5.1	4.6	4.2	4.0

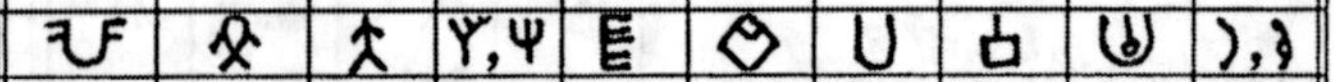

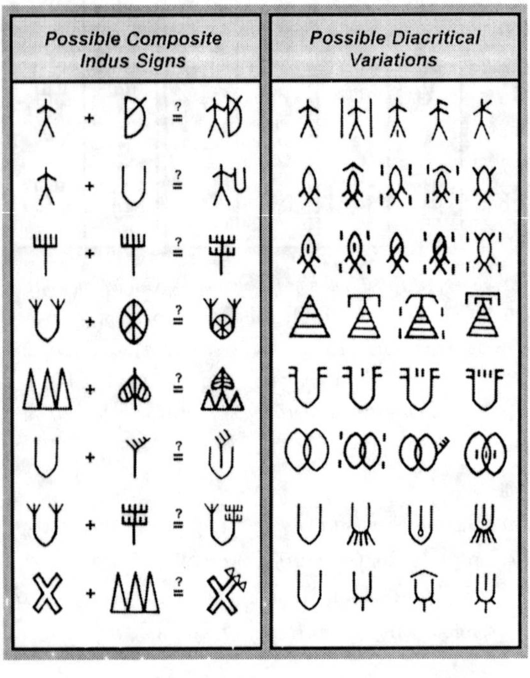

படம் 9.18: சிந்து சமவெளி எழுத்தில் கூட்டு எழுத்தாக இருந்திருக்கக்கூடிய வற்றுக்கான சில உதாரணங்கள் (இடது நிரல்) உச்சரிப்பு மாற்றக் குறியீடுகள் (வலது நிரல்)

கடைசியாக, சிந்து நாகரிக எழுத்து முறையில் காணப்படும் இரண்டு முக்கியமான அம்சங்களை நிபுணர்கள் சுட்டிக்காட்டியுள்ளனர். அதில் கூட்டுக் குறியீடுகள், உச்சரிப்பை மாற்றும் அடையாளங்கள் (படம் 9.18) ஆகியவற்றைப் பயன்படுத்தியிருக்கும் விதமானது பிராமி முறையில் (பிற்கால இந்திய எழுத்துகளைப் போலவே) பயன்படுத்தப்படும் கூட்டு எழுத்துகள், உச்சரிப்புக் குறியீடுகள் ஆகியவற்றை நினைவு படுத்துகின்றன. சிந்து எழுத்துகளும் பிராமியும் ஒன்றுக்கொன்று சம்பந்தமில்லாதவை என்றால், நாம் இரட்டை ஒத்திசைவை மீண்டும்

வலுவாக முன்வைக்க வேண்டியிருக்கும். பிராமி எழுத்துகளுக்கு செமிட்டிக் வேர்கள் இருப்பதாகச் சொல்லப்படும் கருத்தை ஏற்றுக்கொள்ளும் கல்வெட்டெழுத்து ஆய்வாளர் ரிச்சர்ட் சாலமன், 'சிந்து சமவெளி எழுத்துகளுக்கும் பிராமி எழுத்துகளுக்கும் இடையில் இருக்கும் சரித்திர ரீதியான தொடர்பை மறுதலிக்க முடியாது' என்றும் குறிப்பிடுகிறார்.[97]

திலீப் சக்ரவர்த்தி இந்த விஷயத்தில் கூடுதல் நேர்மறையான பதிலை முன்வைக்கிறார்:

> 'ஆரம்ப சரித்திர கால இந்தியாவில் உருவான புதிய சமூக பொருளாதார நிலைமைகள் சிந்து சமவெளி எழுத்துகளை மாறுபட்ட வடிவில் புத்துயிர் பெற வழி செய்து கொடுத்தன. அதுவரை, அழியும் தன்மை கொண்ட ஊடகத்தில் அவை ஊசலாடியபடித் தொடர்ந்து வந்திருக்கின்றன என்ற முடிவுக்கு வருவதில் எந்தத் தவறும் இல்லை.'[98]

இதுவேதான் இந்தியாவின் புகழ்பெற்ற கல்வெட்டு ஆய்வாளர் டி.ஸி.சர்க்காரின் கருத்தாகவும் இருந்தது. அவர் 1953-ல் சொன்னார்: 'கி.மு. நான்காம் நூற்றாண்டின் பிற்பகுதியில் மௌரியர்கள் ஆட்சிக்கு வருவதற்குப் பல நூற்றாண்டுகள் முன்பே, புராதன [சிந்து] எழுத்துமுறை தொடர்ந்து வளர்ச்சி அடைந்துவந்து இறுதியாக பிராமி லிபியாக மாறியிருக்கலாம்.'[99]

சிந்து சமவெளி நாகரிகத்தின் அழிவுக்குப் பிறகும் அதன் எழுத்து முறை தொடர்ந்தது; அது பின்னர் பிராமியாக உருவெடுத்தது என்பதை யெல்லாம் சிந்து சமவெளி எழுத்து முறையை முழுவதாகப் படித்துப் புரிந்துகொண்ட பிறகு அல்லது இரண்டு எழுத்துமுறைகளுக்கு இடை யிலான விடுபட்ட கண்ணிகள் தெரியவந்த பிறகுதான் நிரூபிக்க முடி யும். எனினும், அதுவரை அந்த எழுத்து முழுவதாக மறைந்துவிட்டது என்பதையோ பிராமி எழுத்து திடீரென்று உருவெடுத்தது என்பதையோ நாம் ஏற்றுக்கொள்ளத் தேவையில்லை.

தொடர்ச்சியில் மாற்றம்

நாம் இதுவரை பார்த்ததெல்லாம் ஹரப்பாவின் லவுகீக வரலாற்றின் ஒரு சிறு பகுதியைத்தான். சரித்திர காலத்தில் இரும்புத் தொழில் நுட்பம் முதல் கட்டடக்கலை வரையிலும் நுண்கலைகளிலும் புதிய கண்டு பிடிப்புகள் வந்துள்ளன என்பதில் சந்தேகமில்லை. ஹரப்பா நகர வாழ்வு முறை அழிந்தபின் அடுத்த ஆயிரம் ஆண்டுகளில் மறு மலர்ச்சி பெற்றிருக்கிறது. எனவே, ஹரப்பா நாகரிகம் ஒரு மாற்றமுமில்லாமல்

தொடர்ந்து வந்தது என்று யாரும் சொல்லவில்லை. இப்போது பல அறிஞர்களும், ஆய்வாளர்களும் 'தொடர்ச்சியில் வரும் மாற்றம்' என்ற கருத்தைத்தான் ஏற்றுக் கொள்கின்றனர். இது மிகவும் நியாயமான கருத்தாக்கமே.

மூான் ஃப்ரென்ஸீவா மூாரிஜ் சொல்வது போல, 'புதிய கற்காலம் முதல் இன்று வரை (உலகில்) பெரிய மாற்றங்கள் ஏற்பட்டிருந்தாலும் இந்தியத் துணைக்கண்டத்தின் வரலாற்றில் ஒரு திட்டவட்டமான இடைவெளி அல்லது தொடர்ச்சியின்மை ஏற்பட்டதே இல்லை.'[100]

ஆய்வாளர் டி.பி. அகர்வால் இந்த நிலைமையைச் சுருக்கமாக விளக்குகிறார்:

> ராஜஸ்தான் பெண்மணிகள் இன்று அணியும் வளைகள், அதன் பாணி, உச்சி வகிட்டில் சிந்தூரம் இட்டுக் கொள்வது, யோகா, இருபடி நிலையிலான எடையும் அளவுகளும், வீடுகளுக்கான அடிப்படைக் கட்டுமான வழிமுறைகள் ஆகிய அனைத்துக்குமே சிந்து சமவெளி நாகரிகக் காலத்தில் வேர்களைக் காண முடியும். மிகவும் விசித்திரமான ஒரு விஷயம்தான் என்றாலும் இதுதான் உண்மை. ஹரப்பாவாசிகளின் கலாசார, மத பழக்க வழக்கங்கள் பிந்தைய இந்தியக் கலாசாரத்துக்கு அஸ்திவாரமாக அமைந்திருகின்றன.'

இந்த 'கலாசார, மத பழக்க வழக்கங்கள்' எந்த அளவுக்கு 'அஸ்திவாரமாக' இருந்திருக்கின்றன என்பதைப் பார்ப்போம்.

{10}

சூட்சுமப் பாரம்பரியம்

ஜான் மார்ஷலும் பிற எண்ணற்ற அகழ்வாராய்ச்சியாளர்களும் அறிஞர்களும் ஹரப்பாவாசிகளின் மதவழிபாடு, கலாசாரம் ஆகிய வற்றுக்கும் பிந்தைய செவ்வியல் இந்தியாவின் மதவழிபாடு, கலா சாரம் ஆகியவற்றுக்குமிடையே காணப்பட்ட பொதுவான அம்சங் களைச் சுட்டிக்காட்டியுள்ளனர். இவற்றைப் பார்க்கும்போது சில நேரங்களில் இவை இரண்டிலும் ஒருவித 'இந்தியத்தன்மை' இருப்பது தெரிகிறது. சிந்து சமவெளி நாகரிகத்தில் அரசர்களுடைய உருவச் சித்திரிப்புகள் காணப்படாதது 'இந்தியர்களுக்கே உரித்தான சிறப்புகுணம்' என்று ஜே.எஃப்.மாரிஜ் சொன்னதை முன்பே பார்த்தோம். இன்றைய இந்தியாவில் இருப்பதுபோலவே 'சமூகம் சார்ந்த அமைப்பு முறை' ஹரப்பா சமூகத்திலும் இருந்தது என ரைட் தெரிவித்திருக்கிறார். இந்தப் பொதுவான அம்சங்களை முன்பு நாம் பார்த்தவற்றுடன் (அரண்மனைகள் இல்லாதது, கோட்டை மதில்கள், ஆட்சி அமைப்பு ஆகியவற்றுடன்) இணைத்துப் பார்க்கும்போது இரு கலாசாரங்களுக்கிடையில் தொடர்பு இருக்கத்தான் செய்கிறது என்ற எண்ணமே ஏற்படுகிறது.

இது சரியா, தவறா என்பது வேறு விஷயம். ஆனால், நம்மால் உடனடி யாகப் புரிந்துகொள்ள முடியாத அகழ்வாராய்ச்சி ஆவணங்களில் இருக்கும் அம்சங்கள் பற்றி நிறையவே பேசவேண்டியிருக்கிறது. இந்த அத்தியாயத்தில் வேறு ஆய்வாளர்கள் மேற்கொண்ட ஆய்வுகளை நான் மேற்கொண்ட ஆய்வுகளின் துணையோடு விளக்கப்போகிறேன்.

சின்னங்கள்

நாம் பார்த்து உணர முடிந்தவற்றையும் உணரமுடியாதவற்றையும் இணைக்கும் பாலமாக சின்னங்களும் உருவங்களும் (Motifs) அமைந்திருக்கின்றன. அவற்றின் தொடர்ச்சி எளிதில் ஆவணப்படுத்த

படம் 10.1: ஸ்வஸ்திக் சின்னம் ஹரப்பா களிமண் வில்லையில் (இடது பக்கம்), ஆரம்ப சரித்திரகாலகட்டத்து மண்பாண்டங்களில் (மேலே வலது பக்கத்தில்: ரூபார்; கீழ் வலது: அஹிச்சஹத்ரா). (© ASI)

முடிந்த ஒன்றுதான். ஆனால், அவை என்ன சொல்கின்றன என்பதைப் பற்றித்தான் கருத்து வேறுபாடுகள் எழுகின்றன.

இதற்குச் சிறந்த உதாரணம் 'ஸ்வஸ்திக்' சின்னம் (படம் 10.1). இது நூற்றுக்கணக்கான ஹரப்பா கால களிமண்வில்லைகளில் செதுக்கப் பட்டுள்ளது. இவை பொதுவாக ஒரு கோடாகவோ இரு கோடு களாகவோ வரையப்பட்டிருக்கும் (திசை சார்ந்த எந்த முக்கியத்துவம் தரப்பட்டிருக்காது). ஆரம்ப சரித்திர கால அகழ்வாய்விடங்களிலிருந்து கண்டெடுக்கப்பட்ட மண்பாண்டங்களிலும்[1], துளையிடப்பட்ட நாணயங்களிலும், மாமன்னர் அசோகரின் கல்வெட்டுக்களிலும், வேறு

படம் 10.2 : ஹரப்பாவின் முடிவற்ற முடிச்சு (இடது) சரித்திரகால கல்வெட்டில் அதே குறியீடு[3] (வலது)

பல ஆரம்பகாலக் கல்வெட்டுக்களிலும்[2]கூட இந்த ஸ்வஸ்திக் சின்னம் செதுக்கப்பட்டுள்ளது. அங்கெல்லாம் இந்தச் சின்னம் சுபம்/நன்மை, ஒற்றுமை, வளர்ச்சி ஆகியவற்றைக் குறிக்கிறது. ஹரப்பா காலத்திலும் இந்தச் சின்னத்துக்கு இதே அர்த்தம்தான் இருந்ததா என்பது நமக்கு நிச்சயமாகத் தெரியாது. ஆனாலும் இந்தச் சின்னம் ஹரப்பா காலத்தி லிருந்து இன்றுவரை தொடர்ந்து உபயோகிக்கப்படுகிறதென்பது அசைக்க முடியாத உண்மை.

ஹரப்பாவுக்கே உரித்தான மற்றொரு சின்னம் 'முடிவில்லாத முடிச்சு' (Endless knot- படம் 10.2): பொ.யு. ஒன்பதாம் நூற்றாண்டில் குஜராத்தில் கண்டுபிடிக்கப்பட்ட பல கல்வெட்டுகளில் இந்தச் சின்னம் ஒருவித மாற்றமில்லாமல் காணப்பட்டது. இப்போதும்கூட வீடுகளின் முன் னால் இந்துப் பெண்கள் வரையும் ரங்கோலிகளில் (தென்னிந்தியாவில் போடப்படும் கோலங்களில்) இதைப் பார்க்க முடியும். பெரும்பாலும் குழந்தை ஸ்ரீகிருஷ்ணனின் பாதங்களைக் குறிக்க அங்கு இது பயன்படுத்தப்படுகிறது.

'ஒன்றையொன்று வெட்டிச் செல்லும் வட்டங்கள்' உருவமானது ஹரப்பாமண்பாண்டங்களிலும் அங்கிருந்து 800 கி.மீ தூரத்திலுள்ள காலி பங்கனிலும் பாலக்கோட்டிலும் உள்ள வீடுகளின் தரை ஓடுகளிலும் (படம் 7.4) காணப்பட்டது. 'இதைப்போன்ற சின்னம் புத்தகயாவிலுள்ள போதி சிம்மாசனத்தின் உச்சியிலும் காணப்படுகிறது' என்கிறார் திலீப் சக்ரவர்த்தி. இந்த சிம்மாசனம் பொ.யு.மு. மூன்றாம் நூற்றாண்டைச் சேர்ந்தது; அதாவது ஹரப்பாவுக்கு இரண்டாயிரமாண்டுகளுக்குப் பின்னர்.

ஏறக்குறைய முக்கால் பங்கு சிந்து நாகரிக முத்திரைகளில் பொதுவாக யூனிகார்ன் எனப்படும் ஒற்றைக் கொம்புள்ள காளை போன்ற ஓர் உருவம் காணப்படுகிறது. அநேகமாக எல்லா முத்திரைகளிலும் இந்த மிருகம் 'யாக சாலை'யைப் பார்த்தபடி நிற்கிறது (படம்10.14). இந்த 'யாக சாலை' எதைக் குறிக்கிறது என்பது தொடர்பாகப் பல்வேறு வாத பிரதிவாதங்கள் நடைபெற்று வருகின்றன. ஜான் மார்ஷல் இது ஊதுவர்த்தி போன்ற வாசனைப் பொருட்களை எரிப்பதற்கான இடமாக இருக்கலாம் என்கிறார். ஆனால், ஐராவதம் மஹாதேவன் இது வேதகால சோமபானத்தை[5] வடிகட்டுவதற்கான பாத்திரமாக இருக் கலாம் என்று குறிப்பிட்டிருக்கிறார். இதன் பயன்பாடு எதுவாக இருந் தாலும், இதை அல்லது இது போன்ற ஒன்றை காளை அல்லது யானை பார்த்துக் கொண்டிருப்பதுபோல்[6] சரித்திரகால நாணயங்களிலும் சித்திரிக்கப்பட்டிருப்பதை மஹாதேவன் சுட்டிக் காண்பித்தார். இரு நாகரிகங்களுக்குமிடையே உள்ள தொடர்ச்சியை இது காட்டுவதாக

அனைவரும் ஒப்புக் கொண்டுள்ளனர். ஃபேப்ரியும் இதுபோன்ற ஒரு விஷயத்தைச் சுட்டிக்காட்டியிருப்பதை முந்தைய அத்தியாயத்தில் பார்த்தோம் (படம் 9.15). வேத கால மதச் சடங்குகளின்போது பயன்படுத்தப்பட்ட சில கிண்ணங்கள் இதே வடிவத்தில்தான் இருக்கின்றன என்பதைக் கூடுதலாகச் சுட்டிக்காட்டவிரும்புகிறேன்.[7]

Harappan tablet
Tree motif on punch-marked coins

படம் 10.3 : ஹரப்பா மரம் (இடது), அதற்கு இணையான சரித்திர கால சித்திரம் (வலது) (© ASI)

இவற்றைத் தவிர சிந்து சமவெளி நாகரிகக் காலத்தைச் சேர்ந்த முத்திரைகளிலும் மண்பாண்டங்களிலும் பின்னர் காணப்பட்ட துளையிட்ட நாணயங்களிலும் வேறு பல பொருட்களிலும் ஒரே மாதிரியான சின்னங்கள் நிறையவே காணப்படுகின்றன: உதாரணமாக, வட்டத்துக்குள் வட்டங்கள், உள்ளீடற்ற கூட்டல் குறி, உயரமான மேடையிலோ வேலிக்குள்ளோ நிற்கும் மரம் (படம் 10.3), மீன், மயில், மான் முதலானவை. இன்னொரு முக்கியமான சின்னம் அரசமரமும் அரச இலையும். வேதங்களில் புனிதமானதென்று பூஜிக்கப்பட்ட இந்த அரச மரத்தின் கீழ் இருந்துதான் புத்தர்பிரான் ஞானம் பெற்றார் என்பதால் அது மிகப் புனிதமாகக் கருதப்படுகிறது. இந்தியாவில் இன்றும் மிகப் புனிதமான மரமாகப் போற்றப்படுகிறது.

கலைகளும் சித்திர வடிவங்களும்

புராதன எகிப்து, மெசபடோமியா அல்லது சீனா ஆகிய நாடுகளுடன் ஒப்பிடும்போது ஹரப்பாவின் கலைச்செல்வம் ஏமாற்றம் அளிக்கும் வகையில் மிகவும் குறைவுதான். ஒருவேளை ஹரப்பா கலைஞர்கள் 'சிறியதே அழகானது' என்று நினைத்தார்களோ என்னவோ! அவர்கள் தயாரித்த அழகார்ந்த நகைகளையும் நுணுக்கமாகச் செதுக்கிய முத்திரைகளையும் பார்க்கும்போது அவர்கள் கலைத்திறன் மிகுந்தவர்கள் என்பதில் எந்த சந்தேகமும் இல்லை. ஆனால், பிற்கால இந்தியாவில் நாம் காணும் எண்ணிலடங்காத கலைச்செல்வங்களுடன் ஒப்பிடும்போது ஹரப்பாவில் தயாரிக்கப்பட்ட பொருள்களின் அளவும் எண்ணிக்கையும் குறைவாகவே இருக்கிறது. (ஹரப்பாவில் தயாரிக்கப்பட்டிருக்கக்கூடிய மரத்தாலான பொருட்களும், துணிகளில் வரையப்பட்டச் சித்திரங்களும், பிற அழியும் ஊடகங்களில் உருவாக்கப்பட்ட

படம் 10.4 : புகழ் பெற்ற பசுபதி முத்திரை. உள் படத்தில் மதுராவில் கிடைத்த நந்திபாதம் [9] (© ASI)

கலைப்படைப்புகளும் ஒரேயடியாக அழிந்துவிட்டன. நமக்குக் கிடைத்துள்ளது ஒரு சிறு துளிதான் என்பதை மறக்கக்கூடாது).

இத்தனையெல்லாம் இருந்தும்கூட ஹரப்பாவின் கலை வண்ணம் சரித்திர காலத்திலும் தொடர்ந்ததென்பதை உறுதிப்படுத்தும் அழுத்த மான உதரணங்கள் நமக்குக் கிடைத்துள்ளன. இந்திய செவ்வியல் காலக் கலைப்படைப்புகள் ஹரப்பா காலக் கலை வடிவங்களைப் பெருமளவுக்கு நினைவுபடுத்துபவையாகவே இருக்கின்றன.

இப்படிப்பட்ட ஒரு வடிவம்தான் மொஹஞ்ஜோ-தரோவில் கண்டு பிடிக்கப்பட்ட புகழ் பெற்ற 'பசுபதி' முத்திரை. வேதகால இலக்கியங் களில் வர்ணிக்கப்பட்ட 'மிருகங்களின் கடவுள்' என்ற உருவம் போல் இருப்பதாக இதனைக் கண்டுபிடித்த ஜான் மார்ஷல் கருதியதால் இந்தப் பெயரைச் சூட்டினார். இந்த விளக்கத்தை ஒருபுறம் ஒதுக்கி வைத்து விட்டு இந்த முத்திரையிலுள்ள உருவங்கள் மீது நம் கவனத்தைக் குவிப்போம். முத்திரையின் நடுவில் ஒரு கம்பீரமான உருவம் தாழ்வான மேடையில் ஒரு யோகாசன நிலையில் அமர்ந்திருக்கிறது. இந்த யோகாசனநிலை இந்தியர்களுக்கு மிகப் பரிச்சயமானது. புத்த* சமண

கலைப்படைப்புகளில் காணப்படும் ஒருநிலை. சிவபெருமானும் இதே நிலையில்தான் அமர்ந்திருப்பார். இந்த ஒரே இறையுருவம் பல்வேறு முத்திரைகள், கல்வெட்டுகளில் இடம்பெற்றிருப்பதால் ஒரே ஒரு கடவுள்தான் அப்போது இருந்திருக்க வேண்டும். அந்தக் கடவுளுக்கு மூன்று முகங்கள் உள்ளன. பிற்காலத்தில் வந்த இந்து மத மும்மூர்த்தி வடிவத்தின் முன்னோடியாக இது இருக்கக்கூடும். இதன் மூன்று கொம்பு கொண்ட தலைக் கவசமும் நமக்குப் பரிச்சயமானதுதான். புத்தர் காலக் கலைகளில் (உதா: பர்கூட், சாஞ்சியில் காணப்படுகிறது) முக்கிய இடம்பெற்ற 'நந்திபாதம்', 'திரிரத்னம்' ஆகியவற்றைப் போலவே இருக்கிறது. இந்த உருவங்கள் துளையிட்ட நாணயங் களிலும் காணப்படுகின்றன என்று 1948-ல் குறிப்பிட்டிருக்கிறார் டி.ஜி.ஆராவமுதன்.[10]

முன்பு சொல்லப்பட்ட ஒற்றைக் கொம்பு மிருகத்தைத் தவிர திமிலுடன் கம்பீரமாகக் காட்சியளிக்கும் ஒரு காளையின் உருவமும் சிந்து நாகரிக முத்திரைகளில் நிறையக் காணப்படுகிறது (படம் 10.5). ஹரப்பா மக்களுக்கு இந்தக் காளை விசேஷ மதிப்புக்குரிய ஒன்றாக இருந்திருக்க வேண்டும். சிவபெருமானின் வாகனமான நந்திக்கு இந்தக் காளைதான் முன்னோடியாக இருந்திருக்க வேண்டுமென்று பல அறிஞர்கள் கருதுகின்றனர்.

படம் 10.5: சிந்துசமவெளி முத்திரையில் காணப்படும் திமில் உள்ள காளை. (© ASI)

பெண் உருவச்சிலைகளும் ஹரப்பாவில் கண்டுபிடிக்கப்பட்டன. இந்தச் சிலைகளில் காணப்படும் ஏராளமான அணிகலன்கள், தலையின் இருபுறமும் காணப்படும் கோப்பைகள் ஆகியவற்றை வைத்து இது ஒரு அம்மன் சிலையாகத்தான் இருந்திருக்க வேண்டுமென்றும், இந்தக் கோப்பைகள் எண்ணெய் திரிவிளக்குகளாகப் பயன்படுத்தப்பட்டிருக்க வேண்டுமென்றும் அகழ்வாராய்ச்சியாளர்கள் கருதுகின்றனர் (இந்தக் கோப்பைகளில் எரிந்த திரியின் கரி

---

* பசுபதி முத்திரையைப் போலவே (அதில் மானுக்கு பதிலாக இரண்டு சிங்கங்கள் இருக்கும்) புத்தருடைய அரியணைக்குக் கீழே இரண்டு மான்களின் உருவம் பொறிக்கப்பட்டிருப்பதைப் பார்த்து ஆச்சரியப்பட்டிருக்கிறேன் (உதா: அஜந்தாவில்). ஆனால், நான் சந்தித்துப் பேசிய வரலாற்று அறிஞர்கள் இதற்கு ஹரப்பா வேர்கள் இருக்கின்றன என்பதை மறுக்கவே செய்கிறார்கள்.

படம் 10.6. தாய் தெய்வத்தின் உருவம்: மூன்றாம் பொ.யு.மு. ஹரப்பா (இடது). வலது பக்கத்தில் இருப்பது மதுராவில் கிடைத்தது.

பிடித்த அடையாளம் இருக்கிறது). இரண்டாயிரம் ஆண்டுகளுக்குப் பின்னர் மௌரியர்களின் காலத்தில் கண்டெடுக்கப்பட்ட அம்மன் சிலைகளும் ஆச்சரியப்படும்வகையில் இதே வடிவில்தானிருந்தன (படம் 10.6, வலது பக்கம்). தலை நிறையப் பூக்கள், கழுத்தில் இரட்டை வட நகை (அதில் கீழிறங்கி இருக்கும் நகையில் தொங்கட்டான் போல் ஒன்றும் இருக்கிறது), ஒரே மாதிரியான ஒட்டியாணம், குட்டைப் பாவாடை, சில நேரங்களில் அதே மாதிரியான பெரிய தோடுகள் முதலியன காணப்பட்டன.[11] நகைகளின் பாணியில் இருந்த ஒற்றுமை நீங்கலாக, இவை இரண்டுக்குமிடையே ஒரே ஒரு வித்தியாசம்தான்

படம் 10.7: ஹரப்பா கால மனித - விலங்கு கலந்த உருவம் (காலிபங்கனில் கிடைத்த உருளை வடிவ முத்திரையில்); ஒரு பெண்ணுக்காகப் போட்டியிடும் இரண்டு வீரர்களைப் பார்த்த நிலையில் அந்த உருவம் இருக்கிறது. (© ASI)

இருந்தது. பிற்கால அம்மன் சிலையில் தலைக்கு இரு பக்கங்களிலும் கோப்பைகளோ (குஜராத்தில் காணப்படும் சில கலைப்பொருட்களில் இப்போதும் காணப்படுகிறது), விசிறி போலிருந்த தலைக் கவசமோ இல்லை. ஆனால், பிற சரித்திர கால பெண் உருவங்களில் இது இப்போதும் காணப்படுகிறது.[12]

ஹரப்பா மக்கள் பூஜித்த மற்றொரு தெய்வம் ' மனித உடல், குதிரை முகம்' கொண்டது (படம் 10.7). இதே உருவம் பிந்தைய இந்து கலைகளில் 'கின்னரி' அல்லது 'கந்தர்வி' வடிவத்தில் வெளிப்படுகிறது.

படம் 10.8 : அரச இலைகளால் ஆன அலங்கார வளைவுக்கு நடுவில் ஹரப்பா கடவுள் (இடது); சிவன் தீயால் ஆன அலங்கார வளைவுக்கு நடுவில் (வலது).
(© ASI)

கடைசியாக நாம் பார்க்கப் போவது இரண்டு அரச மரக் கிளைகளுக்கிடையில் நிற்கும் ஒரு ஹரப்பா இறைவடிவம். சில இடங்களில் இந்தக் கிளைகள் மேல்பாகத்தில் இணைந்து 'வளைவு' வடிவிலிருக்கின்றன. இறைவனைப் பெருமைப் படுத்துவதற்காகப் பயன் படுத்தப்படும் வழிமுறை (படம் 10.8) செவ்வியல் கால கலைவடிவங்களிலும் பயன்படுத்தப்படு கிறது. அமர்ந்த கோலத்தி லிருக்கும் புத்தரின் சிலை யையோ நின்ற கோலத்தி லிருக்கும் சிவனின் திருவுருவத்தையோ சுற்றிலும் இருக்கும் இந்த வளைவு, அந்தச் சிலைகளின் அழகை மேலும் அதிகரித்தபடி இருக்கிறது.

இங்கு ஒரு ஆட்சேபனை எழுப்பப்படலாம். ஹரப்பா காலத்திலிருந்து இன்றுவரை ஒருவித இடைவெளியுமில்லாமல் எந்தவொரு கலை வடிவமும் தொடர்ந்ததாகச் சொல்லமுடியாது. பார்க்கப்போனால் விடுபட்ட கண்ணிகளின் நிறைய இருக்கின்றன. இப்போது நாம் காணும் 'ஒற்றுமை'கள் அந்தக் கலைவடிவக் கோட்பாடுகளில் தனிப்பட்ட முறைகளில் சுயமாக உதித்தவையாகக்கூட இருக்கலாம் என்று ஒரு சிலர் வாதிடலாம். ஒரு பேச்சுக்கு வேண்டுமானால் இந்த வாதத்தை ஒப்புக்கொள்ளலாம். ஆனால், நாம் பார்த்த நுணுக்கமான

சிலை வடிவங்கள் எந்தவித வேர்களும் இல்லாமல் சுயமாக கற்பனையில் உதித்திருக்குமெனச் சொல்லமுடியாது. பார்க்கப்போனால், இம்மாதிரியான கலை நுணுக்கங்கள்தான் ஹரப்பா சிலைகளுக்கு சூட்சுமமான ஆனால், தெளிவான 'இந்தியத் தன்மை' என்ற ஒன்றைத் தந்துள்ளன. இந்திய கலைகளின் மிக முக்கியமான நிபுணரான ஸ்டெல்லா க்ராம்ரிஷ் (Stella Kramrish) 'மொஹஞ்ஜோ-தரோ'வின் உருவச்சிலைகளை இன்று வங்காளத்தில் குயவர்களும், பெண்களும் தயாரிக்கும் உருவச்சிலைகளுடன் சில அம்சங்களில் ஒப்பிடலாம்' என்கிறார்.[14] மேலும், 'அழகிய மௌரியச் சிற்பங்கள் ஹரப்பா காலக் கலைத் தொடர்ச்சியை வெளிப்படுத்துபவையாகவே இருக்கின்றன' என்று நம்புகிறார்.[15] ஃபிரான்ஸைச் சேர்ந்த ழான் வாரன் (Jean Varenne) என்ற வேதகாலம் பற்றிய நிபுணர் 'பத்மாசனம், தொன்ம மிருகங்கள், நடனத்தைக் கொண்டாடுதல் ஆகிய ஹரப்பாச் சித்திரங்கள் இந்தியக் கலைகளில் நிரந்தரமாக இடம்பெற்றுள்ளன' என்கிறார்.[16]

படம் 10.9: லோத்தலில் கிடைத்த மண்பாண்டத் துண்டு: இரண்டு காகங்களும் பொறாமை பிடித்த நரியும். (© ASI)

ஹரப்பாவின் கலைவண்ணம் அவ்வப்போது வியப்பில் ஆழ்த்தும் தன்மை கொண்டதாக இருக்கிறது. லோத்தலில் எஸ்.ஆர்.ராவ்[17] கண்டுபிடித்த இரண்டு மண் பாண்டத்துண்டுகளில் இந்தியப் பாட்டிகளுக்கு நன்கு தெரிந்த கதையைப் பற்றிய சித்திரம் இடம் பெற்றிருந்தது. அதில் ஒன்றில் (படம் 10.9), இரு காக்கைகள் ஒரு மரக்கிளையின் உச்சியில் உட்கார்ந்திருக்கின்றன. அவற்றின் வாயில் மீன்கள் காணப்படுகின்றன. நரியைப் போன்ற ஒரு மிருகம் தரையிலமர்ந்து கொண்டு அந்தச் சுவையான மீனை எப்படிப் பறித்துத் தின்னலாம் என்று யோசித்துக் கொண்டிருக்கிறது. உலகப் புகழ் பெற்ற நாட்டுப்புறக் கதை ஆய்வாளரான லா ஃபாண்டைனி இந்த நாட்டுப்புறக் கதையை இந்திய பாரம்பரியத்தைச் சேர்ந்ததாக வகைப்படுத்தியிருக்கிறார். 'காகமும் நரியும்' கதை 4500 ஆண்டுகளுக்கு முந்தையது என்பதும், அதில் மீனாக இருந்த ஒன்று 17-ம் நூற்றாண்டு ஃப்ரெஞ்சு இலக்கிய வட்டங்களில் பாலாடைக் கட்டியாக மாறியது என்பதும் தெரிந்திருந்தால் ஆச்சரியத்தில் உறைந்து போயிருப்பார்.

மதம் சார்ந்த வாழ்க்கை

ஹரப்பாவாசிகளின் மதம் சார்ந்த வாழ்க்கைமுறைகள் இந்தியாவின் பிந்தைய மதங்களுடன் எப்போதுமே ஒப்பிட்டு விவாதிக்கப்பட்டு வந்துள்ளது. வெளிப்புற மத ஆசாரங்கள், பழக்க வழக்கங்கள் ஆகியவற்றில் மட்டுமல்ல, வேத இலக்கியங்களில் சொல்லப்பட்டுள்ள தத்துவார்த்த ரீதியான விஷயங்களிலும்கூட ஒப்பிடப்பட்டுள்ளன. இங்கும் அகழ்வாராய்ச்சியாளர்கள், மத ஆய்வாளர்கள் எல்லாரும் இந்திய வாழ்க்கை முறையில் ஹரப்பாவின் 'வேர்கள்' இருப்பதை நன்கு உணரமுடிகிறது என்ற முடிவுக்கு வந்திருக்கிறார்கள். ஆனால், அவை ஹரப்பாவிலிருந்து பிந்தைய காலகட்டத்துக்கு எப்படிப் பரிமாற்றம் செய்யப்பட்டன என்பது பற்றி அவர்களிடையே கருத்து வேற்றுமைகள் நிலவுகின்றன. இதை விவாதிப்பதற்கு முன் இரு நாகரிகங்களுக்குமிடையில் காணப்படும் முக்கியமான ஒற்றுமைகளைப் பார்க்கலாம்.

இதைச் செய்ய ஒரு சுலபமான வழி, இன்றைய ஓர் இந்து கிராமவாசியை அப்படியே ஹரப்பா நகரில் கொண்டுபோய் விட்டுவிடுவதுதான். அங்கு அவர் என்னென்ன விஷயங்களைக் கவனிப்பார்? முதலாவதாக, அங்கு தூய்மைக்குக் கொடுக்கப்படும் முக்கியத்துவம் அவர் கண்களில்படும்; வெறும் தூய்மை என்பது மட்டுமல்லால், மதச் சடங்குகளின்போது நீரை உபயோகித்து பொருட்களைச் சுத்தி செய்வது பிந்தைய இந்திய மதங்களில் இருப்பது போலவே அன்றும் செய்யப்பட்டு வந்திருக்கிறது[18] என்பதை அகழ்வாராய்ச்சியாளர்கள் சொல்வது போலவே அந்த கிராமவாசியும் புரிந்துகொள்வார். இன்று இந்துக் கோயில்களில் பக்தர்கள் குளிக்கப் பெரிய குளங்கள் இருப்பது போலவே அன்றும் ஒரு பொதுவான குளிக்கும் இடம் (Great Bath) இருப்பதைப் பார்த்து ஆச்சரியப்படுவார்.[19] மொஹஞ்ஜோ-தரோவில் நகர் வீதிகளிலூடே செல்லும் சுவாமி புறப்பாடு (சில களிமண் வில்லைகள் அந்தக் காட்சியை விவரிக்கின்றன), எண்ணெய் விளக்குகள் ஏற்றப்படுவது, சங்குகள் மூலமாக அபிஷேகம் செய்யப்படுவது, புரோகிதர் ஒருவர் சங்கை முழங்கி சுப நிகழ்ச்சியை ஆரம்பித்து வைப்பது அல்லது குறிப்பிட்ட தெய்வத்தை எழுந்தருளச் செய்வது ஆகிய அனைத்தையும் காண்பார்.[21] அங்கு அவர் பார்க்கும் ஸ்வஸ்திக் சின்னம், அரசமரம் அல்லது திரிசூலம் ஆகியவை அவருக்கு நன்கு பரிச்சயமானவைதான். பெருமளவுக்குத் தனது கிராமக் கோயிலில் இருப்பதுபோன்ற வடிவத்திலான சில 'லிங்க' வடிவங்கள் அங்கு இருப்பதைக் காண்பார் (படம் 10.10). அரசமரத்தை வணங்குவதோ அம்மன் வழிபாடோ அவருக்கு எந்த ஆச்சரியத்தையும் தராது.

நமது கிராமவாசியின் அனுபவத்தை ஜான் மார்ஷல் மிகச் சுருக்கமாக அழகாக வர்ணிக்கிறார் *(1931)*:

மொத்தத்தில் சிந்து சமவெளி நாகரிக மக்களின் மதமானது முழுவதும் இந்தியத் தன்மை கொண்டதே. அதை இந்தியாவில் இன்றும் தொடரும் இந்து மதத்திலிருந்து பிரித்துப் பார்க்கவேமுடியாது."[22]

படம் 10.10: ஹரப்பாவிலும் (இடது) காலிபங்கனிலும் கிடைத்த லிங்கங்கள். (© ASI)

இந்த ஒற்றுமைகள் மதங்களின் நாட்டுப்புற அம்சங்களுடன் மட்டுமே நின்றுவிடவில்லை. அவை இன்னும் ஆழத்தில் செல்கின்றன. சிந்து சமவெளி நாகரிகம் ஆரியர்களுக்கு முற்பட்டது; எனவே, வேதம் சாராதது என்று அறிஞர்கள் (மார்ஷலும்கூட) சொன்னாலும்கூட ஹரப்பா முத்திரைகளிலும் களிமண் வில்லைகளிலும் இருப்பவற்றைப்பற்றி வேத இலக்கியங்களில் என்ன எதிரொலிகள் தென்படுகின்றன என்று பார்ப்பது ஆர்வத்தைத் தூண்டுவதாகவே இருக்கிறது.

ஹரப்பா காலத்திய ஆண்-பெண் கடவுள்கள் பற்றிப் பல ஆய்வுகள் நடத்தப்பட்டுள்ளன. ஆனால், அவற்றின் முடிவுகள் பெரும்பாலும் யூகங்களாகவேதான் இருக்கின்றன. அந்த நாகரிகத்தின் எழுத்து வடிவத்தை நாம் இன்னமும் புரிந்துகொள்ளாத நிலையில் அங்குள்ள சித்திரங்கள்தான் நமக்கு வழிகாட்டிகளாக உள்ளன. உதாரணமாக, 'காளை' உருவம். இது இல்லாத ஹரப்பா முத்திரைகளோ, மண் பாண்டங்களோ இல்லை. ரிக் வேதமும் இந்தக் காளையையே பிற எல்லாவற்றையும்விடப் பெரிதும் புகழ்ந்து பாடுகிறது. இந்திரன் அல்லது அக்னி தேவனுடைய வலிமையைச் சுட்டும் வகையில் 'ரிஷபம் (காளை)' என்று வேதம் புகழ்ந்து பாடுகிறது. ஹரப்பா கலைப் பொருட்களில் அம்மன் உருவம் போதிய அளவுக்குக் காணப்படுகிறது. வேத ஸ்லோகங்களும் அம்மனுடைய பல ரூபங்களை - சரஸ்வதி, உஷா, இலா (பூமி), அதிதி, ப்ருத்வி, பாரதீ-என்றெல்லாம் புகழ்ந்து

பேசுகின்றன. இந்த ஒற்றுமைகள் சுவாரசியமாக இருப்பது உண்மை தான். ஆனால் இவை மட்டும் போதாது. ஏனெனில், வேறு பல புராதன கலாசாரங்களிலும் காளை (அதாவது ரிஷபம்), அம்மன் வழிபடுகள் இருந்துள்ளன. உதாரணமாக, மத்திய இந்தியாவில் பொ.யு.மு.8000 அல்லது 9000ம் ஆண்டிலேயே தாய்த் தெய்வ வழிபாடு இருந்ததாகச் சொல்லப்படுகிறது.[23] ஆகவே, நாம் இதுவரை பார்த்ததைவிட இன்னும் விசேஷமான ஆழமான ஒற்றுமைகளைக் கண்டுபிடிக்க முடியுமா என்று பார்க்கவேண்டும்.

புராதன கால சிவனும் எருமையும்

நாம் முன்பு பார்த்த 'பசுபதி' முத்திரைக்கு (படம் 10.4) மீண்டும் செல்வோம். இதில் புலி, எருமை, யானை, காண்டாமிருகம் ஆகிய நான்கு காட்டு மிருகங்கள் பின்னணியில் காணப்படுகின்றன. நடுவில் யோகநிலையில் கம்பீரமான தோற்றத்துடன் அமர்ந்திருக்கும் இறைவனின் மாபெரும் உருவத்தைக் காண்கிறோம். அந்த உருவத்தின் மூன்று முகங்கள் முன்புறம், வலது, இடது என மூன்று திக்குகளைப் பார்த்துக் கொண்டிருக்கின்றன.

இந்த உருவத்தை ஜான் மார்ஷல் 'ஆதி சிவன்' ஆகப் பார்த்தார். சிவனுடைய பெயர் 'பசுபதி' அல்லது 'மிருகங்களின் அதிபதி' என்பதாலேயே மார்ஷல் அப்படிக் கருதினார். மார்ஷலின் அடையாளப் படுத்தல் அடிப்படையில் சரிதான். ஆனால், அவர் அதற்குச் சொன்ன காரணம்தான் சரியில்லை. ஏனெனில் யஜுர், அதர்வண வேதங்களில் 'ருத்ர'னுடைய ஒரு பெயராகச் சொல்லப்பட்டுள்ள 'பசுபதி' என்பதில் வரும் 'பசு' என்பது வளர்ப்பு மிருகங்களைத்தான் குறிக்கிறது. காட்டு மிருகங்களை அல்ல*. ஆனால், தேவபானமான சோம ரஸத்தைப் பற்றிப் பாடும் ஸ்லோகங்களில் ரிக் வேதம் 'காட்டுமிருகங்களில் எருமை'[24] என்று அந்தக் கம்பீரமான ருத்ரனின் ரூபத்தை வர்ணிக்கிறது. இந்த முத்திரையிலுள்ள இறையுருவம் எருமை மாட்டின் கொம்புகளைத் தலையில் அணிந்திருப்பதாலும், காட்டுமிருகங்களால் சூழப் பட்டிருப்பதாலும் அந்த வர்ணனை பொருத்தமானதுதான் எனத் தோன்றுகிறது. மேலும் வேதத்தில் 'ஸோமன்' சிவனுடைய உக்ர ரூபமான 'ருத்ர'னுடன் தொடர்புடையதாக[25] அல்லது சில நேரங்களில் ஒன்றாகவே பேசப்படுகிறது.[26] சிவபெருமானை 'யோகேஸ்வரன்',

---

* பசுக்களின் அதிபதி என்பது குறியீட்டு அர்த்தத்தில்தான் புரிந்துகொள்ளப்பட வேண்டும். பசு என்பது ஆத்மாவையும் குறிக்கும். அப்படியாக பசுபதி என்பது ஆத்மாக்களின் அதிபதி என்பதையே குறிக்கும். பின்னாளில் சொல்லப்பட்ட கிருஷ்ணரும் பசுக்களும் கூட இப்படியான ஒரு குறியீட்டு அர்த்தத்தைச் சுட்டுவதுதான்.

'யோகநாதர்' என்றும் 'மஹாகாலேஸ்வர்' (காலத்தின் அதிபதி) என்றும் அழைக்கிறோம். அவருக்கு மூன்று முகங்கள் உள்ளன. கடந்த காலம், நிகழ்காலம், வருங்காலம் ஆகியவற்றை அது குறிப்பதாக நினைக்கிறேன். மொஹஞ்ஜோ-தரோவிலிருந்து கிடைத்த இந்த அருமையான முத்திரை சிவனைப் பற்றிய நமது நம்பிக்கைகள், அவருடையது என்று நாம் நம்பும் குணாதிசயங்கள், சிறப்பம்சங்கள் ஆகியவற்றோடு மிக அதிக ஒத்திசைவைக் கொண்டதாக இருக்கிறது.

இந்த ஒத்திசைவுக்கு மேலும் கூடுதல் சான்றுகள் கிடைக்கின்றன. அந்த உருவத்தின் தலையில் காணப்படும் அணிகலன்கள் திரிசூலத்தை நினைவூட்டுகின்றன. இந்தத் திரிசூலம் வேறு சில முத்திரைகளில் தனியாகவும் இடம்பெற்றுள்ளது. சிந்து நாகரிக எழுத்து முறையிலும் இதனைக் காணலாம். கடைசியாக இவற்றைத் தவிர லிங்க வடிவிலான இறை உருவத்தையும் சற்று முன்தான் பார்த்தோம். மொத்தத்தில் சிந்து சரஸ்வதி நாகரிகக் காலத்தில் சிவன் போன்ற ('ஆதி' அல்லது ஆதி அல்லாத) ஓர் இறையுருவம் பூஜிக்கப்பட்டு வந்தது என்ற செய்தி மேலே விவாதிக்கப்பட்ட சான்றுகளிலிருந்து உறுதிப்படுத்தப்படுகிறது.

படம் *10.11:* படம் *10.4*-ல் இருக்கும் அதே கடவுளைக் குறிக்கும் இன்னொரு முத்திரை. (© ASI)

ஆனால், ஜான் மார்ஷலும் மற்ற அறிஞர்களும் சிவனை 'திராவிடக் கடவுள்' என்று அடையாளப்படுத்துவதை நான் ஒப்புக்கொள்ளவில்லை. ஏனெனில், ரிக் வேதத்தில் சிவன் 'ருத்ரன்' என்ற பெயரிலும், யஜுர்வேதத்தில் 'சிவன்' என்ற பெயரிலுமே முதலில் இடம்பெற்றிருக்கிறார்.[27] இந்த முத்திரையிலுள்ள இறையுருவைக் கற்பிதமான, 'ஆரிய காலத்துக்கு முந்தைய' ஆண்குறி வழிபாட்டுடன் இணைக்கும் முயற்சிகளும் மேற்கொள்ளப்பட்டன. ஆனால், இது சரியெனத் தோன்றவில்லை. முத்திரையில் விறைத்த ஆண்குறிபோலத் தோற்றமளிப்பது இடுப்பில் கட்டப்பட்ட கௌபீனத்தின் மடிப்பாகவும் இருக்கலாம். இதே இறையுருவம் அமர்ந்தநிலையில் பொறிக்கப்

பட்டுள்ள பிற முத்திரைகள் இந்த யூகத்தை உறுதிப்படுத்துகின்றன (படம் 10.11).

வேறு பல வடிவங்களும் நமக்கு முன்பே தெரிந்த சில சம்பவங்களை நினைவூட்டுவதாக உள்ளன.

ஓர் எருமை மாடு கொல்லப்படும் காட்சி பல வில்லைகளில் காணப் படுகிறது. சில வருடங்களுக்கு முன்பு இரண்டு பக்கங்களிலும் உருவங்கள் பதிக்கப்பட்ட களிமண் வில்லை ஒன்று ஹரப்பாவிலிருந்து கிடைத்தது (படம் 10.12).[28] இதன் ஒரு பக்கத்தில் ஒருவன் எருமையைக் காலால் அழுத்திக்கொண்டு, ஈட்டியால் குத்திக் கொல்லும் காட்சி காணப் படு கிறது. யோக நிலையில் அமர்ந்தபடி மூன்று கொம்புகளுள்ள தலைக் கவசத்தை அணிந்திருக்கும் வேறொரு உருவம் இந்த எருமை வேட்டையை பார்த்துக் கொண்டிருக்கிறது. இந்த உருவம் நாம் முன்பே பார்த்த 'ஆதி சிவன்' தான். அவருடைய இருப்பு அந்தக் காட்சிக்கு சடங்குரீதியான பரிமாணத்தைத் தருகிறது ('வன்முறைக்காட்சி'களைச் சித்திரிக்கும் மிக அரிதான முத்திரைகளில் இதுவும் ஒன்று.)

படம் 10.12: ஹரப்பாவில் கிடைத்த ஒரு களிமண் வில்லையில் காணப்பட்ட சித்திரம்.

வேதம் எருமைப் பலி பற்றிப் புகழ்ந்து பேசுகிறது.[29] ஆனால், பல அறிஞர்கள் சுட்டிக்காட்டியிருப்பதைப் போல இந்த ஹரப்பா வடிவம் துர்காதேவி மஹிஷாஸுரனைக் கொல்லும் சம்பவத்தைத்தான் நினைவூட்டுகிறது. இந்த சம்பவத்துக்கு ஒரு வேளை ஹரப்பாவேர்கள் இருந்திருக்கலாம். எனினும் இதற்கு வேறொரு மூல வேர் இருக்க வாய்ப்பு இருப்பதையும் மறுக்க முடியாது. (ஈட்டியால் குத்துவது கிடையாது என்றாலும் நீலகிரி மலையிலுள்ள

படம் 10.13: 'இறை வணக்கம்' முத்திரை.

தோடர்களிடையே எருமையைப் பலி கொடுக்கும் வழக்கம் இன்றும் தொடர்கிறது).

'இறைவழிபாடு' என்றழைக்கப்படும் வேறொரு முத்திரையில் (படம் 10.13) ஏதோ ஒரு சடங்கு நடக்கும் காட்சி சித்திரிக்கப்பட்டிருக்கிறது. இதற்குப் பலர் பலவிதமாக அர்த்தம் சொல்லியிருக்கிறார்கள். அந்த முத்திரையில் ஓர் உருவம் அரசமரத்தின் கிளைகளுக்கிடையில் நின்று கொண்டிருக்கிறது. வேறொரு உருவம் மண்டியிட்ட நிலையில் காணப் படுகிறது. இந்த இரு உருவங்களின் தலைகளிலும் ஒரே மாதிரியான மூன்று கொம்புகளாலான தலை கவசமும் பின்னப்பட்ட கூந்தலும் காணப்படுகின்றன. இவர்கள் இருவருமே ஒருவர்தானா? முத்திரையின் அடிபாகத்தில் காணப்படும் ஏழு உருவங்களும் பெண்களா (ஸப்த மாதாக்களா), ஆண்களா (ஸப்த ரிஷிகளா)? அந்த கம்பீரமான மனித முகம் கொண்ட ஆடு (மேஷம்) பலி கொடுக்கப்படுவதற்காக அழைத்துச் செல்லப்படுகிறதா? அல்லது அது வேறு ஏதேனும் ஒரு தெய்வமா? தலையின் இரு பக்கத்திலும் கொண்டையுடன், முக்காலியில் வைக்கப்பட்டிருப்பது மனிதத் தலையாக இருக்குமா? அல்லது அதன் வளைந்த கைப்பிடி ஒரு கமண்டலத்தைக் குறிக்கிறதா?

இந்தக் கேள்விகளுக்குப் பதில் சொல்வது எளிதல்ல. ஆனால், இறை வனைத் தொழும் ஒரு பக்தனின் தோற்றத்தை ரிக் வேதம் இப்படி வர்ணிக்கிறது: அவன் 'நின்ற நிலையில் கைகளை உயர்த்தியோ'[30], 'மண்டியிட்டோ'[31] தான் இறைவழிபாடு நடத்தவேண்டும். அக்னி, இந்திரன்[33], சரஸ்வதி ஆகியோரை 'பணிந்து மண்டியிட்டு'த்தான் தொழ வேண்டும்.[34]

சனு-தரோ (Chanhu Daro) என்ற இடத்திலிருந்து கிடைத்த முத்திரையில் மனிதமுகமுள்ள இந்தியக் காட்டெருமை ஒன்றுபடுத்துக் கிடக்கும் ஒரு பெண்ணுடன் இணையும் காட்சியைக் காண்கிறோம். வழக்கத்துக்கு மாறான இந்த முத்திரையில் அந்தப் பெண்ணின் தலையிலிருந்து செடியொன்று வளர்ந்திருக்கிறது.[35] ரேமண்ட் மற்றும் பிரிட்ஜெட் ஆல்சின்கள் சொல்வதுபோல், 'வேதத்தில் விவரிக்கப்பட்டுள்ள வானும் பூமியும் இணைவதற்கு (தியவபிருத்வி) ஒப்பானது இது. முத்திரையில் இருக்கும் பெண் உருவம் பூமியையும் (மாதா பூமி) காளை ஆகாயத்தையும் (தயுர் மே பிதா) குறிக்கின்றன.' பார்க்கப்போனால் ரிக் வேதம் முழுவதிலுமே பூமியும் வானமும் தாயும் தந்தையுமாக வும்[37] தான் வர்ணிக்கப்பட்டுள்ளன. அது உண்மையும்கூட. சில நேரங் களில் அவை ஒரே தெய்வமாகவும் சொல்லப்பட்டிருக்கின்றன.[38] ரிக் வேதத்திலுள்ள ஒரு ஸ்லோகம் வருணபகவானிடம் செடிகொடிகள்

தழைத்து வளர உதவ வேண்டுமெனப் பிரார்த்தனை செய்கிறது. (மேகத்தை ஒரு காளையாக பாவித்து 'உனது விந்துவை செடி, கொடிகளிடம் செலுத்து' என்று ரிக் வேதம் வேண்டுகிறது). இந்த ஸ்லோகம் மேற்சொன்ன முத்திரையில் காணப்பட்ட உருவத்துக்கு மிகத் துல்லியமான விளக்கம் தருவதுபோல அமைந்துள்ளது (எருமையின் முகம் மனித வடிவில் இருப்பது உட்பட).

ஒற்றைக் கொம்பு மிருகம் (The Unicorn)

சிந்து முத்திரைகளில் காணப்படும் காட்சிகள் என்ன சொல்ல வருகின்றன என்பதைக் கண்டுபிடிக்க முயலும்போது நாம் அவற்றிலுள்ள ஒற்றைக் கொம்பு உருவத்தையும் நன்கு ஆராயவேண்டும் (படம் 10.14). அதற்கு ஏதாவது முக்கியத்துவம் இருக்கிறதா? அது வேத குறியீட்டு அணுகுமுறையோடு தொடர்புடையது என்றால் அந்த ஒற்றைக் கொம்பு மிருகம் செவ்வியல் காலச் சித்திரங்களில் ஏன் காணப்படவில்லை? காளையும், யானையும், எருமையும் சித்திரங்களில் காணப்படும்போது இந்த அழகிய ஒற்றைக் கொம்புடைய மிருகம் மட்டும் காணப்படவில்லையே?

இருப்பினும் இந்த ஒற்றைக் கொம்பு மிருகம் என்ற கற்பனைக் கருத் தாக்கம் ஹரப்பாவுடன் முடிந்துவிடவில்லை. இந்து புராணங்களில் விவரிக்கப்பட்டுள்ள 'மஹா பிரளயம்' உலகையே மூழ்கடித்தபோது விஷ்ணுவின் முதல் அவதாரமான மத்ஸயம் (மீன்) தனது தலையில் ஒற்றைக் கொம்புடன் தோன்றி மனுவைக் காப்பாற்றுகிறது. அனைத்து ஜீவ ராசிகளிலும் ஒன்றைத் தனது படகில் ஏற்றிக் கொண்ட மனு ஒரு கயிற்றினால் தனது படகை அந்தக் கொம்பில் கட்டிக்கொண்டு புதிய உலகுக்குச் செல்கிறார்.

படம் 10.14: மதச்சடங்கு பீடத்தைப் பார்த்தபடி நிற்கும் ஒற்றைக் கொம்பு மிருகம்- சிந்து சமவெளி முத்திரை. (© ASI)

வரலாற்றறிஞர் ஏ.டி. புசால்கர்[40] சொன்னது போல மஹாவிஷ்ணுவின் இரண்டாவது அவதாரமான வராஹம் 'ஒற்றைக் கொம்புள்ளது' (ஏகசிருங்கம்) என்றழைக்கப்பட்டது. மகாபாரதத்தில் கண்ணபிரான்

அர்ஜுனனிடம் தனது முந்தைய அவதாரங்களின் பெயர்களைப் பட்டிய லிடுகிறார். அதில் 'முன்னொரு காலத்தில் ஒற்றைக் கொம்புடைய வராஹத்தின் உருவத்தை ஏற்று நான் கடலில் மூழ்கியிருந்த இந்த உலகை உயர்த்தி மேலே கொண்டுவந்தேன். இந்தக் காரணத்துக்காகவே நான் 'ஏகசிருங்கம்'[41] என்று அழைக்கப்படுகிறேன்' என்று சொல் கிறார். அதாவது, ஒற்றைக் கொம்புள்ள இறைஉருவம் இந்து தொன்மங் களைப் பொறுத்தவரையில் நன்கு பரிச்சயமான ஒன்றுதான் என்பது உறுதியாகிறது.

என்னைப் பொறுத்தவரை, ரிக் வேதமே இந்த இடத்திலும் நமக்கு மிகவும் உதவிகரமாக இருக்கிறது. ஹரப்பாவாசிகள் கொம்புள்ள புலிகள், பாம்புகள், வேறு விசித்திர உருவங்கள் ஆகியவற்றின் சிலை களை வடித்திருக்கின்றனர். அதுபோல் பெரும்பாலான வேத கால தெய்வங்களுக்கு ஒன்று, இரண்டு, மூன்று, நான்கு கொம்புகள் (சில வற்றுக்கு அதைவிடவும் அதிகம்!) இருந்திருக்கின்றன. வேதங்களில் 'கொம்பு' என்பது வெறும் அலங்காரப்பொருளல்ல: எதிரிகளின் கூடாரத்தை 'கூரான கொம்பைக் கொண்ட காளையைப் போல்' அக்னி அல்லது இந்திரன் அழிக்கிறார்கள். சோமன் காளையுடன் ஒப்பிடப் படுகிறார். 'அவர் தனது கொம்புகளை மூர்க்கமாக அசைத்து அவற்றைக் கூர் தீட்டிக் கொள்கிறார்.'[43]

எல்லா இடங்களிலும் கொம்பு வெளிப்படையாகச் சொல்லப்பட வில்லை. உதாரணமாக, இந்திரனை வர்ணிக்கும் போது, '(கொம்பு களைத்) தீட்டிக் கொள்ளும் காளையைப் போல'[44] என்றோ 'கூர்மையான காளை'[45] போலத் தன் எதிரிகளைக் கிழித்துப் போடுகிறான் என்றோதான் சொல்லப்பட்டிருக்கிறது. மேலும் 'ஒரு காளை (தன் கொம்புகளைக் கூர்திட்டிக் கொள்வது) போல இந்திரனும் தனது வஜ்ராயுதத்தைத் தீட்டிக் கொள்கிறார்'[46] ; அது 'ஒரு கூர் தீட்டப்பட்ட ஆயுதம்'[47] என்றெல்லாம் சொல்லப்பட்டுள்ளது. வஜ்ராயுதமாக இருந்தாலும் கொம்பாக இருந்த ாலும் அவையிரண்டும் ஒரே செயலைத்தான் செய்கின்றன: மூர்க்கத்தன மான செயல். எதிரிகளைக் குறிவைக்கும் கூர் தீட்டப்பட்ட தெய்விக சக்தி. எப்போதும்போல், நமக்கு உதவும் வகையில் ரிக் வேதம் இந்தக் குறியீட்டு வாசகங்களின் உள் அர்த்தத்தைப் புரிந்துகொள்வதற்கான சூட்சுமத்தைத் (சாவியைத்) தருகிறது: 'ஸவிதார்' என்ற சூரியதேவன் 'உண்மை என்ற தனது கொம்பை எங்கும் பரப்புகிறான்'[48] என்று அது சொல்கிறது. ரிதஸ்ய சிருங்க அதாவது ரிதம் என்றால் உண்மை அல்லது பிரபஞ்ச ஒழுங்கு. தர்மம் என்பதற்கான வேத கால முன்னோடி.

இந்த உருவகக் குறியீடைச் சித்திரமாக வரைவதாக இருந்தால் அதற்கு இந்த ஒற்றைக் கொம்பு மிருகத்தைவிடப் பொருத்தமானது வேறு

எதுவுமே இருக்க முடியாது. மேலும் 'மருத்' தெய்வங்கள் குழுவை (வன்முறைத் தெய்வங்களின் குழுவை) 'அதி மேலானதை நோக்கி உயர்ந்த'[49] கொம்புகளை க் கொண்ட காளைக்கு ஒப்பிடுகிறது ரிக் வேதம். ஹரப்பா முத்திரைகளில் நாம் பார்த்தது போலவே.*

மேலும் இந்தக் கொம்பு ஆங்கில எழுத்தான 'S' போல இரட்டை வளைவுகளுடன் காணப்படுவதற்கு தெளிவான காரணம் நிச்சயம் இருந்திருக்க வேண்டும் (ஏனென்றால், பொதுவாக காளைகளின் கொம்பு ஒற்றை நெளிவுதான் கொண்டிருக்கும்). இந்திரனின் வஜ்ராயுதத்தில் இருக்கும் 'நூறு நெளிவுகளை'[50] குறிப்பதற்காக ஒரு வசதிக்காக அப்படி வரைந்திருக்கக்கூடும்.

இந்திரனைக் குறிக்கும் நோக்கில் ஹரப்பாவாசிகளால் இந்த ஒற்றைக் கொம்பு மிருகம் பயன்படுத்தப்பட்டதா என்பதை நிரூபிக்க முடியாது. ஆனால், வேதங்களில் வர்ணிக்கப்பட்டுள்ள கூர்மையான கொம்புகள் கொண்ட பலம் மிகுந்த காளையுடன் இந்த ஒற்றைக் கொம்பு மிருகம் பொருந்திப் போவதை நிச்சயம் நாம் கவனத்தில் கொள்ளவேண்டும்.

அக்னி வழிபாடு

ஹரப்பா கலாசாரத்தில் காணப்பட்ட வேறு இரண்டு விஷயங்கள் 'வேத இருண்ட காலம்' என்ற இடைவெளியைப் பாலமிட்டு இணைக்கின்றன. இதில் முதலாவது அங்கு பின்பற்றப்பட்ட அக்னி வழிபாடு. இது ஹரப்பா நகரங்களில் காணப்பட்ட ஹோம குண்டங்களிலிருந்து தெரியவருகிறது.

அரை வட்ட வடிவிலுள்ள ஹோமகுண்டத்தை பனவாலி கோட்டை யில் பார்த்தோம் (படம் 7.2). அந்தக் கோட்டையுமே அரை வட்ட வடிவிலான மதிலால் சூழப்பட்டிருந்தது. இங்கு பகுதி அகழ்வாய்வு நடத்தப்பட்டபோது, 'இந்தக் குண்டத்தில் நெகிழ்வான சாம்பல் நிறைந்து இருந்தது'[51] என்று ஆர்.எஸ்.பிஷத் குறிப்பிட்டிருக்கிறார். தவிரவும், அங்கு ஒரு பெரிய ஜாடியும் கிடைத்திருக்கிறது. சில வருடங் களுக்கு முன் (2002ல்) சிந்து-சரஸ்வதி நாகரிகம் பற்றிய ஒளிப்படச் சுருள்களை கேரளாவில் பாஞ்சால் என்ற இடத்தில் கூடியிருந்த வேத விற்பன்னர்களுக்குப் போட்டுக் காண்பித்தேன்.[52] அங்கு வந்திருந்தவர் களில் சிலர் ஒன்று அல்லது அதற்கு மேற்பட்ட வேதங்களில் நிபுணர் களாக இருந்தனர். அரை வட்ட வடிவம் (தக்ஷிணாக்னி) என்பது ஹோம குண்டங்களுக்குச் சொல்லப்பட்ட பிரதான மூன்று வடிவங்களில்

---

* முன்பு சில இடங்களில் இடம்பெற்றது போலவே இங்கும் ஒருமையில்தான் 'சிருங்க' எனும் சமஸ்கிருத வார்த்தை இடம்பெற்றிருக்கிறது.

ஒன்றுதான் என்றும், மற்ற இரு வடிவங்கள் சதுரம் (ஆஹவானியம்), வட்டவடிவம் (கார்ஹபத்யம்) என்று சுட்டிக்காண்பித்தனர். இந்த மூன்று வடிவங்களும் இன்றும் ஹோமச் சடங்குகளில் காணப்படுகின்றன.[53] *(தோலவிராவில் நாம் கண்ட மஹாவேதிக்கு மேற்குப் பக்கத்திலேயே இவை அமைக்கப்பட்டிருந்தன. படம் 9.4, எண் 2,3,4).*

கேரள வேத விற்பன்னர்கள் பனவாலியில் இருந்ததை ஹோம குண்டம் என்று அடையாளம் கண்டதுபோலவே, ஆர்.எஸ்.பிஷ்தும் தனிப்பட்ட முறையில் அதே முடிவுக்குத்தான் வந்தார். லவுகிகப் பயன்பாடு சாராத கட்டுமானத்தால் சூழப்பட்ட சாம்பல் நிறைந்த அந்தக் குண்டம் அக்னி வழிபாட்டுக்காகவே கட்டப்பட்ட கோயிலாகத்தான் இருந்திருக்க வேண்டும் என்பதே பிஷ்த்தின் முடிவு.

சரஸ்வதியின் கீழ்ப்பகுதியிலுள்ள காலிபங்கனில், கோட்டையின் தெற்கு பாகத்தில் ஒரு செங்கல் மேடையின் மீது கட்டப்பட்டிருந்த ஏழு குண்டங்களை முன்பு பார்த்தோமல்லவா (பக். 205). இது நகர மக்களுக்கு உணவளிப்பதற்காகக் கட்டப்பட்ட சமையற்கூடமாக இருந்திருக்கலாம் என்றும், மையத்தில் இருந்த வட்டவடிவ அமைப்புகள் சமையல் பாத்திரங்களை வைப்பதற்காகப் பயன்படுத்தப்பட்டிருக்க வேண்டுமென்றும் ஒரு சிலர் கருத்துத்தெரிவித்தனர்.[54] பல

படம் 10.15. லோத்தல் பகுதியில் காணப்படும் சதுர வடிவ அக்னி குண்டம். குடுவை முன்னால் வைக்கப்பட்டுள்ளது. 9 -வது தெருவில் வைக்கப் பட்டிருக்கும் இது ஒரு பொது நிகழ்ச்சியைக் குறிக்கிறது. (© ASI)

காரணங்களின் அடிப்படையில் இது சரியல்ல என்றே தோன்றுகிறது. அவை உணவு சமைக்கப் பயன்படுத்தப்பட்டிருந்தால் அவற்றில் விறகை உள்ளே செருகி வைக்க ஒரு துவாரம் இருந்திருக்க வேண்டும். காலிபங்கனில் இருக்கும் ஏழு குண்டங்களில் அது இல்லை. இரண்டாவதாக, மையத்தில் இருந்த வட்ட வடிவ பலகை அமைப்பின் விட்டம் பத்து முதல் பதினைந்து செ.மீ.யாகதான் இருக்கிறது. அதாவது, சமையல் பானைகளைத் தாங்கும் அளவுக்கு இவற்றுக்குப் பலமில்லை. மூன்றாவதாக, இங்கிருந்த குண்டங்களிலிருந்து சாம்பல் மட்டுமே (சிறிதளவு அடுப்புக் கரியும்) கிடைத்தது. ஹரப்பாவாசிகள் 'அசைவர்கள்' என்பது நமக்குத் தெரியும்; இத்தகையோரின் அடுப்புகளில் ஒருவர் சாதாரணமாக எதிர்பார்க்கும் எலும்புகள் எதுவும் தென்படவில்லை. ஆகவே, இந்த குண்டங்கள் ஹோமத்துக்கு மட்டுமே பயன்படுத்தப்பட்டிருக்க வேண்டும்.

காலிபங்கனின் கீழ்ப் பகுதி நகரத்தில் இருக்கும் சில வீடுகளிலும் இம் மாதிரியான ஹோமகுண்டங்கள் காணப்பட்டன. கோட்டைக்கு வெளியே சற்றுக் கிழக்காகக் காணப்பட்ட ஒரு குன்றில் அரை வட்ட வடிவிலோ செவ்வக வடிவிலோ இல்லாமல் கிட்டத்தட்ட வட்ட வடிவிலான ஹோமகுண்டங்கள் காணப்பட்டன. அவற்றில் பெரியதன் விட்டம் 2.5 மீட்டர் ஆக இருந்தது. அதனைச் சுற்றிலும் ஐந்து சிறிய குண்டங்கள் காணப்பட்டன. அவற்றில் சாம்பலும் மண்கட்டிகளும் அதிக அளவில் இருந்தன. ரேமண்ட் ஆல்சின் இந்த ஹோமகுண்டங் களைப் பற்றிக் கீழ்க்கண்டவாறு சொல்கிறார்:

மேற்கண்டவற்றிலிருந்து அக்னியை மையமாகக் கொண்டுள்ள மதச் சடங்குகள் காலிபங்கனில் நகர அளவிலும், சமூக அளவிலும், குடும்ப அளவிலும் மக்களுடைய மத வாழ்க்கையின் ஒரு பகுதியாக இருந்தது தெரியவருகிறது.[56]

சௌராஷ்டிரப் பிரதேசத்தில் லோத்தல் நகரில் 'நீள் வட்ட' வடிவில் மட்டுமல்லாமல் சதுர வடிவிலிருந்த சில குண்டங்களும் காணப் பட்டன. சதுர வடிவ குண்டங்கள் சமையல் அடுப்புகளாக நிச்சயம் இருந்திருக்க முடியாதெனச் சொல்லும் அகழ்வாய்வாளர் எஸ்.ஆர். ராவ் இதற்கு மூன்று காரணங்களைத் தருகிறார். முதலாவது, அவை அளவில் பெரிதாக இருந்தன (சுமார் 2.7 மீ சதுரம்). இவற்றில் ஒரு சில குண்டங்கள் தெருக்களில் கட்டப்பட்டிருந்தன.[57] ஒரு குண்டத்தில் மேல் வரிசையில் அடுக்கி வைக்கப்பட்டிருந்த செங்கற்களில் குழிகள் காணப்பட்டன (படம் 10.15). இவை பாத்திரங்களை வைப்பதற்காக இருந்திருக்கலாம். இந்தக் குண்டங்களின் ஒரு மூலையில் கம்புகளை நடுவதற்கான துவாரமும் காணப்பட்டது. அதேசமயம், இவை வேத

கால ஹோம குண்டங்களைப் போலவே இருப்பதை நிரூபிக்கும் அடையாளங்களும் கிடைத்துள்ளன. அழகிய, வண்ணம் பூசப்பட்ட, வாயகன்ற மண்ஜாடி இந்தக் குண்டத்துக்கு முன்பாக வைக்கப்பட்டிருந்தது. சற்றுத் தொலைவில் ஒரு மண் கரண்டியும் கிடைத்தது.[58] அதன் அடிபாகமும் பக்கவாட்டுப் பகுதியும் ஹோம அக்னியில் அடிக்கடி பட்டுக்கொண்டிருந்ததால் கறுத்திருந்தன. ஹோமம் செய்யும்போது எண்ணெய், பால், நெய் ஆகியவற்றை மேற்சொன்ன ஜாடியிலிருந்து எடுத்து அக்னியில் அர்ப்பிக்க இந்தக் கரண்டி பயன்படுத்தப்பட்டிருக்க வேண்டும் (ஹோமங்களைப் பற்றிப் பேசும் வேதம் இந்த ஜாடியையும் கரண்டியையும் பற்றித் தவறாமல் குறிப்பிடுகிறது).

மூன்றாவதாக, யாகங்களுக்கான ஹோம குண்டங்களின் அளவுகளை விவரமாக எடுத்துரைக்கும் பழங்கால சுல்ப சூத்திரங்களை (Shulba Sutras) பார்க்கலாம். மஹாவேதி பற்றிய அத்தியாயத்தில் இதைக் குறிப்பிட்டிருக்கிறேன். ஹோமகுண்டங்களை எந்தெந்த வடிவங்களில் (பருந்து, ஆமை, சக்கரம், சாதாரண சதுரம்) அமைக்க வேண்டும் என்பது பற்றி இந்தச் சூத்திரங்கள் விவரமாக எடுத்துச் சொல்கின்றன. சதுர வடிவ ஹோமகுண்டத்தின் ஒரு பக்கத்தில் ஒரு மேடையானது வெளியே சற்று நீட்டிக் கொண்டிருப்பதால் அது இந்தக் குண்டத்தின் 'கைப்பிடி' (Handle) என்றழைக்கப்படுகிறது (படம் 10.16).

லோத்தலிலுள்ள ஹோமகுண்டங்களின் அளவுகள் சுல்ப சூத்திரங்களில் சதுரவடிவ ஹோமகுண்டங்களுக்குச் சொல்லப்பட்ட அளவில் பாதிதான் இருக்கின்றன. ஆனால், அதன் ஒரு பக்கத்தில் ஒரு சிறிய மேடை வெளியே 'கைப்பிடி' போல் நீட்டிக்கொண்டிருக்கிறது. மேலும் இந்த குண்டத்தின் நீளம், சுல்ப சூத்திரத்தின் சதுர வடிவ குண்டத்தைப் போல், ஒரு பக்கத்தின் அளவில் கால்பாகம்தான் இருக்கிறது.[59]

இந்தத் 'தற்செயலான ஒற்றுமை' நம்மை வியக்கவைக்கிறது. ஏனெனில், சுல்ப சூத்திரங்கள் பிற்காலத்தில்தான் எழுதப்பட்டிருக்கின்றன. அவற்றில் அடங்கியுள்ள சில கருத்து வடிவங்கள் (Concepts) ஹரப்பா காலத்திலேயே தொடங்கிவிட்டன என்றே தோன்றுகிறது. எது எப்படி யிருந்தாலும் லோத்தலில் ஒரு பிரதான வீதியில் மேடை, ஜாடி, கரண்டி ஆகியவற்றுடன் நாம் பார்த்தது ஹோமகுண்டம் இல்லையென்றால் அவை எதைக் குறிக்கின்றன என்பது இதுவரை தெளிவாக்கப்படவில்லை.

இதைப்போன்ற அக்னி குண்டங்கள் நாகேஷ்வர், வகாத் (இரண்டும் குஜராத்தில்), ராக்கிகரி ஆகிய இடங்களில் காணப்பட்டன;[60] ஆனால்,

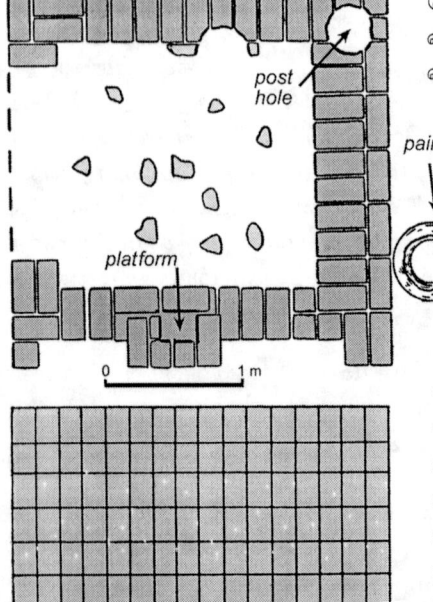

படம் 10.16: லோத்தல் பகுதியில் கிடைத்த பலிபீடத்துக்கும் (மேலே) சுல்ப சூத்திரங்களில் காணப்படும் சதுர வடிவ பீடத்துக்கும் (கீழே) இடையிலான ஒப்பீடு. இந்த அளவு கோல் லோத்தலின் பீடத்துக்கு மட்டும் பொருந்தும்).

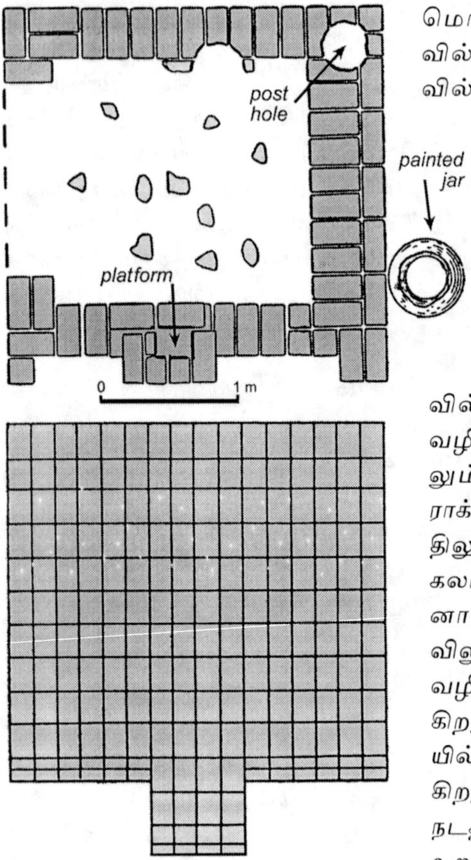

மொஹஞ்ஜோ-தரோ, ஹரப்பாவில் இருந்து கிடைத்திருக்கவில்லை (மொஹஞ்ஜோ-தரோவிலிருந்த ஓரிரு கட்டடங்களை கோயில்கள் என்று அகழ்வாராய்ச்சியாளர்கள் அடையாளப்படுத்தியுள்ளார்கள்.[61] ஆனால், அங்கு எந்த மாதிரியான வழிபாடுகள் நடத்தப்பட்டன என்பது தெரியவில்லை). ஒருவேளை அக்னி வழிபாடு சரஸ்வதி பள்ளத்தாக்கிலும் (அதாவது பனவாலி, ராக்கிகரி, காலிபங்கன்), குஜராத்திலும் மட்டும் நடைபெற்றிருக்கலாம். வேறு மாதிரியாகச் சொன்னால் மொஹஞ்ஜோ-தரோவிலும் ஹரப்பாவிலும் தேவி வழிபாடு பிரபலமாக இருந்திருக்கிறது. ஆனால், சரஸ்வதி பகுதியில் அது அரிதாகவே காணப்படுகிறது. கூடுதல் அகழ்வாய்வுகள் நடத்தப்பட்டால்தான் நம்மால் ஓர் உறுதியான முடிவுக்கு வரமுடியும். அதுவரை ஹரப்பா பிரதேசத்தின் ஒவ்வொரு பகுதியிலும் வெவ்வேறு விதமான இறைவழிபாடுகள் நடத்தப்பட்டு வந்திருக்கிறதென்ற முடிவுக்கு நாம் வரலாம்: அது ஒரே மாதிரியானதாக இருந்திருக்கவில்லை. 'பல்வேறு வழிபாட்டு முறைகள்'[62] அனுமதிக்கப்பட்டிருந்தன என்கிறார் பொஸ்ஸல்.

சரஸ்வதி பிரதேசத்திலும் குஜராத்திலும் அக்னி வழிபாடு நடைபெற்றிருக்கிறது என்பது பெரும்பாலானோரின் ஆவலையும் அதேநேரம் நம்பிக்கையின்மையையும் தூண்டிவிட்டிருக்கிறது. ஆல்சின், லால், ராவ், ஜோஷி ஆகியோரைப் போல் எல்லா

அறிஞர்களும் இந்த முடிவை உடனே ஏற்றுக்கொள்ளவில்லை. ஏனெனில், அக்னி வழிபாடு என்றாலே அவர்களுக்கு அது வேத காலக் கலாசாரத்தைத்தான் நினைவூட்டுகிறது.

யோகா

ஹரப்பாவில் பின்பற்றப்பட்ட வேறொரு பழக்கத்தைப் பற்றியும் நிறையவே எழுதப்பட்டிருக்கிறது. ஆதி-சிவனின் (Proto-shiva) ஒரு சிலை அமர்ந்த நிலையில் காணப்பட்டது. அந்த உருவம் இரண்டு உள்ளங்கால்களும் சேர்ந்து இருப்பதுபோல், கால்விரல்களின் மீது உட்கார்ந்திருக்கிறது. வேறு பல முத்திரைகளிலும் கல்வெட்டுகளிலும் இதே ஆதி-சிவன் போன்ற ஓர் உருவம் உயரம் குறைந்த மேடை அல்லது பீடத்தில் அமர்ந்திருக்கிறது. இந்தக் கோலத்தை ஒரு சிலர் பத்மாஸனம் என்று தவறாகப் புரிந்து கொண்டுள்ளனர். பத்மாஸனத்தில் கால்கள் குறுக்காகக் காணப்படும், இங்கு அப்படியில்லை. இந்தச் சிலையை வெகு நுணுக்கமாகப் பரிசோதித்த மாக் எவில்லி (T.McEvilly)[63] மற்றும் யான் த்யான்ஸ்கி (Yan Dhyansky)[64] என்ற அறிஞர்கள் இது மிகக் கடினமான மூலபந்தாஸனம் என நிரூபித்துள்ளனர். இது மனித உடலினுள் இருக்கும் குண்டலினியை எழுப்புவதற்காகச் செய்யப்படும் ஆஸனம்.

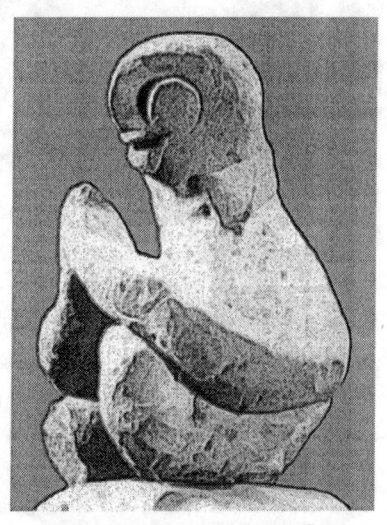

படம் 10.17: ஹரப்பாவில் கிடைத்த பெண் உருவம்

இவற்றைத் தவிர மொஹஞ்ஜோ-தரோ, ஹரப்பா, லோத்தல் ஆகிய இடங்களில் வேறு பல ஆஸன நிலைகளில் இருக்கும் உருவங்களையும் அகழ்வாய்வாளர்கள் கண்டுபிடித்துள்ளனர்.[65] இதில் மிகவும் பிரமாதமான ஒன்று ஹரப்பாவில் கண்டுபிடிக்கப்பட்டுள்ளது (படம் 10.17). கால்களைக் குறுக்காக மடித்துக்கொண்டு, கைகளைக் கூப்பி 'நமஸ்தே' சொல்லும் தோற்றத்தில் இந்த உருவம் இருக்கிறது. இது 4500 வருடங்களுக்கு முன்பு வடிக்கப்பட்டதா நேற்றுத்தான் வடிக்கப்பட்டதா என்று கேட்டால் இன்றைய இந்தியர் குழம்பித்தான் போய்விடுவார்!

இதைவிட நமது கவனத்தை ஈர்க்கும் வேறொரு உருவம் மொஹஞ்ஜோ-தரோவில் கண்டுபிடிக்கப்பட்ட 'புரோகிதர்/அரசர்' வடிவம்

படம் 10.18: மொஹஞ்ஜோ-தரோ வில் கிடைத்த 'புரோகிதர்/அரசர்'

(படம் 10.18). இது கண்டுபிடிக்கப்பட்டபோது, மெசபடோமியாவைப் போல மொஹஞ்ஜோ-தரோ நகரமும் புரோகிதர்/அரசர்களின் கட்டுப்பாட்டில் இருந்திருக்க வேண்டுமென்று ஆய்வாளர்கள் கருதினார்கள். ஆனால், இதை உறுதிசெய்யக் கூடிய சான்றுகள் ஒன்றும் கிடைக்காததால் இந்த யூகம் கைவிடப்பட்டது. இருப்பினும் இப்போதும் அந்த உருவம் 'புரோகிதர்/அரசர்' என்றே அழைக்கப்படுகிறது.

இந்தச் சிலை செதுக்கப்பட்டிருக்கும் முறையைப் பார்த்தால் இது பாக்ட்ரியாவில் காணப்பட்ட பெண் சிலைகளுடன் ஒத்துப்போகிறது என்று ஒரு சிலர் சொல்கின்றனர்.[66] அப்படியே இருந்தாலும்கூட, இவை இரண்டுக்குமிடையில் அடிப்படையான ஒரு வேறுபாடு இருக்கிறது. 'பாதி மூடிய நிலையில் உள்ள ஹரப்பா சிலையின் கண்கள் அதன் மூக்கையே உற்று நோக்கிக் கொண்டிருக்கின்றன'.[67] இது வேறு எங்குமில்லாமல் இந்தியாவில் மட்டுமே காணப்படும் ஒரு வழக்கமாகும். அதாவது ஒரு பிரத்யேக ஆழ்நிலை தியானமுறையை இது குறிக்கிறது என்று ராமப்பிரஸாத் சந்தா என்ற இந்திய ஆய்வாளர் சுட்டிக்காட்டியுள்ளார் (1929).

வேறு வார்த்தைகளில் சொல்வதானால், நமது புரோகிதர்/அரசர் ஆழ்ந்த தியானநிலையில் இருக்கிறார். இது அரசர்களுடனோ ரிஷிகளுடனோ குறிப்பாக மெசபடோமியாவினருடன் இணைத்துச் சொல்லப்படும் ஒன்றல்ல. மார்ட்டிமர் வீலர் சொன்னது போல, 'மெசபடோமிய சிலைகளின் 'ஒரே கோணத்தில் பார்க்கும் பார்வை' சிந்து பிரதேசத்தில் காணப்படும் ஆழந்த தியான நிலையிலிருந்து மிகவும் வேறுபட்டிருக்கிறது'.[68] நாம் முன்பு பார்த்த மூன்று கொம்புத் தலைக்கவசம் கொண்ட இறையுருவத்தைப் போலல்லாமல் இங்கு பார்த்த உருவம் யோக நிலையிலிருக்கிறது. திலீப் சக்ரவர்த்தி இந்த உருவத்தில் உள்ள நபரை 'துறவி' அல்லது 'புனிதமானவர்'[69] என்று வர்ணிக்கிறார். 'அரசன்' அல்லது 'புரோகிதர்' என்பதைவிட இந்தச் சொல் அந்த உருவத்தைச் சரியாக வர்ணிக்கிறது.

இங்கு ஒரு ஆட்சேபனை எழுப்பப்படுகிறது. ரிக் வேத காலத்தில் 'யோகநிலை' என்ற வழக்கமே இல்லாமலிருந்தது. ஆகவே 'ஹரப்பா கால யோகா' எனக் குறிப்பிடும்போது அது வேத காலத்துக்கு முற்பட்டதாகத்தான் இருந்திருக்கவேண்டும். ரிக் வேதத்தில் 'யோகா' என்ற சொல்லே இல்லையென்றாலும் கூட நமது எண்ணங்களை மேலான ஞானநிலையுடன் இணைக்கும்படி அது நம்மை அறிவுறுத்துகிறது:

ஞான ஒளி பெற்றவர்கள் தங்கள் மனத்தை ஒருநிலைப்படுத்திக் கொள்கின்றனர்; அவை தங்களுடைய எண்ணங்களை ஞான ஒளி பெற்ற இறைவனுடன், அகன்ற, பரந்த ஞானநிலையுடனும் இணைத்துக் கொள்கின்றன.[70]

ரிக் வேதத்தில் வேறு பல ஸ்லோகங்களிலும் (பின்னர் பகவத்கீதை யிலும்), நன்கு ஒருங்கிணைக்கப்பட்ட தேர் என்ற உருவகமானது மனத்தின் மீதான கட்டுப்பாட்டைக் குறிக்கிறது: தேருடன் குதிரைகள் 'எண்ணங்களால் பிணைக்கப்பட்டவை'[71] அல்லது 'பிரார்த்தனையால் பிணைக்கப்பட்டவை'.[72]*

ரிக் வேதத்தின் இறவாமை நிலைமையை அடைவதற்கான மையமாக இருப்பது உடலிலுள்ள 'அக்னியை' வெளியேற்றுவதுதான். இந்த அக்னி 'ஜீவராசிகளின் உடலில் வாழ்கிறது, அதில் அனைத்து ஜீவராசி களும் வாழ்கின்றன, (ஆனால், அந்த அக்னி) அழியும் உடல்களில் மறைத்து வைக்கப்பட்டிருக்கிறது.[73]

ரிக் வேதகால ரிஷிகளுடைய ஆன்மிகத் தேடலைப் பற்றி நிறையவே சொல்லிக்கொண்டுபோகலாம். அவை சொல்லப்பட்ட மொழி உப நிஷத்துகளிலிருந்து வேறுபட்டிருந்தாலும் அந்தத் தேடலின் குறிக் கோள்களும் அவற்றை அடையும் முறைகளும் ஒன்றேதான்.'[74]

'ஐந்தாயிரம் வருடங்களுக்கு முன்பே இந்தியாவில் 'யோகா' முறைகள் பின்பற்றப்பட்டு வந்தன' என்று 'யோக வழி முறைகளின் சிந்து சமவெளி மூலம்' என்ற கட்டுரையில் தியானஸ்கி தெரிவித்திருக்கிறார். அப்படி இருக்கும்பட்சத்தில் நம்மால் சரிபார்க்க முடியாத நமக்குத் தெரியாத 'முன்வேத காலப்பழக்க வழக்கம்' என்று நாம் புதிதாக எதையும் கிளப்பத் தேவையில்லை.

---

* இது போன்ற பத்திகளில் யுகா, யுக்தா, யோகா போன்ற வார்த்தைகள் பயன்படுத்தப் பட்டுள்ளன. இவற்றின் சமஸ்கிருத மூலம் யுஜ். இணைத்தல் அல்லது ஒன்று சேர்த்தல் என்பது அதன் அர்த்தம். (ஆங்கிலத்தில் yoke அல்லது ஃப்ரெஞ்சில் joug).

வாழ்வும் மரணமும்

ஹரப்பாவில் பின்பற்றப்பட்ட இறுதிச் சடங்குகள் பல வகைப்பட்டன வாக இருந்தன. இறந்தவர்களில் சிலர் செங்கற்களால் கட்டப்பட்ட புதை மாடங்களில் அடக்கம் செய்யப்பட்டிருக்கின்றனர். இறந்தவ ருடைய தலை இன்று எரியூட்டப்படுவதுபோல் வடக்கு நோக்கி இருக்கின்றன (அப்போதுதான் கால்கள் யமனுடைய திசையான தெற்கு நோக்கி இருக்க முடியும்). ஒரு சில உடல்கள் மரத்தாலான சவப்பெட்டிகளில் வைத்து அடக்கம் செய்யப்பட்டிருக்கின்றன. ஆனால், இந்த வழக்கம் பரவலாகக் காணப்படவில்லை. அப்படிப் புதைக்கப்பட்டிருப்பவர்கள் அரசர்களா, உயரதிகாரிகளா, உயர் நிலை புரோகிதர்களா என்பது நமக்குத் தெரியாது. ஆனால், கடைசியில் சொல்லப்பட்டவராக இருக்க வாய்ப்பு உண்டு. ஏனென்றால், அந்த எலும்புக்கூடுகளில் பாசி மணிகளாலான சங்கிலிகளும், நிறைய தாயத்துக்களும் காணப்பட்டன. சில புதைகுழிகள் குறியீட்டுரீதி யானவையாக எந்தவித எலும்புகளும் இல்லாமல் இருக்கின்றன. எலும்புகள் காணப்படாத மிகப் பெரிய பானைகளிலும் அடக்கம் செய்யப்பட்டிருக்கிறார்கள். அந்த உடல்கள் எரியூட்டப்பட்டிருக் கலாம். நகர மக்கள்தொகையைப் பார்க்கும்போது அங்கு காணப்படும் புதை மாடங்களின் எண்ணிக்கை குறைவாகவே இருப்பதால், பெரும்பாலான உடல்கள் எரியூட்டப்பட்டிருக்கலாம் என்று யூகிக்கப் படுகிறது. குறைந்தபட்சம் கீழ்த்தட்டு மக்களிடையே இந்த வழக்கம் அதிகமாகப் பின்பற்றப்பட்டிருக்கவேண்டும்.

சமூகத்தின் மேல்தட்டு மக்கள் புதை மாடங்களில் புதைக்கப்பட்டிருக் கலாம். ஆனால், புராதன எகிப்திய அரசர்களுடைய கம்பீரமான, அழகான கல்லறைகளுடன் ஒப்பிடும்போது இவை ஒன்றுமேயில்லை. அந்த நிலப்பரப்பில் அவற்றை வித்தியாசப்படுத்திக் காட்டும்விதமாக எதுவுமே இல்லை. பல அளவுகளிலும் வடிவிலுமிருந்த பானைகள் இறந்தவர்களின் உடல்களுடன் அடக்கம் செய்யப்பட்டிருந்தன. இறந்தவர்களுடைய பாசி மணி மாலைகள், வளைகள், மோதிரங்கள் அல்லது தாமிரத்தாலான முகம்பார்க்கும் கண்ணாடிகள் ஆகியவை மட்டுமே அந்தப் பானைகளில் காணப்பட்டன. தங்கம், வண்ணப் படங்கள், கல்லில் செதுக்கப்பட்ட சித்திரங்கள் என அகழ்வாராய்ச்சி யாளரை ஆச்சரியப்படுத்தும் ஒன்றுமே அதில் காணப்படவில்லை.

இதற்கு ஏதோ ஓர் உள்ளர்த்தம் இருக்கவேண்டுமென ஆய்வாளர்கள் நினைக்கின்றனர்: ஹரப்பாவாசிகள் தங்களுடைய மறைந்த முன்னோர் களை மதித்தார்கள்; ஆனால், அவர்களை வானளாவப் புகழ்வதை விரும்பவில்லை. பண்டைய எகிப்தியர்கள் மரணத்துக்குப் பிறகும்

படம் 10.19: ஹரப்பாவில் புதைமாடம் 'ஹெச்'-ல் கிடைத்த வண்ணமயில். பறவையின் உடலுக்குள் படுத்த நிலையில் மனித உடல்.

ஒருவர் தொடர்ந்து வாழ்கிறார் என்று நம்பினார்கள். ஆகவே, அந்தப் புதிய வாழ்க்கையை நன்கு வாழத் 'தயார்ப்படுத்தும் நோக்கில்' தங்களுடைய மறைந்த முன்னோர்களுக்கு எல்லாவித ஆடம்பரங்களையும் ஏற்படுத்திக் கொடுக்க வேண்டுமென நினைத்தனர். ஹரப்பாவாசிகளும் ஓரளவுக்கு மறுபிறவியை நம்பியிருக்கிறார்கள் என்பதை கல்லறைகளில் காணப்படும் பொருட்கள் உறுதிப்படுத்துகின்றன. ஆனால், இறந்தவர்களைவிட உயிர் வாழ்பவர்களுக்கு அதிக முக்கியத்துவம் தந்து, செல்வம் சுழற்சியில் இருக்கவேண்டும் என்பதையே விரும்பியிருக்கிறார்கள். இது இந்தியர்களுக்கே உரித்தான மனப்பான்மையைக் காண்பிக்கிறது.

டி.டி.கோசாம்பி இதற்கு வேறொரு விளக்கம் தருகிறார். ஹரப்பா புதை மாடங்களில் ('ஹெச்' கட்ட புதை குழி) கண்டுபிடிக்கப்பட்ட ஒரு குடுவையின் வெளிப்புறத்தில் வட்ட வடிவ உடலைக் கொண்ட ஒரு மயிலின் படம் காணப்பட்டது. அதன் வயிற்றில் படுத்த நிலையிலிருக்கும் ஒரு மனித உருவம் வரையப்பட்டிருந்தது (படம் 10.19). 'இறந்த மனிதர்களின் உடல்களைப் புழுக்களும் பறவைகளும், குறிப்பாக மயில்களும் தின்றன'[76] என்ற மகாபாரத வாக்கியத்தை கோசாம்பி சுட்டிக்காட்டுகிறார். இதோடு, முதுமைக்குப் பிந்தைய

மறுமையில் அடையக்கூடிய பெருமையைப் பற்றியும், அதற்கடுத்த வரியில் 'மனிதர்களைப் புசிக்கும் பறவைகள்'[77] பற்றியும் பேசும் ரிக் வேத ஸ்லோகத்தை இங்கு நினைவுபடுத்த விரும்புகிறேன்.

யமுனை நதியிலிருந்து கிழக்கே சற்றுத் தொலைவிலுள்ள ஸநோலி (Sanauli) என்ற மிக சமீபத்தில் அகழ்வாராய்ச்சி செய்யபட்ட ஹரப்பா கால ஆய்விடத்திலுள்ள ஒரு புதைமாடத்தில் கிடைத்த மண் ஜாடியின் மூடியில் ஒரு பறவையின் உருவம் செதுக்கப்பட்டிருந்தது. இந்தத் தனித்தன்மை வாய்ந்த பகுதி இறந்தவர்களைப் புதைக்கும் இடமாக இருந்திருக்க வேண்டும். இதுவரை 116 புதை மாடங்கள் கண்டு பிடிக்கப்பட்டுள்ளன. இந்தப் பகுதியின் மொத்தப்பரப்பளவு ஏறக் குறைய நான்கு ஹெக்டேராக இருந்ததால், அகழ்வாய்வாளர்கள் இந்த இடத்தை Necropolis (மயானம்)[78]என்று அழைக்கிறார்கள். வேத இலக்கியங்களில் விவரிக்கப்பட்டுள்ள உடல்களைப் புதைக்கும் முறைகள், உடல்களுடன் வைக்கப்படும் பொருட்கள் ஆகியவற்றுக் கும் இங்கு காணப்படுபவற்றுக்கும் ஏதாவது தொடர்பிருக்கிறதா என்பதை ஆய்வாளர்கள் கண்டுபிடிக்கமுயன்றனர். ஆனால், இதனைப் பற்றி உறுதியாக ஏதேனும் சொல்வதற்குக் கூடுதல் ஆய்வுகள் தேவைப்படுகின்றன.

இதனிடையில், இந்தப் பிரதேசத்திலிருந்து கண்டுபிடிக்கப்பட்ட செவ்வக வடிவிலான ஒரு களி மண்பாத்திரத்தின் உள்பக்கம் வழவழப் பாக்கப்பட்டிருந்தது. இந்தப் பாத்திரத்தில் எரிந்த நிலையில் சில மனித எலும்புகளும் சாம்பலும் காணப்பட்டன. இறந்தவர்களின் உடல்கள் எரியூட்டப்பட்டன என்பதற்கு முதன் முதலாகக் கிடைத்த சான்று இதுவே என்று சொல்லலாம்.

வேதகாலக் கலாசாரமும் ஹரப்பா கலாசாரமும்

ஹரப்பா கலாசாரத்தையும் வேத கால கலாசாரத்தையும் இணைக்கும் அல்லது இரண்டுக்கும் பாலமாக இருக்கும் நுட்பமான பல்வேறு இழைகள் இருக்கின்றன. ஹரப்பாவில் சமூகம் சார்ந்த அதிகாரப் பரவலாக்கம் (செயல்பாடுகளும்கூட) அதாவது 'வேற்றுமையில் ஒற்றுமை' என்ற அம்சம் இருந்ததை முன்பே நாம் பார்த்தோம். உயர்த்திப் பிடிக்கப்பட்ட அரசர்கள் அல்லது ஆளும் வர்க்கம் என்று ஒன்று இல்லாதிருந்ததையும் பார்த்தோம். கங்கை சமவெளி நாகரிகத் தின் தொடக்க காலங்களிலும் இப்படிப்பட்ட சமூக அமைப்புதான் நிலவியது. தார்மிக ஒழுக்கங்களின் அடிப்படையில் பார்த்தால், தர்மம் (பிரபஞ்ச மற்றும் தனிப்பட்ட ஒழுங்கு), அர்த்தம் (செல்வம்), காமம் (இன்பம்), மோக்ஷம் (வீடு பேறு) ஆகிய நான்கு குறிக்கோள்களே சரித்திர இந்தியாவின் கலாசார அடித்தளமாக விளங்கின.

நால் வருண வாழ்க்கை முறையைப் பற்றிப் பேசும்போது, 'ராணுவ அதிகாரத்தைப் பிரயோகிக்காமலேயே'[79] வர்த்தகத்தையும் செல்வத்தையும் பெருக்கியதன் மூலம் ஹரப்பாவாசிகள் மேற்சொன்ன முதல் மூன்று குறிக்கோள்களை நடைமுறைப்படுத்தியிருக்கிறார்கள் என்கிறார் கெனோயர். ஹரப்பாவில் யோகா, தியான முறை ஆகியவையும் பின்பற்றப்பட்டன என்பதை இப்போதுதான் பார்த்தோம். ஆகவே, ஹரப்பாவாசிகள் மோக்ஷத்தை அடைவதிலும் ஆர்வமாக இருந்திருக்க வேண்டும் என்று நாம் யூகிக்கலாம்!

தோலவிராவின் நகர அமைப்பை (பக். 252) நாம் மீண்டும் பார்த்தால், அங்கு இரண்டு முக்கியமான வேதகாலக் கொள்கைகள் பின்பற்றப்பட்டதைத் தெரிந்துகொள்ளமுடியும். முதலாவது, கட்டட அளவுகளின் விகிதங்களில் அவர்கள் பின்பற்றிய கணக்குமுறை அடிப்படை அலகின் மடங்காக இருப்பதைப் பார்க்க முடியும் (உதாரணமாக 5:4 என்பது வேறொன்றுமில்லை, அடிப்படை அலகுடன் கால் பங்கைச் சேர்த்தால் வருவது; 9:4 என்பது முன்னதைவிட இன்னும் ஒன்று மடங்கு கூடுதல்). சுல்ப சூத்திரத்தில் சொல்லப்பட்டுள்ள ஹோமகுண்டங்களுடைய நீள, அகலத்தைத் தீர்மானிப்பதிலும் இந்தக் கணக்கு முக்கியப் பங்கு வகிக்கிறது.[80] ஒரு முழு எண்ணுடன் அதனுடைய பின்னத்தைக் கூட்டுவது, ஆழமான ஒரு தளத்தில், 'அபிவிருத்தி'யைக் குறிக்கிறது: வளமைக்கு வழிகோலுகிறது. இந்து கட்டடக்கலையிலும் இதுவே கட்டடங்களின் அளவுகளைத் தீர்மானிப்பதில் முக்கிய பங்கு வகிக்கிறது.[81]

வேதத்தில் சொல்லப்பட்ட இரண்டாவது கொள்கை ஒரு குறியீட்டை ஒன்றுக்கு மேற்பட்ட தடவை திரும்பத் திரும்ப எழுதுவது அல்லது வரைவது. மூலாதாரமான ஒன்றில் இருந்து கிளைத்து எழுதல் என்பதை விளக்கும் வகையில் அப்படிச் செய்யப்பட்டிருக்கும். செவ்வியல் கட்டடக்கலையிலும் இந்தப் பாணி பின்பற்றப்பட்டிருப்பதைப் பார்க்க முடியும்[82] (கோயில்களில் கோபுரங்களில் படிப்படியாக உயரம் அதிகரித்துச் சென்று உச்சியை எட்டுவது). தோலவிரா நகரின் கோட்டையின் விகிதமான 5:4 கீழ்ப்பகுதி நகரத்திலும் பின்பற்றப்பட்டிருக்கிறது. 'கோட்டை'யின் நீளத்துக்கும் மைய நகரின் நீளத்துக்குமான விகிதமான 9:4 என்பது மைய நகரம், கீழ்ப் பகுதி நகரம் ஆகியவற்றின் நீளங்களிலும் பின்பற்றப்பட்டிருந்தது. விகிதாசாரத்தில் மிகச் சிறிய அளவிலான பிழை மட்டுமே இருப்பதை வைத்துப் பார்க்கும்போது இத்தகைய விகிதங்கள் மீண்டும் மீண்டும் பயன்படுத்தப்பட்டிருப்பது திட்டமிட்டு வடிவமைக்கப்பட்ட ஒன்றாகத்தான் இருக்க முடியும்.

இவற்றைத்தவிர ஹரப்பா கலாசாரத்துக்கும் வேத கால கலாசாரத்துக்கும் இடையே வேறு பல ஒற்றுமைகளும் 1920 வாக்கில் இருந்தே

சுட்டிக்காட்டப்பட்டுள்ளன.[83] ஆனால், இவற்றுக்கான விளக்கங்கள் தான் ஒன்றுக்கொன்று முரணாக உள்ளன.

உதாரணமாக, ஃபின்லாந்தைச் சேர்ந்த சமஸ்கிருத மொழியறிஞர் அஸ்கோ பார்ப்போலா ஹரப்பாவாசிகள், திராவிட மொழி பேசு பவர்கள் என்ற கருத்தைத் தீவிரமாக ஆதரிக்கிறார் (ஜான் மார்ஷல்தான் இக்கருத்தை முதலில் தெரிவித்தார்). பார்ப்போலாவின் மிக முக்கியமான ஆய்வு, சிந்து சமவெளி லிபியை திராவிட மொழிகளின் அடிப்படையில் ஆராய்ந்ததுதான். ஆனால், அவருடைய கருத்து களுக்கு அத்தனை வரவேற்பு கிடைக்கவில்லை. ஏனென்றால், சில முத்திரைகளைத் தாண்டி அவரால் வேறு எந்த ஒற்றுமையையும் முன் வைக்க முடியவில்லை. ஆனால், ஹரப்பாவின் குறியீடுகளை விளக்கும் பொருட்டு வேத கால, புராதன இந்து, புத்த, சமண மதக்கருத்து களையும் எண்ணங்களையும் பார்ப்போலா பயன்படுத்தியது சுவாரசியமான ஒன்றுதான்! உதாரணமாக, காலிபங்கனில் காணப்பட்ட ஏழு ஹோமகுண்டங்களை வேதகாலத்தில் செய்யப்பட்ட சோம பலியின்போது மஹாவேதியில் ஸ்தாபிக்கப்பட்டிருந்த ஏழு ஹோம குண்டங்களுடன் பார்ப்போலா ஒப்பிடுகிறார் (படம் *9.4*).[84] 'திராவிட' கடவுளான முருகனுக்கு முக்கியத்துவம் கொடுக்கும் பார்ப்போலா அவரை சமஸ்கிருத இலக்கியங்களில் சொல்லப்பட்ட வேதகால ருத்ரன், வேறு சமஸ்கிருத இலக்கியக் கூறுகள் ஆகியவற்றின் வழியாக ஹரப்பா குறீயீடுகளுடன் இணைத்துப் பேசுகிறார்.

'இறைவணக்கத்'தைக் குறிக்கும் (Divine Adoration) முத்திரையை (படம் *10.13*) விளக்கும்போது அவர் பிராமணங்கள், புராணங்கள், ராமாயணம், மகாபாரதம், துர்கைக்குக் கொடுக்கும் பலி ஆகிய அனைத்திலிருந்தும் மேற்கோள் காட்டுகிறார். வேத இலக்கியங்களில் முக்கிய இடம் பெற்றுள்ள ரோஹிணி நட்சத்திர மண்டலத்தை மையமாகக் கொண்டு பார்ப்போலா தனது வாதங்களை முன்வைக்கிறார். 'இறைவணக்க' முத்திரையில் நின்ற கோலத்திலிருக்கும் ஏழு உருவங்களை ஸப்த மாதாக்கள் என்றோ ஸப்தரிஷிகளின் மனைவியர் என்றோ சொல்லும் பார்ப்போலா அந்த ஏழு உருவங்களும் 'கிருத்திகா' நட்சத்திர மண்டலமாகத்தான் இருக்கவேண்டுமென்றும் சொல்கிறார். இது எந்த வகையிலும் 'திராவிட'த்துடன் தொடர்புடையது அல்ல!

ஒரு சில ஹரப்பா முத்திரைகளை ஆராய்ந்து அவற்றில் திராவிட அம்சங் களை முன்வைத்த ஐராவதம் மஹாதேவனும் ஒற்றைக் கொம்பு மிருகத் தின் முன்பாக வைக்கப்பட்டிருந்த மேடையை ஸோமபானத்தை 'வடித்து' எடுப்பதற்கானதாகச் சொல்கிறார். ஆனால் ஸோமபானத்தைப் பிழிந்தெடுப்பது, அதை வடிகட்டுவது, பின்னர் குடிப்பது ஆகிய அனைத் தும் ரிக் வேதத்தில் முக்கிய இடம் பெற்றிருக்கும் செய்திகள்தான்.

இப்படி, திராவிட மொழி பேசியதாகச் சொல்லப்படுபவர்களுக்கும் வேதகலாசாரப் பழக்கவழக்கங்களுக்குமிடையே உள்ள ஒற்றுமைகள் பற்றி இந்த நிபுணர்கள் என்ன சொல்லப் போகிறார்கள்? இதற்கு அவர்கள் கண்டுபிடித்த எளிய வழி இதுதான்: ஹரப்பா கால மதம், தொன்மக் கதைகள் ஆகியவற்றின் முக்கிய பாகங்களை, பிற்கால ஹரப்பாவாசிகளிடமிருந்து இந்தியாவுக்கு வந்த ஆரியர்கள் தங்க ளுடையதாக்கிக் கொண்டு, அவற்றைத் தங்களுடைய வேத இலக்கி யங்களில் சேர்த்துக்கொண்டனர் என்பதுதான் இவர்களுடைய வாதம்.

வேறு சில அகழ்வாய்வாளர்கள் இதற்கு முற்றிலும் மாறான கருத்து களை வெளியிட்டுள்ளனர். ஆரியர்கள் வெளியில் இருந்து இந்தியாவுக்கு வந்ததற்கான சான்றுகளே இல்லை. ஆகவே, ஹரப்பா கலாசாரமும் வேத கால கலாசாரமும் ஒன்றே என்பதுதான் அவர்களுடைய கருத்து. தோல விராவை ஆய்வு செய்த ஆர்.எஸ்.பிஷத் சொல்வது: 'தோலவிரா நகரின் மூன்று பாகங்களைக் குறிக்கும் சொற்கள் ரிக் வேதத்தில் காணப்படும் 'பரம' (மேல்), 'மத்யம' (நடு), 'அவம' (கீழ்) என்ற சொற்களைப் போலவே தொனிக்கின்றன.[85] தோலவிரா நகரை இப்படி மூன்றாகப் பிரித்ததன் மூலம் 'வேதகால ரிஷிகள் மீ மெய்யியல் மற்றும் தெய்விக உலகை இங்கு காண முயற்சி செய்திருக்கின்றனர்' என்கிறார் பிஷத்.[86]

இதைத்தவிர, ரிக் வேதத்திலுள்ள நூற்றுக்கணக்கான ஸ்லோகங்களில் கிராமங்கள், நகரங்கள், கோட்டை கொத்தளங்கள், பலவிதமான வீடு கள், அறைகள், ஏன் வாசற்படிகள் ஆகியவறுக்கெல்லாம்கூடப் பயன் படுத்தப்பட்டிருக்கும் பல பெயர்களை பிஷத் பட்டியலிட்டிருக்கிறார். ரிக் வேத காலத்து மனிதர்கள் 'நாடோடி' அல்லது 'மேய்ச்சல்' வாழ்க்கை வாழ்ந்தவர்கள். நகர வாழ்வைப் பற்றி ஒன்றுமே தெரியாதவர்கள் என்ற கருத்தை இந்த வளமான வார்த்தைப் பட்டியல் பொய்யாக்குகிறது.

சில வருடங்களுக்கு முன்பு பகவான் சிங் என்ற அறிஞர் ஒருபடி மேலே போய் ரிக் வேதத்தில் இடம்பெற்றிருந்த வர்த்தகம் மற்றும் தொழில் களுடன் தொடர்பு கொண்டிருந்த நூற்றுக்கணக்கான சொற்களைப் பட்டிய லிட்டார்.[87] இவருடைய கருத்துகளை ஒருவர், என்னைப் போலவே, ஏற்றுக் கொள்ளத் தயங்கக்கூடும். ஆனால், இந்தச் சொற்களஞ்சியம் இத்தனை விரிவாக இருப்பது ஆச்சரியத்தையே ஏற்படுத்துகிறது.

பி.பி.லால் கேட்பதுபோல 'ராஜன்', 'சாம்ராட்', 'ஜனராஜன்', 'ராஷ்டிரம்', 'சமிதி', 'சபை', 'அத்யக்ஷன்' போன்ற அரசர்களையும், அரச சபை களையும் சுட்டிக்காண்பிக்கும் வார்த்தைகள் வேத இலக்கியங்களில் அரச நிர்வாகத் துறையில் இடம்பெற்றிருக்கின்றன. இதனை ஒருவர் எப்படி விளக்க முடியும்?[88] மொஹஞ்ஜோ-தரோவிலும் ஹரப்பாவிலும் நாம் பார்த்த விஸ்தாரமான சபா மண்டபம் நம் நினைவுக்கு வருகிறது.

மேற்சொன்ன கருத்தை எதிர்ப்பவர்கள் சொல்வது இதுதான்: ரிக் வேதத்தில் கிராமப்புறச் சூழ்நிலைதான் விவரிக்கப்படுகிறது. அவர்களுக்கு குதிரைகள் தெரியும் (ஹரப்பா சித்திரங்களில் அவை இல்லை). எழுத்துமுறை தெரியாது (ஹரப்பாவினருக்கு எழுத்து முறை தெரியும்); ரிக் வேதத்தின் மொழியைப் பார்க்கும் போது அது பொ.யு.மு. இரண்டாம் ஆயிரமாண்டின் நடுப்பாதிக்கு முன்னால் எழுதப்பட்டிருக்க முடியாது என்றே தோன்றுகிறது.

ஆரியர்களின் ஆக்கரமிப்பு அல்லது புலம் பெயர்தலுடன் நெருக்கமாக இணைந்துள்ள இந்த விவாதம் கடந்த எண்பது வருடங்களாகத் தொடர்ந்து கொண்டிருக்கிறது. இது இப்போதைக்குத் தீருமென்று தோன்றவில்லை. இதைப்பற்றி நிறையவே எழுதப்பட்டுள்ளது. இந்த விஷயம் எத்தனை சிக்கலானதென்பதை விளக்கும் பல ஆய்வுகள் மேற்கொள்ளப்பட்டுள்ளன. தவிரவும் இதனை மேலும் ஆழத்தில் ஆய்வு செய்வதற்காக மானுடவியல், மரபியல், வானவியல் ஆகிய புதிய துறைகளைச் சேர்ந்தவர்களும் இந்த விவாதத்தில் பங்கு கொண்டுள்ளனர்.[89]

நான் உட்பட இந்த விவாதத்தில் பங்கேற்றிருக்கும் பல்வேறு ஆய்வாளர்கள், ஒரு விஷயத்தை முன்வைத்துவருகிறோம்: ஹரப்பா கலாசாரத்துக்கும் வேத கால கலாசாரத்துக்குமிடையே பெரும் வேறுபாடு இருப்பதாக மொழியியல் வல்லுநர்கள், வரலாற்றறிஞர்கள் மற்ற பிற அறிஞர்கள் சொல்லிவருவதற்கு, வேத காலப் படைப்புகளைத் தவறாகப் புரிந்துகொண்டதும் காலனிய பிழையான பார்வையுமே முக்கிய காரணம். அதேநேரம் வெகுவாகப் பரவியிருந்த ஹரப்பா கலாசாரத்தையும் எழுத்துவடிவில் மட்டுமிருக்கும் வேத காலக் கலாசாரத்தையும் ஒப்பிடுவதில் பல சிக்கல்களும், 'படுகுழிகளு'ம் இருக்கின்றன என்பதையும் ஒப்புக் கொண்டேயாக வேண்டும்.

ஆனால், இந்த அத்தியாயத்திலும் இதற்கு அடுத்த வரும் அத்தியாயத்திலும் என் நோக்கம் இந்த விஷயத்தைப் பற்றிய வாதச் சுழலில் சிக்கிக் கொள்வதல்ல. மாறாக, சிந்து-சரஸ்வதி கலாசாரத்தின் ஒட்டுமொத்த பரிணாமத்தைப் பற்றிச் சிறிதளவாவது விளக்குவதுதான்.

நாம் இதனை எப்படி விளக்க முயற்சி செய்தாலும் சரி, சிந்து மற்றும் கங்கை சமவெளி நாகரிகங்களுக்கிடையே பல தளங்களில் கலாசாரத் தொடர்ச்சி இருக்கிறது என்பதை மறுக்கவே முடியாது. பி.பி.லால் சொல்வது போல:

> விவசாயம், சமையல் பழக்க வழக்கங்கள், கலை, கைவினை, விளையாட்டு, நகைகள், குளியல் பொருட்கள், மதச் சடங்குகள் அல்லது சமூக வேறுபாடுகள் - இப்படி

என்ன விஷயமாக இருந்தாலும், இன்றும் கூட, அதில் ஹரப்பா கலாசாரத்தின் அடிப்படை அம்சங்கள் இல்லாத ஒன்று என்று எதுவுமே இல்லை.[90]

அகழ்வாராய்ச்சியோ இலக்கியமோ எதுவாக இருந்தாலும் ஒரு பாரம்பரியம் 'மேற்கிலிருந்து வந்தவர்களால் மூர்க்கத்தனமாகச் சிதைக்கப்பட்டதற்கான' எந்தவொரு தடயமும் கிடைக்கவில்லை என்கிறார் ஸ்டுவர்ட் பிக்காட். இந்த வரிகள் ஆரியர்களை மனத்தில் வைத்துத்தான் சொல்லப்பட்டிருக்கின்றன என்பது தெளிவாகத் தெரிகிறது. அதுபோல் 'கங்கை சமவெளிக் கலாசாரம் ஹரப்பா கலாசாரத்திலிருந்து முற்றிலும் வேறுபட்டிருந்தது' என்று ஏ.எல். பாஷம் சொல்வதும் சரியல்ல.

சுருக்கத்தில் இவ்விரண்டு கலாசாரங்களுக்குமிடையே ஒரு மாபெரும் இடைவெளி 'வேத கால இருட்டு' இருந்தது என்ற கருத்து இப்போது நிராகரிக்கப்பட்டுவிட்டது. கெனோயர் சொன்னது போல, 'இந்த 700 வருடக்காலம் என்பது சீர்குலைந்துபோன இருண்ட காலமல்ல; மாறாக, மறு ஒருங்கிணைப்புக்கும் விரிவாக்கத்துக்குமான காலம்'.[91] இன்னும் தெளிவாகச் சொல்வதானால், 'இரண்டு ஆரம்ப கால கலாசாரங்களுக்கிடையிலான உருமாற்றம் பற்றிய சமீப கால ஆய்வுகள் எல்லாம் அவற்றுக்கு இடையே குறிப்பிடத்தகுந்த இடைவெளியோ தொடர்ச்சியின்மையோ இல்லை என்றே சொல்கின்றன.'[92]

'சில நேரங்களில் 'வேதகால இருட்டு' என்று வர்ணிக்கப்படும் இந்தப் புகழ் பெற்ற வெற்றிடம் ஏராளமான புதிய கண்டுபிடிப்புகளின் பலனாக நிரம்பிவருகிறது'[93] என்று ழான் ழாரிஜ் குறிப்பிட்டிருக்கிறார். அவருடைய அபிப்பிராயத்தில் சிந்து நகரங்களின் அழிவைத் தொடர்ந்து ஏற்பட்ட மாற்றங்களை 'அதற்கு முந்தைய ஆயிரமாண்டுகளுடன் தொடர்புபடுத்திப் புரிந்துகொள்ளவேண்டும். முன்பு சொன்னதுபோல, இரு நாகரிகங்களுக்குமிடையில் இருந்த தொடர்பு முழுவதாக அற்றுப் போய்விடவில்லை.'[94] 'தெற்காசிய அகழ்வாராய்ச்சியில் இருண்டகாலம் என்று முன்பு சொல்லப்பட்ட கருத்தாக்கம் இன்று காலாவதியாகி விட்டது'[95] என்று ஜிம் ஷாஃபரும் உறுதியாகச் சொல்கிறார்.

இந்த விவாதத்தில் நாம் ஒரு முக்கியமான ஒரு 'நபரை' விட்டுவிட்டோம்: சரஸ்வதி! அவரை நாம் இங்கு சாட்சியாக அழைத்திருக்கிறோம். அவரே வாக்தேவி. ஆகையால் அவர் சொல்வதைக் காது கொடுத்துக் கேட்போம்.

{11}

சரஸ்வதியின் வாக்குமூலம்

பத்தொன்பதாம் நூற்றாண்டில் சரஸ்வதி நதியின் 1,500 கிலோ மீட்டர் நீளமுள்ள தடம் மீண்டும் கண்டுபிடிக்கப்பட்டது. அது, இந்திய கலாசாரத்தின் தொடக்கங்கள் பற்றிய நம் புரிதல் மீது மிக அழுத்தமான தாக்கத்தைச் செலுத்தியிருக்கிறது.

நாம் இதுவரை பார்த்தவற்றைச் சுருக்கமாகத் திரும்பிப் பார்ப்போம்.

நம்மிடம் இருப்பவற்றிலேயே மிகப் பழம் பெரும் நூலான ரிக்வேதம், பாரதத்தின் வடமேற்குப் பகுதி பற்றிய பூகோள அமைப்பைத் தெளிவாகச் சித்திரித்திருக்கிறது. அதுவும் குறிப்பாக, அங்கு பாய்ந்தோடிக் கொண்டிருந்த நதிகளின் மூலமாக அதைத் தெளிவுபடுத்தியிருக்கிறது. அவற்றில் ஒன்று தான் சரஸ்வதி. பிரம்மாண்டமானது; கட்டுக்கடங் காதது; மலையிலிருந்து கடலுக்குப் பாய்ந்தோடி வருவது; யமுனைக் கும் சுதுத்ரி (சட்லெஜ்) நதிக்குமிடையில் பாய்கிறது என்றெல்லாம் வர்ணிக்கப்பட்ட நதி.

மகாபாரதம், பிரமாணங்கள், புராணங்கள் போன்ற ரிக் வேதத்துக்குப் பின் வந்த வேத இலக்கியங்களும் இந்த நதி பாய்ந்தோடிய இடங்கள், அது வறண்டு போன விதம், காணாமல்போனது ஆகியவற்றைப் பற்றிய சீரான ஒரு சித்திரத்தையே தீட்டுகின்றன. 19-ம் நூற்றாண்டில் பிரிட்டிஷ் அதிகாரிகள் இந்தப் பிரதேசத்தை ஆய்வு செய்தபோது ஷிவாலிக் மலைத்தொடரில் உற்பத்தியாகிப் பாயும் ஒரு சில பருவ காலக் குறுநதிகளைத்தான் கண்டனர். யமுனைக்கும் சட்லெஜுக்கு மிடையே ஓடும் பெரிய நதி எதையும் அவர்கள் பார்க்கவில்லை.

எனினும், மூன்று முக்கியமான விஷயங்களை அவர்கள் பதிவு செய்துள்ளனர். (1) இந்தப் பிரதேசம் வழியாக, ஒரு காலத்தில் ஒரு நதி மேற்கு நோக்கிப் பாய்ந்தோடிக் கொண்டிருந்தது என்ற செவிவழிக்

கதை (இந்தியப் பாலைவனத்தின் காணமல் போன நதி); (2) பெரு மழைக் காலங்களில் நிரம்பும் அகன்ற, வறண்ட கக்கர் அல்லது ஹக்ரா நதிப் படுகை (3) ஷிவாலிக் மலைத்தொடரின் அடிவாரத்தில் புராதன சரஸ்வதியின் உற்பத்தி ஸ்தானம் என்று வர்ணிக்கப்பட்ட ஒரு தீர்த்தத்திலிருந்து கீழே பாய்ந்தோடி வந்த சர்சுதி என்ற ஒரு குறுநதி.

இதே 19-ம் நூற்றாண்டில் சமஸ்கிருத இலக்கியங்களில் சொல்லப்பட்ட விவரங்களையும் பிரிட்டிஷ் அதிகாரிகள் கண்டுபிடித்த விவரங்களை யும் இணைத்துப் பார்த்து ஆய்வு செய்த இந்தியவியலாளர்கள், இன்றைய கக்கர்-ஹக்ரா நதியின் படுகைதான் பண்டைய சரஸ்வதி நதியின் படுகை என்று அடையாளப்படுத்தியிருக்கிறார்கள். இருபதாம் நூற்றாண்டின் தொடக்கத்தில் வெளியிடப்பட்ட வரைபடங்களிலும் கெஸட்டியர்களிலும் இந்த அடையாளப்படுத்தலே வெளிப்படுத்தப் பட்டது. 'காணாமல் போன' நதி மீண்டும் கிடைத்துவிட்டது. ஆனால் இது ஏன், எப்படி வறண்டது. அது கடலில் நேரடியாகக் கலந்ததா அல்லது சிந்து நதியின் கிளைநதியாக மாறிவிட்டதா என்ற கேள்விகளுக்கு விடைகளைக் கண்டுபிடிக்க வேண்டியிருக்கிறது.

மாக்ஸ் முல்லருக்கும் அவருடைய சம காலத்து இந்தியவியலாளர் களுக்கும் புராதன இந்தியாவின் நீண்ட வரலாற்றில் சரஸ்வதி நதி காணாமல் போனது மிக மிக முக்கியமான நிகழ்வாகும். ஏனென்றால், 'வேத காலத்துக்குப் பின்தான் சரஸ்வதி 'காணாமல் போனது' என்று சொல்லும்போது 'வேத காலத்துக்கும் அதன் பிந்தைய சமஸ்கிருத இலக்கியங்கள் வெளிவந்த காலத்துக்குமான தொலைவைச் சுட்டிக் காட்டும் புதிய தகவலாக இருக்கிறது.'[1]

இதற்குப் பிறகு 20-ம் நூற்றாண்டில் நடத்திய புதைபொருள் ஆய்வுகளில் கிடைத்த விவரங்கள் சரஸ்வதி நதியைப் பற்றிய புதிரை லேசாக அவிழ்த்தன. கக்கர்-ஹக்ரா நதிப்படுகையிலும் அதன் உபநதிகளின் வறண்ட படுகைகளிலும் பெரியதும் சிறியதுமாக எண்ணிலடங்காத அகழ்வாய்விடங்கள் கண்டுபிடிக்கப்பட்டன. அவற்றில் பெரும் பாலானவை சிந்து நதியின் பெயரால் அழைக்கப்பட்ட நாகரிகத்தைச் சேர்ந்தவையாக இருந்தன. இந்தியாவிலும் பாகிஸ்தானிலும் இந்த அகழ்வாய்விடங்கள் பரவியிருந்ததைப் பார்க்கும்போது, கக்கர்-ஹக்ரா நதியில் பொ.யு.மு. மூன்றாம் ஆயிரத்தாண்டில் நீர்வரத்துக் குறையத் தொடங்கியதென்றும், பொ.யு.மு.1900-ம் ஆண்டுவாக்கில் அதன் மத்திய நீர்ப்பரப்பு பெருமளவுக்கு வறண்டு போய்விட்டதாகவும் யூகிக்கப்படுகிறது. நகரமயக் கட்டத்துக்குப் பிறகு கண்டுபிடிக்கப்பட்ட ஆய்விடங்களில் சில கக்கர் நதியின் வறண்ட படுகையிலேயே கண்டுபிடிக்கப்பட்டது இந்த யூகத்தை உறுதி செய்கிறது.[2]

இத்துடன் சரஸ்வதியைப் பற்றிய புதிர் முற்றிலுமாக அவிழ்க்கப் பட்டுவிட்டது என்றும், ஆகவே, இந்த சகாப்தத்தின் முடிவு குறித்து இறுதி வார்த்தைகளை எழுதிவிடலாம் என்றும்தான் நினைப்போம். ஆனால், கொஞ்சம் பொறுங்கள். அதோ, சரஸ்வதி சாட்சிக் கூண்டில் நிற்கிறார்! நம்மிடம் ஏதோ ஒரு அபாரமான விஷயத்தைச் சொல்ல விரும்புகிறார். அதையும் கேட்போம்.

1998-ல் ஜெ.எம். கெனோயர் வர்ணித்த காட்சியை ஒருமுறை பார்க்கலாம்.

'கிழக்கே புராதன சரஸ்வதி நதி (அல்லது கக்கர் - ஹக்ரா நதி) சிந்து நதிக்கு இணையாகப் பாய்ந்தோடியது. சிந்து சமவெளி கலாசாரத்தின் கடைசி காலகட்டத்தில் இந்தப் புராதன சரஸ்வதி முழுவதாக வற்றிவிட்டிருந்தது. அதன் கிளை நதிகளை வேறு இரண்டு பெரும் நதிகள் தம் வச மாக்கிக் கொண்டன. சரஸ்வதி இப்படிப் படிப்படியாக வறண்டு போன விஷயம் பூகோள ரீதியாகவும் புராதன இந்தியாவின் புனித வேதகால இலக்கியங்களிலும் பிரா மணிய நூல்களிலும் விளக்கமாக எழுதப்பட்டுள்ளது. ரிக் வேதத்தில் விவரிக்கப்பட்டுள்ள பல சம்பவங்கள் சரஸ்வதியின் கரைகளில்தான் நிகழ்ந்திருக்கின்றன.'[3]

நாம் இதுவரை பார்த்த விஷயங்களுடைய ஒரு சிறந்த சுருக்கம்தான் இங்கு தரப்பட்டிருக்கிறது (ஒல்தாம், வில்ஹெமி ஆகியோருடைய ஆய்வுகளையும் கெனோயர் குறிப்பிட்டுச் செல்கிறார்).

சிந்து சமவெளி நாகரிகத்தின் கடைசிக் கட்டத்தில் அதாவது பொ.யு.மு. 1900-ம் ஆண்டுவாக்கில் 'புராதன சரஸ்வதி முழுதாக வறண்டுவிட்டது' என்பது சரியென்றால், 'ருக்வேதத்தில் விவரிக்கப்பட்டுள்ள பல சம்பவங்கள் புனித சரஸ்வதி நதியின் கரைகளிலேயே நிகழ்ந்தன' என்பதும் சரியென்றால், இவையனைத்தும் சிந்து சமவெளி நாகரிகம் அழியும் முன்பே, அதாவது சரஸ்வதி கரைபுரண்டோடிக் கொண் டிருக்கும்போதுதானே நடந்திருக்க வேண்டும்? இந்த முடிவைத் தவறென்று சொல்லவே முடியாது.

ஆனால், மாக்ஸ்முல்லரைப் பின்பற்றியபடி, வெளிவந்துள்ள அனைத்து வரலாற்றுப் புத்தகங்களிலும் கலைக்களஞ்சியங்களிலும் சொல்லப் பட்டுள்ளது வேறாக இருக்கிறது. ரிக் வேத ஸ்லோகங்களை இயற்றிய 'ஆரியர்கள்' பொ.யு.மு.1500ம் ஆண்டளவில் இந்தியாவுக்குள் நுழைந்து, அங்கிருந்து யமுனை-கங்கைப் பிரதேசத்தை நோக்கி நகர்ந்து, பொ.யு.மு. 1200-1000க்குமிடையே அந்தப் பிரதேசத்தைத் தாண்டிச்சென்றனர் என்று சொல்லப்படுகிறது.

இங்கு சொல்லப்பட்ட கால அளவு எதுவாக இருந்தாலும் (இது தொடர்பாக ஏராளமான மாறுபட்ட கணிப்புகள் நிலவுகின்றன) ஆரியர்கள் சரஸ்வதி நதிப் பகுதியில் பொ.யு.மு.1400க்கும் பொ.யு.மு.1300க்கும் பிறகுதான் குடியேறியிருக்க முடியும் - அதாவது சரஸ்வதி 'முற்றிலும் வறண்டு' போனதற்குப் பல நூற்றாண்டுகளுக்குப் பின். இதன்பொருள், ஆரியர்கள் ஐந்து பெரிய நதிகளை (சிந்து மற்றும் அதன் நான்கு கிளைகளைத்) தாண்டி, ஒரு நீண்ட, வறண்ட நதிப் படுகையில் குடியேறியிருக்கிறார்கள். மேலும் அந்த நதியைத்தான் 'பெரிய', மகத்தான, 'கட்டுக்கடங்காத', அனைத்திலும் சிறந்த' என்றெல்லாம் வர்ணித்துமிருக்கிறார்கள். இது முற்றிலும் பொருந்தாத ஒன்று.

மேலே பார்த்த இரண்டில் முதலில் சொல்லப்பட்டதுதான் நடந்திருக்க வாய்ப்பு உண்டு. சரஸ்வதியைப் புகழ்ந்து பாடும் ஸ்லோகங்கள், அதிலும் மிகப் பழமையான ரிக் வேதத்திலேயே அவை இடம் பெற்றிருக்கின்றன.[4] அப்படியானால், சரஸ்வதி முழு வீச்சில் பாய்ந்து கொண்டிருந்த நேரத்திலேயே இயற்றப்பட்டிருக்கவேண்டும். இது பொ.யு.மு. மூன்றாம் ஆயிரத்தாண்டுக்கு முன்பாகத்தான் இருந்திருக்க வேண்டும்.

ஆனால், இந்த இரு விளக்கங்களுக்கிடையே காணப்படும் முரண்பாடுகளை ஆல்சின் தம்பதியர் 1997-ல் சிந்து சமவெளி நாகரிக கலாசாரம் பற்றி வெளியிட்ட புத்தகத்தில் மிகத் தெளிவாக விளக்குகின்றனர். காலிபங்கன் நகருக்கு வடக்கே அவர்கள் பார்த்த 'மிகவும் உணர்ச்சிகரமான' அனுபவத்தை அதாவது 'இப்போதும் பார்க்க முடியும்படியாக இருக்கும் சரஸ்வதியின் வெள்ளப் படுகை'யைக் கண்டுகளித்த காட்சியை அவர்கள் வர்ணித்ததை ஏற்கெனவே பார்த்தோம். கெனோயரைப் போலவே இவர்களும் சொல்கிறார்கள்:

> 'சரஸ்வதி நதி சுமார் கி.மு. 2000 வரை பாய்ந்தோடிக் கொண்டிருந்தது. நகரமயக் கட்டத்துக்குப் பிறகுள்ள காலத்தின் ஆரம்பகட்டத்தில் (அதாவது கி.மு. 2000-1700 கால அளவில்) கண்டுபிடிக்கப்பட்ட அகழ்விடங்களின் எண்ணிக்கை குறைவாகவே இருந்தது. இதன்பொருள் அந்த நேரத்தில் சரஸ்வதியில் நீர்வரத்து பெருமளவுக்கு வற்றியிருக்க வேண்டும் என்பதுதான். நகரமயக் கட்டத்துக்குப் பிறகுள்ள காலத்தின் கடைசிக் கட்டத்தில் காணப்பட்ட குடியிருப்புகளின் பரவல் விகிதம் அந்தக் கால கட்டத்தில் (அதாவது கி.மு.1300-1000 வாக்கில்) சரஸ்வதி முழுவதாக வற்றியிருக்கவேண்டும் என்பதையே சுட்டிக் காட்டுகிறது.'[5]

இதே ஆல்சின் தம்பதியர் தங்களுடைய நூலின் ஆரம்ப அத்தியாயங்களில் 'கி.மு. 1500 - கி.மு.1000 ஆண்டு கால அளவில் சரஸ்வதியை ஒரு பெரிய நதி என்று ரிக் வேதம் வர்ணித்திருக்கிறது' என்று சுட்டிக் காட்டியிருக்கின்றனர்.⁶ அதேசமயம் புதைபொருள் ஆராய்ச்சியாளர்களின் முடிவுகளின்படி 'பொ.யு.மு. 2000-க்கும் 1500-க்கும் இடையே 'சரஸ்வதி நதியின் பெரும்பங்கு நீர்வரத்து' குறைந்துவிட்டது என்றும் அவர்களே சொல்லியிருக்கிறார்கள். இந்தக் காலக் குழப்பத்துக்குக் காரணம் 'கி.மு.1500க்கும் 1000க்கும் இடையே' என்று உபயோகித்தது தான். இந்தச் செயற்கையான காலக் கணிப்புகள் 'ஆரிய ஆக்கிரமிப்பு' என்ற கோட்பாட்டை அடிப்படையாகக் கொண்டது. இதற்கு எந்தவித பவுதிகச் சான்றுகளும் கிடையாது.

கிரிகரி பொஸ்ஸலும் இதே முரண்பாடுகளைச் சுட்டிக் காண்பித்து விட்டு, அவற்றைச் சரிசெய்யவும் முயற்சி செய்கிறார். சரஸ்வதியின் உற்பத்தி, வரலாறு ஆகியவற்றைப்பற்றி இவர் மேற்கொண்ட விஸ்தாரமான உபயோகமான ஆய்வுகளைப் பற்றி முன்பே பார்த்தோம். அவை 'அகழ்வாராய்ச்சித் தரவுகளை அடிப்படையாகக்கொண்டு உருவாக்கப்பட்டிருந்தன' (பக். 195). மூன்றாம் ஆயிரத்தாண்டில் சரஸ்வதியில் நீர்வரத்துக் குறைந்தது என்ற தனது சக ஆய்வாளர்களுடைய கருத்தை பொஸ்ஸல் ஏற்றுக்கொள்கிறார்.⁷ இந்த நதியைப்பற்றி ரிக்வேதத்தில் புகழ்ந்து சொல்லப்பட்டிருப்பதைக் குறிப்பிடும்போது, 'இந்த வர்ணனைகள் சரஸ்வதி நதி 'பிரமாண்ட வலிமையுடன் பாய்ந்த நதி'⁸யாக இருந்த பொற்காலத்தைப் பற்றிய 'மலரும் நினைவு'களாக இருந்திருக்கலாம் என்று கூறுகிறார். இவை ஏன் 'மலரும் நினைவு'களாக இருக்கவேண்டும்? ரிக் வேதத்தின் விரிவான வர்ணனைகளை வாசித்தால் அவை நிச்சயமாக 'நினைவுகளாக' இருந்திருக்க முடியாது. ஆனால், பொஸ்ஸல் தனது இந்த விளக்கத்தை அதிகம் நீட்டாமல் இந்த விவாதத்தின் முக்கியப்பகுதிக்கு வருகிறார்:

> 'மூன்றாம் ஆயிரத்தாண்டின் கடைசியில் சரஸ்வதி வறண்டு போனது என்று சொல்லும்போது அதற்கு காலவரிசைப்படி ஒரு முக்கியத்துவம் உண்டு: ரிக் வேதத்தை எழுதியவர்கள் சரஸ்வதி நதி வறண்டு போனதற்கு முன்பே அந்தப் பகுதியில் வசித்துவந்தனர். இது கி.மு.1000க்குப் பதிலாக கி.மு.2000க்கு அருகிலான காலகட்டமாக இருந்திருக்க வேண்டும். அதாவது, வேதகால ஆரியர்கள் பஞ்சாப் பிரதேசத்தில் வாழ்ந்துவந்தனர் என்று பரவலாகச் சொல்லப்படும் காலத்துக்குச் சற்றே முந்தைய காலத்தில்.'⁹

இங்கு 'சற்றே முந்தையக் காலம்' என்பது ஓராயிரம் ஆண்டோ அதற்கு மேலேயோ உள்ள காலத்தைக் குறிக்கும் இடக்கர் அடக்கல் பதம்.

வேதகால ஆரியர்கள் சரஸ்வதிப் பிரதேசத்தில் பொ.யு.மு.2000க்கும் முன்பே வசித்து வந்தனரென்றால் அவர்கள் மிகக் குறைந்தபட்சம் பொ.யு.மு. 2400-2200க்கும் இடையேயுள்ள காலகட்டத்தில் இந்தியாவுக்குள் வந்திருக்கவேண்டும். ஆனால், ஆரியர்கள் இந்தியாவுக்குப் புலம்பெயர்ந்து வந்தனர் என்ற கருத்தை விடாப்பிடியாகக் கொண்டிருப்பவர்கள் இந்தத் தேதிகளை ஏற்றுக் கொள்ளவேமாட்டார்கள்.

சுருக்கமாகச் சொல்வதானால் ஆரியர்கள் இந்தியாவுக்குள் வந்தனர் என்ற வாதத்துடன் மூன்றாம் ஆயிரத்தாண்டின் கடைசியில் சரஸ்வதி வறண்டது என்ற வாதம் நேருக்கு நேராக மோதுகிறது.

சரஸ்வதி நதியும் ஆரியர் பிரச்னையும்

கெனோயர், ஆல்சின் தம்பதியர், பொஸ்ஸல் ஆகியோர் இந்தப் பிரச்னையைக் குறித்து ஒரு உறுதியான முடிவை எடுக்கத் தயங்கும் போது இந்திய அகழ்வாழ்வு நிபுணர்கள் பி.பி.லால், எஸ்.பி. குப்தா, வி.என். மிஸ்ரா, திலீப் சக்ரவர்த்தி[10] ஆகியோரும் வேறு பல அறிஞர்களும் கிடைத்த தகவல்களை ஒருங்கிணைத்து ஒரு முடிவை முன்வைக்கிறார்கள். அவர்களுடைய அபிப்பிராயத்தில் சரஸ்வதியைப் பாடிய கவிஞர்கள் அது கரைபுரண்டோடும் சமயத்திலேயே அதன் கரைகளில் வாழ்ந்தவர்கள் - பொஸ்ஸல் சொன்னதுபோல 'மூன்றாம் ஆயிரத்தாண்டின் முடிவில்'.

அடுத்ததாக, சரஸ்வதி நதி 'மலையிலிருந்து கடலை நோக்கிப் பாய்ந்ததாக' வேதகால ரிஷிகள் பாடியிருக்கிறார்கள். இது நம்மை இன்னும் பின்னோக்கி எடுத்துச்செல்கிறது: நாம் முன்பே பார்த்தபடி (பக். 194), பொஸ்ஸல் வரைந்த படமானது, முழு வளர்ச்சி காலகட்டத்தில்[11] நதி வறட்சி அடையத் தொடங்கியது என்று தெரிவிக்கிறது. இது ரஃபீக் முகல் கோலிஸ்தானில் நடத்திய ஆய்வின் முடிவுகளுடனும் (பக். 192), தனியாக நடத்தப்பட்ட ஐஸோடோப்பு பரிசோதனைகளுடைய முடிவுகளுடனும் ஒத்துப்போகின்றன. படம் 6.8 இதைத் தெளிவாக விளக்குகிறது. இதன் பொருள் ரிக் வேதத்தில் இந்தச் சம்பவத்தை விவரிக்கும் அந்த ஏழாவது மண்டலத்தில் இருக்கும் ஸ்லோகம் பொ.யு.மு. 2500க்கு முன்பே எழுதப்பட்டிருக்க வேண்டும். அதாவது பரவலாகச் சொல்லப்படும் காலத்தைவிட ஆயிரம் ஆண்டுகளுக்கு முன்பே.

எனினும் சில ஆரம்பகட்ட சமஸ்கிருத அறிஞர்கள் இந்தக் காலக் கணிப்பை மறுக்கவில்லை. உதாரணமாக, ஜெர்மனியைச் சேர்ந்த மாரிட்ஸ் விண்டர்நிட்ஸ் (Maritz Winternitz) பெரும்பாலானவர்கள் சொல்லும் காலக்கணிப்பை மறுதலிக்கிறார்.

> ‘வேதகால கட்டம் ஆரம்பித்தது வெகு பின்னால் கி.மு. 1500 அல்லது கி.மு.1200 வாக்கில் தான் என்று வைத்துக் கொண்டால் இத்தனை பிரமாண்ட வேத இலக்கிய வளர்ச்சியை நம்மால் விளக்க முடியாது. ஆகவே இதன் தொடக்கக் காலம் கி.மு.2500 அல்லது கி.மு.2000 என்று தான் வைத்துக் கொள்ள வேண்டும்.’[12]

இதுதான் சிந்து-சரஸ்வதி நாகரிகத்தின் முழு வளர்ச்சிக் கால கட்டமும் கூட. ஆனால் விண்டர்நிட்ஸுக்கு இது தெரிந்திருக்க நியாயமில்லை. ஏனெனில், அவர் மேற்சொன்ன கருத்தை 1907லேயே வெளியிட்டு விட்டார். ஹரப்பாவும், மொஹஞ்ஜோ-தரோவும் இதற்குப் பல வருடங்களுக்குப் பிறகுதான் கண்டுபிடிக்கப்பட்டன. தன் கண்டு பிடிப்பை ஜான் மார்ஷல் உலகுக்கு அறிப்பதற்கு ஒரு வருடத்துக்கு முன்பு, அதாவது 1923-ல், ரவீந்திரநாத் தாகூரின் அழைப்பை ஏற்று விண்டர்நிட்ஸ் விஷ்வபாரதிக்கு விஜயம் செய்தார். அங்கு செய்த ஒரு விரிவுரையில் மாக்ஸ் முல்லர் மற்றும் அவருடைய ஆதரவாளர்களை மறைமுகமாகக் குறிப்பிட்டு கீழ்க்கண்ட கருத்தை வெளியிட்டார்:

> ரிக் வேத ஸ்லோகங்களும் அவை குறிப்பிடும் கலாசாரமும் எகிப்து, பாபிலோன் ஆகிய கலாசார காலகட்டத்துக்கு மிகவும் பிற்பட்டதுதான் என்று நிறுவ சில மேற்கத்திய நாட்டறிஞர்கள் ஏன் இத்தனை பாடுபடுகிறார்கள் என்பது தான் எனக்குப் புரியவில்லை.[13]

இங்கு ‘கலாசாரம்’ என்ற சொல்லை நாம் கவனிக்க வேண்டும். ‘வளர்ச்சியடையாத’, ‘நாடோடித் தன்மை கொண்ட’, ‘மேய்ச்சல் நில’ கலாசாரம்தான் ரிக்வேதத்தில் இடம்பெற்றிருக்கிறது என்ற மாக்ஸ் முல்லரின் கருத்துக்கு எதிரான பல சான்றுகள் தரப்பட்ட பிறகும் அவர் சொன்னது ஒரு மத நம்பிக்கை போல் ஆழமாகப் பதிந்துவிட்டிருக் கிறது. உதாரணமாக, 1958-ல் சமஸ்கிருத மொழிப்புலவரும், பன் மொழிப் பண்டிதருமான பி.கே. கோஷ், ஆரிய ஆக்கிரமிப்பு என்ற மைய நீரோட்டக் கோட்பாட்டை ஒப்புக்கொண்டவர். இருந்த போதிலும் ‘உயர்ந்த நிலையிலிருந்த, முதிர்ந்த, எளிதில் புரிந்துகொள்ள முடியாத ஒரு கலாசாரத்தை ரிக்வேதம் சித்திரிக்கிறது’ என்று ஒப்புக்கொள்ள வேண்டிய கட்டாயத்தில் இருந்திருக்கிறார்.[14]

இதிலிருந்து ஒரு முக்கியமான கேள்வி பிறக்கிறது. ‘ஹரப்பா கலாசாரம் வேதகாலத்துக்கு முந்தியது, ஆகவே அது ‘ஆரியம் சாராதது’ என்றும், ஆரியர்கள் சிந்து சமவெளிப் பிரதேசத்துக்கு பொ.யு.மு. இரண்டாம் ஆயிரமாண்டின் பாதியில் வந்தனர் என்றும் சொல்லப்பட்டு வருகிறது.

ஆரியர்கள் எங்கே வசித்தனர் என்பதும் எங்கே தங்களுடைய ஸ்லோகங்களை இயற்றினர் என்பதும் நமக்குத் தெரியும். 'ஸப்த சிந்து' என்ற பெயர் மட்டுமல்லாமல் நதிகளைப் புகழ்ந்து பாடப்பட்டுள்ள ஸ்லோகங்களிலிருந்து வடமேற்கு இந்தியாதான் ரிக் வேதப் பகுதி என்பதையும் நாம் அறிவோம். ஆனால், அதே இடம்தான் மிகத் துல்லியமாக ஹரப்பாவின் மையப்பாகமாகவும் இருக்கிறது. அங்கு இரண்டல்ல, ஒரே ஒரு கலாசாரம் தான் கண்டுபிடிக்கப்பட்டும் இருக்கிறது: 'ஆரியர்'களுடைய குடியிருப்பு என்று சொல்லும்படியாக ஒன்று கூடக் கண்டுபிடிக்கப்பட்டிருக்கவில்லை. நாற்பது வருடங்களுக்கு முன்பு ழான் கஸால் (Jean Casal) எழுதியது இன்றும் சரியாகவே இருக்கிறது:

> 'இன்றுவரை ஆரியர்கள் அகழ்வாராய்ச்சியின் எந்தவொரு வரையறைக்கும் சிக்காதவர்களாகவே இருக்கிறார்கள். 'ஆரியர்கள் இந்த வழியாக வந்தனர்; இது ஆரியர்கள் உபயோகித்த வாள் அல்லது கோப்பை' என்று சொல்லு மளவுக்கு எந்தவொரு மண்பாண்டமோ வேறு பொருளோ இதுவரை கிடைக்கவில்லை.[15]

இருப்பினும் ஆரியர்கள் பிற்கால ஹரப்பா காலகட்டத்தைச் சேர்ந்த ஏதேனும் ஒரு பிரதேசத்தைச் சேர்ந்தவர்கள் (ஸ்வாத் பள்ளத்தாகில் இருக்கும் காந்தார புதை மாடம், பிராக், ஹெச் புதைமாடம், வண்ணச் சுடுமண் காலகட்டம் போன்றவை)என்று நிரூபிக்கப் பல அறிஞர்கள் முயன்றனர். ஆனால், இவை ஒன்றுக்கொன்று முரணாக இருக்கின்றன. அதோடு 'ஆரியக் கலாசாரம்' என்று சொல்ல முடிந்தவகையில் தங்க ளுக்கு உகந்ததாக எந்த சான்றுகள் இருக்கின்றனவோ அவற்றை மட்டுமே கருத்தில் கொண்டு ஒரு கற்பித கருத்தாக்கத்தை முன்வைப் பவையாக இருக்கின்றன. அவற்றில் எந்தவொன்றுமே மத்திய ஆசியாவிலிருந்து கங்கை நதிப் பிரதேசத்துக்குப் புலம்பெயர்ந்து வந்தனரென்று சொல்லப்படும் பாதையை முழுமையாக ஆய்வுக்குட்படுத்தி அதைச் சொல்லியிருக்கவில்லை.

உண்மையில், அகழ்வாய்வாளர்கள் இரு முக்கியமான செய்திகளை ஏற்றுக்கொண்டுள்ளனர். முதலாவது, இரண்டாவது ஆயிரமாண்டு காலத்தில் இந்தியாவின் வடமேற்குப்பிரதேசத்தில் வெளியிலிருந்து எந்தவொரு கலாசார ஊடுருவல் நிகழ்ந்ததற்கான தடயம் எதுவும் இல்லை.[16] இரண்டாவதாக, அந்தப் பிரதேசத்தில் கண்டுபிடிக்கப்பட்ட எலும்புக்கூடுகளிலிருந்து உடலியல்ரீதியாக ஒரே மாதிரியாக இருந்த மனிதர்கள்தான் அங்கு வசித்துவந்தனர். வெளியிலிருந்து யாரும் அங்கு வரவில்லை என்பது உறுதிப்படுத்தப்பட்டுள்ளது. இது சமீபத்தில்

நடத்தப்பட்ட பல்வேறு மரபியல் ஆய்வுகளிலும்[17] உறுதிப்படுத்தப் பட்டுள்ளது. வேறு வார்த்தைகளில் சொல்வதானால், இந்திய உப கண்டத்தின் கலாசாரத்தையும் மொழியையும் அடியோடு மாற்றி யமைத்தது என்று சொல்லப்பட்ட ஆரியர்களுடைய வரவு பற்றிய ஒரு சான்றும் அகழ்வாய்வில் கிடைக்கவில்லை.

இங்கு விவாதிக்கப்பட்டதுடன் முன் இரு அத்தியாயங்களில் நாம் பார்த்த 'கலாசாரத் தொடர்ச்சி'யையும் சரஸ்வதியின் வாக்குமூலத்தை யும் இணைத்துப் பார்த்தால் நாம் ஒரே ஒரு எளிய நியாயமான முடிவுக்குத்தான் வரமுடியும்: மூன்றாம் ஆயிரத்தாண்டில் வேதகாலக் கலாசாரம் இந்தப் பிரதேசத்தில் இருந்தது என்பதுதான் அது.

அப்படியானால், நமது அடுத்த தர்க்கபூர்வமான வேலை என்பது ஹரப்பா கலாசாரமும் வேதகால கலாசாரமும் ஒன்றே என்று நிரூ பிப்பதுதான் என நினைக்கலாம். ஆய்வாளர் பி.பி.லால் சொல்கிறார்:

> 'ரிக்வேதத்தில் (நதி ஸ்துதி, பார்க்க படம் 2.2) சொல்லப் பட்டிருப்பதன்படி ரிக் வேத கால மக்கள் கிழக்கில் கங்கை-யமுனைப் பிரதேசத்திலிருந்து மேற்கில் சிந்து நதி வரையுள்ள இடங்களில் பரவியிருந்திருக்கின்றனர். இதன் அடிப்படையில் ஒரு எளிய கேள்வியைக் கேட்கமுடியும்: பொ.யு.மு.2000க்கு முன்பு (அதாவது, சரஸ்வதி நதி வறண்டு போனதென்று சொல்லப்பட்ட காலத்தில்) மேலே சொன்ன பிரதேசத்தில் எந்த மாதிரியான கலாசாரம் நிலவியதென்று அகழ்வாராய்ச்சி சான்றுகள் தெரிவிக்கின்றன? சந்தேகமே இல்லாமல் அது ஹரப்பா கலாசாரம்தான்.'[18]

ஆனால் சிந்து நாகரிக எழுத்துக்களை முழுவதாகப் படித்துப் புரிந்து கொள்ளும்வரை நாம் எந்த இறுதித் தீர்மானத்துக்கும் வந்துவிட வேண்டாம் என்றும் பி.பி. லால் கேட்டுக்கொள்கிறார். மேலும், மொழியியல், அகழ்வாய்வு சார்ந்த வானசாஸ்திரம் (Archaeoastronomy), மனித இயல், மரபியல், தொன்ம மற்றும் மத ஒப்பீட்டியல் போன்ற பல்வேறு ஆய்வுகளை மேற்கொள்ளாமல் இந்த 'ஆரிய முடிச்சு' என்ற ஒன்றை எளிதில் அவிழ்த்துவிடமுடியாது. ஆரிய பிரச்னைக்குச் சொல்லப்படும் எந்தவொரு தீர்வும் மேற்சொன்ன துறைகள் எழுப்பும் கேள்விகளுக்கும் சந்தேகங்களுக்கும் ஒரு திருப்திகரமான விளக் கத்தைத் கட்டாயம் தந்தாக வேண்டியிருக்கும். அந்தப் பொறுப்பை நாம் வேறொரு ஆராய்ச்சிக்குக் கொடுத்துவிடுவோம்.[19]

வெண்கலக் காலக்கட்டத்தினூடே நாம் மேற்கொண்ட இந்த நீண்ட பயணத்தின் முக்கிய குறிக்கோள் சரஸ்வதியின் பரிணாம வளர்ச்சியைத்

தெரிந்துகொள்வதும், அதன் இரட்டைப் பங்களிப்பைத் துல்லியமாக வரையறுப்பதும்தான்: ரெனே சொல்வதுபோல், அது 'வேத பூகோளத்தின் உயிர்நாடியாக' இருந்தது மட்டுமல்லாமல் வி.என்.மிஸ்ரா சொல்வதுபோல் 'சிந்து சமவெளி கலாசாரத்தின் உயிர்நாடியாகவும்' (சிந்து நதியுடன் சேர்ந்து) இருந்திருக்கிறது.

ஆனால், இந்தக் கருத்தை அனைவரும் ஏற்றுக்கொள்ளவில்லை. சரஸ்வதியின் காலவரிசை பற்றிய தகவல்களில் கடந்த இருபது ஆண்டுகளில் கூடுதல் தெளிவு கிடைத்திருக்கிறது. அதனடிப்படையில் வேதகால சரஸ்வதியும் கக்கர்-ஹக்ரா நதியும் ஒன்றேதானா என்பதைப் பற்றிய சந்தேகம் எழுப்பப்பட்டுள்ளது. சில சமயங்களில் முன்பு அதை ஒப்புக்கொண்ட சிலரும் இப்போது சந்தேகத்தைத் தெரிவித்திருக்கிறார்கள்.

உதாரணமாக, இந்திய வரலாற்றறிஞர் ரொமிலா தாப்பர் (Romilla Thapar) 'சரஸ்வதி நதி திசை மாறி ஓடியதும் அதைத் தொடர்ந்து அதன் பழைய தடத்தைப் பாலைவனம் ஆக்கிரமித்ததும்தான்'[20] ஹரப்பா நகரங்களின் வீழ்ச்சிக்கான காரணங்களில் ஒன்று என்று 1947-ல் குறிப்பிட்டிருந்தார். ஆனால், 1987-ல் அவர் எழுதிய 'புராதன இந்தியா' (Ancient India) என்ற நூலில் (குறைந்தபட்சம் 2000 ஆண்டுவரை மறுபிரசுரம் செய்யப்பட்டு வந்திருக்கிறது) அவர் எழுதியது:

> 'ஆரியர்கள் முதலில் பஞ்சாபில் குடியேறினார்கள். நாளடைவில் அவர்கள் தென்கிழக்காக தில்லிக்கு வடக்கே உள்ள பிரதேசம்வரை சென்றனர். அங்கு முன்பொரு காலத்தில் 'சரஸ்வதி' என்றொரு நதி பாய்ந்திருக்கிறது. ஆனால், அது இப்போது வறண்டுவிட்டது. ஆரியர்கள் இங்கு பல வருடங்களாகத் தங்கியிருந்திருக்கிறார்கள். இங்குதான் அவர்கள் ரிக் வேதம் என்று அறியப்பட்டிருக்கும் ஸ்லோகங்களை இயற்றினார்கள்.'[21]

இந்தக் கருத்தின் முதற்பகுதி ஆரியர்கள் இந்தியாவுக்குப் புலம்பெயர்ந்தனர் என்ற பொதுவான கருத்தைப் பிரலிபலிக்கிறது. இரண்டாம் பகுதி சரஸ்வதி பாய்ந்தோடிய இடத்தையும், ரிக் வேதத்தை இயற்றியவர்களுடன் அது கொண்டிருந்த தொடர்பையும் பற்றிப் பேசுகிறது. ஆனால், 'ரிக் வேதத்தில் குறிப்பிடப்பட்டிருக்கும் சரஸ்வதிதான் கக்கர் - ஹக்ரா என்ற கருத்துச் சர்ச்சைக்குரியது' என்று ரொமிலா தாப்பர் 2002-ல் குறிப்பிட்டிருக்கிறார்.[22]

இப்படிப்பட்ட 'சர்ச்சை' என்று ஒன்றிருந்தால் அது சமீப காலத்தில்தான் தலைதூக்கியிருக்க வேண்டும். ஏனெனில் ஆரெல் ஸ்டெயின் அல்லது

அமலானந்த கோஷ் ஆகியோர்களுடைய காலத்தில் இம்மாதிரியான சர்ச்சை எழவே இல்லை. ஆனால், இந்தச் சர்ச்சையில் நேரத்தைச் செல வழிக்காமல், வேத கால சரஸ்வதிதான் கக்கர்-ஹக்ரா என்று சொல்லப் படுவதைக் கேள்விக்கு உட்படுத்தும் வாதங்களைப் பார்க்கலாம்.

ஆஃப்கானிஸ்தானிய சரஸ்வதி?

ஒரு நூற்றாண்டுக்கு முன் சொல்லப்பட்ட ஒரு கருத்தை ஒரு வரி வாதம் கேள்விக்கு உட்படுத்தியிருக்கிறது. இந்தக் கருத்தை முதன் முதலில் தெரிவித்தவர்களில் ஒருவர் இந்தியவியலாளரான எட்வர்ட் தாமஸ். 'உண்மையான சரஸ்வதி நதி பாய்ந்தோடிய பகுதி பஞ்சாப் சமவெளி அல்ல. தெற்கு ஆஃப்கானிஸ்தானின் ஹெல்மண்ட் நதிதான் அது' என்று தாமஸ் 1883-ல் வாதிட்டார் (சில ஆண்டுகளுக்குப் பிறகு சமஸ்கிருத மொழிப்புலவர் ஆல்ஃப்ரட் ஹில்லெபிராண்ட் என்ற ஜெர்மனியரும் இதைப்போலவே ஒரு கருத்தை வெளியிட்டார்). தெற்கு ஆப்ஃகானிஸ்தான் பிரதேசத்தின் மிகப் பெரிய நதியான ஹெல்மண்ட் நதி, இந்துகுஷ் மலையின் தெற்குப் பாகத்தில் உற்பத்தியாகி மேற்காக ஓடி, இரான் எல்லைக்கு மிக அருகிலுள்ள ஒரு பள்ளத்தாக்கில் சென்று சேர்கிறது. பண்டைய அவெஸ்தன்* மொழி யில் (சமஸ்கிருதத்தில் இருக்கும் 'ஸ' என்ற எழுத்து அவெஸ்தன் மொழியில் 'ஹ' என மாறும். உதாரணமாக, 'ஸப்தசிந்து' என்பது 'ஹப்தசிந்து' என்று மாறும்).

எட்வர்ட் தாமஸின் கருத்தில் மத்திய ஆசியாவிலிருந்து தெற்கு நோக்கிப் புலம் பெயர்ந்து வந்த வழியில் ஆரியர்கள் ஹெல்மண்ட் நதிக்கரையில் சிறிது காலம் தங்கினார்கள். அதன்பிறகு இந்திய உபகண்டத்தில் நுழைந்து தங்களுடைய கிழக்கு நோக்கியுள்ள பயணத்தைத் தொடருகையில், சிந்து நதியையும் அதன் கிளை நதிகளையும் கடந்து சென்று கடைசியில் இன்றைய சர்சுதி நதியை அடைந்தனர். தாமஸைப் பொறுத்தவரையில் இந்த நதி எப்போதுமே அளவில் சிறியதாகத்தான் இருந்திருக்கிறது. ஆனால் ஆரியர்கள் தாங்கள் கடந்து வந்த ஆஃப்கானிய 'பிரமாண்ட நதி'யின்[24] நினைவைப் போற்றும் வகையில் 'சரஸ்வதி' என்ற பெயரை இந்தச் சிறிய நதிக்குச் சூட்டினர் என்கிறார்.

இந்த உணர்ச்சிமயமான காட்சிகள் தூசி தட்டி எடுக்கப்பட்டு புனைவுத் தன்மை நீக்கப்பட்டு மறு சுழற்சி செய்யப்பட்டு சரஸ்வதி-ஹக்ரா

---

* ஜொரோஸ்டிரிய மதத்தினரின் புனித நூலான 'அவெஸ்தா' எழுதப்பட்டுள்ள மொழிக்கு 'அவெஸ்தன்' என்று பெயர்) இந்த ஹெல்மண்ட் நதி 'ஹரஹ்வைதி' (Harahvaithi) என்றழைக்கப்பட்டது. இந்தப் பெயர் 'சரஸ்வதி' என்ற பெயருடன் ஒத்துப்போகிறது.

அடையாளப்படுத்தலை மறுதலிக்கும் சிலரால் முன்வைக்கப்படுகிறது. அவர்களில் ஒருவர் வானசாஸ்திர இயற்பியல் நிபுணர் (Astrophysicist) ராஜேஷ் கோச்சர். 2000-ல் இவர் வெளியிட்ட ஆய்வு முடிகள் இது தொடர்பாக மிக அழுத்தமான கோட்பாட்டை முன்வைக்கிறது. 'இன்றிருப்பதைவிட கக்கர் நதிக்கு அன்று பெயரும், புகழும் அதிகமாகவே இருந்தது' என்பதை ஒப்புக்கொள்கிறார். மேலும் 'இந்த நதி சிந்து நதியுடன் கலக்காமல் நேரடியாகவே 'நரா' நதியில் கலந்து அதன் பின் கட்ச் ரண்ணை அடைந்திருக்க வேண்டும்' என்று சொல்கிறார்.[25] ஆயினும் கக்கர்-ஹக்ரா நதி ரிக்வேதத்தில் சொல்லப்பட்ட சரஸ்வதியாக இருந்திருக்க முடியாது என்று கோச்சர் உறுதியாக சொல்கிறார். இதற்காக அவர் பன்னிரண்டு காரணங்களை முன்வைக்கிறார். அவற்றில் முக்கியமான சிலவற்றைப் பார்ப்போம்.

முதலாவதாக, சட்லெஜும், யமுனையும் கக்கரில் கலந்திருந்தாலும் கூட அது கோலிஸ்தான் பகுதியிலுள்ள (இன்றைய பாகிஸ்தானிலுள்ள) 'ஹக்ரா' வைத்தான் பாதித்திருக்கும், 'கக்கர்' பகுதியை (இந்தியப் பகுதியில் இருக்கும்) அல்ல. அதாவது, சட்லெஜ் யமுனையுடன் கலந்த இடத்துக்கு மேல்பகுதியில் இருக்கும் கக்கர் நதி ஒரு மாற்றமுமில்லாமல் இருந்திருக்கும். அப்போது அது மழையை நம்பியிருக்கும் ஒரு குறு நதியாகத்தான் இருந்திருக்கும்... ரிக் வேதம் சரஸ்வதி நதியை 'பெரிய' 'மகத்தான', 'வேகம் நிறைந்த' 'மலைகளை அரித்துக் கொண்டோடும்' நதியென வர்ணிக்கிறது. இந்த வர்ணனை இன்றைய கக்கருக்குப் பொருந்தாது, அன்றைய கக்கருக்கும் பொருந்தியிருக்காது.'[26]

இந்த வாதத்தின் முதல் பகுதி தவறான விவரங்களின் அடிப்படையில் எழுதப்பட்டிருக்கிறது. யமுனையின் நீர் சௌதங் வழியாக சூரத் காட் பகுதிக்கு அருகில் கக்கரில் கலந்திருக்கலாமென்றாலும், புவியியல் நிபுணர்களான பூரியும் வர்மாவும் சொன்னதுபோல (பக். 86) யமுனையின் ஒரு சிறிதளவாவது மார்க்கண்டா பள்ளத்தாக்குப் பிரதேசத்துக்குப் பாய்ந்திருக்கலாம். யமுனை அப்படிக் கலந்திருந்தாலும் கலக்காமல் இருந்தாலும் இந்திய-பாகிஸ்தான் எல்லைக்கு வெகு தூரத்துக்கு முன்பே சட்லெட்ஜின் பல புராதன குறுநதிகள் கக்கரில் கலந்தன என்பதில் சந்தேகமில்லை. ரூபர் பகுதியில் இது செயற்கைக்கோள் புகைப்படங்கள் மூலமும் உறுதி செய்யப்பட்டுள்ளது (பக். 92). மேலும், ஷத்ரானா என்ற இடத்துக்கு அருகில் கக்கர் நதியின் அகலம் அதிகமாக இருந்தது என்பதையும் நாம் பார்த்திருக்கிறோம் (படம் 3.1). ஆகவே, கோலிஸ்தானிலுள்ள ஹக்ரா பகுதி மட்டுமல்ல, இந்திய கக்கரும் சட்லெட்ஜின் நீர்வரத்தினால் பெரிதாகியிருக்க வேண்டும். சரஸ்வதி நதி 'மலைகளைப் பிளந்து பாய்ந்தோடியது' என்று சொல்வது கவித்துவமாக மிகைப்படுத்தப்பட்ட ஒன்று என்று எடுத்துக்

கொண்டாலும்கூட அது பூரியும் வர்மாவும் சொன்ன விஷயங்களுக்கு உட்பட்டதாகவே இருக்கிறது. அது இல்லாமலேகூட, மார்க்கண்டா நதியில் மட்டுமாவது இன்றைவிட முன்பொரு காலத்தில் நீர்வரத்துப் பெரிய அளவில் இருந்தது என்பது உறுதியாகியிருக்கிறது. குறைந்த பட்சம் பருவ மழைக்காலங்களில் அதில் பெருக்கெடுத்து ஓடிய பெரு வெள்ளமானது அப்படியான ஒரு கவித்துவ வருணனைக்கு வழி வகுத்துக் கொடுத்திருக்கும்.

கோச்சரின் இரண்டாவது காரணம் சற்றுக் கூடுதல் கனம் கொண்டது. மைக்கேல் விட்செலும்[27] இதைச் சொல்லியிருக்கிறார். ரிக் வேதத்தின் மூன்றாவது புத்தகத்தில் விஸ்வாமித்ர ரிஷி விபாஷ் (பியாஸ்), சுதுத்ரி (சட்லெஜ்) ஆகிய நதிகளைப் புகழ்ந்து பாடுகிறார். இந்த இரு நதிகளும் இணைந்து 'கடலை நோக்கி' பயணிக்கின்றன. ஆனால், இந்த நதிகளை உரிய வகையில் புகழ்ந்து முடித்த பிறகு விஸ்வாமித்ரர், அவரும் பரதனின் வழித் தோன்றல்களும் கடந்து செல்லும் பொருட்டு இவ்விரு நதிகளும் தேரின் அச்சுக்குக் கீழாக இருக்கும்படியாகத் தங்களது நீரோட்டத்தைக் குறைத்துக் கொள்ளவேண்டும் என வேண்டுகிறார். புகழ்ச்சியைக் கேட்டு மயங்கியதாலோ என்னவோ நதிகள் 'விட்டுக் கொடுத்து நடந்துகொள்ளும் தாயைப்போல்' வளைந்து செல்வதாக வாக்குக் கொடுக்கிறது. 'காதலனின் வேண்டுகோளுக்கு ஒரு பெண் பணிவதுபோல்'[28] ரிஷியின் வேண்டுகோளுக்கு செய்சாய்க்கிறது.

பியாஸுடன் சட்லெஜ் நதி கலக்கத்தான் செய்கிறது. இந்த நிலையில் இந்த ஸ்லோகம் எழுதப்பட்டபோது அது கக்கரைக் கைவிட்டு விட்டிருக்க வேண்டும். அப்படியானால், கக்கர் நதி அப்போதே ஒரு குறு நதியாக மாறிவிட்டிருக்கவேண்டும். அது ரிக்வேத ஸ்லோகத்தில் சொல்லப்பட்டுள்ள 'மகத்தான சரஸ்வதி' நதியாக இருந்திருக்க முடியாது என்று கோச்சரும் விட்ஸலும் வாதிடுகின்றனர். அதாவது அவர்களுடைய அபிப்பிராயத்தில் கக்கர் நதி ஏறத்தாழ இன்று இருப்பதைப் போலத்தான் அன்றும் இருந்திருக்க வேண்டும்.

ஆனால், இதற்கு வேறு சில விளக்கங்களும் இருக்கின்றன. விஸ்வா மித்ரர் நதியைக் கடந்து செல்லும் 'நிகழ்வு'[29] பற்றி கோச்சர் பேசுகிறார். இந்தக் குறிப்பிட்ட பாடலை உண்மையில் நடந்ததாக (சரித்திர நிகழ்வாக) எடுத்துக்கொள்ள முடியாது. விஸ்வாமித்ரரின் தேரைக் கடந்து செல்ல அனுமதிப்பதற்காக இரண்டு பெரிய நதிகள் தங்க ளுடைய நீரின் மட்டத்தைக் குறைத்துக்கொள்ளச் சம்மதித்த நிகழ் வானது செங்கடல் பிளந்து வழிவிட்டதுபோல் பிரமாண்டமான ஒன்று அல்ல என்றாலும் இதுவும் ஒரு பெரிய அதிசய நிகழ்வுதான். ஏனெனில், பியாஸ், சட்லெட்ஜ் நதிகள் சங்கமிக்கும் இடமானது எந்தக் காலத்திலும்

யாராலும் கடந்து செல்ல முடிந்த ஒன்றாக இருந்திருக்கவே முடியாது. ஆகவே, ரிக்வேதத்தின் பாணி 'எல்லாவற்றையும் மிகைப்படுத்திக் கூறும்' ஒன்றாக இருக்க வேண்டும் என்பதை நாம் ஏற்றுக் கொள்ள வேண்டும். வேறொரு இடத்தில் விட்ஸெலும் இதைக் குறிப்பிட்டிருக் கிறார். அல்லது இந்த ஸ்லோகம் ஒரு குறியீட்டு வாசகமாக இருக்க வேண்டும். இதனுள் மறைமுகமான ஏதோ ஒரு அர்த்தம் இருக்க வேண்டும்.

சட்லெஜ் நதி பியாஸுடன் இணைந்ததென்றே வைத்துக் கொண்டாலும், அந்தச் சங்கமத்தை ஒரு நிரந்தரமான நிகழ்வாக எடுத்துக் கொள்ளமுடியாது. அந்தப் பிரதேசம் முழுவதுமே மேடு பள்ளம் அதிகம் இல்லாத சம பூமியாகவும், வண்டல் மண் நிறைந்ததாகவும் இருந்ததால் சட்லெஜ் தாறுமாறாக ஓடும் நதியாக மாறிவிட்டிருக்கிறது. பொ.யு.மு. 1000ம் ஆண்டில் சட்லெஜ் நதி ஹக்ராவில் பாய்ந்ததாக இம்பீரியல் கெஸட்டியர் (1908) குறிப்பிட்டிருந்ததை முன்பே பார்த்தோம் (பக். 50). 'சட்லெஜ் நதி சரித்திர காலகட்டத்தில் ஒன்றுக்கு மேற்பட்டதடவை தனது பாதையை மாற்றிக் கொண்டிருக்கிறது' என்றும் அதில் குறிப்பிடப்பட்டிருக்கிறது.

> '1245-வாக்கில் சட்லெஜ் மேலும் வடக்காக திசை மாறியது. ஹக்ரா வறண்டது... அதன் பிறகு [பதினாறாம் நூற்றாண்டுக்குப் பிறகு] சட்லெஜ் மீண்டும் தனது பழைய பாதைக்குத் திரும்பி வந்து கக்கருடன் மீண்டும் இணைந்தது. இதன் பிறகு 1796-ல்தான் சட்லெஜ் மீண்டும் கக்கரை விட்டுவிலகிச் சென்று பியாஸுடன் இணைந்தது.'[31]

ஜெர்மன் அறிஞர் வில்ஹெமி சரஸ்வதி பற்றிய நடத்திய ஆய்வுகளை அத்.03-ல் பார்த்தோம். அவர் சிந்து நதியையும் அதன் கிளைகளையும் பற்றி விஸ்தாரமான ஆய்வு நடத்தினார்: 'சட்லெஜ் நதி பியாஸுடன் கலந்ததோடு விஷயம் முடிந்துவிடவில்லை. கடந்த இரண்டாயிரம் வருடங்களில் இந்த இரு நதிகளும் பலமுறை இணைந்து பிரிந்திருக் கின்றன'[32] என்று கூறியிருக்கிறார்.

ரிக் வேத ஸ்லோகத்திலும் 1908-ம் ஆண்டு கெஸட்டியரிலும் தரப்பட்ட செய்திகளை வைத்து சட்லெஜ் நதியை கக்கருடனோ பியாஸுடனோ சென்று கலந்த, ஒற்றை வழித்தடம் கொண்ட நதியாகத் தவறாகப் புரிந்துக்கொண்டிருக்கிறோம். உண்மையில், அந்த இரு நதிகளுக்கும் இடையில் சட்லெஜ் குறுக்கும், நெடுக்குமாகப் பிரிந்தோடுகிறது (இவற்றில் பாட்டியாலேவாலி, வாஹ், மூன்று நைவால்கள் ஆகிய குறு நதிகளும் பிறவும் அடங்கும்). தனது மகன்களை விஸ்வாமித்ரர் கொன்றதால் பெரும் துக்கத்தில் ஆழ்ந்த வசிஷ்டர் தற்கொலைக்கு முயற்சி

செய்தார். அவரைக் கண்டு பயந்த சட்லெஜ் நூறு குறுநதிகளாகப் பிரிந்தோடியது என்ற மகாபாரதக் கதையை நாம் முன்பு பார்த்திருக்கிறோம் (பக். 84).

சட்லெஜ் நதியின் சிக்கலான முழு வரலாறும் நமக்குக் கிடைக்குமா என்பது சந்தேகமே. அதேநேரம் அது பல சமயங்களில் பல இடங்களில், பல கிளைகளாகப் பிரிந்து கக்கரிலும், பியாஸிலும் கலந்தது என்பதையும் மறுக்க முடியாது. மேலும், 'புராதன காலத்திலிருந்தே பியாஸ் நதியும், பல தடவை தடம் மாறியிருக்கிறது' என்று ஆய்வாளர்கள் எ.பி.மக்டானலும், எ.பி.கீத்தும் (AB Mecdonell, AB Keith) தங்களுடைய வேத பட்டியல் (Vedic Index)[33] என்ற நூலில் சுட்டிக்காட்டியுள்ளனர். மேலும், வேதகாலத்தில் பியாஸ் எங்கே ஓடிக் கொண்டிருந்தது என்பதும் நமக்கு நிச்சயமாகத் தெரியாது. வேறு வார்த்தைகளில் சொல்வதானால், இன்றைய நதியின் வழித்தடத்தை மறு கட்டமைப்பு செய்வது தொடர்பாக வேத ஸ்லோகம் எந்தவொரு உதவியும் செய்ய முடியாது.

கோச்சர் நம்முன் வைத்துள்ள மற்ற வாதங்கள், மேலே சொல்லப்பட்டிருப்பவற்றுடன் ஒப்பிட்டுப் பார்க்கும்போது மிகவும் சிறியவையே. அவை செயற்கையானவையாகவும் வலுக்கட்டாயமாகச் சொல்லப்பட்டிருப்பதுபோலவும் தோன்றுகின்றன. உதாரணமாக, 'சட்லெஜ், யமுனை, போன்ற பெரிய நதிகளின் நீரைத் தாங்கிச் செல்லும் ஒரு நதிக்குக் கக்கர் என்ற ஒரு மிகச் சிறிய பருவ கால நதியின் பெயரைச் சூட்டியிருப்பது நமக்கு வியப்பளிக்கிறது'[35] என்று சொல்கிறார். உண்மையில், 'புராதன காலங்களில் இந்த கக்கர் நதிக்கு ஒரு உயர்ந்த, மரியாதைக்குரிய ஸ்தானமிருந்தது' என்று கோச்சரே ஒப்புக்கொண்டிருக்கிறார். ரிக் வேத வருணனைகளுடன் இது பெரிதும் ஒத்துப் போகவும் செய்கிறது.

இன்னொரு வாதத்தையும் முன்வைக்கிறார். ரிக் வேதத்திலுள்ள சரஸ்வதி ஸ்லோகங்கள் சிந்து நதி பற்றிய ஸ்லோகங்களை விட காலத்தால் முற்பட்டவை. அல்லது சமகாலத்தில் இயற்றப்பட்டவை என்று சரியாகச் சொல்கிறார். ஆனால், ஒரு தவறான முடிவை முன்வைக்கிறார். அதாவது, சரஸ்வதியும் கக்கரும் ஒன்றேதான் என்று முடிவு செய்தால், கக்கர் நதிக் கரையில் காணப்பட்ட ஆய்விடங்கள் குறைந்தபட்சம் பஞ்சாப்-சிந்து பிரதேச ஆய்விடங்களைப் போலவே புராதனமாக இருந்திருக்க வேண்டும். ஆனால் உண்மைநிலை அது அல்ல'[36] என்கிறார். மெஹர்காட் நீங்கலாக இந்த வாதம் சரியான ஒன்றல்ல. நகரமயக் கட்டத்துக்கு முந்தைய கட்டம் என்ற ஒன்று மொஹஞ்ஜோ-தரோவில் இருந்ததாகத் தெரியவில்லை (மைக்கேல் ஜேஸன் அழுத்தமாக வாதிட்டதுபோல்[37]). சமீபத்திய கண்டுபிடிப்பு

களின் அடிப்படையில்,[38] ஹரப்பாவில் முதன் முதலாக மக்கள் வசிக்கத் தொடங்கியது ஹக்ரா மண் பாண்டக் காலகட்டத்தில் இருந்துதான் (பொ.யு.மு. 3800-லிருந்து ஆரம்பம்) என்று தெரியவந்துள்ளது. ஹக்ராவில் முதல் கண்டுபிடித்த ஒரு மண் பாண்டத்தின் அடிப்படையில் இந்தப் பெயர் இந்தக் காலகட்டத்துக்குச் சூட்டப்பட்டது. இதே கால கட்ட அம்சங்கள்தான் காலிபங்கனிலும்[39], குனால்[40] பகுதியிலும், ஹரியானாவில் சமீபத்தில் ஆய்வு செய்த பல இடங்களிலும் (கேடி மொஹம், கிராபத், ஃபர்மானா) காணப்பட்டன.[41] இவற்றுக்கு அருகில் உள்ள பிர்ரானாவில் (Bhirrana) மக்கள் குடியேற்றம் இதற்கும் முன்னரே பொ.யு.மு. ஐந்தாம் ஆயிரத்தாண்டிலோ அதற்கு முன்போ தொடங்கி விட்டதாகத் தெரிகிறது.[42] சிந்து பிரதேசத்திலும் கக்கர்-ஹக்ரா பிரதேசத் திலும் கூடுதல் ரேடியா கார்பன் பரிசோதனைகள் நடத்தப்பட்டா லொழிய இந்த இரண்டில் எதில் காலத்தால் முந்திய குடியிருப்புகள் இருந்திருக்கின்றன என்று சொல்லமுடியாது. மேலும், கோச்சர் சொல்லும் அளவுக்கு இது அத்தனை முக்கியமான விஷயமல்ல. வேத ஸ்லோகங்களின் புராதனத் தன்மை, அகழ்வாய்விடங்களின் புராதனத் தன்மையோடு முழுவதுமாக அப்படியே ஒத்துப்போகவேண்டும் என்று எந்தவொரு கட்டாயமும் இல்லை.

கக்கர்-ஹக்ரா நதி வேத கால சரஸ்வதியாக இருந்திருக்க முடியா தென்று தீர்மானித்துவிட்ட கோச்சர் அடுத்தாற்போல ஆஃப்கானிஸ் தானின் ஹெல்மண்ட் நதிதான் சரஸ்வதி என்று தீர்மானிக்கிறார் (இதே கருத்தை எட்வர்ட் தாமஸ் பல வருடங்களுக்கு முன்பே சொல்லி யிருக்கிறார். எனினும், கோச்சர் அவர் பெயரை எங்குமே குறிப்பிட வில்லை). இந்த வாதத்தை நிரூபிக்கும் பொருட்டு கோச்சர் நம்முன் வைக்கும் சான்றுகளும் அத்தனை பலமானதாக இல்லை. ரிக்வேதத் திலுள்ள சரஸ்வதியின் பொதுவான வர்ணனை, அதிலுள்ள ஒரு ஸ்லோகம் 'அவெஸ்தா'விலுள்ள ஹெல்மண்ட் நதியின் வர்ணனை யுடன் ஒத்திருக்கிறது என்பது போன்றவற்றையே ஆதாரமாகச் சொல்கிறார். அதேசமயம், சரஸ்வதி நதியுடன் கங்கை-யமுனை நதி களைத் தொடர்புபடுத்தி ரிக்வேதம் சொல்லியிருப்பவையும் கோச்ச ருக்குத் தெரியும். எனவே, அந்த இரண்டு நதிகளையும் ஆஃப்கானிஸ் தானுக்குக் கொண்டு செல்கிறார்: அவருடைய கருத்தின்படி, இந்த இரு நதிகளும் தொடக்கத்தில் ஆஃபகானிஸ்தானிய ஹெல்மண்ட் நதியின் கிளை நதிகளாகத்தான் இருந்தன என்கிறார்.[43] ஆகவே, ராமாயணத்தில் சொல்லப்பட்ட சம்பவங்கள் இந்தப் பிரதேசத்தில் நிகழ்ந்திருக்க வேண்டும்: 'ராமனும் ஆஃப்கானிஸ்தானில் வசித்திருக்க வேண்டும்.'[44]

இது மிகவும் துணிச்சலான ஆய்வு. ஆனால், ராமாயணத்தின் கருவை வைத்துப் பார்க்கும்போது இது பல சிக்கல்களை உருவாக்குகிறது.

எனினும், வேத கால சரஸ்வதியை ஹெல்மண்ட் ஆறுடன் அடை யாளப்படுத்துவதில் இருக்கும் முக்கியமான குறைபாடுகளை மட்டும் இங்கு முன்வைக்கிறேன்.

1. ரிக் வேதகால மக்கள் ஒரு நடுவாந்தரமான நதி (இன்றைய ஹெல்மண்ட் நதி) ஒன்றின் பெயரை வறட்சியை நோக்கிப் போய்க் கொண்டிருந்த ஒரு குறுநதிக்குச் சூட்டினார்கள் என்று அர்த்தமா கிறது (கோச்சரும் அதையேதான் சொல்கிறார்[45]). முந்தைய நதி யின் நினைவைப் பெருமைப்படுத்துவதற்கான மிகவும் விசித்திர மான வழி இது. 1886-ல் கக்கர் நதியை ஆய்வு செய்த ஆர்.டி.ஒல்தாம் என்ற புவியியல் நிபுணர் (நாம் இவரை முன்பே பார்த்திருக்கிறோம்) ஆஃப்கானிய சரஸ்வதி என்ற இந்தக் கோட்பாட்டைக் கேலி செய்கிறார் (அப்போது தாமஸால் முன்வைக்கப்பட்டிருந்தது). 'புராதன ஆரியர்கள் மீது நம்பவே முடியாத அளவு சிறுபிள்ளைத் தனத்தை ஏற்றிச் சொல்லும் கூற்று' என்று இதைக் குறிப்பிட்டிருக் கிறார். இந்த ஆட்சேபணை இன்றும் நிலைபெற்று நிற்கிறது.

2. மேலும், புலம் பெயர்ந்து வந்த ஆரியர்கள் ஆஃப்கனிஸ்தானில் தாங்கள் விட்டுவிட்டு வந்த 'சரஸ்வதி'யை அந்த அளவுக்குப் போற்றினார்கள் என்றால் சிந்து நதிக்கு ஏன் அந்தப் பெயரைச் சூட்டவில்லை? அந்தச் சமவெளியில் அவர்கள் பார்த்த முதல் நதி அதுதானே. அல்லது ஜீலத்தில் இருந்து சட்லெஜ் வரை அவர்கள் கடந்து வந்த கிளை நதிகளில் ஏதாவது ஒன்றுக்கு அந்தப் பெயரைச் சூட்டியிருக்கலாமே. இவற்றையெல்லாம் தாண்டி வந்து, பெரு மளவுக்கு வறண்ட நிலையிலிருந்த கக்கருக்குப் போய் ஏன் அந்தப் பெயரைச் சூட்டவேண்டும்? அவர்கள் வழியிலேயே கண்டிருக்கக் கூடிய அல்லது கடந்திருக்கக் கூடிய சிந்து நதிக்கோ அல்லது அதன் கிளை நதிகளுக்கோ சரஸ்வதி என்ற பெயரைச் சூட்டியிருக் கலாமே? ஆஃப்கானிஸ்தானிலிருந்து புலம் பெயர்ந்த இருநூறு அல்லது முன்னூறு ஆண்டுகளுக்குப் பிறகு அவர்கள் அந்த (ஆஃப்கன்) சரஸ்வதியைச் சட்டென்று நினைவுகூர்ந்து, அதன் புனிதப் பெயரை, மழையைச் சார்ந்திருக்கும் ஒரு சிறு நதிக்குச் சூட்டினார்கள் என்று சொல்வதை நம்பவே முடியவில்லை.

3. கங்கை முதல் சிந்து வரை ரிக் வேதத்தில் சொல்லப்பட்டுள்ள நதிகளில் எந்தவொன்றுமே இந்தியாவின் வடமேற்குப் பகுதிக்கு வெளியில் பாயவில்லை. ஆகவே, கங்கையையும் யமுனையையும் ஆஃப்கானிஸ்தானுக்குக் கொண்டுபோக வழியே இல்லை. மேலும், அவெஸ்தாவிலோ, ஆஃப்கனிஸ்தானிலோ இதைப் பற்றி ஒன்றும் சொல்லப்படவுமில்லை.

4. ரிக் வேதத்தில் சொல்லப்பட்டுள்ள யானை, காட்டெருமை, மயில், இந்தியாவுக்கே உரித்தான தாவர வகைகள் ஆகியவை ஆஃப் கானிஸ்தானில் காணப்படவுமில்லை. தவிரவும், இவை ரிக் வேதத் தின் கடைசி தொகுதிகளில் மட்டுமல்லாமல் ஆரம்ப தொகுதிகளில் இருந்தே சொல்லப்பட்டுள்ளன.

ரிக் வேதத்தில் சமுத்திரம்

ஐந்தாவதாக ஒரு ஆட்சேபணை பாக்கியிருக்கிறது. சரஸ்வதி நதி 'மலையிலிருந்து கடலை நோக்கி' (கிரிபயா ய சமுத்ராத்) பாய்ந்தோடிச் செல்வதாக ரிக் வேதத்தில் சொல்லப்பட்டுள்ளது. ஆனால், ஹெல் மண்ட் நதியோ சமுத்திரத்தில் கலக்காமல் ஒரு சதுப்பு நிலப்பிரதேசத் தில் சென்று முடிகிறது. நில எல்லைக்குள்ளாகவே அடைபட்ட ஒரு நதி அது. கோச்சர் இதைப் பற்றி ஒன்றும் சொல்லவில்லை. ஆனால், ஆஃப்கானிய சரஸ்வதி என்ற கோட்பாட்டை ஆதரிக்கும் ஒரு சிலர் 'சமுத்திரம்' என்ற வார்த்தைக்கு 'கடல்' அல்லது 'மஹா சமுத்ரம்' என்று பொருளல்ல. மாறாக அதனை 'ஒரு பெரிய நீர்நிலை' என்றுதான் பொருள் கொள்ளவேண்டும் என வாதிடுகின்றனர்.[48] இந்த வாதம் புதியது அல்ல: வேறு சில முற்கால இந்தியவியலாளர்களும் இதே கருத்தைக் கொண்டிருந்திருக்கிறார்கள். மத்திய ஆசியாவிலிருந்து புதியதாக இந்தியாவுக்கு வந்த ஆரியர்களுக்கு கடலைப் பற்றித் தெரிந் திருக்க வாய்ப்பு இல்லை. ஆகவே, ரிக் வேதத்தில் சொல்லப்பட்ட 'சமுத்ரம்' என்ற வார்த்தைக்கு பிற்கால செவ்வியல் சமஸ்கிருத மொழியில் கொடுக்கப்பட்டுள்ள அர்த்தம் இருந்திருக்காது. இதுதான் இந்த அறிஞர்களுடைய வாதம்.

எனினும், எழுபது வருடங்களுக்கு முன்பே எம்.எல்.பார்க்கவா என்ற அறிஞர் தனது 'ரிக்வேத கால இந்தியாவின் பூகோளவியல்' (Geography of Rg Vedic India) என்ற அபாரமான நூலில் பல்வேறு வேத ஸ்லோகங் களை மேற்கோள்காட்டி இந்த வாதத்தை நிராகரித்திருக்கிறார்.[49] சமீபத் தில் வேறொரு சமஸ்கிருத மொழிப்புலவரும், வரலாற்றறிஞருமான பி.எல். பார்க்கவாவும் இதே விஷயத்தைத் தெரிவித்துவிட்டு, மேலும் கூறுகிறார்: 'வேதகால இந்தியர்களுக்கு கடல் மற்றும் கடற்பயணம் பற்றியெல்லாம் நன்றாகவே தெரிந்திருக்கிறது என்பதை நிரூபிக்கப் பல சான்றுகள் உள்ளன. அவற்றை வெறும் கற்பனை என்று தள்ளிவிடவே முடியாது.'[50] பிற வேத அறிஞர்களான டேவிட் ஃப்ராலி (David Frawley), நிக்கோலஸ் கஸாநாஸ் (Nicholas Kazanas)[52] ஆகிய வேத காலம் பற்றிய நிபுணர்களும் இதே கருத்துகளை முன்வைத்திருக்கிறார்கள்.

'சமுத்ரம்' என்ற வார்த்தை (இதற்கு நேரடியான அர்த்தம் பல நீர்நிலை களின் சங்கமம்) சில நேரங்களில் உருவகமாகவும் பயன்படுத்தப்பட்டு

வந்துள்ளது. எனினும், ரிக் வேதத்தில் இடம்பெற்றுள்ள 160 இடங்களில் பெரும்பாலானவற்றில் அதன் பொருள் எளிமையாகவே இருக்கிறது. உதாரணமாக, இந்திரன் 'சமுத்ரத்தைப் போல் விசாலமானவர்' என்று வர்ணிக்கப்பட்டுள்ளார். வேறோரிடத்தில் 'அவர் இரண்டு தலைவர்களைச் சுமந்துக்கொண்டு ஜாக்கிரதையாகக் கடலைத் தாண்டிச் சென்றார்' என்றும் சொல்லப்பட்டுள்ளது.[54] 'வசிஷ்ட மஹரிஷி 'ஆழம் கண்டுபிடிக்க முடியாத கடலைப்போல மகத்தானவர்' என வர்ணிக்கப்படுகிறார்.[55] 'கிழக்கிலும் மேற்கிலும் உள்ள கடல்கள்'[56] பற்றியும் தீவுகள் பற்றியும் சொல்லப்பட்டிருக்கின்றன.[57] வேறு பல ஸ்லோகங்கள்[58] 'புஜ்யு' என்பவரைப் புகழ்ந்து பாடுகின்றன. 'அலை பாயும்' நடுக்கடலில் விடப்பட்ட அவரைக் காப்பாற்றும் பொருட்டு இரட்டையர்களான அஸ்வினி தேவர்கள் பறவைகளின் வடிவத்தில் வந்து, அவரை மூன்று பகல்களும் மூன்று இரவுகளும் சுமந்துகொண்டு, தூரத்திலுள்ள கரைக்குக் கொண்டுபோனார்கள் என்றும், கடைசியில் 'நூறு துடுப்புகள் கொண்ட கப்பல்' மூலமாகப் பாதுகாப்பாகத் திரும்பிக் கொண்டு வரப்பட்டார் என்றும் சொல்லப்பட்டிருக்கிறது. கப்பல்கள் பற்றிக் குறிப்பிடப்பட்டிருக்கும் பல இடங்களில் இதுவும் ஒன்று. (அஸ்வினி தேவர்கள் 'கடலின் மைந்தர்கள்' என்பதும் குறிப்பிடத் தக்கது[61]).

மேலே சொல்லப்பட்ட எந்த ஒரு சம்பவத்திலும்கூட, 'சமுத்ரம்' என்றால் சதுப்பு நில ஆஃப்கனியப் பிரதேசம் என்று பொருள் கொள்ள முடியாது. 'ஸ்முத்ரம்' என்றால் அதன், கம்பீரமான தோற்றம்தான் நம் கண் முன் விரிகிறது. இதைவிட முக்கியமானது, ஆரியர்களின் 'ஆக்கிரமிப்பைப் பற்றிப் பேசும் அறிஞர்கள்கூட ரிக்வேதத்தை ஆங்கிலத்தில் மொழிபெயர்த்தபோது 'கடல்' அல்லது 'மஹா சமுத்திரம்' (Sea / Ocean) என்ற வார்த்தைகளைத்தான் உபயோகித்திருக்கிறார்கள்.

ரிக் வேத ஸ்லோகங்கள், சூட்சுமமான அக யதார்த்தத்துக்கான குறியீட்டு வடிவமாக பவுதிக புற யதார்த்தத்தைப் பயன்படுத்துகின்றன: மனிதனின் ஆன்மீகத் தேடலை விவரிக்கும் இடத்தில் 'பிரமாண்ட ஏழு நதிகள் கடலை நோக்கி ஓடுகின்றன' என்று குறிப்பிட்டிருக்கிறார்கள்.[62] 'மேலே ஒரு கடல், கீழே ஒரு கடல்'[63] என்று சொல்லியிருப்பது மிகத் தெளிவாக ஆழ் மனத்தையும் அதி மனத்தையும் குறிக்கின்றன. வேறோரு இடத்தில் 'பாற்கடல்'[64] என்றும் பிறிதொரு இடத்தில் மிகவும் வெளிப்படையாக 'இதயத்தின் கடல்' (ஹிதயத் சமுத்ரா) என்று குறிப்பிட்டிருக்கிறது. படகு அல்லது கப்பல் என்ற பதம் பற்றிப் பார்ப்போம். மிகவும் பாதுகாப்பான, உண்மையான கரைக்குக் கொண்டு செல்லப்படுவதன் குறியீடு: 'உண்மையின் கப்பல்கள் (சத்யஸ்ய நாவா) தெய்விகமானவர்களைக் கரை சேர்த்திருக்கின்றன'.[66]

சரஸ்வதியைப் பொறுத்தமட்டில், 'மலையிலிருந்து மகா சமுத்திரத்தை நோக்கி ஓடிச்செல்லும்' என்ற ரிக் வேத வர்ணனையை அப்படியே நாம் ஏற்றுக்கொள்ளாமலிருக்க எந்தவொரு காரணமுமில்லை (வில்சன், கிரிஃபித் என்ற இரண்டு 19-ம் நூற்றாண்டு ஆங்கில மொழிபெயர்ப் பாளர்களும் அதையேதான் செய்திருக்கிறார்கள்). முன்பு நாம் லேசாக மேற்கோள் காட்டிய இதே ஸ்லோகத்துக்கு மாக்ஸ்முல்லர் 1869-ல் எழுதிய விளக்கத்தைப் பார்க்கலாம்.

> இங்கு சமுத்ரம் என்ற வார்த்தை மிகத் தெளிவாக 'கடல்' அதாவது இந்தியக் கடல் என்ற அர்த்தத்தில் பயன்படுத்தப் பட்டுள்ளதைப் பார்க்கமுடிகிறது. அதேசமயம், வேத காலத்துக்கும் பிற்கால சமஸ்கிருத இலக்கியங்களுக்கும் இடையேயுள்ள கால இடைவெளியைப் பற்றிய புதிய அடையாளமாகவும் இருக்கிறது. பிற்காலத்தில் பஞ்சாபின் தெற்கு பாகங்களில் மாற்றங்கள் ஏற்பட்ட காலகட்டத்தை யும் சரஸ்வதி நதி பாலைவனத்தில் காணாமல்போன நேரத்தையும் நம்மால் இப்போது புவியியல் ரீதியாகக் கண்டுபிடிக்க முடியாது. எனினும், சரஸ்வதி காணாமல் போனது வேதகாலத்துக்குப் பிறகுதான் என்பதையும், அப்போது அது கடலில் கலந்து கொண்டுதான் இருந்தது என் பதிலும் ஒரு சந்தேகமுமில்லை.[67]

ரிக் வேத ஸ்லோகங்களின் அடிப்படையில் கீழ்க்கண்ட இயல்பான முடிவுகளுக்குத்தான் நம்மால் வரமுடியும்: வேத காலத்துக்குப் பின்னர் தான் சரஸ்வதி நதி காணாமல் போனது. என்னதான் இறுக்கமான கால வரிசைப் பட்டியலைப் பின்பற்றியபோதிலும் வேதத்தில் சொல்லப் பட்ட அந்த நதி பாய்ந்துகொண்டிருந்த இடமும் இன்றைய சர்சுதி நதியின் பாதையும் ஒன்றுதான் என்பதை மாக்ஸ் முல்லர் ஒப்புக் கொண்டிருக்கிறார் (பக். 73).

எல்லாமே கற்பனைதானா?

கோச்சருடைய புத்தகம் வெளிவந்த ஒரு வருடத்துக்குள் சரஸ்வதி சாட்சிக் கூண்டில் இருந்து குற்றவாளிக்கூண்டுக்கு இழுத்துச் செல்லப் பட்டுவிட்டார்: இந்திய மத்தியகாலம் பற்றிய வரலாற்றறிஞர் இர்ஃபான் ஹபீப்[68] எழுதிய கட்டுரையின் தலைப்பே அதன் தீர் மானத்தைச் சுட்டுவதாக இருந்தது: 'சரஸ்வதி நதியைக் கற்பனை செய்து பார்த்தல்' (Imagining River Sarasvathi) என்றிருந்தது. இதன் உபதலைப்பு 'அடிப்படை அறிவின் தற்காப்பு வாதம்' (A Defence of Common Sense) என்று அதிரடியாக வைக்கப்பட்டிருந்தது: அவரைப்

பொறுத்தவரையில், சரஸ்வதி நதி என்று ஒன்று ஒருபோதும் இருந்ததே இல்லை. அது வெறும் ரிஷிகள் மற்றும் நம்முடைய கற்பனையில் இருக்கும் நதி மட்டுமே.

சரஸ்வதிக்கு எதிரான ஹபீபின் வாதங்களை இப்போது பார்ப்போம். முதல் குற்றச்சாட்டை நாம் எளிதில் சமாளித்துவிட முடியும்: 'தானேசர் வழியாகப் பாய்ந்தோடும் சர்சுதி நதி மிகவும் சிறியது. ரிக் வேதத்தில் சொல்லியிருப்பதுபோன்ற பிரமாண்ட நதியுடன் துளிகூடப் பொருந் தாத ஒன்று.' உண்மைதான். ஆனால், இந்த வாதத்தில் எந்த வலுவும் இல்லை. அன்று பாய்ந்தோடிய சரஸ்வதி இன்றைய சர்சுதியை மட்டுமே குறிப்பதாக ரிக் வேதத்தில் எங்கும் சொல்லப்படவில்லை, குறிப்பால் உணர்த்தப்படவும் இல்லை. இன்றைய சர்சுதி நதி பழைய சரஸ்வதியின் ஒரு சிறிய 'எஞ்சிய' பாகம் அல்லது அதன் நினைவாகப் பெயரிடப்பட்ட ஒன்று என்றுதான் இன்றைய அறிஞர்கள் ஒருமனதாக ஒப்புக்கொண்டிருக்கிறார்கள்.

தவறான அடையாளப்படுத்தல் பற்றி ஹபீப் இரண்டாவது வாதத்தை முன்வைக்கிறார்: 'இன்றைய கக்கர்தான் புராதன சரஸ்வதி என்று சொல்வது தவறு. நிஜமான சரஸ்வதி கால்கா என்ற இடத்திலிருந்து வடமேற்காக ஓடி, ரூபருக்கு மேற்பகுதியில் சட்லெட்ஜுடன் கலக்கும் சீர்ஸா* நதியாகத்தான் இருக்க வேண்டும் (படம் 3.4-ல் குறிப்பிடப் பட்டிருக்கிறது).

'சீர்ஸா' என்ற பெயர் 'சரஸ்வதி' என்ற பெயரிலிருந்து மருவி வந்திருப் பது உண்மைதான் (சரஸ்வதி நதி பற்றிய உள்ளூர் நினைவுகளுக்கு இன்னொரு எடுத்துக்காட்டு இது). எனினும் சட்லெஜ் நதியின் ஒரு சிறிய கிளை நதியாக இருக்கும் இந்த நதி வேத இலக்கியங்களில் சொல்லப் பட்டிருக்கும் வருணனைகளுடன் துளியும் பொருந்தவில்லை. மேலும் அந்த நதி பள்ளத்தாக்குக்குள் தெளிவான கரைகளுக்குள் பாய்ந்து ஓடும் ஒன்றாக இருப்பதால் புராதன காலத்திலும் இப்படியேதான் இருந்திருக்க வும் செய்யும். மேலும், சீர்ஸா ஒரு நாளும் 'காணாமல் போன'தே இல்லை. அப்படியானால், சரஸ்வதி பாலைவனத்தில் மறைந்துபோன இடத்துக்கு 'விநாசனம்' என்று பெயரிட்டு மக்கள் அதைப் பூஜித்து வருகிறார்களே அது எப்படி சாத்தியமாகியிருக்கும்? கடைசியாக, சீர்ஸா நதி 'மலையிலிருந்து கடலை நோக்கி' பாயவும் இல்லை.

ஹபீபின் மூன்றாவது வாதம் விசித்திரமானது. 'கக்கரிலிருந்து... சர்சதி கோட்டை வரை' பதினான்காம் நூற்றாண்டில் ஒரு வாய்க்காலை

* சீர்ஸா என்று முன்னர் குறிப்பிட்ட மற்றும் இந்த அத்தியாயத்தில் பிந்தைய பத்தி களிலும் இடம்பெறப்போகும் நகரத்துடன் இதைக் குழப்பிக் கொள்ளவேண்டாம்.

வெட்டி 'ஃபிரோஸ் துக்ளக் இணைத்ததற்கு முன்பு வரை கக்கரும் சரஸ்வதியும் வெவ்வேறு நதிகளாகத்தான் இருந்தன. இணையவே இல்லை.' சர்சதிதான் (இதுவும் சரஸ்வதியின் ஒரு பழைய பெயரே) இன்றைய சீர்ஸா நகரம் (பார்க்க படம் 3.1). இது ஹரியானாவின் மேற்கு எல்லையில் இருக்கிறது. ஹபீப் சொல்வதுபோல சர்சுதி நதி கக்கரில் கலக்கவே இல்லையென்றால், அது எங்கே பாய்ந்தது? ஹபீபின் அபிப்பிராயத்தில் 'இந்த ஹரியானா சரஸ்வதி ஒரு சிறிய, தனியான நதியாக இருந்தது. சீர்ஸாவுக்கு அருகிலேயே வறண்டு போனது... அது வேறு எந்த நதியுடனும் இயற்கையான இணைப்பு எதையும் கொண்டிருக்கவில்லை. ஆகவே, அது எந்த ஒரு பெரிய நதிக்கூட்டத்தின் மையமாகவும் இருந்திருக்க முடியாது.'

இந்த வாதமும் ஒப்புக்கொள்ளக்கூடியதல்ல. சர்சுதி (சர்சுதி-மார்க்கண்டா இரண்டும் இணைந்த நதியைச் சொல்லவில்லை. ஏனெனில் சர்சுதியே அடிப்படையில் மார்க்கண்டாவின் கிளை நதிதான் என்று முன்பே சுட்டிக்காட்டியிருக்கிறேன்) கக்கரில் சங்கமித்தது உண்மைதான். ஆனால், இந்தச் சங்கமம் நடந்தது சீர்ஸாவில் அல்ல. மாறாக, நதியின் மேற்பகுதியில் 120 கி.மீ. தொலைவில்! இந்தச் சங்கமம் நடந்த இடம் ஷத்ரானாவுக்கு அருகில் என்று ஸி.எஃப். ஒல்தாம்[69] 1896-லேயே சுட்டிக்காட்டியுள்ளார். பின்னர் மேற்கொள்ளப்பட்ட எல்லா ஆய்வுகளிலும் இது உறுதிப்படுத்தப்பட்டுள்ளது. இந்தப் புத்தகத்தில் மறுபிரசுரம் செய்யப்பட்டுள்ள பல வரைபடங்களிலும் இது தெளிவாகக் காண்பிக்கப்பட்டுள்ளது (படம் 2.3, 3.1, 3.4, 3.8). ஆகவே சீர்ஸா வழியாகப் பாய்ந்தோடியது கக்கர், மார்க்கண்டா, சர்சுதி ஆகிய மூன்று நதிகள் கலந்ததாகத்தான் இருக்க முடியும். அதாவது, சர்சுதி ஒருபோதும் 'தனியான நதி' அல்லது 'தனித்துவிடப்பட்ட' நதியாக இருந்திருக்கவே செய்யாது. கக்கரின் நீரோட்டத்தைச் நிலைப்படுத்துவதற்கோ அல்லது அதன் நீரை வேறிடத்துக்குத் திருப்பிவிடுவதற்கோ ஃபிரோஸ் துக்ளக் முன் சொல்லப்பட்ட வாய்க்காலை வெட்டியிருக்கலாம். காரணம் எதுவாக இருந்தாலும் இது நாம் இப்போது விவாதித்துக் கொண்டிருக்கும் 'காணாமற்போன நதி' என்ற விஷயத்துக்கு சம்பந்தமில்லாதது.

ஹபீப் அடுத்தபடியாக நம்முன் வைக்கும் வாதம் கொஞ்சம் சவாலானது. இதைக் கீழ்க்கண்டவாறு சுருக்கிச் சொல்லலாம்: 'யமுனை, சரஸ்வதி, சுதுத்ரி (சட்லெஜ்) ஆகிய மூன்றும் வெவ்வேறான நதிகள்' என்று நதி ஸ்துதி ஸ்லோகத்தில் சொல்லப்பட்டிருப்பதை நாம் அறிவோம் (பக். 55). யமுனை நதி சரஸ்வதியுடன் கலந்தது (படம் 3.4, 3.8) என்று வாதிடும் நிபுணர்கள் அந்த இணைப்பு எந்த நீரோடை மூலமாக நடந்தது என்பதற்கு பல சாத்தியக்கூறுகளை முன்வைக்கி

றார்கள். அந்த நீரோடை ஷிவாலிக் மலைச்சாரலுக்கு அருகில் இருந்த தாகச் சிலர் சொல்கிறார்கள். வேறு சிலர் சற்றுத் தெற்காக சவுதங் நதித் தொகுப்பின் அங்கமான நீரோடை ஒன்றைக் குறிப்பிட்டிருக்கிறார்கள். வேத கால த்ருஷத்வதி நதியாக இதுவே அடையாளப்படுத்தப்பட்டிருக் கிறது. முதலாவது நடந்திருக்கும் பட்சத்தில் 'யமுனை தன்னுடைய பெயரையே தொடர்ந்து தக்கவைத்துக்கொண்டிருக்கும். வேத கால சரஸ்வதி என்ற ஒரு நதி இருந்திருக்கவே செய்யாது.' இரண்டாவதாகச் சொன்னது நடந்திருந்தால், 'த்ருஷத்வதி' என்ற ஒரு நதி இருந்திருக்க முடியாது. அது மட்டுமல்லாமல், அதற்கு வடக்கிலுள்ள கக்கர் நதியின் நீரோட்டம் மிகவும் குறைவாகத்தான் இருந்திருக்கும். ஆகவே அது 'மாபெரும் நதி' என்று அழைக்கப்பட்டிருக்க முடியாது. அதைப் போலவே, சட்லெஜ் (சுதுத்ரி) நதி ரூபரிலிருந்து பாய்ந்தோடி வந்து கக்கரில் கலந்திருந்தால் அப்போது கக்கர் நதி சுதுத்ரி என்றே அழைக்கப் பட்டிருக்கும். அத்தனை முக்கியமல்லாத பருவ கால மழையால் நிரம்பும் சரஸ்வதி என்ற சிறிய நதியின் பெயரில் அல்ல.' இந்த வாதங்கள் கேட்க நன்றாகத்தான் இருக்கின்றன. ஆனால், இவை சொல்லப்படாத மூன்று யூகங்களின் அடிப்படையில்தான் வைக்கப்பட்டுள்ளன: இங்கு சொல்லப்பட்ட அத்தனை நதிகளும் குறிப்பிட்ட, தெளிவான ஒற்றைப் பாதைகளில்தான் ஓடின; அந்தந்தப் பிரதேசங்களில் அவை மட்டுமேதான் ஓடியிருக்கின்றன. வேறு எவையும் அல்ல; வேத கால சரஸ்வதிதான் இன்றைய சர்சுதி.

இதில் எதுவுமே ஏற்றுக் கொள்ளத்தக்கதல்ல என்பதை அடுத்த அத்தி யாயத்தில் முன்வைக்கிறேன்.

ஹபீப் தனது வாதங்களைத் தொடருகையில், பதினான்காம் நூற் றாண்டுக்கும் பதினேழாம் நூற்றாண்டுக்கும் இடையில் யமுனையின் நீரை சௌதங் பக்கம் திருப்பிவிடுவதற்காகத் தோண்டப்பட்ட நான்கு வாய்க்கால்களைப் பட்டியலிடுகிறார். தவிரவும், அந்த நீரோடைகளில் நீர்வரத்து அதிகரித்திருக்கவில்லை என்பதில் இருந்து யமுனை நதி மேற் காகத் திசை மாறிப்போகவில்லை என்பது தெரியவருகிறது. அதற்குக் காரணம் அது எப்போதுமே கிழக்கு நோக்கிப் பாய்ந்தோடிக் கொண்டிருந்ததால்தான் என்கிறார். ஆனால், சரஸ்வதி நதிப்பரப்பில் ஏற்பட்டிருக்கக் கூடிய பூகம்பங்களையும், இதன் விளைவாக அதன் மட்டம் உயர்ந்திருக்கலாம் அல்லது யமுனையின் மட்டம் தாழ்ந்திருக் கலாம் என்பதை இந்த வாதம் கணக்கிலெடுத்துக் கொள்ளவில்லை. யமுனை நதி சரஸ்வதியைக் 'கைவிட்ட'தற்கான காரணமாக இருந் திருக்கலாமென்று நிபுணர்கள் இதையே சொல்லியிருக்கிறார்கள். அப்படியிருக்கும்பட்சத்தில், அந்த நதி ஒருநாளும் 'ஏறிச்சென்று'

சௌதங் நதியின் நீர்ப்பரப்பில் கலந்திருக்க முடியாது என்பதும் புரியவரும்.

'சரஸ்வதி நதியின் பெருமைகளாகச் சொல்லப்பட்டிருப்பவை எல்லாம் ஆகாயத்தில் கட்டப்படும் கோட்டை அல்லாமல் வேறொன்றும் இல்லை. என்னதான் அதை ஊதிப் பெரிதாக்கினாலும்' என்று சொல்லித் தனது வாதங்களை முடிக்கிறார் ஹபீப். அப்படியானால், ரிக் வேதத்தில் இந்த புராதன ஆகாயக்கோட்டை மிக பிரமாண்டமாகக் கட்டப் பட்டிருப்பதை ஒருவர் எப்படி விளக்கமுடியும்? வேத காலத்து ரிஷிகள் ஸோம பானத்தை அளவுக்கு அதிகமாகக் குடித்துவிட்டு, முக்கால்வாசி வறண்டு போயிருந்த சர்சுதி நதிக்கரையில் அமர்ந்து கனவு கண்டு கொண்டிருந்தார்கள் என்று நாம் இதைப் புரிந்துகொள்ளவேண்டுமா? ஆனால், ஹபீப் கொஞ்சம் பெருந்தன்மையான விளக்கத்தைச் சொல் கிறார்: 'சரஸ்வதி என்ற பெயர் ரிக் வேதத்தில் சொல்லப்பட்டுள்ள சில இடங்களில் மிகத் தெளிவாக நதியையே குறிக்கிறது என்பது உண்மைதான். ஆனால், பெரும்பாலான நேரங்களில் சரஸ்வதி ஒரு குறிப்பிட்ட நதியைக் குறிப்பிடுவதாக இடம்பெறவில்லை. அது மிகவும் பூடகமான நதியை அதாவது நதித் தெய்வத்தையே குறிப் பிடுகிறது; வேதகால புரோகிதக் கவிஞர் சரஸ்வதியைப் பற்றி பாடும் போது தங்களுடைய கண்முன் உள்ள ஏதாவது ஒரு நதியைப் பற்றியோ சரஸ்வதி என்ற பெயருடைய ஒரு நதியைப் பற்றியோ அல்லது ஸப்த சிந்து பற்றியோ (அவெஸ்தாவில் 'ஹப்த ஹிந்து') பாடவில்லை. மாறாக, இந்த நதிகளின் பிரமாண்ட சகோதரியைப் பற்றியோ அனைத்தையும் தன்னுள்ளே அடக்கிக் கொண்டிருக்கும் ஒரு மாபெரும் நதியைப் பற்றியோதான் பாடியிருக்கிறார்கள்.'

வேறு வார்த்தைகளில் சொல்வதானால், அவரைப் பொறுத்தவரையில் சரஸ்வதி என்பது பொதுவான ஒரு பெயர். ஒரு குறிப்பிட்ட நதியின் பெயரல்ல. மிகத் தெளிவாக அது ஒரு தொன்ம கற்பனை உருவாக்கம். புராதன கிரேக்கத்தில் இருக்கும் ஸ்டைக்ஸ் நதியின் தலைகீழ் வடிவம்போன்ற ஒன்று.

ரிக், யஜுர் வேதங்களிலும் பிற்கால இலக்கியங்களிலும் தொன்மமாக வும் தெய்வமாகவும் சரஸ்வதி பார்க்கப்பட்டுள்ளது என்பது உண்மை தான். ஆனால், இதுவே முழு பதிலாகிவிடமுடியாது. சரஸ்வதி ஒரு கற்பனை நதியாக இருந்திருந்தால், நதி ஸ்துதி ஸ்தோத்திரத்தில் அதை ஏன் கங்கைக்கும் யமுனைக்கும் அடுத்ததாகவும் சட்லெஜுக்கு முன்னாலும் குறிப்பிட வேண்டும்? அதை ஏன் த்ருஷத்வதி, ஆபயா நதிகளுடன் இணைத்துப் பேசவேண்டும்?[70] இந்த நதிகள் எல்லாமே கற்பனை என்பதுதான் ஹபீபின் வாதமா? மேலும், சரஸ்வதியை

வர்ணிக்கும்போது, 'மலைகளிலிருந்து இறங்கி வருவது' 'மலையிலிருந்து கடலை நோக்கி' 'அதன் புற்களடர்ந்த கரைகள்' என்றெல்லாம் ரிக் வேதம் சொல்கிறது. இவையனைத்தும் நாம் நமது கண்களைக் காணக்கூடிய காட்சிகள்தான். கற்பனையல்ல.

இவற்றைத் தவிர, அரசர்களுக்குப் பட்டாபிஷேகம் செய்துவைக்கும் போது, முதலில் சரஸ்வதியின் நீரையும் பின்னர் மற்ற நதிகளின் நீரையும் சேகரித்து, அதனை அரசன் மீது 'ப்ரோஷணம்' (தெளிக்க) செய்ய வேண்டுமென சதபத பிராம்மணம் துல்லியமாக அறிவுறுத்துகிறது இந்த நதிகளும் கற்பனைதானா?

அதே சமயம், ஒரு சில அறிஞர்கள் சரஸ்வதி நதி மீண்டும் கண்டு பிடிக்கப்பட்டிருப்பதைப் பார்த்து அதீத உற்சாகத்தில் 'சிந்து நதியைவிட அது வலிமை வாய்ந்தது' என்றெல்லாம் புகழ்ந்திருப்பதை ஹபீப் விமர்சிப்பதை நாம் அதிக கவனம் கொடுத்துப் பார்க்கவேண்டியதில்லை. சரஸ்வதி நதி அப்படி இருந்ததாக ரிக்வேதத்திலோ அகழ்வாய்வுகளிலோ காணப்படவுமில்லை. அதேசமயம், கக்கர்தான் சரஸ்வதி என்று சொல்பவர்கள் 'போலி தேச பக்தி'யை வெளிப்படுத்துவதாகத் தனது கட்டுரையின் முடிவில் அவர் தெரிவித்திருப்பதும் சரியல்ல. நாம் அந்தக் குற்றச்சாட்டை ஏற்றுக் கொள்வதாக இருந்தால் ஸி.எஃப்.ஓல்தாம், பர்கிட்டர், ஆரெல் ஸ்டெயின், மார்ட்டிமர் வீலர்,[72] மூான் மேரி கேஸல்,[73] அஸ்கோ பார்ப்பொலோ,[74] ஆல்சின் தம்பதியினர், கிரிகோரி பொஸ்ஸல், ஜேன் மெக்கிண்டோஷ், மறைந்த பாகிஸ்தானிய அகழ்வாராய்ச்சியாளரான அஹமத் ஹஸன் தனி[75] ஆகியோரையும் நாம் குற்றம்சாட்டியாக வேண்டியிருக்கும். ஏனெனில், இவர்களும் அதே விஷயத்தைத்தான் தெரிவித்திருக்கிறார்கள்.

கட்டுரையின் முடிவில் ஹபீப் இந்த விஷயத்தினுள் தன் கருத்தியலையும் புகுத்துகிறார். 'சரஸ்வதி நதி ஒரு காலத்தில் மகத்தானதாக இருந்தது' என்று சொல்வது 'திராவிடர்கள் மற்றும் ஆரியர்கள் அல்லாதவர்களிடமிருந்து சிந்து ('சரஸ்வதி') சமவெளிக் கலாசாரத்தைத் தட்டிப் பறிப்பதற்குச் சமமானது' என்கிறார் ஹபீப். இப்படி வாதிடுவதன் மூலம் 19-ம் நூற்றாண்டில் நிலவிய ஆரிய-திராவிட இனப்பாகுபாட்டை மீண்டும் உயிர்ப்பிக்கப் பார்க்கிறார் ஹபீப். நல்லவேளையாக, இன்றைய மானுடவியல் நிபுணர்களும் மரபியல் நிபுணர்களும் அதை நிராகரித்துவிட்டிருக்கிறார்கள்.

கக்கர் நதிப்பரப்பில்தான் சரஸ்வதி பாய்ந்தோடியது என்று சொல்வது சரியான அல்லது போலியான தேச பக்தி சம்பந்தப்பட்டதல்ல. மாறாக, ஹபீப் தன்னுடைய கட்டுரையின் துணைத் தலைப்பாகச் சொல்லி

யிருக்கும் அடிப்படை அறிவு சம்பந்தப்பட்டது: ரிக் வேத ஸ்லோகங்கள் இயற்றப்பட்டதற்குப் பல நூற்றாண்டுகளுக்குப் பின்னர் அதே சரஸ்வதி நதி ஒரு குறிப்பிட்ட கட்டத்தில் 'காணாமல் போயிற்று' என்று பிராம்மணங்கள் சொல்ல வேண்டிய அவசியமென்ன? அந்தப் பிரதேசத்தில் நதி இல்லவே இல்லையென்றால் சரஸ்வதியின் நீரோட்டப் பாதை, அதன் கரைகளிலுள்ள தீர்த்தங்கள், ஆசிரமங்கள் ஆகியவற்றைப் பற்றி மகாபாரதம் எப்படி அத்தனை விரிவாகப் பேச முடிந்திருக்கிறது? நமது அன்றையக் கவிகளுக்கு அபாரமான கற்பனை வளமிருந்தது என்று சொல்லுவதை விட்டுவிட்டு நமது புராதன இலக்கியங்களில் சரஸ்வதியைப் பற்றித் தரப்பட்டுள்ள ஏராளமான செய்திகள் ஒரு சீரான சித்திரத்தையே தருவதையும் கக்கர்-ஹக்ரா வறண்டு போனதுடன் தெளிவாக ஒத்துபோவதையும் நாம் ஒப்புக்கொண்டேயாக வேண்டும். அதுதான் 'அடிப்படை அறிவு' என்று எனக்குத் தோன்றுகிறது.

சரஸ்வதி நதி உண்மையிலேயே கடலில் கலந்ததா?

இர்ஃபான் ஹபீப் எழுப்பிய வேறு இரண்டு வாதங்களை இப்போது ஆராயலாம். கக்கர் - ஹக்ரா நதி கடலில் கலந்திருக்க முடியாது. அதன் ஓட்டம் கோலிஸ்தானிலேயே நின்றிருக்கவேண்டும் என்பது ஹபீபின் முதல்வாதம். யமுனையும் சட்லெஜும் கக்கர் - ஹக்ராவுடன் இணைய வில்லை என்று வாதிட்ட ஹபீப் 'ஹக்ரா நதியின் படுகையில், குறிப்பாக, தேராவரையடுத்துள்ள எண்ணற்ற ஹரப்பா மக்களுக்குத் (முற்கால மற்றும் பிற்கால ஹரப்பாவினருக்குத்) தேவையான நீர் ஹக்ராவில் இருந்தது' என்கிறார். இது சரியென்றால், ஹக்ராவுக்கு இந்த நீர் எங்கிருந்து கிடைத்தது? ஹபீப் விடையளிக்கிறார்; 'முந்தைய இயற்கைச் சூழ்நிலைகளை வைத்துப் பார்க்கும்போது, இந்தப் பாலை வன நதி, ஷிவாலிக் மலைகள், தேராய் பிரதேசம் ஆகிய இடங்களில் இருந்துவரும், பருவ கால மழைகளால் நீர் பெறும் அதனுடைய கிளை நதிகளின் நீரைப்பெற்று கோலிஸ்தான் வரை பாய்ந்தோடியிருக்கலாம்.'

ஹபீப் இதுவரை சொல்லிக்கொண்டிருந்த வாதங்களை அவருடைய இந்தப் புதிய வாதம் நிராகரிக்கிறது என்பதை அவர் புரிந்து கொள்ள வில்லை எனத் தோன்றுகிறது: அங்கு ஒரு நதி இருந்ததைக் கடைசியாக ஒருவழியாக ஒப்புக்கொள்கிறார். அது பருவ கால மழையினால் நீர் வரத்து பெற்றதோ வேறு வகையில் நீர் பெற்றதோ எதுவாக இருந்தாலும் அந்தப் பிரதேசத்தில் ஷிவாலிக்கிலிருந்து கோலிஸ்தான் வரை அந்த நதி ஓடியிருக்கிறது. வழியில் இருந்த 170 குடியிருப்புகளுக்கு நீர் வழங்கிக் கொண்டிருந்திருக்கிறது. இது உண்மையென்றால், அது அளவில் சிறியதாக இருந்திருக்கவே முடியாது. ஏனெனில், அது

கடந்திருக்கும் தூரம் 1000 கிலோ மீட்டர்! அப்படியிருக்கும்போது, இந்த 'பாலைவன நதியை' 'சரஸ்வதி' என்றழைப்பதை அவர் ஏன் ஆட்சேபிக்க வேண்டும்?

ஹபீப் தனது வாதத்தைத் தொடர்கிறார். அந்த 'பாலைவன நதி'க்கு என்ன பெயர் அப்போது இருந்தாலும் சரி அது கோலிஸ்தான் பாலைவனத்தில் பாய்ந்து வற்றிப்போய்விட்டது என்பது 'கோலிஸ்தானுக்கு அப்புறம் அகழ்வாய்விடங்கள் இல்லாதிருப்பதில் இருந்து நன்கு தெரியவருகிறது' என்று கூறுகிறார். சமீபத்தில் கோலிஸ்தானுக்கு அப்புறமிருக்கும் ஹக்ரா பள்ளத்தாக்கில் ஐந்து ஹரப்பா நாகரிக ஆய்விடங்கள் கண்டுபிடிக்கப்பட்டுள்ளன.[76] இது உறுதி செய்யப்பட்ட தகவல்தான் என்றாலும், கோலிஸ்தானில் கண்டுபிடிக்கப்பட்ட ஆய்விடங்களைவிட எண்ணிக்கையில் மிகவும் குறைவே. ஆரல் ஸ்டெயின் தேராவர் பிரதேசத்தை 'டெல்டா' பிரதேசம்[77] என்று ஏற்கெனவே வர்ணித்துள்ளார். இவரைத் தொடர்ந்து பொஸ்ஸல், 'சரஸ்வதி நதியின் (நதியை அந்தப் பெயரில்தான் அழைக்கிறார்) ஓட்டம் ஒரு உள்-டெல்டா பிரதேசத்தில் முடிவடைகிறது'[78] என்கிறார்.

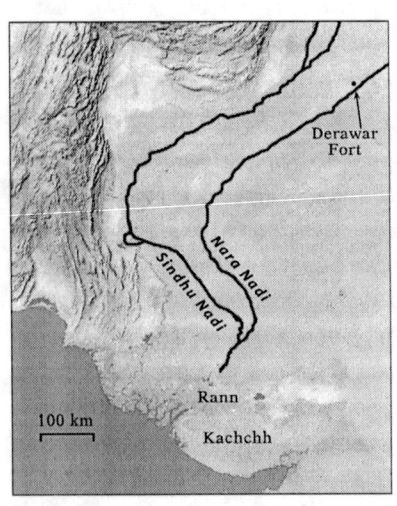

படம் *11.1* : ஹக்ராவுக்கும் நரா நதிக்கும் (தேரவார் கோட்டை வழியாகப் பாய்வது) இடையிலான தொடர்ச்சி பற்றி லூயி ஃப்ளாம் முன்வைத்தது[81]

இதற்கு மாறாக சரஸ்வதி நதி, நரா பள்ளத்தாக்கு வழியாகக் கடலில் சங்கமித்தது என்ற 19-ம் நூற்றாண்டு ஆய்வாளர்களான ஒல்தாம் (பக். 49), ராவர்ட்டி (பக். 42), ஸிவ்ரைட் (பக். 43) போன்றவர்களின் கருத்தை மற்ற அகழ்வராய்ச்சியாளர்கள் ஏற்றுக்கொள்கிறார்கள். உதாரணமாக, ஹக்ரா நதிக்கும் கட்ச் ரண்ணின் கிழக்கெல்லையிலிருக்கும் கிழக்கு நராவுக்கும் இடையே ஒரு தொடர்பிருக்கிறது என்பது லூயிஃப்ளாமின் கருத்து. அவர் சொல்கிறார்:

> பொ.யு.மு. நான்காம் மற்றும் மூன்றாம் ஆயிரத்தாண்டில் ஹக்ரா ஆண்டு முழுவதும் நீர் ஓடிய, மழை சார்ந்த நதியாக இருந்ததென்பதை அனைவரும் ஒப்புக்கொள்கிறார்கள். அதில் ஒரு சந்தேகமுமில்லை... தேராவர் கோட்டைக்கு

தென்மேற்கில் ஹக்ராவின் பாதை தெளிவாகத் தெரிய வில்லை. அடிக்கடி வழியிலுள்ள மணல் மேடுகளில் அது 'மறைந்துவிடுகிறது'. மணல் குன்றுகள் குறைவாக இருக்கும் இடங்களில் ஹக்ரா மீண்டும் பாய்ந்திருப்பதற் கான தடயங்களைப் பார்க்கமுடிகிறது. தோரவர் கோட்டையிலிருந்து தெற்காக ஓடும் ஹக்ரா நதி ரைனி, வாஹிந்த் நதிகளின் தடங்களிலேயே ஓடி, பின்னர் நரா நதியில் இணைகிறது.[79]

ஃப்ளாம் மிகுந்த சிரமம் எடுத்து இந்தப் பிரதேசத்தின் நில அமைப்பைப் பற்றி ஒரு சித்திரம் தீட்டுகிறார். அதில் சிந்து நதியின் கீழ்ப்பாகம் பற்றியும் குறிப்பிட்டிருக்கிறார்: கட்ச் ரண்ணிலுள்ள நரா நதியின் முகத்துவாரத்தில் அது நராவுடன் கலந்துவிடுகிறது (படம் 11.1). நராவின் மேற்பகுதியைப் பொறுத்த வரையில் :

நரா நதி கோலிஸ்தானிலுள்ள ஹக்ரா நதியில் உற்பத்தி யானது. பொ.யு.மு. மூன்றாம் ஆயிரமாண்டின் கடைசிப் பகுதியில் சட்லெஜ் இன்றிருப்பதைப்போல சிந்து நதியின் கிளையாக இல்லாமல் கோலிஸ்தானில் ஓடிக்கொண் டிருந்த ஹக்ராவின் கிளையாக இருந்தது... பொ.யு.மு. மூன்றாம் ஆயிரமாண்டின் கடைசியில் ஹக்ரா நதி கங்கையுடன் இணைந்ததற்கும், சட்லெஜ் நதியின் நீர் சிந்து நதிக்கு வழி மாறியதற்கும் புவியியல் ரீதியான, அகழ் வாராய்ச்சி ரீதியான தெளிவான சான்றுகள் உள்ளன.[80]

ரஃபீக் முகல் இந்தக் கருத்தை ஏற்றுக்கொள்கிறார். 'புராதன கக்கர்-ஹக்ரா நதி ஒரு பெரிய நதியாக இருந்தது. அது சிந்துவுடன் இணை யாமல் தனித்தே கட்ச் ராண் பிரதேசத்தில் பாய்ந்தோடிக் கொண்டிருந் தது' என்று அவர் சொன்னதை முன்பு பார்த்தோம். கக்கர்-ஹக்ராவின் கீழ்ப்பகுதிக்கு 'நரா' என்ற பெயர் இருந்தபோதிலும் அது 'ஹக்ரா' என்றும் அழைக்கப்பட்டது என்கிறார் முகல். வில்ஹெமியும் இந்த விஷயத்தில் வெளிப்படையாகச் சொல்கிறார்:

நதியின் கீழ்ப்பகுதியையும் (அதாவது நரா) உள்ளூர் மக்கள் 'ஹக்ரா' என்றே அழைத்திருக்கிறார்கள். ஒரு காலத்தில் அந்தப் பிரதேசம் முழுவதிலும், ஒரே ஒரு நதியாகத்தான் இடைவெளியில்லாமல் ஓடிக்கொண்டிருந்ததது என்பதும் அவர்களுக்குத் தெரிந்திருக்க வேண்டும்.[83]

சமீபத்தில், பிரிஜெட் ஆல்சின் தயாரித்த ஒரு வரைபடத்தில் சிந்து நதி யின் கீழ்ப்பகுதி அடையாளப்படுத்தப்பட்டுள்ளது. அதில் இடம்

பெற்றிருக்கும் நரா நதியின் கீழ்ப்பகுதி கடலைச் சென்றடையும்வரை 'ஹக்ரா'[84] என்றே அடையாளப்படுத்தப்பட்டுள்ளது. அப்படியானால், நராவுடனான ஹக்ராவின் தொடர்பை அவ்வளவு எளிதாக ஒதுக்கிவிட முடியாது என்றே தோன்றுகிறது. ஹக்ராவுக்கும் நராவுக்குமிடையில் உள்ள இடத்தில் விஞ்ஞான ஆய்வுகளும் அகழ்வாராய்ச்சிகளும் நடத்தப்பட்டால் மட்டுமே இந்த விஷயம் தொடர்பாக எழுப்பப்படும் கேள்விகளுக்குத் தெளிவான விடை கிடைக்கும்.

ஹரப்பா காலத்தில் சரஸ்வதி இருந்தா இல்லையா?

இந்திய ஃபிரெஞ்ச் குழுவொன்று இந்தப் பிரதேசத்தில் நடத்திய புவியியல் ஆய்வுகளைப் பற்றி இர்ஃபான் ஹபீப் குறிப்பிடுகிறார். மேரி-ஆக்னெஸ் கர்த்தி, கக்கர்-சௌதங் பிரதேசத்தில் நடத்திய ஆய்வை முன்பு குறிப்பிட்டிருக்கிறேன் (பக். 85). இமய மலைப்பிரதேசங்களிலிருந்து அடித்துக்கொண்டு வரப்பட்ட 'சாம்பல் நிற மணலுக்கும்' அதை ஏழு அல்லது எட்டு மீட்டர் உயரத்துக்கு மூடியிருந்த வண்டல் மண்ணுக்கும் இடையே இருந்த வேறுபாடுகளை எடுத்துரைத்திருக்கிறார். இந்த வண்டல் மண்ணில் களிமண்ணும் மணலும் சேர்ந்த ஒரு ஈரக் கலவையும், சாதாரணக் களிமண்ணும் ஒன்றின் மேல் ஒன்றாக மாறி மாறிக் காணப்பட்டன. இந்த மண் படிவங்கள் ஷிவாலிக் மலையிலிருந்து பாய்ந்தோடி வரும் வேகம் குறைந்த, நதிகள் மூலமாகத்தான் கொண்டுவரப்பட்டிருக்க வேண்டும். இமய மலையிலின் உள் பகுதியில் இருந்தல்ல.

இந்த எட்டு மீட்டர் உயரமுள்ள மண் படுகை உருவாகப் பல்லாயிரக் கணக்கான ஆண்டுகள் ஆகியிருக்கும். ஆகவே, 'ஆய்வுக்கு உட்படுத்தப் பட்டிருக்கும் இந்த இடங்களில் இமய மலையில் உற்பத்தியாகும் யமுனை போன்ற நதிகள் ஆரம்ப சரித்திர காலத்துக்கு முன்பே (அதாவது, ஹரப்பா காலத்திலேயே) பாய்வதை நிறுத்தியிருக்க வேண்டும்' என்ற முடிவுக்கு மேரி-ஆக்னெஸ் வருகிறார்.

வேறு வார்த்தைகளில் சொல்வதானால், இமயத்தில் உற்பத்தியான சரஸ்வதி என்ற ஒரு நதி உண்மையில் இருந்திருந்தால், அது ஹரப்பா நாகரிகக் காலத்தில் பாய்ந்தோடியிருக்க வாய்ப்பில்லை. 'இது நிச்சயம்' என வெற்றிப்பாட்டு பாடுகிறார் ஹபீப். அந்த ஆய்வுக் குழுவின் ஃப்ரெஞ்சு பிரிவின் தலைமை இயக்குநரான ஹென்றி-பவுல் ஃப்ராங்க் ஃபோர்ட் ஒரு எச்சரிக்கை விடுக்கிறார்: 'புராதன சரஸ்வதி என்ற ஆண்டு முழுவதும் நீர் ஓடிய ஒரு நதியின் கரைகளில் ஆரம்ப சரித்திர காலகட்டக் குடியிருப்புகள் இருந்ததாக எண்ணுவது ஒரு மன மயக்கமே. ஆரம்ப சரித்திரகால மக்கள் (அதாவது, ஹரப்பா கால மக்கள்) அந்தப் பிரதேசத்தில் குடியேறியபோது, வற்றாத எந்தவொரு நதியும் அதற்கு

முன் அங்கு பாய்ந்தோடிக் கொண்டிருக்கவில்லை என்பது இந்தோ-பிரெஞ்சு குழுவின் கள ஆய்வின் மூலம் தெரியவந்துள்ளது.'[85]

நமது நீண்ட நெடும் பயணத்துக்கு என்னே ஒரு ஏமாற்றமான முடிவு! அந்தத் தொன்ம நதி கடைசியில் வெறும் தொன்மமாகவே இருந்திருக்கிறது. நம்மை ஏமாற்றுவதற்காகவே இல்லாத ஒரு பிரமாண்ட நதியை இருக்கிறதென்றும், அது பின்னர் காணாமல் போய்விட்டதென்றும் பழங்காலப் புனித இலக்கியங்கள் கதை புனைந்திருக்கின்றன. இந்தக் 'காணாமல்போன' நதியைப் பற்றி உள்ளூர்வாசிகள் தங்களிஷ்டம் போல கதைகளை இட்டுக்கட்டியிருக்கிறார்கள். ஆரம்பகால ஆய்வாளர்கள், வில்ஹெமி போன்ற புவியியலாளர்கள், ஆரல் ஸ்டெயின், அமலானந்த கோஷ் உள்ளிட்ட எண்ணற்ற அகழ்வாராய்ச்சியாளர்கள் ஆகிய அனைவரும் அந்த பயங்கரப் பாலைவனம் உருவாக்கிய கானல் நீரைக் கண்டு மயங்கிவிட்டிருக்கிறார்கள். என்ன ஒரு அற்புதமான கற்பனை. ஒரு நிமிடம்! அழகான கதைபோல் தென்படும் இந்த விஷயம் பற்றி ஒரு முடிவெடுப்பதற்கு முன் மேற்சொன்ன 'புரட்சிகர' மான கருத்து என்ன சொல்கிறது என்பதை கொஞ்சம் நெருக்கமாகப் பார்ப்போம்.

கக்கர்-சௌதங் பிரதேசத்தில் எண்ணற்ற குடியிருப்புகள் இருந்தன என்பது ஃப்ராங்க் ஃபோர்ட்டுக்கு நன்றாகவே தெரியும். அங்கு ஒரு வற்றாத நதி இல்லாமலிருந்தால், மேலும் அந்தப் பகுதியின் தட்ப வெப்பநிலை மேர் ஆக்னெஸின் ஆய்வுகளின் அடிப்படையில் வறட்சியான காலகட்டத்துக்குள் ஏற்கெனவே நுழைய ஆரம்பித்திருந்த நிலையில், அந்த மக்களுடைய விவசாயத் தேவைகளுக்கு எங்கிருந்து தண்ணீர் கிடைத்தது? ஃப்ராங்க்ஃபோர்டின் விடை இதுதான்: 'மிக விரிவான நீர்ப்பாசன வசதி'களை அவர்கள் பயன்படுத்தியிருக்கலாம்! இவருடைய சக ஆய்வாளர் பியரி ஜெண்டெல்லெ யமுனையிலிருந்து சௌதங் பிரதேசத்துக்கு 'நீண்ட வாய்க்கால்கள் வழியாகப் பாசனத்துக்காக நீர் கொண்டு வரப்பட்டிருக்கலாம்' என்று கூறுகிறார். ஃப்ராங்க் ஃபோர்ட்டின் வார்த்தையில் சொல்வதானால், 'இந்த நீர்ப்பாசன வசதியைப் பெறுவதற்காக 200 கி.மீ. நீள வாய்க்கால்களைத் தோண்டுதல், அவற்றைப் பராமரித்தல், மேற்பார்வை செய்தல் ஆகிய அனைத்தையும் ஹரப்பாவாசிகள் செய்திருக்கவேண்டும். இது அந்த நாகரிகத்தின் சமூக வளர்ச்சியில் ஒரு முக்கியக் கட்டத்தைக் குறிக்கிறது.'[88] உண்மையில், யமுனையிலிருந்து காலிபங்கன் வரை வாய்க்கால்கள் தோண்டப்பட்டிருந்தால், அதன் நீளம் 200 கி.மீ. அல்ல. அதைவிட, இரண்டு மடங்கு இருந்திருக்க வேண்டும். இதைத்தவிர, அனைத்து முக்கிய நகரங்களுக்கும் நீர்ப்பாசன வசதிகள் செய்துதரப் பட்டிருந்தால், மொத்த நீளம் 1000 கிலோ மீட்டருக்கு மேல்

ஆகியிருக்கும். ஆனால், ப்ராங்ஃபோர்டின் ஆய்வுகளுக்குப் பிறகும் இதுவரை அம்மாதிரியான ஆரம்ப சரித்திர காலகட்ட வாய்க்கால்கள் ஒன்றுமே கண்டுபிடிக்கப்படவில்லை.

மாறாக, செயற்கைக்கோள் புகைப்படங்களின் டிஜிட்டல் ஆய்வுகளில் இருந்து 300 முதல் 500 மீட்டர் அகலமுள்ள, 'நீர் சார்ந்த தொல்லுயிரெச்ச அமைப்பு' வலைப்பின்னல் ஒன்று அவர்களால் அடையாளம் கண்டுபிடிக்கப்பட்டது. ஃப்ராங்க்ஃபோர்ட் இவற்றை ' கால்வாய்கள்' என்கிறார். ஆனால், அடுத்த வரியிலேயே இவை 'புராதன காலத்தில் மனிதர்களால் பயன்படுத்தப்பட்ட இயற்கையான நீரோட்டப் பாதைக் குறிக்கின்றன; சில இடங்களில் மனிதர்களால் திசை மாற்றப் பட்டிருக்கலாம். இதுவரை நமக்குத் தெரியாமலிருந்த இந்த நதிக் கால்வாய்கள் அந்தப் பிரதேசத்தின் எல்லா ஆய்விடங்களிலும் பாய்ந் தோடியிருக்கின்றன என்று தோன்றுகிறது'[89] என்று குறிப்பிட்டிருக் கிறார்.

'இயற்கையான நீரோட்டப் பாதைகள்' அல்லது 'நதிக் கால்வாய்கள்' என்றால் வாய்க்கால்களாகத்தான் இருக்கவேண்டுமென்பதில்லை. ஹரப்பாவாசிகள் இந்த நீர்வழிகளில் சிலவற்றின் நீரைத் தங்களுடைய விவசாயத் தேவைகளுக்குப் பயன்படுத்திக் கொண்டிருப்பார்கள் என்று வைத்துக்கொண்டாலும்கூட, இந்த நீர்ப்பாதைகளுக்காக யமுனை யிலிருந்து நீரைத் திசைமாற்றிக் கொண்டு வந்திருப்பார்கள் என்பதோ, அங்கு இயல்பான மண் படிவுகள் ஏற்படாமல் தடுத்திருப்பார்கள் என்பதோ நம்ப முடிந்ததாக இல்லை.

மேலும், யமுனைக்கு மேற்கே (ஹரப்பா பிரதேசத்தில்) நதிகளே இல்லாமலிருந்தது என்றால், ஹரப்பாவாசிகள் மிகுந்த சிரமப்பட்டு இம்மாதிரியான வாய்க்கால்களைத் தோண்டுவதிலும், அவற்றைப் பராமரிப்பதிலும் ஏன் ஈடுபட்டிருக்க வேண்டும். அவர்களே நேரடியாக யமுனைக்கு அருகில் அதன் வளம் மிகுந்த கரைகளில் குடியேறி யிருக்கலாமே? நாம் இதுவரை பார்த்த வரைபடங்களில் யமுனைக் கருகில் முன் ஹரப்பா ஆய்விடங்கள் காணப்படவே இல்லை (படம் 6.7). தவிரவும், முழு வளர்ச்சிக்கட்ட இடங்கள் மிகக் குறைந்த எண்ணிக்கையிலேயே அங்கு உள்ளன (6.8).

கக்கர் பிரதேசத்தில் இருக்கும் இயற்கையான நீர்வழிகள் தொடர்பாக அதிக செயற்கைத்தனம் இல்லாத ஒரு விளக்கம் நிச்சயமாக இருக்க வேண்டும். எனது அபிப்பிராயத்தில் அந்தக் கால அளவில் ஷிவாலிக் மலைப்பிரதேசத்தில் மழையளவு அதிகமாக இருந்தது ஒரு காரணமாக இருந்திருக்கவேண்டும். ஹரப்பா சமூகம் வறட்சியான காலகட்டத்தை

நோக்கி நகர்ந்து கொண்டிருந்தது என்ற கருத்தை நிராகரிக்கும் சில ஆய்வு முடிவுகளை அத்தியாயம் 08-ல் பார்த்தோம். குறிப்பாக, பொ.யு.மு.4000க்கு முதல் பொ.யு.மு.2500 வரையுள்ள கால அளவில் (அது ஹரப்பாவின் முழு வளர்ச்சிக் கட்டத்துக்கு நம்மை இட்டுச் செல்கிறது) கட்வால் ஹிமலாயப் பிரதேசத்தில் 'மிதமான சூடும் ஈரப்பதமும் நிறைந்த காலநிலை நிலவியது என்றும் பருவமழை உச்சக்கட்டத்தில் இருந்தது' என்றும், பொ.யு.மு.2000-க்குப் பிறகு 'மழைபொழிவு வெகுவாகக் குறைந்தது' என்றும் ஜோதிராவ் ஃபட்தாரே சான்றுகளுடன் முன்வைத்திருந்தார் (பக். 227).

இவரைப் போலவே ரீட்டா ரைட்டும் அவருடைய சக ஆய்வாளர்களும் நடத்திய வேறொரு ஆய்வில் (பக். 229) 'பொ.யு.மு.3500 முதல் பொ.யு.மு. 2100 வரையுள்ள கால அளவில் பியாஸ் நதியின் நீரளவு அதிகரித்ததென்றும், அதன் பிறகு, அதில் 'நீரோட்டம் குறையத் தொடங்கியது' என்றும் கண்டுபிடிக்கப்பட்டது. அந்தக் கடைசி தேதியில் ஆரம்பித்து அடுத்த 'அறுநூறு ஆண்டுகளுக்கு ஹரப்பாவில் மழைப்பொழிவு குறைவாகவே இருந்தது.'

நாம் இப்போது விவாதித்துக் கொண்டிருக்கும் பிரச்னைக்கு இதுதான் முடிவான விடை என்று சொல்லிவிட முடியாது. ஆனால், ஃபட்தாரேயும் ரீட்டா ரைட்டும் ஆய்வு செய்த இடங்கள் சரஸ்வதி நதிப்பரப்பின் நீர்ப்பிடிப்புப் பிரதேசத்தின் மேற்பகுதியின் இரு பக்கங்களிலும் என்பது குறிப்பிடத்தக்கது. மேற்சொன்ன ஆய்வுகள் உறுதி செய்யப்படுமேயானால், அங்கும் மழை பெருமளவில் பெய் திருக்க வேண்டும் (அடிவாரச் சமவெளிகளில் அதிகமாக இல்லாமல் இருந்திருக்கக்கூடும்). இதிலிருந்து இரண்டு விஷயங்கள் தெளிவா கின்றன. முதலாவதாக, யமுனையிலிருந்து நீண்ட வாய்க்கால்கள் மூலம் நீர் கொண்டுவரப்பட்டது என்ற கருத்தை நாம் ஏற்க வேண்டிய தில்லை. ஃப்ராங்க் ஃபோர்ட் குறிப்பிட்ட 'இயற்கையாகவே அமைந்த நீர்வழிகள்' ஷிவாலிக் மலைகளிலிருந்து பாய்ந்து வந்த நீரைத் தாமாகவே இந்தப் பிரதேசத்துக்குக் கொண்டுபோயிருக்கும். அந்த நீரில் ஒரு பகுதி விவசாயத்துக்காக உபயோகப்படுத்தப்பட்டது என்று வைத்துக்கொண்டாலும், மிச்சமுள்ள நீர் கக்கரின் பிரதான தடத்தில் கலந்திருக்கவேண்டும். ஹரப்பாவின் முழு வளர்ச்சிக் கட்டத்திலும் இந்த நதியில் நீர் இருந்திருக்கிறது என்பது அதன் கரைகளிலும் பிரதான கிளைக் கால்வாய்களின் ஓரங்களிலும் காணப்பட்ட குடியிருப்பு களிலிருந்து நமக்குத் தெரியவருகிறது. படம் 6.8 இதைத் தெளிவு படுத்துகிறது. கக்கர் நதி வறண்டிருந்தால் ஹரப்பாவாசிகள் நதியின் கடைக்கோடியில் இருக்கும் காலிபங்கனில் தங்களுடைய குடியிருப்பு களை நிறுவவேண்டிய அவசியமென்ன? ராக்கிகரி, பனவாலி நகரங்கள்

முறையே சௌதங் மற்றும் கக்கர் நதியின் முக்கியமான சிற்றாறுகளின் பாதைகளில்தான் அமைக்கப்பட்டுள்ளன. பஞ்சாப், சிந்து பிரதேசங்களைப்போல இங்கும் பெரிய குடியேற்றங்களுக்கு நீர்வழித் தொடர்பு மிகவும் அவசியம்.

நீர்ப்பரப்புப் பிரதேசங்களில் பருவ மழை பெரிய அளவில் பெய்திருந் தால் சரஸ்வதி நீர்ப்பரப்பில் இமயத்திலிருந்து அடித்துவரப்பட்ட சாம்பல் மணலுக்கு மேலாக எட்டு மீட்டர் உயரத்துக்குக் காணப்பட்ட வண்டல் மண் மேரி ஆக்னெஸ் கணக்கிட்டதைவிட அதிக சீக்கிரமாகப் படிந்திருக்க வேண்டும். இவர் ஹரப்பா பிரதேசத்தை வறண்ட ஒன்றாகக் குறிப்பிட்டிருக்கிறார். சமவெளிப் பகுதிகள் வறண்ட தாகவோ வறட்சியை நோக்கி நகர்ந்து கொண்டிருந்தாகவோ இருந்திருந்தாலும் ஷிவாலிக் மலைப்பிரதேசங்களில் மழையளவு அதிகமாக இருந்திருந்தால் நிலைமை முற்றிலும் வேறாக இருந் திருக்கும். அதன் அடிவாரத்தில் பல்வேறு குறு நதிகளோ நீரோடை களோ உற்பத்தியாகியிருக்கும். அவற்றின் நீர் வேறு வழியின்றி கக்கரில்தான் கலந்திருக்க முடியும்.

மேரி-ஆக்னெஸூம் ஃப்ராங்க் ஃபோர்ட்டும் சொன்ன கருத்துகளுக்கு எதிரான மேலும் சில வாதங்களை இப்போது பார்க்கலாம். ரஃபீக் முகலின் அபிப்பிராயத்தில், நதியின் கீழ்ப்பகுதியில், அதாவது கோலிஸ்தானில் அதிக எண்ணிக்கையில் அகழ்வாய்விடங்கள் இருப்பது தெரியவந்துள்ளது. அப்படியானால், 'வலிமையான' கக்கர்-ஹக்ரா நதியின் நீர் அங்கு வந்திருந்தால்தான் அந்தக் குடியிருப்புகளில் மக்கள் வாழ்ந்திருக்க முடியும். ஆண்டு முழுவதும் வற்றாத நதிகள் அல்லது நீரோடைகள் இல்லாதிருந்தால் அங்கு இவ்வளவு அதிகமான குடியிருப்புகள் இருந்திருக்கவும் முடியாது (இர்ஃபான் ஹபீபும் இதனை ஏற்றுக்கொள்கிறார்). ஹக்ரா நதியில் நடத்தப்பட்ட ஒரு ஐஸோடோப்பு பரிசோதனையில் பொ.யு.மு. 2700 வரை அதில் நீரோட்டம் தொடர்ந்து இருந்து வந்ததைப் பார்த்தோம் (பக். 101). அதைப்போல ஹரப்பாவின் நகரமயக் கட்டத்தின் கடைசிக்காலத்தில் ஆய்விடங்களும் குடியிருப்புகளும் பல இடங்களில் சிதறிக்கிடந்ததும் நமக்குத் தெரியும் (படங்கள் 6.8, 6.9). அங்கிருந்த நீர்நிலைகளில் ஏற்பட்ட பெரும் மாற்றத்தை விளக்காமல், கக்கரின் மைய நீர்ப்பரப்பை விட்டுவிட்டு இந்தக் குடியிருப்புகள் இப்படிச் சிதறியதை விளக்கிவிட முடியாது. ஆனால், நாம் சந்தித்த ஃப்ரெஞ்ச் குழு இதில் எதையுமே ஏற்றுக்கொள்ளவில்லை. கக்கர் நதிப் படுகையில் ஒரு நதியும் ஓடவே இல்லை என்று சொல்பவர்கள் அது வறண்டு போனதைப் பற்றி மட்டும் எப்படிப் பேசமுடியும்?

மேற்சொன்ன காரணங்களுக்காக அகழ்வாராய்ச்சியாளர்கள் இந்தக் குழுவின் முடிவுகளை ஏற்றுக்கொள்வதில்லை. ரஃபீக் முகல், பொஸ்ஸல், மிஸ்ரா போன்றவர்கள் இந்த முடிவுகளைப் பற்றி அவ்வப் போது பேசினாலும், கக்கர் ஆண்டு முழுவதும் வற்றாமல் ஓடிக் கொண்டிருந்த ஒரு நதி என்றும் அதற்கு சட்லெஜிலிருந்தும் யமுனை யிலிருந்தும் நீர் கிடைத்துக்கொண்டிருந்தது என்றும் சுட்டிக்காட்டு கிறார்கள்.

அதைப்போலவே, ரிக் வேதத்தையும் பிந்தைய நூல்களையும் பக்கச் சார்பு இல்லாமல் படித்திருப்பவர்களும் ஃப்ரெஞ்ச் குழுவின் முடிவு களை ஏற்றுக்கொள்ளவில்லை. ஃப்ராங்க்ஃபோர்ட்டுக்கும் இந்தக் கடைசி வாதம் நன்கு தெரியும். இந்த முரண்பாடுகளைத் தீர்க்க அவர் இரண்டு கருத்துகளை முன்வைக்கிறார். ஒன்று. இமயப் பனிப்பாறை கள் உருகிவந்தபோது, உருவெடுத்து அந்தப் பிரதேசம் முழுவதிலும் பிரமாண்டமாகப் பாய்ந்தோடிய நதியின் நினைவாக ‘சரஸ்வதி’ என்ற தொன்ம நதி உருவாக்கப்பட்டிருக்கலாம்.’[90] ஆனால், ரிக் வேதத்தைப் படித்தால், ‘நினைவார்த்தமாக’ பாடப்பட்டதாகவே நமக்குத் தோன்றாது. ‘புரு’ என்ற வேத கால வம்சத்தினர் ‘உனது புற்கள் அடர்ந்த இரு கரை களிலும்தான் வசிக்கிறார்கள்’ என்று சரஸ்வதியைப் பார்த்துச் சொல்வது போல ஒரு ஸ்லோகம் உள்ளது.[91] மேலும், பலராமர் சரஸ்வதியின் கரைகள் வழியாக தீர்த்த யாத்திரை சென்றதையும், பீமனுக்கும் துரியோதனனுக்கும் இடையே நடந்த கோரச் சண்டை சரஸ்வதியின் தென்கரையில் நடந்ததையும் மகாபாரதம் குறிப்பிடுகிறது. ‘அந்த மைதானம் மணல் நிறைந்ததாக இல்லை’ என்பதால் அந்த இடம் சண்டைக்குத் தேர்ந்தெடுக்கப்பட்டதாக அதில் குறிப்பிடப்பட்டிருக் கிறது.[92] இப்படிப்பட்ட துல்லியமான நிகழ்வுகள் (மேலும் நிறைய இருக்கின்றன) ‘கடந்தகால நினைவுகளாக’ இருந்திருக்கவே முடியாது.

மேலும் ஆரியர்கள் இந்தியாவை ஆக்கிரமித்தனர் அல்லது இங்கு புலம் பெயர்ந்துவந்தனர் என்று சொல்லும் இந்தியவியலாளர்கள்கூட பொ.யு.மு. 1200-ல் வறண்டு கிடந்த கக்கர் நதியை வந்தடைந்த வேதகால ஆரியர்கள், எத்தனையோ ஆண்டுகளுக்கு முன்பு (4000 அல்லது 5000 ஆண்டுகளுக்கு முன்பு) அங்கு ஓடிக் கொண்டிருந்த தாங்கள் காணாத, தங்களுக்குத் தெரியாத, ஒரு நதியின் கலாசாரத்தைப் பற்றிய உள்ளூர் கதைகளை (அவர்களுக்கு அந்நியமான, அதாவது பகைவர்களாக இல்லாத பட்சத்தில்) அப்படியே ஏற்றுக்கொண்டார்கள் என்ற கருத்தை யாரும், ஒருநாளும் ஒப்புக்கொள்ளமாட்டார்கள்.

ஃப்ராங்க் ஃபோர்ட்டுக்கே தன்னுடைய முடிவுகளில் நம்பிக்கை யில்லை எனத் தோன்றுகிறது. ஏனெனில், அவர் ‘சரஸ்வதி ஒருவேளை

முழுவதுமே ஆன்மிகமான (கற்பனையிலான) நதியாக இருந்திருக்காமல் அந்தப் பிரதேசத்தின் நீர்ப்பாசனத்துக்குப் பயன்பட்ட நீர்வழிகளின் வலைப்பின்னலுக்கு 'சரஸ்வதி' என்ற பெயர் அளிக்கப் பட்டிருக்கக்கூடுமோ?' என்ற கேள்வியையும் எழுப்புகிறார். 'முழுவதுமே ஆன்மிகமான நதி' என்ற வாக்கியம் இர்ஃபான் ஹபீபின் 'பூடகமான நதி' என்பதைப்போலவே இருக்கிறது. இதற்கான எதிர் வாதங்களை முன்பே பார்த்துவிட்டோம். எனவே, மீண்டும் இங்கு சொல்லவிரும்பவில்லை. அந்தப் பிரதேசத்தில் குறுக்கும், நெடுக்குமாக ஏராளமான வாய்க்கால்கள் இருந்ததாகச் சொல்லப்பட்டது நிரூபிக்கப்படவில்லை. ரிக் வேதத்தில் சரஸ்வதி பற்றிச் சொல்லப் பட்டிருக்கும் வருணனைகளில் எந்தவொரு இடத்திலும் அதை கால்வாய் என்ற அளவுக்கு இறக்கிச் சொல்லியிருக்கவே இல்லை. ஆகவே, இந்த விஷயத்தைப் பற்றி மீண்டும், மீண்டும் பேசிக் கொண் டிருப்பதில் அர்த்தமில்லை.

வாதங்கள் தொடர்கின்றன

ஜெயந்த் திரிபாதி என்ற பூகோளவியல் வல்லுனரும் வேறு மூன்று பேரும் (ஒரு இந்தியர், இரு ஜெர்மானியர்கள்) கக்கர் நதியில் காணப்பட்ட அடிமண்ணைப் பற்றிச் செய்த ஆய்வுகளின் முடிவுகள் 2004-ல் வெளியிடப்பட்டன. அவற்றை வைத்து மேரி ஆக்னெஸின் ஆய்வு முடிவுகளை வெகு எளிதாக முறியடிக்கமுடியும். இவர்களும் 'இமயப் பனிப்பாறைகள் உருகியதால் உருவான, வற்றாத நதி ஒன்று ஹரப்பா பிரதேசத்தில் இருந்ததே இல்லை' என்று நிரூபிக்க முயன்றனர்.[93] இண்டர்நெட் குழுமங்களில் நடக்கும் வாதப் பிரதிவாதங்களில் இந்த ஆய்வானது ஆணித்தரமான சான்றாக முன்வைக்கப்பட்டுப் பேசப்படுவதால், இதற்கு நாம் உரிய கவனத்தைக் கொடுத்தாக வேண்டியிருக்கிறது.

இந்த ஆய்வாளர்கள் பயன்படுத்திய வழிமுறை மிகவும் அடிப்படையானதுதான். நதிகளின் அடிமண்ணில் கலந்திருந்த சில உலோகங்களின் ஐஸோடோப்புகள் (ஸ்ட்ராண்டியம் மற்றும் நியோட்ரியம் ஆகியவற்றின் ஐஸோடோப்புகள். இந்த உலோகங்கள் சேர்ந்தேதான் காணப்படும்) பரிசோதனைக்குள்ளாக்கப்பட்டன. அவர்கள் சொன்ன முடிவை சுருக்கமாகச் சொல்கிறேன்: யமுனை, கங்கை, சட்லெஜ் நதிகளின் அடி மண் படுகையானது மேல் இமயமலையில் இருந்து கொண்டுவரப்பட்ட பொருட்களைக் கொண்டதாக இருக்கிறது. கக்கரின் படுகை அப்படியில்லை. அதன் அடி மணலில் காணப்படுபவை கீழ் இமயமலையில் இருந்து வந்திருப்பவை (குறிப்பாக ஷிவாலிக்

மலைத்தொடர்) மட்டுமே.' ஆனால், இது பூரி, வர்மா (பக். 86) போன்ற ஆய்வாளர்கள் கண்டு சொன்னதற்கு மாறாக இருக்கிறது. 'மார்க்கண்டா பள்ளத்தாக்குவரை மேல் இமய மலைகளிலிருந்து கொண்டுவரப்பட்ட பொருட்கள் காணப்பட்டது' என்று அவர்கள் தெரிவித்துள்ளனர்.

கே.திரிபாதி மேற்கொண்ட ஆய்வு தொடர்பாகப் பெரிய குழப்பங்கள் உள்ளன. இந்த ஆய்வை நடத்தியவர்கள் எத்தனை மாதிரிகளை எங்கிருந்து சேகரித்தனர் என்பதைப் பற்றி ஒன்றும் சொல்லவில்லை. ஆய்வின்போது பயன்படுத்தப்பட்ட துல்லியமற்ற வரைபடத்தை[94] வைத்துப் பார்த்தால் கக்கர் நதிப்படுகையிலிருந்து ஒன்றும் எடுக்கப் படவில்லை என்பது தெரியவருகிறது. அதுமட்டுமல்லாமல் சட்லெஜ், சௌதங் நதிகளின் புராதன தடங்களிலிருந்தும் மாதிரிகள் எடுக்கப்படவில்லை என்பது தெள்ளத் தெளிவாகத் தெரிகிறது. இந்தக் குறைபாடுகள் அவர்களுடைய ஆய்வின் மதிப்பைக் குறைக் கின்றன. மேலும், அவர்கள் எடுத்துள்ள மாதிரிகள் சட்லெஜுக்கும் (ரூபாருக்கு அருகில்) கங்கைக்குமிடையே ஒன்று முதல் ஒன்பது மீட்டர் வரை ஆழமுள்ள இடங்களிலிருந்து எடுக்கப்பட்டிருக் கின்றன. ஆனால், அவர்கள் தந்திருக்கும் ஆய்வு முடிவுகள் ஆழத்தின் அடிப்படையில் கொடுக்கப்படவில்லை. ஆழம் ஒரு பொருட்டல்ல என்பதுபோல் செயல்பட்டிருக்கிறார்கள். தங்களது ஆய்வில் ஒன்பது மீட்டர் ஆழம்வரை, மேல் இமய மலையிலிருந்து கொண்டுவரப் பட்ட எதுவும் கிடைக்கவில்லை என்று அவர் சொல்வது மேரி-ஆக்னெஸ் சொன்னதற்கு எதிராக இருக்கிறது. '(கக்கரில்) யமுனை மற்றும் சட்லெஜ்ஜைப் போலவே தெளிவான சாம்பல் நிற மண் 8 மீட்டர் ஆழத்துக்கு மேல் காணப்படுகிறது' என்று ஆக்னெஸ் குறிப் பிட்டிருக்கிறார் (பக். 85) (வேறு இடங்களில்[95] ஏழு மீட்டர் என்று குறிப்பிட்டிருக்கிறார்)

வேறு இரு காரணங்களுக்காகவும் மேரி-ஆக்னெஸின் முடிவுகளில் இருந்து திரிபாதி வேறுபடுகிறார். முதற்காரணம் சம்பவங்கள் நிகழ்ந்த கால வரிசை. தாங்கள் ஆய்வு செய்த அடிமண் 2000 ஆண்டுகள் முதல் 20,000 ஆண்டுகள் வரை புராதனமானதாக இருக்கலாம் என்கின்றனர். ஆனால், இதற்கு ஒரு ஆதாரத்தையும் அவர்கள் காண்பிக்கவில்லை. அவர்களே மேற்கொண்ட ஐசோடோப்பு பரிசோதனைகளின் முடிவு களை விட்டுவிட்டு, ஆய்வாளர்களின் 'சொந்த தகவல் பரிமாற்றத்தின்' அடிப்படையில்தான் இந்தக் கால அளவை நிர்ணயித்ததாகச் சொல்கிறார்கள். ஆனால் அவர்கள் சொன்ன 20,000 வருடங்கள் என்பது சரியல்ல. மேரி-ஆக்னெஸின் ஆய்வின்படி அந்த அடிமண், கடைசிப் பனிக்காலத்துக்குப் பிறகுதான் (அதாவது கடந்த 10,000

ஆண்டுகளில்தான்) அங்கு படிந்திருக்கிறது. இரண்டாவதாக மேரி-ஆக்னெஸ், கக்கர் படுகையில் வறட்சி நிலை இருந்ததற்கான சான்றுகளைக் கண்டுபிடித்ததாகச் சொல்கிறார். ஆனால், திரிபாதி குழுவினர் ஷிவாலிக் மலைப்பிரதேசத்தில் அதிக அளவில் மழை பெய்ததன் விளைவாகப் 'புராதன கக்கர் நதி அகன்ற, பெரிய வாய்க்கால்களைக் கொண்ட ஒரு மாபெரும் நதியாக இருந்திருக்கலாம்' என்ற ஃபிப்ட்தாரேவின் முடிவை ஏற்றுக் கொள்கின்றனர்.

ஆகவே, இந்தப் பிரதேசத்தில் கக்கர் என்ற 'மாபெரும் நதி' இருந்து பின்னர் அது வற்றிப் போயிருக்கிறதென்றால், அது ஏன் சரஸ்வதியாக இருந்திருக்கக்கூடாது? மேற்கண்ட ஆய்வாளர்கள் இதற்கு பதில் சொல்லவில்லை. ஆனால், வேதகாலத்திய சரஸ்வதி இமய மலையின் மேல் பகுதியில்தான் உற்பத்தியாயிருக்க வேண்டும் என்று கருதுகிறார்கள் எனத் தோன்றுகிறது. 'கக்கர் நதி சரஸ்வதி நதியல்ல, அதன் பனிப்பாறைகள் நிறைந்த இமய மலைத்தொடரில் இருக்கும் உற்பத்தி ஸ்தானத்தை வைத்துப் பார்த்தால்' என்கிறார் திரிபாதி. இந்த வாதமும் எடுபடாது. ஏனெனில் வேதகால இலக்கியங்களில் பனிப்பாறைகள் உருகித்தான் சரஸ்வதி உற்பத்தியானது என்று சொல்லப்படவே இல்லை. ஆகவே, ஹரப்பா காலத்திலேயே 'கக்கர் என்ற மாபெரும் நதி' இருந்தது என்றால், அதன் உற்பத்தி ஸ்தானம் எதுவாக இருந்தாலும், சரஸ்வதி நதி இருந்தது என்பதைத்தான் அவர்கள் நிரூபித்திருக்கிறார்கள், இல்லை என்பதை அல்ல.

கடைசியாக மேரி-ஆக்னெஸ், திரிபாதி ஆகியோரின் அணுகுமுறையில் மிகப் பெரிய தவறு இருக்கிறது. இருவரும் சட்லெஜின் நீர் கக்கரில் கலப்பதைக் கவனிக்கத் தவறிவிட்டனர். ஏனெனில், கக்கரில் மேல் இமய மலையிலிருந்து வந்து சேர்ந்திருக்கக்கூடிய விஷயங்களை அவர்கள் பார்க்கவில்லை. ஆனால் 'இவ்விரண்டு நதிகளும் 2000 வருடங்களில் பல தடவை இணைந்திருக்கின்றன. பிரிந்திருக்கின்றன' என்று வில்ஹெமி சொன்னதை முன்பே பார்த்திருக்கிறோம் (பக். 331). பதினைந்தாம் நூற்றாண்டில் சரஸ்வதி நதி சட்லெஜில் கலந்ததை தாரிக் ஏ.முபாரக் ஷாஹி சொல்லியிருக்கிறார் (பக். 65). 1796-ல் சரஸ்வதி கக்கரை விட்டுப் பிரிந்ததை இப்பீரியல் கெஸட்டியர் குறிப்பிட்டிருக்கிறது.

மேற்சொன்னபடி சரஸ்வதியைப் பற்றித் தவறான முடிவுகளுக்கு வருவதற்கு எது காரணமாக இருந்திருக்கமுடியும்? ஒன்று, அந்த இடங்களைப்பற்றி நமக்கு கிடைத்துள்ள பூகோளரீதியான விவரங்கள் தவறாக இருந்திருக்க வேண்டும். அல்லது தவறாகப் புரிந்துகொள்ளப் பட்டிருக்க வேண்டும். அல்லது கக்கரில் கலப்பதற்கு முன்பே சட்லெஜ்

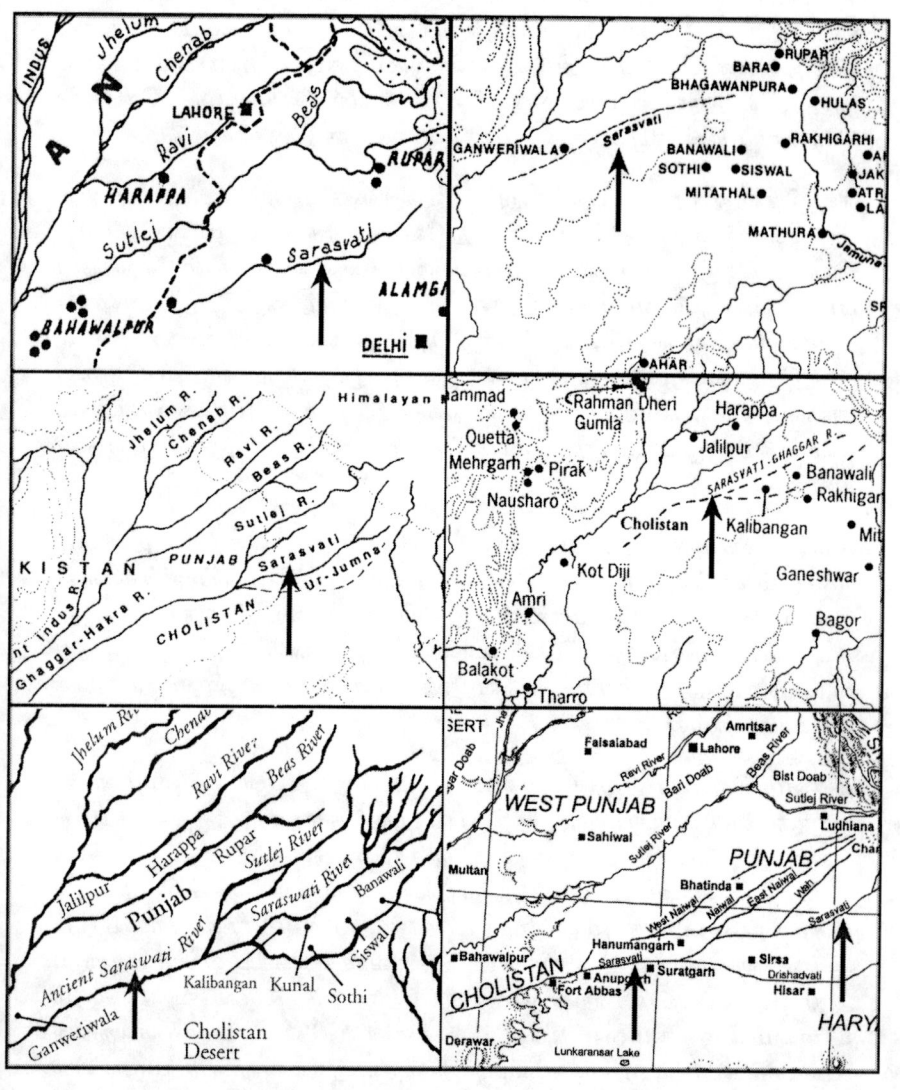

படம் 11.2 : சரஸ்வதி நதியைச் சுட்டிக்காட்டும் ஆறு வரைபடங்கள். கடிகாரச் சுற்றில் மேல் இடது பக்கத்திலிருந்து: ஜே.எம்.கேஸல்[96], ஜி,எர்டோஸி[97], ரிட்டர்ட் மற்றும் பிரிஜெட் ஆல்சின்[98], ஜி.எல்.பொஸ்ஸல்[99], ஜே.மெக்கிண்டோஷ்,[100] ஜே.எம்.கெனோயர்[101] (சரஸ்வதி நதியைச்சுட்டும் அம்புக்குறிகள் நான் வரைந்தவை)

நதி இமாலய அடிமண்ணை வேறெங்காவது கொண்டு போய்ப்படிய வைத்திருக்க வேண்டும். 'கக்கர் நதியின் மேல் அடுக்குப் படிவுகளில் மிக நுண்ணிய மணல் அடுக்குகள் கிட்டத்தட்ட குறிப்பிட்ட கால இடைவெளிகளில் படிந்திருக்கிறது' என்று ஆய்வாளர் ரெய்க்ஸ் சொன்னது (பக். 81) உண்மைக்கு நெருக்கமாக இருக்கக்கூடும்.

நிலவியல் துறையின் பல்வேறு பிரிவுகளில் நடக்கும் விஞ்ஞானபூர்வ ஆய்வுகளில் இம்மாதிரியான கருத்து வேறுபாடுகள் எழத்தான் செய்யும். இறுதியான முடிவுகளை எடுக்கும் முன் கூடுதல் விவரங்கள் சேகரிக்கப் பட வேண்டும் என்பதைத்தான் இது வலியுறுத்துகிறது. அதைப் போலவே, சரஸ்வதியைப் பற்றி புவியியல், புராதன காலநிலை சாஸ்திரம், ஐசோடோப்புப் பரிசோதனை, புதைபொருள் ஆய்வு ஆகிய அனைத்தும் ஒருங்கிணைந்த பல்-துறை ஆராய்ச்சி மேற்கொள்ளப்பட வேண்டும். இப்போது இப்படிப்பட்ட ஆய்வுகள் நடத்தப்படுவதில்லை.

மிகச் சமீபமாக, ஆர்.எஸ்.ஷர்மா போன்ற வரலாற்றறிஞர்கள்[102] கக்கரும் சரஸ்வதியும் ஒன்றேதான் என்ற கருத்தை ஒப்புக்கொள்வதில்லை. ஆனால் ஷர்மாவின் (ஆஃப்கன் சரஸ்வதி கருத்தின் மறு வடிவம்) கருத்துகளுக்கு பி.பி.லால்[103] மிகத் தெளிவாகப் பதிலளித்து விட்டதால் அதற்கெதிரான வாதங்களை நாம் மீண்டும் பார்க்க வேண்டியதில்லை.

மிகவும் சிறப்பாக முன்வைக்கப்பட்ட வாதங்களை எல்லாம் நான் கொஞ்சம் விரிவாகப் பரிசீலித்திருப்பதற்குக் காரணம், அந்த வாதங்கள் எல்லாம் பொருட்படுத்தத் தகுந்தவை என்பது மட்டுமல்ல. உண்மையில் என்ன நடந்தது என்பது பற்றிய நம் புரிதலைச் செழுமைப்படுத்த அவை உதவும் என்பதால்தான். சரஸ்வதி நதி பற்றிய நம் ஆய்வுகளின் மூலம் ஒரு விஷயம் தெளிவாகத் தெரிய வந்திருக்கிறது. அது இதுதான்: மற்றெல்லா இடங்களையும் போலவே, இங்கும் உண்மை நிலைமையை அறிவது அத்தனை எளிதல்ல. பனிக்காலத்தின் கடைசிக் கட்டம் முதல் சட்டென்று வறண்டுபோன பொ.யு.மு. 1900 வரை திட்டவட்டமாக வரையறுக்கப்பட்ட ஒரு பாதையில், தடை யின்றி, பாய்ந்தோடிய ஒரு மாபெரும் நதி இருந்திருக்கவில்லை. அதன் பரிணாம வளர்ச்சியின் பாதை மிகவும் சிக்கலானது. நமக்குக் கிடைத்துள்ள ஆதாரங்களின் அடிப்படையில் அதன் வளர்ச்சியில் ஒவ்வொரு கட்டத்தையும் நம்மால் துல்லியாகக் கணக்கிட முடியாது. வருங்காலத்தில் பல்வேறு துறைகளை ஒருங்கிணைத்து ஆராய வேண்டிய ஒரு விஷயம் அது.[104]

இருப்பினும் பெரும்பாலான அகழ்வாராய்ச்சியாளர்களும் இந்தியவிய லாளர்களும் மற்ற நிபுணர்களும் சரஸ்வதி நதி இருந்ததையும் அதன் வழித்தடத்தையும் ஒப்புக்கொள்கிறார்கள் என்றால் அதற்கு ஒரு நல்ல காரணம் இருக்கவேண்டும். அகழ்வாராய்ச்சி உலகில் இருந்து தரப்பட்டிருக்கும் தெளிவான வாக்குமூலமாக விளங்கும் படம் 11.2 நமது நீண்ட விவாதங்களுக்கு மிகச் சரியான பதிலைத் தந்திருக்கிறது.

யாருக்கும் அடங்காமல் திமிறிக் கொண்டிருந்த ஹரப்பா காளையை கொம்பைப் பிடித்து அடக்குவதற்கான நேரம் வந்துவிட்டது. மிகச் சிக்கலான புதிரின் விடையைத் தெரிந்துகொள்ள வேண்டிய நேரம் வந்துவிட்டது. நம் கண் முன்னே ஒரு தெளிவான சித்திரம் உருவாவதைப் பார்க்கும் நேரம் வந்துவிட்டது!

முடிவுரை:
மாயமாக மறைந்த சரஸ்வதி

இலக்கியம், பாரம்பரியம், நிலவியல், புதைபொருள் ஆய்வுகள், காலநிலை சாஸ்திரம் மற்றும் பல அறிவியல்களின் வண்ணமயமான ஊடுபாவுகளால் நம் கதை நெய்யப்பட்டுள்ளது.

நாம் இலக்கியத்தில் இருந்து தொடங்கினோம். நமது பழம்பெரும் நூல்கள் சரஸ்வதியைப் பற்றி ஒரே சீரான கருத்தைச் சொல்லி வந்திருக்கும் நிலையில், நாம் அவற்றைப் புறக்கணிக்க முடியா தென்பது தெளிவாகிறது. சந்தேகமின்றி அந்தப் பழம்பெரும் இலக்கி யங்களில் நிறைய மிகைப்படுத்தல்கள் இருந்திருக்கும். கணிசமான அளவுக்குத் தொன்மமயமாக்கமும் இருந்திருக்கும். சில கற்பனைக் கதைகளும் கலந்திருக்கும். அந்த நூல்களில் சொல்லப்பட்டிருப்பதை அப்படியே எடுத்துக்கொண்டு வாசித்தால், குழம்பிப்போவோம். உதாரணமாக, சரஸ்வதி, 'வலிமையில் மற்றெல்லா நதிகளையும்விட மேலானது' என்று ரிக்வேதம் வர்ணிக்கும்போது, நமது வேத காலக் கவி, ஸப்த சிந்துக்களில் பாயும் நீர் முழுவதையும் விநாடிக்கு இத்தனை கனமீட்டர் பாய்கிறது என்று அளந்து, கடைசியில் சரஸ்வதிதான் எல்லாவற்றையும்விடப் பெரியது என்று முடிவு செய்தாரென்று அர்த்தமில்லை. அதேசமயம், சரஸ்வதி மலைகளில் உற்பத்தியாகி, வேறு இரு மலைகளுக்கிடையே பாய்ந்தோடியது என்று அவர் சொன்னால், அந்தச் செய்தியை ஏராளமான பிற்கால ஆதாரங்களும் உறுதிப்படுத்தும்போது, அதை நாம் நிச்சயமாக ஏற்றுக் கொள்ளலாம்.

அதுபோல், உள்ளூர் மக்கள் இப்போது அகன்று, வறண்டு, மணற் குன்றுகள் நிறைந்திருக்கும் படுகையில் ஒரு காலத்தில் பெரிய நதி ஓடியது என்று சொன்னால் அதையும் நிராகரிக்க முடியாது. இங்கும், அந்த சம்பவம் நிகழ்ந்த காலம் எது, அந்த நதி உண்மையிலேயே 'இரு கரைகளையும் தொட்டபடி ஓடியதா' என்பது பற்றியெல்லாம் நமக்குள் கருத்து வேறுபாடு இருக்கலாம். ஆனால், அந்த நதி ஏதோ ஒரு

காலத்தில் அங்கு பாய்ந்திருக்கிறது என்பதை நாம் மறுக்கவே முடியாது. இந்தக் காரணத்துக்காகவேதான் ஜேம்ஸ்டாட், ஆரல் ஸ்டெயின் போன்ற அறிஞர்கள் 'இந்தியப் பாலைவனத்தின் காணாமல்போன' நதியைப் பற்றிய கர்ண பரம்பரைக் கதைகளை அப்படியே ஏற்றுக் கொண்டிருக்கிறார்கள். யமுனைக்கும் சட்லெஜுக்கும் இடைப்பட்ட பகுதியில் ஐந்து நதிகளுக்கு, சரஸ்வதி என்ற பெயர் சூட்டப்பட்டிருப் பதையும் அதில் நான்கைப் பற்றியும் ஏற்கெனவே பார்த்திருக்கிறோம் (பக்கங்கள் 65-71). கடைசி அத்தியாயத்தில் சீர்ஸா நதியைப் பற்றிப் பார்த்தோம் (சீர்ஸா நகரத்தையும் இணைத்துக் கொள்ளலாம்.)

சரஸ்வதியும் யமுனையும்

சரஸ்வதி நதியின் வாழ்க்கையின் முக்கியமான கட்டங்களை மறு உருவாக்கம் செய்யும் முயற்சியில் (இதற்கு அனைத்து துறைகளின் ஊடுபாவுகளும் தேவை என்றே நம்புகிறேன்) மகாபாரதத்தில் கொடுக்கப்பட்டுள்ள செய்திகளில் இருந்து ஆரம்பிக்கிறேன். மலை யிலிருந்து பாய்ந்தோடி வரும் போது சரஸ்வதியின் பாதை யமுனையின் பாதைக்கு அருகிலிருந்தது என்று மகாபாரதத்தில் குறைந்தது இரண்டு இடங்களில் கூறப்பட்டுள்ளது. அந்த இரண்டில் மிகவும் துல்லியமாகச் சொல்லப்பட்டிருக்கும் ஒன்றில், பலராமர் 'ப்லாக்ஷப்ரச்ரவனம்' (சரஸ்வதி உற்பத்தியாகும் இடம் என்று முன்னரே பார்த்திருக்கிறோம்) என்ற தீர்த்தத்துக்கு வந்து அங்கிருந்து உடனே யமுனையைச் சென்றடைகிறார் என்று சொல்லப்பட்டுள்ளது. ப்லாக்ஷப்ரச்ரவனம் என்ற இடத்தை அடைவதற்கு பலராமருக்கு 'அதிக தூரம் மலையில் ஏற வேண்டிய தேவையில்லாமலிருந்தது'[1]: அதாவது இந்த இடம் சமவெளியில் இருந்து அதிக உயரத்தில் இல்லை. பலராமர் இந்தத் தீர்த்தத்தில் ஸ்நானம் செய்து கொண்டிருந்தபோது, கலகக்காரரும் தேவலோகப் பிரதிநிதியுமான நாரதர் அங்கு வந்து குருக்ஷேத்ர பூமியில் நடக்கும் கொடூரமான யுத்தம் பற்றி விவரிக்கிறார். அன்றைய தினம் பீமனுக்கும் துரியோதனனுக்கும் இடையில் இறுதிச் சண்டை நடக்கப் போகிறது என்பதையும் தெரிவிக்கிறார். பலராமர் உடனே தனது யாத்திரையை முடித்துக்கொண்டு, 'சரஸ்வதி நதியை உவகையுடன் திரும்பித் திரும்பிப் பார்த்தபடியே'[2] மலையிலிருந்து இறங்கி, குருக்ஷேத்ரத்துக்கு அருகிலுள்ள சரஸ்வதியின் தென்கரையில் போர் நடக்கும் அந்த முனைக்கு வந்துசேர்கிறார். இந்த வரிகளில் ஒரு மிகைப்படுத்தலுமில்லை. பலராமர் மலை மீது ஏறியதும் இறங்கியதும் சுருங்கிய நேரத்தில் முடிந்துவிட்டன. அப்படியானால், அவர் நீராடிய தீர்த்தம் ஷிவாலிக் மலைத்தொடரில்தான் இருந்திருக்கவேண்டும்.[3] மார்க்கண்டா அல்லது பாட்டா பள்ளத்தாக்கிலுள்ள இடத்தைத்தான் அது குறிப்பதாக ஆய்வாளர்கள் குறிப்பிட்டிருக்கிறார்கள்.

சரஸ்வதியும் யமுனையும் அருகருகே இருந்தன என்பதைத் தவிர, அவற்றுக்கிடையே இருந்த தொடர்பு மிகவும் முக்கியமான விஷயம். யமுனை நதியும் டோன்ஸ் நதியும் மேற்கு திசையில் பாட்டா-மார்க்கண்டா பள்ளத்தாக்கில் பாய்ந்தன என்று புவியியல் நிபுணர்கள் சொல்லியிருப்பதை அத்தியாயம் 03-ல் பார்த்தோம். இது சரியென்றால், சமவெளிப் பிரதேசங்களில் யமுனையும் சரஸ்வதியும் இணைந்து ஒரே நதியாகத்தான் பாய்ந்தோடியிருக்கவேண்டும். யமுனை என்றொரு தனி நதியே இருந்திருக்காது (டோன்ஸ் நதியுடன் இணையும் இடத்துக்கு முற்பட்ட பகுதியைத் தவிர). மேலும் மார்க்கண்டா பள்ளத்தாக்குப் பிரதேசம் வழக்கத்தைவிட 'மிகப் பெரியதாக'[4] இருந்திருக்கிறது. இதன் பொருள், மழை நீரால் நிரம்பும் இந்த நதிக்கு அதனளவில் இருந்திருக்கும் நீர்வரத்தைவிட அதிகமாகவே இருந்திருக்கிறது. யமுனா-டோன்ஸ்-மார்க்கண்டா ஆகிய மூன்று நதிகளும் இணைந்து பாய்ந்து சமவெளியில் இன்று நம்மால் அடையாளம் காண முடிவதைவிட (உதாரணமாக, செயற்கைக்கோள் புகைப்படம் மூலமாக) அதிக தாக்கத்தை ஏற்படுத்தியிருக்கும்.

கரைபுரண்டோடும் சரஸ்வதி

நான் இந்த விஷயத்தில் ஒரு நடுவாந்திரமான கருத்தைச் சொல்ல விரும்புகிறேன். ஷிவாலிக் மலைப் பிரதேசத்தின் நில அமைப்பு சற்று வித்தியாசமாக இருந்ததால் யமுனா-டோன்ஸ் நதிகளின் நீரின் ஒரு பகுதிதான் மேற்கே மார்க்கண்டா பள்ளத்தாக்கை நோக்கிச் சென்றிருக்கும். மீதமுள்ள நீர் இன்றைய, 'யமுனை இடைவெளி' (Yamuna's Tear) யைவிடச் சற்றே உயரமான, ஆனால், அளவில் சிறிய பாதை வழியாகத் தெற்கு நோக்கிப் பாய்ந்திருக்கும். மேற்காகப் பாய்ந்தோடிய நதி சரஸ்வதி என்றும், (இதனால்தான் மார்க்கண்டாவின் பெயரே ரிக் வேதத்தில் சொல்லப்படவில்லை). தெற்கு நோக்கிப் பாய்ந்த நதி யமுனை என்றும் அழைக்கப்பட்டன.

கன்னிங்ஹாம் (அவருடைய வரைபடம் 2.3 பார்க்கவும்) ஆர்.டி. ஒல்தாம் (பக். 39) ஆகியோர் சொன்னதுபோல் யமுனா நதி சமவெளிப் பிரதேசத்தை அடைந்தபோது அது மீண்டும் இரண்டாகப் பிரிந்தது. அந்தக் கருத்தை பிறரும் சொல்லியிருக்கிறார்கள். ஏனென்றால், இதன் மட்டம் இன்றைய மட்டத்தைவிட, சற்றே உயர்ந்த நிலையிலிருந்ததால், இதன் ஒரு பகுதி தென் மேற்காகப் பாய்ந்தது. வேறு பல குறுநதிகளுடன் கலந்து பண்டைக் காலத்தைய த்ருஷத்வதி நதியாக உருவெடுத்தது. அப்படியாக சமவெளிப் பிரதேசத்தில் யமுனா ஒரு 'இரண்டு நதி' நதியாக இருந்தது. யமுனா என்ற வார்த்தையின் வேர்ச் சொல்லான இரட்டை என்பதை அது தெளிவாக விளக்கவும்

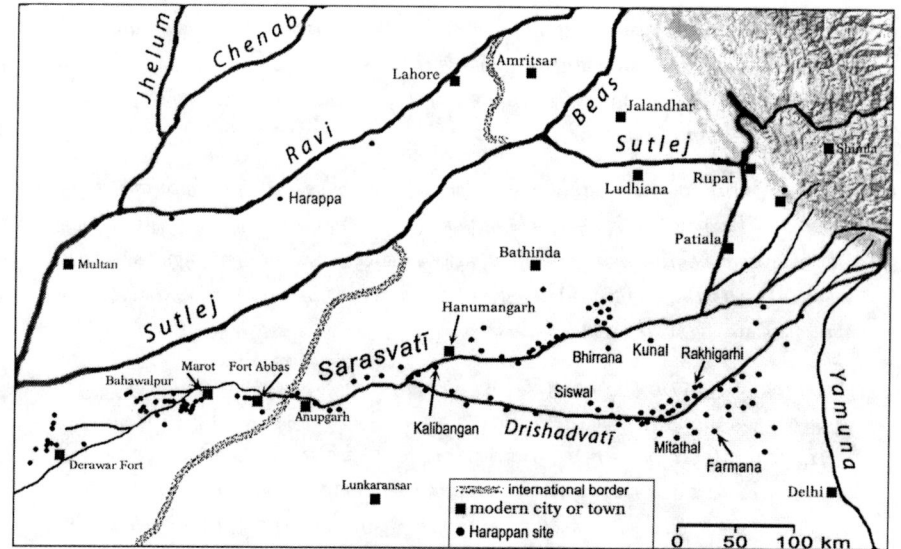

படம் 12.1: சரஸ்வதி நதிப்படுகையின் முதல் கட்டம், ஆரம்ப ஹரப்பா காலகட்டத்தில்.

செய்கிறது. யமுனா இரண்டாகப் பிரிந்த இடத்துக்கு மேற்கே சட்லெஜ் (அல்லது அதன் ஒரு கிளை) ஷத்ரானா அருகே கக்கருடன் கலந்தது. படம் 12.1 அந்தப் பகுதியின் நீர் வழித்தடத்தைச் சுருக்கமாக விவரிக்கிறது.

மேற்சொன்ன விவரங்கள் நமக்குத் தெரிந்த சிந்து-சரஸ்வதி நாகரிகத்தின் முன்-நகரமயக் கட்டத்துடன் (Pre-urban Phase) நன்கு ஒத்துப் போகின்றன (படம் 6.7). த்ருஷத்வதி நதிக்கரைகளிலும் சரஸ்வதியுடன் இணைந்த பிறகான கக்கர் நதிக்கரைகளிலும் அல்லது அவற்றை ஒட்டியோ, கோலிஸ்தான்வரை கிட்டத்தட்ட இடைவெளியில்லாமல் அகழ்வாய்விடங்கள் பெருமளவில் காணப்படுகின்றன. முக்கியமான நதிகள் அல்லது அவற்றின் கிளை நதிகளுக்கு அப்பால் உள்ள பிரதேசத்தில் இம்மாதிரியான இடங்கள் அநேகமாக இல்லையென்பதில் இருந்து, அந்தப் பிரதேசம் முழுவதும் வறட்சியை நிலையை நோக்கிச் சென்று கொண்டிருந்தது என்பது உறுதிப்படுகிறது.

'ஏழு சகோதரிகளை உடையவள்' என்பது உட்பட ரிக்வேதத்தில் சரஸ்வதியைப்பற்றி வருணித்திருப்பது எல்லாம் இப்படிக் கரைபுரண்டோடிய காலகட்டத்து சரஸ்வதிக்கு மிகவும் பொருத்தமானதாகவே இருக்கிறது. 'சரஸ்வதி என்ற புராதனப் பெயர் மேற்காகப் பாய்ந்தோடும் பிரதான நதியை மட்டுமல்ல. மலையிலிருந்து தனித்தனியாக,

ஆனால் மிகவும் நெருக்கமாக, ஓடிவந்து பிறகு ஒன்றாகக் கலந்துவிடும் அனைத்து குறுநதிகளையும் குறிக்கும்' என்று ஃப்ரெஞ்ச் ஆய்வாளர் வியன் - தெ - ஸான் மார்த்தான் புத்தி கூர்மையுடன் கூறியதை நினைத்துப் பார்ப்போம்.

மேலும், ஏழு என்றை எண்ணை நேரடியாக அந்த அர்த்தத்தில் எடுத்துக் கொள்ள வேண்டாம். கிழக்கேயிருக்கும் இன்றைய சர்சுதியிலிருந்து மேற்கேயிருக்கும் மூன்று நவால் நதிகள் வரை உள்ள பல குறுநதிகளின் சங்கமம்தான் அன்றைய சரஸ்வதி என்ற நதி என்பதைச் சுட்டிக் காட்டுகிறது (படம் 3.1).

இப்படி யமுனா நதியின் நீரும் சட்லெஜ் நதியின் ஒரு பகுதியும் இணைந்ததால் சரஸ்வதி மேற்காகப் பாய்ந்தோடி, எந்தவிதச் சிரமமும் இன்றி கட்ச் ரண்ணின் வடக்கில் கடலில் சங்கமித் திருக்கும். சரஸ்வதியின் முக்கியமான கிளைநதிகளான மார்க்கண்டா விலும் கக்கரிலும் கூட நீரோட்டம் பத்தொன்பதாம் நூற்றாண்டுகளில் கணக்கிடப்பட்டிருப்பதைவிட அதிகமாகவே இருந்திருக்கும். நாம் முன்பு பார்த்ததுபோல், நீர் பிடிப்புப் பகுதிகளில் மழை அளவு மிக அதிகமாக இருந்திருக்கவேண்டும். அதோடு, ஷிவாலிக் மலைப் பிரதேசத்தில் காடுகள் இன்றைவிட அடர்த்தியாக இருந்திருக்கும். பருவ மழைக்காலம் நீங்கலாக பிற காலங்களிலும் மழை நீரைத் தேக்கிவைத்து விடுவித்து வந்திருக்கும்.

யமுனை சரஸ்வதியை விட்டுப் பிரிகிறது

மூன்றாம் ஆயிரமாண்டின் தொடக்க நூற்றாண்டுகளில், நகரமயக் கட்டம் தொடங்கும்முன், மிக மோசமான டெக்டானிக் நகர்வு, எளிய வார்த்தைகளில் சொல்வதானால் ஒரு மாபெரும் பூகம்பம், நிகழ்ந் திருக்க வேண்டும். இந்தியாவின் வடமேற்குப் பிரதேசங்களில் இதன் விளைவுகள் மிகக் கடுமையாக இருந்திருக்கும். ஏனெனில், இந்தச் சிறப்பு மண்டலத்தில் இந்தியத் தட்டு யுரேஷியத் தட்டை அழுத்திக் கொண்டிருக்கிறது. நில நடுக்கங்கள் ஏற்படும்போது அதன் பின்விளை வாக அந்தப் பிரதேசத்தில் தரைமட்டம் உயரலாம் அல்லது தாழ்ந்துப் போகலாம். புவியியல் நிபுணர் கே.எல்.வால்தியா இம்மாதிரியான நிகழ்வுகளைப் பட்டியலிட்டுவிட்டு, பொ.யு.மு.3000க்குப் பிறகு யமுனா நதியின் கீழ்ப்பாகத்தில் நிகழ்ந்த ஒரு பூகம்பத்தைச் சுட்டிக் காட்டுகிறார்.[5] இதற்கு மேற்கே, பொ.யு.மு. 2700-ம் ஆண்டு கால அள வில் காலிபங்கனிலும், அதே சகாப்தத்தில் தோலவிராவிலும் நிகழ்ந்த இரு பூகம்பங்கள் அங்கு நடந்த ஆரம்ப காலக் குடியேற்றங்களைப் பாதித்தது பற்றிய அகழ்வாராய்ச்சித் தகவல்களைப் பற்றி முன்பே குறிப்பிட்டிருக்கிறேன்.

நமது கற்பித நிகழ்வு (அல்லது நிகழ்வுகளின் தொடர் சங்கிலி) இதே கால அளவில்தான் சரஸ்வதி நதியின் பரப்பின் மேல் பாகத்தில் நிகழ்ந்தது. யமுனையின் ஷிவாலிக் மலையில் பாய்ந்து வரும் பாதையை விரிவாக்கி, அதைத் தெற்காகப் பாயச்செய்தது. மேலும் கீழே சமவெளிப் பிரதேசத்தில் அதன் படுகையின் மட்டம் தாழ்ந்து போனது. இதனால் 'மேற்கு யமுனா'வின் பெரும்பகுதி நீரை 'கிழக்கு யமுனா' பறித்துக்கொண்டது; மார்க்கண்டா நதி, சரஸ்வதி, த்ருஷத்வதி ஆகிய நதிகளின் நீரோட்டம் வெகுவாகக் குறைந்தது (ஆனால், குடியேற்றங்களின் வரிசையைப் பார்த்தால் தெற்கே யமுனாவின் மேற்கத்திய கிளையில் அதிகமாக இருக்கிறது). ஆனால், இது அனைத்தும் ஒரு குறுகிய கால அளவில் நடந்திருக்க முடியாது. லூயிஃப்ளாம் சொல்வதுபோல 'நதிகள் சங்கமிப்பதும், ஒரு நதி வறண்டு போவதும் ஒரு சிறிய கால அளவில் நடந்திருக்கக்கூடிய சம்பவங்களல்ல என்பதை நாம் புரிந்துகொள்ள வேண்டும்.'[6]

இரண்டு மிக முக்கியமான அகழ்வாராய்ச்சித் தகவல்கள் இந்த இரண்டாவது கட்டத்தை நிரூபிக்கின்றன (படம் 12.2). த்ருஷத்வதியின் கரைகளில் காணப்பட்ட அகழ்வாய்விடங்களின் எண்ணிக்கை ஆரம்ப

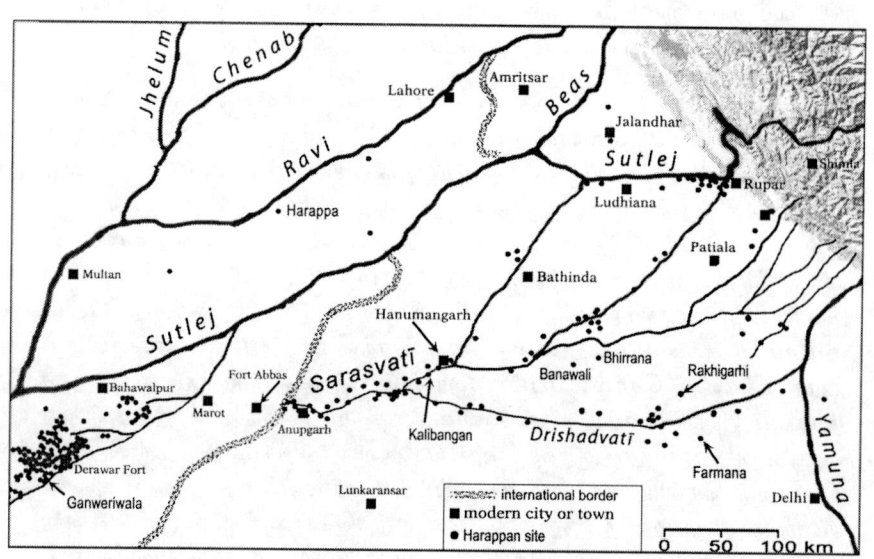

படம் 12.2 : சரஸ்வதி நதிப் படுகையின் இரண்டாம் கட்டம், முழு வளர்ச்சி ஹரப்பா காலகட்டத்தில். சரஸ்வதிக்கு யமுனையின் நீர்வரத்து நின்றுவிட்டிருக்கிறது. ஆனால், சட்லெஜின் ஒரு கிளை மூலம் நீர் கிடைத்துவருகிறது.

காலத்தில் இருந்ததைவிட முழுவளர்ச்சிக்கட்டத்தில் குறைந்து வந்திருக்கிறது. ஆய்வாளர் முகல் குறிப்பிட்டிருப்பதுபோல், ஹக்ரா வின் மேல் பகுதியில் இப்போது இம்மாதிரி குடியேற்றங்கள் இல்லவே இல்லை. மாறாக, வாஹ் (அல்லது ஸர்ஹிந்த்) நதிகக்கரையில் முழு வளர்ச்சிக் கட்ட ஆய்விடங்கள் அதிக எண்ணிக்கையில் காணப்படுவது அங்கு சட்லெஜின் ஒரு கிளை பாய்ந்தோடிக் கொண்டிருந்ததை நிரூ பிக்கிறது. அதேசமயம் ரூபருக்கு மேற்கிலிருந்து லூதியானா வரை காணப்பட்ட முழு வளர்ச்சிக் கட்ட இடங்கள் சட்லெஜ் அல்லது அதன் ஒரு கிளை அங்கும் பாய்ந்தோடியது என்பதைக் காண்பிக்கின்றன.

இந்தக் காலகட்டம் பற்றி நமக்கு இலக்கியங்களில் இருந்து இரண்டு மிக முக்கியமான சூசகங்கள் கிடைக்கிறன. காலத்தால் முந்தைய குறிப்பு, பிராம்மணங்களில் இடம்பெற்றிருக்கிறது. அதில் சரஸ்வதி நதி மறைந்துபோன 'விநாசனம்' என்ற இடத்தைப் பற்றிக் குறிப்பிடப் பட்டிருக்கிறது. அகழ்வாய்விடங்களின் பரவல் பற்றி நமக்குக் கிடைத்திருக்கும் தகவல்களை நம்பலாம் என்றால் இந்த 'விநாசனம்' என்ற இடம் இன்றைய இந்தியா - பாகிஸ்தான் எல்லைக்கு மிக அருகில் இருக்க வேண்டும். இது சரஸ்வதியும் த்ருஷத்வதியும் சங்கமிக்கும்[7] இடத்துக்குக் கீழே இருப்பதாக 'பஞ்சவம்ச பிராம்மணம்' தெளிவாகச் சொல்கிறது. இதையே தான் முழு வளர்ச்சிக்கட்ட காலத்தைச் சேர்ந்த ஆய்விடங்களும் துல்லியமாகச் சுட்டிக் காட்டுகின்றன.

சரஸ்வதியைப் பற்றிய இலக்கியங்களில் நாம் அத்தனை தெளிவில்லாத வேறு சில செய்திகளையும் பார்த்தோம். அந்தப் பிரதேசத்தை ஒரு பேரழிவு தாக்கியது. யமுனை வழிமாறிச் சென்றது (பக். 83). சட்லெஜ் நதி பல குறுநதிகளாகப் பிரிந்து குறுக்கும், நெடுக்குமாகப் பாய்ந்தது (இது மகாபாரதத்திலும் சொல்லப்பட்டுள்ளது) (பக். 84) சரஸ்வதி கடலுக்கு நெருப்பைக் கொண்டுபோனது (பக். 63). கடைசியில் சொல்லப்பட்ட சம்பவம் சரஸ்வதி நதி வறண்டு போனதைக் குறிப்பிடு வதாக இருக்கலாம். அல்லது ஓ.பி.பரத்வாஜ்[8] மேற்கோள்காட்டிய புராணங்களில் சொல்லப்பட்ட இரண்டு பத்திகள் பற்றிக் குறிப்பிடுவ தாகவும் இருக்கலாம். அதில் சரஸ்வதி நதி 'ரத்தத்தைச் சுமந்து' அல்லது 'ஒரு வருட காலத்துக்கு ரத்தத்தையோ அல்லது ரத்தம் கலந்த நீரையோ' கொண்டு சென்றிருக்கலாம் (பாவப்பட்ட சரஸ்வதி நதி, 'ரத்தம் கலந்த நீரை ஒரு முழுவருடத்துக்கு கொண்டு செல்ல வேண்டும்' என்று விஸ்வாமித்ரரிஷியால் சபிக்கப்பட்டதாக மகாபாரதம் சொல்கிறது[9]). பேரழிவுகள் - குறிப்பாக வடமேற்கு இந்தியாவில் - நிகழ்ந்ததை நமது புராதன இலக்கியங்கள் விவரிக்கின்றன என்று விஞ்ஞானியும், சமஸ் கிருத மொழிப்புலவருவமான ஆர்.எஸ். ஐயங்கார் மிகச் சமீபத்தில் விரிவாகச் சுட்டிக்காட்டியிருக்கிறார்.[10]

சரஸ்வதி வறள்கிறது

அடுத்தபடியாக நாம் பார்க்கப்போகும் காலகட்டம் சரஸ்வதியின் மையப் பாகத்திலிருந்து முழு வளர்ச்சிக் கட்டத்தைச் சேர்ந்த ஹரப்பா ஆய்விடங்கள் முற்றாக துடைத்தெறியப்பட்டது தொடர்பானது. ஷத்ரானாவுக்கும் கோலிஸ்தானுக்குமிடையில் ஒரு மிகப் பெரிய 'வெற்றிடம்' திடீரென்று நம்மை உற்றுப் பார்த்தபடி காணப்படுகிறது. காலிபங்கன், பனவாலி போன்ற அகழ்வாய்விடங்களை விட்டுவிட்டு மக்கள் வேறிடத்துக்குப் போய்விட்டார்கள். ஹரப்பா அல்லது தோலவிராவைப்போல பிற்கால கட்டத்தில் இந்தப் பிரதேசத்தில் மக்கள் வசித்து வரவில்லை. நகர்மய நீக்கம் நிலவியபோதிலும் என்ன காரணத்துக்காகவோ மக்களுக்கு இங்கே தொடர்ந்து வசித்து வர முடியாமல் போய்விட்டிருக்கிறது. மாறாக, பிற்கால ஹரப்பா ஆய்விடங்கள் ஷிவாலிக் மலை அடிவாரத்தில் ராவி முதல் கங்கை வரை தொடர்ந்து காணப்படுகின்றன. ஆய்விடங்கள் அமைந்திருக்கும் விதத்தைப் பார்க்கும்போது த்ருஷத்வதியில் ஓரளவுக்கு நீரோட்டமிருந்ததென்பதும் சட்லெட்ஜில் இருந்து ஓரளவு நீர் இந்த நதியில் கலந்ததென்பதும் தெரியவருகிறது. ஆனால், சரஸ்வதியின் பிரதான நீர்ப்பரப்பு இந்தக் காலகட்டத்தில் வறண்டு விட்டதெனத் தோன்றுகிறது. (ஆனால், சட்லெஜின் கீழ்ப்பாகத்தில் இருந்த ஒரு கிளை கோலிஸ்தானில் இருந்த சில கடைசி குடியேற்றங்களுக்கு நீராதாரத்தைத் தந்திருக்கிறது).

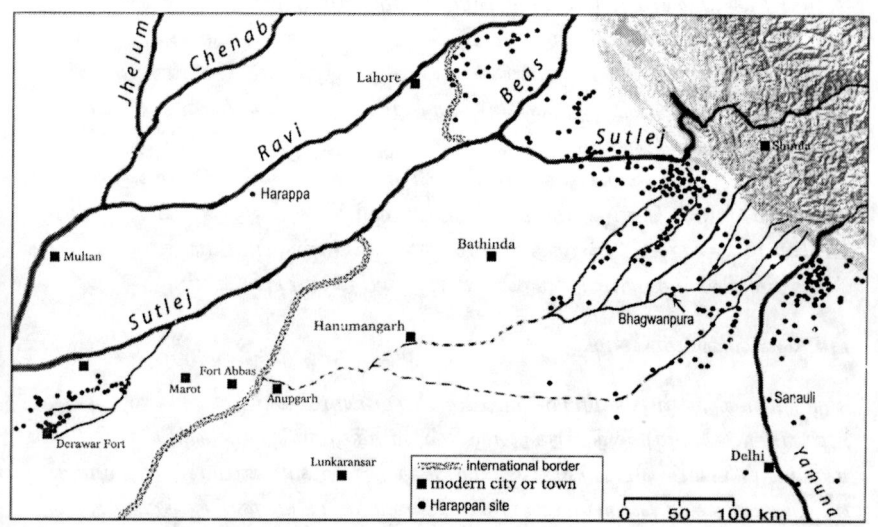

படம் 12.3 : சரஸ்வதி நதிப் படுகையின் மூன்றாம் கட்டம், பிற்கால ஹரப்பா காலகட்டத்தில். சரஸ்வதி நதியின் மையப் படுகை வறண்டு விட்டிருக்கிறது.

சட்லெஜ் நதி சரஸ்வதியின் மேற்பகுதிகளில் கலக்காததுதான் அது வறண்டதற்குக் காரணம் என்பதை நாம் ஏற்றுக் கொள்ளாவிட்டாலும், நாம் சில ஆய்வுகளில் பார்த்ததுபோல் ஷிவாலிக் மலைப் பிரதேசங் களில் மழை அளவு வெகுவாகக் குறைய ஆரம்பித்ததால் சரஸ்வதியின் நீர்வளம் பெருமளவுக்குக் குறைந்து போயிருக்கக்கூடும். மலையி லிருந்து பாய்ந்து வரும் மழைக்காலக் குறுநதிகள் அங்கிருந்த நூற்றுக் கணக்கான 'கிராமப்புற வாழ்க்கைக்குத் திரும்பிய' குடியிருப்புகளுக்கு போதுமான நீரைத் தந்திருக்கும். ஆனால், அதன் அதன் மத்திய பாகத்தில் வறட்சி நிலைமை தொடங்கியிருக்க வேண்டுமென்று சந்தேகிக்க வேண்டியிருக்கிறது.

இங்கு சொல்லப்பட்டுள்ள விஷயங்கள் இதற்குமுன் சொல்லப்பட்ட வற்றிலிருந்து வேறுபடுகின்றன. ஆனால், அவை புதைபொருள் ஆய்வுகளின்போது கண்டுபிடிக்கப்பட்ட விஷயங்கள், தட்ப-வெட்ப நிலை பற்றி சமீபத்தில் மேற்கொள்ளப்பட்ட ஆய்வுகள், இலக்கியங் களில் நதிகளைப் பற்றியுள்ள வர்ணனைகள் ஆகிய அனைத்துடனும் ஒத்துப்போகின்றன. இந்த ஆய்வுகள் முழுமையானதென்றோ முடி வானதென்றோ சொல்லமாட்டேன். ஏனெனில் ஒரு நதியின் உற்பத்தி, வளர்ச்சி, வறட்சி ஆகியவற்றைப் பற்றி நாம் முழுவதாக அறிய வேண்டுமானால் அந்தப் பிரதேசங்களில் நிகழ்ந்த ஒட்டு மொத்த பூகம்பங்களின் வரலாறு, மண் அரிப்பு (நதிகளின் திசை மாற்றத்தில் போய் இது முடியும்), நிலப் பயன்பாடு, விவசாய முறைகளில் கொண்டு வரப்பட்ட மாற்றங்கள், சுற்றுப்புறச் சூழல் நசிவு ஆகிய அனைத்தை யும் உட்படுத்தி ஒரு விரிவான ஆராய்ச்சி நடத்தப்பட வேண்டும். அது இந்த நூலின் நோக்கத்துக்கு அப்பாற்பட்டது மட்டுமல்ல, அப்படிச் செய்வதற்குத் தேவையான விவரங்கள் இப்போது நம்மிடம் இல்லை. எனவே, இங்கு கொடுக்கப்பட்டுள்ள விவரங்கள் சந்தேகத்துக்கு இடமில்லாமல் செழுமைப்படுத்தப்படலாம், அல்லது சரி செய்யவும் படலாம். ஆனால், குறைந்தபட்சம் இங்கு சொல்லப்பட்டுள்ள முக்கிய அம்சங்களில் மாற்றமிருக்காதென உறுதியாக நம்புகிறேன்.

புல் வெளியைத் தேடி

ஒரு நாகரிகத்தின் நகர்ப்புறக்கட்டம் மிகப் பிரமாண்டமான சிதைவுக்கு உள்ளாகும்போது அந்த நகரங்களில் வசித்து வந்த மக்கள் வேறிடங் களுக்குப் புலம் பெயர்வது இயற்கைதான். உதாரணமாக, குஜராத்தி லிருந்து மக்கள் தெற்கில் தப்தி, கோதாவரிப் பள்ளத்தாக்குகளுக்கு இடம் மாறிச் சென்றனர்.[11] சௌராஷ்டிரப் பிரதேசத்தில் பிற்கால ஆய் விடங்கள் தொடர்ந்து தாக்குப் பிடித்திருக்கின்றன. என்றாலும், கட்ச் பிரதேசத்தில் இருந்தவர்கள் வேறிடங்களுக்குச் சென்றுவிட்டனர். ரண்

பகுதியில் கடல் உள்வாங்கியதன் விளைவாக அங்கு நீர்வழிப் போக்கு வரத்துப் பாதிக்கப்பட்டதும் இதற்கு ஒரு காரணமாக இருக்கலாம்.[12] இப்படி நடப்பதற்கு முன்பே சரஸ்வதி ரண் பிரதேசத்தில் பாய்வது நின்றுவிட்டது. இதன் காரணமாக, அங்கிருந்த சரஸ்வதியின் முகத் துவாரத்தின் 'நினைவை'ப் போற்றும் வகையில் அதன் பெயர் அருகிலிருந்த ஒரு நதிக்கும் (இன்று ஆரவல்லி மலையிலிருந்து பாயும் சரஸ்வதி நதி), ப்ரபாஸுக்கும் (இங்கு மூன்று நதிகள் சங்கமிக்கின்றன. அவற்றில் ஒன்றின் பெயர் சரஸ்வதி) சூட்டப்பட்டிருக்கலாம்.

சிந்துப் பிரதேசத்தில் பிற்கால ஹரப்பா ஆய்விடங்கள் இல்லாததால் அதைப்பற்றி நமக்கு அதிகமாக ஒன்றும் தெரிவதில்லை. ஆனால், சமீபத்தில் ஜெ.எம்.கெனோயர் சிந்திலும், பாகிஸ்தான் பகுதியில் இருக்கும் பஞ்சாபிலும் சேகரித்த விவரங்களின் அடிப்படையில், 'மிகப் பெரிய குடியிருப்புகள் தொடர்ந்து நீடித்திருக்கின்றன. சிந்து நாகரிகத் தின் நகரமயக் கட்டத்தின் முக்கியமான அடையாளங்களும் தொடர்ந்து காணப்பட்டன' என்றும் கூறுகிறார். இதன் பொருள், பிற்கால ஹரப்பா காலம் முதல் மௌரியர்கள் காலம்வரை சிந்து சமவெளிக் குடியிருப்பு கள் தொடர்ந்து காணப்பட்டன' என்பதுதான்.[13] இந்த விஷயத்தை புதைபொருள் ஆராய்ச்சியாளர்கள் உறுதிப்படுத்தினால், இன்னொரு பெரிய 'இடைவெளி' நிரப்பப்படும்.

சரஸ்வதி நீர்ப் பிரதேசத்தின் மத்திய பாகத்தை எடுத்துக்கொண்டால் பிற்கால ஹரப்பாவாசிகளில் பெரும்பாலானோர் ஷிவாலிக் மலைத் தொடர் அருகிலேயே வசித்திருக்கின்றனர். ஒருசிலர் ஒருவேளை தெற்கு திசையில் ஆரவல்லி மலைத் தொடரின் வட பகுதிக்குப் போயிருக்கக்கூடும். ஏனெனில், அங்கு சில குறுநதிகள் பிற்காலத்திலும் வறளாமல் இருந்தன. ஆனால், நகரமயக் கட்டத்துக்குப் பிறகு நடந்த ஒரு முக்கியமான நிகழ்வு கங்கையை நோக்கியும் அதைத் தாண்டியும் ஹரப்பாவாசிகள் புலம் பெயர்ந்ததுதான். 'மேற்கிலிருந்து நாம் கிழக்காகச் செல்லும்போது ஆய்விடங்களின் எண்ணிக்கை அதிகரித்து வருவது பஞ்சாப், ஹரியானா, மேற்கு உத்திரப்பிரதேசம் ஆகிய இடங்களில் பிற்கால ஹரப்பாவாசிகள் கிழக்கு நோக்கிச் சென்றதை நிரூபிக்கின்றன' என்கிறார் ஜே.பி.ஜோஷி.[14]

> ***'தெற்காசியாவில் கி.மு. முதல் ஆயிரமாண்டின் முதற் பாதிக்கு முன்பாக மக்கள் கூட்டமாக மேற்கிலிருந்து கிழக் காகப் புலம் பெயர்ந்து சென்றது தொடர்பாக புதைபொருள் ஆய்வுகளின் மூலம் உறுதி செய்யப்பட்டிருக்கும் ஒரே நிகழ்வு இந்த ஹரப்பா வாசிகளின் புலம் பெயர்தல் தான்'' என்று ஜிம் ஷாஃபர் கருத்துத் தெரிவிக்கிறார்.[15]***

இதிலிருந்து, இந்தியாவை ஆக்ரமித்த ஆரியர்களின் கிழக்கு நோக்கிய இடப்பெயர்வு என்ற சம்பவம் நடக்கவே இல்லை என்பது தெளிவாகிறது. பிற்கால ஹரப்பாவாசிகளின் 'மேற்கிலிருந்து கிழக்கு நோக்கியுள்ள பயணம்' ஒன்றை மட்டுமே ஆதாரபூர்வமாகக் கண்டுபிடிக்க முடிந்திருக்கிறது. இதுதான் பிற்காலத்தில் உருவாகிய கங்கை சமவெளி நாகரிகத்துக்கான விதைகளை ஊன்றவும் செய்திருக்கிறது. சரஸ்வதி நதி வறண்ட பிறகும்கூட அது சிந்துவுக்கும் கங்கைக்குமிடையே அல்லது ஹரப்பா நாகரிகத்துக்கும் கங்கை சமவெளி நாகரிகத்துக்கும் இடையேயும் ஒரு பாலமாகத் திகழ்ந்திருக்கிறது.

அத்தியாயம் 09-லும், 10-லும் விவரிக்கப்பட்ட கலாசாரத் தொடர்ச்சி நிகழ்ந்தது இப்படித்தான். தொழில்நுட்பம், விவசாயம், சமூக அமைப்பு ஆகிய துறைகளில் பல புதிய மாற்றங்கள் ஏற்பட்டிருந்தாலும் அகழ்வாராய்ச்சியில் பெரிய இடைவெளி எதுவும் இருப்பதாகக் கண்டுபிடிக்கப்படவில்லை. ஜிம் ஷாஃபரின் வார்த்தைகளில் சொல்வதானால், பொ.யு.மு.7000ம் ஆண்டிலிருந்து கி.பி.யின் ஆரம்ப நூற்றாண்டுகள்வரை ஒரு கலாசாரத் தொடர்ச்சியைத்தான் நாம் காண்கிறோம்'.[16]

இந்த அகழ்வாராய்ச்சி கண்டுபிடிப்புகளுக்கு ஒத்திசைவான ஒரு சித்திரத்தை நாம் இலக்கியங்களிலும் உள்ளூர்வாசிகளின் பழக்க வழக்கங்களிலும்கூடக் காண்கிறோம். உதாரணமாக, 'சரஸ்வதியின் கரையிலிருந்த' விதேஹ ராஜ்யத்தின் (இன்றைய வடக்கு பிஹார் என்று பொதுவாக அடையாளப்படுத்தப்பட்டிருக்கிறது) அரசன் விதேஹ மாதவனைப் பற்றி சதபத பிராம்மணம் பேசுகிறது. 'மாதவன் தன் வாயில் அக்னியைக் கொண்டு போனான். அவனுடைய குடும்பப் புரோகிதருடைய மந்திர சக்தியின் வலிமையால் அந்த அக்னி அவன் வாயிலிருந்து கீழே 'தெறித்து விழுந்தது.' அதன் பிறகு, 'கிழக்கு திசையில் அனைத்தையும் எரித்தபடி போனது... வழியிலிருந்த அனைத்து நதிகளையும் எரித்தது.' கடைசியாக அது 'ஸதநீரா'வில் (இன்றைய கண்டக் நதி) வந்து நின்றது. 'இந்த நதிக்குக் கிழக்கே வசிக்கும்படி' மாதவனை அக்னி அறிவுறுத்தியது என்று கூறுகிறது. 'முற்காலத்தில்' இந்தப் பகுதி, 'சேறும், சகதியுமாக அக்னியால் சுவைக்கப்படாதாக இருந்தது' என்றும் 'யாகங்களின் மூலம் பிராமணர்கள் இந்தப் பகுதியை அக்னிக்கு உணவாக்கியதன் மூலம் இப்போது அந்தப் பகுதி நன்கு பண்படுத்தப்பட்டு பயிர் செய்யப்பட்டதாக இருக்கிறது' என்று அதே சதபத பிராம்மணம் கூறுகிறது. மாதவன் வாயிலிருந்த அக்னி, சரஸ்வதி நதிக்கு அருகே தரையில் விழுந்த நிகழ்ச்சி நதி வறண்டதைச் சுட்டும் இன்னொரு குறியீடு போலத்தான் தெரிகிறது. இந்தச் சம்பவத்துக்குப் பிறகு அரசன் மாதவனும் கூடவே அவனது குடிமக்களும் கிழக்கே இடம் பெயர்ந்து கங்கை சமவெளியில் குடியேறியிருக்கக்கூடும்

பிற்கால ஹரப்பாவாசிகளில் சிலர் புல்வெளியைத் தேடி கிழக்கு நோக்கிப் புலம்பெயர்ந்ததைச் சுட்டிக்காட்டும் மிக அருமையான ஆவணம் இது என்று எனக்குத் தோன்றுகிறது. சரஸ்வதி வறண்டது தொடர்பான இன்னொரு இலக்கிய ஆதாரம் மிகவும் வெளிப்படையானது (சதபத பிராம்மணத்துக்கு சில நூற்றாண்டுகள் கழித்து). சிதைவுகள் என்ற அர்த்தம் கொண்ட சமஸ்கிருத வார்த்தையான 'அர்மா' பற்றி சமஸ்கிருத மொழி அறிஞர் தாமஸ் பரோ (Thomas Burrow) 1963-ல் எழுதிய ஒரு கட்டுரையில் 'லாட்யாயன ச்ரௌதஸூத்ரம்' என்ற நூலிலிருந்து சில வரிகளைச் சுட்டிக் காட்டியுள்ளார். 'சரஸ்வதி நதிக்கரையில் நைதந்தவா என்ற பெயரில் சிதிலமடைந்த இடங்கள் உள்ளன. அவற்றில் ஒன்று வ்யர்ணா'.[18] இந்தச் 'சிதிலமடைந்த இடங்கள்' ஹரப்பா பற்றிய நினைவுகளை எழுப்புபவையாக இருக்கின்றன. தாமஸ் பரோவின் கருத்தும் இதுதான். அதேசமயம் ஆரியர்கள்தான் இந்த இடங்களின் அழிவுக்குக் காரணம் என்ற பரோவின் கருத்தை நாம் ஏற்கத் தேவையில்லை. இந்தக் கருத்து 1960-களிலிருந்தே அனைவராலும் நிராகரிக்கப்பட்டுவிட்டது. ஏனெனில், இலக்கியங்களோ புதைபொருள் ஆய்வில் கிடைத்துள்ள சான்றுகளோ இப்படிப்பட்ட ஒரு முடிவை உறுதி செய்யவில்லை (இதில் கவனிக்க வேண்டிய இன்னொரு விஷயமும் இருக்கிறது. சிந்து நாகரிக நகரங்களின் மறைவுக்கு மூன்று அல்லது ஐந்து நூற்றாண்டுகளுக்குப் பிறகுதான் ஆரியர்கள் இந்தியாவுக்குள் காலடி எடுத்து வைத்திருக்கிறார்கள்!)

இதைப்போலவே சதபத பிராம்மணத்தில் சொல்லப்பட்ட விதேஹ மாதவனின் வரலாறு ஆரியர்கள் கங்கைச் சமவெளிக்குள் ஊடுருவிச் சென்றதைக் குறிப்பதாகப் பொதுவாகச் சொல்லப்படுவதுண்டு. ஆனால், உண்மையில் பிற்கால ஹரப்பா மக்களும் அவர்களுக்குப் பிறகு வந்தவர்களும் (சிவப்பு வண்ண மண் பாண்டங்கள் காலகட்டம், வண்ணச் சுடுமண் காலகட்டம் ஆகியவற்றைச் சேர்ந்தவர்கள்) கிழக்கு நோக்கிப் புலம் பெயர்ந்ததற்கானச் சான்றுகள்தான் காணப்படுகின்றன. இவர்களைத் தவிர வேறு யாரும் இப்படிப் புலம் பெயர்ந்ததற்கான சான்றுகள் நம்மிடமில்லை. மேலும் கங்கைச் சமவெளிப் பிரதேசம் ஒரு அடர்த்தியான காடாக இருந்ததென்றும், அங்கு வந்த ஆரியர்கள் தங்களிடமிருந்த இரும்பு ஆயுதங்களை உபயோகித்துத் தங்களுக்கு வேண்டிய பாதைகளை அமைத்துக் கொண்டனர் என்ற செய்தியும் தவறு என்று நிரூபிக்கப்பட்டுவிட்டது.

மத்திய கங்கைச் சமவெளியிலிருந்த குடியிருப்புகளில் பொ.யு.மு.1800ம் ஆண்டிலேயே[20] இரும்புத்தாது உருக்கப்பட்டது; அந்தப் பிரதேசம் இன்றைவிட அன்று பெரும் காடாக இருந்திருக்கும் என்றாலும் 'இன்றைக்கு 15,000 வருடங்களுக்கு முன்பாகவே காடுகளோடு கூடவே

அடர்த்தியான பசுமையான புல்வெளியும் பிற சிறு தாவர வகைகளும் கொண்ட சமவெளிப் பரப்பும் இருந்தது என்று புதைபொருள் ஆய்வாளர் ராஜேஷ் திவாரி சுட்டிக்காட்டியிருக்கிறார்.[21] பார்க்கப்போனால், பல்லாயிரமாண்டுகளுக்கு முன்பே விவசாயத்தை வாழ்வாதாரமாகக் கொண்டிருந்த மக்களுடைய குடியிருப்புகள் அங்கு காணப்பட்டிருக்கின்றன. அவர்களுக்கும் அங்கு புதிதாக வந்து குடியேறிய பிற்கால ஹரப்பாவாசிகளுடைய ஒரு 'கலாசார சங்கமம்' நடந்திருக்க வேண்டும். இதுதொடர்பாக மிக குறைவாகவே ஆவணங்கள் பதிவு செய்யபட்டிருக்கின்றன. அந்த சங்கமத்தின் விளைவாக, பொ.யு.மு. முதல் ஆயிரமாண்டில் அந்தப் பிரதேசம் நகரமயமாகியிருக்க வேண்டும்.

மரணத்திலிருந்து மறுபிறவிவரை

எது எப்படியோ, பிற்கால ஹரப்பாவாசிகள் நன்றி மறந்தவர்கள் அல்ல. சரஸ்வதி நதியால் நீண்ட காலம் வளர்த்தெடுக்கப்பட்ட அவர்கள் அதைப் போற்றிப் பூஜித்தனர். அந்த நதியுடன் தெய்விக அம்சத்தை ஒன்றிணைத்தனர். வறண்டு போகத் தொடங்கிய சமயத்தில் அங்கிருந்து வெளியேறியவர்கள் அவளை மறக்கவில்லை. இறுதியாக யமுனை-கங்கை சங்கம ஸ்தானத்தை அடைந்த அவர்கள் சரஸ்வதியை எப்போதும் தங்கள் நினைவில் வைத்துக்கொள்ள ஒரு நல்ல வழியைக் கண்டுபிடித்தனர். கண்ணுக்குத் தெரியாத உருவம் ஒன்றை உயிர்ப்பித்தனர். காணாமல் போன நதி இப்போது சூட்சும வடிவில் பாயத் தொடங்கியது. தன் புனிதத்தன்மையை மற்ற இரு நதிகளுக்கும் கொடுத்தது. முப்பெரும் நதி தேவிகள் உருவாகி ஒரு புனித திரிவேணி சங்கமம் அங்கு உருவானது. உலகப் புகழ்பெற்ற 'கும்பமேளா' நடக்கும் புண்ணிய ஸ்தலமாக மாறியது.

சரஸ்வதி இப்படியாக கங்கையுடன் இணைக்கப்பட்டதோடு மட்டுமல்லாமல், காலப்போக்கில், சரஸ்வதி தேவி தனக்கே உரிய பல விசேஷ குணங்களையும் கங்கைக்குக் கொடுத்துவிட்டாள். இந்தத் தொன்மப் பரிமாற்றம் பற்றிய ஆய்வு ஒன்றில் ஸ்டீவன் டேரியன்[22] என்ற இந்தியவியலாளர் சரஸ்வதியின் பல சிறம்பம்சங்கள் கங்கைக்குக் கைமாற்றித் தரப்பட்டிருப்பதை ஏராளமான உதாரணங்களுடன் விளக்கியிருக்கிறார். மூத்த சகோதரிபோல் அவளும் (அதாவது கங்கை) பிரம்மாவின் கண்டலத்திலிருந்து உற்பத்தியானவள்; ஏழு குறு நதிகளாகப் பிரிந்தவள். வேதங்களின் தாயானவள்; வாக்தேவி ஆனாள். வரதாயினி (கேட்பதைக் கொடுப்பவள்) ஆனாள். சரஸ்வதி நதியின் நீருக்கு இருந்த அதே மருத்துவ குணங்களும் முக்தி அளிக்கும் சக்தியும் கங்கைக்கும் உண்டென மக்கள் நம்புகிறார்கள். பல வழிகளில், கங்கைச் சமவெளி நாகரிகம் எப்படி சிந்து-சரஸ்வதி நாகரிகத்தின் மறு

அவதாரமாயிற்றோ அப்படியே கங்கையும் சரஸ்வதியின் மறு அவதாரமாக மாறிவிட்டாள்.

★

நாம் நமது பயணத்தின் முடிவுக்கு வந்துவிட்டோம். தொன்ம உலகில் பாய்ந்த நதியை நாம் பூமிக்குக் கொண்டுவந்துவிட்டோம். இவள் 'காணாமல்' போய்விட்டாள். ஆனால் மறக்கப்படவில்லை. வறண்டு போனாலும்வட அவள் 'வாக்கு மற்றும் உத்வேகத்தின் மறு அவதாரமாக மதிப்பில் உயர்ந்துவிட்டிருக்கிறாள். அந்த நதியின் கடைசித் துளியும் வறண்டுவிட்டது. ஆனால், அவள் ஒவ்வொருவருடைய உண்மையான சிந்தையிலும் வாக்கிலும் வசித்திருப்பாள். ஒரு நாளும் வற்றப் போவதில்லை அந்த நதியின் ஊற்று. 'உனது புனித நீர் ஒட்டு மொத்தப் பிரபஞ்சத்தையும் நிரப்புகிறது'[23] என்று மகாபாரதத்தில் வசிஷ்ட மகரிஷி சரஸ்வதியைப் பார்த்துக் கூறுகிறார்.

முடிவற்ற மறு பிறவியை விளக்க இதைவிடச் சிறந்த உருவகம் இருக்கவே முடியாது.

★

தன் பன்முக வடிவங்களின் முழு வலிமையுடன் புனிதப் படுத்தும் சரஸ்வதி, சிந்தையில் செழுமையானவள், உண்மையான உள்ளொளிகளை உருவாக்குபவள், நம் ஆகுதிகளை விரும்பட்டும்

மனத்தில் புரிதலின் மூலம் பெரு வெள்ளத்தை எழுப்பும் சரஸ்வதி அனைத்து சிந்தனைகளையும் முழுவதும் பிரகாசிக்கச் செய்கிறாள்.

மனத்தில் நற் சிந்தைகளை எழுப்புபவள், நம் ஆகுதிகளை ஏற்றுக் கொள்ளட்டும்.

- ரிக் வேதம்[24]

குறிப்புகள்

1. 'இந்தியப் பாலைவனத்தின் காணாமல் போன நதி'

1. BBC News, 'India's "Miracle River"', 29 June 2002. The same day, the BBC broadcast a radio programme on the topic by Madhur Jaffrey.
2. Tod, James, Lt-Col, *Annals and Antiquities of Rajasthan*, London, 1829–32; republ. Lolit Mohun Audhya, Calcutta, 1894, pp. 239 & 242.
3. Ibid., vol. II, p. 187; this reference is to the first edition of 1832: it is quoted by the French geographer Vivien de Saint-Martin (see note 22 below), p. 22. I could not consult the first edition of Tod's *Annals* nor locate this passage in the 1894 edition (which is perhaps abridged). It is retranslated here from Vivien de Saint-Martin's French translation and may not be in the exact words used by Tod, though certainly a faithful approximation.
4. Ibid., sec. edn, p. 242.
5. Rennel, James, *Memoir of a Map of Hindoostan; or the Moghul Empire*, London, 1788, p. 71.
6. Tod, James, Lt.-Col., *Annals and Antiquities of Rajasthan*, vol. II, Higginbotham, Madras, 1873, p. 189.
7. I am grateful to Prof. R.N. Iyengar for those references. (About the last, see also Bharadwaj, O.P., 'The Rigvedic Sarasvati', ch. 3 in *In Search of Vedic-Harappan Relationship°*, p. 25.)
8. Colvin, Major, 'On the Restoration of the Ancient Canals of the Delhi Territory', *Journal of the Asiatic Society*, vol. II, March 1833, p. 107.
9. Mackeson, F., Major, 'Report on the Route from Seersa to Bahawulpore', in *Journal of Asiatic Society of Bengal*, vol. XIII, January–June 1844, no. 145–50, p. 302.
10. Ibid., p. 298.
11. Ibid., p. 299.
12. Ibid., pp. 299–300.
13. Ibid., p. 301.
14. Ibid.
15. Ibid., p. 308.

To quickly locate the desired reference, follow the page range in the header at the top of the page. Works mentioned in Suggested Further Reading figure here under their titles alone, without subtitles or bibliographical details; to make this clear, their titles are followed here by the symbol °. Thus, *The Sarasvati Flows On°* indicates that full details for this title are to be looked up in the Suggested Further Reading section.

16. Ganguly, D.C., 'Northern India during the Eleventh and Twelfth Centuries', *The Struggle for Empire*, vol. 5, in Majumdar, R.C., (ed.), *The History and Culture of the Indian People*, Bharatiya Vidya Bhavan, Bombay, 1960–90, p. 93.
17. Majumdar, R.C., 'The Invasion of Timur and the End of the Tughlug Dynasty', *The Delhi Sultanate*, vol. 6, in *The History and Culture of the Indian People*, op. cit., pp. 117–18.
18. Wilhelmy, Herbert, 'Le cadre naturel', in Franz, Heinrich Gerhard, (ed.), *L'Inde ancienne: histoire et civilisation*, Bordas, Paris, 1990, p. 28.
19. Quoted by Stein, Marc Aurel, *An Archaeological Tour along the Ghaggar–Hakra River*°, p. 12.
20. Something of their story and excerpts from their testimonies can be found in Deleury, Guy, *Les Indes florissantes: anthologie des voyageurs français (1750–1820)*, Robert Laffont, Paris, 1991.
21. Schwab, Raymond, *La Renaissance orientale*, Payot, Paris, 1950, p. 38.
22. Vivien de Saint-Martin, Louis, *Étude sur la géographie et les populations primitives du nord-ouest de l'Inde, d'après les hymnes védiques*, Imprimerie Impériale, Paris, 1860, p. i.
23. Ibid., p. lvii.
24. Vivien de Saint-Martin, Louis, *Étude sur la géographie grecque et latine de l'Inde* and *Mémoire analytique sur la carte de l'Asie centrale et de l'Inde*, Imprimerie Impériale, Paris, 1858.
25. Vivien de Saint-Martin, Louis, *Étude sur la géographie et les populations primitives du nord-ouest de l'Inde, d'après les hymnes védiques*, op. cit., p. iii.
26. Ibid., p. 15.
27. Ibid., p. 18.
28. Ibid., pp. 19–20.
29. Rennel, James, *Memoir of a Map of Hindoostan; or the Moghul Empire*, op. cit., p. 71.
30. Gupta, A.K., B.K. Bhadra & J.R. Sharma, 'Sarasvati Drainage System of Haryana: Satellite-Based Study', in *Vedic River Sarasvati and Hindu Civilization*°, pp. 47 & 51.
31. Vivien de Saint-Martin, Louis, *Étude sur la géographie et les populations primitives du nord-ouest de l'Inde*, op. cit., p. 20.
32. The map is from Beveridge, Henry, *A Comprehensive History of India, Civil, Military, and Social*, Blackie & Son, London, 1862, vol. 1.
33. Vivien de Saint-Martin, Louis, *Étude sur la géographie et les populations primitives du nord-ouest de l'Inde*, op. cit., p. 22.
34. Ibid., p. 23.
35. Ibid., p. 24.
36. Hunter, W.W., 'Ganjam' to 'India', *Imperial Gazetteer of India*, vol. 5, Trübner & Co., London, sec. edn, 1885, pp. 54–55.
37. 'Ratlam' to 'Sirmur', *Imperial Gazetteer of India*, vol. 12, Trübner & Co., London, sec. edn, 1887, pp. 261–62.
38. Oldham, R.D., 'On Probable Changes in the Geography of the Punjab and Its Rivers: An Historico-Geographical Study', *Journal of Asiatic Society of Bengal*, vol. 55, 1886, pp. 322–43. (Oldham's paper is partly reproduced in *Vedic Sarasvatī*°, pp. 81–88.)

39. Ibid., p. 340.

40. Ibid., p. 342.

41. Ibid., p. 341.

42. Strabo, *Geography*, book XV, I.19, tr. John W. McCrindle, *Ancient India as Described in Classical Literature*, 1901; reprinted Oriental Books Reprint Corporation, New Delhi, 1979, p. 25.

43. Ibid.

44. Raverty, H.G., 'The Mihrān of Sind and Its Tributaries: A Geographical and Historical Study', *Journal of the Royal Asiatic Society*, vol. 61, no. 1 & extra number (1892), pp. 155–206 & 297–508.

45. E.g. Wilhelmy, Herbert, 'The Shifting River: Studies in the History of the Indus Valley', *Universitas*, vol. 10, no. 1, 1967, pp. 53–68.

46. Sivewright, Robert, 'Cutch and the Ran', *The Geographical Journal*, vol. 29, no. 5, May 1907, pp. 518–35. I am indebted to Prof. R.N. Iyengar for drawing my attention to Sivewright's paper, and to M.S. Gadhavi for a scan of Sivewright's map. Prof. Iyengar's own research on the Rann and its identification with the Vedic *Irina* fills many blanks in our understanding of the region: Iyengar, R.N. & B.P. Radhakrishna, 'Geographical Location of Vedic *Irina* in Southern Rajasthan', *Journal of Geological Society of India*, vol. 70, November 2007, pp. 699–705, and Iyengar, R.N., B.P. Radhakrishna & S.S. Mishra, 'Vedic *Irina* and the Rann-of-Kutch', *Puratattva,* no. 38, 2008, pp. 170–180.

47. Sivewright, Robert, 'Cutch and the Ran', op. cit., p. 528.

48. Ibid., p. 530.

49. Snead, Rodman E., 'Recent Morphological Changes along the Coast of West Pakistan', *Annals of the Association of American Geographers*, vol. 57, no. 3, September 1967, pp. 550–65. My thanks to Prof. R.N. Iyengar for drawing my attention to this paper.

50. Sivewright, Robert, 'Cutch and the Ran', op. cit., p. 532.

51. Anonymous (Oldham, C.F.), 'Notes on the Lost River in the Indian Desert', *Calcutta Review*, vol. 59, 1874, pp. 1–27.

52. Oldham, R.D., 'On Probable Changes in the Geography of the Punjab and Its Rivers', op. cit., p. 322.

53. Oldham, C.F., 'The Sarasvatī and the Lost River of the Indian Desert', *Journal of the Royal Asiatic Society*, vol. 34, 1893, pp. 49–76.

54. Ibid., p. 51.

55. Ibid. Oldham invokes the *Punjab Gazetteer* of Hissar as evidence (which I have not been able to consult).

56. This is not C.F. Oldham's original map, in which names are hardly legible, but an exact reproduction borrowed from Misra, V.N., 'Climate, a Factor in the Rise and Fall of the Indus Civilization: Evidence from Rajasthan and Beyond', in Lal, B.B. & S.P. Gupta, (eds), *Frontiers of the Indus Civilization*°, p. 478.

57. Oldham, C.F., 'The Sarasvatī and the Lost River of the Indian Desert', op. cit., p. 54.

58. Ibid., p. 60.

59. Ibid., p. 61.

60. Ibid., p. 73.

61. As quoted by Oldham, R.D., 'On Probable Changes in the Geography of the Punjab and Its Rivers', op. cit., pp. 326–27. (The tradition is mentioned by C.F. Oldham in his earlier, anonymous article, see note 51 above.) It is R.D. Oldham who takes 'Kak' to refer to Kachchh.
62. Oldham, C.F., 'The Sarasvatī and the Lost River of the Indian Desert', op. cit., p. 63.
63. Ibid., p. 76.
64. *Imperial Gazetteer of India*, vol. 23, new edn, London, 1908, p. 179. Quoted by Vishal Agarwal in 'A Reply to Michael Witzel's *"Ein Fremdling im Rigveda"'*, August 2003, available online at: www.omilosmeleton.gr/english/documents/ReplytoWitzelJIES.pdf (accessed 15 September 2009).
65. Oldham, C.F., 'The Sarasvatī and the Lost River of the Indian Desert', op. cit., p. 76.

2. மகா சரஸ்வதி

1. Several works refer to descriptions of the Sarasvatī in Vedic and post-Vedic literature; among them, Bhargava, M.L., *Geography of Rgvedic India*, Upper India Publishing House, Lucknow, 1964 (but written in the 1930s), is a classic, followed by Law, Bimalachurn, 'Mountains and Rivers of India (from Epic and Paurānic Sources)', *Journal of the Department of Letters*, vol. XXVIII, Calcutta University Press, 1935, pp. 1–31. More recent studies include Bhargava, P.L., *India in the Vedic Age*°, ch. 4; Frawley, David, *Gods, Sages and Kings*°, part I, chs 2 & 3, and his paper 'Geographical References: The Ocean and Soma', ch. 4, in *In Search of Vedic-Harappan Relationship*°; Singh, Shivaji, 'Sindhu and Sarasvatī in the Rigveda and their Archaeological Implication', in *Puratattva*, no. 28, 1997–98, pp. 26–36; Chauhan, D.S., 'Mythical Observations and Scientific Evaluation of the Lost Sarasvatī River', in *Vedic Sarasvatī*°; and Talageri, Shrikant G., *The Rigveda: A Historical Analysis*°, ch. 4. For O.P. Bharadwaj's important papers, see note 26 below.
2. Rig Veda, 1.3.12. (Unless otherwise specified, renderings from the Rig Veda are my own arrangements from several available translations, such as the two integral translations into English by H.H. Wilson and R.T.H. Griffith—see his *Hymns of the Rig Veda*°—and partial translations by Max Müller, Sri Aurobindo, Louis Renou, Jan Gonda, Jean Varenne, among others.)
3. Rig Veda, 6.61.13.
4. Ibid., 7.95.1.
5. Ibid., 6.61.8.
6. Ibid., 7.36.6.
7. Ibid., 7.96.2.
8. Aurobindo, Sri, *The Secret of the Veda*°, p. 88.
9. Rig Veda, 1.3.11–12 (adapted from Sri Aurobindo's translation).
10. Ibid., 2.41.16.
11. Ibid., 6.61.4. See Ludvik, Catherine, 'Sarasvatī-Vāc: The Identification of the River with Speech', *Asiatische Studien / Études Asiatiques*, vol. 54, no. 1, 2000, p. 120.
12. Ludvik, Catherine, *Sarasvatī: Riverine Goddess of Knowledge*°. See also her important paper mentioned in the preceding note.
13. Müller, F. Max, in *India—What Can It Teach Us?*, first edn 1883, sec. edn 1892; republ. Penguin Books, New Delhi, 2000, p. 149.

14. Rig Veda, 6.61.10, 12.
15. Ibid., 7.36.6.
16. Ibid., 3.23.4.
17. Ibid., 6.61.2.
18. Ibid., 7.95.2.
19. *Vājasaneyi Samhitā* (White *Yajur Veda*), 34.11.
20. Pañcavimsha Brāhmana, 25.10.6 and *Jaiminya Upanishad Brāhmana*, 4.26. See Macdonell, A.A. & A.B. Keith, *Vedic Index°*, vol. 2, p. 300.
21. Ibid., p. 55.
22. 'Plaksha' is the name of the waved-leaf fig tree (*ficus infectoria*). See ibid., p. 54.
23. *The Mahabharata of Krishna-Dwaipayana Vyasa*, tr. Kisari Mohan Ganguli, vol. III, Salya Parva, IX.54, first edn in the 1890s; republ. Munshiram Manoharlal, New Delhi, 2000, pp. 149–150. See also, below, Epilogue.
24. Pañchavimsha Brāhmana, 25.10.16.
25. See references in Bharadwaj, O.P., 'Vinashana', *Journal of the Oriental Institute of Baroda*, vol. 33, nos 1–2, 1983, p. 70.
26. Apart from the paper in the preceding note (pp. 69–88), see Bharadwaj, O.P., 'The Vedic Sarasvati', in *Haryana Sahitya Akademi Journal of Indological Studies*, vol. 2, nos 1–2, 1987, pp. 38–58; 'The Rigvedic Sarasvati', ch. 3, in *In Search of Vedic-Harappan Relationship°*; and several chapters in his *Ancient Kurukshetra: Studies*, Harman Publishing House, New Delhi, 1991 and *Studies in the Historical Geography of Ancient India*, Sundeep Prakashan, New Delhi, 1986.
27. Bharadwaj, O.P., *Historical Geography of Ancient India*, op. cit., ch. 9: 'Ganga to Ghaggar with Valmiki'.
28. *The Mahabharata of Krishna-Dwaipayana Vyasa*, op. cit., vol. I, Vana Parva, III.5, p. 15. (I have modernized spelling in this and the following quotations; Ganguli's numbering of the verses do not always coincide with that of the critical edition, which was prepared years later.)
29. Ibid., vol. III, Salya Parva, IX.42, p. 116.
30. Ibid., IX.38, p. 108.
31. Ibid., pp. 108–09.
32. Ibid., vol. I, Vana Parva, III.83, p. 173.
33. Ibid., vol. IV, Anusasana Parva, XIII.146, p. 315.
34. Ibid., vol. I, Vana Parva, III.82, pp. 170 & 173.
35. Ibid., vol. II, Bhisma Parva, VI.6, p. 16.
36. Ibid., vol. I, Vana Parva, III.130, p. 270; see also III.82, p. 172.
37. Ibid., vol. III, Salya Parva, IX.37, p. 104.
38. Ibid., vol. IV, Anusasana Parva, XIII.154, p. 361.
39. Barmer district (western part only): Balasar, Alamsar, Punjasar, Rabbasar, Rattasar, Ramsar, Ranasar, Lilsar, Gangasar, Bakhasar. Jaisalmer district: Ajasar, Dhaisar, Bhadasar, Baramsar. Bikaner district: Lunkaransar, Hathusar, Jaswantsar, Kapurisar, Kamisar, Napasar, Mundsar, Jasrasar, Desilsar, Somalsar, Barsisar, Udramsar, Gersar, Naurangdesar. Hanumangarh district: Rawatsar, Lakhasar, Baramsar, Kansar, Pandusar, Dhannasar, Malsisar. Churu district: Hardesar, Rattusar, Patamdesar, Binjasar, Jodhasar, Bhadasar, Mummasar, Lachharsar, Malasar, Rajaldesar, Gundusar, Kanwarpalsar, Tahindesar, Jaitasar. Jodhpur district (northern part only): Kanasar, Bhojasar, Narsar . . .

40. *The Mahabharata of Krishna-Dwaipayana Vyasa*, op. cit., vol. III, Salya Parva, IX.37, p. 105.
41. Ibid., IX.54, p. 150.
42. Ibid., IX.37, p. 106.
43. Ibid., IX.35, p. 101.
44. Ibid., vol. III, Salya Parva, IX.48 & 51.
45. Baudhāyana Dharmasūtra, 1.2.9; Vasishtha Dharmasūtra, 1.8; Patañjali's Mahābhāshya, 2.4.10 & 6.3.109. For a translation of the first two, see Olivelle, Patrick, *Dharmasūtras: The Law Codes of Āpastamba, Gautama, Baudhāyana, and Vasistha*, Motilal Banarsidass, Delhi, 2000, pp. 199 & 351.
46. Macdonell, A.A. & A.B. Keith, *Vedic Index°*, vol. 2, pp. 125–26.
47. *Manusmriti*, II.17, tr. George Bühler, *The Laws of Manu*, Sacred Books of the East, Oxford, 1886, vol. 25.
48. *Mārkandeya Purāna*, tr. F.E. Pargiter, vol. LVII, The Asiatic Society, Calcutta, 1904; republ. Indological Book House, Varanasi, 1969, pp. 290–306.
49. Kālidāsa, *The Loom of Time: A Selection of His Plays and Poems*, tr. Chandra Rajan, Penguin Books, New Delhi, 1989, p. 149.
50. Ibid., p. 261.
51. *Brihat Samhitā*, XIV.2, *The Brhat Samhitā of Varāha Mihira*, tr. N.C. Iyer, Sri Satguru Publications, Delhi, 1987, p. 81.
52. Bāna, *Harsa-Carita*, tr. E.B. Cowell, F.W. Thomas, London, 1929, pp. 158 & 160, quoted by Darian, Steven, 'Gangā and Sarasvati: An Incidence of Mythological Projection', *East and West*, vol. 26, nos 1–2, 1976, p. 155.
53. *The Mahabharata of Krishna-Dwaipayana Vyasa*, op. cit., vol. I, Vana Parva, III.83, p. 180.
54. See Bharadwaj, O.P., 'The Vedic Sarasvati', op. cit., p. 41.
55. Pehowa Inscription of Imperial Pratihāra Dynasty, *Epigraphia Indica*, I.187, pp. 1114–15, quoted by Raychaudhuri, H.C., 'The Sarasvati', *Science and Culture*, vol. VIII, no. 12, June 1943, p. 469, and in *Studies in Indian Antiquities*, University of Calcutta, Calcutta, 1958, p. 129; the inscription is discussed by Bharadwaj, O.P., in 'The Vedic Sarasvati', op. cit., p. 40.
56. Quoted by Raychaudhuri, H.C., 'The Sarasvati', op. cit., p. 473.
57. Cunningham, Alexander, *The Ancient Geography of India*, sec. revised edn, Calcutta, 1924; reprint Munshiram Manoharlal, New Delhi, 2002, map X, facing p. 375. The map plots Hsüan-tsang's travels in northwest India; for clarity, I have omitted from the detail reproduced here Hsüan-tsang's route reconstituted by Cunningham.
58. Cunningham's story is told in a fine account of the beginnings of archaeology in India: Singh, Upinder, *The Discovery of Ancient India°* (also, more briefly, in Lahiri, Nayanjot, *Finding Forgotten Cities°*).
59. See Bhargava, M.L., *Geography of Rgvedic India*, op. cit., p. 71, with reference to *Archaeological Survey of India Report*, vol. XIV, p. 75.
60. Cunningham, Alexander, *The Ancient Geography of India*, op. cit.
61. Bharadwaj, O.P., 'The Vedic Sarasvati', op. cit., p. 40.
62. E.g. *A Road Guide to Rajasthan*, TTK Healthcare, Chennai, 2006.
63. *Albêrûnî's India*, tr. Edward C. Sachau, 1888; republ. Rupa & Co., New Delhi, 2002, p. 511.

64. *The Vishnu Purāna: A System of Hindu Mythology and Tradition,* tr. H.H. Wilson, John Murray, London, 1840, pp. lxvi–vii.
65. Rig Veda, 1.32.12, 2.12.3 & 12, 4.28.1, 8.24.27, 8.54.4, 8.69.12.
66. For example, Müller, F. Max, *A History of Ancient Sanskrit Literature°*, p. 7.
67. Müller, F. Max, *Vedic Hymns°*, p. 60.
68. Monier-Williams, M., *Indian Wisdom*,1875; republ. Rupa & Co., New Delhi, 2001, p. xix.
69. Weber, A., *The History of Indian Literature,* Trübner, London, 1878, pp. 4 & 38.
70. Eggeling, Julius, *The Satapatha Brāhmana°*, p. 104.
71. Oldenberg, Hermann, *The Religion of the Veda,* 1894; republ. Motilal Banarsidass, Delhi, 1988, pp. 123 & 171.
72. Fontane, Marius, *Inde védique (de 1800 à 800 av. J.-C.),* Alphonse Lemerre, Paris, 1881, with the map at the end of the book.
73. Macdonell, A.A. & A.B. Keith, *Vedic Index°*, vol. 2, pp. 435–36.
74. Pargiter, F.E., *Ancient Indian Historical Tradition,* London, 1922; republ. Motilal Banarsidass, Delhi, 1997, p. 313.
75. Gowen, Herbert H., *A History of Indian Literature from Vedic Times to the Present Day,* D. Appleton, New York & London, 1931, p. 96.
76. Ibid., p. 9.
77. The map is found in Pargiter, F.E., 'The Nations of India at the Battle between the Pandavas and Kauravas', *Journal of the Royal Asiatic Society,* 1908, pp. 309–36.
78. Renou, Louis & Jean Filliozat, *L'Inde classique: manuel des études indiennes,* vol. 1, Payot, 1947; republ. Librairie d'Amérique et d'Orient, 1985, p. 372.
79. Burrow, T., 'On the Significance of the Term *arma-, armaka-* in Early Sanskrit Literature', *Journal of Indian History,* vol. 41, 1963, p. 162.
80. Basham, A.L., *The Wonder That Was India,* third edn, Rupa & Co., Calcutta, 1981, pp. 31–32.
81. Gonda, Jan, *Vedic Literature (Samhitās and Brāhmanas)°*, pp. 23–24.
82. Bhargava, M.L., *The Geography of Rgvedic India,* op. cit.
83. Law, Bimalachurn, 'Mountains and Rivers of India (from Epic and Paurānic Sources)', op. cit.
84. Raychaudhuri, H.C., 'The Sarasvati', op. cit.
85. Pusalker, A.D., 'Aryan Settlements in India', ch. XIII of *The Vedic Age,* vol. I, in Majumdar, R.C., (ed.), *The History and Culture of the Indian People,* op. cit., pp. 246–48.
86. Sircar, D.C., *Studies in the Geography of Ancient and Medieval India,* first edn 1960, sec. edn Motilal Banarsidass, Delhi, 1971, p. 49.

3. ஒரு புராதன நதிமீது புதிய வெளிச்சம்

1. Ghosh, A., 'The Rajputana Desert: Its Archaeological Aspect', in *Bulletin of the National Institute of Sciences in India,* vol. I, 1952, pp. 37–42, reproduced in S.P. Gupta, (ed.), *An Archaeological Tour along the Ghaggar–Hakra River,* Kusumanjali Prakashan, Meerut, 1988, p. 100.
2. Valdiya, K.S., *Saraswati, the River That Disappeared°*, p. 16, and Raghav, K.S., 'Evolution of Drainage Basins in Parts of Northern and Western Rajasthan, Thar Desert, India', in *Vedic Sarasvatī°*, p. 176.

3. Bakliwal, P.C. & A.K. Grover, 'Signatures and Migration of Sarasvatī River in Thar Desert, Western India', *Records of Geological Survey of India,* vol. 116, parts 3–8, 1988, pp. 77–86, partly reproduced in *Vedic Sarasvatī*°, p. 115.
4. Raikes, Robert L., 'Kalibangan: Death from Natural Causes', *Antiquity,* vol. XLII, 1969, reproduced in *The Decline and Fall of the Indus Civilization,* p. 204.
5. Ibid., p. 208.
6. Ibid., pp. 208–09.
7. Ibid., p. 209.
8. Valdiya, K.S., *Saraswati, the River That Disappeared*°, p. 55.
9. Wilson, H.H., *The Vishnu Purāna,* op. cit., ch. XXV, p. 572.
10. *The Bhāgavata Purāna,* tr. Ganesh Vasudeo Tagare, Motilal Banarsidass, X.65.31, Delhi, 1988, p. 1673.
11. Singh, Gurdev, in *The Geography,* vol. 5, 1952, p. 27, mentioned by Pal, Yash, Baldev Sahai, R.K. Sood & D.P. Agrawal, 'Remote Sensing of the Sarasvatī River', first published in *Proceedings of the Indian Academy of Sciences* (Earth and Planetary Sciences), vol. 89, no. 3, November 1980; reprinted in Lal, B.B. & S.P. Gupta, (eds), *Frontiers of the Indus Civilization*°, p. 493.
12. Valdiya, K.S., *Saraswati, the River That Disappeared*°, p. 24.
13. Ibid, p. 60.
14. *The Mahabharata of Krishna-Dwaipayana Vyasa,* op. cit., vol. I, Adi Parva, I.178, pp. 359–60.
15. Courty, Marie-Agnès, 'Le Milieu physique et utilisation du sol', in Henri-Paul Francfort, (ed.), *Prospections archéologiques au nord-ouest de L'Inde: rapport préliminaire 1983–1984,* mémoire 62, Éditions Recherches sur les Civilisations, Paris, 1985, p. 30.
16. Ibid.
17. Courty, Marie-Agnès, 'Integration of Sediment and Soil Information in the Reconstruction of Protohistoric and Historic Landscapes of the Ghaggar Plain (North-West India)', in Frifelt, Karen & Per Sorensen, (eds), *South Asian Archaeology 1985,* Scandinavian Institute of Asian Studies, Occasional Papers no. 4, Curzon Press, London, 1989, p. 259.
18. Puri, V.M.K. & B.C. Verma, 'Glaciological and Geological Source of Vedic Saraswati in the Himalayas', *Itihas Darpan,* vol. 4, 1998, no. 2, pp. 7–36.
19. Ibid., p. 16.
20. Valdiya, K.S., in *Saraswati, the River That Disappeared*°, p. 27.
21. Lal, B.B., et al., *Excavations at Kalibangan,* vol. 1, Archaeological Survey of India, New Delhi, 2003, pp. 99–100.
22. Bisht, R.S., 'Urban Planning at Dholavira: A Harappan City', in Malville, J. McKim & Lalit M. Gujral, (eds), *Ancient Cities, Sacred Skies: Cosmic Geometries and City Planning in Ancient India,* Indira Gandhi National Centre for the Arts & Aryan Books International, New Delhi, 2000, pp. 16–17. Note that Bisht does not propose a precise date for the earthquake but says it occurred 'towards the closing years' of the phase immediately preceding the Mature Harappan phase, which almost everywhere started around 2600 BCE.
23. Valdiya, K.S., *Saraswati, the River That Disappeared*°, pp. 52–54. Valdiya writes that the uplift took place '*after* 3663 ± 215 yr BP', therefore after 3878 BP ('before present') or 1878 BCE.

24. Ibid., p. 53.
25. Pal, Yash, Baldev Sahai, R.K. Sood & D.P. Agrawal, 'Remote Sensing of the Sarasvati River', in Lal, B.B. & S.P. Gupta, (eds), *Frontiers of the Indus Civiliza*Ibid.*tion°*, p. 493.
26. Ibid., p. 494.
27. Ibid., pp. 494–96.
28. Rajawat, A.S., C.V.S. Sastry & A. Narain, 'Application of Pyramidal Processing on High Resolution IRS 1-C Data for Tracing Migration of the Sarasvati River in Parts of Thar Desert', in *Vedic Sarasvati°*, pp. 259–72.
29. Sharma, J.R., A.K. Gupta & B.K. Bhadra, 'Course of Vedic River Saraswati as Deciphered from Latest Satellite Data', *Puratattva* (Journal of the Indian Archaeological Society), no. 26, New Delhi, 2005–06, pp. 187–95. I am grateful to Dr A.K. Gupta for his kind collaboration and his permission to reproduce the maps in Figs 3.6 & 3.7.
30. See Ghose, Bimal, Amal Kar & Zahid Husain, 'The Lost Courses of the Saraswati River in the Great Indian Desert: New Evidence from LANDSAT Imagery', *The Geographical Journal*, London, vol. 145, no. 3, 1979, pp. 446–51, which was perhaps the earliest study of satellite imagery. Also Bakliwal, P.C. & A.K. Grover, 'Signatures and Migration of Sarasvati River in Thar Desert, Western India', op. cit. One such recent view is in Roy, A.B. & S.R. Jakhar, 'Late Quaternary Drainage Disorganization, and Migration and Extinction of the Vedic Saraswati', in *Current Science*, vol. 81, no. 9, 10 November 2001, pp. 1188–95, and the references quoted in that paper.
31. I have enhanced the contrast in Fig. 3.7, changed the watercourses from white to black, and made course numbers clearer in both maps.
32. Rao, S.M. & K.M. Kulkarni, 'Isotope Hydrology Studies on Water Resources in Western Rajasthan', *Current Science*, vol. 72, no. 1, 10 January 1997, pp. 55 & 60.
33. I tentatively offer those corrected dates on the basis of the nearest examples from 'Calibrated Indian 14C Dates', appendix 3 to Agrawal, D.P. & M.G. Yadava, *Dating the Human Past*, Indian Society for Prehistoric and Quaternary Studies, Pune, 1995.
34. The Central Ground Water Board, the Regional Remote Sensing Centre (Jodhpur), the Central Arid Zone Research Institute (Jodhpur), ISRO and the National Physical Laboratory participated in one way or another.
35. Mahapatra, Richard, 'Saraswati Underground', *Down to Earth*, Centre for Science and Environment, New Delhi, vol. 11, no. 12, 15 November 2002.
36. Ibid.
37. Soni, V., D.C. Sharma, K.S. Srivastava & M.S. Sisodia, 'Hydrogeological, Geophysical and Isotope Study to Trace the Course of the Buried "Sarasvati" River in Jaisalmer district, Rajasthan', in Paliwal, B.S., (ed.), *Geological Evolution of Northwestern India*, Scientific Publishers, Jodhpur, 1999, pp. 305–11, quoted by Valdiya, K.S., in *Saraswati, the River That Disappeared°*, p. 29.
38. Srinivasan, K.R., *Paleogeography, Framework of Sedimentation and Groundwater Potential of Rajasthan, India: Central Part of Erstwhile Sarasvati Basin*, a monograph presented at the Geological Society of India in December 1997 at Baroda; also his two project reports of September 1997 submitted to the Ministry of Water Resources by the Sarasvati Sindhu Research Centre, Chennai.

39. Geyh, M.A. & D. Ploethner, 'Origins of a Freshwater Body in Cholistan, Thar Desert, Pakistan', in Dragoni, W. & B.S. Sukhija, (eds), *Climate Change and Groundwater*, Geological Society special publication, vol. 288, London, 2008, pp. 99–109. The two scientists had published an earlier report, 'An Applied Palaeohydrological Study of Cholistan, Thar Desert, Pakistan', in Adar, E.M. & C. Leibundgut, (eds), *Applications of Tracers in Arid Zone Hydrology*, International Association of Hydrological Sciences, publ. no. 232, Vienna, 1995, pp. 119–27.
40. Geyh, M.A. & D. Ploethner, 'Origins of a Freshwater Body in Cholistan', op. cit., p. 102.
41. Ibid., p. 104.
42. Peter Clift, 'Harappan Collapse', *Geoscientist*, vol. 19, no. 9, September 2009, p. 18.
43. Siddiqi, Shamsul Islam, 'River Changes in the Ghaggar Plain', *The Indian Geographical Journal*, vol. 19, no. 4, 1944, pp. 139–46.
44. Ibid., p. 144.
45. Ibid., p. 145.
46. Ibid., p. 146.
47. Ibid.
48. Wilhelmy, Herbert, 'The Ancient River Valley on the Eastern Border of the Indus Plain and the Sarasvati Problem', in *Vedic Sarasvati*°, p. 99 (partial English translation of 'Das Urstromtal am Ostrand der Indusebene und das Sarasvati Problem', in *Zeitschrift für Geomorphologie*, N.F. Supplementband 8, 1969, pp. 76–93).
49. Ibid., p. 108.
50. Ibid., p. 102.
51. Ibid., pp. 107–08.
52. Ibid., p. 97.

4. பின்னோக்கிய பெரும் பாய்ச்சல்

1. See Possehl, Gregory L., *Indus Age: The Beginnings*°, pp. 49–51, and Lahiri, Nayanjot, *Finding Forgotten Cities*°, p. 18.
2. Nayanjot Lahiri's *Finding Forgotten Cities*° tells the gripping story of the discovery of the Indus cities and the various pioneers involved. I have drawn mostly from it (also from Possehl, above) for my brief narrative of that discovery.
3. Ibid., p. 24.
4. Upinder Singh's *Discovery of Ancient India*° narrates archaeological explorations in nineteenth-century India, centred on Cunningham, his British assistants and Indian collaborators. Nayanjot Lahiri's *Finding Forgotten Cities*° takes over from that period.
5. See Tewari, Rakesh, 'The Origins of Iron-working in India: New Evidence from the Central Ganga Plain and the Eastern Vindhyas', *Antiquity*, vol. 77, no. 298 (December 2003), pp. 536–544.
6. Sahni, Daya Ram, quoted in Lahiri, Nayanjot, *Finding Forgotten Cities*°, p. 174.
7. Marshall, John, quoted in ibid., p. 177.
8. Ibid., p. 226.
9. Ibid., p. 259.

10. Sayce, Archibald Henry, quoted in ibid., p. 267.
11. Marshall, John, quoted in ibid., p. 272.
12. Jansen, Michael, 'Settlement Patterns in the Harappa culture', in *South Asian Archaeology 1979*, D. Reimer Verlag, Berlin, 1981, pp. 251–269.
13. Misra, V.N., 'Indus Civilization and the Rgvedic Sarasvatī', in Parpola, Asko & Petteri Koskikallio, (eds), *South Asian Archaeology 1993*, Suomalainen Tiedeakatemia, Helsinki, vol. II, 1994, p. 511.
14. Possehl, Gregory L., *Indus Age: The Beginnings*°, p. 26.
15. Some of them are described in Misra, V.N., *Rajasthan: Prehistoric and Early Historic Foundations*°, Agrawal, D.P. & J.S. Kharakwal, *Bronze and Iron Ages in South Asia*°, and Chakrabarti, Dilip K., *The Oxford Companion to Indian Archaeology*° (especially ch. 13).
16. E.g. Lal, B.B., 'Chronological Horizon of the Mature Indus Civilization', in Kenoyer, Jonathan Mark, (ed.), *From Sumer to Meluhha: Contributions to the Archaeology of South and West Asia in Memory of George F. Dales, Jr.*, University of Wisconsin, Wisconsin, 1994, pp. 15–25.
17. Jansen, Michael R.N., 'Mohenjo Daro and the River Indus', in Meadows, Azra & Peter S. Meadows, (eds), *The Indus River: Biodiversity, Resources, Humankind*, Oxford University Press, Karachi, 1999, p. 375.
18. Lal, B.B., *The Earliest Civilization of South Asia*°, pp. 35, 54, 61 & 73.
19. Kenoyer, Jonathan Mark, 'Culture and Societies of the Indus Tradition', in *India: Historical Beginnings and the Concept of the Aryan*°, p. 52.
20. Allchin, Raymond & Bridget, *Origins of a Civilization*°, p. 181.
21. Shaffer, Jim G. & Diane A. Lichtenstein, 'Ethnicity and Change in the Indus Valley Cultural Tradition' in Kenoyer, Jonathan Mark, (ed.), *Old Problems and New Perspectives in the Archaeology of South Asia,* University of Wisconsin, Wisconsin, 1989, p. 123.
22. Jarrige, Jean-François, 'De l'Euphrate à l'Indus', *Dossiers Histoire et Archéologie*, Dijon, 1987, p. 84.
23. Kenoyer, Jonathan Mark, *Ancient Cities of the Indus Valley Civilization*°, p. 39.
24. Rao, L.S., et al., 'New Light on the Excavation of Harappan Settlement at Bhirrana', *Puratattva,* no. 35, 2004–05, pp. 60–68.
25. Chakrabarti, Dilip K., *The Oxford Companion to Indian Archaeology*°, p. 145.
26. Kenoyer, Jonathan Mark, 'Culture and Societies of the Indus Tradition', in *India: Historical Beginnings and the Concept of the Aryan*°, p. 52.
27. Simplified from Possehl, Gregory L., *Indus Age: The Beginnings*°, p. 23.
28. Jarrige, Jean-François, 'Du néolithique à la civilisation de l'Inde ancienne: contribution des recherches archéologiques dans le nord-ouest du sous-continent indo-pakistanais', *Arts Asiatiques,* vol. L–1995, p. 24.

5. சிந்து நகரங்கள்

1. E.g. Kenoyer, Jonathan Mark, *Ancient Cities of the Indus Valley Civilization*°, pp. 64–65.
2. Jansen, Michael R.N., 'Mohenjo Daro and the River Indus', in *The Indus River: Biodiversity, Resources, Humankind,* op. cit., p. 358.
3. Ibid.

4. This is the case of D.R. Bhandarkar, who visited Mohenjo-daro in 1911, ten years before R.D. Banerji, and concluded that the site was just 200 years old on account of its bricks of 'modern type and not of large dimension like the old'! See Gregory Possehl, *Indus Age: The Beginnings°*, pp. 63–64.
5. Marshall, John, 'Mohenjo-daro', *Illustrated London News*, 27 February 1926, quoted by McIntosh, Jane R., *A Peaceful Realm°*, p. 21.
6. Marshall, John, (ed.), *Mohenjo-daro and the Indus Civilization*, Arthur Probsthain, London, 1931, 3 vols, several Indian reprints, vol. I, p. vi.
7. See Cleuziou, Serge, 'The Oman Peninsula and the Indus civilization: A Reassessment', in *Man and Environment*, vol. 17, 1992, no. 2, pp. 93–103.
8. Nissen, Hans J., 'La civilisation de l'Indus vue de la Mésopotamie', in *Les Cités oubliées de l'Indus°*, p. 144.
9. Chakrabarti, Dilip K., *The Oxford Companion to Indian Archaeology°*, p. 175.
10. Lawler, Andrew, 'Report of Oldest Boat Hints at Early Trade Routes', *Science*, vol. 296, 7 June 2002, no. 5574, pp. 1791–92.
11. Casal, Jean-Marie, *La Civilisation de l'Indus et ses énigmes°*, p. 70.
12. See Lal, B.B., *The Earliest Civilization of South Asia°*, pp. 187–88, and Chakrabarti, Dilip K., *The Oxford Companion to Indian Archaeology°*, p. 174.
13. See a summary in Andrew Lawler, 'Middle Asia Takes Center Stage', *Science*, vol. 317, 3 August 2007, pp. 586–90.
14. Francfort, Henri-Paul, 'The Harappan Settlement of Shortughai', in Lal, B.B. & S.P. Gupta, (eds), *Frontiers of the Indus Civilization°*, p. 309 (emphasis in the original).
15. See a summary in Weiner, Sheila, 'Hypotheses Regarding the Development and Chronology of the Art of the Indus Valley Civilization', in Lal, B.B. & S.P. Gupta, (eds), *Frontiers of the Indus Civilization°*, pp. 396 & 413, and in Lal, B.B., *The Earliest Civilization of South Asia°*, pp. 188–190.
16. Good, Irene L., J. Mark Kenoyer & Richard H. Meadow, 'New Evidence for Early Silk in the Indus Civilization', available online at www.harappa.com/har/early-indus-silk.pdf (accessed 31 January 2009).
17. A survey of Harappan metallurgy can be found in Agrawal, D.P., *Indus Civilization°*, chapter 6, section II.
18. Lal, B.B., *India 1947–1997°*, pp. 57 ff.
19. Mughal, M. Rafique, 'Evidence of Rice and *Ragi* at Harappa in the Context of South Asian Prehistory', ch. 5, in Misra, V.N. & M.D. Kajale, (eds), *Introduction of African Crops into South Asia*, Indian Society for Prehistoric and Quaternary Studies, Pune, 2003.
20. Allchin, Raymond & Bridget, *Origins of a Civilization°*, p. 190.
21. Ibid., p. 187.
22. Ibid.
23. Jarrige, Jean-François, 'Du néolithique à la civilisation de l'Inde ancienne', op. cit., p. 14.
24. Chakrabarti, Dilip K., *The Oxford Companion to Indian Archaeology°*, p. 187.
25. Shaffer, Jim G. & Diane A. Lichtenstein, 'Ethnicity and Change in the Indus Valley Cultural Traditions', op. cit., pp. 123–24.
26. Possehl, Gregory L., *The Indus Civilization°*, pp. 6, 57 & 247.
27. Lal, B.B., *The Earliest Civilization of South Asia°*.

28. Ibid., p. 236.

29. Chakrabarti, Dilip K., *The Oxford Companion to Indian Archaeology*°, p. 188.

30. Kenoyer, Jonathan Mark, 'Early City-States in South Asia: Comparing the Harappan Phase and Early Historic Period', in Nichols, D.L. & T.H. Charlton, (eds), *The Archaeology of City-States: Cross-Cultural Approaches*, Smithsonian Institution Press, Washington D.C., 1997, pp. 51–70.

31. Kenoyer, Jonathan Mark, 'Indus Valley Tradition of Pakistan and Western India', *Journal of World Prehistory*, vol. 5, 1995, pp. 369.

32. Kenoyer, Jonathan Mark, *Ancient Cities of the Indus Valley Civilization*°, p. 81.

33. Wright, Rita P., 'The Indus Valley and Mesopotamian Civilizations: A Comparative View of Ceramic Technology', in *Old Problems and New Perspectives in the Archaeology of South Asia*, op. cit., pp. 153–54.

34. Agrawal, D.P., 'The Harappan Legacy: Break and Continuity', in Possehl, Gregory L., (ed.), *Harappan Civilization: A Recent Perspective*, sec. edn, Oxford & IBH, New Delhi, 1993, p. 452.

35. McIntosh, Jane R., *A Peaceful Realm*°, p. 177.

36. See, for instance, Kenoyer, Jonathan Mark, *Ancient Cities of the Indus Valley Civilization*°, pp. 55–56.

37. To be precise, 97 out of 1052 Mature sites have been excavated, according to Possehl, Gregory L., *The Indus Civilization*°, p. 65.

6. சிந்து முதல் சரஸ்வதி வரை

1. Lahiri, Nayanjot, *Finding Forgotten Cities*°, chapters 6 & 7.
2. Tessitori, L.P., 'Progress Report on the Work Done during the Year 1917 in Cconnection with the Bardic & Historical Survey of Rajputana', *Journal & Proceedings of the Asiatic Society of Bengal*, New Series, vol. XV, 1919, p. 7.
3. Tessitori, Luigi, 'A Report on Tours in Search of Archaeological Remains Made in Bikaner State during the Years 1916–17 & 1917–18', p. 8. I am indebted to Prof. Nayanjot Lahiri for kindly communicating this extract.
4. Ibid. (This portion is quoted in Lahiri, Nayanjot, *Finding Forgotten Cities*°, pp. 144–45.)
5. Ibid., p. 150.
6. Stein, Sir Aurel, 'A Survey of Ancient Sites along the "Lost" Sarasvatī River', *The Geographical Journal*, vol. 99, 1942, pp. 173–182 ('A Survey' in the following notes).
7. Stein, Marc Aurel, *An Archaeological Tour along the Ghaggar–Hakra River*° (*An Archaeological Tour*° in the following notes).
8. Stein, Sir Aurel, 'On Some River Names in the Rigveda', *Journal of the Royal Asiatic Society*, 1917, pp. 91–99.
9. 'A Survey', p. 173.
10. Ibid., p. 175.
11. 'A Survey', p. 178.
12. Ibid.
13. *An Archaeological Tour*°, p. 96.
14. 'A Survey', p. 176.
15. Ibid., p. 173.

16. Ibid.
17. *An Archaeological Tour°*, p. 11.
18. 'A Survey', p. 179.
19. Thapar, B.K., 'Discovery and Previous Work' in Lal, B.B., et al. *Excavations at Kalibangan*, vol. 1, Archaeological Survey of India, New Delhi, 2003, p. 14.
20. *An Archaeological Tour°*, p. 46.
21. 'A Survey', p. 180.
22. Ibid., p. 179–80.
23. Ibid., p. 182.
24. *An Archaeological Tour°*, p. 3.
25. Deva, Krishna, 'Contributions of Aurel Stein and N.G. Majumdar to Research into the Harappan Civilization with Special Reference to their Methodology', in Possehl, G.L., (ed.), *Harappan Civilization: A contemporary perspective*, Oxford & IBH and the American Institute of Indian Studies, Delhi, 1982, p. 392. (Krishna Deva was so modest that nowhere in this account of Stein's work did he mention his own participation in the Sarasvati expedition.)
26. Quoted by Lahiri, Nayanjot, 'What Lies Beneath', *Hindustan Times*, New Delhi edn, 16 February 2008.
27. A. Ghosh's assistants were kindly identified by Prof. B.B. Lal on my request.
28. Ghosh, A., 'The Rajputana Desert: Its Archaeological Aspect', in *Bulletin of the National Institute of Sciences in India*, 1952, vol. I, pp. 37–42, reproduced in *An Archaeological Tour°*, p. 101.
29. Ibid.
30. Ibid., p. 105.
31. See Suraj Bhan's entries 'Drsadvati valley', and 'Sarasvati valley' (the latter jointly authored with A. Ghosh), in Ghosh, A., (ed.), *An Encyclopaedia of Indian Archaeology*, Munshiram Manoharlal, New Delhi, 1989, vol. 2, pp. 131 & 394–95. I should add, however, that Bhan appears to have rejected those identifications in recent years.
32. Bhan, Suraj, 'Changes in the Course of the Yamuna and their Bearing on the Protohistoric Cultures of Haryana', in Deo, S.B., (ed.), *Archaeological Congress and Seminar Papers*, Nagpur, 1972, pp. 125–28, noted by Misra, V.N., 'Indus Civilization and the Rgvedic Sarasvatī', op. cit., p. 521.
33. See Joshi, J.P., Madhu Bala & Jassu Ram, 'The Indus Civilization: A Reconsideration on the Basis of Distribution Maps', in Lal, B.B. & S.P. Gupta, (eds), *Frontiers of the Indus Civilization°*, pp. 511–530.
34. Mughal, M.R., *Ancient Cholistan: Archaeology and Architecture°*.
35. Most figures in Tables 6.1 and 6.3 were graciously communicated to me in April 2006 by Dr. S.P. Gupta, who, before his demise in October 2007, was working on a comprehensive *Archaeological Atlas of the Indus–Saraswati Civilization* which takes into account all recent discoveries of Harappan sites. I am however solely responsible for arranging the figures as shown, and have made a few changes in them. See the following note.
36. In Table 6.1, the row titled 'Cholistan (Pakistan)' is drawn from Mughal, M.R., *Ancient Cholistan: Archaeology and Architecture°*, p. 40; as explained in the text,

the figure of 40 Early Harappan sites does not include sites of the Hakra Ware phase.

For the same reason, in Table 6.3, 281 sites of other pre-Harappan phases (Burj Basket, Kili Ghul Mohammad, Kechi Beg, Togau), most of them located in Baluchistan, are not counted. On the other hand, I included 97 Amri-Nal sites in the Early Harappan category of 'Indus basin & western parts of Pakistan', as that culture is now regarded as Early Harappan. In the same Table, I added a row 'Himachal, Jammu & Delhi' borrowed from figures published earlier by Joshi, J.P., Madhu Bala, and Jassu Ram, 'The Indus Civilization: A Reconsideration on the Basis of Distribution Maps', op. cit. I did not include Maharashtra's Late Harappan sites (said to number over 20), as I could not find reliable figures for them. Finally, S.P. Gupta's numbers for Gujarat's Mature and Late sites were 205 and 182 respectively, but Possehl has 310 and 198 instead (*The Indus Civilization°*, p. 241), which I have adopted.

37. See the above note. I have added 18 Early Harappan and 22 Mature Harappan sites discovered in Sind after 2002 (date of Possehl's tables), see Mallah, Qasid H., 'Recent Archaeological Discoveries in Sindh, Pakistan', in Osada, Toshiki & Akinori Uesugi, (eds), *Linguistics, Archaeology and the Human Past*, Occasional Paper 3, Research Institute for Humanity and Nature, Kyoto, 2008 (see Appendix).
38. Mughal gives the following proportions of 'camp sites': 7.5% for the Early phase, 6% for the Mature phase, and 26% for the Late phase (see Mughal, M.R., *Ancient Cholistan: Archaeology and Architecture°*, p. 53).
39. For instance, recent surveys in Haryana by Surender Singh (in 1989), Manmohan Kumar (in 2006) and Vivek Dangi (in 2006) have brought to light new Harappan sites, but I have been unable to locate phase-wise details.
40. Possehl, Gregory, *The Indus Civilization°*, p. 241.
41. This figure is read from Fig. 2.19 in ibid., p. 49 (phase 'Harappa'); it may not be very accurate.
42. Kenoyer, Jonathan Mark, *Ancient Cities of the Indus Valley Civilization°*, pp. 27 & 29.
43. McIntosh, Jane R., *A Peaceful Realm°*, p. 24.
44. Ratnagar, Shereen, *Understanding Harappa: Civilization in the Greater Indus Valley°*, pp. 7–8. In fact, Ratnagar only acknowledges '83 habitation sites' (p. 21), from Mughal's survey of 174 Mature Harappan sites (Table 6.1), after excluding sites marked as 'industrial' by Mughal (that is, with a special concentration on production of pottery, metallurgical installations, etc.). There is however no logic in such an exclusion: a Harappan 'industrial' site is first and foremost Harappan, and would have necessarily included residential areas; no one has suggested excluding industrial sites from other regions, such as Chanhu-daro or Balakot, from the list of Harappan settlements.
45. Ibid., p. 24.
46. Kenoyer, Jonathan Mark, 'Culture and Societies of the Indus Tradition', in *India: Historical Beginnings and the Concept of the Aryan°*, p. 47.
47. Possehl, Gregory, *The Indus Civilization°*, p. 241.
48. Ibid., p. 45.
49. Mughal, M.R., *Ancient Cholistan: Archaeology and Architecture°*, p. 22.

50. To draw Figs 6.7, 6.8, 6.9, I combined the sites of V.N. Misra's map in 'Indus Civilization and the Rgvedic Sarasvatī', op. cit., p. 515, with those of M.R. Mughal's Figs 5 & 6 in *Ancient Cholistan: Archaeology and Architecture*°, pp. 24 & 25. I separated the three phases in Misra's map; I similarly separated the Early and Mature sites in Mughal's Fig. 5 and omitted the PGW sites in his Fig. 6. (I used standard methods of digital photography, such as layering and superimposition, to place all sites on the maps as precisely as possible.)
51. Misra, V.N., 'Indus Civilization and the Rgvedic Sarasvatī', op. cit., p. 515.
52. Mughal, M.R., *Ancient Cholistan: Archaeology and Architecture*°, pp. 20 & 22–23.
53. Mughal, M. Rafique, 'Recent Archaeological Research in the Cholistan Desert', in Possehl, Gregory L., (ed.), *Harappan Civilization: A Recent Perspective*, op. cit., p. 94.
54. Ibid., p. 26.
55. Shinde, Vasant, et al., 'Exploration in the Ghaggar Basin and Excavations at Girawad, Farmana (Rohtak District) and Mitathal (Bhiwani District), Haryana', in Osada, Toshiki & Akinori Uesugi, (eds), Occasional Paper 3, *Linguistics, Archaeology and the Human Past*, Research Institute for Humanity and Nature, Kyoto, 2008, p. 82.
56. Ibid., p. 84.
57. Possehl, Gregory L., *Indus Age: The Beginnings*°, p. 384.
58. See note 50 above.
59. Ibid., p. 369.
60. Ibid., p. 377.
61. Ibid., pp. 381–83.
62. Misra, V.N., 'Indus Civilization and the Rgvedic Sarasvatī', op. cit., p. 514.
63. McIntosh, Jane R., *The Ancient Indus Valley: New Perspectives*°, pp. 20–21.
64. Allchin, Raymond, 'The Indus Civilization' in *Encyclopædia Britannica*, 2004 (electronic edition).
65. Allchin, Raymond & Bridget, *Origins of a Civilization*°, p. 220.
66. Ibid., p. 213.
67. Misra, V.N., 'Indus Civilization and the Rgvedic Sarasvatī', op. cit., p. 524.

7. புதிய தளங்கள்

1. Bisht, R.S., 'Excavations at Banawali: 1974–77', in Possehl, Gregory L., (ed.), *Harappan Civilization: A Recent Perspective*, op. cit., p. 120.
2. Bisht, R.S., 'Dholavira and Banawali: Two Different Paradigms of the Harappan Urbis Forma', *Puratattva*, no. 29, 1998–99, p. 16.
3. Possehl, Gregory, *The Indus Civilization*°, p. 77.
4. Lal, B.B., *India 1947–1997*°, p. 93 ff.
5. Lothal's data is entirely drawn from the excavation report by Rao, S.R., *Lothal: A Harappan Port Town*, vol. I, Archaeological Survey of India, New Delhi, 1985.
6. For a fuller discussion, see Lal, B.B., *India 1947–1997*°, p. 71.
7. Khadkikar, A.S., C. Rajshekhar & K.P.N. Kumaran, 'Palaeogeography around the Harappan Port of Lothal, Gujarat, Western India', *Antiquity*, vol. 78, 2004, no. 302, p. 901.

8. Rao, S.R., *Lothal: A Harappan Port Town*, op. cit., p. 21.
9. Dholavira's data is mostly from three papers by Bisht, R.S.: 'Dholavira Excavations: 1990-94', in Joshi, J.P., (ed.), *Facets of Indian Civilization: Essays in Honour of Prof. B.B. Lal*, Aryan Books International, New Delhi, 1997, vol. I, pp. 107-120; 'Dholavira and Banawali: Two Different Paradigms of the Harappan Urbis Forma', op. cit., pp. 14-37; 'Urban Planning at Dholavira: a Harappan City', op. cit., pp. 11-23.
10. Mathur, U.B., 'Chronology of Harappan Port Towns of Gujarat in the Light of Sea Level Changes during the Holocene', *Man and Environment*, vol. XXVII, 2002, no. 2, p. 64. It is doubtful, however, that Dholavira was actually a 'port town' as proposed by Mathur, as, unlike Lothal, it does not seem to have had berthing facilities.
11. *Periplus of the Erythrean Sea*, see quotation and discussion in Iyengar, R.N. & B.P. Radhakrishna, 'Geographical Location of Vedic *Irina* in Southern Rajasthan', *Journal of the Geological Society of India*, vol. 70, November 2007, pp. 699-705. Also Iyengar, R.N., B.P. Radhakrishna & S.S. Mishra, 'Vedic *Irina* and the Rann-of-Kutch', *Puratattva*, no. 38, 2008, pp. 170-180.
12. Allchin, Raymond & Bridget, *Origins of a Civilization°*, p. 165.
13. Bisht, R.S., 'Dholavira and Banawali: Two Different Paradigms of the Harappan Urbis Forma', op. cit., p. 28.

3. தாறுமாறாக ஓடும் நதிகள்

1. These issues are discussed in detail in my *Dawn of Indian Civilization and the Elusive Aryans°* and other studies of the Aryan issue: see Suggested Further Reading under that heading.
2. E.g. Ratnagar, Shereen, *Understanding Harappa: Civilization in the Greater Indus Valley°*, pp. 81, 107, 142.
3. Kenoyer, Jonathan Mark, *Ancient Cities of the Indus Valley Civilization°*, p. 100.
4. Kenoyer, Jonathan Mark, 'Culture and Societies of the Indus Tradition' in *India: Historical Beginnings and the Concept of the Aryan°*, p. 68.
5. Possehl, Gregory, *The Indus Civilization°*, p. 244.
6. Chakrabarti, Dilip K., *The Oxford Companion to Indian Archaeology°*, p. 204.
7. Kenoyer, Jonathan Mark, 'Culture and Societies of the Indus Tradition', op. cit., p. 68.
8. Singh, Gurdip, 'The Indus Valley Culture Seen in the Context of Post-glacial Climate and Ecological Studies in North-west India', *Archaeology and Physical Anthropology in Oceania*, vol. 6, 1971, no. 2, pp. 177-189.
9. Misra, V.N., in 'Climate, a Factor in the Rise and Fall of the Indus Civilization: Evidence from Rajasthan and Beyond', Lal, B.B. & S.P. Gupta, (eds), *Frontiers of the Indus Civilization°*, pp. 484.
10. Shaffer, Jim G., and Diane A. Lichtenstein, 'Ethnicity and Change in the Indus Valley Cultural Tradition', in Kenoyer, Jonathan Mark, (ed.), *Old Problems and New Perspectives in the Archaeology of South Asia*, University of Wisconsin, Wisconsin, 1989, pp. 117-126.
11. Bryson, R.A. & A.M. Swain, 'Holocene Variations of Monsoon Rainfall in Rajasthan', *Quaternary Research*, vol. 16, 1981, pp. 135-145.

12. Madella, Marco & Dorian Q. Fuller, 'Palaeoecology and the Harappan Civilisation of South Asia: A Reconsideration', *Quaternary Science Reviews* 25, 2006, p. 1297.
13. Possehl, Gregory L., *The Indus Civilization*°, p. 15.
14. Courty, Marie-Agnès, 'Integration of Sediment and Soil Information in the Reconstruction of Protohistoric and Historic Landscapes of the Ghaggar Plain (North-West India)', in Frifelt, Karen & Per Sorensen, (eds), *South Asian Archaeology 1985*, Scandinavian Institute of Asian Studies, Occasional Papers no. 4, Curzon Press, London, 1989, p. 259.
15. McKean, M.B., *The Palynology of Balakot, a Pre-Harappan and Harappan Age Site in Las Bela, Pakistan*, PhD thesis, Southern Methodist University, Dallas, 1983, quoted in Madella, Marco & Dorian Q. Fuller, 'Palaeoecology and the Harappan Civilisation of South Asia: A Reconsideration', op. cit., p. 1292.
16. Enzel, Y., et al., 'High-Resolution Holocene Environmental Changes in the Thar Desert, Northwestern India', *Science*, vol. 284, 2 April 1999, pp. 125–128.
17. Wasson, R.J., et al., 'Geomorphology, Late Quaternary Stratigraphy and Palaeoclimatology of the Thar Dune Field', in *Zeitschrift für Geomorphologie*, N.F. Supplementband 45, May 1983, pp. 117–151; partly reproduced in *Vedic Sarasvati*°, p. 222.
18. Naidu, P.D., 'Onset of an Arid Climate at 3.5 ka in the Tropics: Evidence from Monsoon Upwelling Record', *Current Science*, vol. 71, 1996, pp. 715–718.
19. Rad, Ulrich von, et al., 'A 5000-yr Record of Climate Change in Varved Sediments from the Oxygen Minimum Zone off Pakistan, Northeastern Arabian Sea', *Quaternary Research*, vol. 51, 1999, pp. 39–53.
20. Phadtare, Netajirao R., 'Sharp Decrease in Summer Monsoon Strength 4000–3500 cal yr B.P. in the Central Higher Himalaya of India Based on Pollen Evidence from Alpine Peat', *Quaternary Research*, vol. 53, 2000, pp. 122–129.
21. Staubwasser, M., et al., 'Climate Change at the 4.2 ka BP Termination of the Indus Valley Civilization and Holocene South Asian Monsoon Variability', *Geophysical Research Letters*, vol. 30, 2003, no. 8, p. 1425.
22. Gupta, Anil K., et al., 'Adaptation and Human Migration, and Evidence of Agriculture Coincident with Changes in the Indian Summer Monsoon during the Holocene', *Current Science*, vol. 90, 25 April 2006, no. 8, pp. 1082–1090.
23. Wright, Rita P., et al., 'Water Supply and History: Harappa and the Beas Regional Survey', *Antiquity*, 2008, vol. 82, pp. 37–48.
24. For recent reviews see those discussed in Madella, Marco, & Dorian Q. Fuller, 'Palaeoecology and the Harappan Civilisation of South Asia: A Reconsideration', op. cit.; Fuller, Dorian Q. and Marco Madella, 'Issues in Harappan Archaeobotany: Retrospect and Prospect', in Settar, S. & Ravi Korisettar, (eds), *Indian Archaeology in Retrospect*, vol. 2: *Protohistory, Archaeology of the Harappan Civilization*, Manohar & Indian Council of Historical Research, New Delhi, 2000, pp. 317–390; Korisettar, Ravi & R. Ramesh, 'The Indian Monsoon: Roots, Relations and Relevance', in Settar, S. & Ravi Korisettar, (eds), *Indian Archaeology in Retrospect*, vol. 3: *Archaeology and Interactive Disciplines*, Manohar & Indian Council of Historical Research, New Delhi, 2002, pp. 23–59.
25. Fuller, Dorian Q. & Marco Madella, 'Issues in Harappan Archaeobotany: Retrospect and Prospect', op. cit., pp. 363 & 366.

26. Madella, Marco & Dorian Q. Fuller, 'Palaeoecology and the Harappan Civilisation of South Asia: A Reconsideration', op. cit., p. 1283.
27. Gupta, Anil K., et al., 'Adaptation and Human Migration . . .', op. cit., p. 1086.
28. Weiss, H., et al., 'The Genesis and Collapse of Third Millennium North Mesopotamian Civilization', *Science*, 261–5124, 1993, pp. 995–1004. Also Kerr, R.A., 'Sea-floor Dust Shows Drought Felled Akkadian Empire', *Science*, vol. 279, 1998, pp. 325–326.
29. Thompson, L.G., et al., 'Kilimanjaro Ice Core Records: Evidence of Holocene Climate Change in Tropical Africa', *Science*, vol. 298, 2002, pp. 589–593.
30. An, Cheng-Bang, et al., 'Climate Change and Cultural Response around 4000 cal yr B.P. in the Western Part of Chinese Loess Plateau', *Quaternary Research*, vol. 63, 2005, pp. 347–352.
31. Booth, R.K., et al., 'A Severe Centennial-scale Drought in Midcontinental North America 4200 Years Ago and Apparent Global Linkages', *The Holocene*, vol. 15, 2005, pp. 321–328.
32. Nath, Bhola, 'The Role of Animal Remains in the Early Prehistoric Cultures of India', *Indian Museum Bulletin*, Calcutta, 1969, p. 107, quoted by Jagat Pati Joshi, in Lal, B.B., et al., *Excavations at Kalibangan*, vol. 1, Archaeological Survey of India, New Delhi, 2003, p. 19.
33. Banerjee, S. & S. Chakraborty, 'Remains of the Great One-horned Rhinoceros, *Rhinoceros unicornis*, Linnacus from Rajasthan', *Science and Culture*, vol. 39, Calcutta, October 1973, pp. 430–431, quoted by Jagat Pati Joshi in Lal, B.B., et al., *Excavations at Kalibangan*, op. cit., p. 18.
34. Thomas, P.K., 'Investigations into the Archaeofauna of Harappan Sites in Western India', *Indian Archaeology in Retrospect*, vol. 2: *Protohistory, Archaeology of the Harappan Civilization*, op. cit., p. 414 & 417.
35. I developed this point in Danino, Michel, 'Revisiting the Role of Climate in the Collapse of the Indus–Sarasvati Civilization', *Puratattva*, no. 38, 2008, pp. 159–169.
36. E.g. Possehl, Gregory, *The Indus Civilization*°, p. 238.
37. Raikes, R.L. & R.H.J. Dyson, 'The Prehistoric Climate of Baluchistan and the Indus Valley', *American Anthropologist*, vol. 63, 1961, pp. 265–81.
38. In the words of Fairservis, Walter A., 'The Origin, Character and Decline of an Early Civilization', *Novitates*, no. 2302, 1967, pp. 1–48, partly reproduced in Lahiri, Nayanjot, *The Decline and Fall of the Indus Civilization*°, p. 261.
39. Ibid.
40. Jansen, Michael R.N., 'Mohenjo Daro and the River Indus', in Meadows, Azra & Peter S. Meadows, (eds), *The Indus River: Biodiversity, Resources, Humankind*, Oxford University Press, Karachi, 1999, p. 379, note 58, quoting Jorgensen, et al., 'Morphology and Dynamics of the Indus River: Implications for the Mohenjodaro site', in Shroder, J.F.J., (ed.), *Himalayas to the Sea: Geology, Geomorphology and the Quaternary*, Routledge, London, 1991, p. 324.
41. Dales, George F., 'Mohenjodaro Miscellany', in Possehl, Gregory L., (ed.), *Harappan Civilization: A Recent Perspective*, op. cit., p. 104.
42. Lambrick, H.T., 'The Indus Flood Plain and the "Indus" Civilization', *Geographical Journal*, 1967, 133/4: 483–95, reproduced in Lahiri, Nayanjot, *The Decline and Fall of the Indus Civilization*°, p. 182.

43. Michael Jansen argues that the location of Mohenjo-daro is explicable only through boat transport. See his 'Settlement Networks of the Indus civilization', in *Indian Archaeology in Retrospect*, vol. 2: *Protohistory, Archaeology of the Harappan Civilization*, op. cit., p. 118.
44. Flam, Louis, 'Ecology and Population Mobility in the Prehistoric Settlement of the Lower Indus Valley, Sindh, Pakistan', in *The Indus River: Biodiversity, Resources, Humankind*, op. cit., p. 317. In the same volume, Michael D. Harvey & Sanley A. Schumm endorse Lambrick's theory of avulsion of the Indus; see their 'Indus River Dynamics and the Abandonment of Mohenjo-daro', pp. 333–348.
45. Lal, B.B., *Earliest Civilization of South Asia°*, p. 245.
46. Allchin, Raymond & Bridget, *Origins of a Civilization°*, p. 211.
47. Kenoyer, Jonathan Mark, *Ancient Cities of the Indus Valley Civilization°*, p. 173.
48. Flam, Louis, 'The Prehistoric Indus River System and the Indus Civilization in Sindh', *Man and Environment*, 24:2, 1999, p. 55.
49. Possehl, Gregory, *The Indus Civilization°*, p. 241.
50. Lal, B.B., *The Sarasvati Flows On°*, p. 77.
51. Chakrabarti, Dilip K. & Sukhdev Saini, *The Problem of the Sarasvati River°*, pp. 37–38.
52. Chakrabarti, Dilip K., *The Archaeology of Ancient Indian Cities°*, p. 140.
53. McIntosh, Jane R., *A Peaceful Realm°*, p. 190.
54. Agrawal, D.P., *The Indus Civilization°*, p. 304.
55. Misra, V.N., 'Indus Civilization and the Rgvedic Sarasvatī', op. cit., p. 523.
56. Madella, Marco & Dorian Q. Fuller, 'Palaeoecology and the Harappan Civilisation of South Asia: A Reconsideration', *Quaternary Science Reviews*, vol. 25, 2006, pp. 1285–86.
57. Possehl, Gregory L., *The Indus Civilization°*, p. 240.
58. E.g. Wax, Emily, 'A Sacred River Endangered by Global Warming: Glacial Source of Ganges Is Receding', *Washington Post*, 17 June 2007; Chengappa, Raj, 'Apocalypse Now', *India Today International*, 23 April 2007.

9. உணர முடிந்த பாரம்பரியம்

1. Thapar, Romila, *The Pe7nguin History of Early India: From the Origins to AD 1300*, Penguin Books, New Delhi, 2003, p. 88.
2. Ibid.
3. Ratnagar, Shereen, *Understanding Harappa: Civilization in the Greater Indus Valley°*, p. 4.
4. Ghosh, A., *The City in Early Historical India*, Indian Institute of Advanced Study, Shimla, 1973, extracted in Lahiri, Nayanjot, (ed.), *The Decline and Fall of the Indus Civilization°*, p. 302.
5. Possehl, Gregory L., *The Indus Civilization°*, ch. 13.
6. Kenoyer, J. Mark, *Ancient Cities of the Indus Valley Civilization°*, p. 183.
7. Shaffer, Jim, 'Harappan Culture: A Reconsideration', in *Harappan Civilization: A Recent Perspective*, op. cit., p. 49.
8. Jim Shaffer quoted by Possehl, Gregory L., 'The Harappan Civilization: A Contemporary Perspective', in *Harappan Civilization: A Recent Perspective*, op. cit., p. 26.

9. Ratnagar, Shereen, *The End of the Great Harappan Tradition°*, p. 28.
10. Wheeler, R.E.M., 'Archaeological Fieldwork in India: Planning Ahead', *Ancient India*, no. 5, 1949, p. 5.
11. Sergent, Bernard, *Genèse de l'Inde*, Payot, Paris, 1997, p. 105.
12. Ibid., p. 113.
13. Piggot, Stuart, *Prehistoric India*, Middlesex, 1961, partly reproduced in Lahiri, Nayanjot, (ed.), *The Decline and Fall of the Indus Civilization°*, p. 284.
14. Ibid., p. 282. (Italics mine.)
15. Basham, A.L., *The Wonder That Was India,* third edn, Rupa & Co., Calcutta, 1981, p. 29. (Italics mine.)
16. Witzel, Michael, 'Autochthonous Aryans? The Evidence from Old Indian and Iranian Texts', *Electronic Journal of Vedic Studies*, vol. 7, no. 3, 25 May 2001, § 8.
17. Shaffer, Jim G., 'Reurbanization: The Eastern Panjab and Beyond' in Spodek, H. & D.M. Srinivasan, (eds), *Urban Form and Meaning in South Asia: The Shaping of Cities from Prehistoric to Precolonial Times*, National Gallery of Art & University Press of New England, Washington D.C., 1993, pp. 53–67.
18. Coningham, R.A.E., 'Dark Age or Continuum?' in *Archaeology of Early Historic South Asia°*, pp. 54–72.
19. Eltsov, Piotr Andreevich, *From Harappa to Hastinapura°* (based on a 2004 PhD thesis with the same title).
20. Eltsov, Piotr Andreevich, p. 186 of his PhD thesis, 2004 (see note 19).
21. Eltsov, Piotr Andreevich, p. 351 of his PhD thesis, 2004 (see note 19).
22. Coningham, R.A.E., 'Dark Age or Continuum?' in *Archaeology of Early Historic South Asia°*, p. 70.
23. Chakrabarti, D.K., 'Post-Mauryan States of Mainland South Asia (c. BC 185 – AD 320)', in *Archaeology of Early Historic South Asia°*, p. 298.
24. *Arthashastra*, 2.4.3–5. See *The Kautilya Arthasastra,* tr. Kangle, R.P., Motilal Banarsidass, New Delhi, 1986, part II, p. 68.
25. Chakrabarti, Dilip K., *The Archaeology of Ancient Indian Cities*, p. 176.
26. Kenoyer, J. Mark, 'New Perspectives on the Mauryan and Kushana Periods', in Olivelle, Patrick, (ed.), *Between the Empires: Society in India 300 BCE to 400 CE*, Oxford University Press, New York, 2006, p. 39.
27. See Allchin, F.R., 'Mauryan Architecture and Art', in *Archaeology of Early Historic South Asia°*, pp. 236–38.
28. Gaur, R.C., *Excavations at Atranjikhera: Early Civilization of the Upper Ganga Basin*, Motilal Banarsidass, Delhi, 1983, pp. 256–57.
29. Allchin, Bridget, 'South Asia's Living Past', in Allchin, Bridget, (ed.), *Living Traditions: Studies in the Ethnoarchaeology of South Asia*, Oxford & IBH, New Delhi, 1994, p. 5, with reference to Sarcina, Anna, 'The Private House at Mohenjodaro', in Schotsmans, J. & M. Taddei, (eds), *South Asian Archaeology 1977,* Istituto Universitario Orientale, Naples, 1979, pp. 433–462.
30. Lal, B.B., *The Sarasvati Flows On°*, pp. 93–95.
31. Jarrige, Jean-François, 'Du néolithique à la civilisation de l'Inde ancienne', in *Arts Asiatiques*, vol. L–1995, École Française d'Extrême-Orient, 1995, p. 24.
32. See Ghosh, A., (ed.), *An Encyclopaedia of Indian Archaeology*, Munshiram Manoharlal, New Delhi, 1989, vol. 1, pp. 304–305. See also Lal, B.B., 'Excavation

at Hastinapura and other Explorations in the Upper Ganga and Sutlej Basins 1950–52', *Ancient India*, Archaeological Survey of India, New Delhi, no. 10–11, 1954 & 1955, p. 25, and Mani, B.R., 'Excavations at Siswania (District Basti, U.P.): 1995–97', *Puratattva*, no. 34, 2003–2004, p. 103.

33. E.g. at Tripuri and Vaisali, see *An Encyclopaedia of Indian Archaeology*, op. cit., p. 294; also at Hastinapura, see Lal, B.B., 'Excavation at Hastinapura and Other Explorations in the Upper Ganga and Sutlej Basins 1950-52', op. cit., p. 25 & plates X to XI.
34. Shaffer, Jim G., 'Reurbanization: The Eastern Panjab and Beyond', op. cit., pp. 60, 58 & 63.
35. Malville, J. McKim & Lalit M. Gujral, (eds), *Ancient Cities, Sacred Skies: Cosmic Geometries and City Planning in Ancient India*, Indira Gandhi National Centre for the Arts & Aryan Books International, New Delhi, 2000, p. 3.
36. Bisht, R.S., 'Urban Planning at Dholavira: A Harappan City', in ibid., p. 20.
37. Danino, Michel, (1) 'Dholavira's Geometry: A Preliminary Study' in *Puratattva*, no. 35, 2004–05, pp. 76–84; (2) 'Unravelling Dholavira's Geometry', in Reddy, P. Chenna, (ed.), *Recent Researches in Archaeology, History and Culture (Festschrift to Prof. K.V. Raman)*, Agam Kala Prakashan, Delhi, 2010, pp. 179–193; (3) 'New Insights into Harappan Town-Planning, Proportions and Units, with Special Reference to Dholavira', *Man and Environment*, vol. XXXIII, no. 1, 2008, pp. 66–79.
38. All references in this paragraph can be found in 'New Insights into Harappan Town-Planning, Proportions and Units', op. cit.
39. *Shatapatha Brāhmana*, III.5.1.1–6.
40. The *Baudhāyana Shulbasūtra* 4.3 specifies 30 *prakramas* for the western side and 24 for the eastern, a *prakrama* being defined as 30 *angulas* (or digits), therefore about 53 cm. See Sen, S.N. & A.K. Bag, (eds), *The Sulbasūtras*, Indian National Science Academy, New Delhi, 1983, pp. 81, 171 & 177.
41. Varahamihira, *Brhat Samhita*, 53.4, tr. Bhat, M. Ramakrishna, Motilal Banarsidass, New Delhi, 1981, vol. 1, p. 451.
42. Varahamihira, *Brhat Samhita*, 53.5, ibid., p. 452.
43. In Danino, Michel, 'Unravelling Dholavira's Geometry', op. cit.
44. See Danino, Michel, 'New Insights into Harappan Town-Planning, Proportions and Units, with Special Reference to Dholavira', op. cit.
45. Filippi, Gian Giuseppe & Bruno Marcolongo, (eds), *Kāmpilya: Quest for a Mahābhārata City*, D.K. Printworld, New Delhi, 1999, p. 10.
46. Filippi, Gian Giuseppe, 'The Kampilya Archeological Project', article published online at: http://atimes.com/ind-pak/DC21Df02.html (accessed 15 September 2009).
47. Ibid.
48. Filippi, Gian Giuseppe, & Bruno Marcolongo, (eds), *Kāmpilya: Quest for a Mahābhārata City*, op. cit., p. 11.
49. Kenoyer, Jonathan Mark, *Ancient Cities of the Indus Valley Civilization°*, p. 98.
50. Mainkar, V.B., 'Metrology in the Indus Civilization', in Lal, B.B. & S.P. Gupta, (eds), *Frontiers of the Indus Civilization°*, pp. 144–45.
51. Kosambi, D.D., 'On the Study and Metrology of Silver Punch-marked Coins', *New Indian Antiquary* 4(2), p. 53, quoted by Possehl, Gregory L., in *Indus Age: the Writing System°*, p. 75.

52. Mitchiner, John E., *Studies in the Indus Valley Inscriptions*, Oxford & IBH, Delhi, 1978, p. 14–15, quoted by Possehl, Gregory L., in *Indus Age: the Writing System*°, p. 75.
53. Sharma, Ram Sharan, *Advent of the Aryans in India*°, p. 48.
54. E.g. Kenoyer, Jonathan Mark, *Ancient Cities of the Indus Valley Civilization*°, p. 98.
55. Mainkar, V.B., 'Metrology in the Indus Civilization', op. cit., p. 146. (Mainkar mistakenly divided 46 mm by 27 graduations, which gave him an erroneous value; 46 must be divided by 26 divisions, not by 27 graduations.)
56. Raju, L. & V.B. Mainkar, 'Development of Length and Area Measures in South India–Part 1', *Metric Measures*, Ministry of International Trade, New Delhi, vol. 7, January 1964, pp. 3–12 (see Table, p. 10).
57. Chattopadhyaya, Debiprasad, *History of Science and Technology in Ancient India*, Firma KLM, Calcutta, vol. 1, 1986, pp. 231–33.
58. Mackay, E.J.H., *Further Excavations at Mohenjo-daro*, Government of India, Delhi, 1938; republ. Munshiram Manoharlal, New Delhi, 1998, vol. 1, p. 405.
59. Balasubramaniam, R., 'On the Continuity of Engineering Tradition from the Harappan to Ganga Civilization', *Man and Environment*, vol. 33, 2008, pp. 101–105. Also Balasubramaniam, R. & J.P. Joshi, 'Analysis of Terracotta Scale of Harappan Civilization from Kalibangan', *Current Science*, vol. 95, no. 5, 10 September 2008, pp. 588–89.
60. *Arthashastra* 2.20.19. See *Kautilya Arthasastra*, tr. R.P. Kangle, op. cit., part II, p. 139.
61. Danino, Michel, 'New Insights into Harappan Town-Planning, Proportions and Units, with Special Reference to Dholavira', op. cit.
62. Varahamihira's *Brhat Samhita,* tr. Bhat, Ramakrishna M., Motilal Banarsidass, New Delhi, 1981, vol. 1, p. 642, 68.105.
63. Ibid., p. 556, 58.30.
64. Kak, Subhash, *The Astronomical Code of the Rgveda*°, pp. 101–02 & 124. The exact ratio is 107.6 (the sun's average distance to the earth is 149.5 million kilometres while its diameter is 1.39 million kilometres).
65. Maula, Erkka, 'The Calendar Stones from Mohenjo-daro', in Jansen, M. & G. Urban, (eds), *Interim Reports on fieldwork carried out at Mohenjo-daro, Pakistan 1982–83,* German Research Project Mohenjo-daro, Aachen & Istituto Italiano Per Il Medio Ed Estremo Oriente, Roma, 1984, vol. I, pp. 159–170.
66. Balasubramaniam, R., 'On the Mathematical Significance of the Dimensions of the Delhi Iron Pillar', *Current Science*, vol. 95, no. 6, 25 September 2008, pp. 766–70. Balasubramaniam has extended this research to cave complexes of the Mauryan age and further to the Taj Mahal complex: 'New Insights on Metrology during the Mauryan Period', *Current Science*, vol. 97, no. 5, 10 September 2009, pp. 680–682, and 'New Insights on the Modular Planning of the Taj Mahal', *Current Science*, vol. 97, no. 1, 10 July 2009, pp. 42–49.
67. Mohan Pant and Shuji Funo wrote at least six papers on their research, beginning in 2000; the main papers for our purpose are: (1) 'Considerations on the Layout Pattern of Streets and Settlement Blocks of Thimi: A Study on the Planning Modules of Kathmandu Valley Towns', Part I, *Journal of Architecture, Planning and Environmental Engineering*, Architectural Institute of Japan, no. 574, December 2003, pp. 83–90. (2) 'The Grid and Modular Measures in the Town

Planning of Mohenjodaro and Kathmandu Valley: A Study on Modular Measures in Block and Plot Divisions in the Planning of Mohenjodaro and Sirkap (Pakistan), and Thimi (Kathmandu Valley)', *Journal of Asian Architecture and Building Engineering*, vol. 4, May 2005, no. 1, pp. 51–59, available online at www.jstage.jst.go.jp/article/jaabe/4/1/51/_pdf (accessed 10 September 2008).

68. Pant, Mohan & Shuji Funo, 'The Grid and Modular Measures in the Town Planning of Mohenjodaro and Kathmandu Valley', op. cit., p. 57.
69. *Arthashastra* 2.20.18–19, see *The Kautilya Arthasastra,* tr. Kangle, R.P., op. cit., p. 139.
70. Pant, Mohan & Shuji Funo, 'The Grid and Modular Measures in the Town Planning of Mohenjodaro and Kathmandu Valley', op. cit., p. 54.
71. Ibid., p. 57.
72. Kenoyer, J.M., *Ancient Cities of the Indus Valley Civilization*°, p. 135.
73. E.g. Kenoyer, Jonathan Mark, Massimo Vidale & Kuldeep K. Bhan, 'Carnelian Bead Production in Khambat, India: An Ethnoarchaeological Study', in Bridget Allchin, (ed.), *Living Traditions: Studies in the Ethnoarchaeology of South Asia,* Oxford & IBH, New Delhi, 1994, pp. 281–306.
74. Lal, B.B., *The Sarasvatī Flows On*°, ch. 4.
75. Ibid., pp. 132–35.
76. Mackay, E.J.H., *Further Excavations at Mohenjo-daro,* op. cit., vol. 1, pp. 273 & 538.
77. Ibid., p. 532–33.
78. Kenoyer, J.M., *Ancient Cities of the Indus Valley Civilization,* p. 44–45 & 186, also Jarrige, J.-F., *Les Cités oubliées de l'Indus*°, p. 87 (fig. 41) & 88 (fig. 42).
79. Casal, Jean-Marie, *La Civilisation de l'Indus et ses énigmes*°, p. 122.
80. Kenoyer, J.M., *Ancient Cities of the Indus Valley Civilization,* p. 90.
81. Kenoyer, J.M., 'The Indus Civilization', *Wisconsin Academy Review,* Madison, March 1987, p. 26.
82. Meadow, R.H. & J.M. Kenoyer, 'Recent Discoveries and Highlights from Excavations at Harappa: 1998–2000', online article at: www.harappa.com/indus4/print.html (accessed 15 September 2009).
83. Contrary to conventional histories, the first attested appearance of the Brāhmī script is not with Ashoka's edicts, but two centuries earlier at Anuradhapura in Sri Lanka: see Allchin, F.R., *Archaeology of Early Historic South Asia*°, pp. 176–179 & 209–211. Of course, evidence for a similar or even earlier date in the Ganges region cannot be ruled out and may emerge one day.
84. See Rao, S.R., *The Lost City of Dvaraka,* Aditya Prakashan, New Delhi, 1999, and Gaur, A.S., *Archaeology of Bet Dwarka Island,* Aryan Books International, New Delhi, 2005. For the dates, see ch. 2 of the latter book and *Current Science,* vol. 82, no. 11, 10 June 2002, pp. 1352–56.
85. For a discussion of the inscription (but within the framework of S.R. Rao's decipherment of the Indus script), see *The Lost City of Dvaraka,* op. cit., p. 115 ff.
86. Jayaswal, K.P., 'The Vikramkhol Inscription', *The Indian Antiquary,* 1933, vol. LXII, p. 60.
87. Lal, B.B., *The Earliest Civilization of South Asia*°, p. 157; Sali, S.A., 'The Extension of the Harappan Culture in the Deccan', in Joshi, J.P., (ed.), *Facets of Indian Civilization: Essays in Honour of Prof. B.B. Lal,* op. cit., p. 127; Agrawal, D.P., *L'archéologie de l'Inde,* Éditions du CNRS, Paris, 1986, pp. 266 & 269.

88. Sinha, B.P. & Sita Ram Roy, *Vaisali Excavations (1958–1962)*, Directorate of Archaeology and Museums, Patna, 1969, p. 121, Pl. XXX, no. 24. This find is commented on by Mahadevan, Iravatham, in ' "Murukan" in the Indus Script', *Journal of the Institute of Asian Studies*, March 1999, available online at http://murugan.org/research/mahadevan.htm (retrieved May 2008).
89. Mahadevan, Iravatham, ' "Murukan" in the Indus Script', op. cit.
90. Fabri, C.L., 'The punch-marked coins: a survival of the Indus civilization', *Journal of the Royal Asiatic Society*, 1935, p. 308. Fabri was not the first scholar to point to such parallels; he was preceded by Pran Nath in 1931 and Durga Prasad in 1933, see K.P. Jayaswal's note with the same title as Fabri's paper, in the same issue, pp. 720–21.
91. Ibid., p. 311.
92. Gonda, J., *Change and Continuity in Indian Religion*, Mouton & Co., The Hague, 1965, p. 26.
93. Sharma, Savita, *Early Indian Symbols: Numismatic Evidence*, Agam Kala Prakashan, Delhi, 1990, plates 10–13.
94. Langdon, Stephen, 'The Indus Script', in Marshall, John, (ed.), *Mohenjo-daro and the Indus Civilization*, Arthur Probsthain, London, 1931, 3 vols, several Indian reprints.
95. Hunter, G.R., PhD thesis of 1929 published in 1934, *The Script of Harappa and Mohenjo-daro and Its Connection with Other Scripts*; reprint Munshiram Manoharlal, New Delhi, 2003.
96. Kak, Subhash, 'On the Decipherment of the Indus Script: A Preliminary Study of its Connection with Brahmi', in *Indian Journal of History of Science*, no. 22, 1987, pp. 51–62; 'A Frequency Analysis of the Indus Script', *Cryptologia*, no. 12, 1988, pp. 129–143; 'Indus Writing', *Mankind Quarterly*, no. 30, 1989, pp. 113–118; 'Indus and Brahmi: Further Connections', *Cryptologia*, no. 14, 1990, pp. 169–183. The results of those four articles are summarized and updated in a 'Note on Harappan Writing', *Brahmavidya: The Adyar Library Bulletin*, vol. 66, 2002, pp. 79–85; I drew Table 9.4 from this last note.
97. Salomon, Richard, *Indian Epigraphy*, University of Texas, Austin, 1998, Indian reprint Munshiram Manoharlal, New Delhi, n.d., p. 29.
98. Chakrabarti, Dilip K., *India: An Archaeological History°*, p. 291.
99. Sircar, D.C., 'Inscriptions in Sanskritic and Dravidian Languages', *Ancient India*, no. 3, 1953, p. 215.
100. Jarrige, Jean-François, 'Du néolithique à la civilisation de l'Inde ancienne', op. cit., p. 30.
101. Agrawal, D.P., 'An Indocentric Corrective to History of Science', 2002, p. 5, online: www.infinityfoundation.com/indic_colloq/papers/paper_agrawal.pdf (accessed 15 September 2009).

10. சூட்சுமப் பாரம்பரியம்

1. For instance at Hastinapura, see Lal, B.B., 'Excavation at Hastinapura and other Explorations in the Upper Ganga and Sutlej Basins 1950–52', op. cit., p. 43. Fig. 10–1 shows swastikas from Rupar and Ahichchhatra, both from Sharma, Y.D., 'Explorations of Historical Sites', *Ancient India*, no. 9, 1953, pp. 129 & 139.
2. Sarkar, H. & B.M. Pande, *Symbols and Graphic Representations in Indian Inscriptions*, Aryan Books International, New Delhi, 1999, ch. 3; Sharma, Savita,

Early Indian Symbols, op. cit., ch. 3.
3. From a copper plate of Dhruva II of Gujarat Rashtrakuta branch, 884 CE: see Sarkar, H. & B.M. Pande, *Symbols and Graphic Representations in Indian Inscriptions*, op. cit., plate IX, and also pp. 64, 128.
4. Chakrabarti, Dilip K., *India: An Archaeological History°*, p. 154.
5. Mahadevan, Iravatham, 'The Cult Object on Unicorn Seals: A Sacred Filter?', *Puratattva*, no. 13 & 14, 1981–83, pp. 165–186; 'The sacred filter standard facing the unicorn: more evidence', in Parpola, Asko & Petteri Koskikallio, (eds), *South Asian Archaeology 1993*, Suomalainen Tiedeakatemia, Helsinki, 1994, I.435–450.
6. See the second reference in the preceding note.
7. See for instance Ranade, H.G., *Illustrated Dictionary of Vedic Rituals°*, pp. 40, 95, 114, 143, 149.
8. Rig Veda, 1.135.8, 10.97.5. Many passages in Atharva Veda. In the Rig Veda, the sacred sticks (*arani*) which, rubbed together, produce Agni, are partly made of the ashvattha.
9. Reproduced in Sharma, Savita, *Early Indian Symbols: Numismatic Evidence*, op. cit., p. 110.
10. Aravamuthan, T.G., *Some Survivals of the Harappa Culture*, Karnatak Publishing House, Bombay, 1942, p. 46 ff (my thanks to Dr R. Nagaswamy for kindly procuring a copy of this book). More recently, also by Sharma, Savita, *Early Indian Symbols: Numismatic Evidence*, op. cit., p. 101.
11. Harappan female figurines with large earrings can be seen for instance in Mackay, E.J.H., *Further Excavations at Mohenjo-daro*, op. cit., vol. 2, plates LXXIII no. 6 & LXXIV no. 15.
12. E.g. Miller, Barbara Stoler, (ed.), *Exploring India's Sacred Art: selected writings of Stella Kramrisch*, Indira Gandhi National Centre for the Arts & Motilal Banarsidass, New Delhi, 1994, p. 72, and Kramrisch's endorsement of this survival (she calls it a 'spade-shaped head').
13. E.g. Franz, Heinrich Gerhard, (ed.), *L'Inde ancienne: histoire et civilisation*, Bordas, Paris, 1990, p. 356.
14. *Exploring India's Sacred Art: selected writings of Stella Kramrisch*, op. cit., p. 87.
15. Gonda, J., *Change and Continuity in Indian Religion*, op. cit., p. 26, with reference to Kramrisch, Stella, *Indian Sculpture*, Y.M.C.A. Publishing House, Calcutta & Oxford University Press, London, 1933, pp. 11 & 143.
16. Varenne, Jean, *L'art de l'Inde*, Flammarion, Paris, 1983, p. 105.
17. Rao, S.R., *Dawn and Devolution of the Indus Civilization*, p. 187. See a more detailed explanation in Lal, B.B., *India 1947–1997°*, pp. 88–91.
18. E.g. Kenoyer, J.M., *Ancient Cities of the Indus Valley Civilization°*, pp. 59 & 120.
19. See also parallels between Mohenjo-daro's Great Bath and the tanks of Modhera or Sravana-Belgola by Stietencron, Heinrich von, 'Les religions', in Franz, Heinrich Gerhard, (ed.), *L'Inde ancienne: histoire et civilisation*, op. cit., pp. 181 & 186.
20. E.g. Kenoyer, J.M., *Ancient Cities of the Indus Valley Civilization*, p. 83.
21. Ibid., pp. 119–120.
22. Marshall, John, (ed.), *Mohenjo-daro and the Indus Civilization*, op. cit., vol. 1, p. vi.

23. At Baghor (Madhya Pradesh). See Kenoyer, J.M., et al., 'An Upper Palaeolithic Shrine in India?' *Antiquity*, LVII, 1983, pp. 88–94, reproduced in Allchin, F.R. & Dilip K. Chakrabarti, (eds), *A Source-book of Indian Archaeology*, Munshiram Manoharlal, New Delhi, 2003, vol. III, pp. 49–54. Let us note that the excavators understood the significance of the triangular stone that symbolizes the mother goddess only after observing similar stones in several nearby tribal temples—over 10,000 years apart! In conclusion, the authors noted 'the remarkable continuity of religious beliefs and motifs in the Indian subcontinent'.
24. Rig Veda, 9.96.6.
25. See Krishna Yajur Veda, 1.8.22, 2.2.10, 2.2.11, 4.5.8, etc. (Verse numbers are from A.B. Keith's translation, which will also be used as a reference in further notes below.)
26. Hymn 6.74 of the Rig Veda is dedicated to 'Soma-Rudra' as a fused god. The fusion of gods is frequent in the Rig Veda (Heaven-Earth, Indra-Agni, Mitra-Varuna...), a reminder that all those gods and goddesses are merely different faces of the same divinity, as the famous hymn 1.164.46 explicitly states. The Rig-Vedic religion is not polytheism, but 'polymorphism'.
27. Shiva as a god appears in the Yajur Veda. European Sanskritists decided that the word *shiva* found in the *Rudra Prasna* of the Krishna Yajur Veda (ch. 24) is only an adjective (meaning 'good' or 'auspicious') and not a proper noun. But traditional Vedic scholars disagree: priest and poet Prof. Vishnu Narayan Namboodiri of Kerala, inheritor of a lineage that has orally transmitted the Krishna Yajur Veda for many centuries, explains (personal communication) that several of the eleven mentions of the word *shiva* in this text can only be proper nouns (capitalized in the following examples), appearing as they do next to the adjective *shiva*: *Mīdhushtama sivatama Shivo nah sumanā bhava* ('O Shiva, most auspicious one, give us your blessings and be gracious to us!') or *Namah Shivāya cha shivatarāya cha* ('Salutations to Shiva and to the most auspicious one!').
28. Kenoyer, J.M., *Ancient Cities of the Indus Valley Civilization°*, p. 114.
29. E.g. Rig Veda, 8.68.15; Krishna Yajur Veda, 4.7.15.w.
30. Rig Veda, 6.16.46, 10.115.9.
31. Ibid., 10.15.6.
32. Ibid., 6.1.6.
33. Ibid., 6.32.3.
34. Ibid., 7.95.4.
35. Except for the *gaur's* human face (my own observation), the seal is so described by Allchin, Raymond & Bridget, in *Origins of a Civilization°*, p. 202. It is reproduced by Parpola, Asko, in *Deciphering the Indus Script°*, p. 256, after Mackay 1943, pl. 51:13.
36. Allchin, Raymond & Bridget, *Origins of a Civilization°*, p. 202.
37. Rig Veda, 1.160.2, 5.43.2, etc.
38. Ibid., 1.159, 1.160, 6.70, etc.
39. Ibid., 5.83.
40. Pusalker, A.D., 'The Indus Valley Civilization', ch. IX of *The Vedic Age*, vol. I in Majumdar, R.C., (ed.), *The History and Culture of the Indian People*, Bharatiya Vidya Bhavan, Bombay, 1951–88, p. 192.

41. *The Mahabharata of Krishna-Dwaipayana Vyasa*, op. cit., vol. IV, Santi Parva, XII.343, p. 166.
42. Rig Veda, 6.16.39 for Agni, 7.19.1 and 10.86.15 for Indra (the translation here is Griffith's). Also Yajur Veda, 2.6.11.r for Agni.
43. Rig Veda, 9.15.4 (Griffith's translation). Soma sharpens his horns again in 9.70.7.
44. Ibid., 10.103.01.
45. Ibid., 1.33.13.
46. Ibid., 1.55.1.
47. Ibid., 7.18.18.
48. Ibid., 8.85.5.
49. Ibid., 5.59.3 (Sri Aurobindo's translation).
50. Ibid., 1.80.6, 8.6.6, etc.
51. Bisht, R.S., 'Excavation at Banawali, District Hissar', in *Indian Archaeology 1988-87—A Review*, Archaeological Survey of India, New Delhi, 1992, p. 33.
52. The Vishwa Veda Sathram, Pañjal (Kerala), April 2002; my talk was on 'Indus Valley Civilization and Vedic Culture'. Some of the Vedic scholars present had taken part in the impressive 1975 re-creation of the Vedic fire ritual recorded by Indologist Frits Staal; see Staal, Frits, C.V. Somayajipad & M. Itti Ravi Nambudiri, (eds), *Agni: The Vedic Ritual of the Fire Altar*°.
53. On the cosmic, astronomical and inner significance of the fire altars, see Kak, Subhash, 'The Axis and the Perimeter of the Hindu Temple', *Mankind Quarterly*, vol. 46, 2006.
54. See Witzel, Michael, 'Autochthonous Aryans? The Evidence from Old Indian and Iranian Texts', *Electronic Journal of Vedic Studies*, vol. 7, no. 3, 25 May 2001, § 26.
55. B.B Lal, personal communication. The Kalibangan altars are described in detail in Lal, B.B., et al., *Excavations at Kalibangan*, Archaeological Survey of India, New Delhi, vol. 2, in press.
56. Allchin, F.R., 'The Legacy of the Indus Civilization', in Possehl, Gregory L., (ed.), *Harappan Civilization: A Recent Perspective*, op. cit., p. 388.
57. Rao, S.R., *Lothal: A Harappan Port Town*, Archaeological Survey of India, New Delhi, 1985, vol. I, p. 121 & 216.
58. Ibid., vol. I, p. 217 & vol. II, p. 499.
59. In the case of the square altar of the *Shulbasūtra*, the 'handle' is 80 *angulas* wide and the side 320 *angulas* long (see *The Sulbasutras*, op. cit., *Baudhāyana-Sulbasūtra* 17.3 & p. 220). Lothal's altar has a platform 65 cm wide for a side of 2.65 m, hence a ratio of 0.245 (measurements taken on the sketch of the altar, see Rao, S.R., *Lothal: A Harappan Port Town*, op. cit., vol. I, p. 97).
60. See Joshi, J.P., 'Religious and Burial Practices of Harappans: Indian Evidence', in Pande, G.C., (ed.), *The Dawn of Indian Civilization (up to c. 600 BC)*, Centre for Studies in Civilizations, New Delhi, 1999, p. 381, and his comments on the fire altars at Kalibangan and Lothal. See a similar treatment and additional details on Rakhigarhi in his *Harappan Architecture and Civil Engineering*°, ch. 7.
61. See a few examples in Possehl, Gregory L., *The Indus Civilization*°, p. 148 ff.
62. Ibid., p. 153.
63. McEvilley, T., 'An archaeology of yoga', *Res*, 1, 1981, pp. 44–77.
64. Dhyansky, Yan Y., 'The Indus Valley Origin of a Yoga Practice', *Artibus Asiae*, vol. 48, 1987, no. 1/2, pp. 89–108.

65. See examples in Lal, B.B., *The Saraswati Flows On°*, p. 127.
66. E.g. Jarrige, Jean-François, 'Du néolithique à la civilisation de l'Inde ancienne', op. cit., p. 12–14 & Possehl, Gregory L., *The Indus Civilization°*, pp. 114–17.
67. Chanda, Ramaprasad, *Survival of the Prehistoric Civilisation of the Indus Valley*, Archaeological Survey of India, 1929, p. 25.
68. Wheeler, Mortimer, *L'Inde avant l'histoire*, Sequoia-Elsevier, Paris-Bruxelles, 1967, p. 41. (I do not have access to the original English and have retranslated here from the French.)
69. Chakrabarti, Dilip K., *India: An Archaeological History°*, p. 197.
70. Rig Veda, 5.81.1 (Sri Aurobindo's translation).
71. Ibid., 1.51.10.
72. Ibid., 1.84.3.
73. Ibid., 5.2.6 (adapted from Sri Aurobindo's translation, *The Secret of the Veda°*, p. 368).
74. The best exposition of the spiritual experience enshrined in the Rig Veda remains, in my opinion, Sri Aurobindo's *Secret of the Veda°*.
75. Dhyansky, Yan Y., 'The Indus Valley Origin of a Yoga Practice', op. cit., p. 104.
76. Kosambi, Damodar Dharmanand, *Myth and Reality*, Popular Prakashan, Bombay, 1962; reprint 2005, p. 75. Kosambi assumes that Cemetary H is 'undoubtedly Aryan' (p. 74), but apart from the absurdity of such a racial label, it has recently been shown that there are 'clear continuities' between that phase and the earlier urban one: Meadow, R.H. & J.M. Kenoyer, 'Recent Discoveries and Highlights from Excavations at Harappa: 1998–2000', available online at www.harappa.com/indus4/print.html (accessed 15 September 2009); see also Kenoyer, J.M., *Ancient Cities of the Indus Valley Civilization°*, p. 175.
77. Rig Veda, 10.27.22, Griffith's translation.
78. Sharma, D.V., K.C. Nauriyal & V.N. Prabhakar, 'Excavations at Sanauli 2005–06: A Harappan Necropolis in the Upper Ganga-Yamuna Doab', *Puratattva*, no. 36, 2005–2006, pp. 166–79.
79. Kenoyer, Jonathan Mark, *Ancient Cities of the Indus Valley Civilization°*, p. 81.
80. Keller, Olivier, *La figure et le monde, une archéologie de la géométrie: peuples paysans sans écriture et premières civilisations*, Vuibert, Paris, 2006, p. 138.
81. For instance, *Manasara*, 35.18–20, Acharya, Prasanna Kumar, *Architecture of Manasara*, Munshiram Manoharlal, 1934; reprint New Delhi, 1994, p. 374.
82. See Kak, Subhash, 'Time, Space and Structure in Ancient India', paper presented at a conference on 'Sindhu-Sarasvati Valley Civilization: A Reappraisal', Loyola Marymount University, Los Angeles, 21 & 22 February 2009, available online at http://arxiv.org/pdf/0903.3252v2 (accessed 15 September 2009).
83. Apart from titles quoted earlier, see Parpola, Asko, *Deciphering the Indus Script°*; Sergent, Bernard, *Genèse de l'Inde*, Payot, Paris, 1997, p. 114 ff.; Feuerstein, Georg, Subhash Kak & David Frawley, *In Search of the Cradle of Civilization°*, ch. 4 & 7; Pathak, V.S., 'Buffalo-Horned Human Figure on the Harappan Jar at Padri: A Note', *Man and Environment*, vol. XVII, 1992, no. 1, pp. 87–89; Danino, Michel, 'The Harappan Heritage and the Aryan Problem', *Man and Environment*, vol. XXVIII, 2003, no. 1, pp. 21–32; and various papers in Agrawal, Ashwini (ed.), *In Search of Vedic-Harappan Relationship°*.

84. Parpola, Asko, *Deciphering the Indus Script°*, p. 222.
85. Bisht, R.S., 'Dholavira Excavations: 1990–94' in Joshi, J.P., (ed.), *Facets of Indian Civilization: Essays in Honour of Prof. B.B. Lal*, op. cit., vol. I, pp. 111–112.
86. Bisht, R.S., 'Harappan and the Rgveda: Points of Convergence', in Pande, G.C., (ed.), *The Dawn of Indian Civilization (up to c. 600 BC)*, op. cit., p. 416.
87. Singh, Bhagwan, *Vedic Harappans°*, chapters VII–XI.
88. Lal, B.B., *India 1947–1997°*, p. 123.
89. See Suggested Further Reading, under the heading 'The Aryan Problem (in the Indian context)'.
90. Lal, B.B., *The Sarasvati Flows On°*, pp. ix–x.
91. Kenoyer, Jonathan Mark, 'Interaction Systems, Specialized Crafts and Cultural change', in George Erdosy, (ed.), *The Indo-Aryans of Ancient South Asia: Language, Material Culture and Ethnicity*, Walter de Gruyter, Berlin & New York, 1995, p. 234.
92. Kenoyer, Jonathan Mark, *Ancient Cities of the Indus Valley Civilization°*, p. 180.
93. Jarrige, Jean-François, 'Du néolithique à la civilisation de l'Inde ancienne', op. cit., p. 21.
94. Ibid., p. 28.
95. Shaffer, Jim G., 'The Indus Valley, Baluchistan, and Helmand Traditions: Neolithic through Bronze Age', in Ehrich, Robert W., (ed.), *Chronologies in Old World Archaeology*, third edn, The University of Chicago Press, Chicago & London, vol. I, p. 459.

11. சரஸ்வதியின் வாக்குமூலம்

1. Müller, F. Max, *Vedic Hymns*, op. cit., p. 60.
2. E.g. Misra, V.N., 'Climate, a Factor in the Rise and Fall of the Indus Civilization: Evidence from Rajasthan and Beyond', in Lal, B.B. & S.P. Gupta, (eds), *Frontiers of the Indus Civilization°*, p. 482.
3. Kenoyer, Jonathan Mark, *Ancient Cities of the Indus Valley Civilization°*, pp. 27–29.
4. See Chapter 2 for references to the Sarasvati from books 2 to 7, widely accepted to be the Rig Veda's oldest *mandalas* (the so-called 'family books'; e.g. Renou, Louis & Jean Filliozat, *L'Inde classique: manuel des études indiennes*, op. cit., vol. 1, p. 272).
5. Allchin, Raymond & Bridget, *Origins of a Civilization*, p. 213.
6. Ibid., p. 24.
7. Possehl, Gregory L., *Indus Age: The Beginnings°*, p. 384.
8. Ibid., p. 363.
9. Ibid., p. 363.
10. Chakrabarti, Dilip K. & Sukhdev Saini, *The Problem of the Sarasvati River°*, p. 38.
11. Possehl, Gregory L., *Indus Age: The Beginnings°*, p. 382, Fig. 3.145.
12. Winternitz, Moritz, *A History of Indian Literature°*, vol. I, p. 288.
13. Winternitz, Moritz, *Some Problems of Indian Literature*, Bharatiya Book Corporation; reprinted Delhi, 1977, pp. 3–4.
14. Ghosh, B.K., 'The Origin of the Indo-Aryans', in Bhattacharya, K., (ed.), *The Cultural Heritage of India*, vol. 1: *The Early Phases*, The Ramakrishna Mission Institute of Culture, Calcutta, 1958, p. 137.

15. Casal, Jean-Marie, *La Civilisation de l'Indus et ses énigmes*°, p. 205.
16. With the exception of some Bactrian styles or artefacts, but these only represent growing contacts between the two regions, not a 'Bactrian migration'. See Jarrige, Jean-François, 'Du néolithique à la civilisation de l'Inde ancienne', op. cit., p. 22.
17. Danino, Michel, 'Genetics and the Aryan Debate', *Puratattva*, New Delhi, no. 36, 2005–06, pp. 146–154.
18. Lal, B.B., *The Sarasvatī Flows On*°, p. 75.
19. Danino, Michel, *The Elusive Aryans and the Dawn of Indian Civilization*°. See also Suggested Further Reading under 'The Aryan Problem', for a choice of studies and perspectives.
20. Thapar, Romila, 'Ideology and Interpretation of Early Indian History', in *Interpreting Early India,* Oxford University Press, New Delhi, 1992, p. 10. (The author states in her preface that this paper was written in 1974.)
21. Thapar, Romila, *Ancient India: A Textbook of History for Class VI,* National Council of Educational Research and Training, New Delhi, 1987, p. 38. (This textbook was reprinted thirteen times till January 2000.)
22. Thapar, Romila, *The Penguin History of Early India: From the Origins to AD 1300,* op. cit., p. 42.
23. Thomas, Edward, *The Rivers of the Vedas, and How the Aryans Entered India,* Stephen Austin & Sons, Hertford, 1883.
24. Ibid., p. 8.
25. Kochhar, Rajesh, *The Vedic People*°, p. 123.
26. Ibid., p. 126.
27. Witzel, Michael, 'Autochthonous Aryans? The Evidence from Old Indian and Iranian Texts', *Electronic Journal of Vedic Studies*, vol. 7, no. 3, 25 May 2001, §25.
28. Rig Veda, 3.33.10.
29. Kochhar, Rajesh, *The Vedic People*°, p. 127.
30. Witzel, Michael, 'Autochthonous Aryans? The Evidence from Old Indian and Iranian Texts', op. cit., §25.
31. *Imperial* Gazetteer, new edn, 1908, vol. 23, p. 179.
32. Wilhelmy, Herbert, 'The Shifting River: Studies in the History of the Indus Valley', *Universitas*, vol. 10, 1967, no. 1, p. 60.
33. Macdonell, A.A. & A.B. Keith, *Vedic Index*°, p. 301.
34. The Belgian Indologist Koenraad Elst has presented other arguments to refute Kochhar's thesis, which I do not repeat here. See his *Asterisk in Bharopiyasthan: Minor Writings on the Aryan Invasion Debate*°, ch. 2.
35. Kochhar, Rajesh, *The Vedic People*°, p. 127.
36. Ibid., p. 128.
37. Jansen, Michael, 'Settlement Networks of the Indus Civilization', op. cit., p. 118.
38. It is, to be precise, the 'Ravi aspect' of the Hakra phase. See Meadow, R.H. & J.M. Kenoyer, 'Recent Discoveries and Highlights from Excavations Harappa: 1998–2000', available online at www.harappa.com/indus4/print.html (accessed 15 September 2009).
39. Lal, B.B., et al., *Excavations at Kalibangan*, vol. 1, Archaeological Survey of India, New Delhi, 2003, p. 103.
40. Ibid., p. 30.

41. Shinde, Vasant, et al., 'Exploration in the Ghaggar Basin and Excavations at Girawad, Farmana (Rohtak District) and Mitathal (Bhiwani District), Haryana', in Osada, Toshiki & Akinori Uesugi, (eds), Occasional Paper 3, *Linguistics, Archaeology and the Human Past,* Research Institute for Humanity and Nature, Kyoto, 2008, pp. 77–158.
42. Rao, L.S., et al., 'New Light on the Excavation of Harappan Settlement at Bhirrana', *Puratattva,* no. 35, 2004–05, pp. 60–68.
43. Kochhar, Rajesh, *The Vedic People*°, p. 131.
44. Ibid., p. 209.
45. Ibid., p. 132.
46. Oldham, R.D., 'On Probable Changes in the Geography of the Panjab and its Rivers: An Historico-Geographical Study', *Journal of Asiatic Society of Bengal,* vol. 55, 1886, p. 341.
47. E.g. Talageri, Shrikant G., *The Rigveda: a Historical Analysis*°, pp. 120–124 (as regards fauna), and Lal, B.B., *The Homeland of the Aryans: Evidence of Rigvedic Flora and Fauna*°.
48. Witzel, Michael, 'Autochthonous Aryans? The Evidence from Old Indian and Iranian Texts', op. cit., §25.
49. Bhargava M.L., *The Geography of Rgvedic India,* The Upper India Publishing House, Lucknow, 1964, ch. 1: 'The Seas'.
50. Bhargava, P.L., *India in the Vedic Age*°, p. 85.
51. Frawley, David, *Gods, Sages and Kings*°, p. 45. See also his 'Geographical References: The Ocean and Soma', ch. 4 of *In Search of Vedic-Harappan Relationship*°.
52. Kazanas, Nicholas, 'Samudra and Sarasvatī in the Rig-Veda', *Quarterly Journal of the Mythic Society,* vol. 95, 2004, pp 90–104.
53. Rig Veda, 1.11.1, Griffith's translation.
54. Ibid., 1.174.9, 6.20.12.
55. Ibid., 7.33.8, Griffith's translation.
56. Ibid., 10.136.5.
57. Ibid., 1.169.3, 8.20.4.
58. Ibid., 7.68.7, 1.117.14, among others.
59. Ibid., 1.116.4, Griffith's translation.
60. Ibid., 1.116.5.
61. Ibid., 1.46.2.
62. Ibid., 1.71.7 (see also 1.190.7).
63. E.g., Rig Veda, 7.6.7, 3.22.3, 1.163.1.
64. Ibid., 2.34.12.
65. Ibid., 4.58.5.
66. Ibid., 9.73.1, Griffith's translation.
67. Müller, F. Max, *Vedic Hymns,* op. cit., p. 60.
68. Habib, Irfan, 'Imagining River Sarasvati: A Defence of Commonsense', *Proceedings of the Indian History Congress,* 61st session, Kolkata, 2000–01, pp. 67–92, reproduced in *Social Scientist,* V.29, nos 1–2, January–February 2001, #332–333, pp. 46 ff. All subsequent quotations from Habib in the rest of chapter 10 are from

this paper; I have used the article's widely circulated Internet version: http://members.tripod.com/ahsaligarh/river.htm (accessed 15 August 2008).

69. Oldham, C.F., 'The Sarasvatī and the Lost River of the Indian Desert', *Journal of the Royal Asiatic Society,* vol. 34, 1893, p. 51.

70. Rig Veda, 3.23.4.

71. Shatapatha Brāhmana, V.3.4.1. See Eggeling, Julius, *The Satapatha Brāhmana*°, p. 73.

72. Wheeler, Mortimer, *L'Inde avant l'histoire,* Sequoia-Elsevier, Paris-Bruxelles, 1967, p. 30, where he states that Kalibangan overlooks the arid valley of the Ghaggar, 'the ancient Sarasvati'. (I do not have access to the English original.) See also his reference to 'the former Ghaggar or Sarasvatī', in Spear, Percival, (ed.), *The Oxford History of India,* Oxford University Press, fourth edn, Delhi, 1974–1998, p. 26. (Ch. 2, 'Prehistoric India', is by Mortimer Wheeler.)

73. Casal, Jean-Marie, *La Civilisation de l'Indus et ses énigmes*°, pp. 190 & 191.

74. Asko Parpola fully accepts the identification of the Ghaggar–Hakra with the Sarasvatī: see his *Deciphering the Indus Script*°, pp. 5 & 9.

75. Dani, Ahmad Hasan, in his foreword to Mughal, M.R., *Ancient Cholistan: Archaeology and Architecture*°, writes of the 'old, one-time flourishing river, such as a Sarasvati and Drishadvati, so well recorded in the Rigveda', a course of which is 'Hakra in Pakistan and Gagra (Ghaggar) in India' (p. 11, see also p. 12).

76. Personal communication (2006) from Dr S.P. Gupta, who was trying to obtain details from his Pakistani colleagues. Not having access to recent Pakistani papers, I am unable to provide a precise reference for those sites.

77. Stein, Aurel, 'A Survey of Ancient Sites along the "Lost" Sarasvatī River', op. cit., p. 181.

78. Possehl, Gregory. L, *Indus Age: The Beginnings*°, pp. 372–77.

79. Flam, Louis, 'The Prehistoric Indus River System and the Indus Civilization in Sindh', *Man and Environment,* vol. XXIV, 1999, no. 2, p. 58.

80. Flam, Louis, 'Ecology and Population Mobility in the Prehistoric Settlement of the Lower Indus Valley, Sindh, Pakistan', in Meadows, Azra & Peter S. Meadows, (eds), *The Indus River: Biodiversity, Resources, Humankind,* Oxford University Press, Karachi, 1999, pp. 315–17.

81. Adapted from Louis Flam's map in ibid., p. 315.

82. Mughal, M.R., *Ancient Cholistan: Archaeology and Architecture*°, p. 21.

83. Wilhelmy, Herbert, 'The Ancient River Valley on the Eastern Border of the Indus Plain and the Sarasvatī Problem', in *Vedic Sarasvatī*°, p. 97.

84. Allchin, Bridget 'Some Questions of Environment and Prehistory in the Indus Valley from Palaeolithic to Urban Indus Times', in *The Indus River: Biodiversity, Resources, Humankind,* op. cit., 1999, p. 294.

85. Francfort, Henri-Paul, 'Evidence for Harappan Irrigation System in Haryana and Rajasthan', *The Eastern Anthropologist,* 1992, vol. 45, p. 91.

86. Ibid., p. 89.

87. Gentelle, Pierre, 'Paysages, environment et irrigation: hypothèses pour l'étude des 3ᵉ et 2ᵉ millénaires', in Francfort, Henri-Paul, (ed.), *Prospections archéologiques au nord-ouest de l'Inde: rapport préliminaire 1983–1984,* Éditions Recherches sur les Civilisations, Paris, mémoire 62, 1985, p. 41.

88. Francfort, H.-P., 'Distribution des sites', in ibid., p. 65.
89. Francfort, Henri-Paul, 'Evidence for Harappan Irrigation System in Haryana and Rajasthan', op. cit., p. 98.
90. Francfort, H.-P., 'Distribution des sites', *Prospections archéologiques au nord-ouest de l'Inde,* op. cit., p. 65.
91. Rig Veda, 7.96.2.
92. *The Mahabharata of Krishna-Dwaipayana Vyasa,* op. cit., vol. III, Salya Parva, IX.55, p. 151.
93. Tripathi, Jayant K., Barbara Bock, V. Rajamani & A. Eisenhauer, 'Is River Ghaggar, Saraswati? Geochemical constraints', *Current Science,* vol. 87, no. 8, 25 October 2004, pp. 1141–45.
94. Ibid., Fig. 1–b, p. 1142. According to the map's caption, samples were taken at 'Sirsa and Fatehabad on Ghaggar', but the dry bed is a few kilometres north of Sirsa and Fatehabad is some 20 km south of the Ghaggar.

    (Curiously, the map is actually based—without acknowledgements—on a scan of a map of mine, an earlier version of the map reproduced in Fig. 4.2 in this book; it is strange that the four scientists were unable to draw a map of their own on a scale suitable for showing the precise locations of their sampling sites. Even more curiously, after erasing most names from my map, the authors added the word 'Saraswati' and two big arrows pointing to the course I drew, which is the course of the Ghaggar–Hakra—even though the main point of their paper was to deny this identity!)
95. Courty, M.-A., 'Geoarchaeological Approach of Holocene Paleoenvironments in the Ghaggar Plains', *Man and Environment,* vol. X, 1986, p. 112.
96. Casal, Jean-Marie, *La Civilisation de l'Indus et ses énigmes*°, p. 7.
97. Erdosy, George, 'Prelude to Urbanization', in *Archaeology of Early Historic South Asia*°, p. 77.
98. Allchin, Raymond & Bridget, *Origins of a Civilization*°, p. 124.
99. Possehl, Gregory L., *Indus Age: The Beginnings*°, p. 356.
100. McIntosh, Jane R., *A Peaceful Realm*°, p. 46.
101. Kenoyer, J.M., *Ancient Cities of the Indus Valley Civilization*°, p. 27.
102. Sharma, Ram Sharan, *Advent of the Aryans in India*°, ch. 2.
103. Lal, B.B., *The Sarasvatī Flows On*°, p. 8 ff.
104. One such promising study recently published a preliminary report of exploration: Singh, R.N., et al., 'Settlements in Context: Reconnaissance in Western Uttar Pradesh and Haryana', *Man and Environment,* vol. XXXIII, no. 2, 2008, pp. 71–87.

முடிவுரை: மாயமாக மறைந்த சரஸ்வதி

1. *The Mahabharata of Krishna-Dwaipayana Vyasa,* op. cit., Salya Parva, vol. III, IX.54, p. 149.
2. Ibid., p. 150.
3. O.P. Bharadwaj identifies Plakshaprāsravana with a location in the Nahan district of the Shivaliks, see 'The Rigvedic Sarasvatī', in *In Search of Vedic-Harappan Relationship*°, p. 16.
4. Valdiya, K.S., *Saraswati, the River That Disappeared*°, p. 26.
5. Ibid., p. 54.

6. Flam, Louis, 'The Prehistoric Indus River System and the Indus Civilization in Sindh', op. cit., p. 57 (emphasis in the original).
7. See Bharadwaj, O.P., 'Vinasana', *Journal of the Oriental Institute of Baroda*, vol. 33, 1983, nos 1–2, pp. 69–88. Bharadwaj, keen to identify *Vinashana* with Kalibangan, argues for a Sarasvatī–Dṛishadvatī confluence *above* Kalibangan, but this can hardly be accepted, as topographic studies and satellite imagery have made clear.
8. Bharadwaj, O.P., 'Vinashana', op. cit., p. 78.
9. *The Mahabharata of Krishna-Dwaipayana Vyasa*, op. cit., vol. III, Salya Parva, IX.42, p. 118.
10. Iyengar, R.N., 'Profile of a Natural Disaster in Ancient Sanskrit Literature', *Indian Journal of History of Science*, vol. 39, 2004, no. 1, pp. 11–49, available online at www.ifih.org/NaturalDisasterinAncientSanskritLiterature.htm (accessed 15 September 2009); 'On Some Comet Observations in Ancient India', *Journal of the Geological Society of India*, vol. 67, March 2006, pp. 289–94.
11. Chakrabarti, Dilip K., *The Oxford Companion to Indian Archaeology°*, pp. 209 & 211.
12. Mathur, U.B., 'Chronology of Harappan Port Towns of Gujarat in the Light of Sea Level Changes during the Holocene', *Man and Environment*, vol. XXVII, no. 2, 2002, pp. 61–67.
13. Kenoyer, J. Mark, 'New Perspectives on the Mauryan and Kushana Periods', in *Between the Empires: Society in India 300 BCE to 400 CE*, Oxford University Press, New York, 2006, pp. 34 & 46.
14. Joshi, J.P., Madhu Bala & Jassu Ram, 'The Indus Civilization: A Reconsideration on the Basis of Distribution Maps', in Lal, B.B. & S.P. Gupta, (eds), *Frontiers of the Indus Civilization°*, p. 516.
15. Shaffer, Jim G. & Diane A. Lichtenstein, 'The Concepts of "Cultural Tradition" and "Paleoethnicity" in South Asian Archaeology', in Erdosy, George,
    (ed.), *The Indo-Aryans of Ancient South Asia*, op. cit., p. 139 (emphasis in the original).
16. Shaffer, Jim G., 'The Indus Valley, Baluchistan, and Helmand Traditions: Neolithic through Bronze Age', in *Chronologies in Old World Archaeology*, op. cit., p. 450.
17. Shatapatha Brāhmana, 1.4.1.10–19. See Eggeling, Julius, *The Satapatha Brāhmana°*, pp. 104–06.
18. *Lātyāyana Shrautasūtra*, 10.18.3, quoted in and translated by Burrow, Thomas, 'On the Word *Arma* or *Armaka* in Early Sanskrit Literature', in *Journal of Indian History*, vol. 41, 1963, pp. 159–166.
19. Burrow quotes the Rig Veda where '*armaka*', the word for 'ruin', occurs once in an unspecified context, and builds on it a conviction that it was 'the Aryans who were responsible for the overthrow of the Indus civilisation'. This view has been categorically rejected by archaeologists in recent decades.
20. Tewari, Rakesh, 'The Origins of Iron Working in India: New Evidence from the Central Ganga Plain and the Eastern Vindhyas', *Antiquity*, vol. 77, 2003, no. 297, pp. 536–544, available online at http://antiquity.ac.uk/ProjGall/tewari/tewari.pdf and www.archaeologyonline.net/artifacts/iron-ore.html (accessed 15 September 2009).

21. Tewari, Rakesh, 'The Myth of Dense Forests and Human Occupation in the Ganga Plain', *Man and Environment*, vol. XXIX, 2004, no. 2, pp. 102–116.
22. Darian, Steven, 'Gangā and Sarasvatī: An Incidence of Mythological Projection', *East and West*, vol. 26, 1976, nos 1–2, pp. 153–165.
23. *The Mahabharata of Krishna-Dwaipayana Vyasa*, op. cit., vol. III, Salya Parva, IX.42, p. 117 (slightly altered).
24. Rig Veda, 1.3.10–12. The translation is my adaptation of two different translations by Sri Aurobindo, *The Secret of the Veda°*, pp. 85 & 519.

Suggested Further Reading

The following titles are meant for those who wish to explore some of the unending ramifications glimpsed in this book. With a few exceptions, I have listed recent works accessible to a non-specialist public; they represent a broad spectrum of views. More scholarly or technical studies are found in Notes. I have retained a few French titles when those have no English translation.

I. India's Prehistory and Protohistory

Agrawal, D.P. & Kharakwal, J.S., *South Asian Prehistory: A Multidisciplinary Study,* Aryan Books International, New Delhi, 2002

Agrawal, D.P. & Kharakwal, J.S., *Bronze and Iron Ages in South Asia,* Aryan Books International, New Delhi, 2003

Allchin, Bridget & Raymond, *The Rise of Civilization in India and Pakistan,* Cambridge University Press, New Delhi, 1996

Allchin, F.R., (ed.), *Archaeology of Early Historic South Asia: The Emergence of Cities and States,* Cambridge University Press, Cambridge, 1995

Chakrabarti, Dilip K., *The Archaeology of Ancient Indian Cities,* Oxford University Press, New Delhi, 1997

Chakrabarti, Dilip K., *India: An Archaeological History,* Oxford University Press, New Delhi, 1999

Chakrabarti, Dilip K., *The Oxford Companion to Indian Archaeology: The Archaeological Foundations of Ancient India,* Oxford University Press, New Delhi, 2006

Kennedy, K.A.R., *God-Apes and Fossil Men: Paleoanthropology in South Asia,* University of Michigan, Ann Arbor, 2000

Misra, V.N., *Rajasthan: Prehistoric and Early Historic Foundations,* Aryan Books International, New Delhi, 2007

Sankalia, H.D., *Prehistory of India,* Munshiram Manoharlal, New Delhi, 1977

Singh, Upinder, *The Discovery of Ancient India: Early Archaeologists and the Beginnings of Archaeology,* Permanent Black, New Delhi, 2004

II. The Indus–Sarasvatī Civilization

Agrawal, D.P., *The Indus Civilization: An Interdisciplinary Perspective*, Aryan Books International, New Delhi, 2006

Allchin, Raymond & Bridget, *Origins of a Civilization: The Prehistory and Early Archaeology of South Asia*, Viking, New Delhi, 1997

Casal, Jean-Marie, *La Civilisation de l'Indus et ses énigmes*, Fayard, Paris, 1969

Chakrabarti, Dilip K., *Indus Civilization Sites in India: New Discoveries*, Marg Publications, Mumbai, 2004

Dhavalikar, M.K., *Indian Protohistory*, Books & Books, New Delhi, 1997

Eltsov, Piotr Andreevich, *From Harappa to Hastinapura: A Study of the Earliest South Asian City and Civilization*, Brill Academic Publishers, Boston, Leiden, 2007

Gaur, A.S., Sundaresh & Vora, K.H., *Archaeology of Bet Dwarka Island*, Aryan Books International, New Delhi, & National Institute of Oceanography, Goa, 2005

Gupta, S.P., *The Indus–Sarasvatī Civilization: Origins, Problems and Issues*, Pratibha Prakashan, Delhi, 1996

Habib, Irfan, *The Indus Civilization*, vol. 2 in *A People's History of India*, Tulika Books, sec. edn, New Delhi, 2003

Jarrige, Jean-François, (ed.), *Les Cités oubliées de l'Indus: archéologie du Pakistan*, Association française d'action artistique & Musée national des Arts asiatiques Guimet, Paris, 1988

Joshi, Jagat Pati, *Harappan Architecture and Civil Engineering*, Rupa & Infinity Foundation, New Delhi, 2008

Kenoyer, Jonathan Mark, *Ancient Cities of the Indus Valley Civilization*, Oxford University Press & American Institute of Pakistan Studies, Karachi & Islamabad, 1998

Lahiri, Nayanjot, (ed.), *The Decline and Fall of the Indus Civilization*, Permanent Black, New Delhi, 2000

Lahiri, Nayanjot, *Finding Forgotten Cities: How the Indus Civilization Was Discovered*, Permanent Black, New Delhi, 2005

Lal, B.B. & Gupta, S.P., (eds), *Frontiers of the Indus Civilization*, Books and Books, New Delhi, 1984

Lal, B.B., *The Earliest Civilization of South Asia*, Aryan Books International, New Delhi, 1997

Lal, B.B., *India 1947-1997: New Light on the Indus Civilization*, Aryan Books International, New Delhi, 1998

Lal, B.B., *How Deep Are the Roots of Indian Civilization? Archaeology*

Answers, Aryan Books International, New Delhi, 2009
McIntosh, Jane R., *A Peaceful Realm: The Rise and Fall of the Indus Civilization,* Westview Press, Boulder, 2002
McIntosh, Jane R., *The Ancient Indus Valley: New Perspectives,* ABC-Clio, Santa Barbara, 2008
Mughal, Mohammad Rafique, *Ancient Cholistan: Archaeology and Architecture,* Ferozsons, Lahore, 1997
Possehl, Gregory L., *Indus Age: The Beginnings,* Oxford & IBH, New Delhi, 1999
Possehl, Gregory L., *The Indus Civilization: A Contemporary Perspective,* Altamira Press, Oxford, 2002; Indian edn, Vistaar, New Delhi, 2003
Rao, S.R., *Dawn and Devolution of the Indus Civilization,* Aditya Prakashan, New Delhi, 1991
Ratnagar, Shereen, *The End of the Great Harappan Tradition,* Manohar, New Delhi, 2000
Ratnagar, Shereen, *Understanding Harappa: Civilization in the Greater Indus Valley,* Tulika, New Delhi, 2006
Stein, Marc Aurel, *An Archaeological Tour along the Ghaggar–Hakra River,* Gupta, S.P., (ed.), Kusumanjali Prakashan, Meerut, 1989
Wheeler, R.E. Mortimer, *The Indus Civilization,* third edn, Cambridge University Press, Cambridge, 1968
Wright, Rita P., *The Ancient Indus: Urbanism, Economy, and Society,* Cambridge University Press, New York, 2010

III. The Sarasvatī River and Goddess

Airi, Raghunath, *Concept of Sarasvatī (in Vedic, Epic and Puranic Literature),* The Rohtak Co-operative Printing and Publishing Society, Rohtak, 1977
Bhattacharyya, Kanailal, *Sarasvatī: A Study of her Concept and Iconography,* Saraswat Library, Calcutta, 1983
Chakrabarti, Dilip K. & Saini, Sukhdev, *The Problem of the Sarasvati River and Notes on the Archaeological Geography of Haryana and Indian Panjab,* Aryan Books International, New Delhi, 2009
Ghosh, Niranjan, *Srī Sarasvatī in Indian Art and Literature,* Sri Satguru, Delhi, 1984
Gonda, Jan, *Pūshan and Sarasvatī,* North-Holland Publishing Co., Amsterdam, 1985
Kalyanaraman, S., *Sarasvatī,* vols 2 (Rigveda) & 3 (River), Babasaheb Apte Smarak Samiti, Bangalore, 2003

Kalyanaraman, S., (ed.), *Vedic River Sarasvati and Hindu Civilization*, Aryan Books International, New Delhi, & Sarasvati Research and Education Trust, Chennai, 2008

Lal, B.B., *The Sarasvatī Flows On: The Continuity of Indian Culture*, Aryan Books International, New Delhi, 2002

Ludvik, Catherine, *Sarasvatī Riverine Goddess of Knowledge*, Brill, Leiden, Boston, 2007

Radhakrishna, B.P. & Merh, S.S., (eds), *Vedic Sarasvatī: Evolutionary History of a Lost River of Northwestern India*, Geological Society of India, Bangalore, 1999

Valdiya, K.S., *Saraswati, the River That Disappeared*, Indian Space Research Organization & Universities Press, Hyderabad, 2002

IV. The Indus Script

Joshi, Jagat Pati & Parpola, Asko, (eds), *Corpus of Indus Seals and Inscriptions: 1. Collections in India*, Suomalainen Tiedeakatemia, Helsinki, 1987 (see vol. 2 under 'Shah' below)

Kalyanaraman, S., *Sarasvatī*, vols 6 (Language) & 7 (Epigraphs), Babasaheb Apte Smarak Samiti, Bangalore, 2003

Mahadevan, Iravatham, *The Indus Script: Text, Concordance and Tables*, Archaeological Survey of India, New Delhi, 1977

Mitchiner, J.E, *Studies in the Indus Valley Inscriptions*, Oxford & IBH, New Delhi, 1978

Parpola, Asko, *Deciphering the Indus Script*, Cambridge University Press, 1994, Indian paperback edn, 2000

Possehl, Gregory L., *Indus Age: The Writing System*, Oxford & IBH, New Delhi, 1996

Shah, Sayid Ghulam Mustafa & Parpola, Asko, *Corpus of Indus Seals and Inscriptions: 2. Collections in Pakistan*, Suomalainen Tiedeakatemia, Helsinki, 1991, (see vol. 1 under 'Joshi')

V. The Aryan Problem (in the Indian context)

Agrawal, Ashvini, (ed.), *In Search of Vedic-Harappan Relationship*, Aryan Books International, New Delhi, 2005

Bhargava, P.L., *India in the Vedic Age: A History of Aryan Expansion in India*, D.K. Printworld, third edn, New Delhi, 2001

Bryant, Edwin, *The Quest for the Origins of Vedic Culture: The Indo-Aryan Migration Debate*, Oxford University Press, New York, 2001

Bryant, Edwin F. & Patton, Laurie L., (eds), *The Indo-Aryan Controversy: Evidence and Inference in Indian History*, Routledge, London & New York, 2005

Chakrabarti, Dilip K., *Colonial Indology: Sociopolitics of the Ancient Indian Past*, Munshiram Manoharlal, New Delhi, 1997

Chakrabarti, Dilip K., *The Battle for Ancient India, an Essay in the Sociopolitics of Indian Archaeology*, Aryan Books International, New Delhi, 2008

Danino, Michel, *L'Inde ou l'invasion de nulle part: Le Dernier Repaire du Mythe Aryen*, Les Belles Lettres, Paris, 2006

Danino, Michel, *The Dawn of Indian Civilization and the Elusive Aryans*, forthcoming

Dhavalikar, M.K., *The Aryans: Myth and Archaeology*, Munshiram Mahoharlal, New Delhi, 2007

Elst, Koenraad, *Update on the Aryan Invasion Debate*, Aditya Prakashan, New Delhi, 1999

Elst, Koenraad, *Asterisk in Bharopiyasthan: Minor Writings on the Aryan Invasion Debate*, Voice of India, New Delhi, 2007

Feuerstein, Georg, Kak, Subhash & Frawley, David, *In Search of the Cradle of Civilization*, Quest Books, Wheaton, U.S.A, 1995; Indian edn, Motilal Banarsidass, Delhi, 1999

Frawley, David, *Gods, Sages and Kings: Vedic Secrets of Ancient Civilization*, Motilal Banarsidass, Delhi, 1993

Frawley, David, *The Rig Veda and the History of India*, Aditya Prakashan, New Delhi, 2001

Kochhar, Rajesh, *The Vedic People: Their History and Geography*, Orient Longman, Hyderabad, 2000

Lal, B.B., *The Homeland of the Aryans: Evidence of Rigvedic Flora and Fauna*, Aryan Books International, New Delhi, 2005

Rajaram, N.S. & Frawley, David, *Vedic Aryans and the Origins of Civilization: A Literary and Scientific Perspective*, Voice of India, third edn, New Delhi, 2001

Sethna, K.D., *The Problem of Aryan Origins*, Aditya Prakashan, sec. edn, New Delhi, 1992

Sharma, Ram Sharan, *Advent of the Aryans in India*, Manohar, New Delhi, 2001

Singh, Bhagwan, *The Vedic Harappans*, Aditya Prakashan, New Delhi, 1995

Thapar, Romila, et al., *India: Historical Beginnings and the Concept of the Aryan*, National Book Trust, New Delhi, 2006

Trautmann, Thomas R., *Aryans and British India*, Vistaar, New Delhi, 1997

Trautmann, Thomas R., (ed.), *The Aryan Debate,* Oxford University Press, New Delhi, 2005

Tripathi, D.N., (ed.), *A Discourse on Indo-European Languages and Culture,* Indian Council of Historical Research, New Delhi, 2005

VI. Vedic Texts and Studies

Aurobindo, Sri, *The Secret of the Veda,* Sri Aurobindo Ashram, Pondicherry, 1972

Bhattacharya, N.N., *A Cultural Index to Vedic Literature,* Manohar, New Delhi, 2007

Eggeling, Julius, *The Satapatha Brāhmana,* vol. 12 in *Sacred Books of the East,* 1882; republ. Motilal Banarsidass, Delhi, 2001

Gonda, Jan, *The Vision of the Vedic Poets,* Mouton, The Hague, 1963; Indian edn, Munshiram Manoharlal, New Delhi, 1984

Gonda, Jan, *Vedic Literature (Samhitās and Brāhmanas),* Otto Harrassowitz, Wiesbaden, 1975

Griffith, Ralph T.H., (tr.), *The Hymns of the RgVeda,* sec. edn 1896; republ. Motilal Banarsidass, Delhi, 1973

Griffith, Ralph T.H., (tr.), *Hymns of the Atharvaveda,* 1884; republ. Munshiram Manoharlal, New Delhi, 2002

Kak, Subhash, *The Astronomical Code of the Rgveda,* sec. edn, Munshiram Mahoharlal, New Delhi, 2000

Kazanas, Nicholas, *Indo-Aryan Origins and Other Vedic Issues,* Aditya Prakashan, New Delhi, 2009

Keith, A.B., *A History of Sanskrit Literature,* 1928; reprinted Motilal Banarsidass, Delhi, 1993

Macdonell, A.A. & Keith, A.B., *Vedic Index of Names and Subjects,* 2 vols, 1912; reprinted Motilal Banarsidass, Delhi, 1958-2007

Miller, Jeanine, *The Vedas: Harmony, Meditation and Fulfilment,* Rider, London, 1974

Müller, F. Max, *A History of Ancient Sanskrit Literature,* Allahabad, 1859; reprint Asian Educational Services, New Delhi, 1993

Müller, F. Max, *Vedic Hymns,* part I, vol. 32 in *Sacred Books of the East,* 1882; reprint Motilal Banarsidass, Delhi, 2001

Ranade, H.G., *Illustrated Dictionary of Vedic Rituals,* Aryan Books International, New Delhi, 2006

Staal, Frits, et al., *AGNI: The Vedic Ritual of the Fire Altar,* Asian Humanities Press, Berkeley, 1983, 2 vols; reprinted Motilal Banarsidass, Delhi, 2001

Staal, Frits, *Discovering the Vedas,* Penguin Books, New Delhi, 2008

Talageri, Shrikant G., *The Rigveda: A Historical Analysis*, Aditya Prakashan, New Delhi, 2000

Talageri, Shrikant G., *The Rigveda and the Avesta: The Final Evidence*, Aditya Prakashan, New Delhi, 2008

Winternitz, M., *A History of Indian Literature*, 3 vols, 1907; reprinted Motilal Banarsidass, Delhi, 1981

Copyright Acknowledgements

Figs 1.2, 5.1, 5.2, 5.3, 5.4, 5.5, 5.7, 5.8, 5.9, 5.10, 6.1, 6.2, 6.4, 6.5, 6.6, 7.1, 7.2, 7.3, 7.4, 7.5, 7.6, 7.7, 7.8, 7.9, 9.1, 9.2, 9.9, 9.11, 9.13, 10.1, 10.4, 10.5, 10.7, 10.8, 10.9, 10.10, 10.11, 10.14, 10.15 and 10.18 are reproduced with the permission of the Archaeological Survey of India, New Delhi (ASI). The copyright rests with the ASI.

Figs 3.6 and 3.7 are reproduced with the kind permission of Dr. A.K. Gupta, Regional Remote Sensing Service Centre, India Space Research Organization, Jodhpur; the copyright rests with the RRSSC/ISRO.

Figs 1.1, 2.2, 3.1, 4.1, 4.2, 5.6, 6.3, 6.7, 6.8, 6.9, 8.1, 8.2, 9.3, 9.5, 9.6, 9.7, 9.14, 9.18, 10.16, 12.1, 12.2 and 12.3 were prepared by the author. Figs 2.1 and 7.10 are the author's. The copyrights for these maps, charts and photographs rest with the author.

Figs 3.2 and 3.3 were prepared by the author by combining satellite views from various sources and applying contrast and other standard enhancement methods.

For other illustrations, see corresponding Notes, if any.